महाभारतातील धर्म व नीतिविचार

डॉ. श्रीराम पंडित
एम. ए., पीएच. डी. (सं.), पीएच. डी. (म.)

डायमंड पब्लिकेशन्स

महाभारतातील धर्म व नीतिविचार
लेखक : डॉ. श्रीराम पंडित
Mahabharatatil Dharma va Nitivichar
Lekhak : Dr. Shriram Pandit
Tel. No. 9167040005

प्रकाशक
डायमंड पब्लिकेशन्स
२६४/३ शनिवार पेठ,
अनुग्रह अपार्टमेंट,
ओंकारेश्वर मंदिराजवळ,
पुणे–४११ ०३०
☎ ८६०००१०४१६
info@dpbooks.in

मुखपृष्ठ
संदीप देशपांडे

अक्षरजुळणी
अक्षरवेल, पुणे

पहिली आवृत्ती : ऑगस्ट, २०२३

ISBN : 978-93-91948-62-7

कै. बाळकृष्ण पंडित (बाबा)
यांच्या पवित्र स्मृतीस

विशेष सूचना

मी लिहिलेले हे पुस्तक चिंतनपर असून ते महाभारताचे माझे अध्ययन व समुचित विश्लेषण यावर आधारित आहे. मी माझ्या स्वत:च्या दृष्टिकोनातून या पुस्तकातील विविध विषयांचे विवरण केले आहे; तसेच मूळ श्लोक उद्‌धृत करून आवश्यक ते संदर्भ दिले आहेत. इतर व्यक्तींचा यासंदर्भात दृष्टिकोण भिन्न असू शकतो, तसेच या पुस्तकातील विवरणाबाबत त्यांच्या भावना भिन्न असू शकतात.

– डॉ. श्रीराम पंडित

प्रस्तावना

महर्षी व्यासांचे महाभारत हे जीवनाच्या सर्व अंगांना स्पर्श करणारे व ज्ञानाने ओतप्रोत भरलेले असे महाकाव्य आहे. व्यासांनी स्वतःच या अद्वितीय ग्रंथाला 'पाचवा वेद' असे म्हटले आहे. यातील विचारधन फार मोठे आहे. एवढा आशयघन व एक लाख श्लोकांचा एवढा विस्तृत ग्रंथ इतक्या प्राचीन काळी निर्माण झाला हे आपले भाग्य समजले पाहिजे. ह्या ग्रंथाची महती ज्ञानेश्वरांनी ज्ञानेश्वरीच्या पहिल्या अध्यायात २८ ते ४९ या श्लोकांमध्ये गौरवपूर्ण रीतीने गायिली आहे.

म्हणौनि भारतीं नाहीं । ते न्हवे चि लोकी तिहीं ।
एणें कारणें म्हणिपे पाहीं । व्यासोच्छिष्ट जगत्रय ।। (ज्ञाने. १.४७)

महाभारतातच या महान ग्रंथाला 'शतसाहस्री संहिता' असे यथार्थ नाव देण्यात आले असून विंटरनित्झ या विद्वानाने तर ह्या ग्रंथाचा आवाका पाहून त्याला "It is a literary monster" असे प्रशंसेने म्हटले आहे. (Winternitz - History of Indian Literature vol. 1, part II, p. 285).

हा ग्रंथसम्राट भारतीय संस्कृतीचा एक अमोल ठेवा असून त्याने शतकानुशतके भारतीय मनाला प्रेरणा दिली आहे. ह्या ग्रंथात महाभारतकारांनी मानवी जीवन व्यापणाऱ्या अनेक विषयांना स्पर्श केल्यामुळे असे म्हणणे रास्त ठरते की त्यांनी सबंध युगाचे चित्र उभे केले आहे.

या ग्रंथाची तीन संस्करणे झाली असे विद्वान मानतात व त्याचा उल्लेख आदिपर्वात आलेला आहे. महर्षी व्यासांची मूळ संहिता 'जय' नावाची असून तिचा विस्तार त्यांचा शिष्य वैशंपायन याने व नंतर त्या 'भारत' नावाच्या संहितेचाही विस्तार, सूत लोमहर्षण याचा पुत्र उग्रश्रवा (सौती) याने केला. जनमेजयाच्या सर्पसत्राचे वेळी वैशंपायनाने राजाला सांगितलेली संहिता 'भारत' नावाची असून तीत २४००० श्लोक आहेत. सौतीने नैमिषारण्यात शौनकादी ऋषींना जी एक लाख श्लोकांची संहिता सांगितली ती म्हणजे आपल्याला उपलब्ध असलेले सध्याचे 'महाभारत' होय. व्यासांच्या 'जय' संहितेत ८८००

श्लोक आहेत, असे जरी मानले जाते तरी त्याविषयी स्पष्टता नाही, कारण महाभारतातच ही संख्या व्यासांनी लिहिलेल्या कुटश्लोकांची आहे, असे म्हटले आहे.

महर्षी व्यास हे चिरंजीव असून ते कुरुकुलाशी संबंधित आहेत. ते पराशर मुनी व मत्स्यगंधा यांचे पुत्र ! पुढे मत्स्यगंधा शंतनू राजाशी विवाहबद्ध झाली व तिला चित्रांगद व विचित्रवीर्य हे पुत्र झाले. या दोघांचे लवकरच निधन झाल्यामुळे हस्तिनापुरच्या गादीला वंशज राहिला नाही. सत्यवतीने आपला पुत्र कृष्णद्वैपायन म्हणजेच व्यास यांस विनंती करून विचित्रवीर्याच्या दोन राण्यांपासून नियोग पद्धतीने पुत्रप्राप्ती करवून घेतली. ते दोन पुत्र म्हणजे धृतराष्ट्र व पांडू ! तिसऱ्यावेळी मात्र त्या राण्यांनी पाठविलेल्या दासीपासून नियोगाने व्यासांना पुत्र झाला त्याचे नाव विदुर. अशा या तीनही पुत्रांचे निधन झाल्यावर व्यासांनी महाभारताची ग्रंथरचना केली. तसेच ही ग्रंथरचना त्यांनी परिश्रमपूर्वक सातत्याने लिखाण करून तीन वर्षांत पूर्ण केली.

पांडवचरित्र, श्रीमद्‌भगवद्‌गीता, महान भारतीय युद्ध हेच महाभारताचे मुख्य संविधानक असल्याचे दिसते. भारतीय युद्ध १८ दिवस चालले; त्यावेळची सर्व राज्ये त्यात गोवली होती. ते त्या काळचे राष्ट्रीय युद्ध होते व त्यात झालेला संहार व नाश हाही फार भयानक होता. त्या भयंकर सर्वनाशाला आपण बहुतांशी जबाबदार आहोत, असे वाटून विजयी झालेला युधिष्ठिर सिंहासन नाकारून वनात जायला निघाला होता.

जयोऽयमजयकारो भगवन्प्रतिभाति मे । (महा. १२.१.१५) हे त्याचे शोकातिरेकातून निघालेले उद्‌गार आहेत. अठराव्या दिवसानंतर जेव्हा युद्ध संपले तेव्हा फक्त दहा महारथी जिवंत राहिले होते. कौरवांकडील तीन अश्वत्थामा, कृतवर्मा व कृपाचार्य आणि पांडवांकडील सात, पाच पांडव, सात्यकी व श्रीकृष्ण ! अशा या भीषण युद्धाच्या वर्णनासाठी व्यासांनी अनेक पर्व खर्ची घातली आहेत.

कर्णचरित्राच्या अध्ययनामुळे माझे मन महाभारताकडे अधिकच आकृष्ट झाले. वनपर्व, शांतीपर्व, अनुशासनपर्व, नारायणीयोपाख्यान, गीतेतील भगवंतांनी स्वतः केलेला उपदेश, अनुगीता यांचा अभ्यास केल्यावर वाटले की यातील हा धर्म व नीतीचा तसेच आध्यात्मिक तत्त्वांचा अत्यंत विस्तृत विचार खूप मूलगामी व मोलाचा आहे. पराशरगीता, हंसगीतेसारख्या लघू गीता, यक्षप्रश्न, सनत्सुजातीय, विदुरनीती, महनीय ऋषींचे आध्यात्मिक उपदेश यात आलेले विवेचन धर्म व नीतीच्या दृष्टीने अत्यंत उद्‌बोधक आहे. तेव्हा हे सर्व धर्मविषयक मार्मिक विवेचन बारकाईने अभ्यासून, त्याचे नीट विश्लेषण करून आणि त्यावर चिंतन करून, ते लेखरूपाने मांडावे असे मला प्रकर्षाने वाटले व याच उद्देशाने मी हा प्रकल्प हाती घेतला.

'धर्म' ही संज्ञा खरोखर फार व्यापक आहे. आज आपण ही संज्ञा विशिष्ट अशा

उपासनामार्गाला लावतो. उदा. इस्लामधर्म, बौद्धधर्म किंवा हिंदुधर्म, त्याचप्रमाणे आपण ऐहिक नीतिबंधनांच्या बाबतीतही हा शब्द वापरतो, जसे देशधर्म, भ्रातृधर्म, पितृधर्म, कुलधर्म, मित्रधर्म इत्यादी. पण महाभारतात ज्या 'धर्म' संज्ञेचा ऊहापोह केला आहे तो म्हणजे सत्य, अहिंसा, चारित्र्य, दया, मनोविग्रह, सद्विचार, शुचिता, ही ज्याची अंगे आहेत असा व मानवकल्याणाचा नीतिमूल्ययुक्त असा 'सनातन धर्म' होय. संस्कृत ग्रंथांमध्ये 'नीति' हा शब्द राजनीतीस उद्देशून वापरण्याचा प्रघात असल्याने, सदाचाराचे नियम, चारित्र्य, सचोटी, संयम, दया, क्षमाशीलता इत्यादी विवेचनास नीतिचे विवेचन असे न म्हणता 'धर्मप्रवचन' म्हणत असत. त्या दृष्टीने महाभारत म्हणजे फार विस्तृत अशा धर्मप्रवचनाला वाहिलेला ग्रंथ असे म्हटले तरी फारसे वावगे होणार नाही. चार पुरुषार्थ प्राप्त करणे हे मानवाने आपले निर्विवाद ध्येय मानावे असा उपदेश प्राचीन ग्रंथांतून जागोजागी आला आहे व या चार पुरुषार्थांमध्ये धर्म हा पहिल्या स्थानावर आहे. 'प्रभवार्थाय भूतानां धर्मप्रवचनं कृतम्।' हे जे कर्णपर्वात विधान आले आहे त्याचा अर्थ हा की प्राणिमात्रांच्या (प्रामुख्याने मानवजातीच्या) उन्नतीकरिता धर्माचे विवेचन केले आहे. शांतिपर्वात युधिष्ठिराने म्हटले आहे की समाजात सदाचार, दुराचार दोन्ही गोष्टी आढळतात. समाज हा सत्य व असत्य या दोहोंनी वेढलेला आहे व त्यामुळेच समाजात अशांतता व पीडा आहे, तर सत्यधर्म कसा पाळावा ह्यासंबंधी मला मार्गदर्शन करा, असे त्याने भीष्मांना विनविले. त्या विवेचनात खालील श्लोक आला आहे –

धारणाध्दर्ममित्याहुर्धर्मेण विधृताः प्रजाः ।
यः स्याद् धारणसंयुक्तः स धर्म इति निश्चयः ।।

(महा. १२.११०.११)

सर्व प्रजेचे ज्यामुळे धारण होते, ज्यामुळे समाजात शांति नांदून समाजाचे पोषण होते, त्याचा उत्कर्ष होतो तो धर्म होय हे निश्चित!

शांतिपर्वात युधिष्ठिराने शरपंजरी विसावलेल्या भीष्मपितामहांना विविध प्रश्न मोकळेपणाने विचारले व महाप्राज्ञ भीष्मांनी त्याला जगातील सामाजिक व्यवहाराचे, नितिनियमांचे, सद्गुण-दुर्गुणांचे आणि राजधर्माचे ज्ञान दिले आणि मगच त्याने सत्ता ग्रहण करून आदर्श पद्धतीने प्रजेचे परिपालन केले.

महाभारतात आख्याने, उपाख्याने, लहान लहान कथा व दृष्टांत, ऋषींशी झालेले अनेक मार्मिक संवाद आले आहेत व त्यातूनही कुठल्या ना कुठल्या नीतीच्या किंवा धर्माच्या तत्त्वाचे विवरण केलेले आढळते. गीतेतील अर्जुनाचा प्रश्न पहा – मी माझ्या भावांची, आप्तांची, भीष्मांची, गुरूवर्य द्रोणांची हत्या करणं याप्रसंगी योग्य तसेच धर्म्य होणार का? हा त्याचा प्रश्न. त्याचे धैर्य गळाले आहे; मनात धर्मा-धर्माविषयी गोंधळ

उडाला आहे आणि तो दिङ्मूढ होऊन कृष्णाला शरण गेला आहे. धर्माधर्मासंबंधीचा निर्णय घेणे हे फार अवघड असते. प्रत्येकाच्या आयुष्यात असे पेचप्रसंग येतात व अशा कसोटीच्या क्षणी महाभारतासारखे ग्रंथचं मार्गदर्शन करू शकतात.

सत्य, अहिंसा, अस्तेय, शुचिता आणि इंद्रियजय ह्या पाच तत्त्वांमध्ये धर्म सामावला आहे हे जे मनूने म्हटले आहे तेच महाभारतातही व्यासांनी धर्माच्या स्वरूपासंबंधी सांगितले आहे. 'सत्य' ह्या तत्त्वाचे विवेचन अनेक ठिकाणी आले असून तेच धर्माचे सार व सर्वांचा आधार असल्याचे म्हटले आहे. एके ठिकाणी तर सत्य हे 'त्रयोदशविध' (तेरा तत्त्वांच्या स्वरूपाचे) आहे असे सांगून दया, तितिक्षा, समता, धृति, क्षमा, या त्याच्या अंगांचा ऊहापोह केला आहे. (महा. १२.१५६.९).

या महाकाव्यातील मुख्य व्यक्तींच्या संवादातूनही व त्यांच्या आदर्श आचरणातूनही आपल्याला धर्माची शिकवण मिळते. आपल्याला माहीतच आहे की भीष्मांनी ज्या दोन प्रतिज्ञा घेतल्या (सिंहासन कधी न घेणे व आजन्म ब्रह्मचर्य पाळणे) त्या शेवटपर्यंत पाळल्या. सत्यवतीने त्यांना फार गळ घातली की त्यांनी विवाह करावा व सिंहासनाचाही स्वीकार करावा, कारण राजघराण्यात कोणी वंशजच उरला नव्हता. पण भीष्मांनी आपले वचन मोडले नाही, तिला स्पष्ट 'नकार' दिला. मातृकर्तव्य (मातेचे शब्द पाळणे) व सत्यनिष्ठा यातला संघर्ष होता, भीष्म महापराक्रमी तसेच महाज्ञानी होते. त्यांनी प्रतिज्ञा पालनाचा म्हणजेच धर्माचा पर्याय निवडला.

कर्णानेसुद्धा कर्ण-कृष्ण भेटीत सत्यधर्म पालनाचाच निर्णय घेतला व कृष्णाचा पांडवपक्षाकडे येण्याचा प्रस्ताव नाकारला. याचे कारण म्हणजे दुर्योधनाची फसवणूक करून त्याला दिलेले वचन त्याला मोडायचे नव्हते. याच भेटीत कर्णाने आपल्या मनातील भावना व्यक्त केली. 'यतो धर्मस्ततो जयः' ज्या पक्षाकडे धर्म असतो त्यांचाच विजय होतो, हे मला माहीत आहे असे तो शत्रुपक्षाच्या अग्रगण्य नेत्याला सांगतो.

युद्धानंतर युधिष्ठिर राज्य करीत असताना काही काळानंतर धृतराष्ट्र गांधारीसह, व्रताचरण व तप यासाठी वनात संजयासह जाण्याचे ठरवतो. कुंतीही त्याच्याबरोबर जाण्याचे ठरवते. पांडवांचे डोळे भरून येतात. तिचेही मन हेलावते. पण ती जाताना त्यांना उपदेश करते.

''धर्मे वो धीयतां बुद्धिर्मनो वो महदस्तु च ।'' तुमची बुद्धी धर्माचरणावर स्थिर असो, आणि तुमची मने संकुचित न राहता मोठी असोत. ह्यावरून हे दिसते की व्यासांनी सर्व प्रसंगांतून, संवादातून मनुष्याने धर्माचरण कधीही सोडता कामा नये, तोच जीवनाचा आधार आहे, हे ग्रंथात सातत्याने मांडले आहे. त्याचप्रमाणे त्यांनी असेही आवर्जून मांडले आहे की, धर्माच्या छायेखाली किंवा त्याच्या चौकटीतच मानवाने 'काम' व

‘अर्थ’ हे दोन पुरुषार्थ साध्य करावे.

हे धर्मप्रवचन, या महान ग्रंथात, ज्या ज्या ठिकाणी आले आहे त्या त्या उताऱ्यांचा परामर्श घेऊन त्यांचे स्पष्टीकरणात्मक विवेचन येथे केले आहे. हे करीत असताना मला जो आनंद मिळाला आणि धर्म व नीतीच्या संदर्भात मला ज्या कल्पना स्पष्ट झाल्या, त्या सुविद्य वाचकांपर्यंत पोचाव्या ह्या उद्देशाने मी हे लेखन केले आहे. मी सर्व उतारे विचारात घेतले आहेत, असे मी म्हणणे योग्य नाही कारण मूळ ग्रंथ फारच विस्तृत आहे, पण महत्त्वाचे उतारे समाविष्ट करण्याचा व त्यावरील अध्ययन सादर करण्याचा मी नम्र प्रयत्न केला आहे.

महाभारतात भीष्मपर्वात अर्जुनाला उपदेश म्हणून ‘गीता’ भगवंताने सांगितली आहे. ती गीता म्हणजे साक्षात् ईश्वराने आपल्या दिव्य वाणीने समग्र मानवजातीला केलेला आत्मकल्याणपर उपदेश आहे. परंपरेत जरी तिला ‘स्मृती’ म्हटले आहे तरी तिला श्रुतीचाच दर्जा आहे कारण तिच्यात सर्व उपनिषदांचे सार साठवलेले आहे. या गीतेमुळे महाभारत अजरामर झाले आहे ! या माझ्या अध्ययनासाठी मी महाभारताची भांडारकर संस्थेची संशोधित आवृत्ती प्रमाणभूत मानली आहे व तिचेच संदर्भ दिले आहेत. मी माझे हे धर्मावरील विवेचन वाचकांसमोर सादर करीत असताना मी आशा व्यक्त करतो की त्यांना हे हृद्य, उद्‌बोधक व आनंददायी वाटेल.

– श्रीराम पंडित

मनोगत

व्यास महर्षींच्या 'महाभारत' या ग्रंथास भारतात 'राष्ट्रीय ग्रंथ' म्हणून मान्यता मिळाली आहे. हा ग्रंथ भारतीय सांस्कृतिक मूल्यांचा जणू ठेवाच आहे. ह्या विस्तृत ग्रंथाने मानवी जीवनाच्या सर्व अंगांना स्पर्श केला असून, मानव - सुलभ अशा सर्व सुष्ट-दुष्ट भावनांचे चित्रण केले आहे. यात धर्म व नीतीचा बहुमोल उपदेश आलेला असल्याने हा ग्रंथ मानवाला आत्मविकासासाठी प्रेरित करणारा व त्याला सन्मार्ग दर्शविणारा झाला आहे. या ग्रंथात दार्शनिकता आहे तसेच आशयघनता आहे, म्हणून याला श्रुतीचा दर्जा देण्यात आला आहे.

या ग्रंथात धर्मतत्त्वे, नीतीची मूल्ये व वेदान्त तत्त्वज्ञान यांचे अगदी मूलगामी विवेचन ठिकठिकाणी आलेले असल्याने असे म्हणावेसे वाटते की ही ज्ञानगंगा मानवी बुद्धीला पुनीत करण्यासाठीच जणू व्यास मुनींनी निर्मिली आहे. त्या ज्ञानगंगेचं सारसर्वस्व म्हणजे या ग्रंथातील भीष्मपर्वात आलेली पवित्र भगवद्गीता! सर्व उपनिषदांचं सार ग्रथित करणारी, भगवंताच्या दिव्य वाणीने नटलेली व अर्जुनासारख्या परम भक्ताला सांगितलेली 'गीता' ही या ग्रंथाचा मुकुटमणी आहे!

या ग्रंथाचे संविधानकच मुळी धर्मप्रवृत्ती व अधर्मप्रवृत्ती यांच्या संघर्षाशी निगडित आहे. मूळ कथावस्तूच्या केंद्र स्थानी कुरुकुलातील अधर्मप्रिय कौरव व धर्मनिष्ठ पांडव यांच्यातील दारुण असा कलह आहे. हा मूलगामी संघर्ष इतका तीव्र होता की त्याची परिणती त्या काळातील फार मोठ्या युद्धात होते आणि त्यात उभयपक्षांची अपरिमित हानी होते. पण शेवटी धर्मप्रवृत्तीचा म्हणजे पांडव पक्षाचाच विजय होतो. धर्म हाच बलवत्तर ठरतो कारण त्याला भगवंताचा - परम तत्त्वाचा आधार आहे. या ग्रंथात धर्माचे सांगोपांग विवेचन तर आहेच पण व्यासांनी सूक्ष्मधर्म म्हणजे काय हेही स्पष्ट केले आहे. वर वर भासणारा धर्म व मुळाशी असलेला खरा शाश्वत धर्म यांच्याविषयी अप्रतीम दिग्दर्शन त्यांनी या ग्रंथात केले आहे.

अशी ही व्यासांची संहिता खरोखर अद्वितीय आहे. तिच्या वाचनाची व अध्ययनाची गोडी मला माझ्या सेवाकाळाच्या सुरवातीपासूनच लागली. संस्कृत विषयाचा प्राध्यापक

म्हणून मी सेवा रुजू केली ती मुंबईतील एका वरिष्ठ महाविद्यालयात. एकाच संस्थेत अध्यापनाचे कार्य करून मी प्रपाठक म्हणून सेवानिवृत्त झालो. माझ्या या अध्यापनाच्या दीर्घकाळात मी श्रीभाष्य, गीता, शांकरभाष्य, महाभारतातील काही भाग असे विषय हाताळले व त्या अनुषंगाने वाचन केले, त्यातूनच मला या विषयावर लेख लिहिण्याची प्रेरणा मिळाली.

हे लेख लिहीत असतांना मला श्री स्वामी समर्थ परिवाराचे ठाणे येथील प्रमुख कै. माननीय नाना करंदीकर यांनी प्रोत्साहन दिले व लेख त्यांच्याकडे सादर करण्यास सांगितले. हे लेख त्यांनी परिवाराच्या 'स्वामिन् तव शरणम्' या द्वैमासिकातून प्रकाशित केले. मी त्यांच्या भेटीसाठी व आशीर्वादासाठी ठाणे येथे त्यांच्या घरी येत असे. त्यांनतर श्री स्वामी समर्थ परिवाराची धुरा माननीय सौ. उज्ज्वलाताई करंदीकर–दाते यांनी सांभाळली. त्यांचेही मला आशीर्वाद लाभले व त्यांनीही मला सातत्याने उत्तेजन देऊन हे लेख त्या मासिकात प्रकाशित केले. त्यांचा मी ऋणी आहे. कै. माननीय नानांच्या स्मृतीला वंदन करतो व माननीय सौ. उज्ज्वला ताईंना मन:पूर्वक धन्यवाद देतो.

मी हे लेखन करीत असताना 'नामूलं लिख्यते किञ्चित्' या उक्तीप्रमाणे प्रत्येक लेखात आधारासाठी मूळ संहितेतील म्हणजे भांडारकर संस्थेच्या महाभारत – आवृत्तीतील आवश्यक ते श्लोक संदर्भ म्हणून दिले आहेत. तसेच हेही नमूद करतो की या ग्रंथातील विविध पर्वांमध्ये विखुरलेले धर्म व नीतिविषयक विचार जेवढे परिपूर्ण देता येतील तेवढे कसोशीने देण्याचा मी येथे नम्र प्रयत्न केला आहे. हे सर्व लिखाण वैचारिक असले तरी महाभारतातील लहान मोठ्या कथांमुळे, दृष्टांतांमुळे ते रंजक होण्यास मदत झाली आहे. शिवाय अनेक लेखांच्या शेवटी लेखांतील विचारांशी सदृश अशी संतांची वचने उद्धृत केली आहेत.

माननीय श्री. दत्तात्रेय पाष्टे व माननीय श्री. निलेश पाष्टे यांनी त्यांच्या प्रथितयश प्रकाशन संस्थेतर्फे पुस्तक रूपाने हे लेख प्रकाशनासाठी स्वीकारले व त्यांनी कौशल्यपूर्ण रीतीने हे कार्य संपन्न केले. त्यांचा मी ऋणी आहे. 'डायमंड पब्लिकेशन्स' ही त्यांची प्रकाशन संस्था वैचारिक साहित्यावर भर देणारी, कार्यक्षम व निष्ठावान अशी आहे. त्यांच्यातर्फे हे प्रकाशन होत आहे याचे मला मनस्वी समाधान वाटते. श्री. दत्तात्रेय पाष्टे व श्री. निलेश पाष्टे या उभयतांचे मी अत्यंत मन:पूर्वक आभार मानतो.

सुविद्य वाचकांसमोर हे माझे लिखाण ठेवण्याची संधी मला मिळाली आहे. मी हे लिखाण अगदी नम्रपणे त्यांना सादर करतो व हे विचारधन त्यांना हितकर, जीवनोपयोगी व आल्हाददायी वाटो या मनोकामनेसह मी हे माझे मनोगत संपवतो.

– डॉ. श्रीराम पंडित

अल्प-परिचय

- नाव : **डॉ. श्रीराम घनश्याम पंडित**
  एम. ए. (डबल) - पीएच. डी.
- **शिक्षण :** एम. ए. (संस्कृत), पीएच. डी. (संस्कृत) पीएच.डी. (मराठी)
- वय : ८८ वर्षे •जन्म दिनांक : ११-०३-१९३५
- बी. ए. व एम. ए. च्या परीक्षेत संस्कृत विषयात विद्यापीठात सर्वप्रथम म्हणून त्या विषयाला असलेली पारितोषिके (झाला वेदांत इत्यादी.) मिळाली.
- **व्यवसाय :** मुंबईतील एस. आय. ई. एस. महाविद्यालय (आर्ट्स, सायन्स व कॉमर्स) या संस्थेत प्राध्यापक म्हणून ३५ वर्षे अध्यापनाचे काम केले. (१९६० ते १९९५) संस्कृत विभाग प्रमुख व उपप्राचार्यपदीही काम केले. १९९५ मध्ये निवृत्त. मुंबई विद्यापिठाच्या 'सिनेटचा' व संस्कृत बोर्ड ऑफ स्टडीजचा काही वर्षे सदस्य.
- **पुस्तके व लेख -** १९६१ ते १९७२ या काळात मालविकाग्नीमित्र, स्वप्नवासवदत्तम् विक्रमोर्वशीयम् इत्यादी सहा नाटकांची मराठी भाषांतरे या नाटकांच्या आवृत्त्यांमध्ये प्रकाशित. संस्कृत विषयाशी निगडित अनेक विषयांवर लेख व शोधनिबंध परिसंवादातून सादर व त्यातील २० लेख प्रकाशित. त्यातील काही - विदुरनीति, चतुःसूत्री, महाभारतातील सत्य व अहिंसा, गीतेतील कर्मयोग इत्यादी. शैक्षणिक विषयांवर १० लेख नवशक्ती इ. दैनिकातून प्रकाशित.
- **प्रकाशित पुस्तके**

१) शोध कर्णाचा (मराठी विषयाच्या पीएच.डी.चा प्रबंध मॅजेस्टिक प्रकाशनातर्फे प्रकाशित (१९९१).

२) 'निर्झर' हा छंदोबद्ध कवितांचा संग्रह (१९९८), ग्रंथाली प्रकाशन.

३) गीत महाभारतम् - मूळ महाभारताचा अभ्यास करून संपूर्ण महाभारत ७८ पद्यातून सादर केले असून प्रत्येक गीताला पार्श्वभूमी सांगणारे निवेदन जोडले आहे (२००७). विहंग प्रकाशन, पुणे.

अनुक्रम

लेखांक : पहिला

अहिंसा-धर्म

महाभारत हा ग्रंथ म्हणजे भारतीय संस्कृतीचा अमोल ठेवा आहे. ज्ञानेश्वर महाराजांनी आपल्या अलौकिक ग्रंथात महाभारताचा गौरव केला असून त्याला 'सकळकथांचे जन्मस्थान' म्हटले आहे. एक लक्ष श्लोकांचा हा अतुलनीय ग्रंथ 'शतसाहस्री संहिता' म्हणून ओळखला जातो व महाभारतातच त्याचे महात्म्य वर्णिले आहे. गोरसात जसे नवनीत, मानवांमध्ये जसे ब्राह्मण, श्रुति-वाङ्मयात जशी उपनिषदे, जलाशयात जसा सागर त्याप्रमाणे इतिहास-पुराणांमध्ये भारत ग्रंथ होय.

नवनीतं यथा दध्नो द्विपदां ब्राह्मणो यथा ।
आरण्यकं च वेदेभ्य ओषधिभ्योऽ मृतं यथा ।।
ऱ्हदानामुद्धिः श्रेष्ठो गौर्वरिष्ठा चतुष्पदाम् ।
तथैतानि वरिष्ठानि तथा भारतमुच्यते ।। (महा. १.१.२०२)

पर्वसंगहपर्वाच्या शेवटीदेखील महाभारत पठनाचे फल सांगताना असे म्हटले आहे की, चतुर्विध पुरुषार्थ साध्य करून देणाऱ्या ग्रंथाचे ज्याने एकदा श्रवण केले त्याला दुसरे काही श्रवण करावेसे वाटत नाही. आहारावाचून शरीरधारणा ज्याप्रमाणे शक्य नाही त्याचप्रमाणे महाभारताच्या आधाराशिवाय कुठलीच कथा या जगात निर्माण होऊ शकत नाही.

अनाश्रित्यैतदाख्यानं कथा भुवि न विद्यते ! (महा. १.२.२४०)

गृहस्थाश्रमावर ज्याप्रमाणे इतर तीन आश्रमांना मात करता येत नाही त्याप्रमाणे कोणताही कवी भारतग्रंथावर मात करू शकत नाही. महाभारत हे खरोखरच 'सर्वश्रेष्ठ वाङ्मय' मानले गेले आहे. अठरा पर्वांच्या ह्या ग्रंथाचे मोठे वैशिष्ट्य म्हणजे यात प्रस्थानत्रयीतील एका लोकप्रिय प्रस्थानाचा श्रीमद्भगवद्गीतेचा समावेश आहे. भगवद्गीतेसारखे मूलगामी व चिरंतन तत्त्वज्ञान महाभारतात समाविष्ट असल्याने त्याला जगातील अक्षर-वाङ्मयात उच्च स्थान प्राप्त झाले आहे.

व्यासोच्छिष्टं जगत्सर्वम्

अगदी सुरुवातीलाच व्यासमुनींनी स्वतःच आपल्या या अतिविस्तृत ग्रंथात आलेल्या विविध विषयांबद्दल विवेचन केले आहे. वेदाचे रहस्य, सांगोपांग उपनिषदे, इतिहास पुराणे, कालाची त्रिविध स्थिती, चातुर्वर्ण्य, चार पुरुषार्थ, न्याय, शिक्षा, चिकित्सा, दान यांचे विवेचन, प्राक्तनानुरूप दिव्य अथवा मानुष जन्म, तीर्थक्षेत्रे, पवित्र देश, शस्त्रास्त्र विचार, धर्माधर्मविचार आणि लोकाचार या गोष्टींचे सविस्तर निरूपण या ग्रंथात आपण केले आहे, आपल्याला हे सर्व लिहून घेणारा चतुर लेखक हवा आहे, असे त्यांनी ब्रह्मदेवाला सांगताच ब्रह्मदेवाने त्या कामासाठी गणेशाची योजना केली. विद्याधिपती, विघ्नहर्ता गणेश ज्याचा लेखक होता, महान तपस्वी, ब्रह्मवेत्ते वेदव्यास ज्याचे निवेदक होते तो ग्रंथ सर्व ज्ञान सामावून घेणारा व सर्वश्रेष्ठ झाल्याशिवाय कसा बरे राहील ?

महाभारतातील मूळ कथासूत्र हस्तिनापुरच्या कुरुवंशाच्या ऐतिहासिक घटनांभोवती व विशेषतः कौरव, पांडवांच्या संघर्षाभोवती गुंफलेले असले तरी त्यात इतर अनेक आख्याने, उपाख्याने, इतर राजांची चरित्रे, ऋषींचे उपदेश, यक्षप्रश्न, सनत्सुजातीय, अध्यात्म विचार, राजधर्म, विदुरनीती ह्या विषयांचेही प्रदीर्घ विवरण पाहायला सापडते. महाभारतकारांनी इतक्या विविध व असंख्य विषयांना स्पर्श केला आहे की 'जे जे त्यात आहे तेच जगात अन्यत्र दिसेल, जे यात नाही ते जगात अन्यत्र दिसणार नाही,' अशी उक्ती महाभारताविषयी प्रसिद्ध आहे.

यदिहास्ति तदन्यत्र यन्नेहास्ति न तत्क्वचित् ।

(महा. १.५६.३३)

नीतीचे सखोल विवेचन

इतकी विविध उपाख्याने, लहान-मोठ्या कथा; ऋषींची, राजांची चरित्रे या ग्रंथात असली तरी आपल्याला येथे नीती व धर्मविषयक प्रश्नांची अत्यंत मार्मिक आणि गहन चर्चा ठिकठिकाणी आढळते. युद्ध होत असताना युद्धभूमीवर ज्या घटना घडल्या त्यांच्याही विवेचनात धर्म घडला की अधर्म घडला याचे सखोल विश्लेषण व्यासांनी केले आहे. भूरिश्रव्याचा हात अर्जुनाने मागून येऊन कापल्याचा प्रसंग, युधिष्ठिराने द्रोणवधा-प्रीत्यर्थ केलेले असत्य भाषण, अभिमन्यूवध, भीमाने उन्मत्त होऊन केलेले दुःशासनाच्या रक्ताचे प्राशन इत्यादी प्रसंगांचे विवरण यादृष्टीने लक्षणीय आहे. महाभारत हा नीतिविषयक ग्रंथ आहे, हे म्हणणे अतिशयोक्त न वाटण्याइतपत नीतिप्रश्नांची विविध पातळीवरील चर्चा या ग्रंथात सापडते. द्यूत संपल्यानंतर राजसभेत द्रौपदीने विचारलेला प्रश्न, पितृकर्तव्यापोटी

भीष्मांपुढे उभे राहिलेले पेच, कुंडलदान प्रसंगातील कर्णाची सत्त्वपरीक्षा हे व अशा स्वरूपाचे प्रश्न नीतीचेच होते. तसेच महाभारतात येणारे हे सर्व विवेचन सर्वस्पर्शी, सखोल व अत्यंत उद्‌बोधक आहे. कै. डॉ. (श्रीमती) इरावती कर्वे यांनीही, या संदर्भात, 'युगांत' मध्ये म्हटले आहे – 'प्रत्येक प्रसंगी धर्म काय, अधर्म काय, ह्याची संवादात्मक चर्चा महाभारतात जितकी झाली आहे, तितकी दुसऱ्या कोणत्याही पुस्तकात झालेली नाही.' (युगान्त २५८).

धर्माधर्माचा ऊहापोह

धर्मविचार हा अतिशय सूक्ष्म आहे. धर्मरहस्य जाणणे हे मोठे अवघड काम आहे पण विवेकाने सदसद्‌विवेक बुद्धीने त्या त्या प्रसंगी धर्म कोणता हे जाणून घेऊन माणसाने सतत धर्माचरण करावे म्हणजेच त्याचे इहलोकी व परलोकी कल्याण होते. अर्थ आणि काम हे पुरुषार्थ धर्मावर आधारलेले असले पाहिजेत. धर्म हाच प्रमुख पुरुषार्थ होय आणि तोच साधण्याचा मानवाने प्रयत्न केला पाहिजे, असा हितकर उपदेश जागोजागी केलेला आढळतो.

प्रत्येक प्रसंगी धर्म काय, अधर्म काय, याची चर्चा केलेली आपल्याला आढळते असे जे वर म्हटले आहे त्याच्यासाठी खालील उदाहरण पाहता येईल. आदिपर्वात परिक्षित राजाच्या मृत्यूचा वृत्तान्त सांगितला आहे. कुरुवंशातील परिक्षित राजाने वनात शिकार करताना एका मृगाला घायाळ केले. राजाने त्याचा पाठलाग केला पण पुढे तो मृग दिसेनासा झाला. राजा त्याचा शोध घेत खूप लांब गेल्यामुळे तो थकून गेला; तहानेने व्याकूळ झाला, तो जवळच्याच एका ऋषीकडे आला. तो कठोर तप करणारा ऋषी त्यावेळी वासरांच्या मुखातून गळलेला फेस प्राशन करीत होता. राजाने आपण अभिमन्यूपुत्र परिक्षित असे असल्याचे सांगितले व विद्ध हरिण पाहिला का, विचारले. त्या मुनीने 'मूकव्रत धारण केले होते; त्यामुळे त्याने काहीच उत्तर दिले नाही.' राजाला तो काहीच बोलला नाही म्हणून राग आला व त्याने एक मृत सर्प धनुष्याने उचलून त्यांच्या खांद्यावर टाकून दिला तरीही तो ऋषी काही बोलला नाही. राजाचा रागही निवळला व तो नगरास निघून गेला. तो ऋषी क्षमाशील व धर्मपरायण असल्याने त्याने राजाला दुखावले नाही. त्या ऋषीचा शृंगी नावाचा जो मुलगा होता तो व्रतस्थ, तपात गढलेला पण कोपिष्ट होता. तो ब्रह्मदेवाची उपासना त्रिकाल करीत असे. त्याला जेव्हा त्याच्या मित्राकडून हे वर्तमान समजले तेव्हा तो क्रोधाग्नीने जळत आश्रमात आला व पित्याच्या अंगावर मृत सर्प पाहताच त्याने त्या राजाला 'तुला तक्षकाचा दंश होईल व तू ७ दिवसांत यमलोकास जाशील' असा शाप दिला. ह्या घटनेची चर्चा व्यासांनी मोठी मार्मिक केली आहे. शृंगीच्या पित्याला

– शमीक ऋषीला हे पुत्राचे वर्तन तपस्व्याच्या धर्माचे उल्लंघन करणारे वाटले. त्याने त्याला उपदेश केला – त्या राजाच्या देशात आपण राहातो, त्याने आपला सांभाळ केला आहे, त्याचा द्रोह करणे योग्य नव्हे. त्याला माझे मौनव्रत माहीत नव्हते, त्यामुळे त्याच्या हातून हे कृत्य घडले. जाणूनबुजून त्याने अवमान केला नाही. आपण आपल्या धर्माप्रमाणे राजाला क्षमा केली पाहिजे. विशेषतः परिक्षिताला तर केलीच पाहिजे कारण तो राजधर्म चांगला आचरित आहे. यावर शृंगी म्हणाला की तो प्रखर तप करीत असल्याने त्याची वाणी खोटी होणार नाही. हे कृत्य साहसाचे असो वा नसो, क्रोधाने शाप दिला तो दिलाच. यानंतर पित्याने त्याला तपस्व्याने क्रोध कसा आवरला पाहिजे, त्याने कसे क्षमाशील राहिले पाहिजे याविषयी तरुण पुत्राला उपदेश केला. राजाचे हित लक्षात घेऊन राजाला त्याने निरोप पाठविला की त्याला हा शाप मिळाला आहे तरी स्वरक्षणासाठी त्याने त्वरित उपाय करावेत. परिक्षिताला त्याच्या मौनव्रताबद्दल कळताच आपल्या दुष्कृत्याबद्दल फार पश्चात्ताप झाला. मुनीने आपल्यावर एवढी दया दाखविलेली पाहाताच त्याला अधिकच दुःख झाले, पुढे दैवगतीप्रमाणे परिक्षित राजा सर्पदंश होऊन निधन पावला, असा कथेचा शेवट आहे. यात मुख्य मुद्दा असा आहे की शृंगीने जे शाप देण्याचे कृत्य केले त्याच्या धर्म्याधर्म्यतेचे येथे महाभारतकारांनी विवेचन केले आहे.

'अहिंसा' हा श्रेष्ठ धर्म

'अहिंसा परमो धर्मः' हे अहिंसेसंबंधी वचन प्रसिद्धच आहे. रूस नावाचा राजा आपल्या पत्नीला सर्पदंश होऊन संकट आल्यामुळे सर्पजातीवर क्रोधित होऊन सर्पांचा नाश करीत असे. त्याला 'अहिंसाधर्माचा' उपदेश खगम ऋषीने केला त्यात वरील वचन आले आहे. मनुने आपल्या मनुस्मृतीत 'अहिंसा सत्यमस्तेयं शौचमिन्द्रियनिग्रहः' (मनु. १०.६३) हे सर्ववर्णास सामान्य असे पाच नीतिधर्म सांगितले आहेत. (अहिंसा, सत्य, अस्तेय, काया-वाचा-मनाची शुद्धता आणि इंद्रियनिग्रह) अहिंसेचे हे तत्त्व वैदिक धर्मातच नव्हे तर बौद्ध-ख्रिस्ती धर्मातही मुख्य गणले आहे. मनूने ज्याप्रमाणे या धर्माला पहिले स्थान दिले आहे त्याप्रमाणे इतर धर्मातही याला पहिले स्थान दिलेले आहे. हिंसा म्हणजे केवळ जीव घेणे नव्हे, तर दुसऱ्या प्राण्याचे मन किंवा शरीर यास इजा करणे, वेदना करून त्याला दुखवणे, याचाही यात समावेश होतो. अहिंसा धर्म हा अत्यंत श्रेष्ठ मानलेला आहे, याचे प्रत्यंतर आपल्याला अणीमाण्डव्य ऋषीच्या कथेवरून लक्षात येते. या ऋषीच्या हातून अगदी लहानपणी पतंगाला काडी टोचून पीडा देण्याचा अपराध घडला होता. ह्या हिंसारूपी अपराधासाठी यमधर्माने त्या ऋषीला सुळावर चढविण्याची तीव्र शिक्षा दिली; ही शिक्षा त्याने भोगलीही. परंतु, ही शिक्षा अपराधाचा व ऋषीच्या बालवयाचा विचार

करता फारच तीव्र असल्याने माण्डव्य ऋषीनेही यमधर्माला शाप दिल्याचे या कथेत सांगितले आहे. पण यातून हे स्पष्ट होते की अहिंसेचे पालन न करणे, हा फार मोठा अपराध मानला जात होता.

अहिंसाधर्माचा तारतम्याने विचार

पण समजा की, आपला जीव घेण्यास किंवा आपल्या आप्तावर बलात्कार करण्यास अथवा आपल्याला पूर्णपणे लुबाडण्यास कोणी दुष्ट शस्त्र हातात घेऊन आला तर अशावेळी आपण त्याची हिंसा केली, त्याला ठार केले तर ते धर्म्य की अधर्म्य? याबाबतीत मनूनेच सांगितले आहे की – ''असा आततायी मनुष्य, तो गुरू आहे, म्हातारा अगर पोर आहे का विद्वान ब्राह्मण आहे, इकडे न पाहता – बेशक ठार करावा (मनु ८.३५०) असे दुर्धर प्रसंग ओढवले असता शास्त्रकारांनी आत्मसंरक्षणासाठी हिंसेचा अवलंब करावा व त्यात अधर्म नाही असा निर्वाळा दिला आहे. यात तो आततायी, दुष्ट पुरुष आपल्या अधर्मानेच मरतो. अहिंसा धर्माला धरूनच क्षमा, शांती व दया हे गुण, शास्त्रात सांगितले आहेत. या सर्व धर्मांचे पालन करताना कर्तव्याकर्तव्याचा तारतम्य विचार मनुष्याने केला पाहिजे म्हणजेच प्राणिमात्रांना हितकर अशा खऱ्या धर्माचे पालन होते.''

कर्णपर्वात यासंदर्भात उद्‌बोधक विवेचन आले आहे. अर्जुनाने अशी प्रतिज्ञा घेतलेली असते की, जो कोणी त्याला 'तुझे गांडीव धनुष्य टाकून दे' असे म्हणेल, त्याचा तो शिरच्छेद करील. एका विशिष्ट प्रसंगी संतापाच्या भरात युधिष्ठिराकडून हे बोलले जाते; त्यामुळे अर्जुन प्रतिज्ञापालन धर्म पाळण्याकरिता भ्रातृवध करायला निघतो. श्रीकृष्णाच्या हे लक्षात येताच तो त्याला आवरतो. भ्रातृवध म्हणजे पाप व तसे न केले तर असत्य आचरण केल्याचे पाप अशा मोठ्या पेचात अर्जुन सापडला आहे. श्रीकृष्णाने त्याला सांगितले की, अशा कठीण प्रसंगी सत्यासत्यासंबंधी विवेक करावा लागतो, अशा सत्यासत्यासंबंधी तारतम्याने विचार न करता व सत्यभाषण किंवा सत्याचरण केल्याने काय परिणाम होईल हे लक्षात न घेता जो अंधपणे सत्यालाच तेवढे धरून बसेल त्याच्या हातून अधर्म घडू शकेल. हिंसा व अहिंसा यांच्याबद्दलही काहीही झाले तरी अहिंसा सोडता कामा नये, असे ठरविले तर अनर्थ घडेल. बलाक नावाच्या व्याधाचे उदाहरण येथे देऊन हे धर्मतत्त्व स्पष्ट केले आहे. बलाक व्याध धर्मनिष्ठ होता, तो केवळ स्त्री-पुत्रांच्या उपजीविकेकरिता मृगांचा वध करीत असे. मृगांची हत्या करावी, हिंसा करावी, असा त्याचा हेतू नव्हता. तो एकदा मृगया करीत असताना त्याला एक हिंसक प्राणी पाणी पिताना दृष्टीस पडला. तसला विचित्र प्राणी त्याने पूर्वी कधी पाहिला नव्हता. ते श्वापद आंधळे होते. बलाकाने त्या श्वापदाला ठार मारले; त्याबरोबर आकाशातून त्याच्यावर

पुष्पवृष्टी झाली; आणि त्या व्याधाला नेण्याकरिता स्वर्गातून विमान खाली उतरले. त्या भयंकर श्वापदाने तप करून सर्व प्राण्यांचा वध करण्याविषयी वर मिळविला होता. त्याचा तो तपाचा हेतू पाहून ब्रह्मदेवाने त्याला अंध केले होते. अशा त्या सर्व प्राण्यांना हानीकर असलेल्या क्रूर श्वापदाचा वध केल्याने बलाकाने एक पुण्यकर्मच केले होते, सर्व प्राण्यांचे प्राण वाचविण्याचे कर्म त्याच्या हातून घडल्याने तो प्राणिहत्येच्या पातकात न पडता, उलट स्वर्गलोकास गेला; अशा प्रकारे धर्मतत्त्व कसे गूढ असते हे यावरून लक्षात येईल. बलाकाच्या हातून वास्तविक हिंसा घडलेली आहे – म्हणजेच अहिंसेचे उल्लंघन झाले आहे तरी हे कृत्य कोणत्याही दृष्टीने पापकर्म ठरत नाही. कारण या कृतीने प्राण्यांचा उत्कर्ष किंवा प्राण्यांचे कल्याण झाले आहे. म्हणून हे सत्यधर्मातच मोडते व त्यानुसार त्या कर्माचे फळ मिळते. श्रीकृष्णाने हे उदाहरण देऊन याठिकाणी धर्माधर्म-विवेकाबद्दल असे अत्यंत मूलगामी विवरण केले आहे.

(क्रमशः)

लेखांक : दुसरा

जीवो जीवस्य जीवनम्

आपल्या वैदिक धर्मात जसे अहिंसेला श्रेष्ठ धर्म म्हणून स्थान दिले आहे, त्याप्रमाणे बौद्ध व जैन धर्मातही तिला सर्वोच्च स्थान दिले आहे. प्राणिवध करणे, कुठल्याही सजीव प्राण्याला पीडा देणे हे अधर्मकारक मानले आहे. अणीमाण्डव्य ऋषीने बालपणात एका पतंगाच्या पुच्छाला केवळ मजेसाठी काडी टोचली होती व त्या पीडेमुळे यमधर्माने त्याला शिक्षा दिली होती, याचा उल्लेख पहिल्या लेखांकात आला आहेच. माण्डव्य ऋषी मौन धारण करून आपल्या आश्रमाच्या दाराशी वृक्षाखाली तप करीत असताना काही चोर, चोरलेल्या धनासहित त्यांच्या आश्रमात लपून बसतात. थोड्यावेळाने रक्षक शिपाई तेथे येतात व ऋषीला 'चोर कोणत्या मार्गाने गेले' असे विचारतात. मौनव्रतामुळे मांडव्य काहीही बोलत नाही. शिपायांचा संशय बळावतो. ते आश्रमात प्रवेश करतात तो त्यांना लपलेले चोर व धनही सापडते, ऋषीही यात सामील आहे असे मानून चोरांसह त्यांनाही ते राजासमोर अपराधी म्हणून उभे करतात. राजा सर्वांना सुळावर देण्याची शिक्षा ठोठावतो. सुळावर दिल्यावरही ते अन्न-पाण्याविना राहून तपाचरण चालू ठेवतात. ते पाहून राजा त्यांची सुटका करतो परंतु त्यांच्या पोटात शूलाग्र तसेच राहाते. पुढे प्रखर तप करून ते दुर्लभ लोक प्राप्त करून घेतात. त्यानंतर यमधर्माची भेट घेऊन ते आपल्याला कोणत्या अपराधाबद्दल ही शिक्षा झाली असे विचारतात. त्यावेळी वरील स्वरूपाचा अपराध व अधर्म लहानपणी त्यांचे हातून घडला असे यमधर्म स्पष्ट करतो.

पतङ्गिकानां पुच्छेषु त्वयेषीका प्रवेशिता ।
कर्मणस्तस्य ते प्राप्तं फलमेतत्तपोधन ।।

(महा. १-१०१.२४)

ह्या अपराधाविषयी कळल्यावर माण्डव्य म्हणतात की १२ वर्षापावेतो मुलाच्या हातून जे घडते, ते अज्ञानवशात् होत असल्याने पापाच्या सदरात मोडत नाही; आणि शास्त्रेही त्याला पातक अथवा अधर्म मानीत नाहीत. तेव्हा अशा अवस्थेतील अल्प

अपराधाला यमाने फार मोठी शिक्षा, तीही ब्राह्मणास, अन्यायाने दिली म्हणून माण्डव्य ऋषी यमाला शाप देतात की त्याला मनुष्य लोकात शूद्रयोनीत जन्म घ्यावा लागेल.

शूद्रयोनावतो धर्म मानुषः संभविष्यसि ।

(महा. १-१०१.२५)

या शापामुळे यमाने दासीपुत्र विदुराच्या रूपाने मृत्यूलोकात जन्म घेतलेला आहे. या कथानकाच्या शेवटी व्यासांनी असे वर्णन केले आहे की मांडव्य ऋषीने (ज्याने तपोबलाने दुर्लभ लोक मिळविले होते.) तेव्हापासून मर्यादा घालून दिली की चौदा वर्षेपर्यंत घडलेल्या दुष्कृत्यांबद्दल जिवांस दंड असता कामा नये.

या कथेतून बोध होतो तो असा की मानवाने वैयक्तिक पातळीवर धर्माचे पालन करीत असताना हिंसा करू नये, परपीडा करू नये, कारण ते दुराचरण ठरते.

जीवो जीवस्य जीवनम्

वैयक्तिक पातळीवर जरी अहिंसेचा नियम मानवाने पाळावयाचा असला तरी वैयक्तिक पातळीवरच आत्मसंरक्षणासाठी हिंसा करावी लागली तरी ती गर्ह्य अथवा पातकसदृश मानली जात नाही. तसेच सबंध समाजाचा, राष्ट्राचा व राष्ट्र चालविणाऱ्या शासकांचा 'अहिंसा' हा धर्म असू शकतो का? रणात घडणारी हिंसा ही क्षत्रियाच्या हातून घडत असली तरी तो क्षात्रधर्मच मानला आहे. तसेच अत्यंत सूक्ष्म निरीक्षण केल्यास असे दिसते की सृष्टीत अनेकविध सूक्ष्म जीव निर्माण होतात व त्यांची इतर जिवांकडून हत्या होत असते. 'जीवो जीवस्य जीवनम् (भागवत १.१३.४६)' – म्हणजे – एक प्राणी दुसऱ्या प्राण्याला मारून उदरनिर्वाह करतात – हे तत्त्व निसर्गात क्षणोक्षणी दृष्टोत्पत्तीस येते. शांतिपर्वात अर्जुनाने म्हटले आहे,

न हि पश्यामि जीवन्तं लोके कश्चिदहिंसया ।
सत्त्वैः सत्त्वा हि जीवन्ति दुर्बलैर्बलवत्तराः ।।
नकुलो मूषिकानत्ति बिडालो नकुलं तथा ।
बिडालमत्ति श्वा राजन् श्वानं व्यालमृगस्तथा ।।

(महा. १२.१५.२०,२१)

"कोणीही या जगात अहिंसेचे पालन करून जगताना दिसत नाही; बलवान् प्राणी दुर्बल प्राण्यांना मारून उपजीविका करतात. मुंगूस उंदीर खातो, मांजर मुंगुसाला खाते; कुत्रा मांजराला खातो आणि हे राजा, वाघ कुत्र्याला खातो." अर्जुनाने पुढे असेही म्हटले आहे की, 'डोळ्यांनी न दिसले तरी तर्काने ज्यांचे अस्तित्व समजते असे सूक्ष्म जंतू या

जगात इतके भरले आहेत की, आपण आपल्या डोळ्यांच्या पापण्या हलवल्या तर तेवढ्यानेच त्यांचे हात-पाय मोडून जातील (व पर्यायाने ते मरतील)' अशी ही हिंसा निसर्गात सातत्याने सुरू आहे व ती अटळ आहे. तसेच वेदांत जे यज्ञ सांगितले आहेत त्यातही पशुवध यज्ञबली यादृष्टीने ग्राह्य मानला आहे. तेव्हा हिंसा व अहिंसा या दोन्ही तत्त्वांचा सारासार विचार करणे आवश्यक आहे. एखाद्या देशावर दुसरे राष्ट्र चाल करून आल्यावर देशरक्षणासाठी युद्ध करणे व शत्रुपक्षाकडील योद्ध्यांना ठार करणे हे देशवासियांचे कर्तव्यच ठरते, अशा प्रसंगी केलेली हिंसा ही धर्म्य-हिंसा असून ती प्रशस्त ठरवलेली आहे.

युधिष्ठिराला केलेला उपदेश :

युधिष्ठिराला युद्ध संपल्यानंतर भयंकर नरसंहार व कुलनाश झालेला पाहून फार दुःख झाले. त्याचा शोक काही केल्या कमी होईना. त्याला जय मिळाल्याबद्दल आनंद तर झाला नाहीच उलट, तो त्याला 'अजय - पराजया'सारखा वाटला.

'जयोऽ यमजयाकारो भगवन्प्रतिभाति मे।' - (महा. १२.१.१५)

त्यावेळी कृष्ण, अर्जुन, भीम, व्यास इत्यादी मान्यवरांनी त्याची समजूत घातली व वनगमनापासून त्याला परावृत्त केले. त्याला राजाच्या कर्तव्याची, क्षात्रधर्माची, लोकव्यवहाराची पूर्ण जाणीव देऊन, धर्मयुद्ध करून मिळविलेले व न्याय्य हक्काचे राज्य त्याने करावे व आदर्श राजा म्हणून प्रजेचे कल्याण साधावे असा तळमळीचा उपदेश केला आहे. युधिष्ठिर स्वतःला, भ्रातृघाती (कर्णाचा वध आपण केला म्हणून), गुरूघाती (भीष्म द्रोण आपल्या हातून मारले गेले), स्ववंशोच्छेदकारी, राज्यकामुक, पृथिवी नाशकारक इत्यादी आत्मनिंदापर दूषणे देतो व स्वतःला पापकृत्तम मानून आत्मघात करण्यास प्रवृत्त होतो, याचे कारण त्याला युद्धात झालेली हिंसा, कुलाचा नाश, गुरूंचा वध या गोष्टी हातून घडलेली पातकेच वाटतात. (महा. १२-२७) परंतु व्यास महर्षी व इतर मान्यवरांनी वर उल्लेखिलेला जो उपदेश आहे त्यात राजाचे, क्षत्रियांचे शत्रूचा संहार करून राज्य मिळविणे हे श्रेष्ठ कर्तव्यच आहे व दण्डधारण हा क्षत्रियांचा परमधर्म आहे असे प्रभावीपणे प्रतिपादिले आहे. उदाहरणार्थ -

क्षत्रियाणां महाराज संग्रामे निधनं मतम् ।
विशिष्टं बहुभिर्यज्ञैः क्षत्र-धर्ममनुस्मर ॥ (महा. १२.२२.३)
इन्द्रो वै ब्रह्मणः पुत्रः क्षत्रियः कर्मणाऽभवत्
ज्ञातीनां पापवृत्तीनां जघान नवतीर्नव ॥

तच्चास्य कर्म पूज्यं च प्रशस्यं च विशांपते
तेनेन्द्रत्वं सदापेदे देवानामिति नः श्रुतम् ॥

(महा. १२.२२.११-१२)

हा क्षात्रधर्म आहे. क्षत्रियांचे संग्रमातच निधन होणे योग्य होय.

इंद्रानेही पापिष्ठ अशा आपल्या ज्ञातीतील लोकांचा संहार करून इंद्रपद मिळविले. त्याचे हे कर्म धर्म्य व प्रशंस्य होय, या विवेचनावरून हे ध्यानात येते की हिंसा किंवा दुष्ट शत्रूचा वध करणे या गोष्टी कर्तव्यकर्माचा भाग ठरत असल्याने त्या सदाचारातच गणल्या जातात व त्यांनी अधर्म घडत नाही.

धर्मव्याध-ब्राह्मण संवाद

हिंसा-अहिंसेची साधक-बाधक चर्चा करीत असताना धर्मव्याध-ब्राह्मण संवादाचा मागोवा घेणे आवश्यक वाटते. वनपर्वात हा कथाभाग आलेला आहे. क्रोधाने एका पतिव्रता स्त्रीला भस्म करण्यास उद्युक्त झालेल्या ब्राह्मणाचा प्रयत्न जेव्हा सफल झाला नाही तेव्हा तो त्या पतिव्रता स्त्रीस शरण गेला; आणि मग धर्माचे खरे रहस्य समजून घेण्यासाठी त्या स्त्रीने त्याला व्याधाकडे पाठविले. त्याचा व्यवसायच व्याधाचा म्हणजे हिंसेशी निगडित होता. तो सत्यवादी, जितेन्द्रिय व धर्मवेत्ता होता; म्हणून त्या पतिव्रतेने या ब्राह्मणाला त्याच्याकडे पाठविले. ब्राह्मणाला त्याचे मांसविक्रय करण्याचे कर्म घोर स्वरूपाचे व निंद्य वाटले. तेव्हा व्याधाने त्याला सांगितले की ते कर्म त्याच्या कुळात चालत आलेले असून तो ते कर्म स्वधर्मच मानतो. (सं. आ. ३.१९९.१४). कुळाला लावून दिलेले - वर्णाश्रम धर्माने विहित केलेले कर्म करणे हे मानवाचे कर्तव्यच होय. हा धर्मव्याध प्राण्यांची हिंसा करीत नव्हता. दुसऱ्यांनी मारलेल्या प्राण्यांचाच फक्त विक्रय करीत होता. तो सत्यभाषण करीत असे, कुणाचा मत्सर करीत नसे, यथाशक्ती दान देत असे, मुख्य म्हणजे आपल्या वृद्ध माता-पित्याची, त्यांना दैवते मानून, सेवा करण्यास तत्पर असे. धर्मव्याधाचे आदर्श आचरण पाहाताच ब्राह्मणाला त्याच्या ज्ञानाची कल्पना आली व त्याने अनेक प्रश्न विचारून त्याच्याकडून धर्मरहस्य समजावून घेतले. आपल्या दोषमुक्त व्यवसायाबद्दल त्याने असेही पुढे म्हटले - 'ब्रह्मन्, दैव बलवत्तर आहे व पूर्वजन्मीचे कर्मही दुस्तर आहे. पूर्वजन्मीच्या कर्मांमुळे मला या जन्मी हे कर्म करावे लागत आहे. प्राण्यांचे दैवच प्रथम त्याचा वध करीत असते; त्यामुळे प्रत्यक्ष वध करणारा मनुष्य हा त्या कर्मास केवळ निमित्तमात्र असतो. म्हणूनच आम्ही ह्या कर्मास केवळ निमित्तमात्र आहोत.' हा येथला विचार गीतेमध्ये भगवंताने सांगितलेल्या विचारांशी मिळताजुळता वाटतो. हे

रणभूमीवरील योद्धे आपापल्या कर्मानुसार मृत्युवश होणारच आहेत. अर्जुना, तू केवळ निमित्तमात्र आहेस.

'निमित्तमात्रं भव सव्यसाचिन् ।' (गीता ११.३३)

धर्मव्याधाने त्याच अध्यायात हिंसेविषयी मोठं मार्मिक विवेचन केले आहे. तो म्हणतो – 'यज्ञात ब्राह्मण निरंतर पशूंचा वध करीत असतात व ते मंत्रांच्या योगाने संस्कृत झाले म्हणजे स्वर्गातही जातात.'

संस्कृताः किल मन्त्रैश्च तेऽपि स्वर्गमवाप्नुवन् ।। (महा. ३.१९९.९)

क्षमासंपन्न राजा शिबी ह्याला स्वतःच्या मांसप्रदानाच्या योगानेच दुष्प्राप्य अशा स्वर्गाची प्राप्ती झाली. जो श्रद्धेने देवता व पितर यांना यथाविधी अर्पण करून मांसभक्षण करतो तो 'अमांसाशी' (मांस न खाणारा) म्हटला जातो. कित्येक लोक कृषिकर्म उत्कृष्ट मानतात पण त्यातही भूमी नांगरताना अनेक भूमिगत जिवांचा नाश होतो. प्राणी इतर प्राण्यांना भक्ष्य मानून उपजीविका करतात – ह्याविषयी द्विजवरा तुला काय वाटते?

प्राणिनोऽ न्योन्यभक्षाश्च तत्र किं प्रतिभाति ते ।।

(महा. ३-१९९-२४)

हे सर्व आकाश आणि ही पृथ्वी ही प्राण्यांनी व्यापून टाकलेली आहेत. तेव्हा अजाणता या सूक्ष्म प्राण्यांची हिंसा ही घडत असतेच. धर्मव्याधाच्या विवेचनाचा मथितार्थ असा की निसर्गात घडणारी अनवधानाने होणारी हिंसा पाहता हिंसा सर्वस्वी टाळता येत नाही. हिंसा ही अधर्मकारक आहे की, नाही हे तारतम्याने पाहिले पाहिजे. अहिंसा हा श्रेष्ठ धर्म खरा; पण त्यालाही स्थलकालपरत्वे अपवाद आहेत. व्याधाने आपल्या व्यवसायातील हिंसा स्वधर्म असल्याने ती सोडणे योग्य होणार नाही असे सांगून त्या ब्राह्मणाला अहिंसेचे खरे तत्त्व विशद केले आहे. निरपवादपणे अहिंसेचे पालन करायचे ठरवले तर मग क्षात्रधर्म व राजधर्म कसा राहाणार? क्षात्रधर्मच नष्ट झाला तर प्रजेला त्राता व शास्ता म्हणून कोणी राहाणार नाही व त्यामुळे जिकडेतिकडे अराजक माजून – 'बळी तो कान पिळी' म्हणजे 'मात्स्यंन्याय' अस्तित्वात येऊन दुर्धर प्रसंग ओढवेल. म्हणूनच नीतिशास्त्रात कोणत्याही श्रेष्ठ धर्माचे आचरण करीत असताना किंवा जीवनात स्वधर्मासंबंधी पेचप्रसंग उद्‌भवला असता कर्तव्याकर्तव्याची, धर्माधर्मविवेकाची आवश्यकता प्रतिपादन केली आहे. युद्धारंभी अर्जुनापुढे एकीकडे भ्रातृधर्म व आचार्यधर्म आणि दुसऱ्या बाजूला क्षात्रधर्म असा संघर्ष निर्माण झाला असता कर्तव्या–कर्तव्याचा विचार करून श्रीकृष्णाने क्षात्र–धर्म बलवत्तर ठरवला आहे. उपनिषदात 'मातृदेवो भव' असा धर्म सांगितला आहे. मनूनेही मनुस्मृतीत–

उपाध्यायान्दशाचार्यः आचार्याणां शतं पिता ।

सहस्रं तु पितृन्माता गौरवेणातिरिच्यते ।। (मनु. २.१४५)

'दहा उपाध्यांपेक्षा आचार्य, शंभर आचार्यांपेक्षा पिता आणि हजार पित्यांपेक्षा माता गौरवाने अधिक आहे' असे मातेसंबंधी म्हटले आहे. तथापि, परशुरामाने आपल्या पित्याच्या आज्ञेवरून आपल्या मातेचा शिरच्छेद केला. पित्याने अशी आज्ञा देण्याचे कारण तिच्या हातून मोठा अपराध घडला होता. (महा.३.११६). पित्याची आज्ञा मोडण्यापेक्षा मातेचा वध करणे श्रेयस्कर होय असे या प्रसंगाबाबत ठरविले आहे. मातेचा अपराध, पित्याचा उद्देश, पितृधर्म, मातृधर्म या सर्वांचा सूक्ष्म विचार करून परशुरामाने आचरण योग्य मानले आहे. या सर्व विवेचनावरून धर्माचे तत्त्व किती सूक्ष्म आहे हे लक्षात येईल.

(क्रमशः)

लेखांक : तिसरा

सत्य हे श्रेष्ठ धर्म

धर्मतत्त्वांमध्ये ज्याला अग्रगण्य स्थान आहे हे तत्त्व म्हणजे 'सत्य' हे तत्त्व होय! सत्य या तत्त्वाचा महिमा अगाध आहे. सर्व धर्मांमध्ये त्याला श्रेष्ठ स्थान दिलेले असून त्याची महती गायिली आहे. सत्य या शब्दाचा धात्वर्थच 'असणारे', 'अस्तित्वयुक्त', 'कधीही नाहीसे न होणारे' असा आहे. हे तत्त्व नित्य, चिरंतन व त्रिकालाबाधित आहे. म्हणजेच ते परब्रह्मस्वरूप आहे. उपनिषदातून परब्रह्माला 'सत', 'अक्षर' अशी संज्ञा लावली आहे. सृष्टी उत्पन्न होण्यापूर्वी 'ऋत' व 'सत्य' उत्पन्न झाली असून त्या सत्यानेच आकाश, वायू इत्यादी कार्यानुसार धरलेली आहेत असे वेदात सत्याचे वर्णन आले आहे. (ऋ. १०.१९०.१; १०.९५.१) महाभारतात शांतिपर्वात व इतर ठिकाणीही 'सत्याहून श्रेष्ठ धर्म नाही' (नास्ति सत्यात्परो धर्म: ।) असे 'सत्याविषयी गौरवपूर्ण वचन' आले आहे. प्राचीन काळापासून यज्ञयागादिक अत्यंत पवित्र व श्रेष्ठ मानले जातात. त्यात अश्वमेध यज्ञाला सर्वोच्च स्थान आहे. शंभर यज्ञाचे अनुष्ठान पूर्ण केल्यास इंद्रपदाची प्राप्ती होत असे. अशा या अश्वमेधाशी तुलना करून (सहा ठिकाणी) महाभारतात शकुंतला आख्यानात एक सुंदर विधान आले आहे.

अश्वमेधसहस्रं च सत्यं च तुलया धृतम् ।
अश्वमेधसहस्राद्धि सत्यमेव विशिष्यते ।। (महा १.६९.२२)

हजार अश्वमेध व सत्य यांची तुलना केली तेव्हा सत्य अधिक भरले म्हणजे सत्यच अधिक श्रेष्ठ ठरले. यावरून जीवनात सत्याला किती श्रेष्ठ स्थान दिलेले होते व असले पाहिजे याची कल्पना येते.

सत्य हा श्रेष्ठ धर्म :

मनूने सत्यवाणीसंबंधी असे विवेचन केले आहे की, मानवाला एकमेकांचे विचार समजण्यास व कळविण्यास शब्दासारखे दुसरे साधन नाही. वाणी हाच मनुष्य व्यवहाराचा मूळ झरा आहे व तो शुद्ध असला पाहिजे. वाणीशी जो प्रतारणा करतो, ज्याची वाणी

असत्ययुक्त असते असा मनुष्य 'सर्वस्तेयेकृत' म्हणजे सर्वच बाबतीत चौर्य करणारा - अट्टल चोर म्हटला पाहिजे. (मनु. ४.२५६) म्हणून मनूने वाणीसंबंधी असा नियम सांगितला आहे की, जे काही बोलायचे आहे ते सत्याने पवित्र झालेले असेच बोलत जा.

"सत्यपूतां वदेद्वाचम्।" (मनु. ६.४६). तैत्तिरीय उपनिषदात विद्यार्थ्यांचे शिक्षण संपल्यावर सर्व स्नातकांना कुलपतींनी जो उपदेश (दीक्षान्त समारोह प्रसंगी) केला आहे त्यात धर्माची शिकवण आली आहे. त्यात 'सत्यं वद। धर्मं चर।' असे इतर धर्मापेक्षा सत्यालाच अग्रस्थान दिले आहे. (तै. उप. १.११.१).

सत्यकामाची कथा :

छांदोग्योपनिषदामध्ये सत्यवचनाशी निगडित अशी एक सुंदर कथा आली आहे. जबाला नामक स्त्रीला एक सत्यकाम नावाचा मुलगा होता. त्याला विद्यार्जन करावयाचे होते म्हणून तो आचार्यांकडे गेला. आचार्यांनी त्याला त्याचे कुलशील व गोत्र विचारले. त्याने घरी येऊन 'मी कोणाचा पुत्र? माझे गोत्र काय आहे?' असे प्रश्न आईला विचारले. जबालेच्या जीवनात, तिच्या तरुणपणी, ती अतिथी- अभ्यागतांच्या सेवेमध्ये असल्याने, तिचा पतिव्यतिरिक्त इतर पुरुषांशी संबंध आला होता. ह्या मुलाचा जन्म होताच तिचा पतीही मरण पावला. त्यामुळे तिने त्या सर्व परिस्थितीची मुलाला स्पष्ट कल्पना देऊन त्याला गोत्र ती सांगू शकत नाही, असे सांगितले. नंतर मुलगा, सत्यकाम आपल्या अचार्यांकडे गेला. आचार्यांनी विचारल्यावर त्याला आईने जे सांगितले होते, तो सर्व खरा वृत्तांत त्याने आचार्यांना निवेदन केला व आपल्याला शिष्यत्व देण्याची नम्रपणे प्रार्थना केली. तेव्हा आचार्य गौतमाने, त्याने सत्य सांगितले हे पाहून त्याच्या सत्यवक्तेपणाची प्रशंसा केली. 'सत्य' वाणी असलेला पुरुष उच्च कुळातला असतो हे ध्यानात घेऊन व सत्यभाषणाला महत्त्व देऊन गौतमाने त्याला शिष्य म्हणून स्वीकारले.

शरपञ्जरी पडलेल्या महाज्ञानी भीष्मांनी शांतिपर्वात राजधर्म, वर्णाश्रमधर्म, आपद्धर्म इत्यादींची फार मार्मिक व सखोल चर्चा केली आहे. युधिष्ठिराने राज्याची सूत्रे हाती घेतल्यावर रणभूमीवर शयन करीत असलेल्या पितामहांची सेवा केली व त्यांना राजनीतीचे, व्यवहाराचे व आध्यात्माचे विविध प्रश्न विचारून शास्त्रज्ञान मिळविले. सर्व धर्मांचा त्याला उपदेश केल्यावर भीष्मांनी प्राण सोडण्यापूर्वी 'सत्येषु यतितव्यं वः सत्यं हि परमं बलम्' (महा. १३.१५३.४७) असा युधिष्ठिराला उपदेश केला आहे. याचाच अर्थ त्यांनी शेवटी धर्मांचे सार सांगण्याच्या उद्देशाने सर्वांना सत्यच पाळण्यास सांगितले आहे.

सत्य हा धर्म इतका श्रेष्ठ होता की, प्रभू रामचंद्राने, आपल्या पित्याने कैकेयीमातेला दिलेला शब्द 'सत्य' व्हावा म्हणून स्वतःहून १४ वर्षांचा वनवास स्वीकारला. राजा

हरिश्चंद्रानेही स्वप्नात दिलेले वचन पूर्ण करण्याकरिता जिवाचे दान केले व ते सत्य करून दाखविले.

व्यासांचा उपदेश :

द्रोणपर्वात घटोत्कचाचा कर्णाकडून इंद्रदत्त शक्तीच्या साहाय्याने वध झाल्यानंतर पांडव-शिबिरात महान योद्धा गमावल्यामुळे शोककळा पसरली. युधिष्ठिराच्या मनाला तर फारच दुःख झाले. त्या प्रसंगी व्यासांचे आगमन होऊन त्यांनी युधिष्ठिरास शोक आवरण्यास सांगितले. कौरवांचा युद्धात तुझ्या हातून नाश होईल व पाच दिवसांत पृथ्वीचे राज्य तुझ्या हाती येईल असे सांगून व्यासांनी त्याला नित्य धर्माचे चिंतन व आचरण करण्यास सांगितले. धर्माच्या अगदी मूलभूत तत्त्वांचा उल्लेख करून त्यांनी युधिष्ठिराला धर्म कशात सामावला आहे हे स्पष्ट करून सांगितले.

दया (अथवा भूतदया) तप, दान, क्षमाशीलता व सत्य यांचे तू सेवन कर म्हणजे ह्या तत्त्वांप्रमाणे आचरण कर, म्हणजे तुझा विजय ठरलेलाच आहे. अगदी संक्षिप्तरीतीने जरी येथे धर्माचा उपदेश आलेला असला तरी तो अर्थपूर्ण आहे. सत्य हे धर्माचे अगदी महत्त्वाचे अंग आहे हे यातून समर्थरीतीने स्पष्ट होते.

विदुराने धृतराष्ट्राच्या विनंतीवरून त्याला चार उपदेशाचे व व्यावहारिक नीतिचे शब्द 'विदुरनीती' या उद्योगपर्वातील एका भागात सांगितले आहेत. त्यात त्याने असे म्हटले आहे की, धर्माचा मार्ग अष्टविध असून त्या आठांपैकी शेवटची जी चार तत्त्वे आहेत - १) दम, २) सत्य, ३) आर्जव आणि ४) आनृशंस्य (भूतदया) या तत्त्वांनुसार थोर महात्मे व पुण्यात्मे चालतात.

अष्टौ नृपेमानि मनुष्यलोके स्वर्गस्य लोकस्य निदर्शनानि ।
चत्वार्येषामन्ववेतानि सद्भिः चत्वार्येषामन्ववयन्ति सन्तः।।
यज्ञो दानमध्ययनं तपश्च चत्वार्येतान्यन्ववेतानि सद्भि : ।
दमः सत्यमार्जवमानृशंस्यं चत्वार्येतान्यन्ववयन्ति सन्तः ।।

(महा. ५.३५.४७-४८)

धर्माची आठ अंगे पुढीलप्रमाणे आहेत -

१) यश, २) अध्ययन (स्वाध्याय), ३) दान कर्म, ४) तप किंवा साधना, ५) दम, ६) सत्य, ७) आर्जव व ८) आनृशंस्य. यातील पहिली चार दांभिकपणे काही वेळेला आचरली जातात. खरेपणाने ही तत्त्वं पाळणारे थोडेच लोक असतात. शेवटी चार अंगे फार महत्त्वाची आहेत व असामान्य असे लोकच ते आचरणात आणू शकतात. या चारात 'सत्य' हा धर्म सांगितला आहे हे लक्षात घेणे आवश्यक आहे. या धर्ममार्गाचे

विवेचन करीत असतानाच विदुराने धर्माची जणू व्याख्याच दिली असून त्यात असे स्पष्ट विधान केले आहे की, 'ज्यात सत्य नाही तो धर्मच नव्हे.' सत्य आणि धर्म हे एकरूपच आहे. सत्यविरहित गोष्ट धर्मात मानता येत नाहीत.

न सा सभा यत्र न सन्ति वृद्धाः।
न ते वृद्धा ये न वदन्ति धर्मम् ।।
नासौ धर्मो यत्र न सत्यमस्ति ।
न तत्सत्यं यच्छलेनाभ्युपेतम् ।। (महा. ५.३५.४९)

ती सभा नाही की, ज्या सभेत वृद्ध नाहीत, ते वृद्ध नाहीत की, जे धर्म सांगत नाहीत. तो धर्म नव्हे की, ज्यात सत्य नाही व ते सत्य नाही की, ज्यात कपटांचा अंश आहे.

आपली सदसद्विवेकबुद्धीही आपल्याला सांगत असते की, सत्य हेच जीवनात श्रेष्ठ व मौल्यवान आहे. सत्याचा अवलंब केल्यानेच माणसाचे कल्याण होते, त्याचा उत्कर्ष होतो! सत्याची कास धरल्यानेच सुखाचा लाभ होतो, मनःशांती मिळते. सत्यतत्त्वाला धरून चालणे म्हणजे अत्यंत कठीण असे असिधाराव्रत अंगीकारण्यासारखेच आहे. परंतु, त्याच्यातच मनुष्याचे परमकल्याण आहे. त्याच्यातूनच त्याला आत्मोन्नतीचा मार्ग दिसू लागतो आणि अंतःकरण शुद्ध होऊन पारमार्थिक ध्येयाची सिद्धी होऊ शकते.

आत्मप्राप्तीचे साधन :

उपनिषदात आत्मप्राप्तीसाठी चार साधने सांगितली आहेत- १) सत्य, २) तप, ३) सम्यग-ज्ञान आणि ४) ब्रह्मचर्य.

सत्येन लभ्यस्तपसा ह्येष आत्मा
सम्यग्ज्ञानेन ब्रह्मचर्येण नित्यम् ।
अन्तः शरीरे ज्योतिर्मयो हि शुभ्रो
यं पश्यन्ति यतयः क्षीणदोषाः ।।

हा मंत्र आत्म्याचे वर्णन करतो व ब्रह्माप्राप्तीसाठी चार साधने विशद करतो. यात 'सत्य' या साधनाचा उल्लेख सर्वप्रथम आहे. सत्य हा सर्वांत श्रेष्ठ नीतिधर्म आहे. बाकीचे नीतिधर्म त्याच्यासमोर गौण आहेत. सत्य हेच माणसाच्या मनाचे उन्नयन करून त्याला आत्म-दर्शनापर्यंत नेऊ शकते. हृदयाकाशात जो ज्योतिर्मय, शुभ्र, स्वयंप्रकाशी असा आत्मा आहे, ज्याचे दर्शन पुण्यशील योग्यांना व तपस्व्यांना होते, तो आत्मा सत्यधर्माचे नित्यनेमाने पालन केल्याने प्राप्त होतो. वरील मंत्राच्या पुढे असेही म्हटले आहे की, सत्याचाच विजय होतो- असत्याचा कधीही होत नाही.

'सत्यमेव जयते नानृतं
सत्येन पन्था विततो देवयानः।'

देवयान हा आत्मसाक्षात्काराचा, ईश्वरप्राप्तीचा मार्ग आहे. तो मार्ग सत्यानेच घडला आहे. ह्या मार्गाने जाऊन जे मिळवायचे आहे त्याचेही स्वरूप 'सत्य' हेच आहे. कारण आत्मा हे अंतिम साध्य व ध्येय आहे आणि तो 'सच्चिदानंद' या स्वरूपाचा आहे. तैत्तिरीय उपनिषदात परमतत्त्वाचे वर्णन करताना ते ज्ञानस्वरूपी, सत्य व अनन्त आहे असे स्पष्ट म्हटले आहे.

सत्यं ज्ञानमनन्तं ब्रह्म । (तैत्तिरीय २.१.१)

सत्याचरण अत्यंत खडतर :

सत्याचे पालन जीवनात करावयाचे याचा अर्थ काय? या सत्याचे दर क्षणी, आजन्म पालन करणे शक्य आहे काय? सत्य बोलून त्याचा परिणाम जर भयंकर अथवा मानवी समाजाला हानिकारक होणार असेल तर मग तसे बोलणे योग्य होईल का? असे अनेक प्रश्न या सत्याचरणाच्या संदर्भात आपल्याडोळ्यांसमोर उभे राहतात. सत्याचा अर्थ मनसा (विचाराच्या पातळीवर) वाचा (वाणीच्या पातळीवर) कर्मणा (कृतीच्या संदर्भात) असा त्रिविध अर्थ घेतला पाहिजे. मनात खोट्या वर्तनाचा, वंचनेचा, खोटे बोलण्याचा विचार आला नाही, शुद्धविचारच आला की, मनाने सत्य पाळले असे होते. वाणी सत्य असावी. असत्य भाषण करू नये व कृतीतदेखील कुठलाही खोटेपणा, दुर्वर्तन, अनीति येऊ न देणे यालाच सत्यनिष्ठ जीवन म्हणता येते. कृतयुगामध्ये प्रजा अत्यंत सदाचारी, धर्मनिष्ठ अशी होती. त्यामुळे सत्यवचनाने कुठलेही अनपेक्षित संकट येण्याची शक्यता नव्हती. पण कलियुगात आततायी, कुलांगार व दुरात्म्यांशीच पदोपदी संबंध येत असल्याने सत्यधर्म पाळल्याने प्राणावर संकट येण्याचीही शक्यता आहे. घरात दरोडेखोर घुसल्यावर व त्यांनी धन कुठे ठेवले आहे हे विचारल्यावर त्यांच्याशी सत्य बोलण्याचा व्यवहार केला तर सर्वनाश होण्याचीच शक्यता जास्त आहे. अशा स्थितीत माणसाच्या पुढे फार मोठा पेच उभा राहतो. अशा प्रसंगी केवळ प्राण रक्षणाकरिता किंवा समाजहिताकरिता किंवा आपले खरे बोलण्याने जर अनर्थ घडणार असेल तर तो टाळण्याकरिता असत्य बोलणे हितावह नाही काय? की तरीही ते पातकच ठरते? शास्त्रामध्ये या संदर्भात काही सूट दिली आहे का? सत्यधर्मपालनाच्या या विषयाला काही अपवाद आहेत का? महाभारतात या प्रश्नांची सखोल चर्चा पाहायला सापडते आणि ती खरोखर उद्बोधक आहे. त्या मार्मिक विवेचनाचा मागोवा पुढील लेखांकात घ्यावयाचा आहे.

(क्रमशः)

लेखांक : चौथा

सत्याविषयीचा सूक्ष्मधर्म

सत्याचे पालन करणे अत्यंत खडतर आहे. व्यावहारिकदृष्ट्या त्यात अनंत अडचणी येऊ शकतात. विशिष्ट प्रसंगी असत्य भाषण केल्याने अनेकांचे प्राण वाचणार असतील तर ते असत्य भाषण धर्म्य ठरू शकेल का? महाभारतकारांनी अर्जुनविषयक एक प्रसंग चितारून सत्यासत्यविचार, कर्णपर्वात मोठ्या मार्मिकपणे मांडला आहे.

सत्यासत्यविचार :

कर्णाकडून पराभूत व अपमानित झालेल्या युधिष्ठिराला कृष्ण व अर्जुन त्याच्या शिबिरात भेटले. युधिष्ठिराला वाटले की, अर्जुनाने बहुतेक कर्णाचा वध करून मगच तो आला आहे. ते दोघे फक्त तो कुशल आहे की नाही हे पाहण्यासाठी आलेले आहेत हे जेव्हा युधिष्ठिराला कळले तेव्हा त्याने रागाच्या भरात अर्जुनाचा पाणउतारा केला. 'अरे तुझे हे श्रेष्ठ गाण्डिवधनुष्य काय उपयोगाचे? टाकून दे ते, नाहीतर देऊन टाक ते कृष्णाला तो तरी त्या कर्णाला ठार करील, खरोखर यापेक्षा तू पृथेच्या पोटी जन्माला आला नसतास तर बरे झाले असते.' असे कठोर वचन ऐकताच अर्जुनाने खड्ग हातात घेतले. त्याने अशी प्रतिज्ञा घेतलेली असते की, जो कोणी मला माझे गाण्डिवधनुष्य टाकून दे असे म्हणेल त्याचा मी वध करीन. कृष्णाला त्याने खड्ग हातात का घेतले, हे कळले नाही. अर्जुन म्हणाला, प्रतिज्ञा पाळावी म्हणून मी या नरश्रेष्ठाचा वध करू इच्छितो. सत्याच्या ऋणातून मी अशारीतीने मुक्त झालो की माझा शोक व चित्तज्वर नाहीसा होईल. हा भयंकर प्रसंग उभा राहिलेला पाहताच कृष्णाने अर्जुनाला आवरले आणि त्याला 'धर्मरहस्य' सांगून त्या अपकृत्यापासून परावृत्त केले. कृष्णाच्या मते, अर्जुनाचा हा निश्चय बालिश व अधर्मयुक्त असा होता. अर्जुना, धर्माची गती अतिशय सूक्ष्म व अनाकलनीय आहे. तू ज्याला सत्यरूपी धर्मपालन समजतो ते अधर्मकारक ठरू शकते.

भवेत्सत्यमवक्तव्यं वक्तव्यमनृतं भवेत् ।
यत्रानृतं भवेत् सत्यं सत्यं चाप्यनृतं भवेत् ॥ (महा. ८.४९.२८,२९)

'एखादी गोष्ट सत्य असली तरी ती बोलता येणार नाही व एखादी गोष्ट असत्य असली तरी बोलणे योग्य ठरेल, अशा स्थितीत असत्य हे सत्य व सत्य हे असत्य असेच मानावे लागेल.' अज्ञ पुरुष सत्यासत्यविवेकातील हे मर्म न जाणता सत्य बोलणे हाच केवळ धर्म मानून चालतात. त्या सत्य वक्तव्याचा परिणाम धर्माला धरून होईल की नाही याचा विचार करीत नाहीत. मुखाने सत्यभाषण करणे म्हणजे सत्य धर्म पाळला असे होत नाही. सत्य बोलणारा साधुपुरुष होय व सत्यापेक्षा श्रेष्ठ असे काहीही नाही – हे खरे असले तरी सत्यासत्याचे रहस्य जाणून जो आचरण करील तोच खरा धर्मज्ञ होय. (महा. ८.४९).

कौशिकाचे कथानक :

भगवान् श्रीकृष्णाने अर्जुनाला हे धर्मरहस्य नीट आकलन व्हावे म्हणून कौशिक नावाच्या तपस्व्याचे कथानक सांगून सत्याविषयीचा धर्माधर्मविवेक स्पष्ट केला आहे. हा तपस्वी एका गावाच्या जवळच नद्यांच्या संगमावर रहात होता. नेहमी सत्य बोलावयाचे असे त्याचे व्रत होते व तो त्यामुळे सत्यवक्ता म्हणून प्रसिद्ध होता. एकदा चोरांच्या भीतीने काही लोक त्या वनात शिरले. चोरटेही त्या धनिक लोकांचा शोध घेत त्या वनात आले. कौशिकाच्या आश्रमावरून तो लोकांचा समूह पुढे गेला. कौशिकाने ते पाहिले. चोरटेही फिरता फिरता तेथे येऊन पोहोचले. त्यांनी कौशिकाला ते लोक कोठल्या मार्गाने गेले असे विचारले असता, सत्याचे पालन करण्याच्या दृष्टीने त्या तपस्व्याने त्यांना खरे सांगून टाकले. चोरट्यांना ते कुठे लपले आहे हे कळताच ते त्या वनात शिरले व त्या लोकांना गाठून निर्दयपणे त्यांनी त्यांना ठार मारले. हे सांगून कृष्णाने अर्जुनाला सांगितले की, त्या कौशिकाचे भाषण सत्य असले तरी ते दुरुक्तच होय. त्या बोलण्याने त्याचे हातून मोठा अधर्म घडला व त्यामुळे त्या कौशिकाला भयंकर नरकात पडावे लागले ! केवळ त्यांच्या त्या बोलण्यामुळे त्या शेकडो निष्पाप लोकांचे प्राण गेले. हे असले सत्य भाषण समाजाच्या हानीला कारणीभूत झालेले असल्याने ते धर्म ठरू शकत नाही – ते पातकासमान आहे. म्हणजेच असत्य या कोटीतले आहे.

सत्य बोलूनदेखील पातक लागू शकते, माणसाची अधोगती होऊ शकते, हे यावरून स्पष्ट होते. सत्यव्रताचे पालन करताना मनुष्याने सारासार विचार केला पाहिजे. विवेकशक्तीचा वापर केला पाहिजे व तारतम्याने यासंबंधी निर्णय घेणे अत्यंत आवश्यक आहे. सत्यवचनाने धर्माचे, नीतीचे, खरेखुरे पालन झाले पाहिजे. धर्माचे मूलतत्त्व प्राण्यांचा उत्कर्ष व्हावा हेच होय.

कृष्णाने अर्जुनाला हे मर्म समजावताना हेही पुढे सांगितले की, जे जे म्हणून अहिंसा–संयुक्त आहे म्हणजे ज्यात अहिंसा घडेल म्हणजे दुसऱ्यास पीडा होणार नाही तोच धर्म

होय, असा सिद्धांत आहे. प्रत्येक कृत्याची नीतिमत्ता ठरविताना कोणती कसोटी लावायची या संदर्भात वरील विवेचन फारच उपकारक व उद्‌बोधक आहे.

सर्वभूतहित आणि सत्य :

शांतिवपर्वात विश्वमित्र व चांडाल यांचा संवाद कथन करून भीष्मांनी युधिष्ठिराला सांगितले की, 'विद्वान मनुष्याने धर्माधर्मनिर्णयाच्या कामी, बुद्धीचे अवलंबन करून व सारासार विचार करून वागले पाहिजे. (महा. १२.१३९.९४) समाजाचे ज्यामुळे हित होईल, समाजाचा ज्यामुळे उत्कर्ष होईल ते कृत्य धर्मयुक्त मानावे असाच या उपदेशाचा मथितार्थ आहे. शांतिपर्वात नारद-शुक संवादात विविध विषयांची चर्चा आली आहे. ह्या संवादात सत्यासारखे दुसरे तप नाही. (महा. १२.३१६) असे सांगून नारद सांगतात.

'सत्यस्य वचनं श्रेयः सत्यादपि हितं वदेत् ।'

सत्य बोलणे श्रेयस्कर होय, परंतु सत्य बोलण्यापेक्षाही हितकर बोलणे अधिक योग्य होय. याचा अर्थ असा की, सत्य जर हितकर, समाजाचे कल्याण साधणारे नसेल तर ते बोलू नये. जे हितकर असेल ते बोलणे अधिक चांगले!

याच्यापुढे जाऊन नारदांनी कोणत्या वचनाला सत्य ही संज्ञा आहे ते सांगितले आहे.

'यद्‌भूतहितमत्यन्तमेतत्सत्यं मतं मम।।'(महा. १२.३१६.१३)

सर्व भूतांचे म्हणजेच सर्व मानवांचे, प्राणिमात्रांचे ज्यात हित असेल तेच माझ्या मते खरे सत्य होय. समाजाला धर्माचे, नीतीचे जे नियम घालून दिले आहे ते समाजाची धारणा व्हावी, समाजाचा उत्कर्ष व्हावा म्हणून ! सत्य या तत्त्वाचे पालनदेखील त्याच उद्देशाने झाले पाहिजे. कुठलेही धर्मतत्त्व एकांगीपणे, निरपवादपणे पाळणे श्रेयस्कर नाही. सत्य, क्षमा, अहिंसा इ. नीतितत्त्वांचे पालन करताना धर्माधर्मनिर्णयासाठी 'सर्वभूतहित' किंवा 'पुष्कळांचे पुष्कळ सुख' हा निकष लावला पाहिजे. क्षमेच्याही बाबतीत राजधर्माचा उपदेश करताना भीष्मांनी सांगितले आहे की, 'नेहमीच क्षमा किंवा नेहमीच तापटपणा श्रेयस्कर होत नाही,' प्रसङ्गोपात्त, सारासार विचाराने क्षमेचा उपयोग करायचा की नाही, हे ठरवणे योग्य होय.

तस्मान्नैव मृदुर्नित्यं तीक्ष्णो नैव भवेन्नृपः ।
वासन्तार्क इव श्रीमान् न शीतो न च घर्मदः ।। (महा. १२.५६.४०)

राजाने सतत क्षमाशील राहू नये तसेच क्रोधाने नित्य दंड उगारूनही राहू नये. मग राजाने रहावे तरी कसे? तर वसंत ऋतूतील सूर्य ज्याप्रमाणे शीतही नसतो व घाम येईल इतका उष्णही नसतो. त्याप्रमाणे राजाने अत्यंत न्याय्य व उचित असे प्रजेशी वर्तन

ठेवावे. राजाने सत्याचे पालन केले पाहिजे याबद्दल शंकाच नाही. कारण सत्य हाच धर्माचा गाभा आहे. म्हणूनच भीष्मांनी शांतिपर्वात म्हटले आहे, 'राजांना सिद्धिकारक सत्याशिवाय दुसरे काही नाही' जो राजा सत्यामध्ये निरत म्हणजे सतत निमग्न असतो, जो सत्याचा अवलंब करूनच प्रजापालन करतो तो या लोकांत व मृत्यूनंतर परलोकातही आनंद भोगतो. (महा. १२.५६)

सत्यधर्माविषयीचे अपवाद :

इतरांप्रमाणे राजालाही सत्य हा धर्म सांगितला असला तरी राजाच्या जीवनात त्या बाबतीत काही मर्यादा पडणारच. शत्रूशी वाटाघाटी करीत असताना राजाने, सत्यधर्म पाळण्यासाठी जर आपल्या लष्कराविषयी, संपत्तीविषयी, आपल्या सामर्थ्याविषयी त्याला सर्व काही सत्य सांगून टाकले तर त्याचे किती घोर परिणाम होतील याची कल्पना करवत नाही. त्याच्या प्रजेला अतोनात दुःख सोसावे लागेल व परचक्र येऊन तो राजा पराभूत काय पण नाशही पावेल ! म्हणूनच 'राजधर्म' या सदराखाली व्यासांनी शांतिपर्वात राजकर्तव्याविषयी व एकूणच राज्यसंस्थेविषयी अत्यंत सविस्तर विवेचन केले आहे. राजाच्याच काय पण सामान्य माणसाच्या जीवनातही व्यवहाराचा विचार करता, सतत काटेकोरपणे सत्याचे पालन करणे कठीण आहे. काही वेळेला ते हितावहही होणार नाही. म्हणून महाभारतकारांनी त्याला अपवाद सांगितले आहेत.

विवाहकाले रतिसंप्रयोगे ।
प्राणात्यये सर्वधनापहारे ।
विप्रस्य चार्थे ह्यनृतं वदेत ।
पञ्चानृतान्याहुरपातकानि ।। (महा. १२.१५९.२८)

खाली दिलेल्या पाच प्रसंगी, असत्यभाषणाच्या योगे पातक लागत नाही. विवाहकाळी, संभोगसमयी, प्राणांवर संकट आले असता, सर्व संपत्तीचा अपहार होण्याची वेळ आली असता आणि ब्राह्मणाचे हित साधत असेल तर असत्य बोलायला हरकत नाही. आदिपर्वात पुन्हा हे अपवाद थोडे वेगळ्या तऱ्हेने सांगितले आहेत. त्यातला तपशील असा आहे : भार्येशी एकांतात बोलताना, विवाहकाळी, सर्व संपत्ती जाण्याचे संकट आले असता, थट्टा-मस्करी करताना व स्वतःचे प्राण वाचविण्यासाठी खोटे बोलले तर ते अधर्मकारक नाही. (महा. १.७७.१६) कर्णपर्वात कृष्णार्जुन संवादात एका अध्यायात पुन्हा एकदा या अपवादांचा उल्लेख आला असून त्यात प्राणसंकट, विवाहकाल, सर्व जातींचा नाश होण्याचा प्रसंग व थट्टामस्करी अशा प्रसंगांचा समावेश आहे. (महा.८.४९)

विवाहकाळी आणि थट्टा करताना ह्या दोन प्रसंगी शास्त्राने स्पष्ट मुभा दिली आहे. हे वाचल्यावर, प्रस्तुत लेखकाप्रमाणेच, अनेक वाचकांनाही बरेच हायसे वाटेल! कारण अशा प्रसंगी प्रत्येकाने, केव्हा ना केव्हा तरी, जीभ सैल सोडलेली असतेच.

आजच्या जीवनातील सत्य-स्थिती :

माणसाचे जीवन म्हणजे एक वाहता झरा आहे. जसजसा काळ जातो आहे तसतशा नवीन समस्या निर्माण होत आहेत. जीवन अधिक गुंतागुंतीचे, अधिक अस्थिर, अधिक अशांत व सद्भावहीन बनत चालले आहे. पापक्षालनाचे तेज असलेले गंगा नदीचे पवित्र उदक कालमहिम्यामुळे गढूळ आणि अशुद्ध होत चालले आहे. पृथ्वीवरला माणूस संख्येने वृद्धिंगत होत असला तरी मानवतेत क्षीण होत चालला आहे. त्याची श्रद्धा तर्कातिरेकामुळे दुर्बल बनत चालली आहे. त्याची जीवननौका समुद्रातील वादळात सापडून जणू हेलकावे खात आहे. सबंध समाजच प्रवाहपतिताप्रमाणे जगतो आहे. जीवन इतके काही बदलले आहे की, रामराज्यातील धर्मनिष्ठ प्रजानन त्या काळातील आदर्श पुरुष, हे केवळ स्वप्नसृष्टीतील वाटू लागले आहेत. महाभारतातील तत्त्वनिष्ठ व उत्तुंग चारित्र्याच्या भीष्मासारख्या व्यक्ती तशाच अशक्यप्राय भासत आहेत. आजच्या मानवाची ही शोचनीय अवस्था पाहिल्यावर त्याला काही भवितव्य आहे की नाही याचीच शंका वाटते. मानवाची ही अवस्था होण्याचे प्रमुख कारण हे की तो धर्मापासून दूर जात आहे. सत्य, अहिंसा, त्याग, दया आणि सदाचार ही जी धर्माची प्रमुख अंगे त्यांचा ऱ्हास होत आहे आणि अधर्म बलवत्तर होत आहे. कलियुगाचा हा महिमा आहे. चार युगातील धर्माच्या स्थितीविषयी महाभारतात आलेला उल्लेख चिंतनीय आहे. त्यात म्हटले आहे की, कृतयुगामध्ये धर्म चारही पादांनी युक्त व म्हणून पूर्ण असा असतो व 'सत्यही' पूर्णपणे वास्तव्य करते. पुढील प्रत्येक युगात धर्माचा एक एक पाद (एक चतुर्थांश भाग) कमी होतो. कलीत धर्माचा तसेच सत्याचा लोप किती होतो हे यावरून लक्षात येते. ज्यात सत्य नाही, तो धर्म नाही हे आपण मागे पाहिले आहेच. या युगात धर्म क्षीण झाला आहे याचाच अर्थ मानवाने सत्याकडे पाठ फिरविली आहे यात शंका नाही. (महा.१२.२२४)

लेखांक : पाचवा

युधिष्ठिराचे असत्य भाषण

सत्याचरणावर दृढ राहूनच मानवाने आपला उत्कर्ष साधावयाचा आहे. मनातील विचार, बोललेली वाणी व हातून घडणारी कृती यातून सत्याचेच पालन झाले पाहिजे. शांतिपर्वात आलेल्या भृगु-भारद्वाज संवादात सत्याचे महत्त्व समर्पकरीतीने मांडले आहे.

सत्यं ब्रह्म तपः सत्यं सत्यं विसृजते प्रजाः।
सत्येन धार्यते लोकः स्वर्गं सत्येन गच्छति।। (महा. १२.१८३.१)

सत्य हेच वेद आणि सत्य हेच तप होय. याच्या योगानेच जगताची उत्पत्ती आणि स्थिती होत असते, स्वर्गाची प्राप्तीदेखील सत्यानेच होते. भृगु पुढे सांगतात, स्वर्ग हा खरा प्रकाश आहे आणि नरक हा तमोरूप आहे. सत्त्वगुणामुळे देवत्वाची, तमोगुणामुळे तिर्यग्योनीची व दोहोंच्या मिश्रणामुळे मनुष्यत्वाची प्राप्ती होते. त्यातूनही लोकांमध्ये सत्य-अनृत, धर्म-अधर्म, प्रकाश-तम आणि सुख-दुःख अशा वृत्ती आहेत. त्यांपैकी जे सत्य तोच धर्म, जो धर्म तोच प्रकाश आणि जो प्रकाश तेच सुख होय. तसेच जे अनृत तोच अधर्म, जो अधर्म तेच तम आणि जे तम तेच दुःख होय.

तत्र यत्सत्यं स धर्मो यो धर्मः स प्रकाशो
यः प्रकाशस्तत्सुखमिति। (महा. १२.१८३.५)

सत्यालाच धर्म ही संज्ञा दिल्याने व तेच देवत्वाकडे नेणारे आहे असे प्रतिपादन केल्याने व्यासांनी धर्मविवेचनात सत्याला किती उच्च स्थान प्रदान केले आहे याची कल्पना येते. सत्याची प्रकाश व पर्यायाने सुख यांच्याशी जी सांगड घातली आहे तीही फार महत्त्वाची आहे. आपल्या जीवनात जी काही सुखे – तथाकथित सुखे – आपण उपभोगतो ती सगळी सुखे नश्वर, क्षणजीवी व संपूर्णपणे अनित्य आहेत. म्हणूनच मानवी मनाला शाश्वत सुखाची ओढ लागलेली असते. ते शाश्वत सुख, ते नित्य सुख त्याला सत्यामुळेच प्राप्त होऊ शकते. वर सांगितल्याप्रमाणे सत्य हाच धर्म असल्याने त्याच्या आधारे स्वर्गाची प्राप्ती होते व ज्याला नित्य सुख म्हणतात त्याचा अनुभव स्वर्गलोकात येतो.

नित्यमेव सुखं स्वर्गे सुखं दुःखमिहोभयम् ।

नरके दुःखमेवाहुः समं तत्परमं पदम् ।। (महा. १२.१८३.१४)

स्वर्गात सदैव श्रेष्ठ सुखच असते, मृत्युलोकात सुख व दुःख दोन्ही असतात व नरकात केवळ दुःख असते. तेव्हा सुख हीच सद्गती होय. स्वर्गामध्ये नेहमीच्या शारीर व मानस दुःखांचा स्पर्शही होत नाही असे सांगत असताना महाभारतकार म्हणतात की, स्वर्गात सुगंध हा एकच गंध असतो, तेथे अत्यंत आनंद देणारा असा वायू असतो. क्षुधा, तृष्णा यांचे क्लेश तेथे मुळीच नसतात. तसेच जरा आणि पातक हीदेखील त्याठिकाणी नसतात. विवेचनाच्या ओघात स्वर्गाविषयी ही जी त्रोटक पण उद्बोधक माहिति आपल्याला मिळते त्यावरून देवदेवतांच्या दिव्य जीवनाची थोडीशी कल्पना येते.

स्वर्गप्राप्ती ही श्रेयस्कर असली व पुण्यकर्मांमुळे स्वर्गाची प्राप्ती होत असली तरी तेच अंतिम ध्येय मानवापुढे आहे असे नाही. व्याख्याकार नीलकण्ठ याने या संदर्भातील श्लोकांचे विवेचन करताना असे म्हटले आहे की, जे मानव बुद्धिमत्तर म्हणजे अत्यंत बुद्धिमान आहेत त्यांचे स्वर्गानेही समाधान होत नाही कारण स्वर्गही क्षयिष्णू आहे म्हणून ते प्रज्ञावंत 'मोक्षसुखार्थ' प्रयत्न करीत असतात.

अनृत म्हणजेच अधर्म :

सत्य या तत्त्वाला ज्याप्रमाणे 'धर्म' 'प्रकाश' म्हटले आहे त्याचप्रमाणे अनृत म्हणजे असत्यालाच 'अधर्म' म्हटले आहे. या संवादात भृगूंनी भारद्वाजाला सांगितले की, अनृतापासून तम निर्माण झाले आहे व विविध प्राणी तमोग्रस्त होऊन अधर्माचरण करू लागतात. क्रोध, लोभ, हिंसा आणि असत्य यांनी व्याप्त होऊन दुष्कृत्ये करतात व त्याचा परिणाम असा होतो की, त्यांना भयंकर दुःखे भोगावी लागतात. असत्याचरणाने व असत्य भाषणाने पातक लागते. याचा ठिकठिकाणी उल्लेख आला आहे. या संदर्भात युधिष्ठिराने जयप्राप्तीसाठी युद्धभूमीवर एका महत्त्वाच्या क्षणी जे असत्य भाषण केले त्याचा मागोवा घेणे इष्ट ठरेल. द्रोणाचार्यांनी युद्धात अतुल्य पराक्रम गाजविला आणि पांचालांचा भयंकर संहार उडविला. दुर्योधनाने त्यांना डिवचले होते त्यावेळी त्यांनी दुर्योधनाला रागारागाने, अस्त्रअनभिज्ञ अशा सैन्यावर अस्त्रांचा वर्षाव करीन व तुझ्या आज्ञेवरून असले नीच कृत्यही करीन, असे उत्तर दिले होते. त्यामुळे ते क्रोधाने सैन्यावर तुटून पडले होते. रणात त्यांच्याकडे पहाण्याचीही कोणाची प्राज्ञा नव्हती. श्रीकृष्णाला वाटलं की हा नरसंहार थांबवायचा असेल तर, धर्माधर्माचा विचार न करता काहीतरी युक्ती अथवा उपाय योजणे आवश्यक आहे. श्रीकृष्णाने अर्जुनास सांगितले की, अश्वत्थामा मेला असे कोणीतरी द्रोणांना खोटेच सांगावे म्हणजे ते लढणार नाहीत व हा निःपात थांबेल. भीमाने

ही सूचना लगेच स्वीकारली व मालवपती इंद्रवर्म्याचा मोठा हत्ती गदेने ठार केला व 'अश्वत्थामा मारला गेला' असे ओरडून जाहीर केले. ती वार्ता ऐकताच द्रोणांचा धीर खचला व ते चिंताग्रस्त झाले. पण अश्वत्थाम्याच्या अंगी असलेला पराक्रम लक्षात घेऊन ते क्षणात सावरले व त्यांनी युद्ध चालू ठेवले. तेवढ्यात काही श्रेष्ठ ऋषींनी द्रोणाचार्यांवर त्यांच्या अनुचित कृत्याबद्दल टीका केली. द्रोणाचार्यांच्या मनात भीमाचे शब्द घोळू लागले. युधिष्ठिराची सत्य बोलण्याविषयी ख्याती होती म्हणून त्याच्याकडे जाऊन अश्वत्थामाच्या वधाविषयी त्यांनी खात्री करून घेण्याचे ठरविले. तेवढ्यात श्रीकृष्णाने युधिष्ठिराला सांगितले, 'युधिष्ठिरा, हा क्रोधित द्रोण आणखी फक्त अर्धा दिवस जरी लढला तरी तुझ्या सेनेचा पार फडशा उडेल. तू सर्वांचे रक्षण कर. अशा प्रसंगी सत्यापेक्षा असत्याचीच अधिक महती आहे. शिवाय जीव वाचविण्याकरिता खोटे बोलले असता त्यात काही दोष नाही.' लगेच भीमानेही धर्मराजाला विनविले की, त्याने आचार्यांना 'अश्वत्थामा मेला' असेच सांगावे. युधिष्ठिराने कृष्णाची सूचना लक्षात घेतली आणि जयाच्या मोहाने तो असत्य बोलण्यास प्रवृत्त झाला. 'हो मारला गेला आहे' असे बोलून गज असा शब्द त्याने अस्पष्ट रीतीने उच्चारला. अव्यक्तमब्रवीद्राजन् हतः कुञ्जर इत्युत। (महा. ७.१६४.१०६) (तसेच महा. ७.१६७.३५-३७).

ते ऐकताच महारथी द्रोण पुत्रशोकाने विव्हल झाले व आपल्या जीविताबद्दल निराश झाले. पुढे त्यांनी उदास होऊन शस्त्र खाली ठेवले व ते आपल्या रथात प्रायोपवेशनास बसले. धृष्टद्युम्नाने पाहिले की, ही उत्तम संधी आहे. त्याने खड्ग हातात घेतले व द्रोणांवर हल्ला केला. अर्जुनाने ओरडून 'मारू नको' म्हणून त्याला सांगितले. परंतु, धृष्टद्युम्नाने तिकडे लक्ष न देता रथातल्या रथात आचार्यांचा शिरच्छेद केला. पराक्रमाचे महामेरू द्रोण पडलेले पहाताच कौरवांच्या सैनिकांचे धैर्य लोप पावले व ते वाट फुटेल तिकडे पळत सुटले. श्रीकृष्णाने जो उपाय सुचविला त्याचे उद्दिष्ट द्रोणांवर आवर घालावा किंवा त्यांना रणातून बाजूला न्यावे, एवढेच होते असे दिसते. परंतु, त्यातून पुढे धृष्टद्युम्नाने आपल्या वैराचा वचपा काढला. अर्थातच त्याचे हे कृत्य अनुचित व युद्ध नियमांचा भंग करणारे होते. धर्मराजाच्या असत्य वक्तव्यामुळे द्रोणांनी शस्त्र खाली ठेवले, त्यामुळे युधिष्ठिरही द्रोणवधाला जबाबदार असे मानून अर्जुनाने त्याची या अधर्मकृत्याबद्दल निंदा केली आहे. त्याने म्हटले की, वालीचा वध केल्यामुळे जशी रामाची अपकीर्ती झाली तशी, आचार्यांचा घात केल्यामुळे, युधिष्ठिराची त्रैलोक्यात अपकीर्ती होईल! युधिष्ठिराने आजन्म सत्यधर्माचे पालन केले, पण याप्रसंगी मात्र तो घसरला. त्याने जाणीवपूर्वक असत्य भाषण केले. या कृत्यामुळे त्याचे धवल चारित्र्य डागाळले. त्याचे हातून हे पातकच घडले होते व त्याचा परिणामही त्याला भोगावा लागला. व्यासांनी म्हटले आहे की, युधिष्ठिराचा रथ पृथ्वीपासून

वर चालत असे परंतु या असत्य भाषणानंतर त्याचा रथ खाली आला व पृथ्वीवरून चालू लागला. खोटे बोलून द्रोणाचार्यांना फसविल्यामुळे युधिष्ठिराला, तो स्वर्गात पोहोचल्यानंतर इंद्राने नरकलोकाचे दर्शन घडविले व त्याने मुहूर्तमात्र नरकातील दुःख भोगले असे वर्णन स्वर्गारोहण पर्वात आले आहे. (महा. ७.१६४.१०७ गीतारहस्य पृ. ३७).

सत्य हा सर्वांचा आधार :

'जे अनृत तोच अधर्म, जो अधर्म तेच तम (प्रकाश आणि सत्त्वगुणविरोधी तत्त्व) व जे तम तेच दुःख होय' हे जे विधान सत्याच्याच विवेचनात आले त्या संदर्भात थोडा अनृतासंबंधी विचार केला. सत्य आणि धर्म ह्यांची सांगड घातलेली असल्याने धर्माच्या विवेचनात,विविध ठिकाणी सत्याचा महिमा सांगणारी वचने आढळतात. सत्याचे काटेकोरपणे पालन करणे, सत्यनिष्ठा कधी ढळू न देणे याला अपरंपार महत्त्व दिलेले आढळते. आदिपर्वात आपल्या पित्यासाठी भीष्मांनी आजन्म ब्रह्मचर्यव्रत पाळण्याची प्रतिज्ञा घेतली. मत्स्यगंधेच्या पित्याने प्रथम कन्या शंतनूला देण्यासंदर्भात भीष्माला अट घातली होती की, शंतनूनंतर मत्स्यगंधेच्या पुत्राला राज्याधिकार मिळाला पाहिजे. भीष्मांनी ही अट लगेच मान्य केली व राज्याधिकार सोडल्याचे वचन दिले. पण दाशाचे तरीही समाधान झाले नव्हते. नंतरच्या काळात भीष्मांच्या भावी पुत्राला राज्य मिळू नये, सत्यवती पुत्राच्याच वंशात ते रहावे, अशी त्याची इच्छा होती. ते कळताच भीष्मांनी वरील ब्रह्मचर्याची घोर प्रतिज्ञा घेतली. पुढे विचित्रवीर्याच्या मृत्युनंतर राज्याला वंशज हवा म्हणून जेव्हा सत्यवतीने भीष्मांना अंबिका, अंबालिका यांचेशी विवाह करण्याचे सुचविले तेव्हा भीष्मांनी आपल्या प्रतिज्ञेचा त्याग करण्यास ठाम नकार दिला. प्रतिज्ञा मोडणे म्हणजे सत्यापासून विचलित होण्यासारखेच होते.

परित्यजेयं त्रैलोक्यं राज्यं देवेषु वा पुनः ।
यद्वाऽप्यधिकमेताभ्यां न तु सत्यं कथंश्चन ।। (महा. १.९७.१५)

माते, मी त्रैलोक्याचा, स्वर्गावरील राज्याचा एवढेच काय त्याच्यापेक्षाही श्रेष्ठ गोष्टीचा त्याग करीन पण सत्याचा त्याग कदापि करणार नाही. पृथिवी आपला गंधगुण सोडेल, उदक आपला रसगुण सोडेल. पण मी सत्याचा त्याग करणार नाही, अशी ही भीष्मांची सत्यनिष्ठा होती आणि ती त्यांनी अखेरच्या क्षणापर्यंत पाळली.

शांतिपर्वात प्रज्ञावंत भीष्मांकडून युधिष्ठिराने विविध विषयांचे - राजधर्म, वर्णाश्रमधर्म, आपद्धर्म, मोक्षधर्म इत्यादी विषयांचे ज्ञानग्रहण केले आहे. या सबंध पर्वात आलेल्या सखोल विवेचनावरून भीष्म जणू ज्ञानाचे महासागर होते असे वाटते. अशाच एका संवादात युधिष्ठिराला धर्माच्या रक्षणासंबंधी उपदेश करीत असताना सत्याचे

महत्त्व सांगितले आहे. ते म्हणाले, ''हे युधिष्ठिरा, सत्यभाषण करणे हे सर्वप्रसंगी उत्कृष्ट होय. सत्याहून श्रेष्ठ असे दुसरे काहीही नाही. सत्यानेच सर्व विश्व धारण केलेले आहे आणि सत्य हाच सर्वांचा आधार आहे.''

सत्यस्य वचनं साधु न सत्याद्विद्यते परम् ।
सत्येन विधृतं सर्वं सर्वं सत्ये प्रतिष्ठितम् ।। (महा.१२.२५१.१०)

मानवी जीवनात ज्या काही पवित्र, शुद्ध, आदर्श, श्रेष्ठ अशा वस्तू आहेत त्यात सर्वांत वरचे स्थान सत्याला आहे, हेच वरील वचनावरून सिद्ध होते. धर्माचे आणि सत्याचे स्वरूप भिन्न नसल्यामुळे धर्माचा जसा विश्वाला आधार आहे. तसाच सत्य हेच सर्वांचा आधार म्हटले आहे. या वर्णनात व्यासांनी उल्लेखनीय असे विधान केले आहे की, दुराचारी, पातकी माणसांचे व्यवहारदेखील द्रोहविरहित, सुरळीत चालतात. याचे कारणही एकापरीने सत्य हेच आहे. ही दुष्ट, नीच माणसेदेखील आपआपसांत आपल्या व्यवहारासंबंधी काही शपथा घेऊन संकेत ठरवितात व ती शपथरूपी सत्ये ते काटेकोरपणे पाळतात. परस्परांची शपथा घेऊन ठरलेल्या गोष्टीबद्दल प्रतारणा करीत नाहीत. त्या शपथरूपी सत्यांच्या आधारेच त्यांचे व्यवहार व्यवस्थित चालतात. त्यांनी ते पाळले नाहीत तर त्यांचाही नाश झाल्याशिवाय रहात नाही. हा दाखला देऊन व्यासांनी सत्याची प्रशंसाच केली आहे.

(क्रमशः)

लेखांक : सहावा

त्रयोदशविध सत्य

सत्य या तत्त्वाचे विवरण करताना सत्य शब्द सत्यभाषण सत्यवादीपणा या अर्थाने अनेक ठिकाणी वापरलेला आढळतो. परंतु, काही ठिकाणी हा शब्द काही वेगळ्या तत्त्वांनाही लावला असल्याचे आपल्या निदर्शनास येते. शांतिपर्वात एक पिता–पुत्राचा संवाद भीष्मांनी युधिष्ठिराला ऐकवला आहे. मृत्यू हा माणसाचे जीवन सातत्याने घेरीत असताना व जरा, व्याधी व दुःखे ही मनुष्यदेहाच्या पाठीमागे एकसारखी लागलेली असताना, मानवाने कोणते श्रेयस्कर आचरण केले पाहिजे, ह्या मताचा ऊहापोह चालला आहे. पुत्राने उत्तर दिले की इंद्रियनिग्रहरूपी जो योगधर्म तो मृत्यूला प्रतिबंध करू शकतो व अमरत्वाची प्राप्ती करून देऊ शकतो. या योगधर्मरूपी सत्याचाच अमरत्वाने आश्रय केला आहे. 'सत्ये ह्यमृतमाश्रितम् ।' (महा. १२.१६९.२६), याच संभाषणात पुढे असे म्हटले आहे की, मोहामुळे म्हणजे विषयाधीन बनल्यामुळे मृत्यूची प्राप्ती होते व सत्यामुळे अमरत्वाची प्राप्ती होते. आता येथे 'सत्य' शब्द सत्यभाषण याअर्थी आलेला दिसत नाही. तर विषयांचा त्याग करणे किंवा इंद्रियनिग्रहरूपी योग अंगीकारणे अशा अर्थी तो आला आहे. नीलकण्ठ या व्याख्याकारानेही 'विषयवर्जनात्मकेन योगेन' असा याठिकाणी भावार्थ दिला आहे. म्हणजेच 'इंद्रियनिग्रहरूपी योग' या अर्थानेही सत्य ही संज्ञा वापरलेली आपल्याला दिसून येते.

सत्याची महती

सत्याच्या संदर्भात इक्ष्वाकू राजा व धर्मनिष्ठ ब्राह्मण यांच्यातील संवाद लक्षणीय आहे. राजाने त्या ब्राह्मणाकडे त्याच्या जपाचे फल दानात मागितले. ते संपूर्ण फल अर्पण करायला ब्राह्मण सिद्ध झाला. पण राजाने 'ते फल मला नको' असे म्हटले व आपले शब्द फिरविले. ब्राह्मणाने राजाला सत्याची चाड धरून फळ घेण्याविषयी आग्रह धरला. त्यानंतर त्या ब्राह्मणाने त्या राजाला सत्याची महती खालीलप्रमाणे सांगितली. इहलोकी व परलोकी सत्य जसे उद्धार करू शकते तसे यज्ञफल, दाने अथवा नियम हेही करू शकत नाहीत.

ज्यांनी अनेक प्रकारची तपे केलेली आहेत. अशा लाखो पुरुषांचीही योग्यता एका सत्याहून अधिक नाही. सत्य हे अविनाशी परब्रह्म आहे. सत्य हेच यज्ञ, तप आहे. धर्म आणि इंद्रियनिग्रह या दोहोस सत्य हेच कारणीभूत आहे. सत्याच्याच योगाने वायू वाहातो, रवी प्रकाशतो व अग्नी दाह करू शकतो. सत्य हेच स्वर्गासही आधारभूत आहे. वेद, वेदांगे, विद्या, विधी, व्रताचरणे आणि प्रणव ही सर्व सत्याचीच स्वरूपे आहेत.

सत्येन वायुरभ्येति सत्येन तपते रविः । (महा.१२.१९२.६६) यज्ञ, तप, वेद, मंत्र किंबहुना सर्व वाङ्मय ह्या सर्व सत्याच्याच मूर्ती आहेत. तो ब्राह्मण पुढे म्हणतो की त्याच्या ऐकण्यात असे आहे की, सत्य व धर्म ही तराजूत घातली व तराजू मध्यावर धरून वजन केले, तेव्हा जिकडे सत्य होते तेच पारडे अधिक भरले.

समकक्षां धारयतो यतः सत्यं ततोऽधिकम् । (महा. १२.१९२.६८) हा सर्व तपशील पाहाता व्यासांनी सत्याचे किती महत्त्व प्रतिपादन केले आहे, याची कल्पना येते. ते सत्य परब्रह्म स्वरूपी आहे, ज्याच्यामुळे रवी प्रकाशतो, वायू वाहातो व महाभूते आपली कार्ये करतात, ते सत्य सर्वश्रेष्ठ तत्त्व ठरले नाही तरच नवल! त्याच्या तोडीचे दुसरे कुठलेही तत्त्व असणे शक्य नाही आणि त्याच दृष्टीने त्याला धर्मापेक्षाही वरचे स्थान दिलेले आहे. शाकुंतलोपाख्यानांत जे विधान आले आहे तसेच पुन्हा शांतिपर्वातही व्यासांनी म्हटले आहे की हजार अश्वमेध आणि सत्य यांची तुलना केली तर त्यात हजार अश्वमेधांपेक्षा सत्याचेच वजन अधिक भरेल! (महा. १२.१५६.२६)

सत्यादिसप्तक आणि ब्राह्मण

युधिष्ठिराने भीष्मांना त्यांच्या प्रश्नोत्तरांत ब्राह्मण, क्षत्रिय इत्यादी चार वर्णांविषयी प्रश्न विचारला. त्यांची सर्वसाधारणपणे लक्षणे कोणती?या प्रश्नाच्या उत्तरात भीष्मांनी ब्राह्मणांविषयी जे सांगितले त्यात 'सत्य' या तत्त्वाचा आवर्जून उल्लेख आला आहे. ब्राह्मण वेदाध्ययनसंपन्न, शुद्ध आचरणाचा असावा, तसेच तो षट्कर्म नित्य करणारा असावा. म्हणजे संध्या, स्नान, जप, होम, देवतांचे पूजन, आतिथ्य व वैश्वदेव ही षट्कर्मे ही दररोज त्याने करायला हवीत. हे सांगितल्यावर भीष्म म्हणतात –

सत्यं दानमथाद्रोह आनृशंस्यं त्रपा घृणा । (महा. १२.१८२.४)
तपश्च दृश्यते यत्र स ब्राह्मण इति स्मृतः ॥

सत्य, दान, कोणाचाही द्रोह न करणे, निष्ठुरतेचा अभाव, लज्जाभाव, दया किंवा कारुण्य आणि तप ही सात तत्त्वे ज्याच्याठिकाणी आढळतील तो 'ब्राह्मण' म्हणून सांगितला आहे. पुढे क्षत्रियादी वर्णांची लक्षणे दिली आहेत. नीलकण्ठ टीकाकाराने स्पष्ट केले आहे की, हे जे 'सत्यादिसप्तक' वर सांगितले आहे ते सामान्य लक्षणाच्या स्वरूपाचे असल्याने

ते कुठे कुठे शूद्राच्याही ठिकाणी दिसून येईल व काही वेळेला ते गुण ब्राह्मणाच्या ठिकाणीही दृग्गोचर होणार नाहीत. सारांश असा की या गुणांच्या योगाने त्या व्यक्तीला 'ब्राह्मण' या संज्ञेची अथवा वर्णाची योग्यता मिळते.

शांतिपर्वात हंसगीता नावाचा एक भाग आहे. ब्रह्मदेव हंसपक्ष्याचे रूप घेऊन संचार करीत असताना त्यांची साध्य नामक देवांशी गाठ पडली. त्या देवांनी त्यांना मोक्ष धर्माविषयी विचारले. त्यांना ब्रह्मदेवाने जो उपदेश केला आहे, त्याला हंसगीता म्हटले आहे. या उपदेशात – स्वधर्माचरण, इंद्रियदमन, सत्यभाषण, चित्तजय करून हृदयस्थ ग्रंथींचा (रागादिक) भेद करणे व हर्ष, खेद यांवर ताबा मिळविणे हे श्रेष्ठ कार्य म्हणून सांगितले आहे. (महा. १२.२८८). यातदेखील सत्याचा समावेश आहे, हे लक्षात घेतले पाहिजे. याच अध्यायात दम, इंद्रियनिग्रह, क्षमा यांच्याविषयीही दिग्दर्शन केलेले आहे. हंस म्हणतो, त्याची कोणी कितीही निंदा केली तरी तो उलट उत्तर देत नाही. त्याला किती वेळा कोणी ताडन केले तरी तो त्याबद्दल ताडन करणाऱ्याला क्षमाच करतो. थोर लोकांचे म्हणणे असे आहे की क्षमा, सत्य, सरलवृत्ती व आनृशंस्य हे श्रेष्ठ गुण होत. अशा रीतीने स्वतः ब्रह्मदेवाने सत्याला श्रेष्ठ गुण म्हटलेले असून त्याला सर्व वेदांचे रहस्य मानलेले आहे. वेदांचे रहस्य सत्य, सत्याचे रहस्य दम व दमाचे रहस्य मोक्षप्राप्ती आहे, असे सर्व शास्त्रांचे सांगणे आहे. ही हंसगीतेतली विधाने 'सत्य' या तत्त्वाचे रहस्यच जणू आपल्यापुढे प्रकट करतात.

त्रयोदशविध सत्य

युधिष्ठिर भीष्मांकडून ज्ञान मिळवत असताना त्याने सत्याचे स्वरूप श्रवण करण्याची इच्छा व्यक्त केली. भीष्मांनी दीर्घ विवेचन करून सत्य हे 'त्रयोदशविध' म्हणजे तेरा प्रकारचे असल्याचे सांगितले. चारही वर्णांचे धर्म निरनिराळे आहेत पण सत्यधर्म तसा नाही. सत्य हा धर्म सर्व वर्णांचा आहे. सत्य हा सनातन धर्म आहे व सत्य हीच 'परमा गती' आहे. खाली दिलेली तेरा तत्त्वे 'सत्याकार' आहेत. म्हणजे ती सत्याची वेगवेगळी स्वरूपे आहेत. (महा. १२.१५६.७-९).

१) सत्य म्हणून जे तत्त्व आहे त्याचे स्वरूप केव्हाही बदलत नाही. ते अविनाशी व नित्य आहे. कोणत्याही धर्माशी विरोध न करण्याचा अभ्यास ठेवल्याने सत्याची प्राप्ती होते.

सत्यं नामाव्ययं नित्यमविकारि तथैव च।(महा. १२.१५६.१०)

२) समता – आपण आपले इष्ट, अनिष्ट व शत्रू यांच्यावर समदृष्टी ठेवणे ह्यालाच समता म्हणतात. इच्छा, द्वेष, काम आणि क्रोध यांचा क्षय झाल्याने समतेची प्राप्ती होते.

३) दम–अन्य गोष्टीची इच्छा न धरणे, गंभीरता, धैर्य व निर्भयपणा ह्यास 'दम' म्हणतात. या दमाने सर्व प्रकारचे दुःख नाहीसे होते. ज्ञानामुळे ह्याची प्राप्ती होते. ४) अमात्सर्य – दान व धर्म ह्याविषयी अंतःकरणाचे संयमन असणे ह्यालाच अमात्सर्य म्हणतात. ह्याची प्राप्ती सदैव सत्यनिष्ठ राहिल्याने होते. ५) क्षमा–प्रिय गोष्टींप्रमाणे अप्रिय गोष्टी सहन करणे, ह्यालाच 'क्षमा' म्हणतात. संतलोक क्षमेचा अवलंब करतात. दुसऱ्याने पीडा दिली असता, 'जशास तसे' असे न वागता त्याला क्षमा करणे हा श्रेष्ठ गुण होय. सत्यवचनी पुरुषाला क्षमेचा लाभ होतो. ६) ऱ्ही–मन शांत व वाणी सौम्य ठेवून इतरांचे कल्याण करीत राहाणे म्हणजे ऱ्ही गुण अवलंबणे होय. ऱ्ही या सद्गुणाची प्राप्ती धर्मामुळे होते. ७) तितिक्षा – धर्मार्थासाठी, अप्रिय, पीडादायी, प्रतिकूल अशा गोष्टी ठामपणे सहन करणे हीच 'तितिक्षा' होय. लोकसंग्रहासाठी हिचा चांगला उपयोग होतो. धैर्यामुळे हिची प्राप्ती होते. ८) अनसूया– दुसऱ्यांचे गुणही दोषरूप दर्शविणे म्हणजे 'असूया' तिचा अभाव असावा. ९) त्याग – स्नेह व विषय यांचा त्याग करणे यासच 'त्याग' ही संज्ञा आहे. मनाने स्नेहाचा म्हणजे आसक्तीचा व विषयेच्छेचा त्याग करणे यात अभिप्रेत आहे. राग व द्वेष ज्याचे नष्ट झाले असतील त्याला त्यागाची प्राप्ती होते. १०) आर्यता – आनंदिकांच्या योगाने ज्याच्या चर्येवर कोणताही फरक पडत नाही व जो वैराग्ययुक्त असतो – अशा व्यक्तीने प्रयत्नपूर्वक प्राणिमात्रांचे कल्याण करणे म्हणजे 'आर्यता' होय. ११) धृती – सुख आणि दुःख ह्यांच्या योगाने अंतःकरणास विकार न होणे ह्यास 'धृती' असे म्हणतात. स्वतःच्या कल्याणाची इच्छा असलेल्या माणसाने धृतीचा सदैव अंगीकार केला पाहिजे. यानंतर सांगितलेली दोन तत्त्वे फार महत्त्वाची आहे. १२) दया – ज्ञानसंपन्न माणसाने सर्व प्रकारे क्षमाशील व सत्याचरणी असले पाहिजे. क्षमाशीलता म्हणजेच दया होय.

सर्वथा क्षमिणा भाव्यं तथा सत्यपरेण च (महा. १२.१५६.२०)

हर्ष, भय, क्रोध ज्याच्या अंगी नाही त्याला दयेची प्राप्ती होते. १३) अहिंसा – मनाने, वाणीने व कोणाचाही कृतीने द्रोह न करणे म्हणजे अहिंसा होय. प्राण्यांवर कृपा करणे व दान देण्याची वृत्ती ठेवणे हाच खरा धर्म होय. हे वर सांगितलेले तेरा प्रकारही सत्याचीच निरनिराळी लक्षणे होत. 'सत्याचे गुण पूर्णपणे सांगता येणे अशक्य आहे', असे व्यासांनी सत्याचे अप्रतिम वर्णन केले आहे. सत्याहून श्रेष्ठ असा धर्म नसल्यामुळे माणसाने, हे नेहमीच अंतःकरणात बिंबवून ठेवले पाहिजे की, जीवनात सत्याचा लोप कधीही होता कामा नये.

(क्रमशः)

लेखांक : सातवा

धर्माची व्याख्या

धर्म ही संज्ञा फार व्यापक आहे. 'श्रेयान स्वधर्मो विगुणः परधर्मात्स्वनुष्ठितात्' (गीता ३.३५). यात धर्म शब्द विविध वर्णांसाठी शास्त्रांत जे धर्म सांगितले आहेत, जी कर्तव्ये लावून दिली आहेत त्या वर्णाश्रमधर्माचा निदर्शक आहे. 'अहिंसा परमो धर्मः।' (महा. १.११.१२). या वचनात धर्म याचा अर्थ 'श्रेष्ठ नीतितत्त्व' हा आहे. धर्म, अर्थ, काम व मोक्ष या चार पुरुषार्थात 'धर्म' हा प्रत्येकाने प्राप्त करून घेतलाच पाहिजे. कारण त्यातच मानवाचे कल्याण आहे असे म्हटले आहे. या धर्माचा अर्थ 'मोक्ष किंवा परब्रह्मप्राप्ती' असा घेता येत नाही कारण 'मोक्ष' हा चौथा 'पुरुषार्थ' वेगळा सांगितला आहेच. म्हणजेच या 'धर्म' पदाने जगातील किंवा संसारातील शेकडो नीतिधर्मच शास्त्रकारांना अभिप्रेत आहेत असे स्पष्ट दिसते. आजच्या काळात आपण जेव्हा म्हणतो की, माझा धर्म वैदिक किंवा बौद्ध किंवा ख्रिस्त आहे, तेव्हा आपण ही संज्ञा कोणत्या अर्थाने वापरतो? 'पारलौकिक कल्याणाचा मार्ग' या अर्थाने आपण त्या संज्ञेचा वापर करीत असतो. शांतिपर्वात असे विधान आले आहे की, कृत, त्रेता, द्वापार व कलि या चार युगातील धर्म वेगवेगळे असतात.

अन्ये कृतयुगे धर्मास्त्रेतायां द्वापरेऽपरे । (महा. १२.२२४.२६).

ज्याअर्थी युगानुरूप धर्म बदलत असतात त्याअर्थी त्या त्या युगातील नीतिनियम भिन्न होतात असा 'धर्म' शब्दाचा आशय या ठिकाणी घेतला पाहिजे. प्राचीन संस्कृत ग्रंथातून 'नीति' हा शब्द राजनीतीस उद्देशून वापरण्याचा प्रघात असल्याने कर्तव्यकर्म, आचाराचे नियम, सद्वर्तन याच्या विवेचनास नीति प्रवचन न म्हणता 'धर्मप्रवचन' हे नाव देत असत. महाभारतात कर्णपर्वात याच अर्थाने धर्मप्रवचन हा शब्द आला आहे.

प्रभवार्थाय भूतानां धर्मप्रवचनं कृतम् ।

(प्रभव म्हणजे अभ्युदय नीलकंठ (महा. ८.४९.४९))

सर्व प्राणिमात्रांच्या उन्नतीकरिता धर्माचे विवेचन केले आहे. दुसऱ्या एका ठिकाणी शांतिपर्वात 'लोकयात्रार्थम्' म्हणजे जगातील मानवांचे व्यवहार चांगले चालावे म्हणून

'धर्मप्रवचन' केले आहे असे म्हटले आहे. (महा. १२.१५.४९). आपल्याला असेही आढळते की, देशधर्म, राजधर्म, भ्रातृधर्म, कुलधर्म, शांतिधर्म, मित्रधर्म या ऐहिक नीतिबंधनांच्या बाबतीतही धर्म शब्द वापरला जातो. या सर्वांवरून हे स्पष्टपणे जाणवते की, पारलौकिक धर्मास 'मोक्ष धर्म' किंवा नुसते 'मोक्ष' हे नाव देऊन व्यावहारिक धर्माच्या, सदाचाराच्या, शुद्ध आचरणाच्या नियमांना अथवा नीति-नियमांना 'धर्म' हा शब्द लावण्यात येत असतो. 'एखाद्यास एखादी गोष्ट करणे धर्माने प्राप्त आहे.', 'एखाद्याचा अमूक एक गोष्ट धर्म होय' असे जेव्हा आपण म्हणतो तेव्हा धर्म शब्दाने 'नीतिशास्त्र किंवा नीतिवर आधारलेले कर्तव्यशास्त्र हाच अर्थ विवक्षित असतो.'

धर्माची व्याख्या :

लोकव्यवहार चांगले चालण्याकरिता शिष्टांनी घालून दिलेले व सर्वसंमत झालेले नीतिचे जे नियम किंवा सद्वर्तनाचे जे नियम त्याला 'धर्म' ही संज्ञा आहे. शांतिपर्वात युधिष्ठिराने पितामहांना प्रश्न विचारला आहे की, सत्य व असत्य या दोहोंनीही जगाला वेढले आहे तेव्हा सत्यधर्म कसा पाळावा यासंबंधी दिग्दर्शन करा. भीष्मांनी याचे उत्तर देताना सत्यापेक्षा दुसरा श्रेष्ठ धर्म नाही असे सांगून धर्माची व्याख्या विषद केली आहे.

'धारणाद्धर्ममित्याहुर्धर्मेण विधृताः प्रजाः ।
यः स्याद्धारणसंयुक्तः स धर्म इति निश्चयः ।।' (महा. १२.११०.११)

'धर्म' 'धृ' धारण करणे या धातूपासून निघाला असून धर्मानेच सर्व प्रजा बद्ध झालेली आहे. ज्याने सर्व प्रजेचे धारण होते तोच धर्म हा निश्चय होय. धर्माचे अथवा नीतिचे हे नियम म्हणजे समाजावर घातलेल्या उपकारक अशा निर्बंधाच्या स्वरूपाचेच आहेत. समाजाचे स्थैर्य, शांती व समाजाचा उत्कर्ष यासाठी हे नियम शास्त्राने लावून दिले आहेत. अनुशासनपर्वात 'आचारप्रभवो धर्मः।' (महा. १३.१०७.१४७). म्हणजे शिष्टांनी घालून दिलेले नियम किंवा 'शिष्टाचार' हाच धर्म होय असे म्हटले आहे व मनूनेही 'आचारः परमो धर्मः' (मनु १.१०८). या वाक्यातून हेच प्रतिपादन केले आहे. समाजाने घालावयाचे हे जे नियम आहेत, माणसाच्या वर्तनावर हे जे निर्बंध घातले आहेत, त्यांच्यामुळे समाजाचे पोषण होते, समाजाचे कल्याण होते आणि तो समाज उत्कर्ष पावतो. पण धर्म तुटला म्हणजे ही सामाजिक बंधने तुटली की समाजाचा ऱ्हास होतो. गुरूत्वाकर्षणाखेरीज ग्रहमालेची अथवा सुकाणू नसताना समुद्रावर तारवाची जी स्थिती होईल तशी समाजाची अवस्था होईल. अशी शोचनीय व भयावह स्थिती येऊ नये म्हणून द्रव्य मिळवायचे असल्यास ते धर्माने म्हणजे समाजाची घडी न बिघडविता फसवणूक, लुबाडणूक न करता मिळवा, कामादि वासना तृप्त करणे असल्यास त्याही

धर्माच्या चौकटीतच पुऱ्या करा, समाजात जगत असताना दुसऱ्याचाही विचार करा, इत्यादी संकेत प्रस्थापित झाले.

धर्माचा विकास :

मानवी जीवन जसजसे विकसित होत गेले, मानवात जसजसा अधिक सुसंस्कृतपणा आला तसतसे नीति–नियम निर्माण झाले. तपोबल असलेल्या पूजनीय ऋषींना, समाजातील द्रष्ट्या सत्पुरुषांना समाजाची उन्नती करणारे व समाजाची हानी टाळणारे जे जे दिसले त्यासंबंधी त्यांनी निर्बंधरूप नियम समाजासाठी घालून दिले आणि त्याचेच पुढे नीतिशास्त्र बनले. माणसाला स्वातंत्र्य असले पाहिजे पण ते अमर्यादित असून चालेल का? मुलाला आई–बापांची अवज्ञा करण्याचे स्वातंत्र्य देऊन चालेल का? आपले पोट भरले पाहिजे म्हणून दुसऱ्याच्या पुढ्यात असलेले ताट ओढून घेण्याचे स्वातंत्र्य माणसाला असावे का? एक कोणी देशाचा राजा आहे, त्याच्या हाती सत्ता आहे म्हणून त्याला कसेही वागण्याचे, स्वैराचार करण्याचे स्वातंत्र्य आहे काय? याचे उत्तर 'नाही' असेच द्यावे लागेल.

महाभारतात आदिपर्वात, पाण्डु–कुंती संवादात विवाह व्यवस्थेसंबंधी काही विचार मांडलेले आहेत. पाण्डूने पत्नीला सांगितले की, विवाहव्यवस्था अगदी प्राचीन काळी अस्तित्वात नव्हती, स्त्री–पुरुष संबंध स्वैर व मुक्त होते. त्याचे दुष्परिणाम दिसू लागले. श्वेतकेतू ऋषीने आपल्या स्वतःच्या व पित्याच्या समक्ष एक ब्राह्मण आपल्या (श्वेतकेतूच्या) मातेला घेऊन जाताना पाहिला व हे पाहून त्याला राग आला. ही स्वैर स्थिती बदलावी म्हणून त्या पूजनीय ऋषीने तेव्हापासून स्त्री–पुरुषांना एकच जोडीदार पती अथवा पत्नी असावी– अशी मर्यादा घालून दिली. (महा. १.११३). तसेच प्राचीनकाळी सुरापानावर निर्बंध नव्हता. तो शुक्राचार्यांनी प्रथम घालून दिला व ते एक मोठे पातक ठरवले. (महा. १.७१). यासंबंधीचे कथानक मोठे रोचक आहे. देवांना शुक्राचार्यांकडून संजीवनी विद्या हवी होती. कारण शुक्राचार्य (राक्षसांचे पुरोहित) रणांत मेलेल्या राक्षसांना जिवंत करीत असत. बृहस्पतीपुत्र कच शुक्राचार्यांकडे शिष्य म्हणून राहून त्यांची सेवा करीत होता. राक्षसांना ती रहस्यमय विद्या देवांकडे जायला नको होती. त्यांनी कट करून वनात आलेल्या कचाला ठार केले आणि त्याच्या शरीराचे तुकडे लांडग्यांना खायला दिले. शुक्राचार्यांची कन्या देवयानी हिचे कचावर मन जडले होते. त्यामुळे तिच्या आग्रहाखातर शुक्राचार्यांनी कचाला जिवंत केले. तो लांडग्यांची पोटे फाडून बाहेर येतो. राक्षस आपले कट–कारस्थान चालूच ठेवतात. तिसऱ्यांदा ते कचाला ठार मारतात, त्याचे शरीर जाळतात व ती राख शुक्राचार्यांच्या मद्यात मिसळून टाकतात. शुक्राचार्य मद्य प्राशन करून टाकतात. आता मोठा पेच उभा राहतो. कचाला जिवंत केले तर शुक्राचार्यांच्या जिवाला धोका आणि नाही केले तर देवयानी कचाला कायमची मुकणार ! शुक्राचार्यांना हा भयंकर डाव

समजतो. ते कचाला बुद्धिचातुर्याने वाचवतात. संजीवनी वापरून त्याला उदारांत जिवंत करून संजीवनी शिकवितात व असा उपदेश करतात की, तो त्यांच्या उदराबाहेर आल्यानंतर ते निधन पावतील, पण त्याने संजीवनी विद्येने त्यांना परत जिवंत करावे. ही योजना यशस्वी होऊन दोघेही जिवंत रहातात. पण त्यांना मद्यामुळे काही समजले नाही व ही भयंकर घटना घडली हे शुक्राचार्यांच्या ध्यानात येते. त्यामुळे ते क्रोधाविष्ट होऊन शापवाणी उच्चारतात, यापुढे जो कोणी सुरापान करील त्याला ब्रह्महत्येचे पातक लागेल. अशी ही सुरापानासंबंधीची निर्बंधात्मक मर्यादा शुक्राचार्यांनी घालून दिली. माण्डव्य ऋषीने आपल्या स्वतःच्या आयुष्यात जे घडले त्याच्या आधारे समाजासाठी अशी एक मर्यादा घालून दिली की, वयाच्या चौदा वर्षेपर्यंत घडलेल्या दुष्कृत्यांबद्दल मुलास दंड करता कामा नये. त्याचे कृत्य अज्ञानकृत असल्याने ते पापकारी होत नाही. अशा या विविध मर्यादा नीतिशास्त्राचे अंग बनल्या.

धर्म हाच श्रेयस्कर :

हे नियम जरी निर्बंधरूप असले तरी ते मानवाच्या अंतिम कल्याणासाठीच लावून दिले आहेत. मानवी जीवन ही गोष्ट फार बहुमोल अशी गोष्ट आहे. मूलभूत प्रवृत्तींच्या किंवा स्वभावतः प्राप्त अशा इंद्रियधर्मांच्या आहारी जाऊन, स्वैराचारात निमग्न होऊन ते व्यर्थ दवडता कामा नये. धर्म हे मानवाचे व्यवच्छेदक लक्षण आहे.

आहारनिद्राभयमैथुनं च समानमेतत्पशुभिर्नराणाम् ।
धर्मो हि तेषामधिको विशेषो धर्मेण हीनाः पशुभिः समानाः ॥

आहार, निद्रा, भय आणि रतिसुख ही मनुष्यास सारखीच निसर्गतः प्राप्त आहेत. धर्म (म्हणजे या प्रवृत्तींना नीतिच्या मर्यादा घालणे) हाच काय तो मनुष्य आणि पशू यांच्यामध्ये भेद होय. ज्यांना हा धर्म नाही ते पशुसमान समजावे. याचाच अर्थ असा की, समाजधारणेसाठी व लोकांच्या सुखासाठी या स्वभावतः प्राप्त झालेल्या स्वैराचरणाला आळा घालणे क्रमप्राप्त आहे. शिष्टसंमत नियमांचे किंवा धर्मसंकेतांचे उद्दिष्टही तेच आहे. धर्म हेच सांगतो की, माणसाने प्रेयापेक्षा श्रेयाला श्रेष्ठ मानले पाहिजे. अधिभौतिक सुख हे माणसाचे परमसाध्य असू शकत नाही. आत्मशांतीची किंवा आत्मकल्याणाची योग्यता बाह्योपभोग व ऐहिक संपत्ती यांच्यापेक्षा शतपट अधिक आहे. म्हणूनच कठोपनिषदात म्हटले आहे की, प्रेय आणि श्रेय (खरे चिरकालिक कल्याण) यात सुज्ञ मनुष्य श्रेयाचीच निवड करतो.

श्रेयो हि धीरोऽभिप्रेयसो वृणीते प्रेयो मन्दो योगक्षेमाद् वृणीते ।

(कठ १.२.२)

(क्रमशः)

◆◆

लेखांक : आठवा

धर्मतत्त्व अत्यंत सूक्ष्म

महाभारतात धर्मावरील विवेचन इतक्या विपुल प्रमाणात आढळते की, मूळ कथानकही काही वेळेला गौण वाटायला लागते. शिष्टाचाराचे नियम, व्यावहारिक व सामाजिक नीतिचे रूढ संकेत, राजाची कर्तव्ये, विविध वर्णांची परंपरेने लावून दिलेली कर्तव्ये, आपद्धर्म, मोक्षप्राप्तीची साधने, शीलमाहात्म्य इत्यादी अनेक विषयांची सांगोपांग चर्चा या ग्रंथात आपल्याला पहायला मिळते.

महाभारतकाल आणि सध्याचा काळ यात महद्अंतर आहे. त्यामुळे आज धर्मसंकल्पनेबद्दल बऱ्याच गैरसमजुती पसरल्या आहेत. आज काही लोक धर्माचा अर्थ अत्यंत संकुचित असा लावतात. संध्या, देवपूजा, तीर्थाटन, देवदर्शन व शक्य असल्यास पापक्षालनासाठी थोडासा दानधर्म यातच खरा धर्म सामावलेला आहे असे त्यांना वाटते. परंतु, धर्माचरण एवढ्यापुरतेच मर्यादित असते तर सर्वांनाच अंतिम पुरुषार्थाची–मोक्षाची प्राप्ती सहजगत्या झाली असती. धर्म यापेक्षा कितीतरी व्यापक तसाच सूक्ष्म, कष्टसाध्य व उच्च नैतिक तत्त्वाधिष्ठित असा आहे. श्रद्धाहीन, देवतार्चन, कर्मकाण्ड, भावहीन भजन यातून माणसांच्या चित्ताचे उन्नयन होत नाही. त्यासाठी त्याने धर्माचा खरा गाभा काय आहे याचा सखोल विकास करून त्यानुसार सत्यवचनता, दया, अहिंसा, दानशीलता, परोपकारबुद्धी, द्वेषहीनता व आत्मसंयमन यांसारखे सद्गुण अंगी बाणविण्याचा आटोकाट प्रयत्न केला पाहिजे. आपल्या रोजच्या कृतीतून धर्माचे दर्शन घडले पाहिजे.

धर्माचे स्वरूप :

आपण मागे पाहिलेच की, तुलाधार–जाजलि संवादात 'अहिंसा तत्त्वाला' अग्रगण्य स्थान दिले आहे.

न भूतानामहिंसाया ज्यायान्धर्मोऽस्ति कश्चन । (महा. १२.२५४.२९)

भूतमात्रांसाठी जो धर्म सांगितला आहे त्यात अहिंसेपेक्षा मोठा दुसरा कुठलाही धर्म नाही. अहिंसा हा गुण दैवी संपत्तीचे वर्णन करताना भगवान् कृष्णाने प्रथम सांगितला

आहे. तुलाधाराने त्याच्याकडे आलेल्या ब्राह्मणाला सांगितले की, त्याला सर्व भूतांचे कल्याण करणारा, दया विशिष्ट असा सनातन धर्म माहीत आहे. मुख्य म्हणजे प्राण्यांशी मुळीच द्रोह न करता अथवा प्रसंग पडल्यास अल्पसा द्रोह करून उपजीविका करणे हाच श्रेष्ठ धर्म होय. स्वतः मांसविक्रय करण्याचा व्यवसाय करीत असूनही तो अहिंसाव्रताचे पालन करीत आहे असे सांगतो, यातून हेच स्पष्ट होते की, वर्णाश्रमविहित धर्म म्हणून अल्पशी हिंसा करावी लागली तरी तिचे उद्दिष्ट सर्वभूतहित हे असल्याने ती हिंसा पातक ठरत नाही.

अहिंसा हा दैवी गुण आहे. तो जीवनात आणला पाहिजे कारण तो धर्माचे प्रमुख अंग आहे. ज्याची धर्मावर श्रद्धा आहे तो हिंसाचार करू धजावत नाही. कारण त्याला कर्तव्याची उच्च जाणीव आहे. हिंसा मुख्यतः भक्षणासाठी व रक्षणासाठी होते. पण ह्या दोन्ही हिंसा कमीतकमी व्हाव्या अशीच आपल्या पूर्वजांची आंतरिक तळमळ आहे. अहिंसेच्या संदर्भात असा एक विचार आहे की ईश्वराच्या सृष्टीमध्ये मला जसा सुखाने, पीडा मुक्त असा रहाण्याचा अधिकार आहे तसाच तो इतरांनाही आहे. मी ह्या सृष्टीतील अल्पातला अल्प घटक आहे. जे जे मला हवे किंवा नको आहे त्याची त्याची इतर जीवांनाही तशीच अपेक्षा आहे. मी जसा परमात्म्याचा एक सेवक आहे तसाच दुसराही आहे, हा विचार रुजला की अहिंसेची समस्या सुटायला बरीच मदत होते. याच दृष्टिकोनातून सर्वांशी अद्रोह, सर्वांवर दया व सर्वांवर प्रेम असले पाहिजे असा या संवादात उपदेश केला आहे.

सर्वेषां यः सुहृन्नित्यं सर्वेषां च हिते रतः ।
कायया मनसा वाचा स धर्मं वेद जाजले ।। (महा. १२-२५४)

अहिंसा तत्त्वाप्रमाणेच सत्य, अभयदान, दया इत्यादी तत्त्वांना महत्त्वाचे स्थान दिलेले आहे. माणसाने सर्वांना अभय द्यावे, कोणत्याही प्राण्याला माणसापासून धोका वाटता कामा नये, त्याच्या कनवाळू वृत्तीबद्दल सर्वांना विश्वास वाटावा असे वर्तन ठेवणे म्हणजेच धर्माचरण होय. तप, यश, ज्ञान यांच्या योगाने ज्या फलाची प्राप्ती होते, तेच फल अभयदानाने प्राप्त होते. (महा. १२.२५४). शांतिपर्वात धर्माचे मूलतत्त्व म्हणून 'तप' ह्या तत्त्वाची प्रशंसा केली आहे. ब्रह्मदेवाने हे विश्व तपाच्याच योगाने निर्माण केले, तपाच्या योगानेच ऋषींना वेदांची प्राप्ती झाली, कोणत्याही क्रियेची सिद्धी तपामुळेच होते. दुष्प्राप्य असे जे काही असेल ते सर्व तपाच्याच योगाने प्राप्त होते. तपाची महती सांगताना असे म्हटले आहे की मद्यपी, गुरूदारगामी, चौर्यकर्म व भ्रूणहत्या करणारा मनुष्य, उत्कृष्ट प्रकारे तपाचे आचरण केले असता पापमुक्त होतो. धर्माच्या अशा विविध अंगांचा विचार करीत असताना सदाचार, सद्वृत्ति यांचाही गौरव केला आहे.

शुक-नारद संवाद :

शांतिपर्वात ज्यांचा जन्मतःच उपनयन विधी झाला व ज्यांना वेदज्ञान उपजतच होते त्या शुकाचार्यांची देवर्षि नारदाशी भेट झाल्याचा प्रसंग वर्णिला आहे. शुकाने अर्घ्यपूर्वक पूजा करून त्यांचे आतिथ्य केल्यावर नारदांनी संतुष्ट होऊन शुकाला उपदेश केला आहे. नारदांनी अत्यंत सूत्रबद्धरीतीने हितप्रद असे ज्ञान सांगितले, 'ज्ञानासारखा अन्य नेत्र नाही, सत्यासारखे दुसरे तप नाही, आसक्तीसारखे दुसरे दुःख नाही आणि त्यागासारखे दुसरे सुख नाही.' पापाचरणाचा तिरस्कार, नेहमी पुण्यकर्मे करण्याची प्रवृत्ती सदाचार व सद्वृत्ती यावाचून दुसरी श्रेष्ठ व कल्याणप्रद अशी गोष्ट नाही.

निवृत्तिः कर्मणः पापात्सततं पुण्यशीलता ।
सद्वृत्तिः समुदाचारः श्रेय एतदनुत्तमम् ।। (महा. १२-३१६.६)

'काम आणि क्रोध यांना कल्याणेच्छुने आवरून धरले पाहिजे, कारण तेच माणसाला जे हितकर आहे त्याचा विध्वंस करतात. क्षमेचा अवलंब करावा, दयाशील रहावे व सत्याची कास धरावी,' असेही नारदांनी पुढे सांगितले आहे.

धर्मतत्त्व अत्यंत सूक्ष्म :

कुणी असे म्हणेल की, धर्माच्या विचारात अहिंसेला श्रेष्ठ स्थान दिलेले आहे व तिला 'परमः धर्मः' असे संबोधिले आहे. गीतेतदेखील अहिंसेचे प्रतिपादन केलेले आहे, पण सबंध महाभारतात मात्र अनेक पर्वे महान युद्धाच्या वर्णनासाठीच खर्ची घातली आहेत. कौरव-पांडवांचे भीषण युद्ध म्हणजे महान नरसंहाराचे प्रतीक होते! गीताकारांनीही अर्जुनाला 'युध्यस्व विगतज्वरः' म्हणून हिंसेलाच प्रवृत्त केले आहे. याचा अर्थ काय समजायचा? काय गीता अहिंसा धर्माच्या विरुद्ध शिकवण देत आहे? नाही, गीता हिंसेचा उपदेश खऱ्या अर्थाने करीत नाही. अर्जुनापुढे त्याप्रसंगी उपस्थित झालेला जो कर्तव्याकर्तव्याचा पेच आहे त्याचा उलगडा भगवंताने केला आहे. लौकिक अर्थाने हिंसा सांगितली असे वाटले तरी सूक्ष्म अर्थाने गीता व महाभारत यातून अहिंसाच धर्माचरण म्हणून सांगितली आहे. वरवर पहाता ते तसे वाटते पण सूक्ष्म विचारांचा चष्मा लावल्यावर धर्मरहस्य उलगडते. सूक्ष्म विचार करणारे साधुसंत म्हणतात,

दया तिचे नाव । भूतांचे पालन ।
आणिक निर्दालन । कंटकांचे ।।

दयेमध्ये दुष्ट लोकांचे निर्दालन ह्याचा अंतर्भाव असतो. केवळ इतरांवर केलेली कृपा म्हणजे दया नव्हे. राजाने तर साधूंचे रक्षण व दुष्टजनांचे नियंत्रण अथवा निर्दालन केलेच पाहिजे कारण दण्ड शक्ती त्याला ईश्वराने त्यासाठीच दिली आहे. केव्हा केव्हा

वरवरचा विचार आणि खरा सूक्ष्म विचार यात महद्अंतर असते. वरवरचा विचार केल्याने कसा घोटाळा होतो याचे एक रोचक उदाहरण आहे. एकदा एक भारतीय कुटुंब अमेरिकेत गेले होते. ते फिरत फिरत एका चर्चपाशी गेले, त्यांना तेथे एक तरुण स्त्री थडग्याला वारा घालीत असलेली दिसली. ते थडगे तिच्या पतीचे होते. नवरा आपल्या पत्नीला म्हणाला, 'हे बघ, कशी आदर्श पत्नी आहे ही! ही खरी पतिव्रता! पतीच्या थडग्याला प्रेमापोटी वारा घालीत आहे. चल तिचे सांत्वन करू.' तिच्याजवळ जाऊन तो भारतीय पुरुष म्हणाला, 'तुम्ही खऱ्या पतिव्रता आहात. तुमच्या पतिप्रेमाने आम्ही अगदी थक्क झालो आहोत.' ती तरुण स्त्री लगेच म्हणाली, 'अहो, मी वारा घालते ह्याचे कारण वेगळे आहे. माझा नवरा मरताना म्हणाला होता की, निदान माझं थडगं सुकेपर्यंत तरी दुसरं लग्न करू नकोस. ते लवकर सुकावं म्हणून तर मी वारा घालते आहे.' वर वर विचार केला की आपला हा असा चुकीचा ग्रह होतो. सूक्ष्म विचार म्हणूनच आवश्यक आहे, धर्माचे रहस्य कळायला तर तो फारच आवश्यक आहे. 'राजधर्म' ज्याला म्हणतात त्याचे खरे स्वरूप काय आहे ह्याचा आपण विचार केला पाहिजे. धर्माचे पालन राज्यात प्रजेकडून नीट होण्यासाठी राजाने दंडाचाही अवलंब केला पाहिजे. प्रजापालन, यजन, दान, सज्जनांचे रक्षण व दुष्टांचे निर्दालन हाच थोडक्यात 'राजधर्म' होय. पांडवांवर कमालीचा अन्याय झाला होता, कपट द्यूतात त्यांचे राज्य हिरावून घेतले होते आणि वनवास व अज्ञातवास भोगल्यानंतरही त्यांच्या हक्काचे राज्य त्यांना मिळत नव्हते. युद्धाशिवाय दुसरा मार्ग, न्याय्य हक्क मिळविण्यासाठी उरलेला नव्हता. न्याय मिळविण्यासाठी व अधर्म प्रवृत्तीचा बीमोड करण्यासाठी जी हिंसा करावी लागते ती नैतिकदृष्ट्या अहिंसेच्याच सदरात पडते. शत्रूंचा नाश करणे व प्रजेचे हित पाहाणे हे राजाचे कर्तव्यच आहे. अर्जुनाने युधिष्ठिराला राजकर्तव्ये सांगताना म्हटले आहे,

मा च ते निघ्नतः शत्रून् मन्युर्भवतु भारत ।
न तत्र किल्बिषं किञ्चित्कर्तुर्भवति भारत ॥ (महा. १२.१५.५४)

अपराध्याला दंड करण्यात व युद्धात झालेल्या हिंसेने राजाला पातक लागत नाही. प्रजाहितासाठी केलेले कुठलेही कृत्य सत्कर्म, पुण्यकर्मच म्हटले जाते.

(क्रमशः)

◆◆

लेखांक : नववा

मातृ-पितृ माहात्म्य

धर्माचे तत्त्व अतिशय सूक्ष्म आहे याबद्दल तिळमात्र शंका नाही. म्हणून एखादे कृत्य धर्माला धरून आहे की नाही हे ठरविण्यासाठी विवेकाची, चिंतनाची गरज असते. वरवर पहाता जो अधर्म भासतो तो सूक्ष्म विचारान्ती धर्म ठरू शकतो. महाभारतात या संदर्भात एका दिवाभीताचे उदाहरण दिले आहे. गंगातीरावरती राहणाऱ्या एका उलूकाने (घुबडाने) त्या तीरावर असलेली सर्पांची हजारो अंडी फोडून टाकली, या त्याच्या कृतीमुळे त्याला फार मोठे पुण्य लाभले. हे कृत्य त्याने काही जाणूनबुजून केले होते असे नाही. परंतु, या कृत्यामुळे एक मोठा विनाश टळला. त्या अंड्यांमधून अगणित विषारी सर्प निर्माण झाले असते व त्यामुळे लोकांचा तात्काळ नाश झाला असता.

सुमहत्प्राप्नुयात्पुण्यं बलाकोऽन्धवधादिव । (महा. १२.११०.७)

सकल प्राणिमात्रांच्या हिताच्या आड येणाऱ्या दुष्ट लोकांचा वध करण्यात अहिंसा तत्त्वाचा भङ्ग होत नसून, धर्मलोपही होत नाही. या कृत्याची गणना सत्कर्मात होते अन्यथा अशा कर्माने पुण्याची प्राप्ती झाली असे महाभारतकारांनी म्हटले नसते. जो मनुष्य धर्माचारापासून भ्रष्ट होऊन अधर्म करू लागेल, शठप्रवृत्तीवरच आपली उपजीविका करू पाहील अशा नीचाचा सर्व उपायांनी वध करावा असा स्पष्ट उपदेश केलेला आढळतो. अशा शठाचे वर्णन 'अमानवं धर्ममास्थितः' म्हणजे राक्षसी धर्माचे अवलंबन करणारा अशा शब्दांत व्यासांनी केले आहे. जे महाभारतकालीन भगवद्गीतेत सोळाव्या अध्यायात दैवी सम्पत्तीच्या वर्णनात 'अहिंसे'ला अग्रस्थान देतात, जे शांतिपर्वात अहिंसेपेक्षा श्रेष्ठ असा कुठलाही धर्म नाही – 'अहिंसा परमो धर्मः' म्हणून अहिंसेचे मुक्तकंठाने गुणगान करतात तेच तुलाधार – जाजली संवादात तुलाधाराच्या हातून होणारी हिंसा समर्थनीय म्हणतात व वरीलप्रमाणे राक्षसीवृत्तीच्या, दुष्कर्म करणाऱ्या नीच लोकांचा सर्व उपायांनी वध करावा असा आदेश देतात. यावरून हे लक्षात येते की धर्माधर्माचा, सत्यासत्याचा विचार एकांगीपणाने करता येत नाही. अशारीतीने दण्डाचा तीक्ष्ण उपाय वापरून ह्या समाजघातकी, मदांध, दुष्टात्म्यांचा नाश केला नाही तर मग जगातील धर्माची सत्ताच

नाहीशी होईल. म्हणून असे म्हटले आहे,

न कश्चिदस्ति पापानां धर्म इत्येष निश्चयः ।

तथागतं च यो हन्यान्नासौ पापेन लिप्यते । (महा. १२.११०.२३,२४)

महत्त्वाचे विधान हे आहे की अशा वधामुळे कर्त्याला मुळीदेखील पाप लागत नाही.

राजकर्तव्यासंबंधी भीष्मांनी म्हणूनच असे सांगितले आहे की, पातकी लोकांचा निग्रह करून व साधूंचा संग्रह करून तसेच यज्ञदानादी क्रिया करून राजे शुद्ध होतात व पुण्यप्राप्ती करतात. (महा. १२.९८.०३)

न्यायाची प्रस्थापना :

महाभारतात कौरव-पांडवांचे महाभयंकर युद्ध वर्णिलेले आहे. ते युद्ध वर्णन करण्यासाठी व्यासांनी पर्वची पर्व खर्ची घातली आहेत. त्या युद्धात त्यावेळची सर्वच छोटी-मोठी राज्ये वेढली गेली होती. त्या युद्धात घडलेला नरसंहार इतका प्रचंड होता की त्याचे शब्दांत वर्णन करणे अशक्य आहे. अठरा दिवसांच्या अतिभीषण अशा या युद्धाच्या शेवटी दोन्ही बाजूचे मिळून फक्त दहा महारथी जिवंत राहिले. कौरवांकडील तीन - कृपाचार्य, कृतवर्मा व अश्वत्थामा आणि पांडवांकडील सात - पाच पांडव, सात्यकी आणि श्रीकृष्ण!

गांधारीने आपल्या शंभर पुत्रांच्या निधनाचे मर्मभेदी दुःख भोगले, कुंतीने कर्णनिधनाचे दुःख मूकपणे सोसले, द्रौपदीने तर आपल्या पाचही पुत्रांचे शिरकाण झालेले पाहिले. कृष्णाने आपल्या सैन्याचा व मित्रवर्गाचा रणभूमीवर निःपात पाहिला - असे अनेकांनी अनन्वित दुःख अनुभवले. हा महाविनाश रणभूमीवर घडला आणि त्यातून युधिष्ठिराचा विजय झाला. या विनाशामुळे युधिष्ठिराचे मन शोकाने विदीर्ण झाले. तो धर्मनिष्ठ, दयाशील, सत्यप्रेमी राजा कळवळून कृष्णाला म्हणाला, "भगवंता, अरे हा माझा विजय, विजय नव्हेच - हा मला पराजयासारखा वाटतो आहे." याचा मागील लेखात उल्लेख केला आहे.

ही जी भयंकर हिंसा झाली. सबंध क्षत्रिय योद्ध्यांचा अंत झाला याला जबाबदार कोण? भगवान कृष्णाने ही एवढी हिंसा कशी होऊ दिली? मानव कल्याणासाठी त्याने हा संहार टाळण्याचा प्रयत्न का केला नाही? असे प्रश्न याबाबतीत उभे रहात असले तरी या सर्व संहाराला, खरे म्हणजे राज्याची दुर्निवार लालसा असलेला, मदांध, लोभाभिभूत दुर्योधनच जबाबदार आहे. पांडवांना काय किंवा कृष्णाला काय प्रथमपासूनच शमाची इच्छा होती. कौरवांनी पांडवांना ठरलेला करार पुरा झाल्यानंतर, त्यांच्या हक्काचे अर्धे

राज्य द्यावयास हवे होते. पांडवांची मागणी न्याय्य होती. त्यांना राज्यार्ध नाकारणे म्हणजे त्यांच्यावर मोठा अन्याय करण्यासारखे होते. दुर्योधनाचे मन वळविण्यासाठी खूप प्रयत्न झाले. संजय पांडवांना भेटून परत गेल्यानंतर श्रीकृष्णाने तडजोड करण्यासाठी, स्वतः शिष्टाई करण्यासाठी जायचे ठरविले. त्याआधी पांडवांनी (युधिष्ठिराने) संजयाबरोबर निरोप दिला होताच की, 'खरे म्हणजे आम्हाला आमचा वाटा हवा पण ते राहू दे. निदान आम्हा पाच भावांना – अविस्थल, वृकस्थल, माकन्दी, वारणावती व पाचवे कुठलेही एक अशी पाच गावे तरी दे. कारण माझी इच्छा आहे की, युद्ध न होता शम करावा!' कृष्ण शिष्टाईचे भाषण तर युद्ध टाळण्याचा पराकोटीचा प्रयत्न आहे. पण दुराग्रही दुर्योधनाने भूमी देण्यास स्पष्ट नकार दिला. 'सुईच्या अग्रावर राहील इतकी भूमीही मी देणार नाही' हे त्याचे उद्दाम उत्तर होते. कृष्णाच्या भाषणानंतर कण्व, नारद, भीष्म, व्यास, गांधारी वगैरेंनी दुर्योधनाची समजूत घातली पण त्याचा यत्किंचितही उपयोग झाला नाही. हा सर्व भाग उद्योगपर्वात आहे आणि तो इतका महत्त्वाचा, अर्थपूर्ण आहे की उद्योगपर्वाला महाभारताचे सार मानतात.

भारते सारं उद्योगपर्व ।

समेटाचे योग्य असे विविध उपाय योजल्यानंतरही जेव्हा पांडवांना न्याय मिळेना तेव्हा त्यांना अन्यायाविरुद्ध लढा देणे भाग पडले. कलीचा अंश असलेल्या दुर्योधनाच्या दुष्ट लालसेमुळे आणि अधर्म प्रवृत्तीमुळे युद्धावर पाळी आली. युद्ध झाले नसते तर अधर्माचा विजय झाला असता आणि न्याय व धर्म यांची हानी झाली असती. न्याय आणि धर्म प्रस्थापित होण्याकरिता, प्रस्थापित करण्याकरिता हिंसा करावी लागली, युद्ध पुकारावे लागले तरी ते समाजहिताच्या दृष्टीने योग्यच होय. अशी हिंसा अधर्मकारक न ठरता ती अहिंसेच्याच सदरात पडते. असा हा धर्माधर्माचा सूक्ष्म विचार आपण समजून घेतला पाहिजे.

मौलिक विचार :

धर्माच्या विविध अंगांचा विचार करताना आपण पाहिले की काही ठिकाणी व्यासांनी तपाला श्रेष्ठ धर्माचे स्थान देऊन त्याची प्रशंसा केली आहे. काही ठिकाणी दम, काही ठिकाणी दया अशा धर्मतत्त्वांचा गौरव केला आहे. हे सगळेच सद्गुण निश्चितच माणसाला अंतर्बाह्य पवित्र करतात व तो सदाचाराच्या मार्गाचे अवलंबन करतो. पण धर्माचे प्रमुख अंग म्हणून शांतिपर्वात एका अध्यायात 'माता, पिता व गुरू' यांच्या महात्म्याचे वर्णन केले आहे. आपल्या प्राचीन वाङ्मयात माता-पितरांना दैवतासमान मानावे अशीच शिकवण आली आहे. तैत्तिरीयोपनिषदात, 'मातृदेवो भव । पितृदेवो भव । आचार्यदेवो

भव ।' असा ऋषींनी मानवाला उपदेश केला आहे. गुरूगृही शिक्षण घेऊन शिष्य जेव्हा आपापल्या घरी परतण्याची वेळ येत असे तेव्हा कुलपती अशा स्नातकांना उद्‌बोधक मार्गदर्शनपर संदेश देणारे भाषण करीत असत. हा संदेश शिष्य हृदयात जपून ठेवीत. त्यानुसार जीवनांत मार्गक्रमण करीत. त्या संदेशात वरीलप्रमाणे आई, पिता व गुरू यांना देवाप्रमाणे पूजनीय मानून त्यांची सेवा कर असा उपदेश केला आहे. महाभारतात युधिष्ठिराने भीष्मांना विचारले, 'धर्मरूपी मार्ग मोठा आहे, त्याच्या शाखाही अनेक आहेत. तेव्हा एकंदर या सर्व धर्मांमध्ये श्रेष्ठ कर्तव्य कोणते मानलेले आहे' या प्रश्नाला भीष्मांनी जे उत्तर दिले त्यात, 'माता, पिता आणि गुरू यांचा सन्मान करणे, त्यांची शुश्रूषा करणे' हेच श्रेष्ठ कर्तव्य म्हणून युधिष्ठिराला सांगितले आहे.

मातापित्रोर्गुरूणां च पूजा बहुमता मम ।
इह युक्तो नरो लोकान्यशश्च महदश्नुते ॥ (महा. १२.१०९.३)

पुरातन काळापासून ही परंपरा चालत आलेली आहे आणि भारतीय संस्कृतीचे हे एक वैशिष्ट्य आहे की तीत माता-पितरांना फार श्रेष्ठ स्थान दिलेले आहे. आपल्या ज्या लक्ष्मी, दुर्गा, काली, महालक्ष्मी, भवानी इत्यादी देवी आहेत त्या सर्व जगताच्या माताच आहेत. आपल्या घरात जी कुलदेवता असते तिलाही आपण 'माता, माऊली' असेच भक्तिभावाने संबोधतो. आमचा विठोबाराया, एवढं श्रेष्ठ दैवत - त्या पंढरीनाथालासुद्धा आम्ही 'विठोबा माऊली', 'विठाई' असे प्रेमभराने संबोधतो. मातेला आमच्या संस्कृतीत अत्यंत पूजनीय, अत्यंत उत्तुंग असे स्थान आहे. जननी आणि जन्मभूमीवर आमचे प्राणापलीकडे प्रेम आहे. माता हीच, तसं पाहिलं तर, मुलाला बोलायला, चालायला आणि वागायला शिकविते. माणसाचा पहिला गुरू माता हीच होय. उपनयनाच्या वेळी पिता गुरूचे स्थान घेऊन मंत्रोपदेश करतो व नंतर तो विद्यार्थी आचार्यांकडे विविध विद्या व शास्त्रज्ञान शिकण्यासाठी जातो. अशा या तीन गुरूंसंबंधीचा मौलिक विचार महाभारतात मांडला आहे.

मातृ-पितृ माहात्म्य :

माता, पिता व गुरू या तीन पूज्य व्यक्तींना भीष्मांनी तीन अग्नींची उपमा दिली आहे. पिता गार्हपत्य अग्नी, माता दक्षिणाग्नी व गुरू आहवनीयाग्नी होय. ते जे करण्याविषयी अनुमती देतील तोच धर्म मानणे योग्य होय. स्वर्गादी तीन लोक, ब्रह्मचर्यादी तीन आश्रम व ऋग्वेदादी तीन वेद ते हेच होय. ह्याचा आशय असा की, माणसाने ह्यांच्याविषयी अत्यंत पवित्र बुद्धी बाळगली पाहिजे.

नित्यं परिचरेच्चैव तद्वै सुकृतमुत्तमम् ।
कीर्तिं पुण्यं यशो लोकान्प्राप्स्यसे राजसत्तम ।।

(महा. १२.१०९)

ह्या तिघांचा केव्हाही अतिक्रम करू नये, त्यांना सोडून कोणत्याही वस्तूचे सेवन करू नये, त्यांना दूषण देऊ नये व सदैव त्यांची सेवा करावी. असे करणे हेच उत्कृष्ट प्रकारचे पुण्य होय. ह्या योगाने, हे राजा तुला कीर्तीची व स्वर्गादि लोकांची प्राप्ती होईल, असे भीष्मांनी सांगितले. याच संवादात पुढे असे म्हटले आहे की, मातापितरांपेक्षा विद्यादान करणाऱ्या गुरूची योग्यता अधिक आहे. कारण आचार्यापासून शिष्याला जो जन्म मिळतो तो दिव्य आणि अजरामर असतो. सारांश, ज्याला सनातन धर्माची इच्छा असेल त्याने प्रयत्नपूर्वक ह्या गुरूत्रयाचा बहुमान करावा, त्यांचे अर्चन करावे व त्यांना आपल्या सुखाचे भागीदार करावे.

महाभारतात भीष्माचार्यांचे शंतनूच्या संदर्भातले आचरण पहाता व पित्यासाठी घेतलेल्या घोर प्रतिज्ञेचा विचार करता, त्यांच्या हृदयात वसणाऱ्या, पित्यासंबंधीच्या पूज्य बुद्धीची आपल्याला कल्पना येते. सुदैवाने मातृ-पितृभक्तीचा हा वारसा भारतीय संस्कृतीत शतकानुशतके टिकून राहिला आणि आजही त्याला आपल्या संस्कृतीत गौरवाचे स्थान आहे. म्हणूनच मातेबद्दलची खालील उक्ती अत्यंत सार्थ आहे.

न मातुः परदैवतम् ।

(क्रमशः)

लेखांक : दहावा

विश्वामित्रावरील प्राणसंकट

धर्माचे तत्त्व सूक्ष्म आहे. म्हणून एखाद्या विशिष्ट प्रसंगी कार्याकार्यासंबंधी संशय निर्माण झाला असता विवेकाच्या आधारेच त्यासंबंधी निर्णय घ्यावा लागतो. जीवनात असे पेचप्रसंग नेहमीच निर्माण होतात. आपत्ती ओढवली असता व प्राणरक्षण करणेही कठीण झाले असता अधर्माचा अवलंब करून प्राण वाचवणे योग्य ठरते का? आपत्कालीन स्थितीत नेहमीच्या धर्मनियमांना किंवा नीतितत्त्वांना मुरड घातली तर चालेल का? या संदर्भात महाभारतकारांनी शांतिपर्वात आपद्धर्मांची चर्चा केली आहे व त्या अनुषंगाने विश्वामित्रांच्या आयुष्यातील जो एक खडतर पेचप्रसंग चितारला आहे तो पाहाणे उद्‌बोधक ठरेल.

विश्वामित्रांवरील प्राणसंकट :

प्राचीन काळी बारा वर्षापर्यंत भयंकर अवर्षण पडले. पृथ्वीवरील सर्व जलप्रदेश शुष्क होऊन गेले. अन्नाअभावी पशु–पक्षी, मानव नाश पावू लागले. सर्व काही उद्‌ध्वस्त होऊन पृथ्वी ओसाड दिसू लागली. विश्वामित्र ऋषी क्षुधाक्रांत होऊन चोहोकडे परिभ्रमण करीत होते. भटकत असताना अन्न मिळविण्याचा त्याने आटोकाट प्रयत्न केला. परंतु, दुर्भिक्ष्यामुळे त्याला काहीच मिळाले नाही. क्षीण होऊन तो एका चाण्डाळाच्या घराजवळ भूमीवर पडला. त्या मुनीला चाण्डाळाच्या घरात दोरीला बांधलेले श्वानाचे मांस दिसले. तो तिथेच चाण्डाळाच्या नकळत पडून राहिला व रात्री सर्व झोपी गेल्यावर त्याने त्या मांसखंडाची चोरी करण्यासाठी दोरी ओढली. चाण्डाळ जागा होता. त्याने लगेच चोराला मारण्यासाठी धाव घेतली. मुनीने आपण विश्वामित्र असल्याचे सांगून आपला वध करू नये असे विनविले. विश्वामित्र म्हणाला, ‘‘मी क्षुधाक्रांत असून माझे प्राण जाऊ पाहात आहे. क्षीण झाल्याने मला भक्ष्य व अभक्ष्य यांचा विचार राहिलेला नाही. ‘स्वधर्मं बुध्यमानोऽपि हरिष्यामि श्वजाघनीम् ।’ (महा. १२.१३९.४८). हा अधर्म आहे हे जाणूनही प्राणरक्षणासाठी मी हे पापकर्म करीत आहे. चाण्डाळाने त्याला सांगितले की, त्या श्रेष्ठ

मुनीने श्वानासारख्या निकृष्ट पशूच्या जांघेचे मांस हरण करणे हे अधर्मकारक, निंद्य कर्म होय. चाण्डाळाने त्याला सांगितले की, याने तपाचा नाश होईल. दुसऱ्या कुठल्या उपायाने त्याने प्राण वाचविण्याचा प्रयत्न करावा. त्यावर विश्वामित्र म्हणाले – मला प्राणधारणाकरिता दुसरा उपाय दिसत नाही. मी हे कर्म निंद्य असले तरी करणार. जे कर्म केले असता प्राण वाचतील ते कर्म उपेक्षा न करता करावे. कारण मरण पावण्यापेक्षा जिवंत राहाणे श्रेयस्कर आहे. प्राण वाचल्यानंतर धर्म संपादन करता येईल.

जीवितं मरणाच्छ्रेयो जीवन् धर्ममवाप्नुयात् । (महा. १२.१३९.६१)

त्या योगाने मी आपल्याला बलसंपन्न करीन. तसेच तप व विद्या यांच्या योगाने मी पातकाचा नाश करीन. त्यानंतर चाण्डाळ सांगतो की, पापकर्म करून जगण्यापेक्षा क्षुधित स्थितीत प्राण सोडणे हे अधिक श्रेयस्कर आहे. परंतु, विश्वामित्रांना त्याचे म्हणणे पटत नाही. चोरी करणे आता शक्य नाही पण तरीही चाण्डाळाकडून ते मांस मिळवून त्याद्वारे प्राण वाचविण्यात त्याला अधर्म वाटत नाही. ते चांडाळाला स्पष्ट बजावतात की, तो कितीही ओरडला तरी ते हे कृत्य करणारचं. तो उदाहरण देतो 'एखाद्या डबक्यात बेडूक खूप ओरडत असले तरी (त्याची पर्वा न करता) गाई पाणी पीतच असतात.' मला धर्म सांगण्याचा अधिकार तुला नाही.

पिबन्त्येवोदकं गावो मण्डूकेषु रूदत्स्वपि । (महा. १२.१३९.७८)

चाण्डाळसुद्धा आपले म्हणणे सोडीत नाही. मेलेल्या कुत्र्याचे मांस देणारा मी व घेणारे ऋषिवर्य तुम्ही – आपण दोघेही पातकी ठरू व आपण नरकवासास पात्र होऊ असे सांगून तो विश्वामित्रांना ती अभक्ष्य वस्तू देत नाही. या ठिकाणी व्यासांनी संवादातून या प्रसंगी विश्वामित्रांचा खरा धर्म कोणता हा प्रश्न उभा केला आहे.

आपद्धर्माचे स्वरूप :

नेहमीच्या प्रसंगी ब्राह्मणाने अभक्ष भक्षण केल्याने धर्म लोप होतो. परंतु, प्राण जायची वेळ आली असता त्या ब्राह्मणाने किंवा ऋषीने काय करावयाचे? कारण प्राणांचे रक्षण करणे हाही शास्त्रात धर्मच सांगितलेला आहे. कारण प्राण वाचविल्यानंतर पुण्य कर्मे करून, तपःसाधना करून पापाचे परिमार्जन करता येते व माणसाला धर्माचरणाची पुन्हा संधी मिळते. म्हणून या संवादात पुढे विश्वामित्र चाण्डाळास म्हणाला, 'अभक्ष्य भक्षणात दोष आहे, तो अधर्म आहे हे खरे आहे. परंतु, प्राणहानी होण्याच्या प्रसंगी तसे केल्यास दोष लागत नाही. सत्य अहिंसेला जसे अपवाद आहेत. तसेच यालाही अपवाद आहेत.'

कार्योन्यायैर्नित्यमत्रापवादः । (महा. १२.१३९.८४)

शेवटी चाण्डाळालाही हे पटते की प्राण संरक्षण हाच जर अभक्ष्य भक्षणाचा हेतू असेल तर मग ते दोषास्पद नाही. विश्वामित्राने लोभातून, आसक्तीतून हे कृत्य केलेले नाही, तर केवळ जीवित रक्षणासाठी हे केलेले आहे. त्यामुळे आपद्धर्म यादृष्टीने हे वर्तन धर्माला धरूनच होय. विश्वामित्राला तो कुत्र्याचा अवयव मिळाल्यानंतर त्याने ते मांस भक्षण करण्यापूर्वी प्रथम देवतांना, पितरांना यथाविधी तृप्त करण्याचे ठरविले. तो अशा प्रकारे दैव व पित्र्य कर्म आचरीत असतानाच ईशकृपेने वृष्टी सुरू झाली व संकटकाल समाप्त झाला. विश्वामित्रांनीही मोठे तप आचरिले व आश्चर्यकारक सिद्धी संपादन केली. या संदर्भात भीष्मांनी युधिष्ठिराला ही कथा ऐकवून हवे ते उपाय करून माणसाने आपले प्राण वाचवावे व आत्म्याचा उद्धार करावा, असा उपदेश केला आहे. तसेच धर्म कोणता व अधर्म कोणता याचा निश्चय माणसाने बुद्धीचा अवलंब करून केला पाहिजे.

तस्मात् कौन्तेय विदुषा धर्माधर्मविनिश्चये ।
बुद्धिमास्थाय लोकेऽस्मिन् वर्तितव्यं कृतात्मना ।।

(महा. १२.१३९.९४)

शांतिपर्वात आपद्धर्मपर्व हे पोटपर्व असून त्यातून राजाला, त्याने आपत्तीतून सुटण्यासाठी आपत्कालीन धर्म पाळावे असा उपदेश आहे. या प्रकरणात नेहमीच्या नीतिनियमांना अपवादभूत अशा धर्मांचे विवेचन आहे. राजाने ज्ञानोत्पादक धर्म व सदाचार यांचे ज्ञान सदैव संपादन केले पाहिजे. अहिंसा हा जरी धर्म असला तरी चोरांचे रक्षण करणे किंवा वध्यांचा वध न करणे हे पाप होय. राजाने एक शास्त्र म्हणून त्याचे जे धर्म आहेत त्यांचे काटेकोरपणे पालन केले पाहिजे. राजाने तीक्ष्णपणे राहून प्रजेला आपापल्या धर्मांप्रमाणे वागायला लावले पाहिजे. पण राजाचे ठिकाणी केवळ उग्रपणा किंवा केवळ सौम्यपणाही असणे योग्य नाही. क्षत्रियांचा धर्म, विशेषतः राजांचा धर्म फार कष्टदायक आहे. आपत्तीचा काळ असल्यास प्रजाहितार्थ तारतम्याने तत्कालीन धर्म कोणता हे त्याने ठरविले पाहिजे. चांगले सचिव नेमून, राजाने धर्माने प्रजेचे पालन केले पाहिजे. राजाने दुष्ट लोकांचा निग्रह करून सज्जनांचे सदैव पालन केले पाहिजे. (प्रजाहितार्थ) उग्र कर्म करण्यासाठीच राजाचा जन्म आहे.

उग्रकर्मणि सृष्टोऽसि तस्माद्राज्यं प्रशाधि वै ।
अशिष्टनिग्रहो नित्यं शिष्टस्य परिपालनम् ।।

(महा. १२.१४०.३२.३३)

शरणागताचे परिपालन :

आपद्धर्माच्या विवेचनात एका कपोताच्या जोडप्याची कथा आली आहे. भूतदया, क्षमाशीलता, याबरोबरच शरणागताचे परिपालन व धर्म या कथेद्वारे चर्चिला आहे. पक्ष्यांचा

वध करणारा व क्षुद्र आचरण असलेला एक भयंकर व्याध एका अरण्यात रहात होता. तो पक्ष्यांना जाळ्यात पकडून त्यांचा विक्रय करी व क्रूरपणे पक्ष्यांना ठार करून त्यांच्यावरच सर्व कुटुंबाची उपजीविका करी. दुष्टप्रवृत्तीचा असल्याने त्याला आपल्या हातून हा अधर्म घडत आहे हेही कळत नसे. एके दिवशी आकाश मेघाच्छादित होऊन भयंकर वृष्टी सुरू झाली. व्याध त्या जलमय प्रदेशात भटकत राहिला व थंडीमुळे त्याचे अवयव क्षीण झाले. त्याला नीटसा आश्रयच सापडेना. त्यावेळी त्याला एके ठिकाणी थंडीने व्याकूळ होऊन जमिनीवर पडलेली एक कपोत स्त्री दिसली. त्या पक्षिणीला पहाताच त्या दुष्टाने तिला धरून पिंजऱ्यात फेकून दिले. अशा रीतीने स्वतः दुःखाकुल असताही त्याने दुसऱ्याला दुःख दिले. तो व्याध त्या अरण्यात थंडीवाऱ्याचे भीषण स्वरूप पाहून तेथेच एका वृक्षाखाली राहिला.

कपोती परत न आल्याने त्याच वृक्षावर असलेल्या कपोताने भार्येची आठवण काढून तिची प्रशंसा केली व शोकही व्यक्त केला. कपोताने भार्येच्या स्थानाविषयी जे उद्‌गार काढले ते लक्षणीय आहेत.

नास्ति भार्यासमो बन्धुः नास्ति भार्यासमा गतिः ।
नास्ति भार्यासमो लोके सहायो धर्मसाधनः ।।

(महा. १२.१४२.१०)

या जगात भार्येसारखा बन्धु नाही, भार्येसारखा आधार नाही व धर्मसंपादनाच्या कामी भार्येसारखा साह्यकर्ता नाही. पतीचे प्रिय व हित करण्यात तत्पर असणारी भार्या ज्या पुरुषास प्राप्त होईल तो धन्य होय. अशी भार्या नसलेला पुरुष राजमंदिरात जरी असला तरी तो अरण्यातच होय. माझी भार्या परत आली नाही तर मी जिवंत राहण्यात काय अर्थ आहे असे उद्‌गार काढणाऱ्या त्या पक्ष्याचे बोलणे ऐकून पिंजऱ्यात क्लेश सोसणाऱ्या त्या पक्षिणीने बोलायला सुरवात केली, ''हे कांत, हा व्याध थंडीने क्षीण होऊन पडला आहे. याने जरी मला पिंजऱ्यात पकडलेले असले तरी आपण गृहस्थधर्माचा अवलंब करून या अतिथीचा सत्कार करा व त्याचे संकट निवारण करा.''

कपोताचा त्याग :

पत्नीचे भाषण ऐकून कपोताने व्याधाला अतिथी मानून त्याला विचारले की, त्याला काय हवे आहे? व्याधाने सांगितले की, त्या कपोताने त्याचे थंडीपासून रक्षण करावे. कपोताने काही काष्ठे गोळा करून अग्नी पेटविला व आपल्या वृक्षापाशी म्हणजेच आपल्या घरी आलेल्या अतिथीचे थंडीपासून रक्षण केले. व्याधाला पुन्हा जिवात जीव आल्यासारखे वाटले. पण तरीही त्याला अन्न न मिळाल्याने क्षीणत्व होतेच. त्याने कपोताकडे आहाराची

मागणी केली. कपोताने विचार केला देवता, ऋषी यांना अतिथी पूजनामुळे मोठा धर्म घडलेला आहे. तेव्हा आपणही आपले मांस अर्पण करून ह्या अतिथीला संतुष्ट करावे. कपोताने असा विचार करून त्या पेटलेल्या अग्नीला तीन प्रदक्षिणा घातल्या व त्या अग्नीत उडी टाकली. शरणागत अशा त्या व्याधाच्या कृत्यांचा विचार न करता, त्या शत्रूने आपल्या भार्येला पकडलेले असताना व तिच्या जिवाची शाश्वती नसताना कपोताने एवढी धर्मनिष्ठा दाखवली की त्याने अग्नीत (अतिथी पूजनासाठी) आत्मसमर्पण करून टाकले. या उदात्त व दिव्य कृतीचा व्याधाच्या मनावर फार मोठा परिणाम झाला. दुष्ट व क्रूरकर्मा व्याधाचे डोळे उघडले व त्याची सदसद्विवेकबुद्धी जागृत होऊन त्याला आपल्या दुष्कृत्यांबद्दल फार पश्चात्ताप वाटू लागला. त्याने आत्मनिंदा करून स्वतःचा धिक्कार केला. त्याचे हृदय परिवर्तन घडून आले. कपोताने देहत्याग करून त्याला उदात्त धर्माचरण म्हणजे काय याची जाणीव करून दिली.

अहो देहप्रदानेन दर्शिताऽतिथिपूजना ।
तस्माद्धर्मं चरिष्यामि धर्मो हि परमा गतिः ॥ (महा. १२.१४३.८)

त्या क्षणापासून तो व्याध अंतर्बाह्य बदलला. त्याने पापाचरणापासून निवृत्त व्हायचा निश्चय केला. धर्माचरण करून, तप आचरून सद्गती मिळविण्याचा त्याने निर्धार केला. कपोतीने आपल्या पतीचे आदर्श वर्तन पाहून व पातिव्रत्याचे पालन करण्याच्य उद्दिष्टाने त्याच अग्नीत उडी टाकून प्राणार्पण केले. पती-पत्नींनी श्रेष्ठ धर्म आचरिला असल्याने त्या दोघांनाही स्वर्गगती प्राप्त झाली. साधुपुरुष बनलेला तो व्याध उपवास करून केवळ वायुभक्षण करून राहिला व कालांतराने दावाग्नी भडकला असता त्यात उडी घेऊन त्याने प्राणत्याग केला. त्याच्या या नंतरच्या धर्माचरणामुळे त्यालाही सद्गती मिळाली. ही कथा मोठी मार्मिक आहे. कपोत आणि कपोतनी यांचे अंतःकरण किती सात्त्विक, निर्मळ होते, त्यांनी प्राणत्याग करून कर्तव्याचे पालन केले. त्यामुळे दुष्टाचा संत पुरुष तर झालाच पण त्यालाही स्वर्गाची प्राप्ती झाली.

(क्रमशः)

लेखांक : अकरावा

उत्कृष्ट गती

महाभारतात शांतिपर्वात पराशरगीता आलेली असून ऋषी पराशरांनी जनकराजाला जो उपदेश केला आहे, त्यात धर्माविषयी उद्बोधक विचार मांडलेले आहेत. ऋग्वेदाच्या पुरुषसूक्तामध्ये ''ब्राह्मणोऽस्य मुखमासीत् या ऋचेमध्ये जशी चार वर्णांची उत्पत्ती ब्रह्मदेवापासून सांगितलेली आहे, तशीच पराशरगीतेत सांगितलेली आढळते. ब्रह्मदेवाच्या मुखापासून ब्राह्मण, बाहुंपासून क्षत्रिय, मांड्यापासून वैश्य व पायांपासून शूद्र निर्माण झाले.''

मुखजा ब्राह्मणास्तात बाहुजाः क्षत्रियाः स्मृताः ।
उरुजा धनिनो राजन् पादजाः परिचारकाः ।। (महा. १२.२८५.६)

यानंतर ज्या जाती निर्माण झाल्या त्या या चार वर्णांच्या संकरापासून निर्माण झाल्या. अनुलोम व प्रतिलोम स्वरूपाचे संकर होऊन या प्रधान वर्णांपासून अंबष्ठ, उग्र, वैदेह, श्वपाक, पुल्कस, स्तेन, निषाद, सूत, मागध, अयोगव, करण, व्रात्य, चाण्डाल इत्यादी मिश्रवर्ग उत्पन्न झाले. पराशरांनी असेही विधान केले आहे की ऋष्यशृङ्ग, काश्यप पराशराचा आजा वसिष्ठ, काक्षीवत्, द्रुमद इत्यादी ऋषी नीच क्षेत्रात जन्माला आलेले असले तरीही ते तपोबलाने आपल्या उत्पत्तिकर्त्याच्या मूळवर्णाला येऊन पोचले. तसेच आपल्या तपाने व इंद्रियनिग्रहाने लोकात वेदवेत्ते म्हणून प्रसिद्ध पावले.

साधारण – धर्म

वर निर्दिष्ट केलेल्या चार वर्णांचे मुख्य धर्म कोणते असे जनकाने विचारल्यावर पराशरांनी सांगितले की प्रतिग्रह, याजन (याज्ञादिकर्मे करविणे) व अध्ययन (वेदांचा व शास्त्रांचा स्वाध्याय) हे ब्राह्मणांचे विशेष धर्म होत. क्षत्रियांचा विशेष धर्म रक्षण करणे हा असून, कृषी, पशुपालन व वाणिज्य (व्यापारउदीम) हे वैश्यांचे धर्म समजावे. शेवटचा जो शूद्र वर्ण त्याने वरील तीन वर्णांची सेवा करावी हा त्याचा धर्म होय. या ठिकाणी वर्णधर्मांची अगदी संक्षिप्त कल्पना दिली आहे. या धर्मांविषयी सविस्तर विवेचन

राजधर्मानुशासन पर्वात आले आहे. या गीतेत पुढे सर्व वर्णांना म्हणजेच सर्वसाधारण प्रजेला लागू होतील असे जे साधारण धर्म आहेत त्यांची कल्पना दिली आहे. हे धर्म विशिष्ट वर्णाचे नसून ते सर्व वर्णातील लोकांनी आचरणात आणावयाचे आहेत.

धर्मान्साधारणांस्तात विस्तरेण शृणुष्व ते ।
आनृशंस्यमहिंसा चाप्रमादः संविभागिता
श्राद्धकर्मांथितेयं च सत्यमक्रोध एव च ।।
स्वेषु दारेषु संतोषः शौचं नित्यानसूयता
आत्मज्ञानं तितिक्षा च धर्माः साधारणा नृप ।।

(महा. १२.२८५.२३-२४)

आनृशंस्य म्हणजे भूतदया किंवा सौजन्य, अहिंसा, दक्षता, संविभागिता (दुसऱ्याला कोणतीही वस्तू प्रथम देऊन मग आपण उपभोगणे) श्राद्ध कर्म, आतिथ्यशीलता, सत्य, क्रोधहीनता, स्वभार्यारती, शौच, सतत निर्मत्सरबुद्धी, आत्मज्ञान व तितिक्षा हे तेरा धर्म सर्वसाधारण धर्म म्हणून मानवाला सांगितले आहेत. ह्या गुणांनी युक्त जो मनुष्य होईल व यांच्याप्रमाणे जो आचरण करील तो अंतर्बाह्य शुद्ध असलेला असा साधुपुरुषच बनून जाईल. तो विचारी, सहनशील, विनम्र, क्षमाशील, सत्यप्रिय, संयमी असा आदर्श, नीतिमान, श्रेष्ठ पुरुष असेल. त्याच्या हातून सत्कृत्येच घडतील व त्याच्या मनात नेहमी सद्विचार व सद्भावनाच येतील. या अध्यायाच्या शेवटी पराशरमुनीने सारांशरूपाने धर्माविषयी मार्गदर्शन केले आहे.

सर्वे वर्णा धर्मकार्याणि सम्यक्
कृत्वा राजन् सत्यवाक्यानि चोक्त्वा ।
त्यक्त्वाधर्मं दारुणं जीवलोके
यान्ति स्वर्गं नात्र कार्यो विचारः ।। (महा. १२.२८५.३९)

हे राजा सर्व वर्णातील लोकांनी विहित धर्मकृत्ये आचरावी, (आपली कर्तव्यकर्मे पार पाडून शुभ कर्मे आचरावी.) सत्यभाषण सतत करावे व जगात जे अधर्मकारक, दारुण (दुष्ट) कर्म मानले जाते त्यांचा त्याग करावा म्हणजे त्यांना स्वर्गस्थान प्राप्त होईल. हे मार्गदर्शन मोठे मार्मिक आहे. सद्विचार, सद्बुद्धी आणि सद्भावना यांचा साधकाने अंगीकार केला पाहिजे; त्याने निःस्वार्थी, परोपकारी अशा सत्कृत्यांची कास धरली पाहिजे आणि दुष्ट लोक जी हिंसात्मक, क्रूर व घातक कृत्ये करतात, त्यांचा सर्वथा त्याग केला पाहिजे. ते सज्जनोत्तम, साधुपुरुषांचे अग्रणी झाले पाहिजेत. तसे झाले की निःश्रेयस हे उच्च ध्येय, परमशान्तिरुप मोक्षावस्था दूर नाही.

अनुत्तमा गती

वनपर्वामध्ये युधिष्ठिर-सर्प संवादात अशाच स्वरूपाचे विचार मांडले आहेत. युधिष्ठिराचा प्रश्न आहे, कोणते कर्म केल्यामुळे माणसाला अनुत्तमा म्हणजे अत्यंत उत्कृष्ट (जिच्यापेक्षा अधिक उत्तम नाही ती अनुत्तमा) अशी गती प्राप्त होईल ? सर्पाने उत्तर दिले-

पात्रे दत्वा प्रियाण्युक्त्वा सत्यमुक्त्वा मतिर्मम ।। (महा. ३.१७८.२). एकनिष्ठपणाने अहिंसेचे पालन करणारा, प्रियकर व सत्य भाषण करणारा व सत्पात्री दान देणारा पुरुष स्वर्गास जातो. मनुस्मृतीत विधान आहे की दीर्घोद्योगी, प्रेमळ अंतःकरणाचा, इंद्रिय निग्रही, क्रूर आचरण करणाऱ्या माणसाशी सहवास न करणारा पुरुष दम व दान ह्यांच्या योगाने स्वर्ग जिंकतो. (मनु. ४.२४६). ज्यावेळी मनुष्य अंतःकरणाने सर्व पदार्थांविषयी, सृष्टीतील सर्व वस्तूंविषयी निःस्पृह होतो, त्याचवेळी ऐहिक व पारलौकिक सुख त्याला प्राप्त होते. (मनु. ६.८०). या सर्व विवेचनात सत्य, अहिंसा, परोपकार, निःस्पृहवृत्ती व इंद्रियजय यांचे परमार्थमार्गात महत्त्व प्रतिपादन केले आहे. माणसाने धर्माची सतत कास धरावी, धर्माच्या चौकटीतच विहित कर्तव्ये पार पाडावीत व धर्म ऐकून जितका घडेल तितका घडण्यासाठी प्रयत्नांची पराकाष्ठा केली पाहिजे. मनूचे वचन या संदर्भात चिंतनीय आहे.

धर्मं शनैः संचिनुयाद्वल्मीकमिव पुत्तिकाः ।
परलोकसहाय्यार्थं सर्वभूतान्यपीडयन् ।। (मनु. ४.२३८)

कुठल्याही प्राणिमात्राला पीडा न होईल अशी रीतीने कर्म करून परलोकप्राप्त्यर्थ, मुंग्या ज्याप्रमाणे वारुळ रचतात, त्याप्रमाणे (मानवाने) हळू हळू धर्माचा संचय करावा. निःस्वार्थबुद्धीने केलेले कर्म हे फलाशारहित असल्याने ते शुद्ध कर्म ठरते व अशा कर्मांनी माणसाचा उत्कर्ष होतो; याउलट ज्या कर्मांनी दुसऱ्यांना पीडा होते ती हीन दर्जाची कर्मे असल्याने ती दुष्कर्मातच मोडतात. सर्व पुराणांनी धर्मतत्त्वाचे सार म्हणून सांगितले आहे की परोपकारांची कृत्ये ही पुण्यप्रद असतात. त्याने मानवाचे कल्याण होते व पाप म्हणून ज्याला आपण संबोधतो ते म्हणजे परपीडन दुसऱ्यांना पीडा देणे होय.

अष्टादशपुराणेषु व्यासस्य वचनद्वयम् ।
परोपकारः पुण्याय पापाय परपीडनम् ।।

परोपकार, दानशीलता व निःस्पृहवृत्ती या तीन सद्गुणांची शिकवण आपल्याला अलेक्झांडर राजाच्या एका रमणीय कथेतून पाहावयास सापडते. अलेक्झांडर राजा प्रजाहितरत व चांगला शासनकर्ता होता. त्याने तो वृद्ध झाला असताना, एकदा आपल्या मंत्र्यांना असे सांगितले की, त्याच्या निधनानंतर त्याच्या अंत्यसंस्कारांसाठी जी शवपेटी

तयार करण्यात येईल तिला दोन्ही बाजूला दोन वर्तुळाकार छिद्रे करण्यात यावी व शव आत ठेवल्यावर माझे दोन्ही हात त्या छिद्रांतून बाहेर काढून ठेवावेत. मंत्र्यांना ह्या राजाच्या इच्छेचा मथितार्थ मुळीच लक्षात आला नाही. स्वामींची आज्ञा शिरसावंद्य मानून त्यांनी राजाला त्याविषयी आश्वासन दिले. पुढे काही काळ गेल्यावर राजा आजारी पडला व त्याचे निधन झाले. मंत्र्यांनी व सेवकांनी राजाच्या इच्छेप्रमाणे त्याचे शव पेटीत विराजमान करून त्याचे दोन्ही हात पेटीच्या दोन्ही बाजूस असलेल्या छिद्रातून बाहेर काढून ठेवले. राजाची अंत्ययात्रा निघाली. हजारो लोकांनी, त्याच्या प्रेमळ नागरिकांनी त्याचे अन्त्यदर्शन घेतले. सर्वांचे लक्ष त्याच्या हाताकडे अगदी न चुकता गेले. राजाच्या दोन्ही हाताचे तळवे त्यांनी पाहिले. राजा अगदी रिकाम्या हाताने इहलोक सोडून जात होता. अलेक्झांडर राजाला आपल्या प्रजाजनांना हेच सूचित करावयाचे होते की तो जरी ऐश्वर्यात लोळत होता, सत्तेचे व संपत्तीचे ऐश्वर्य भोगत होता, सम्राट होता तरी तो काहीही बरोबर घेऊन जाऊ शकत नव्हता. मानवाला शेवटी रिकाम्या हाताने जावे लागते; सर्व काही येथेच सोडून जन्माला आला, तसे रिकाम्या हाताने जावे लागते !

धर्माचरणाचा काल

मुंग्या ज्याप्रमाणे वारुळ रचतात त्याप्रमाणे माणसाने धर्मसंचय करावा हे वर सांगितले आहे. हा धर्मसंचय करण्याला माणसाने केव्हा सुरुवात करावी? शिक्षणकालात विद्यार्जनासाठी सारा वेळ द्यावा लागतो व व्यक्तिमत्त्वाचाही पूर्ण विकास झालेला नसतो. त्यानंतरच्या काळात विवाह होतो व सांसारिक व सामाजिक जबाबदाऱ्या येऊन पडतात. पुढे संसारवेल वाढीस लागतो व माता-पितरांची शुश्रूषा व आपल्या मुलांचे संगोपन व अर्थार्जन यातच सारा वेळ निघून जातो. तेव्हा वृद्धावस्थेच्या काळातच धर्मसंचय करण्यास योग्य तो वाव मिळतो असा समज सर्वत्र मान्य झाल्यासारखा दिसतो. पण ही सर्वस्वी चुकीची समजूत आहे. मुंग्या जशा त्यांच्या जीवनभर हळूहळू वारुळ रचतात,त्याप्रमाणे माणसाने अगदी लहानपणापासूनच धर्मप्रवृत्ती अंगी बाणवून जीवनभर धर्मसंचय केला पाहिजे. विद्यार्थीदशेत विद्यार्जन करताना फसवणूक करणे, गुरूचा अनादर करणे, अप्रमाणिकपणा दाखवणे, खोट्या सबबी सांगून कर्तव्य न करणे, इत्यादी व्यवहार हा धर्माला धरून नाही. धर्म हा जीवनापासून तसा वेगळा करता येणार नाही. लहानपणी किंवा प्रौढपणाची प्रत्येक कृती ही धर्माला धरून, नीतीला धरून आहे की नाही हे आपण कटाक्षाने पाहिले पाहिजे. म्हणूनच धर्माचा असा काळ ठरलेला नाही. बोलण्यात-वागण्यात, देण्यात-घेण्यात आपल्या सगळ्याच आचरणात अगदी दैनंदिन आचरणात आपली कोणती बुद्धी आहे? सुबुद्धी आहे की दुर्बद्धी आहे, यावर धर्माधर्म अवलंबून

राहील. म्हणूनच महाभारतकारांनी पराशर-जनक संवादात म्हटले आहे की, मनुष्याला धर्माचरणासाठी कोणी वेळ नेमून ठेवली नाही; म्हणजेच त्याने सातत्याने धर्मावर डोळा ठेवून वागले पाहिजे. शिवाय मृत्यू हा काही कोणाची वाट पहात बसत नाही. मृत्यू केव्हाही संनिध असू शकतो असे मानून जगले पाहिजे.

न धर्मकालः पुरुषस्य निश्चितो ।
न चापि मृत्युः पुरुषं प्रतीक्षते ।
सदा हि धर्मस्य क्रियैव शोभना
यदा नरोऽमृत्युमुखेऽभिवर्तते । (महा. १२.२८७.१७)

धर्माचरण कल्याणदायी आहे व त्याला कुठलाही काळवेळ चालतो हे खरे, परंतु या धर्माचरणाला कोण योग्य आहे ? प्राणिमात्रात कुणाला धर्माचरण करता येणे शक्य आहे ? त्याचे उत्तर आहे - फक्त मानवप्राण्याला ! इतर प्राणिमात्रांना ईश्वराने विचार करण्याची बुद्धिच दिलेली नसल्याने त्यांना अज्ञानांधःकारातच जीवन कंठावे लागते. शांतिपर्वात म्हटले आहे की चांडाळाचा जरी जन्म मिळाला तरी त्याबद्दल समाधान मानावे कारण त्यायोगे मनुष्यत्व तरी प्राप्त होते व तो काही हलकासलका लाभ नाही. पराशर म्हणतात ही योनी लाभल्यामुळे माणसाला शुभ म्हणजे पुण्यप्रद अशा कर्मांच्या योगाने (धर्माचरणाने) आत्म्याला तारता येते.

इयं हि योनिः प्रथमा यां प्राप्य जगत्पते ।
आत्मा वै शक्यते त्रातुं कर्मभिः शुभलक्षणैः ॥ (महा. १२.२८६.३२)

चौऱ्याऐंशी लाख योनी आहेत. अजून विज्ञानाला त्या सगळ्या सापडलेल्या नाहीत. पण हा उल्लेख प्राचीन ग्रंथात वारंवार येतो की एवढ्या लक्ष योनीनंतर मनुष्यजन्म मिळतो. म्हणूनच विवेकाच्या साहाय्याने हा जन्म सफळ कसा होईल याचेच सुज्ञाने चिंतन केले पाहिजे. आपल्या आत्मतारणाचा विचार आपणच केला पाहिजे. जीवन म्हटले की सुख - दुःखे आलीच. मनुष्याला जी सुख-दुःखे भोगावी लागतात ती त्याच्याच सत् किंवा असत्कर्माची फळे असतात. जशी फळे-फुले ऋतुकालाप्रमाणे न चुकता येतात त्याचप्रमाणे पूर्वजन्मीचे कर्मदेखील ते भोगण्याची वेळ आली म्हणजे दत्त म्हणून पुढे उभे राहाते. गर्भामध्ये असल्यापासून मनुष्य पूर्वसंचित भोगण्याची सुरुवात करतो. ज्याप्रमाणे गाईचे वासरू हजारो गाईतून आपली माता अचूक शोधून काढते त्याप्रमाणे मनुष्याचे कर्म नेमके आपल्या कर्त्याला शोधून काढते.

सर्वः स्वानि शुभाशुभानि नियतं कर्माणि जन्तुः स्वयं
गर्भात्संप्रतिपद्यते तदुभयं यत्तेन पूर्वं कृतम् ॥

(महा. १२.२८७.४३)

पूर्व जन्माच्या कर्माची फळे मनुष्य या जन्मात भोगत असतो. जे जे शुभाशुभ कर्म मनुष्य या जन्मात करतो त्याचे परिणाम त्याला पुढल्या जन्मी त्या त्या अवस्थांमध्ये भोगावे लागतात. असे असले तरी भीष्मांनी पुढे हे ही सांगितले आहे की, जसे मलिन झालेले वस्त्र पाण्याने धुतल्याने स्वच्छ होते तसे उपवासादिकांनी, सत्कर्मांनी पापी माणसाचे अंतःकरण शुद्ध होते. दीर्घ काळ धर्माचरण केल्याने पापाची निष्कृती होऊन त्याचे मनोरथ सिद्धीस जातात.

प्रभूचा प्रसाद

ही जी कर्माची फळे आपल्याला भोगायला लागतात ती ईश्वरच देत असतो. आपली सुख-दुःखे, आपले लाभालाभ आपले जीवनच ईश्वर चालवीत असतो. म्हणून जे जे ईश्वर देईल ते आपण त्याचा प्रसाद म्हणून स्वीकारले पाहिजे. ही माझीच कर्मफळे माझ्याकडे भोगण्यासाठी आली आहेत पण ती प्रभूचा स्पर्श होऊन आली आहेत. म्हणून ती 'प्रसाद' आहेत. घरात पोह्यावर टाकलेले खोबरे एक विषय असते व देवळात मिळालेले खोबरे प्रसाद असते. या वृत्तीने हे कर्मभोग सुसह्य होऊन सत्प्रवृत्तीला कारणीभूत होतात. पूर्वकर्मानुसार जरी आपण जीवनात बरी-वाईट कर्मे करीत असतो तरी आत्मकल्याण साधण्यासाठी आपण ती कर्मे अनासक्तीने केली पाहिजेत म्हणजे ती शुद्ध व सात्त्विक कर्मे ठरतील. ''तस्मादसक्तः सततं कार्यं कर्म सदाचर'' (गीता. ३.१९)

हाच अनासक्तीचा पाठ गौतमबुद्धाने आपल्या आनंद नावाच्या शिष्याला दिला आहे. बुद्धाचे अनेक शिष्य होते. बुद्धादेखतच ते कैवल्यपदापर्यंत पोहोचले. आनंद नेहमी म्हणे - 'भगवन् इतर कैवल्याला गेले, मी रात्रंदिवस आपल्यापाशी राहूनही मी आहे तिथेच आहे.' बुद्ध म्हणाले, 'वेळ आली म्हणजे याविषयी सांगेन.' भगवान मृत्युशय्येवर पडले असताना आनंद ओक्साबोक्शी रडत होता. तू का रडतो, असे बुद्धाने विचारल्यावर तो म्हणाला, 'हे काय विचारणे ? मी आपणाशिवाय कसा जगू शकणार?' त्यावर भगवान म्हणाले, 'आनंदा, ह्यामुळेच तू कैवल्यपदाचा अधिकारी झाला नाहीस.'

(क्रमशः)

लेखांक : बारावा

आपद्धर्म

विश्वामित्र आणि चाण्डाल यांच्या संवादातून जो मागील लेखात धर्मविषयक ऊहापोह आला आहे, त्याचा मथितार्थ विश्वामित्राची ही कथा 'आपद्धर्म' या सदरात मोडते. शांतिपर्वात भीष्मांनी जो ज्ञानदानाचा ओघ चालविला आहे त्यात 'आपद्धर्म-पर्व' हे पोटपर्व आले आहे. यात एका मांजरा-उंदराची कथा सांगितली आहे. युधिष्ठिराचा प्रश्न असा होता की राजा संकटात सापडला असताना त्याने मित्रांशी आणि शत्रूंशी कसे जाऊन मिळावे? शत्रू-मित्र यांच्या संबंधाने त्याने, संकटावर मात करण्याच्या दृष्टिकोनातून, कोणत्या प्रकारचे आचरण ठेवावे? भीष्मांनी त्याला उत्तर दिले की देश आणि काल यांचा विचार करून कर्तव्य, अकर्तव्य ठरवावं; परिस्थितीनुरूप शत्रूही मित्र होतो व मित्रही दूषित होत असतात.

अमित्रो मित्रतां याति मित्रं चापि प्रदुष्यति ।
सामर्थ्ययोगात्कार्याणामनित्या वै सदा गतिः ।। (महा.१२.१३६.१३)

हिताभिलाषी सुज्ञ पुरुषाने शत्रूशीदेखील संधी करावी आणि आपल्या प्राणांचे रक्षण करावे.

मार्जार व मूषक यांचा दृष्टान्त

आपत्कालीन धर्माच्या या विवेचनात भीष्मांनी एक बोलका दृष्टान्त दिला आहे. एका मोठ्या वटवृक्षाच्या मुळाशी बिळात एक पलित नावाचा उंदीर राहात होता. पक्षीसमुदायास भक्षण करणारे लोमश नावाचे मांजर त्याच झाडावर राहात असे. रोज एक पारधी झाडाखाली जाळे लावून प्राणी पकडून त्यांना मारीत असे. एके दिवशी त्या जाळ्यात मांजरच पकडले गेले. आपला शत्रू जाळ्यात अडकला आहे हे पाहून पलिताला आनंद झाला व तो उंदीर इकडेतिकडे मुक्तपणे संचार करू लागला. तेवढ्यात मूषकाचा वास आल्यामुळे एक हरिण नावाचा मुंगूस त्वरेने त्या वृक्षाच्या दिशेने येताना त्याला दिसला. शिवाय त्याला आपला दुसरा एक शत्रू जे घुबड तेही झाडावर दिसले. आता मात्र मूषक

शत्रुंनी चांगलाच घेरला गेला. काय करावे असा त्याला पेच पडला. उंदीर व्याधाने जे कूटयंत्र तेथे जाळ्यासाठी ठेवले होते त्यावर जाऊन मांस खात बसला होता. त्याला वाटले मी जमिनीवर आलो तर नकुल मला भक्षण करील; येथेच राहिलो तर नुकतेच आलेले घुबड मला फस्त करील आणि जाळ्याचे पाश तोडले तर मांजरापासून मला धोका आहे. त्याने विचार केला की युक्ती वापरून, मांजर जरी शत्रू आहे तरी त्याचा आश्रय घेऊन आपले प्राण वाचवावे. मांजराजवळ जाऊन त्याने म्हटले – 'आपण दोघे या झाडाच्या आश्रयानेच राहातो. तुला आणि मला दोघांनाही आपापले कल्याण हवे आहे. मी तुला संकटातून सोडवू शकतो. तू जर माझा वध करणार नसलास तर मी हे जाळे तोडून तुला व्याधाच्या तावडीतून सोडवितो. तू मुक्त झाल्याने माझ्यावर टपलेले हे जे माझे शत्रू आहेत, त्यांचेपासून मीही मुक्त होईन. आपण एकमेकांवर विश्वास ठेवून मैत्री करण्याची हीच वेळ आहे.' हे पलिताचे बोलणे ऐकल्यावर मांजर म्हणाले – 'मी जिवंत राहावे अशी तू इच्छा करीत आहेस त्यामुळे मला फार आनंद होत आहे. आपण दोघेही संकटात सापडलो आहोत. मी जर संकटातून मुक्त झालो तर तुझे उपकार व्यर्थ जाणार नाहीत.' त्यानंतर ते दोघेही परस्परांवर विश्वास टाकून एकमेकांना संरक्षण देण्याचे आश्वासन देतात. ठरल्याप्रमाणे मार्जाराचे प्राण वाचविण्यासाठी पलित ते पाश निश्चित तोडीन असे सांगून मार्जारापाशी गेला व त्याच्या अंगा-खांद्यावर खेळू लागला. त्यांचे ते अलोट प्रेम पाहून मुंगूस व घुबड आश्चर्यचकित झाले. एवढेच नव्हे तर त्यांच्यातील मैत्री पाहून ते आपापल्या घराकडे निघून गेले. उंदीर पाश लवकर तोडीना. तो योग्य वेळेची वाट पहात होता. मांजराने चिंताग्रस्त होऊन त्याला पाश त्वरित तोडण्याविषयी सांगितले. पण उंदराने त्याला समजाविले – कोणतेही अकाली आरंभिले तर त्याचे योग्य ते फळ मिळत नाही. त्वरा केल्याने कार्याचा नाश होतो. मित्रा, तू धीर धर; मी योग्य वेळेला तुझे पाश तोडीन. व्याध येताना दिसताच मी हा शेवटचा धागा तोडून तुला मुक्त करीन! नंतर थोड्या वेळाने अक्राळ-विक्राळ दिसणारा व्याध शस्त्र हातात घेऊन तेथे येत असलेला त्यांना दिसला. पलिताने झटकन् पाश तोडला. मांजर मुक्त होताच त्या वृक्षावर निघून गेले; मूषकही चटकन् आपल्या बिळात शिरून गेला. चांडाल म्हणजे तो व्याध पुढे झाला; त्याला काहीच दिसले नाही. त्याची निराशा झाली. शत्रूवर विश्वास ठेवून व त्याच्याशी मैत्री करून पलिताने आपले प्राण वाचविले पण हे इंगित त्याने आपल्या शत्रूला कळू दिले नाही. नंतर काही वेळाने मांजर वृक्षावरून खाली उतरले व त्या मूषकाला बाहेर बोलावू लागले. आपण चांगले मित्र असल्याने तुला पारध्यापासून भीती नाही असे जरी मांजराने सांगितले तरी उंदराने त्याचे म्हणणे मानले नाही. 'आपल्या उभयतांच्या बलांमध्ये साम्य नाही. तू बलाढ्य आहेस. आता मला जवळ बोलावण्यात तुझा हेतू काय आहे तो मला

नीट कळत नाही. आपल्या मैत्रीला एक विशिष्ट कारण होते. ते कारण नाहीसे झाले आहे. तेव्हा आता मी तुझ्या शब्दावर विश्वास कसा बरे ठेवू?' असे बोलून उंदराने मांजराचा मैत्रीचा प्रस्ताव नाकारला व बिळाबाहेर आला नाही. मांजरही व्याध येईल या भीतीने तेथून निघून गेले. अशा रीतीने पलित दुर्बल व एकटा असतानाही त्याने आपल्या बुद्धीच्या साहाय्याने शत्रूशीही मैत्री करून आपले प्राण वाचविले. तसेच परिस्थिती बदलल्यावर आपले बलाबल ओळखून त्याने शत्रूचा मानभावीपणाने पुढे केलेला मैत्रीचा हात विचारपूर्वक झिडकारला. हाच राजनीतीतील संधि-विग्रहासंबंधीचा योग्य उपाय खालील श्लोकात भीष्मांनी वर्णिला आहे.

शत्रुसाधारणे कृत्ये कृत्वा संधिं बलीयसा ।
समागमे चरेद्युक्त्या कृतार्थो न च विश्वसेत् ।। (महा. १२.१३६.१८५)

आपद्धर्माच्या विवेचनात ब्रह्मदत्त व पूजनी यांचा संवाद आला आहे. हा संवाद मोठा मार्मिक आहे. यात दैव आणि प्रयत्न यासंबंधीचे अत्यंत मूलगामी असे विवेचन तर सापडतेच पण सर्वांना उपयोगी पडणारे असे अत्यंत मार्मिक सुविचारही आले आहेत.

ब्रह्मदत्त-पूजनी संवाद

या कथेची पार्श्वभूमी अशी आहे. कांपिल्य नगरात पूजनी नावाची एक पक्षीण राजाच्या अंतःपुरात राहात होती. तिचा आणि राजाचा बरेच दिवस सहवास घडला होता. तिला अनेक भाषा समजत होत्या व ती विचारीही होती. तिला आणि राजाच्या राणीला एकाच वेळी पुत्रप्राप्ती झाली. ती रोज समुद्रतीरावरून दोन फळे घेऊन येत असे. एक स्वतःच्या पिलासाठी व दुसरे राजपुत्रासाठी. दोन्हीही बालके एकत्र वाढत असताना एके दिवशी राजपुत्राने बालस्वभावामुळे खेळता खेळता पिलाचा वध केला. पक्षिणी फळे आणण्याकरिता बाहेर गेली होती. झालेला प्रकार पाहिल्यावर ती पक्षिणी आक्रोश करू लागली. विलापात ती म्हणाली - 'क्षत्रियांच्या ठिकाणी सहवासजन्य स्नेह, प्रेम काहीही नसते. कार्य झाले की ते त्या व्यक्तीचा त्याग करतात. ह्या क्रूर आणि कृतघ्न राजकुमाराचा मी सूड उगविणार.' असे म्हणून तिने आपल्या पायांनी त्या राजपुत्राचे डोळे फोडले. राजाला सर्व वृतान्त कळला. तिने राजाला ठणकावून सांगितले की पाप असो पुण्य असो, त्याचे फळ कर्त्याला मिळाल्याशिवाय राहाणार नाही.

पापं कर्म कृतं किञ्चिद्यदि तस्मिन्न दृश्यते ।
निपात्यतेऽस्य पुत्रेषु पौत्रेष्वपि च नप्तृषु ।। (सं.आ. १२.१३७.१९)

त्या कर्माचे फळ जर कर्त्याला मिळाले नाही तर त्याचे पुत्र, नातू अथवा पणतु ह्यांना ते मिळते. ह्याचा अर्थ असा की तिने राजाला किंवा त्याच्या वंशजांना ह्याचे

परिणाम भोगावे लागतील हे स्पष्ट बजावले. ती राजाला सोडून निघून जाऊ लागली. तेव्हा राजाने तिला परोपरीने विनविले पण तिने ऐकले नाही. माझ्या मुलाने अपराध केला, तू त्याला प्रायश्चित्त दिलेस – 'उपभयतांची बरोबरी झाली तेव्हा तू आता का चाललीस, असा प्रश्न विचारल्यावर पूजनी म्हणाली – 'एकदा आपला अपराध केला – त्याठिकाणी राहाणे योग्य नव्हे. एकदा ज्याच्याशी वैर जडले, त्याने समोपचाराचा सदैव प्रयोग केला तरी त्याजवर विश्वास ठेवू नये. वैर केव्हाही समूळ नाश पावत नाही.' पुढे पूजनीच्या भाषणात लक्षणीय विचार आले आहेत. माणसाने जीवनात कोणावर किती विश्वास ठेवणे योग्य होय? खरे म्हणजे जीवनात माणूस विचार करूनच पाऊल टाकीत असतो. कोण विश्वासपात्र आहेत कोण नाही याचे तो आडाखे बांधतो आणि त्यानुसार त्यांच्याशी व्यवहार करतो परंतु तरीही त्याचा विश्वासघात होतो आणि त्यामुळेच त्याला दुःख भोगावे लागते. जीवन सुरक्षित राखण्याकरिता पूजनीच्या मुखाने जणू व्यासांनीच याविषयी मार्गदर्शन केले आहे. जे कोणी विश्वासघातकी असतील, ज्यांच्याविषयी वाईट अनुभव आलेले असतील, त्यांच्यावर मुळीसुद्धा विश्वास ठेवू नये. पण ज्याचा आपल्यावर विश्वास नाही त्याच्यावरही आपण विश्वास ठेवू नये.

न विश्वसेदविश्वस्ते विश्वस्ते नाति विश्वसेत् । (महा. १२.१३८.४३)

एवढेच नव्हे तर जो आपल्यावर विश्वास ठेवीत असेल त्याच्यावरही अतिशय विश्वास ठेवू नये कारण विश्वासामुळे उत्पन्न झालेली भीती समूल उच्छेद करते. दुसऱ्याचा आपल्यावर विश्वास खुशाल बसवून घ्यावा, पण दुसऱ्यावर मात्र आपण विश्वास ठेवू नये. पूजनी म्हणते की प्रत्येक जण आपापल्या प्रारब्ध कर्माप्रमाणे जीवन जगण्यासाठी आला आहे. हा माझा, तो माझा असे म्हणण्यात काही अर्थ नाही. माता, पिता अगदी जवळचे खरे पण तेही केवळ बांधवच आहेत. पत्नीदेखील कुठल्याच गोष्टीची वाटेकरी होऊ शकत नाही; ती जरेसारखी आहे. पुत्र हा केवळ बीजरूप आहे. मित्रदेखील जोवर त्याचा हात भिजत आहे तोवरचाच! सारांश आपला असा या जगात कोणीही नाही; म्हणून सुख आणि दुःख हे केवळ आपले आपणालाच भोगावे लागते.

हे जीवनातील सत्य सांगून पूजनी राजाला पुढे म्हणते की एकदा परस्परांशी वैर जडले की त्यांच्यात पुन्हा संधी होणे संभवत नाही. ज्याने उपकार केला आहे त्या प्राण्याचा बहुमान केला तरी त्याच्या अंतःकरणाचा तेथे विश्वास बसत नाही. राजा पूर्वीच्या स्नेहाची आठवण होऊन तिला न जाण्याविषयी आवर्जून सांगू लागला. 'पूजनी तू ऋणमुक्त आहेस. तू प्रायश्चित्त दिलेच आहेस. तेव्हा आता वैराची शांती झाली आहे. तेव्हा तू राहा.' पूजनीने उत्तर दिले – 'वैर अंतःकरणातून कधीच निघून जात नाही. वैर करणारा मनुष्य जरी मित्र असला तरी त्याजवर विश्वास ठेवू नये कारण काष्ठामध्ये असणाऱ्या अग्नीप्रमाणे

वैरही प्राण्यामध्ये गुप्त रीतीने राहात असते.' त्यावर ब्रह्मदत्त म्हणाला – 'परस्पर सहवासाने स्नेह उत्पन्न होतो आणि परस्परांवर विश्वासही बसतो. याचे उदाहरण म्हणजे श्वान आणि श्वानभक्षक चाण्डाल. तेव्हा तू येथे राहिल्याने आपले संबंध पूर्ववत होतील. पूजनीने ते मान्य केले नाही. तिचे म्हणणे असे की वैररूपी अग्नी एकदा उत्पन्न झाला की तो समुद्रातील वडवाग्नीप्रमाणे कधीही शांत होत नाही. तो दग्ध करतो आणि मगच शांत होतो. वैराची पाच उत्पत्तिस्थाने आहेत.

वैरं पञ्चसमुत्थानं तच्च बुध्यन्ति पण्डिताः ।
स्त्रीकृतं वास्तुजं वाग्जं ससापत्नापराधजम् ।। (महा. १२.१३७.३८)

वैर हे (१) स्त्रियांच्या योगाने (कृष्ण आणि शिशुपाल यांच्यासारखे) (२) गृहादिकांच्या योगाने (कौरव व पांडव यांच्यासारखे) (३) वाणीच्या योगाने (द्रुपद व द्रोण यांच्यासारखे) (४) जाती-जातींच्या शत्रुत्वासंबंधाने (मूषक-मार्जार यांच्यासारखे) आणि (५) अपराधाच्या योगाने (ब्रह्मदत्त व पूजनी यांच्यात राजपुत्राच्या अपराधामुळे झाले त्याप्रमाणे) – या पाच गोष्टींमुळे उत्पन्न होते. वैरासंबंधी अशी पूर्ण कल्पना पूजनीने राजाला दिली आणि तिचा (मातृहृदयातील) कोप शांत न झाल्याने ती तेथून आपल्या ईप्सित स्थळी निघून गेली. शांतीपर्वात ज्ञानसंपन्न भीष्मांच्या मुखातून आलेल्या अशा कथाभागातून मानवी प्रवृत्ती व मानवामानवातील संबंध यांच्याविषयी आपली जाणीव अधिक व्यापक व परिपक्व बनते.

(क्रमशः)

लेखांक : तेरावा

दैव व प्रयत्नवाद

पूजनीने ब्रह्मदत्त राजाला जो उपदेश केला आहे त्यात सामान्य माणसाला उपयोगी असे उद्‌बोधक विचारही आले आहेत. तिच्या म्हणण्याप्रमाणे माणसाने ज्ञानसंपन्न असले पाहिजे. ज्ञानसंपन्न मनुष्य कोठेही आनंदात राहातो; तसेच तो कोठेही राहिला तरी तो शोभतो. त्याच्यापाशी निर्भयता असते. त्याला कोणीही भीति दाखवीत नाही व दाखवली तरी तो कोणालाही भीत नाही. बुद्धिमान माणसाला योग्य तेवढे वित्त मिळतेच. त्याच्यापाशी द्रव्य अतिशय थोडे असले तरीही त्याची अभिवृद्धी होते. जगतामध्ये विद्या, शौर्य, कार्यदक्षता, सामर्थ्य आणि धैर्य हे पाचच नैसर्गिक मित्र आहेत. त्यांच्याच साहाय्याने सुज्ञ लोक आपली उपजीविका करतात. विद्यारूपी मित्र जवळ केला की मनुष्य ज्ञानसंपन्न होतो व त्याचे जे चांगले फळ चाखावयास मिळते त्याचा उल्लेख वर आला आहे. पूजनी पुढे सांगते की, तिने राजाच्या पुत्राशी वाईट वर्तन केलेले असल्यामुळे तिला तेथे राहावेसे वाटत नाही. दुष्ट पत्नी, दुष्ट पुत्र, दुष्ट राजा, दुष्ट मित्र, दुष्टाशी संबंध आणि दुष्ट देश या सर्वांचा दुरूनच त्याग केला पाहिजे. पुत्र दुष्ट असला तर त्याच्यावर विश्वास ठेवता येत नाही. दुष्ट पत्नीवर प्रेम असू शकत नाही. दुष्ट राजाच्या देशात सुखाचे अस्तित्व असत नाही, तसेच दुष्ट देशात चरितार्थ चालत नाही. यातूनच पूजनीने विचार मांडले की, खरी कार्ये कोणती, खरा राजा कोणाला म्हणावे इत्यादी. तीच खरी 'भार्या' की जी आपल्या पतीशी गोडच बोलते, ज्याच्या योगाने माता-पित्यांना सुखप्राप्ती होईल तोच खरा पुत्र होय. ज्याला आपल्याविषयी विश्वास असेल तोच खरा मित्र व जेथे चरितार्थ नीट चालत असेल तोच आपला देश होय.

सा भार्या या प्रियं ब्रूते स पुत्रो यत्र निर्वृतिः ।
तन्मित्रं यत्र विश्वासः स देशो यत्र जीव्यते ॥ (महा. १२.१३७.९२)

दैव व प्रयत्नवाद

राजा चांगला असेल तरच प्रजा सुखी होऊ शकते. तो धर्मदृष्टी व गुणसंपन्न असला

तरच पत्नी, मित्र, पुत्र, बांधव हे असतात. म्हणजेच देशात शांतता नांदून, मित्रपरिवारासह माणसाला सुरक्षितपणे जगता येते. राजा जर अधर्मप्रवृत्त असेल तर अशा राजाच्या शासनामुळे व अन्याय्य वर्तणुकीमुळे प्रजा नाश पावते. राजा हाच धर्म, अर्थ व काम या त्रिवर्गाचे मूळ आहे. म्हणून त्याने उत्पन्नातील कराच्या रूपाने षष्ठांश घेऊन आपली उपजीविका करावी व उत्कृष्टप्रकारे पालन करावे. याच संवादात पूजनीने दैव व उद्योग यासंबंधी विचार व्यक्त केले आहेत. कार्यसिद्धान्ताप्रमाणे आपल्या पूर्वकर्मानुसार जे भाग्य नियतीने आपल्या ललाटावर लिहून दिलेले असेल त्यानुसारच जीवनाचा मार्ग चालत असतो. एखादा अल्पायुषी ठरतो, अपघातात सापडून मरतो किंवा कॅन्सरसारखा विकार होऊनही अनपेक्षितरीत्या बरा होतो, या सर्व गोष्टींना दैव जबाबदार असते अशी सर्वत्र धारणा आहे. प्रत्येकाचे दैव हे भिन्न भिन्न असते; कारण प्रत्येकाची कर्मे, प्रत्येकाचे पूर्वसुकृत हे वेगवेगळे असते. पण प्रश्न असा आहे की दैवच जर शंभर टक्के बलवत्तर असेल तर प्रयत्न करूनही जे घडायचे ते काही चुकणार नाही. दैवाची शक्ती एवढी प्रचंड असते की काहीही झाले तरी जी घटना घडावयाची नाही म्हणून ठरली ती कदापि घडणार नाही व जी दैवानुसार घडायची आहे ती घडल्याशिवाय राहाणार नाही. तिला कोणी अटकाव करू शकत नाही. भर्तृहरीने नीतिशतकात एक-दोन चपखल उदाहरणे सांगितली आहेत. एका खोलीत एका टोपलीत साप ठेवलेला होता. तो वयस्क होता. तसेच कित्येक दिवसात अन्न न मिळाल्यामुळे मरणोन्मुख पडला होता. रात्रीची भयाण वेळ होती. मृत्यू जणू पावलापावलाने जवळ येत होता. सर्व काही नैराश्याने भरलेले होते. तेवढ्यात कर्मधर्म संयोगाने त्या अंधाऱ्या खोलीत एक उंदीर अन्नाच्या शोधात बाहेर पडला. पळता-पळता तो या सर्प ठेवलेल्या पाटीपाशी आला. पाटीत कदाचित धान्य किंवा काही खाद्यपदार्थ मिळेल या बुद्धीने त्याने पाटीला भोक पाडले व तो उडी मारून आत शिरला. आत शिरताच तो सर्परूपी मृत्यूच्या जबड्यातच शिरला. मरगळलेल्या सापाने, दैवाला धन्यवाद देत, या उंदरावर ताव मारला. बिचारा उंदीर दुर्दैववशात् जिवे गेला. सापाला पुन्हा चांगलीच चेतना आली. तो उंदराने जे छिद्र केले होते. त्या छिद्रानेच टोपलीतून बाहेर पडला आणि स्वेच्छेने वनात हिंडायला मोकळा झाला. याला म्हणतात दैवदुर्विलास! अशा रीतीने दैवाचाच खेळ जिकडेतिकडे आपल्याला दिसतो. दैवी शक्ती लाभलेला गगनातला रमणीय चंद्र, वनस्पतींचा नायक आहे. रजनीचा नाथ आहे. अमृतवर्षाव करणारे किरण त्याच्यापाशी आहेत. शतभिषक् (शंभर वैद्य / या नावाचे नक्षत्र) त्याच्या मागोमाग चालत असते तरी (कृष्णपक्षात) क्षय त्याला गाठतोच! भगवद्गीतेतही प्रत्येक कार्य संपन्न व्हायला जी पाच कारणे आवश्यक म्हणून सांगितली आहेत त्यात दैव हे पाचवे कारण नमूद केले आहे.

अधिष्ठानं तथा कर्ता करणंच पृथग्विधम् ।
विविधाश्च पृथक्चेष्टा 'दैवं चैवात्र पञ्चमम्' ।। (गीता १८.१४)

उद्योगशीलताच हिताची

यासंदर्भात पूजनीचे म्हणणे असे आहे की दैव आणि उद्योग (प्रयत्नवाद) ही उभयता परस्परांच्या आश्रयानेच राहातात. जे लोक श्रेष्ठ आहेत ते उद्योगालाच सत्य समजतात, उद्योगाचीच कास धरतात. याउलट, सामर्थ्यशून्य (क्लीबाः) लोक दैवावरच हवाला ठेवून राहातात. सौम्य असो अथवा तीक्ष्ण असो जे कार्य करावयाचे ते आपणाला हितकारक असेल असेच करावे. माणसाने उद्योगशीलच राहायला हवे असे सांगताच एक लक्षात ठेवले पाहिजे त्या उद्योगात प्रेया (प्रिय वाटते ते) पेक्षा श्रेया (जे हितकर, कल्याणप्रद आहे ते) वर भर दिलेला असला पाहिजे. महाभारतातील सर्व पात्रे पराक्रमी, उद्योगशील होती. दुर्योधनापाशीही बुद्धी होती, पराक्रम होता, उद्योगशीलता व अभिमानी वृत्ती होती. पण त्याची विवेकशक्ती कमी पडली, त्याने आपलं ज्यात खरे आत्महित आहे, ते केले नाही. आत्मकल्याणाचा विचार करून तद्नुसार कर्म केले तर उद्योगाची चांगली फळे मिळतात. अन्यथा तो विनाशाकडे ओढला जातो. दुर्योधनाला सगळी जाणीव असूनही आत्महिताचा सन्मार्ग अनुसरता आला नाही. तो म्हणतो, मी अधर्म जाणतो पण तरीही त्याचा त्याग मला करता येत नाही.

जानामि धर्मं न च मे प्रवृत्तिः ।
जानाम्यधर्मं न च मे निवृत्तिः ।।

उद्योगासंबंधी पुढे पूजनी म्हणते की, उद्योग न करण्याची सवय असलेला मनुष्य सदैव दरिद्री व अनर्थग्रस्त राहातो. ह्यावरून इतर सर्व गोष्टी सोडून देऊन उद्योग करून पराक्रम गाजविला पाहिजे. प्रयत्नवादाची प्रशंसा करण्यासाठी उदाहरण दिले जाते ते कोळ्याचे. कोळी हा कीटक फार सहनशील व परिश्रमशील आहे. तो जाळे विणण्याचे अविरत गुंतागुंतीचे काम करताना भिंतीवरून शेकडो वेळा खाली पडतो, परंतु तरीही प्रयत्न सोडीत नाही. देब आणि असुर यांनीही अमृतप्राप्तीसाठी समुद्रमंथनास सुरुवात केली. देवांनी डोळ्यांसमोर अमृतप्राप्तीचे ध्येय ठेवले होते. मंथन करताना लक्ष्मी, चंद्र, कौस्तुभमणी अशी महान रत्ने मिळाली; पण त्यांचे समाधान झाले नाही. हालाहल नावाचे भीषण विष बाहेर आले. तरी त्यांना त्याची भीती वाटली नाही. त्यांनी आपले काम सुरूच ठेवले. अमृताची प्राप्ती झाली तेव्हाच ते थांबले. आधुनिक काळातील एक उदाहरण आहे. अमेरिकेत एक कर्तबगार तरुण निवडणुकीस उभा राहिला;पण सपशेल पडला. मग त्याने एक धंदा सुरू केला. तेथेही यश मिळाले नाही. कर्जबाजारी मात्र झाला.

नंतरच्या काळात तो एका स्त्रीवर प्रेम करू लागला पण विवाह होण्याआधीच ती वारली. पुन्हा त्याने नशिबाशी दोन हात केले. निवडणुकीत उभा राहिला पण पुन्हा तो पडला. नंतर देशाच्या व्हाईस प्रेसिडेंटच्या पदासाठी तो उभा राहिला पण त्यातही त्याला अपयश आले. त्याला खूपदा अपयश आले पण त्याची श्रद्धा होती, दृढ श्रद्धा होती, प्रयत्नांवर! प्रयत्न हाच त्याचा देव होता! शेवटी तो अमेरिकेचा प्रेसिडेंट झाला. त्या थोर व्यक्तीचे नाव – अब्राहम लिंकन!

तृष्णेचा परिहार

महाभारतात अनेक ठिकाणी ह्याच चर्चा झालेल्या आहेत. त्या बऱ्याचशा ठिकाणी नीतितत्त्वांभोवतीच गुंफलेल्या आहेत. शांतिपर्वात युधिष्ठिराने भीष्मांना प्रश्न विचारला. त्याला वाटले की राज्यलालसा व द्रव्यलालसा पांडवांना वाटल्यामुळे युद्ध झाले व त्यात भयंकर संहार घडला. ही द्रव्यतृष्णा कशी कमी करावी याबद्दल मार्गदर्शन करा असे त्याने भीष्मांना विनविले. युद्धाला वास्तविक दुर्योधनाची राज्यलालसा कारणीभूत आहे हे सर्व विदितच आहे. तरीही युधिष्ठिराने जे प्रत्यक्ष विचारले ते मांडले आहे. युधिष्ठिर धर्मात्म्यांमध्ये श्रेष्ठ आहे व दुःखपीडित झाल्याने तो असे बोलतो आहे. महत्त्व त्याने जो तृष्णेविषयी प्रश्न विचारला त्याला आहे. विदेह राजाने या संबंधात पूर्वीच्या काळी मांडव्याला जे उत्तर दिले ते याठिकाणी सांगितलेले आहे. विदेह राजा राज्याचा गाडा हाकताना सदैव आनंदात राहू शकला कारण एवढ्या राज्यवैभवातही तो निर्लेपपणे राहिला. 'माझे' असे अमुक एक आहे असे त्याला मुळी वाटतच नसे. तो म्हणाला, ''आज जरी या मिथिला नगरीला आग लागली तरी सुतळीचा तोडा जळला इतकेदेखील माझ्या मनास शिवणार नाही. ज्याप्रमाणे बैलाचे शिंग तो वाढेल तसतसे वाढत जाते. त्याप्रमाणे वित्त वाढत जाते तशी (द्रव्य) तृष्णा वाढत जाते. कोणत्याही वस्तू वर 'ही माझी' अशी ममत्वाची भावना धरली की दुःखाचे बीज तेथेच रोवले गेले असे समजावे. जो खरा ज्ञाता आहे त्याला समृद्ध वैभव मिळाले तरी ते दुःखकारक भासते पण मूर्ख लोकांना मात्र त्याचा अधिकच लोभ सुटतो. खरोखर आजच्या या जगात द्रव्यलोभाचा मुक्त संचार आपल्या दृष्टीस पडत आहे. प्रत्येकाला द्रव्याची हाव सुटलेली आहे. जणू काही मनुष्याच्या जीवनात दुसरी काही मूल्येच उरलेली नाहीत. आजच्या ह्या वित्तपरायण व स्वार्थलोलुप जगाला नित्य तृप्त अशा या विदेह राजाच्या उपदेशाचीच अत्यंत आवश्यकता आहे. ममत्वबुद्धी, आसक्ती–ह्यांनी सामान्य माणसाचे मन वेढले जाते आणि ती आसक्ती सतत वाढतच राहाते. गीतेतही भगवंतांनी हाच उपदेश केला आहे की चित्त अनासक्त ठेवून, फलाशेचा त्याग करून माणसाने 'कार्य' कर्म म्हणजे कर्तव्यकर्म आचरीत जावे.

तस्मादसक्तः सततं कार्यं कर्म समाचर । (गीता ३.१९)

महाभारतातच सगर अरिष्टनेमि संवादात असे म्हटले आहे की ज्या माणसाच्या पुढे कोटों गाडे धान्य पडलेले असतानाही जो केवळ निर्वाहाला लागणाऱ्या मापटेभर धान्याचीच अपेक्षा करतो व ज्याला मोठा राजवाडा राहावयास दिला असताही एक खाट ठेवण्याइतकीच जागा जो पुरेशी मानतो, तो मनुष्य मुक्तच समजावा. असा हा मनुष्य निरासक्त तर असतोच पण पराकोटीचा संयमी असतो. जितेन्द्रियत्व असल्याशिवाय त्याला एवढे कमलपत्राप्रमाणे अलिप्त राहाता येणार नाही. विदेह राजाने अशा रीतीने तृष्णाक्षयाचा उपदेश करून पुढे म्हटले आहे की जगातील मोठ्यातले मोठे सुखदेखील तृष्णाक्षयातून निर्माण होणाऱ्या सुखाच्या पासंगालाही लागणार नाही.

वय वाढते, अनुभव वाढतो, तसे वार्धक्यामुळे इंद्रियांची शक्ती कमी होऊ लागते. सर्व इंद्रिये जीर्ण होऊ लागतात परंतु ही तृष्णा मात्र वय वाढले तरी जीर्ण होत नाही. खरे म्हणजे हा एक माणसाच्या मनाला जडलेला कायमचा रोगच आहे. ह्या रोगाचा नाश केला तरच आपल्याला सुख मिळू शकेल. कर्म तसे पाहिले तर मुळात शुद्धच आहे. ते बंधनकारक केव्हा होते तर ते जेव्हा आसक्त मनाने व काम्य बुद्धीने केले जाते तेव्हा! गीता रहस्यात टिळक म्हणतात - ''बंधन हा धर्म कर्माचा नसून मनाचा आहे, म्हणून व्यावहारिक कर्माच्या फलात आपली जी आसक्ती असते ती इंद्रियनिग्रहाने कमी कमी करून सदर कर्मे शुद्ध म्हणजे निष्कामबुद्धीने करीत गेल्याने हळूहळू साम्यबुद्धी रूप आत्मज्ञान देहेन्द्रियात मुरून जाते व शेवटी पूर्ण सिद्धी प्राप्त होते.'' (गीतारहस्य पृ. २९८).

'लोकहो, आत्मकल्याणासाठी तृष्णेचा क्षय करा' असे बजावणारा कोण होता? तर एक क्षत्रिय राजा होता. विदेह राजा! उपनिषदांचे परिशीलन केल्यास असे दिसेल की, अनेक ज्ञानी ब्राह्मण व ऋषी ब्रह्मज्ञान मिळविण्यासाठी क्षत्रिय राजाकडे गेलेले आहेत. ते राजे आत्मज्ञानी असून ब्रह्मविद्येचे रहस्य जाणणारे होते. ब्राह्मणच तपश्चर्या करून ब्रह्मसाक्षात्कार प्राप्त करीत होते असे नव्हे तर क्षत्रिय राजेदेखील आपल्या आदर्श आचरणाने व तपश्चर्येने साक्षात्कारी पुरुष झाले होते. प्रभु रामचंद्र हे तर सर्व राजांचे भूषण ठरावे असे आदर्श पुरुष होते. असे राजे असले तरच राम-राज्य प्रस्थापित करता येते. सॉक्रेटिसने म्हटले आहे -

All evils of the world would cease when kings would become philosophers and philosophers would become kings. (जेव्हा राजे तत्त्वज्ञानी होतील व तत्त्वज्ञानी पुरुष राजे होतील तेव्हा जगातील सारे अमंगल नाहीसे होईल.)

अनासक्ती व निर्ममत्त्व यासंदर्भात ब्रह्मदेशाच्या थिबा राजाची कथा अत्यंत रोचक आहे. जनकराजाप्रमाणे हा थिबा राजा हा आत्मज्ञानाविषयी प्रसिद्ध होता. एका रात्री एक

अहंकारी साधू त्याच्याकडे आला. राजाने त्याचे स्वागत केले. साधूने म्हटले, 'महाराज, आपली मोठी कीर्ती ऐकून मी आपल्याकडे आलो आहे. आपण राजे असल्याने राजवैभवात जगत आहात. सुखोपभोगाच्या ज्वालेत राहूनही आपण विरक्त राहू शकता यावर माझा विश्वास बसत नाही. मी कितीतरी वर्षे तपश्चर्या करीत आहे तरी मला आत्मज्ञान झाले नाही. तुम्हाला शक्य असेल तर यासंबंधी गुरूकिल्ली कोणती ते सांगा.' थिबा राजा किंचित हसला आणि म्हणाला – 'मी सध्या कामात आहे, आपल्या प्रश्नाचे उत्तर थोड्या वेळाने देईन. तोपर्यंत आपण हा दीप घेऊन जा आणि अंतःपुरातील वैभव पाहून या. पण हे ध्यानात ठेवा की हा दीप विझता कामा नये. दीप विझला तर आपण वाट तर चुकालच पण आम्हाला आपणास शोधून काढणेही कठीण जाईल.' साधू काही वेळाने परत आला. हातात दीप तेवत होता. राजाने विचारले, 'अप्सरांचे नृत्य, संगीत ह्यामुळे आपला वेळ चांगला गेला ना?' साधू म्हणाला – 'महाराज, मी खूप वेळ तेथे होतो; सगळे पाहात होतो पण माझे सारे लक्ष या दिव्यावर होते!' राजा म्हणाला – 'आता कळली ना आपल्याला आत्मदृष्टीची गुरूकिल्ली!'

(क्रमशः)

लेखांक : चौदावा

मोक्षाचे स्वरूप

मनुष्याचे जीवन सुख आणि दुःख यांनी व्यापलेले असते. सुखाचे दिवस जसे कायम राहात नाही तसेच दुःखही आजन्म भोगावे लागत नाही. सुख आणि दुःख ही एका पाठोपाठ येत असतात कारण ती आपल्या शुभाशुभ कर्मांचीच फळे होत.

यद्यत्प्रियं यस्य सुखं तदाहुः ।

तदेव दुःखं प्रवदन्त्यनिष्टम् ।। (महा. १२.१९४.१०)

इंद्र-बृहस्पतिसंवादात इंद्राने म्हटले आहे की ज्या मनुष्याला जे प्रिय व इष्ट असते ते सुख होय व जे अप्रिय, अनिष्ट असते ते दुःख होय असे विद्वान सांगतात. आपले जे सुख-दुःखरूप अनुभव असतात ते विषय व इंद्रिये यांच्या संयोगावर अवलंबून असतात. इंद्रियांची विषयाकडे ओढ असते. ती नैसर्गिकही आहे. इंद्रिय-विषय-संयोग हा जीवनातला अविभाज्य भाग आहे. जन्म झाला की बालक विविध क्रिया करते, कानांनी, डोळ्यांनी, जगातील पदार्थांचा अनुभव घेते. शब्द, रूप, रस, गंध व स्पर्श हे जरी इंद्रियांचे विषय म्हणून सारतः सांगितलेले असले तरी विषय या संज्ञेमध्ये जगातील सर्व वस्तू, व्यक्ती येतात. विषय हा स्त्री-वित्तादिकापुरताच मर्यादित नाही. सर्व विषयांबद्दल आपल्याला आसक्ती वाटत असते. आज मला हे हवे, उद्या मला हे मिळवायचे आहे व परवा त्याहूनही अधिक मिळवून मला खूपखूप सुख मिळवायचे आहे; पण अशारीतीने विषयांच्या मागे लागून सुखप्राप्ती होणार आहे काय, याचा कोणीच विचार करीत नाही. प्रपंच आम्हाला सुख देतो, विषय आम्हाला खराखुरा आनंद देतात. ही जी श्रद्धा आहे तीच मुळात चुकीची आहे. कारण कुबेराची संपत्ती मिळाल्यानंतरही माणूस असमाधानीच राहातो. पहिली गोष्ट अशी की विषय हे नश्वर आहेत. ज्या गुलाबाच्या फुलाने मला आनंद दिला ते एका दिवसात कोमेजणार आहे. ज्या माझ्या पाळलेल्या कुत्र्यापासून मला सुखसमाधान लाभते, तो काही दिवसांचाच सोबती असतो. विषय आपल्यापासून एकतर दुरावणार तरी असतात किंवा ते नष्ट तरी होणार असतात. जी आई आपल्यावर प्रेमाचा वर्षाव करते तीच विधिवशात् दुसरे लग्न करून गेली की आपले मातृसुख तेथेच संपते. म्हणून ज्यायोगे

शाश्वत सुख लाभेल यासंबंधी आपण विचार आणि चिंतन केले पाहिजे. पुष्कळ वस्तू मिळाल्या, पुष्कळ धनधान्य झाले किंवा पुष्कळ राजवाडे मालकीचे झाले म्हणजे पुष्कळ सुख मिळाले हा केवळ भ्रम आहे. कारण हे असे मन विषयावर आसक्त करून विविध भोगांच्या मागे धावणे म्हणजे पाणी मिळविण्यासाठी जन्मभर मृगजळाच्या मागे धावण्यासारखेच आहे. सामान्य माणसाचे जीवन असेच भोगाच्या जाळ्यात अडकून पडते आणि त्याला विचार करण्याचीही शुद्ध राहात नाही. जीवनाच्या सायंकाळी मात्र मृत्यूची अस्पष्ट प्रतिमा समोर दिसू लागताच त्याला जाणीव होते की संपूर्ण जीवन व्यर्थ प्रवासात संपून गेले. आपण स्वतः जीर्ण झालो पण आपली 'तृष्णा' मात्र जीर्ण झाली नाही.

भोगाः न भुक्ता वयमेव भुक्ताः
तपो न तप्तं वयमेव तप्ताः ।
कालो न यातो वयमेव याताः
तृष्णा न जीर्णा वयमेव जीर्णाः ।।

सुखाचा उपभोग तर घेतला नाहीच पण आम्हीच ह्या जीवनात भोगले गेलो. तप तर करू शकलो नाही पण प्रपंचातील दुःखांनी मात्र चांगलेच तापलो; आम्ही काळ घालवला नाही, काळानेच आम्हाला खाऊन टाकले आणि आमची 'तृष्णा' जीर्ण झाली नाहीच उलट आम्हीच (जरेने, व्याधीने) जीर्ण झालो. ही स्थिती मोठी शोचनीय आहे. ती टाळायची असेल तर परमार्थाचा विचार अत्यंत आवश्यक आहे.

परमेश्वर हीच आमची गती

संसारात घरदार, संपत्ती अशा बऱ्याच गोष्टी मिळाल्यावर असे वाटते की आता एवढे पुरे झाले, आता काही नको. नाही, असे सर्वसाधारणतः कोणालाच वाटत नाही. कारण मिळालेल्या सर्व वस्तू अपूर्णच वाटतात. मुळात विषय हा परिवर्तनशील, क्षणिक आणि अपूर्ण असा आहे. तेव्हा त्याचेपासून पूर्णत्वाचे समाधान कसे लाभणार? एका वेड्याच्या इस्पितळात १०० वेडे आहेत; त्यात आणखी ५०० वेडे आणून भरती केलेत तर त्यातून एक शहाणा निर्माण होईल, अशी जर कुणाची समजूत असेल तर ती बरोबर कशी म्हणता येईल? जो पदार्थ अपरिवर्तनशील (कूटस्थ) अविकारी असेल तोच पदार्थ नित्य. तसाच सत्य पदार्थ आहे. परमात्मा किंवा भगवंत हाच काय तो जगात सत्य आहे. तोच जगदाधार, जगन्नियन्ता व जगताचा आदि-मध्य व अन्त आहे आणि त्याचाच साक्षात्कार घडल्याने परम सुख, परम शान्ती व शाश्वत आनन्दाची प्राप्ती होऊ शकते. मनुष्याने विचार केला पाहिजे की, 'आपण कोण आहोत?', 'मी कोण?' व 'माझे

काय?' हे मूलगामी प्रश्न आहेत. माझी पत्नी, माझा भाऊ, माझा मुलगा, माझे घर ह्या गोष्टी जरी मनात दृढमूल झालेल्या असल्या तरी तात्त्विक दृष्ट्या खऱ्या अर्थाने आपले कोणीच नसते. ज्यांना आपण आपले म्हणतो ते फक्त काही काळ आपली सोबत करतात! सुभाषितकाराने दृष्टान्तरूपाने सांगितलेले आहे की, प्राण गेला असता कुठली व्यक्ती कुठपर्यंत सोबत करते. धन भूमीतच पुरलेले राहते. गाई-गुरं गोठ्यात, भार्या गृहद्वारापर्यंत येते, इतर आप्तजन स्मशानापर्यंत साथ देतात. देह चितेवर ठेवेपर्यंतच असतो. त्यानंतर परलोकमार्गावर फक्त आपलं कर्म बरोबर घेऊन जीव एकटाच पुढे प्रवास करतो.

धनानि भूमौ पशवश्च गोष्ठे । भार्या गृहद्वारि जनः स्मशाने ।
देहश्चितायां परलोकमार्गे । कर्मानुगो गच्छति जीव एकः ।।

भावनेचा स्पर्श होऊ न देता तर्क कर्कश्श्य विचार करून ह्या गोष्टीचे मर्म ध्यानात घ्यावे लागते. आत्मकल्याण साधण्यासाठी स्वतःलाच प्रयत्न करावे लागतात. त्यात भार्या किंवा माता काहीही साहाय्य देऊ शकत नाही. त्यांचा ऋणानुबंध होता म्हणून त्या या स्वरूपात आपल्या जीवनात आल्या पण परमार्थाचा खडतर मार्ग आपल्या पायानेच चालायचा आहे. म्हणून ईश्वराला शरण जाणे व तूच माझे सर्वस्व, आई, भाऊ, पिता, त्राता आहेस असे समजून त्याची आराधना करणे हेच निश्रेयस किंवा मोक्ष प्राप्त करण्याचे साधन होय. शंकराचार्यांनी म्हणूनच म्हटले आहे -

न तातो न माता न बन्धुर्न दाता
न पुत्रो न पुत्री, न भृत्यो न भर्ता ।
न जाया न विद्या न वृत्तिर्ममैव
गतिस्त्वं गतिस्त्वं त्वमेका भवानि ।।

हे भवानी देवी, आई, बाप, बंधु, भार्या असे दुसरे कोणी, तुझ्याशिवाय मला संबंधी नाही, तूच मला सर्वस्व आहेस, तूच माझा आधार आणि तूच मला तारणारी आहेस !

कर्मगती -

शांतिपर्वांत मनुबृहस्पति संवादात ह्या परमेश्वराच्या स्वरूपाबद्दल आलेले विचार मननीय आहेत. सर्व जगाच्या बुडाशी हे जे परमतत्त्व आहे त्याच्या प्राप्तीसाठी कोणता उपाय आहे ? वेदान्तर्गत जो कर्मविधी आहे त्याने ह्या परमतत्त्वाची प्राप्ती होईल काय ? की उपनिषदांत प्रतिपादिलेल्या ज्ञानयोगाच्या साहाय्याने त्याचा साक्षात्कार होईल ? अशा स्वरूपाची चर्चा प्राचीन ग्रंथातून आढळते. शांकरभाष्यातही पहिल्या अध्यायाच्या पहिल्या पादात यासंबंधी विवेचन आहे. कर्मविधीचे फळ हे साध्य अशा स्वरूपाचे असते. त्याने

ऐश्वर्यप्राप्ती तसेच स्वर्गप्राप्तीसारखे फळ मिळू शकते परंतु परमात्म्याचे ज्ञान म्हणजेच ज्याला आपण मोक्षावस्था किंवा ईश्वरात लीन होणे म्हणतो – ते मिळणे शक्य नाही. कारण परमात्मा म्हणजेच परब्रह्म. हे तत्त्व अविकारी, शुद्ध, मुक्त व नित्यसिद्ध असे आहे. त्याला ज्ञानयोगाचीच आवश्यकता आहे. मोक्षधर्मपर्वात आलेल्या या संवादात याच विचारांचा व परमतत्त्वाच्या सगुण–निर्गुण स्वरूपाचा पाठपुरावा केलेला आढळतो.

गीतेत सांगितल्याप्रमाणे कर्म मुळात सदोष नाही. कर्म शुद्धच आहे. परंतु, ज्यावेळी आपण ते कर्म निःस्वार्थ बुद्धीने, कर्तव्यबुद्धीने न करता, काम्यबुद्धी ठेवून फलासक्तीच्या भावनेने करतो, तेव्हा ते कर्म बंधनकारक ठरते. कर्मापासून शाश्वत फलप्राप्ती होण्याचे (म्हणजेच परमेश्वर प्राप्ती) साधन म्हणजे अंतःकरणाने कर्मफलाचा त्याग करणे हे होय.

दृष्टं कर्म शाश्वतं चान्तवच्च ।
मनस्त्यागः कारणं नान्यदस्ति ।। (महा. १२.१९४.१२)

कर्म दोन प्रकारचे आहे – एक ब्रह्मज्ञानरूपी शाश्वत फल देणारे व दुसरे अन्तवत् म्हणजे अनित्य असे क्षुद्र फल देणारे. रात्रीच्या शेवटी तमोमुक्त अशा चक्षूला काटे, सर्प, विहीर इत्यादींना टाळून मार्ग शोधता येतो. त्याप्रमाणे विवेक उत्पन्न झाला म्हणजे बुद्धीला शुभ कोणते, अशुभ कोणते, हे कळते व त्याप्रमाणे निष्कामकर्म आचरता येतो. कर्मफल हे त्रिगुणात्मक असते व कर्मफलाचा भोक्ता हाही त्रिगुणात्मकच असतो. कर्मविधीच्या सहाय्याने मिळणारा जो स्वर्गलोक त्याची प्राप्ती झाली की उत्कृष्ट रूप, रस, गंध इत्यादी फलरूपाने प्राप्त होतात म्हणजे स्वर्गातील ऐश्वर्य व देवांची सुखे प्राप्त होतात. पण ते मिळवायला शरीराचा त्याग (म्हणजेच मृत्यू) व्हावा लागतो. ह्याच शरीराने ती अवस्था भोगता येत नाही. पण मोक्षावस्थेचे स्वरूप सर्वथैव भिन्न आहे. एक तर ती परमसौख्याची अवस्था नित्य अशी असते, तिजपासून जीव ढळत नाही. तो सर्व पाशातून कायमचा मुक्त होतो व पुन्हा म्हणून तो जन्म–मृत्यूच्या चक्रात येऊन पडत नाही. तसेच ही महान आल्हाददायी मोक्षावस्था ह्या जगात जिवंतपणी भोगता येते. त्या व्यक्तीला 'जीवन्मुक्त' म्हणतात. मृत्यूनंतरच ती मिळते असे नव्हे. शरीरद्वारा जे कर्म करावयाचे त्याचे फल सुख–दुःखरूपी असते व हे फल शरीराच्या सहाय्यानेच भोगता येते. कारण सुख–दुःखाचे 'आयतन' (आश्रयस्थान) शरीरच आहे. पण मोक्ष म्हणजे आत्मस्वरूप प्राप्ती असल्याने व ती शरीराच्या योगाने उपभोगता येणार नसल्याने, ती मोक्षप्राप्ती शारीर कर्मापासून होऊ शकत नाही. उपनिषदांत आत्मस्वरूप प्राप्तीचे जे लक्षण सांगितले आहे ते असे की, जगत्कारण जे परब्रह्म ते जाणल्याशिवाय, त्याची अनुभूती करून घेतल्याशिवाय मुक्ती मिळत नाही. ब्रह्माची प्राप्ती करणे म्हणजे ब्रह्माचे ज्ञान प्राप्त करणे. ब्रह्माचे ज्ञान होताच साधकाला 'इदं सर्व यदयमात्मा ।' (बृ. २–४–६) 'अहं ब्रह्मास्मि' (बृ. १–४–१०)

अशी जाणीव होते व तो त्या ब्रह्मरूपी तत्त्वाशी एकरूप होतो. त्याचे वेगळे असे अस्तित्व राहात नाही. कारण ब्रह्मामध्ये अद्वैत आहे. ज्ञाता, ज्ञेय, ज्ञान किंवा कर्ता, कर्म, विषय अशा तऱ्हेचे द्वैत किंवा अशा तऱ्हेचे भेदज्ञान तेथे नसते. मोक्ष मिळाला म्हणजे साधक ब्रह्मरूप होऊन गेल्याने त्या ठिकाणी सर्वव्यापी ब्रह्मतत्त्वच फक्त राहाते. त्या ठिकाणी कोण कोणाला पाहील, कोण कोणाला जाणील ?

'यत्र त्वस्य सर्वमात्मैवाभूत्तत्केन कं पश्येत् केन कं विजानीयात्'

(बृ. ४-५-१५)

जेव्हा ब्रह्माचे ज्ञान होते. तेव्हा तो साक्षात्कार म्हणजे ब्रह्मीभवनच होय. मुण्डकोपनिषदात स्पष्टच म्हटले आहे -

'ब्रह्म वेद ब्रह्मैव भवति ।।' (मु. ३-२-९)

(जो ब्रम्हा जाणतो तो ब्रह्मरूप होतो.)

फलाशेचा त्याग

पूर्वकर्माच्या प्रभावानुसार मनुष्य जीवनात सुख-दुःखादी फले भोगतो. पाण्यात पडलेला मत्स्य, मार्गाने जात असता, पाण्याच्या किंवा प्रवाहाच्या धारेच्या वेगाने जसा दुसरीकडे ओढून नेला जातो. त्याप्रमाणे पूर्वीचे कर्म हेही संसारात पडलेल्या प्राण्याकडे येऊन त्याला कर्मानुरूप वेगळ्या (इष्टानिष्ट) मार्गाला नेते. पण वर म्हटल्याप्रमाणे विवेकशक्तीच्या साहाय्याने माणसाला शुभ म्हणजे (सदाचारयुक्त) कर्म कोणते व अशुभ कोणते हे ठरविता येते व त्यानुसार आपले कल्याण साधता येते. कर्मफलाचा त्याग म्हणजेच फलाशाविरहित कर्म आचरणे ! फलाशेचा त्याग अतिशय कठीण आहे. कारण कुठल्या ना कुठल्या फळासाठीच कर्म हाती घेतले जाते. परंतु, कर्म पुण्यप्रद करायचे असेल तर फलाशेचा त्याग व्हायलाच हवा. निःसंगवृत्तीने, फलाशाविरहित कर्म सतत करीत राहाणे ही एक तपश्चर्याच म्हणावी लागेल. कारण कर्म हे एकदाच करायची गोष्ट नसून ते प्रतिदिन, प्रतिक्षणी करावेच लागते. हेच कर्म करण्यातले कौशल्य साधलेत की व्यक्ती कर्मयोगी होते.

योगः कर्मसु कौशलम् । (गीता २.५०)

हा फलाशेचा त्याग जाणीवपूर्वक, डोळसपणे केला पाहिजे. त्याग भयापोटी केला जातो, अगतिक होऊन केला जातो पण त्याला अर्थ नाही. एक श्रीमंत व्यापारी नावेतून एक मोठी नदी पार करीत होता. नावेच्या काठाशी बसलेला असल्याने हालचाल करताना त्याच्या गुढ्यातील एक सोन्याचे नाणे नदीच्या पात्रात पडले. पाणी फार खोल होते. ते नाणे परत मिळणे शक्य नव्हते. तो व्यापारी भाविक होता; त्याने लगेच त्याच नदीचे

पाणी हातात घेतले आणि म्हटले – 'श्रीकृष्णार्पणमस्तु।' ह्याला काय त्याग म्हणायचे ?

माणूस तीर्थयात्रेला गेला असता पंड्या त्याला सांगतो की, पुण्यप्राप्तीसाठी एखाद्या गोष्टीचा त्याग करा. त्यावेळी जो मनुष्य पान खात नाही त्याने जर पान सोडले तर त्याला कोणता त्याग म्हणायचा? त्याग केला तो महाभारतातील साध्वी गांधारीने ! ती बोहोल्यावर चढली तेव्हा तिला कळले की तिचा विवाह अंध अशा पतीशी होतो आहे. तिने आपले दैव मान्य केले. विवाह हा जन्मजन्मांतरीचे पवित्र बंधन मानण्याचा तो काळ होता. तिने प्रेमाने विवाहमाला धृतराष्ट्राच्या गळ्यात टाकली आणि त्याक्षणी तिने एका वेगळ्याच कर्तव्याला बांधून घेतले. तिने आपल्या डोळ्यांवर जन्मभरासाठी एक कापडाची पट्टी बांधून घेतली आणि जे दृष्टीसुख पतीला मिळत नव्हते त्या दृष्टीसुखाचा तिने कायमचा त्याग केला ! भीष्माचार्यांचेही त्यागाचे दुसरे एक ज्वलंत उदाहरण आहे. पित्याच्या सुखासाठी त्यांनी आपल्या हक्काच्या राज्यावर पाणी सोडले व आपला पुत्र गादीवर येण्याची शक्यता आहे अशी भीती व्यक्त होताच त्यांनी आजन्म ब्रह्मचर्याची अभूतपूर्व प्रतिज्ञा घेतली. उच्च ध्येयाने प्रेरित होऊन ह्या महान व्यक्तींनी हा जो स्वसुखाचा त्याग केला तो खरा त्याग होय !

ह्या साधनाने ज्या परमतत्त्वाचा साक्षात्कार होऊ शकतो त्या तत्त्वाचे स्वरूपही व्यासांनी ह्याच अध्यायात संक्षेपाने मांडले आहे. जितेन्द्रिय व ज्ञानी पुरुष ज्या तत्त्वात विलीन होतात व ज्यापासून हे सर्व जग निर्माण झाले ते परमतत्त्व (परब्रह्म) इंद्रिय ग्राह्य नाही. सांख्यांच्या प्रधानाप्रमाणे ते लोहित, शुक्ल अथवा कृष्ण वर्णाचे नाही. ते अतींद्रिय असून रूप, रस, गंधादींचा त्याला संपर्क नाही. ते स्त्री नाही, ते पुरुष नाही अथवा नपुंसकही नाही. ते लौकिकात सत्तामय भासणारे प्रधान अथवा परमाणू इत्यादी नसून शून्यरूपी असतदेखील नाही. ब्रह्मवेत्त्या पुरुषांना ज्याचा साक्षात्कार होतो ते तत्त्व होय. नाश न पावणारे असे ते 'अक्षर' तत्त्व होय.

न स्त्री पुमान्नापि नपुंसकं च । न सन्न चासत्सदसच्च तन्न ।
पश्यन्ति यद्ब्रह्मविदो मनुष्यास्तदक्षरं न क्षरतीति विद्धि ।।

(महा. १२.१९४.२४)

(क्रमशः)

◆◆

लेखांक : पंधरावा

पराशर-गीता-असंग हे साधन

मनुष्यजन्म हा अत्यंत दुर्लभ आहे व त्याच्या साहाय्यानेच माणसाला पारमार्थिक कल्याण साधता येते, असा विचार महाभारतात आवर्जून मांडला आहे. ब्रह्मदेवाने हंसाचे रूप घेऊन जो उपदेश केला आहे त्यात असे म्हटले आहे की, मनुष्यजन्माहून श्रेष्ठ असे त्रैलोक्यात काहीही नाही. (महा. १२.२८८.२०). तसेच शांतिपर्वात व्यासांनी केलेल्या शुकोपदेशात हेच सांगितले आहे की, जिवाला अनेक देह घेता घेता मोठ्या कष्टाने मनुष्यजन्माचा लाभ होतो व म्हणून त्याचा सदुपयोग करून घेतला पाहिजे, सुखलोलुप होऊन त्याची माती करता उपयोगी नाही. मनुष्यजन्माच्या महतीसाठी व्यासांनी शान्तिपर्वात एके ठिकाणी असे लिहिले आहे की चांडाळाचा जन्म मिळाला तरी समाधान मानावे, कारण मनुष्य जन्म मिळाला हाच खरा मोठा लाभ आहे. चौऱ्याऐंशी लक्ष योनींमध्ये मनुष्य योनी हीच अशी पहिली योनी आहे की तीमध्ये आले असता शुभकर्माच्या योगाने मनुष्याला आत्मतारण करता येते.

इयं हि योनिः प्रथमायां प्राप्य जगतीपते ।
आत्मा वै शक्यते त्रातुं कर्मभिः शुभलक्षणैः ।।

(महा. १२.२८६.३२)

शुकास उपदेश

मनुष्यजन्म दुर्लभ तर खराच पण तोही क्षणजीवी, क्षणभंगुर असल्याने माणसाने मुळीही वेळ न दवडता, आपल्या पारलौकिक कल्याणासाठी धर्ममार्गाचा अवलंब ताबडतोब केला पाहिजे. व्यासांचा पुत्र शुक हा चोवीस वर्षांचा झाला असता त्यांनी त्याला मनुष्यजन्माचे सार्थक करण्यासाठी जो बहुमोल उपदेश केला आहे तो प्रत्येकालाच उद्बोधक ठरण्यासारखा आहे. त्यात म्हटले आहे की, मनुष्याचे आयुष्य पाण्यावरील बुडबुड्याप्रमाणे क्षणभंगुर आहे, जीव झाडावर बसलेल्या पोपटाप्रमाणे अस्थिर, क्षणिक आहे. तसेच प्रियजनांचा सहवास अनित्य असताना शुक कसा काय झोपेत निमग्न आहे?

अहःसु गण्यमानेषु क्षीयमाणे तथाऽऽयुषि ।

जीविते शिष्यमाणे च किमुत्थाय न धावसि ।। (महा. १.२.३०९.८)

एक एक दिवस जातो तसे आयुष्य कमी कमी होत असताना तू खडबडून उठून आत्मकल्याणासाठी धाव का घेत नाहीस? ज्याप्रमाणे रेशमाचा किडा आपणच तयार केलेल्या तंतुजाळामध्ये स्वतःस गुरफटून घेतो व तो बाहेर पडू शकत नाही. त्याप्रमाणे मनुष्य स्वकर्माच्या योगाने या भवसागरात आपल्याला अडकवून घेत असतो. मृत्यू माणसाच्या पाळतीवरच असतो; तो केव्हा झडप घालील हे सांगता येत नाही, म्हणून जागे होऊन हा भवसागर धर्माचरणाच्या नौकेने तरून जाणे योग्य होय. (धर्मपोतेन संतर) माता, पुत्र, प्रियव्यक्ती, अन्य बांधव यांपैकी कोणीही मरणाचे संकटात त्याच्याबरोबर येत नाहीत. मृत्यू ओढवला असता त्याच्यासमवेत परलोकी येत असतात ती फक्त त्या माणसाची शुभाशुभ कर्मे! आपल्या इहलोकातील कर्माबद्दल अंतरात्म्याशिवाय कोणीही साक्षीदार नाही. भरधाव धावणाऱ्या अश्वाप्रमाणे काळ पुढे चालला आहे. मनुष्यजन्म वाया घालवायचा नसेल तर वेळ फार थोडा आहे. उद्याचे कार्य आज करावे, तिसऱ्या प्रहरी करावयाचे काम सकाळीच आटोपून घ्यावे. कारण मृत्यू ह्या माणसाचे काम पुरे झाले आहे की नाही, ह्याची वाट पाहात नाही.

श्वः कार्यमद्य कुर्वीत पूर्वाह्णे चापराण्हिकम्।

न हि प्रतीक्षते मृत्युः कृतंवाऽस्य न वाऽकृतम् ।।

(महा. १२.३०९.७२)

नास्तिक, निर्दय व दुष्ट लोकांच्या सावलीसदेखील माणसाने उभे राहू नये; निरलसपणे मनुष्याने कैवल्यप्राप्तीचा प्रयत्न करावा. याप्रमाणे सर्व लोक मृत्यूने ग्रासून पीडिले असल्यामुळे, अलौकिक धैर्य धरून व सर्व बळ एकवटून माणसाने धर्माचरण केले पाहिजे. व्यास म्हणतात की, महत्प्रयासाने लाभलेला मनुष्यजन्म हा स्वर्गाला जाण्याचा जिना आहे; त्या जन्मात परमात्म्याकडे असे ध्यान लावावे की पुन्हा (कैवल्यप्राप्तीनंतर) स्थानच्युत होण्याची वेळ येऊ नये. (मानुष्यं सोपानभूतं स्वर्गस्य ।) (महा. १२.३०९.७९)

कर्माचा परिपाक

हा दुर्लभ मनुष्यजन्मदेखील पूर्वीच्या पुण्यप्रद कर्मांमुळेच मिळतो; म्हणूनच ह्या जन्मातसुद्धा भविष्यातील कल्याणासाठी शुभकर्मांचीच कास धरली पाहिजे. पृथ्वीवर मिळालेला मनुष्यजन्म म्हणजे आत्मोद्धाराची महान संधी होय! भीष्मांनी युधिष्ठिराला सांगितले की, मनुष्याचे कर्म सावलीप्रमाणे त्याचा पाठपुरावा करते. मनुष्य जरी शीघ्र गतीने धावत सुटला तरी त्या मनुष्याचे कर्म त्याची पाठ सोडीत नाही.

येन येन यथा (यद्यत्पुरा) कर्म सुनिश्चितम् ।
तत्तदेवोत्तरं भुङ्क्ते नित्यं विहितमात्मना ।। (महा. १२.१७४.१०)

ज्या ज्या प्रकारची कार्ये मनुष्य आधी करून ठेवतो, तद्नुरूप बरी-वाईट फळे पुढे त्याची त्याला केव्हातरी भोगावी लागतात. कोणाचीही दृश्य प्रेरकशक्ती नसताना फुले व फळे बिनचूक येतात आणि कधीही आपला हंगाम पुढे-मागे होऊ देत नाहीत, त्याप्रमाणे मनुष्याचे पूर्वसंचित ते भोगण्याची वेळ आली म्हणजे दत्त म्हणून पुढे उभे राहते. कर्माचा परिपाक यादृष्टीने लाभ-हानी किंवा उन्नति-अधोगती ही जी जीवनात येणार असतात त्यांना कोणी प्रतिबंध करू शकत नाही. गर्भामध्ये असल्यापासूनच मनुष्य पूर्वजन्मी केलेल्या कर्मांची फळे भोगीत असतो. प्राक्तनामुळे म्हणजे पूर्वकर्मांमुळे योगक्षेम म्हणजे ती ती परिस्थिती व जीवन आपल्याला लाभते.

सर्वाणि कर्माणि पुरा कृतानि । शुभाशुभान्यात्मनो
यान्ति जन्तोः । उपस्थितं कर्मफलं विदित्वा ।
बुद्धिं तदा चोदयतेऽन्तरात्मा ।। (महा. १२.२८७.३९)

मनुष्याला आपल्या पूर्वकर्मानुसारच या जन्मी सर्व काही मिळत असते याविषयी अनेक उल्लेख सापडतात. पराशरगीतेत स्पष्ट म्हटले आहे की पूर्वजन्मी केलेल्या शुभ-अशुभ कर्माच्या प्रमाणात माणसाला रूप, सुवर्ण, पशू, संतती, कुल इत्यादी सर्व प्राप्त होतात.

स्वरूपतामात्मकृतं च विस्तरं । कुलान्वयं द्रव्यसमृद्धिसंचयाम् ।
नरो हि सर्वो लभते यथाकृतं । शुभाशुभ्मेनात्मकृतेन कर्मणा ।।
(महा. १२.२८७.४४)

याच कर्मसिद्धांताचा पाठपुरावा करणारा विचार आपल्याला संगम-नारद संवादातही आढळून येतो. युधिष्ठिराच्या प्रश्नाला उत्तर देताना भीष्मांनी हा संवाद त्याला ऐकवला आहे. नारदांनी संगमाला विचारले – 'तू नेहमी आनंदी दिसतोस; तुझे ठिकाणी यत्किंचितही खिन्नता दिसत नाही. तू नित्य समाधानी वृत्तीचा व शांत दिसतोस, हे कसे काय?' संगमाने आपल्या शांत व स्थितप्रज्ञ वृत्तीचे रहस्य सांगितले. तो म्हणाला, 'भूत, भविष्य व वर्तमान या तिन्ही काळांचे रहस्य मी जाणतो, त्यामुळे मी विमनस्क होत नाही. जगात विद्वान, आंधळे, वेडे, श्रीमंत, गरीब अशा सगळ्यांचा योगक्षेम चालतो. तो त्यांच्या प्राक्तनामुळेच! आमच्या प्राक्तनामुळे आमचा योगक्षेम चालतो. लोकांत जी विषमता आढळते,कोणी बलवान तर कोणी दुर्बल हेही सर्व पूर्वार्जिताचेच फळ होय.

सहस्रिणोऽपि जीवन्ति शतिनस्तथा ।
शोकेन चान्ये जीवन्ति पश्यास्मानपि जीवतः ।। (महा. १२.२७५.९)

सहस्राधीश या जगात जगतो, तसेच शताधीशही (शेकड्याचा मालक) जगतो; काही अन्य लोक शाक म्हणजे नुसत्या भाजीपाल्यावर जीवन कंठतात. (दारिद्र्यामुळे). याच प्रकारे आपापल्या प्राक्तनानुरूप माणसे जगत असतात. हे प्राक्तन म्हणजेच पूर्वजन्मीचे कर्म होय. संगमाला मनःशांती लाभली याचे कारण त्याच्या मते सुख काय किंवा दुःख काय ही कायमची नसतात, ती ऊन-सावलीप्रमाणे येत-जात असतात; त्यामुळे त्याने त्यांची पर्वा केली नाही. त्याला अपार संपत्ति मिळाली तरी हर्ष होत नाही व सर्व द्रव्यनाश झाला तरी खेद होत नाही. कारण त्याचा अगदी दृढ विश्वास आहे की परलोकी शांती देण्यास समर्थ असे एक शील (चारित्र्य) च काय ते आहे.

परत्र शीलेन तु यान्ति शांतिम् । (महा. १२.२७५.१५)

शोक, भय, उन्मत्तपणा किंवा मोह व तज्जन्य सुख-दुःखे या गोष्टींकडे तो केवळ एखादा खेळ पाहाणाऱ्या प्रेक्षकाप्रमाणे म्हणजे साक्षीप्रमाणे पाहतो. तो स्थितप्रज्ञाप्रमाणे निर्भय व शांत राहू शकतो. याचे कारण त्यांनी तीव्र तप केले आहे व त्यामुळेच त्याला हे रहस्य समजले आहे.

'असंग' हेच कल्याणाचे साधन

पराशरगीतेत असे म्हटले आहे की, मानवाला आपल्या हातून घडलेल्या बऱ्या-वाईट कर्मानुसार गती भोगावी लागते व जन्म-मरणाचे फेरेही सहन करावे लागतात. गती तीन प्रकारच्या सांगितलेल्या आहेत. अधोगती, तिर्यग्गती व परागती म्हणजे स्वर्गगती. जो ज्ञाता असतो त्याला आपल्या सुकृताच्या बळाने परागती प्राप्त होते. अज्ञानी असतील त्यांचे आत्म्यास कर्मतारतम्याने अधोगती किंवा तिर्यग्गती मिळत असते. पराशराने सूत्ररूपाने आत्मोन्नतीसाठी असा उपदेश केला आहे की 'असंग' हे सर्व कल्याणाचे मूळ आहे. कशाचाही संग न करणे, मनाला कशाचीही आसक्ती वाटू न देणे, अंतःकरण अलिप्त ठेवणे हाच कल्याणाचा मार्ग आहे. (महा.१२.२८७.३) भगवद्गीतेतही पंधराव्या अध्यायाच्या सुरुवातीला जो ऊर्ध्वमूल असलेला व खाली ज्याच्या शाखा आहेत असा अश्वस्थ वृक्ष वर्णिला आहे तो हा नश्वर 'संसार वृक्ष' आहे. त्याला छेदून, त्याच्या पाशातून मुक्त व्हायचे असले तर 'असंग'रूपी शस्त्र वापरून तो कापला पाहिजे म्हणजे मग 'परमपदाचा' शोध घेता येतो आणि ते पद म्हणजे मुक्तिरूपी स्थान आहे की जे प्राप्त झाले असता तेथून परत या वृक्षापर्यंत कोणी येत नाही.

अश्वत्थमेनं सुविरूढमूलं, असंगशस्त्रेण दृढेन छित्वा ।
ततः पदं तत्परिमार्गितव्यं, यस्मिन्गता न निवर्तन्ति भूयः ।।

(गीता १५.३-४)

ज्यावेळी साधक अधर्ममय पाश तोडून धर्मामध्ये रममाण होतो आणि प्राणिमात्रास अभयदान देतो. (त्यांच्यावरही दया दाखवून जगतो.) त्यावेळी त्याला परमगती (मोक्ष) प्राप्त होते. बुद्धिमान म्हणजेच विषयासक्तिशून्य असा मनुष्य जरी विषयांच्या भरबाजारात जाऊन बसला तरी तो अलिप्तच राहातो पण विषयासक्त पुरुष मात्र विषय संन्निध नसले तरी त्यांच्यात (चिंतनात) गढून गेल्यासारखा असतो.

पाणी ज्याप्रमाणे कमलपत्राला चिकटू शकत नाही, त्याप्रमाणे शहाण्याला, ज्ञानी-विवेकी पुरुषाला (त्याच्या संयमीपणामुळे) अधर्म चिकटू शकत नाही. याउलट, जो मूर्ख आहे त्याला लाख लाकडाला चिकटावी त्याप्रमाणे अधर्म अधिकाधिक चिकटत जातो. म्हणूनच पुरुषाला आज जरी मोक्षाची वाट उघड दिसत नसली तरी गुरूच्या उपदेशानुसार धर्माचरण करीत असावे; ज्याप्रमाणे नेत्रहीन मनुष्य सवयीचे बळावर घरभर नीट वावरतो त्याप्रमाणे हा पुरुषही धर्म मार्गावर सतत चालून मोक्ष मिळवू शकेल.

यथान्धः स्वगृहे मुक्तो ह्यभ्यासादेव गच्छति ।
तथा युक्तेन मनसा प्राज्ञो गच्छति तां गतिम् ॥

(महा. १२.२८७.१८)

यातून हे स्पष्ट होते की धर्माचरण किंवा सत्कृत्य करणे किंवा नीतीने वागणे हे सातत्याने झाले पाहिजे; त्याची सवय जडली पाहिजे म्हणजे अभ्यास घडून मनुष्य आपोआपच सन्मार्गावर राहील.

जीव अज्ञानरूपी धुक्यात गुरफटलेला असतो. तो आपल्या स्वतःच्या मूळ स्वरूपालाच विसरलेला असतो. त्याला हा विसर पडल्याने असा भ्रम निर्माण होतो की देह, इंद्रिये ही आपणाहून भिन्न नसून, ती व आपण एकच आहोत. अज्ञानवशात् तो जीव विषयासक्त होतो व जात्यन्धाला जसा मार्ग दिसत नाही तसा त्याला मुक्तीचा मार्ग दिसत नाही. मन फार चंचल आहे आणि त्यात एकसारखे विषयविषयक तरंग उठत असतात. ज्या व्यक्तींची मने अनेक प्रकारच्या विषयप्रेमरूपी पाशांनी जखडली आहेत व ज्या अशा व्यक्ती अज्ञानात गढलेल्या आहेत त्या नदीत बांधलेल्या वाळूच्या घराप्रमाणे नाश पावतात. विषयासक्त पुरुषाला आत्महित कळत नाही; तो त्या मोहजालातच गुंतून राहतो व गळास लावलेल्या आमिषाच्या लोभाने ज्याप्रमाणे मासा ओढला जातो, त्याप्रमाणे हा मनुष्य क्षणभंगुर व हानिकारक अशा विषयोपभोगाकडे ओढला जातो. म्हणून मन शुद्ध केले पाहिजे; त्यावर अंकुश ठेवला पाहिजे. तुकाराम महाराज म्हणतात –

मन करा रे प्रसन्न । सर्व सिद्धीचे कारण ॥

सत्कर्माची शिदोरी

पराशरगीतेत पुढे मार्मिकपणे असे सांगितले आहे की मित्रवर्ग, नातेवाईक एवढेच काय पण आई-वडीलदेखील, परमार्थाच्या दृष्टिकोनातून बघता, आपणास काहीही देऊ शकत नाहीत. आपणच आपल्या मार्गावर एकटे चालत असतो. आपणच आपला उत्कर्ष करून घेतो व आपणच आपल्या अवनतीला कारणीभूत होतो. परलोकाच्या मार्गाला निघालो असताना आपले माता-पिता आपल्याला साहाय्य करू शकतात काय? आपल्या हातून काही पातक घडले असल्यास त्याचे परिमार्जन करू शकतात काय? नाही. त्याचे परिमार्जन करणे अथवा त्याची पुढील जन्मी शिक्षा भोगणे हे आपल्यालाच करावे लागते.

न माता न पिता किञ्चित् कस्यचित्प्रतिपद्यते ।
दानपथ्योदनो जन्तुः स्वकर्मफलमश्नुते ॥

(महा. १२.२८७.३७)

एक मात्र आहे की परलोकाच्या मार्गावर निघालो असताना आपण जे काही पूर्वी दान केले असेल (जी काही सत्कर्मे अथवा परोपकारी कृत्ये केली असतील) तेच तेवढे आपणास 'शिदोरी'प्रमाणे वाटेत उपयोगी पडते. (पथ्योदन म्हणजे शिदोरी) ही शिदोरी जेवढी म्हणून बलवत्तर करता येईल तेवढी चांगली! त्यावरच पारलौकिक कल्याण अवलंबून आहे आणि त्यावरच पुढील जन्मातील सुख-दुःखे अवलंबून आहेत. ही धर्माची शिदोरी एवढी शक्तिशाली आहे की ती जिवाला पाशमुक्त करून परमेश्वरापर्यंत पोहोचवू शकते.

(क्रमशः)

लेखांक : सोळावा

धर्म 'मानस' स्वरूपाचा

महाभारतात जे विचारधन आपल्याला सापडतं त्याला खरोखर काही अंत नाही. मनुष्य जीवनाला वेढणाऱ्या ज्या ज्या गोष्टी आहेत त्या सर्व गोष्टींचा विचार या ग्रंथात आलेला आहे. त्याला 'खरा जीवनग्रंथच' म्हटले पाहिजे. संस्कृतात एक सुभाषित आहे.

गगनं गगनाकारं सागरः सागरोपमः ।
राम-रावणयोर्युद्धं रामरावणयोरिव ।।

गगन कोणासारखं आहे? तर गगनासारखचं; त्याला गगनाचीच उपमा द्यावी लागेल. सागराला सागराचीच व राम-रावण यांच्या युद्धाला (ते अलौकिक, अवर्णनीय असल्याने) राम-रावणयुद्धाचीच उपमा द्यावी लागेल. याच धर्तीवर महाभारतासंबंधी हेच म्हणावे लागते की महाभारत हे महाभारतासारखेच होय!

शांतिपर्व हेच ज्ञानपर्व

महाभारत एकलाख श्लोकांचे असल्याने (शतसाहस्री संहिता) व त्यात मानवाला हितकर असे अगाध ज्ञान साठविलेले असल्याने त्या ग्रंथराजाला 'पञ्चमः वेदः' अशीही संज्ञा आहे. 'उद्योगपर्व' नावाच्या आठव्या पर्वाला जरी 'महाभारताचे सार' मानलेले असले तरी सर्वश्रेष्ठ तत्त्वज्ञान, धर्माचा सांगोपांग विचार व नीतिविषयक सखोल विवेचन शांतिपर्वात प्राधान्याने येत असल्याने ज्ञानसंग्रहरूपी शांतिपर्वच महाभारताचे 'सार' मानायला हवे. युद्ध संपल्यानंतर युधिष्ठिराने राज्याची धुरा उत्तम रीतीने वाहाण्यासाठी, कृष्णाच्या सल्ल्यानुसार, रणभूमीवर शरशय्येवर विराजमान झालेल्या इच्छामरणी भीष्मांकडून सर्व प्रकारचे ज्ञान प्राप्त करून घेतले. पितामह भीष्म जसे धनुर्धरांमध्ये सर्वश्रेष्ठ होते तसेच ते महाज्ञानी होते. म्हणून कृष्णाच्या मार्गदर्शनानुसार राजा युधिष्ठिराने त्यांच्याशी शिष्य या नात्याने रोज जाऊन संवाद केला व त्यातून भीष्मपितामहांनी जो उपदेश केला आहे तो धर्मविचाराने ओतप्रोत भरलेला असून युधिष्ठिरालाच नव्हे तर अखिल मानवजातीला उद्‌बोधक, उत्कर्षकारक व अत्यंत कल्याणप्रद झाला आहे!

ज्ञानेश्वरमहाराजांनी महाभारताची प्रशंसा करताना त्याला 'सकळ कथांचे जन्मस्थान' तर म्हटले आहेच पण 'की अभिनव उद्यान । विवेकतरूंचे ।' असे म्हणून विवेकवृक्षांची उपमा दिली आहे. ह्याच उपमेच्या संदर्भात बोलायचे झाले तर 'शांतिपर्वाला' विवेकवृक्षांच्या उद्यानातील फुलांचा बहर म्हटले पाहिजे. भीष्मचरित्राला भूषणभूत ठरणारे असे हे पर्व आहे. भीष्मांनी उत्तरायणात प्राणत्याग करण्याचे ठरविले हे जगावर मोठे उपकार केले म्हणायचे! अन्यथा जग ह्या ज्ञानाच्या ठेव्याला मुकले असते. भीष्मांच्या अंगी प्रताप व ज्ञान अशा दोन्ही शक्ती इतक्या उच्चकोटीच्या असलेल्या पाहून मन आश्चर्याने थक्क होते! कृष्णाने त्यांच्या विषयीचा महान आदर वेळोवेळी प्रकट केला असून युधिष्ठिराला सांगितले की जर ते दिवंगत झाले, अस्तमित झाले तर शर्वरी म्हणजे रात्र जणू चंद्रहीन होईल व ज्ञानाचाही अस्त झाल्यासारखा होईल. (महा. १२.४६.२०).

धर्म 'मानस' या स्वरूपाचा

या पर्वात कर्माधर्माच्या व कर्तव्याकर्तव्याच्या चर्चेत व्यासांनी पुरातन इतिहास म्हणून अत्यंत उद्‌बोधक आख्याने व संवाद भीष्ममुखाने सांगितले आहेत. मात्र, परमार्थाच्या दृष्टिकोनातून तात्त्विक विवेचनाला वाहिलेल्या, मंकिगीता, हंसगीता, पाराशरगीता, बोध्यगीता व शंपाकगीता यात आल्या आहेत. एके ठिकाणी माणसाचा आचार कसा असावा या प्रश्नाच्या उत्तरात व्यासांनी सांगितले की सदाचारसंपन्नता हे सज्जनांचे लक्षण आहे. मुत्रपुरीषोत्सर्ग केल्यानंतर पादप्रक्षालनादि करून नदीत स्नान करावे व मग देवतार्चन करावे. सूर्योदयकाली झोपू नये. सूर्योपासना करीत असावे. भोजनकाली हात, पाय, तोंड ओली असावी व मौन धारण करून पूर्वेला तोंड करून जेवावे. अन्नाची निंदा करू नये. आपल्याप्रमाणेच अतिथी व सेवकांना भोजन घालावे. ऋतुकाली स्त्रीगमन करणारा व परस्त्रीसंपर्कवर्जित असा जो पुरुष असेल, त्याला ब्रह्मचर्याचे फळ मिळते. अशा तऱ्हेच्या शिष्टसंमत व सुसंस्कृत आचारविधींची कल्पना दिल्यानंतर व्यासांनी धर्माविषयीचे अत्यंत मूलगामी विधान केले आहे. धर्म कसा आचरायचा? नुसते भजनपूजन व जपजाप्य करून किंवा समाजसेवा करून धर्मसंपादन करता येतो का? धर्माचे आचरण व्यास म्हणतात एकट्यानेच करायचे असते. दुसऱ्याचे साहाय्याची तेथे अपेक्षा नाही आणि धर्म हा प्रमुखतः मनाने आचरायचा असतो. बाहेरून कितीही शुद्धता केली तरी जर मन गंगाजलाप्रमाणे पवित्र झाले नाही तर काय उपयोग?

मानसं सर्वलोकानां धर्ममाहुर्मनीषिणः
तस्मात्सर्वेषु भूतेषु मनसा शिवमाचरेत् । (महा. १२.१८६.३०)

धर्म 'मानस' असतो. अंतःकरणपूर्वकच धर्म आचरला पाहिजे. आधी मनाने धर्म

आचरला तर तो कृतीतूनही आचरला जाईल. धर्मावर व ईश्वरावर अढळ श्रद्धा असल्याखेरीज मनात सद्भावना, सद्विचार वागविणे शक्य होणार नाही.

धर्माची जी प्रमुख तत्त्वे आहेत प्रेम, सत्य, दया, अहिंसा, सात्त्विकता या गोष्टींचे आश्रयस्थान मनच आहे. ईश्वरावर श्रद्धा, भगवंताविषयी भक्ती व परमेश्वराविषयी प्रेम मनातच निर्माण होते आणि त्यातूनच पुढे उपासना घडून माणसाला मुक्त होता येते.

मनः एव मनुष्याणां कारणं बन्धमोक्षयोः।

जीव कर्मपाशाच्या व जीवन-मरणाच्या फेऱ्यात अडकून राहणे अथवा जीवात्म्याने मोक्ष मिळविणे ह्याला कारण मनच असते. प्रपंचातून मुक्त होण्यासाठी खूप कष्ट घेतले, बायका-मुलांचा त्यागही केला, शरीराला पीडाही दिली पण जर मन भगवंतात किंवा रामनामात लीन झाले नाही तर राम भेटू शकणार नाही. म्हणून अत्यंत चंचल व चपळ अशा मनाला जर आपण कह्यात आणू शकलो व ते निर्मळ करून त्यात भगवंताची मूर्ती प्रस्थापित केली म्हणजेच मन कायम अखंडितरीत्या प्रभुचरणी लीन केले तर ईश्वरसाक्षात्कार मिळू शकतो. श्री. वामनराव पै यांनी म्हटले आहे – 'मन ही जीवनाची गुरूकिल्ली आहे. ही किल्ली जर हाताला लागली तर जीवनाचा खजिना हातात येतो.' ज्ञानेश्वर महाराज म्हणतात –

तैसा हृदयामाजी मी राम । असता सर्व सुखाचा आराम ।

मनू आणि बृहस्पती यांच्या संवादातही असले विवेचन आले आहे. मनूने म्हटले आहे की, मन आणि कर्म या दोहोंच्याच योगाने संसाराची उत्पत्ती झालेली आहे आणि ह्याच दोन वस्तू परमात्मप्राप्तीस मार्गभूत अशाही आहेत. कर्म दोन प्रकारचे आहे – एक ब्रह्मज्ञानरूपी शाश्वत फल देणारे व दुसरे इष्ट लोक प्रभृती क्षुद्र फल देणारे! त्यांपैकी कर्मापासून शाश्वत फलप्राप्ती होण्याचे साधन – अंतःकरणाने कर्मफलाचा त्याग करणे हेच होय. (महा.१२.१९४.१२). मोक्ष याचा अर्थ आत्मस्वरूपप्राप्ती! म्हणूनच त्याला ईश्वर साक्षात्कार जसे म्हटले आहे तसेच आत्मसाक्षात्कारही म्हटले आहे. त्या आत्म्याचा साक्षात्कार, आपल्या हृद्देशी वास करणाऱ्या चैतन्य तत्त्वाचा साक्षात्कार अभिप्रेत आहे. सगळी इंद्रिये अंतर्मुख करणे, मनालाही उलटे करणे, हे अत्यंत आवश्यक आहे. तरच अंतर्रात्म्याची प्रतीती येऊ शकेल. मासा पाण्यात राहतो पण त्याला जर तहान लागली तर त्याला उलटे होऊन पाणी प्यावे लागते. तसेच मनालाही संपूर्णपणे उलट दिशेने वळविल्याशिवाय ईश्वराचा लाभ होत नाही – जीवाला आपल्या स्वरूपाचा बोध होत नाही.

मुक्तिविषयक विचार

मोक्षासंबंधी आपल्या मनात नेहमी विचारतरंग उठतात की ही अलौकिक अवस्था हा दिव्य अनुभव कशा स्वरूपाचा असेल? मोक्ष हाच खरा अंतिम पुरुषार्थ म्हणून सांगितला आहे. मोक्षावस्था म्हणजे ब्रह्मस्वरूपाप्रत जाणे. शरीराने ती अवस्था भोगता येत नाही. म्हणूनच शरीर, वाचा व मन ह्या तिहींच्या साहाय्याने जे कर्म केले जाते त्याचे फळ या अर्थाने मोक्ष मिळणे शक्य नाही. कायिक, वाचिक अथवा मानसिक कर्माचे ते फळ असू शकत नाही. कारण ह्या कर्मांची फळे सुख-दुःखात्मक असतात. मोक्ष तर सुख आणि दुःख यांच्या पलीकडला परमानंद, ब्रह्मानंद अशा स्वरूपाचा आहे. मनूने या उपदेशात असे स्पष्ट केले आहे की संहारकाली म्हणजेच माणसाचे निधन होते त्यासमयी पंचमहाभूतात्मक शरीर जलामध्ये लीन होते. तेथून तेजामध्ये नंतर वायू व आकाशामध्ये क्रमाने लीन होते व जे ब्रह्मनिष्ठ असतात ते आकाशाचे अतिक्रमण करून मोक्ष पावतात; अर्थात, ते परब्रह्मरूपी परमपदाला पोहोचतात! पण जे नसतात ते मात्र पुन्हा आपल्या कर्मानुसार जन्म घेतात. हे जे परमपद आहे ते पंचमहाभूतांच्या पलीकडले आहे; ते अशरीरी असून अव्यय, अविनाशी व अक्षर आहे. ते उष्ण नाही, शीतही नाही. ते मृदु नाही, कठीणही नाही, मधुर अथवा कडूही नाही; त्याला ज्ञातृत्व, ज्ञानत्व व ज्ञेयत्व या स्वभावांचा संबंध नाही.

नोष्णं न शीतं मृदुनापि तीक्ष्णं
नाम्लं कषायं मधुरं न तिक्तम् ।
न शब्दवन्नापि गन्धवत्तद् ।
न रूपवत्तत्परमस्वभावम् । (महा. १२.१९५.३)

या चिन्मय परब्रह्मालाच स्वभाव अशी संज्ञा आहे. ते व्यापक अर्थात् ईश्वर व व्याप्य अर्थात् जीवस्वरूपीही आहे. तसेच ते कूटस्थ रूपाने जगतात वास करणारे आहे; ते सर्वांचेच कारण असून तेच सर्वश्रेष्ठ परमतत्त्व होय. जीवात्मा मूलतः परब्रह्मस्वरूपीच आहे. परमात्मा सर्व कार्यरूपी पदार्थांमध्ये त्यांचे कारण यादृष्टीने वास करतो व तोच त्यांचा अंतर्यामी आत्मा होय. परमपदासंबंधाने युधिष्ठिराने प्रश्न केला असता, भीष्मांनी जे त्याचे वर्णन केले आहे त्यावरूनही मोक्षावस्थेची साग्र कल्पना येते. लोकपाल, शुक्र, बृहस्पती इत्यादी महान देवतांची जी असामान्य स्थाने आहेत ती परमेश्वरस्वरूपप्राप्तीपुढे अगदी क्षुद्रच आहेत. परमात्मस्वरूपी जे सर्वोच्च स्थान आहे ते 'अक्षय' म्हणजे नाशभयशून्य आहे. व्याख्याकार नीलकण्ठ यांनी या पदाचा वरीलप्रमाणे 'अविनाशी' असा अर्थ सांगितला आहे. त्या स्थानी दुःखाचा लवलेश नाही ते सर्वांचे कारण असले तरी त्याला कुठलेही कारण नाही. ते प्रिय-अप्रिय (सुख व दुःख) यांच्या पलीकडे आहे.

ते स्थान 'त्रिभिः मुक्तम्' म्हणजे तीन गुणांपासून मुक्त आहे, म्हणजे त्रिगुणातीत आहे. तसेच पंचमहाभूते, इंद्रिये, मन, बुद्धी, वासना, वायू, कर्म व अविद्या या आठ गोष्टींपासूनही सर्वथैव मुक्त आहे. तसेच त्याला दर्शन, श्रवण, मनन व विज्ञान या चार गोष्टींचाही संपर्क नाही (चतुष्कारण वर्जितम्). श्रुतीत हेच सांगितले आहे की, ते परमतत्त्व स्वतःच विज्ञानरूप व सर्व ज्ञानाचे कारण असल्याने 'न विज्ञातेः विज्ञातारं विजानीयाः ।' त्या ज्ञानाच्या ज्ञात्याला कोण बरे जाणू शकेल? ज्ञाता, ज्ञेय व ज्ञान हा भेद तेथे नाही. तेथे एकत्व असल्याने त्या तत्त्वाशिवाय दुसरी कुठलीच गोष्ट तेथे अस्तित्वात नाही.

कालः सम्पच्यते तत्र कालः तत्र न वै प्रभुः
आत्मकेवलतां प्राप्तस्तत्र गत्वा न शोचति । (महा. १२.१९१.९,१०)

कालाची सत्ता त्याच्यावर चालत नाही पण कालावर मात्र त्याची सत्ता चालते. ज्याला हे स्थान, हे परमपद प्राप्त होते त्याला 'आत्मकेवलता' म्हणजे 'कैवल्याची' प्राप्ती झालेली असते व तो (भवसागराच्या महान् शोकातून) मुक्त होतो! हे मोक्षाचे वर्णन वेदान्तातील मोक्ष कल्पनेशी मिळतेजुळते आहे. जीवात्मा ब्रह्मात विलीन होतो, त्याला परब्रह्माचे म्हणजे निर्गुण, निराकार अशा परमतत्त्वाचे ज्ञान होते व तो मुक्त होतो. तो मुळातच ब्रह्म असल्याने तो मोक्ष मिळताच आत्मस्वरूपाला म्हणजे विशुद्ध आत्मा या स्वरूपाला प्राप्त होतो.

परंतु पुराणांमध्ये सगुण ईश्वराची उपासना प्रामुख्याने सांगितलेली असल्याने भक्तिवेदान्तातील मुक्तीची कल्पना याहून वेगळी आहे. मोक्षाला जरी परमानंद असला तरी त्याहीपेक्षा मोठा आनंद, भक्तिमार्गातील उपासकांना–एकान्तिक भक्तांना – भगवंताच्या लोकांत त्याची सेवा करण्यात मिळतो. त्यांना परमेश्वरात विलीनत्व नको असते. वैकुण्ठादि लोकात जाऊन भगवंताची नित्य सेवा करीत राहणे हेच त्यांचे उच्चतम ध्येय, मुक्तावस्थेतील सौख्य असते. म्हणूनच तुकाराम महाराजही भक्तिमार्गानुसार अद्वैत मुक्तीकडे पाठ फिरवून पुनर्जन्म मागतात की जेणेकरून भगवद्‌भक्ती करता येईल.

न लगे मुक्ति धनसंपदा । संतसंग देई सदा ।
तुका म्हणे गर्भवासी । सुखे घालावे आम्हांसी ।।

साधनांची विविधता

वर सांगितलेली 'ब्राह्मी स्थिती' मिळवायची असेल तर त्यासाठी साधना, उपासना व तप करायला हवे. जितेन्द्रिय बनून समत्वबुद्धी अंगी बाणवून मन निरासक्त केले पाहिजे. भक्तिमार्गात स्वारस्य असेल तर ईश्वरावर निर्हेतुक प्रेम करून गोपींप्रमाणे नवविधा भक्ती आचरली पाहिजे.

बहूनां जन्मनामन्ते ज्ञानवान्मां प्रपद्यते ।
वासुदेवः सर्वमिति स महात्मा सुदुर्लभः ।

अनेक जन्मानंतर साधकाला उपासनेत पायरीपायरीने यश मिळाल्यावर तो ज्ञानीभक्त ईश्वराप्रत जाऊन पोहोचतो. ईश्वरप्राप्ती ही गोष्ट सोपी नाही. इंद्रियनिग्रहात, मन एकाग्र करण्यात, निष्कामकर्मात, नाम:स्मरणाचा ध्यास ठेवण्यात व आसक्तीचा त्याग करून ईश्वरचिंतन करण्यात – अशा कुठल्याही साधनेत कष्ट हे आहेतच, म्हणूनच साक्षात्कारी पुरुष हा विरळाच असतो. कष्ट केल्याशिवाय, झिजल्याशिवाय सिद्धी मिळणे शक्य नाही. या संदर्भात एक दृष्टान्त आहे. एका राजाचे आपल्या राणीवर अपरंपार प्रेम होते. ईश्वरी कृपेने तिला दिवस गेले. राजा तिची खूप जपणूक करू लागला. त्याने राजवैद्याला बोलावून सांगितले की, राणीला प्रसूति–वेदना होणार नाही अशी तजवीज करा. राजवैद्याने नम्रपणे सांगितले, 'महाराज, ते शक्य नाही. पुत्रप्राप्तीच्या आनंदासाठी प्रसूतीचे दुःख प्रत्येक स्त्रीला भोगावेच लागते! भगवंताची प्राप्तीदेखील प्रयत्न व कष्ट यांनीच साध्य होते.'

ईश्वरच जगाचे कारण असल्याने त्याचा सर्व पदार्थांमध्ये व प्राणिमात्रांमध्ये वास असतो. तोच सर्वांचा अंतरात्मा आहे.

ईश्वरः सर्वभूतानां हृद्देशेऽर्जुन तिष्ठति । (१८.६१)

ह्या अंतर्यामी आत्म्याचा साक्षात्कार होण्यासाठी संतांनी अनन्यभक्ती, अखंड चिंतन, नाम:स्मरण हे साधन सांगितले आहे. तुकाराम महाराज म्हणतात –

हेचि दान देगा देवा । तुझा विसर न व्हावा ।।

तुझ्या ठायी चित्त कायम लागलेले राहू दे हीच कळकळीची प्रार्थना संतांनी ईश्वरापाशी केली आहे. हिंदी भाषेतला एक उपदेश मोठा रोचक आहे. आपले आयुष्य श्वासागणिक कमी होत आहे. तेव्हा प्रत्येक क्षणी हरिनाम घेतले पाहिजे.

श्वास श्वास हरिनाम जपो वृथा श्वास न खोय ।
न जाने इस श्वासका आना होय ना होय ।।

आत्मस्वरूपाचे विवरण

आपल्या शरीरात हा जो जीवात्मा आहे तो मूलतः परब्रह्मस्वरूपीच आहे. शरीरातील पाच इंद्रिये म्हणजे विषय प्रकाशनाची पाच द्वारेच आहेत. इंद्रिये व त्यांचे विषय ही प्रकृतीपासून निर्माण झालेली असल्याने त्रिगुणात्मक आहे. ह्या शरीरांतर्गत इंद्रियांवर अतीन्द्रिय अशा परमात्म्याची सत्ता आहे. ज्याप्रमाणे लोहचुंबक आपल्या केवळ सान्निध्यानेच लोहामध्ये क्रिया उत्पन्न करतो त्याप्रमाणे आत्मा सत्तामात्रानेच इंद्रिये चालवतो. (महा १२.१८७)

आत्मा आणि बुद्धी ही परस्परांशी संलग्न आहेत. ज्याप्रमाणे तापलेले लोखंड आणि अग्नी ही परस्परांहून भिन्न भासत नाहीत, त्याप्रमाणेच या दोहोंतील भेद लक्षात येत नाही. पण जीवात्मा कर्ता नाही; काहीच निर्माण करीत नाही पण बुद्धी (सत्त्वगुण) ही अहंकारादी गुणांना उत्पन्न करते. उंबराच्या फळाचेही या संदर्भात उदाहरण दिलेले आहे. उंबर आणि त्यातील कीटक हे सदैव संबद्ध झालेले असतात तसेच जीवात्मा व बुद्धी यांचे आहे. तरीपण निसर्गतः किंवा मूल स्वरूपाच्या दृष्टीने पाहता ते परस्परांहून भिन्न आहेत. शरीरातील आत्माच इंद्रियांमध्ये विषयग्राहक शक्ती निर्माण करीत असतो. विषयांना इंद्रियांचे ज्ञान होत नाही; तसेच इंद्रियांनाही आत्म्याचे ज्ञान होत नाही कारण तो इंद्रियांचेही इंद्रिय आहे; तसे पाहिले तर श्रोत्रादिक इंद्रियांना आपले स्वतःचे ज्ञान होत नाही तर मग आत्म्याचे कोठून होणार? (महा.१२.१९६.४) पण सर्वज्ञ व सर्वसाक्षी अशा परमात्म्याला इंद्रियादिकांचे ज्ञान असते.

सर्वज्ञः सर्वदर्शी च सर्वज्ञस्तानि पश्यति । (महा. १२.१९६.५)

हा आत्मा इंद्रियांना अगोचर आहे म्हणून मुळी तो नाही, असे मात्र नाही. हिमालयाच्या दोन्ही बाजू कोणीही पाहिलेल्या नाहीत म्हणून त्या नाहीत असे थोडेच म्हणता येईल? अशा रीतीने आत्म्याच्या स्वरूपासंबंधी उद्‌बोधक विवेचन शांतिपर्वात आलेले असून त्याचा मागोवा घेणे इष्ट होय.

(क्रमशः)

◆◆

लेखांक : सतरावा

नित्यानित्य विवेक

आत्म्याच्या स्वरूपाचा विचार करताना आपण हे पाहिले की इंद्रियांच्या साहाय्याने त्याचे ज्ञान होत नाही. कारण इंद्रिये ही दीपवृक्षाप्रमाणे बाह्य अशा परवस्तूसच प्रकाशित करू शकतात; ती इंद्रिये स्वतःच्या किंवा आपल्या सन्निध असलेल्या आत्म्यांच्या ज्ञानास उपयोगी पडत नाहीत. ती इंद्रिये ज्ञानरूपी आत्म्यामुळेच आपली कार्ये करू शकतात. ती 'परवन्तः' म्हणजे पराधीन आहेत; ज्ञानदीपामुळे म्हणजे आत्म्यामुळेच ती प्रदीप्त झाली आहेत. देह व इंद्रिये यांच्याहून भिन्न असलेला हा आत्मा जरी शरीरात बद्ध झालेला असला तरी शरीर छेदन केल्यास तो आपणास दिसू शकत नाही. काष्ठात अग्नि वसत असला तरी परशूने लाकडाचे छेदन केल्यास तो अग्नी दिसत नाही; तर काष्ठांचे मंथन केले असता अग्नी दिसू लागतो. त्याप्रमाणे जीव, योगाने म्हणजे ज्ञानयोगाने, विशिष्ट झाला की त्याला शरीरान्तर्यामी आत्म्याचे, परब्रह्माचे ज्ञान होते. (महा. १२.१९५)

जिवाचे शरीरधारण

जीवात्मा व शरीर यांच्या परस्पर संबंधाविषयी व त्यांच्या भिन्न स्वरूपाविषयी महाभारतकारांनी चांगले दिग्दर्शन केले आहे. मनु-बृहस्पतिसंवादात मनूने म्हटले आहे की, शरारीचा नाश अथवा उत्पत्ती ह्यांच्यामुळे शरीरातंर्गत, शरीरनियन्ता जो आत्मा-त्यास कोणत्याही प्रकारची बाधा होत नाही. स्वप्नामध्ये आपल्या स्वतःलाच आपले स्थूल शरीर भूमीवर पडलेले आहे असे दिसू शकते; त्याक्षणी शरीर आपल्याहून भिन्न असल्याचे आपणास किंवा आत्म्यास जाणवते; परंतु, स्वप्न संपताच आत्मा पुन:श्च त्या शरीराचा स्वीकार करतो. हा दृष्टान्त देऊन मनूने म्हटले आहे की, मरणोत्तर जेव्हा आत्म्यास सूक्ष्म-शरीर किंवा लिङ्गशरीर प्राप्त होते तरी काही काळ जाताच कर्मगतीनुसार त्याला दुसऱ्या स्थूल शरीराचा स्वीकार करावा लागतो. म्हणजेच तो पुन्हा शरीरधारणा करतो. आत्मा अव्यक्त व अत्यंत सूक्ष्म असल्याने व तो शरीराला व्यापून राहिलेला असल्याने आपला देह हाच आपला आत्मा आहे, अशी जाणीव अज्ञानवशात आपल्याला होत

असते. परंतु, आत्मा हा वास्तविकदृष्ट्या देहेंद्रियांहून भिन्न व त्यांच्या पलीकडचा आहे. शरीराच्या उप्तत्तीने किंवा त्याच्या वृद्धीने, क्षीणतेने अथवा नाशाने शरीरांतर्गत जिवाची उत्पत्ती, वृद्धी, क्षय अथवा नाशही होत नाही. त्याला सुखदायक अथवा दुःखदायक अशा कर्मांचा मात्र संबंध घडतो आणि त्या कर्मफलांचा भोग भोगण्यासाठीच एका शरीरातून निघाल्यावर दुसऱ्या शरीरात प्रविष्ट व्हावे लागते. (म्हणजेच पुनर्जन्म घ्यावा लागतो.) आत्मा कोणत्याही इंद्रियास विषयभूत नाही. दिक्कालादिमर्यादा असलेले सगुण, साकार व नाशवंत असे जे जगातील पदार्थ आहेत, त्यांचेच ज्ञान इंद्रियांना होऊ शकते. आत्मा हा पदार्थाहून सर्वस्वी भिन्न असल्याने इंद्रियांना गोचर होऊ शकत नाही; मात्र, त्याला इंद्रियांचे ज्ञान होऊ शकते. आत्मा शरीराला चैतन्यमय, प्रकाशमय करतो पण शरीराचा कुठलाही गुणधर्म त्याला स्पर्शू शकत नाही. यासंबंधीचा फार सुंदर दृष्टांत या संवादात आला आहे. ज्याप्रमाणे अग्नीच्या अत्यंत समीप असलेला एखादा लोखंडाचा गोळा त्यात अग्नीचा प्रवेश झाल्यामुळे लाल होऊन जातो, पण अग्नीला लोखंडाचा आकार येत नाही, त्याचप्रमाणे आत्मा शरीरात प्रविष्ट झाला असल्यामुळे शरीरात चैतन्य येते, तथापि, शरीराचे स्वरूप आत्म्याला येऊ शकत नाही. (महा.१२.१९५.१७) पूर्वीच्या शरीराचा त्याग केल्यानंतर प्राणी दुसऱ्या देहात प्रवेश करतो; त्यावेळी पूर्वीचा देह पञ्चमहाभूतांमध्ये लीन होतो. स्थूल देहाचा नाश झाला तरी लिंगशरीराचा नाश होत नाही; त्याच्यासहित आत्मा दुसऱ्या स्थूल देहात प्रविष्ट होतो. लिंगशरीर हे केवळ बुद्धी व मन यांनीच बनलेले नसते. ते पाच ज्ञानेंद्रिये, पाच कर्मेंद्रिये, पाच प्राण तसेच मन आणि बुद्धी अशा सतरा पदार्थांनी युक्त असते. जोपर्यंत आत्म्याच्या खऱ्या किंवा मूल स्वरूपाचे ज्ञान होत नाही, तोपर्यंत कर्मगतीनुसार मनुष्याला पुनःपुन्हा जन्म घ्यावे लागतात व संसारात पडावे लागते.

नित्यानित्य विवेक

भगवद्गीतेच्या दुसऱ्या अध्यायात अनात्मा (देह) व आत्मा यांच्या स्वरूपाबद्दल उत्कृष्ट बिबेचन केले आहे.

अन्तवन्त इये देहा नित्यस्योक्ता शरीरिणः । (गी. २.१८)

देह नाशवंत, तर शरीरी (आत्मा) हा नित्य होय. तो अच्छेद्य, अदाह्य, अक्लेद्य (न भिजणारा), अशोष्य (न सुकणारा), अव्यय, स्थाणु, अचल व सर्वगत (सर्वव्यापक) असा आहे. देहाचे गुण आपण त्याच्याठायी मानतो याचे कारण आपल्याला त्याच्या अगम्य, अलौकिक व अज्ञेय स्वरूपाची कल्पना नसते व भ्रमामुळे आपण त्याला देहाशी तद्रूप समजतो. येथे यासंबंधी दृष्टान्त देऊन मनुने असे म्हटले आहे की नौकेत बसलेला

मनुष्य तीरावरील स्थिर पदार्थही चंचल आहेत असे ज्याप्रमाणे मानू लागतो, त्याप्रमाणे आत्मा वरीलप्रमाणे निर्विकार असताही तो विकारमय आहे (देहासारखा आहे) अशी मनुष्याची कल्पना होते. अक्षर बारीक असले तरीही उपनेत्राच्या साहाय्याने जसे मोठे दिसू लागते त्याप्रमाणे आत्मतत्त्व सूक्ष्म असूनही बुद्धीच्या संबंधामुळे स्थूल आहे असा भास होतो.

मनुष्याच्या देहाला पिंड, क्षेत्र असेही संबोधिले जाते. सृष्टीतील पञ्चभौतिक पदार्थांचे ज्ञान मनुष्याला पाच ज्ञानेंद्रियांच्या साहाय्याने होते. नाक, डोळे, कान, जीभ व त्वचा ही पाच इंद्रिये ज्ञानेंद्रिये होत; तर हात, पाय, वाणी (जिव्हा हे दुसरे कार्य करते.) गुदा व जननेंद्रिय ही पाच कर्मेंद्रिये होत. कुठल्याही पदार्थांचे आपल्याला जे ज्ञान होते ते रूप-रस-शब्द-गंध-स्पर्शापलीकडे दुसरे काही नसते. रूपरसादिकांना म्हणून 'विषय' ही संज्ञा आहे. आपला देह हा एखाद्या कारखान्यासारखा आहे. बाहेरचा माल किंवा साहित्य आत घेण्यास व आतले साहित्य बाहेर पाठविण्यास ज्याप्रमाणे कारखान्यास दरवाजे असतात त्याप्रमाणेच ज्ञानेंद्रिये ही बाहेरचा माल आत घेण्याची व कर्मेंद्रिये ही आतील माल बाहेर पाठविण्याची द्वारेच आहेत. इंद्रिय व विषय यांचे विवरण अनेक अध्यायात (महा.१२.१९५-१९६) आलेले आहे. मन आणि बुद्धी ही जी आंतरिन्द्रिये आहेत त्यांच्या व्यापारांचेही स्पष्ट विवरण पाहायला मिळते.

व्यवसायात्मिका बुद्धिः मनो व्याकरणात्मकम् ।

(महा.१२.२४४.११)

इंद्रियांमार्फत जे ज्ञान आपल्याला मिळते त्याची क्रमवार मांडणी व जुळवाजुळव करणे हे मनाचे काम आहे. त्या ज्ञानासंबंधी किंवा ज्ञात झालेल्या गोष्टींसंबंधी त्यातील कोणती ग्राह्य, कोणती अग्राह्य, कोणती चांगली कोणती वाईट याचा सारासार विचार व निर्णय घेणे हे बुद्धीचे काम आहे. मन हे संकल्प-विकल्पात्मक मानले आहे तर बुद्धी ही केवळ तलवारीसारखी आहे. जे तिच्यापुढे येईल ते तोडणे म्हणजे त्यावर ते योग्य की अयोग्य, ग्राह्य की अग्राह्य बरे, की वाईट असा न्यायाधीशाप्रमाणे निर्णय देणे एवढेच तिचे काम आहे. तिने निर्णय दिल्यावर ती वस्तू ग्राह्य असल्यास ती गोष्ट कर्मेन्द्रियांकडून घडवून आणण्याचे कार्यही मनच करीत असते.

इंद्रियाणि पराण्याहुः इन्द्रियेभ्यः परं मनः ।
मनसस्तु परा बुद्धिर्यो बुद्धेः परतस्तु सः ॥ (गी.३.४२)

मन इंद्रियांपेक्षा श्रेष्ठ आहे. मन दुसरीकडे असेल तर डोळे उघडे असूनही व मनुष्य वस्तू पाहात असूनही, ती वस्तू दिसत नाही. मनापेक्षा श्रेष्ठ बुद्धी असून तिच्याही पलीकडे असणारा व तिच्यापेक्षा श्रेष्ठ असा 'सः' म्हणजे आत्मा होय. 'सः' संबंधी शंकराचार्य

म्हणतात – 'सः बुद्धेः द्रष्टा परमात्मा।'

शरीर पञ्चमहाभूतांपासून उत्पन्न झाले आहे तसेच प्रत्येक ज्ञानेंद्रिय विशिष्ट महाभूतांशी निगडित आहे. पोकळी हे आकाशाचे स्वरूप असून (अन्तरात्माकाशम्।) श्रवणरूपी इंद्रिय हे आकाशाचे कार्य आहे. शब्द हा त्यांचा गुण सांगितला आहे. शरीरातील पञ्चप्राणांचे कार्य हे वायुतत्त्वाशी निगडित आहे व स्पर्श हा वायूचा गुण आहे. त्वगीन्द्रियाने स्पर्शज्ञान होते. ताप, अन्नाचे पचन, प्रकाश, उष्मा ही तेजाची कार्ये होत. रूप हा तेजाचा गुण व तद्विषयक इंद्रिय म्हणजे चक्षू होय. शरीरात जे काही स्निग्ध आहे ते जलाचेच कार्य आहे व रस गुण असलेल्या या भूताचे जिव्हा हे इंद्रिय होय. काठिण्य हा पृथ्वीचा धर्म असून, अस्थि, दात, नखे, केश, स्नायू, चर्म ही पृथ्वीचीच कार्ये होत. गंध हा विषय व घ्राण हे याचे इंद्रिय होय. पुढच्या महाभूतांमध्ये पूर्वीपूर्वीच्या महाभूतांचे गुण असतात. दुसरे एके ठिकाणी असे वर्णन आले आहे की या पञ्चमहाभूतांमध्ये सर्वप्रथम आकाशाची उत्पत्ती झाली; आकाशतत्त्वापासून वायुतत्त्व निर्माण झाले; वायूपासून तेज म्हणजे अग्नी निर्माण झाला; तेजापासून जलाची निष्पत्ती झाली व जलापासून पृथ्वीचा उद्भव झाला. ज्यावेळी ही सृष्टी नष्ट होते. त्यावेळी ही पार्थिव शरीरे जलामध्ये लीन होतात; जलापासून तेजामध्ये जातात. तेजापासून वायूमध्ये प्रविष्ट होतात आणि वायूपासून आकाशात प्रवेश करतात. याच्यापुढील गती मात्र आध्यात्मिक प्रगतीच्या आधारे मिळत असतात. जे पुरूष ब्रह्मज्ञानी असतात, त्यांना साहजिकच मोक्ष मिळतो. पण जे तसे नसतात त्यांना मात्र पुनःश्च जन्म-मृत्यूच्या फेऱ्यात सापडावे लागते.

पिण्डी ते ब्रह्माण्डी

वर जे आत्म्याचे स्वरूप वर्णन केले आहे ते नामरूपाच्या दृश्य जगताच्या पलीकडे असलेले परब्रह्मच होय. सृष्टीच्या बुडाशी जे अविनाशी नित्य असे तत्त्व आहे, तेच सर्वश्रेष्ठ आहे व त्यालाच 'सत्', 'अक्षर', 'ब्रह्म', 'आत्मन्', 'महत्' इत्यादी संज्ञा आहेत.

बुद्धेः परतरं ज्ञानं ज्ञानात्परतरं परम् । (महा. १२.१९७.१०)

बुद्धीपेक्षा श्रेष्ठ तो आत्मा आहे, असे जरी विधान असले तरी त्याच अर्थाने वरील वचन आले आहे. बुद्धीच्या पलीकडे ज्ञान (नीलकण्ठ टीकाकारांच्या मते ज्ञान म्हणजे जीवात्मा) व ज्ञानाच्या पलीकडे 'महत्' (परमात्मा) होय. पंचमहाभूतांमध्ये आकाशाची व्याप्ती फार मोठी आहे. आकाशाहून मनाची, मनाहून बुद्धीची आणि बुद्धीहून कालाची व्याप्ती फार मोठी आहे. परंतु, सर्वैश्वर्यसंपन्न व जगताचे नियामक जे शुद्ध ब्रह्म त्याची व्याप्ती कालाहूनही मोठी आहे. ह्या तेजोमय ब्रह्माला आदि, अंत किंवा मध्य नाही.

कालात्स भगवान् विष्णुर्यस्य सर्वमिदं ततम् ।
नादिर्न मध्यं नैवान्तस्तस्य देवस्य विद्यते ।।

(महा. १२.१९९.१२)

ह्या विष्णुरूपी परमतत्त्वाने सर्व काही व्यापिले आहे. हे परमतत्त्व दुःखातीत आहे तसेच अव्यय (क्षय न पावणारे) आहे याचे कारण त्याला आदि, मध्य व अन्त नाही.

जगातील सर्व पदार्थ, प्रकृतीने निर्माण केलेले हे सर्व विश्व, सतत बदलत राहाणारे, सुख-दुःखमय, क्षय पावणारे व स्वप्नात दिसणाऱ्या पदार्थांप्रमाणे क्षणकाल टिकणारे आहे. पण या नामरूपात्मक विश्वाच्या बुडाशी, या विश्वाला व्यापून राहिलेले जे 'तत्त्व' आहे ते सदैव एकसारखे राहणारे, अनादि-अनंत, अविनाशी असे 'नित्यतत्त्व' आहे.

यः स सर्वेषु भूतेषु नश्यत्सु न विनश्यति । (गी. ८.२०; १३.२७)

कठोपनिषदामध्ये (कठ ३.१५) या परमतत्त्वासंबंधी किंवा परब्रह्मासंबंधी असे म्हटले आहे की हे तत्त्व पंचमहाभूतांच्या शब्दादि पाच गुणांनी विरहित, अनादि, अनंत, अव्यय व अचिंत्य असे आहे. हा अव्यक्त, अचिन्त्य, शुद्ध, बुद्ध, मुक्त, स्वतंत्र, त्रिगुणातीत, सच्चिदानंदरूपी परमात्मा आहे तोच सर्व प्राण्यांच्या शरीरांमध्ये 'जीवात्मा' या रूपाने वास करीत असतो व त्या आत्म्यालाच 'क्षेत्रज्ञ' असे म्हणतात. महाभारतात भृगूने भारद्वाजास यासंबंधी अत्यंत उद्‌बोधक मार्गदर्शन केले आहे. क्षेत्रज्ञ म्हणून गणलेला शारीर आत्मा व तिन्ही लोक व्यापून त्यांचे संरक्षण करणारा, विश्वाला आधारभूत असलेला 'परमात्मा' यांच्यात मूलतः काहीही भेद नाही. 'जे पिण्डी ते ब्रह्माण्डी' हाच सिद्धान्त महाभारतातही मांडलेला आहे.

तस्मिन्यः संश्रितो देहे ह्यब्बिन्दुरिव पुष्करे ।
क्षेत्रज्ञं तं विजानीहि नित्यं लोकहितात्मकम् ।। (महा. १२.१८०.२३)

'आत्मा देहात बद्ध असला म्हणजे त्यास 'क्षेत्रज्ञ' (जीवात्मा) असे म्हणतात. हा सर्व पदार्थांमध्ये 'अंतर्यामी' रूपाने राहणारा परमात्मा प्रत्येकाच्या देहात साक्षीरूपाने विराजमान असतो.

परमात्मा आपल्या हृदयात वास करतो. परमात्मा आपल्या अगदी निकट असूनही माया पटलामुळे किंवा अज्ञानामुळे आपण त्यास जाणू शकत नाही. जीवात्मा प्रकृतीच्या गुणांनी बद्ध झाल्यामुळे आपल्या मूळ स्वरूपास आपण परमात्म्याचा अंश आहोत हे पूर्णपणे विसरून जाऊन देहेंद्रियांचेच धर्म आपले धर्म म्हणून मानतो व संसाराच्या चक्रात सापडून नामरूपातच गुंतून राहातो. छांदोग्योपनिषदात एक सुंदर कथा आली आहे. एकदा नारदऋषी सनत्कुमारांकडे जाऊन म्हणाले, 'मला आत्मज्ञान सांगा.' तेव्हा सनत्कुमारांनानी विचारले, 'तू काय शिकला आहेस ? ते सांग म्हणजे त्यापुढे सांगतो.'

नारद म्हणाले, 'ऋग्वेदादी चार वेद, इतिहासपुराणांचा पाचवा वेद, व्याकरण, गणित, तर्कशास्त्र, वेदांगे, धर्मशास्त्र, क्षत्रविद्या, नक्षत्रविद्या वगैरे सर्व काही शिकलो आहे; पण त्याने आत्मज्ञान झाले नाही. म्हणून तुमच्याकडे आलो.' सनत्कुमार म्हणाले, तू जे शिकला आहेस, ते सर्व नामरूपात्मक असून खरे ब्रह्म हे या नाम ब्रह्माच्या फार पलीकडे आहे, असे उत्तर देऊन त्यांनी क्रमाक्रमाने या नामरूपाहून व प्रकृतीहून भिन्न अशा व वाणी, आशा, संकल्प, मन, बुद्धी व प्राण याच्याही पलीकडे व यांहून श्रेष्ठ असे जे परमात्मरूपी अमृत तत्त्व त्याची नारदास ओळख करून दिली आहे.

(क्रमशः)

लेखांक : अठरावा

सनातन पुरुषाचे वर्णन

जीव इंद्रियांच्या साहाय्याने जाणता येत नाही म्हणून त्याचे अस्तित्व नाकारता येत नाही. इंद्रिये ही शरीराचा एक भाग असून ती ज्ञान मिळविण्याची साधने आहेत, त्यांना तरी जाणून घेण्याची शक्ती कोठून प्राप्त होते ? चक्षूने पाहिलेला घट खऱ्या अर्थाने कोण पाहतो ? डोळ्याला घटाचे ज्ञान होत नाही, तर डोळ्यांनी घटाचे ज्ञान होते. ज्याला ते ज्ञान होते तो शरीरात वास करणारा जीवात्मा होय. कारण जाणण्याची शक्ती सचेतनालाच प्राप्त झालेली, अचतेनाला नाही. जीव किंवा आत्मा अत्यंत सूक्ष्म व अव्यक्त स्वरूपाचा असल्याने अनेक लोक त्याचे अस्तित्व मानायला तयार होत नाहीत. पण त्यांची ही धारणा चुकीची आहे. ह्या अमर्याद विश्वात, सूर्यमालेपासून अति दूर असलेला तारा आपल्या विराट दुर्बिणीच्याही कक्षेत येत नसला, म्हणून काय तो अस्तित्वात नाही, असे समजणे योग्य होईल काय? गुरूत्वाकर्षण ही गोष्ट आपल्याला कुठल्याच प्रकारे जाणवत नाही, म्हणून ती गोष्ट नाही, असे म्हणता येत नाही.

जीव आणि देह यांचा संबंध

आश्चर्य म्हणजे महाभारतातदेखील भृगु-भरद्वाज संवादात जीव हा देहापेक्षा निराळा पदार्थ मानण्याचे काही कारण नाही, असा पक्ष मांडला आहे. भरद्वाज भृगूला सांगतो की, मरणासमयी (प्राण) वायू शरीराचा त्याग करतो व अग्नितत्त्वाने निर्माण केलेला उष्माही नष्ट होतो; जीव त्याग करतो असे दृष्टोत्पत्तीस येत नाही. जीव मानायचाच झाला तर तो वायुस्वरूपी मानावा लागेल, पण तसे मानले तर त्याचे वायूप्रमाणे ज्ञान झाले पाहिजे, ते होत नाही म्हणून जीव वेगळा पदार्थ नाही. पंचमहाभूतांनीच शरीर धारण होते, शरीर-संधान म्हणजेच जीवात्मा असे मानले पाहिजे व म्हणूनच चार दृश्य (महाभूते) व पाचवे आकाश यांचा नाश होताच त्याचाही नाश होतो, हे निःसंशय आहे. आहार न केल्याने जलाचा, श्वास निरोध केल्याने वायूचा, कोष्ठ (कोठा) भेद केल्याने आकाशाचा, भोजन न केल्यास अग्निचा आणि व्याधींच्या योगाने शरीरातील पार्थिव भागाचा नाश

होतो. या पाचांचा नाश होताच सर्व काही संपते. प्राणिमात्र मरण पावल्यावर सर्व संपत असल्याने तो पुन्हा कोठून येणार ? या पंचमहाभूतां व्यतिरिक्त जीव म्हणून कोणी नाही. भरद्वाजाचे हे म्हणणे पाहिले की असे वाटते की हा चार्वाकाचाच शिष्य आहे की काय ? महाभारतकारांनी सर्व तऱ्हेच्या विचारांना आणि कल्पनांना वाचा फोडली आहे. सामान्य माणसाच्या मनातही जिवाच्या अस्तित्वाविषयी संशय निर्माण होतो. त्याची छाया या वर्णनात सापडते. भृगु म्हणतात की, जीव हा चेतन पदार्थ आहे. याउलट, देह काय किंवा महाभूते काय, हे जड पदार्थ आहेत. देहाचा नाश झाला तरी तदाश्रित जीव नाश पावत नाही, समिधा जळून गेल्या तरी अग्नी ज्याप्रमाणे कायम राहतो, तसा जीव कायम राहतो. भरद्वाज म्हणतो – समिधा जळून जातात व नष्ट होतात. त्याप्रमाणे शरीर नष्ट होते हे खरे, पण इंधन संपल्यावर अग्नीही नष्ट होतो, त्याप्रमाणे जीवही शेवटी नष्ट होतोच.

यावर भृगु सांगतात की, इंधन संपल्यावर अग्नी लुप्त होतो किंवा दिसत नाही याचा अर्थ तो नष्ट होतो असे नाही. तो निराश्रित झाल्याने आकाशतत्त्वात फक्त लीन होतो. ह्या अग्निप्रमाणेच, शरीराचा नाश झाल्यावर आकाशतुल्य असणारा व म्हणूनच सूक्ष्म असा जीव नष्ट न होता दुसरे शरीर धारण करतो. विज्ञानस्वरूपी जीव हाच प्राण धारण करीत असतो, हाच देह धारण करतो व हाच रूप, रस गन्धादी जाणू शकतो, सुख–दुःखांचा अनुभव घेऊ शकतो. ह्याच्या अनुपस्थितीत शरीराला कुठल्याही प्रकारचे ज्ञान होऊ शकत नाही. जेव्हा आत्म्याने शरीराचा त्याग केलेला असतो, तेव्हा शरीराचा नाश होतो. हे सर्व विश्व सूक्ष्म अशा महाभूतांनी व्याप्त झालेले आहे. प्राणिमात्राचे शरीरही पंचमहाभूतात्मक आहे. त्यांचे सूक्ष्म शरीरही सूक्ष्म पंचमहाभूतेच होत. ह्या सूक्ष्म शरीरामध्ये असणाऱ्या अंतःकरणात आत्मा वास करीत असतो. हा सर्वगामी, सर्वव्यापी व सर्वांचा अंतर्यामी असा आत्मा आहे. तोच देहाच्या उपाधीने युक्त झाला की जीव म्हटला जातो.

पञ्चात्मके पञ्चगुणप्रदर्शी स सर्वागात्रानुगतोऽन्तरात्मा ।
स वेत्तिदु:खानि सुखानि चात्र तद्विप्रयोगात्तु न वेत्ति देहः ।।

(महा. १२.१८०.२०)

सत्त्व, रज व तम हे जीवाशी संबद्ध असलेले तीन गुण आहेत. देह, इंद्रिये आणि अंतःकरण ही ह्या जीवाची उपभागोची साधने होत. अज्ञानी लोक जीवाचा नाश होतो असे म्हणतात. जीव त्या दुसऱ्या देहाचा संयोग घडून पहिल्या देहातून निघून जातो. ह्या अन्यशरीरप्राप्तीलाच मरण अशी संज्ञा आहे.

जीवस्तु देहान्तरितः प्रयाति दशार्धतैवास्य शरीरभेदः ।।

(महा. १२.१८०.२६)

अविद्यारूपी अज्ञानाने आवृत्त असलेला व देहामध्ये लीन होऊन असणारा हा

आत्मा सर्व विश्वात संचार करीत असतो. तथापि, तत्त्वज्ञानी पुरुषालाच सूक्ष्म व श्रेष्ठ अशा बुद्धिने त्याचे ज्ञान होऊ शकते. अशा रीतीने भृगूने देहात 'शारीर आत्मा' म्हणून संचार करणाऱ्या आत्म्याच्या मूळ स्वरूपाचे व जीव आणि परब्रह्म यांच्या अभेदाचे परिणामकारक दिग्दर्शन केले आहे.

आत्म्याच्या अस्तित्वाची जाणीव

सर्व नामरूपात्मक पदार्थांचे कारण असलेले, त्यांचा आधार ठरलेले जे नित्यतत्त्व ते या पदार्थांप्रमाणे स्थूल, जड व व्यक्त असूच शकत नाही. जगातील नाशवंत व परिमित पदार्थांप्रमाणे ते नाही. या अर्थानेच उपनिषदात ब्रह्माचे वर्णन करताना– 'नेति नेति' ते हे नव्हे, ते दृश्य पदार्थांप्रमाणे नव्हे, असे समर्पक वर्णन केले आहे. ते यांच्या पलीकडचे आहे. ते अज्ञेय, अगम्य आहे आणि म्हणूनच ते वाणी आणि मन यांनाही अगोचर आहे. मूळ स्वरूपात परमात्मा अव्यक्त आहे. परंतु, अज्ञ लोक त्याला व्यक्त मानतात.

अव्यक्तं व्यक्तिमापन्नं मन्यन्ते मामबुद्धयः।

गीतेतही भगवंताने हेच म्हटले आहे. मूलतः हे परब्रह्म मूर्त आणि अमूर्त यांच्या पलीकडले असून ते 'अगृह्य' (अवर्णनीय) असे आहे. (बृ. २.३.६) जरी या अतींद्रिय निर्गुण व अलौकिक परब्रह्माचे शब्दांनी वर्णन करणे शक्य नसले तरी उपनिषदातून त्याच्या सकारात्मक स्वरूपाचे वर्णन आलेले आहे. 'सत्यं ज्ञानमनन्तं ब्रह्म ।' (तै. २.१) तसेच, 'विज्ञानमानन्दं ब्रह्म ।' (बृ. २.९.२८). यावरून परब्रह्म अविनाशी, निरवयव, सर्वव्यापी, तर आहेच पण ते सत्, चित् आणि आनन्दस्वरूपी आहे असे थोडक्यात त्याचे स्वरूप सांगितलेले आहे. हा परमात्मा इतका अलौकिक स्वरूपाचा आहे की तो भूतांमध्ये आहे व तो भूतांमध्ये नाहीसुद्धा; तो सत् आहे व असत्‌ही आहे; तो अणूपेक्षाही अणू आहे व महतापेक्षाही प्रचंड मोठा आहे. (कठ. २.२०). हाच परमात्मा सर्व प्राणिमात्रांच्या देहांमध्ये, अंतर्यामी किंवा साक्षी या रूपाने निवास करतो. शरीराच्या उपाधीने युक्त झाला की हाच आत्मा 'शारीर आत्मा' किंवा 'क्षेत्रज्ञ' म्हटला जातो. जीवात्मा म्हणून नऊ द्वारांच्या ह्या देहरूपी नगरीचे राज्य करीत असताना तो सर्व विषयांचा भोग घेतो, वेगवेगळी कर्मे करतो, सुख-दुःखे भोगतो व या स्थितीत त्याला अविद्येमुळे आपल्या मूळ स्वरूपाचे पूर्ण विस्मरण होते. आपल्या शरीराचा स्वामी, मन किंवा बुद्धी नसून, त्यांच्याही पलीकडला आत्मा आहे कारण तोच मन आणि बुद्धी यांना जाणू शकतो व यांच्याकडून जे व्यापार घडतात त्यांचे एकीकरण करू शकतो. मन फक्त चिंतन करू शकते व बुद्धी चांगले-वाईट असा निश्चय करू शकते. परंतु, ते चांगले असे एकदा ठरल्यावर त्या सर्वांचा ज्ञाता आत्माच असतो. मन वा बुद्धी यांना ज्ञातृत्वशक्ती नाही. तेव्हा हा क्षेत्रज्ञ, हा आत्मा,

आपल्या देहेन्द्रियांहून भिन्न आहे व तो निश्चित आत्माच आहे याविषयीचा पुरावा काय? या संदर्भात आपण आपला स्वतःचाच अनुभव पडताळून पाहिला पाहिजे. मन व बुद्धी कार्य करतात ते कोणासाठी ? हे सर्व कोण जाणून घेतो ? आपल्या सर्व इंद्रियांचा, शरीरयंत्राचा प्रवर्तक कोण आहे ? 'मी आहे' अशी जी प्रत्येकाला साक्षात् प्रतीति येते तीच आत्म्याच्या अस्तित्वाचा उत्कृष्ट पुरावा होय, असे वेदान्तसूत्रात म्हटले आहे. 'मी नाही' अशी जाणीव कोणालाही नसते. 'मी', 'माझा देह', 'माझे मन' इत्यादी उद्‌गारातूनच आपल्यात वास करणारा आत्मा व्यक्त होत असतो.

ह्या श्रेष्ठ आत्म्याला 'वासुदेव', 'वार्ष्णेय ब्रह्म' ही संज्ञा दिली असून त्यालाच 'सनातन पुरुष' व विष्णू असे संबोधिले आहे. सर्व भूतांचा हा स्वामी सर्ग आणि प्रलय यांचा कर्ता असून तोच अव्यक्त व अविनाशी असे 'ब्रह्म' होय. ह्याच्या आधारेच त्रैलोक्य चक्रारूढ झाल्याप्रमाणे फिरत असते, ह्या भूतनायकालाच अविनाशी, अव्यक्त व मोक्षस्वरूपी शाश्वत ब्रह्म असे म्हटले आहे.

यत्तदक्षरमव्यक्तंममृतं ब्रह्म शाश्वतम् । (महा. १२.२०३.१२)

या परमतत्त्वाचे असे वर्णन केल्यानंतर मूलप्रकृतीपासून महत्, अहंकार इत्यादी सृष्टी क्रमाक्रमाने निर्माण होते याचे वर्णन आढळते. नवद्वाराच्या पुरीत म्हणजे नगरीत हाच परमात्मा राहतो. म्हणून त्याला 'पुरुष' म्हणतात. म्हणजेच या अध्यायात हे अगदी स्पष्ट मांडले आहे की सर्वश्रेष्ठ जो परमेश्वर, तोच देहातही 'पुरुष', 'क्षेत्रज्ञ' रूपाने वास करतो. त्याच्या मूळ स्वरूपाविषयी पुन्हा असे म्हटले आहे की तो व्यापक आहे. सगुण व सूक्ष्मही आहे आणि सर्व भूतमात्र व सत्त्वादिगुण त्यांना आश्रयभूत आहे. यानंतर ह्या परमात्म्याच्या स्वरूपाविषयी असे सांगितले आहे की, सर्व प्राण्यांच्या शरीरांमध्ये वास्तव्य करणारा हा आत्मा ज्ञानस्वरूपी आहे. नदी आणि पाणी किंवा सूर्य व त्याचे किरण यांचा संबंध कायमचा असतो तसाच आत्मज्ञान झाले नाही तर शरीर आणि आत्मा यांचा संबंध कायमचाच होऊन बसतो. लाकूड तोडल्याने ज्याप्रमाणे त्यातील अग्नी दिसत नाही. परंतु, काष्ठाचे मंथन केल्याने ज्याप्रमाणे त्यातील अग्नी दिसतो त्याचप्रमाणे योगाच्या साहाय्याने अनुसंधान केले, उपासना केली म्हणजे शरीरात असणाऱ्या आत्म्याचा साक्षात्कार होतो. (महा.१२.२०३.३९)

हा जो अजर, अमर आत्मा आहे त्याच्याविषयी वेदवाङ्मयात व्यक्त आणि अव्यक्त अशा दोन्ही रीतीने उपदेश आला आहे. (व्यक्त्याव्यक्तोपदेशवान) ज्ञानात्मक असा हा पुरुष म्हणजे एकच परमात्मा सर्व प्राणिमात्रांमध्ये निवास करतो. साक्षीरूपाने जीवात्मा त्याचा अंश असून, शरीराचा भोग घेणारा आहे. ज्याप्रमाणे स्वप्नरूपी निराळी अवस्था

प्राप्त झाली तरी तीमध्ये आत्मा आणि पाच इंद्रिये वगैरे पूर्वीचीच असतात त्याचप्रमाणे एका देहाचा नाश होऊन दुसरा देह प्राप्त झाला तरी आत्मा अर्थात जीवात्मा तोच असतो.

जीव हा परमात्म्याचा अंश

आत्मा एक देह सोडून दुसऱ्या देहात जातो याविषयी बृहदारण्योकपनिषदात एक दृष्टांत सांगितला आहे. ''जळु (जलायुका) ज्याप्रमाणे गवताच्या काडीच्या एका टोकास पोचली म्हणजे दुसऱ्या काडीवर पुढच्या पायांनी शरीराचा पुढचा भाग ठेवून मग मागचा भाग आकर्षून घेते, तद्वत् आत्मा एक शरीर सोडून दुसऱ्या शरीरात जातो. (बृ.४.४.३) अर्थात्, हा आत्मा जेव्हा शरीरातून निघून जातो तेव्हा त्याच्याबरोबर 'लिंङ्गदेह' ही बाहेर पडतो व त्यासह आत्मा आपल्या कर्मफलाप्रमाणे विविध लोकात गती भोगतो असे वर्णन बृहदारण्यकातच आले आहे. भगवद्गीतेतही असे वर्णन आहे की ज्याप्रमाणे वायू फुलांतून सुगंध हरण करतो. त्याप्रमाणे जीव स्थूलशरीर सोडताना लिंगशरीर बरोबर घेऊन जातो (गी.१५.८). कर्मफलाचा उपभोग घेण्यासाठीच पुनः शरीरप्राप्ती होत असल्याने या सूक्ष्म शरीरात धर्माधर्माचा किंवा पाप-पुण्यात्मक कर्मफलाचा समावेश असतो. पाच कर्मेंद्रिये, पाच ज्ञानेन्द्रिये, महाभूतांच्या पाच तन्मात्रा, मन व प्राण यांनी मिळून लिङ्गशरीर बनलेले असते. सावित्र्युपाख्यानात यमाने जेव्हा सत्यवानाचे प्राण हरण केले तेव्हा 'यमाने त्याच्या शरीरातून 'अंगुष्ठमात्र पुरुष' बाहेर ओढून घेतला' असे जे वर्णन आहे, ते वरील लिंगशरीराला उद्देशूनच आहे. जीवात्म्याबरोबर जन्मोजन्मी हे लिंगशरीर असतेच; मरणसमयी फक्त स्थूलशरीराचाच नाश होतो; लिंगशरीराचा होत नाही. जेव्हा जीवात्मा परमात्म्याप्रत पोहोचतो म्हणजेच संसारबंधनातून मुक्त होतो, तेव्हा हे त्याचे लिंगशरीर नाश पावते.

जीवात्मा आणि सर्वव्यापी परमात्मा हे दोन्ही वस्तुतः एकच असून तो परमात्मा ज्ञानात्मक आहे व अंशी आहे, स्वामी आहे. अंशरूप असल्याने जीव परमात्म्याहून भिन्न भासतो, या दोहोंच्या स्वरूपासंबंधी एका जुन्या कवीने असे म्हटले आहे की 'कोट्यावधी ग्रंथांचे सार अर्ध्या श्लोकात सांगतो - केवळ ब्रह्म सत्य आहे. जग (म्हणजे जगातील सर्व नामरूपे मिथ्या) मिथ्या किंवा नाशवंत आहे; तसेच जीवात्मा व परब्रह्म ही मुळात एकच आहेत, दोन नाहीत.' असे केवलाद्वैत वेदान्तात म्हटले आहे.

श्लोकोर्धेन प्रवक्ष्यामि यदुक्तं ग्रंथाकोटिभिः ।
ब्रह्म सत्यं जगन्मिथ्या जीवो ब्रह्मैव नापरः ।।

भगवद्गीतेत स्वतः भगवंताने म्हटले आहे की, 'जीव माझा अंश आहे' (ममैवांशो जीवलोके जीवभूतः सनातनः।) 'अंश' या शब्दाचा अर्थ भाग, एक तुकडा असा अर्थ

जरी व्यवहारात असला तरी त्या अर्थाने जीव अंश नाही. परमात्माच मुळी निरवयव, सर्वव्यापी, अविभाज्य, अच्छेद्य, अविकार्य (विकार न पावणारा) नामरूपविरहित व एकजिनसी असल्याने त्याचे विभाग पाडता येणे शक्य नाही. तसेच परब्रह्म म्हणजे डाळिंब व त्यातील एक दाणा म्हणजे जीव असेही म्हणणे योग्य नाही. ब्रह्म म्हणजे अग्नी व जीव म्हणजे स्फुलिंगे हे वर्णन समर्पक ठरते. चराचर व्यापून राहणारा हा परमात्माच 'चेतन जीवात्मा' म्हणून शरीरात वास करतो व त्या शरीरबद्ध अंशधारी आत्म्यालाच 'जीव' ही संज्ञा प्राप्त होते. तो आपल्या अंशीप्रमाणे सर्वव्यापी, सर्वज्ञ, सर्वगत व विश्वेश्वरस्वरूपी नाही. पण तो सनातन व अविनाशी आहे. ह्या जीवात्म्याचा अंतरात्मा म्हणजे परमात्मा होय.

(क्रमशः)

लेखांक : एकोणीस

मनु-बृहस्पति संवाद

पृथ्वी, आप, तेज, वायू व आकाश ही पञ्चमहाभूते जगातील सर्व पदार्थांच्या व प्राणिमात्रांच्या उत्पत्तीला कारणीभूत होतात आणि प्राणिमात्रांच्या अंत झाला की ते ह्या महाभूतातच लीन होतात. पञ्चमहाभूतांमुळे शरीरातील कोणकोणती कार्ये होतात व त्या भूताशी निगडित असे इंद्रिय कोणते आहे, याचे संक्षिप्त विवेचन मागे आलेले आहे. परंतु, ह्या विषयाचेच एका वेगळ्या तऱ्हेने केलेले वर्णन आपल्याला शांतिपर्वात एके ठिकाणी पाहायला मिळते. तेथे म्हटले आहे की, ईश्वराने (भूतकृत् - भूतांची निर्मिती करणारा) प्रत्येक शरीरामध्ये पंचमहाभूते ठेवलेली आहेत. कासव ज्याप्रमाणे आपले अवयव पसरते व पसरलेले पुनः आखडून घेते त्याप्रमाणे ईश्वर पंचमहाभूतांची उत्पत्ती व नाश करतो. शरीरात पंचमहाभूतांचा वास कशा प्रकारचा असतो? शब्द, श्रवणेंद्रिय व पोकळी हे शरीरगत आकाश होय. स्पर्श, त्वगीन्द्रिय आणि चलनवलनादि व्यापार हा शरीरगत वायू होय. रूप, चक्षुरिन्द्रिय व अन्न पचविण्यास कारणीभूत असणारा अग्नी हे शरीरगत तेज होय. रसधर्म व रसनेन्द्रिय हे शरीरगत जल होय. वास घ्यायचे पदार्थ, घ्राणेन्द्रिय व शरीर हे शरीरगत पृथ्वीचे भेद आहेत. शरीरात पाच महाभूते अशी वसली असून मन हे सहावे, बुद्धी ही सातवी व क्षेत्रज्ञ (जीव) हा आठवा पदार्थ होय. बुद्धिन्द्रिय हे मनाहून श्रेष्ठ असून ती 'अध्यवसानाय' म्हणजे कार्याकार्य, ग्राह्याग्राह्य यासंबंधीचा निश्चय करणारी आहे. क्षेत्रज्ञरूपी आत्मा शरीरात निबद्ध असून तो ह्या सर्वांस साक्षीभूत असतो. हे साक्षीभूत चैतन्य म्हणजेच जीवात्मा हा प्रमाता असून पायापासून-मस्तकापर्यंत सर्व काही जाणतो. सर्व काही अवलोकन करतो व हा मूलतः परमात्मस्वरूपी आहे. परमात्म्याने आकाशाच्या उदरात असलेले विश्व व्याप्त केलेले आहे.

ऐतेन सर्वमेवेदं विध्द्यभिव्याप्तमन्तरम् ।। (महा. १२.१८७.१३)

वरील आत्म्याच्या वर्णनावरून हे स्पष्ट होईल की शरीरातील चैतन्य जे जीवात्मा म्हणून संबोधिले जाते व सबंध सृष्टीचे कारण असलेले परमात्मस्वरूप चैतन्य यांच्यात स्वरूपतः भेद नाही. अंश व अंशी असा भेद आहे. भीष्मांनी केलेल्या या विवेचनात

पंचमहाभूतांच्या गुणविशेषांची चर्चा आहेच पण बुद्धी आणि आत्मा यांच्या परस्पर संबंधावर विशेष प्रकाश टाकला आहे.

बद्धी आणि आत्मा

सर्व इंद्रिये व त्यांचे विषय हे त्रिगुणात्मक आहेत. बुद्धीचे अस्तित्व नसेल तर ही इंद्रिये, हे विषय व महाभूते कोठून असणार? बुद्धिच या सर्वांची 'आगति' म्हणजे उगमस्थान व 'गति' म्हणजे लयस्थान आहे. हे लक्षात घेतले पाहिजे. हे सर्व चराचर विश्व 'तन्मय एव' म्हणजे बुद्धिमयच म्हटलेले आहे. कारण तीच या सृष्टीच्या बुडाशी आहे. बुद्धी हे एक इंद्रिय म्हणून मानलेले आपण पाहिले आहे. बुद्धी हा शब्द त्या अर्थाने येथे वापरलेला दिसत नाही. कारण ते इंद्रिय काही सृष्टीच्या 'उद्‌भवाला व नाशाला' कारणीभूत होत नाही. याच अध्यायात पुढे जे विचार आले आहेत ते पाहिले पाहिजेत. ह्या बुद्धीलाच पुढे 'सत्त्व' अशी संज्ञा देवून असे म्हटले आहे की सत्त्व आणि क्षेत्रज्ञ आत्मा हे जरी संलग्न असले तरी त्यांच्यात भेद आहे. ज्याप्रमाणे उंबर व उंबरातील कीटक परस्परांशी संबद्ध असतात त्याप्रमाणे सत्त्व व जीवात्मा परस्पर निगडित असतात. (हे उदाहरण मागील लेखात सांगितले आहेच.) दुसरा दृष्टान्त मत्स्य आणि जलाचा आहे. त्यांचा जसा संयोग असतो, तसा जीव व बुद्धी यांचा असतो.

सृजते हि गुणान् सत्त्वं क्षेत्रज्ञः परिपश्यति ।

(महा. १२.१८७.४२)

सत्त्व गुणांना निर्माण करते. त्यांची उत्पत्ती करते आणि जीवात्मा त्यांचे केवळ अवलोकन करतो; त्यांची निर्मिती करीत नाही. या विवेचनावरून हे स्पष्ट होईल की या ठिकाणी 'बुद्धी' म्हणून जिला म्हटले आहे ती 'मूलप्रकृति' होय. ती त्रिगुणात्मिका असून तिच्या माध्यमातूनच परमेश्वर गुणांची किंवा सृष्टीतील पदार्थांची निर्मिती करतो. अहंकारादि गुणांना आत्म्याचे ज्ञान नसते पण आत्म्याला त्यांचे ज्ञान असते. तो त्यांचा द्रष्टा आहे. अज्ञानदशेत, हा आत्मा अहंकारादिकांहून भिन्न असूनही त्यांच्याशी तादात्म्य पावतो व मी गोरा आहे; लंगडा आहे असे आपल्याविषयी मानू लागतो; याचाच अर्थ तो देह धर्मांना आपले धर्म मानू लागतो. अशा अवस्थेतील चैतन्याला जीवात्मा, शारीर आत्मा अशा संज्ञा मिळतात. या मोहजालात अडकलेल्या जीवात्म्याला आपल्या मूळ शुद्ध स्वरूपाची प्रतीती केव्हा होते? यासंबंधी येथे एक लहानसा दृष्टांत दिला आहे. ज्याप्रमाणे छिद्रयुक्त पात्रात किंवा घटात ठेवलेल्या दिव्याची किरणे, ती छिद्रे बुजवून बंद केली म्हणजे प्रज्वलित असलेला दिवा त्या पात्रात दिसू लागतो त्याप्रमाणे इंद्रियरूपी रंध्रांचा अंतःकरणाच्या योगाने चांगला निरोध केला (म्हणजेच इंद्रिय जय प्राप्त करून उपासना

केली) म्हणजे मनुष्याच्या शरीरात आत्म्याच्या (सच्चिदानंदस्वरूपी परमेश्वराचा) प्रकाश पडू लागतो - त्याला आत्मज्ञान होते!

आत्म्याचे अस्तित्व

आत्मा देहामध्ये वसत असतो व तोच देहावर सत्ता चालवतो याची जाणीव आपल्याला होत असते. तो दृष्टिगोचर नाही; घट पटाप्रमाणे तो इंद्रिय-गोचर नाही हे खरं पण त्याचे कारण तो अत्यंत सूक्ष्म आहे, ज्ञानस्वरूपी आहे म्हणून! त्याचे मूळ स्वरूपच मुळी 'अतींद्रिय', 'गुणातीत' असे आहे म्हणून तो इंद्रिय; मन, वाणी यांच्या कक्षेत येऊ शकत नाही. सूर्याला गती आहे हे जरी प्रत्यक्ष प्रमाणाने सिद्ध करता आले नाही तरी त्याच्या स्थानाचा जो बदल होतो त्यावरून विद्वान लोक त्याची गती ठरवतात. तसेच आत्मा जरी दूर असला तरी विद्वान लोकांना बुद्धिरूपी दीपाच्या योगाने तो सन्निध असल्याप्रमाणे दिसतो आणि संसार सन्निध असला तरी तो दूर झुगारून दिल्यासारखा वाटतो. 'आत्मा' म्हणून ज्याला संज्ञा आहे त्या चैतन्याचे स्वरूपच मुळी अलौकिक, अगम्य, जगद्विलक्षण व अतर्क्य असे आहे. जगातील पदार्थ ज्या उपायांनी ज्ञात होतात ती परिमाणे आत्म्याला लावता येत नाहीत. दिसणे अथवा न दिसणे हे काही त्याच्या अस्तित्वाचे किंवा अभावाचे लक्षण नव्हे. मनु-बृहस्पति संवादात मनूने स्पष्ट केले आहे की अमावस्येच्या दिवशी चंद्रमंडलाचा क्षय झालेला असतो. त्यामुळे तो सूर्यमंडलाहून भिन्न रूपाने दृष्टिगोचर होत नाही. त्याचप्रमाणे बुद्धिवृत्तीशी तादात्म्य पावल्यामुळे जीवात्मा निराळा उपलब्ध होत नाही. तो उपलब्ध होत नसला तरी तो नष्ट झाला आहे असे मानता येत नाही. ज्याप्रमाणे चंद्र पुन्हा आकाशात येऊन (अमावस्येच्या रात्रीनंतर) प्रकाशमान होतो. त्याचप्रमाणे जीवात्मा दुसऱ्या शरीराची प्राप्ती झाली म्हणजे पुन्हा प्रकाशित होऊ लागतो.

यथा चन्द्रो ह्यमावास्यालिङ्गत्वान्न दृश्यते ।
न च नाशोऽस्य भवति तथा विद्धि शरीरिणम् ॥

(महा. १२.१९६.१५)

अमावस्येपूर्वीचा चंद्र, अमावस्येला लुप्त झालेला चंद्र व शुल्कपक्षात पुन्हा दिसू लागलेला चंद्र ज्याप्रमाणे एकच असतो. त्याप्रमाणे दुसरे शरीर धारण करणारा 'जीवात्मा' हा एकस्वरूपी असतो. चंद्रमंडलाप्रमाणे जन्म, वृद्धी आणि क्षय हे धर्म आत्म्याच्या ठिकाणी प्रत्यक्ष दृष्टिगोचर झाल्यासारखे असतात पण खऱ्या अर्थाने आत्म्याचा त्यांच्याशी काही संबंध नसतो. जन्मणे, वृद्धिंगत होणे, वार्धक्यग्रस्त होणे हे सर्व शरीराचे धर्म आहेत; अज्ञानामुळे ते आत्म्याचे आहेत असे आपणास भासते. याठिकाणी एक प्रश्न मनात

डोकावतो. आत्मा शरीराशी संलग्न होतो - आत्मा एक शरीर सोडून कर्मफले भोगण्याकरिता पुन्हा दुसऱ्या शरीरात प्रवेश करतो. याचा नेमका अर्थ काय? शरीराशी त्याचा संयोग होतो म्हणजे तो शरीराशी एकरूप होतो की काय? या संयोगाचे स्वरूप तरी काय? व्यासांनी एक सुंदर दृष्टांत देऊनच याविषयी दिग्दर्शन केले आहे.

नोपसर्पद्विमुञ्चद्वा शशिनं दृश्यते तमः
विसृजंश्चोपसर्पंश्च तद्वत्पश्य शरीरिणम् ।। (महा. १२.१९६.२०)

ज्याप्रमाणे अंधःकार हा केव्हाही चंद्रमंडलाशी संलग्न होत नाही किंवा त्याला चंद्रमंडलाचा वियोगही होत नाही. (संयोग आणि वियोग असे कुठलेच त्याच्याबाबतीत घडत नाही.) त्याप्रमाणे आत्म्याला जड व नश्वर अशा शरीराचा योग घडत नाही व वियोगही घडत नाही. तसेच ज्याप्रमाणे राहूचे ज्ञान आपल्याला स्वतंत्र रीतीने होऊ शकत नाही - तर तो चंद्र किंवा सूर्य ह्यांच्या मंडलाशी संयोग पावला म्हणजेच त्याचे ज्ञान होते, त्याप्रमाणे शरीराचा संयोग घडला म्हणजेच शरीरांतर्गत आत्म्याची उपलब्धी होते आणि शरीराशी वियोग झाला की शरीरांतर्गत आत्म्याची उपलब्धी होत नाही.

या आत्म्याला 'ज्ञेयं ज्ञानाभिसंहितम्' अशी विशेषणे लावली आहेत. म्हणजे हा आत्मा जाणून घेण्यास योग्य आहे व ज्ञान हे त्याचे स्वरूप असलेला आहे. ज्ञानस्वरूपी तो म्हटला आहे हे खालील श्रुतिवचनांवरून सिद्ध होते, असे विवरण व्याख्याकार नीलकण्ठ यांनी या ठिकाणी दिले आहे.

सत्यं ज्ञानमनन्तं ब्रह्म । (तैत्ति. २.१)
विज्ञानमानन्दं ब्रह्म । (बृ. ३.९.२८)

हा ज्ञेय आत्मा जाणावयाचा खरा पण कोणत्या उपायाने? या संदर्भातही दोन समर्पक दृष्टांत या संदर्भात सांगितले आहेत. जलचरांवर (माशांवर) उपजीविका करणारे लोक सूत्रांचे जाळे टाकूनच माशांना धरीत असतात; मृगांचे ग्रहण करण्याचे कामी मृगांचाच उपयोग करतात. पक्ष्यांना धरण्याचे कामी पक्षीच उपयोगात आणतात आणि हत्तींना पकडण्याच्या कामी हत्तींचाच उपयोग करतात. त्याप्रमाणे ज्ञेय अशा परमात्म्याचे ज्ञान करून घेण्याच्या कामी ज्ञानाचाच उपयोग करतात. ज्याप्रमाणे सर्पाचे पाय सर्पालाच दिसतात त्याप्रमाणे आत्मतत्त्व (ज्ञेय असा जो चेतन परमात्मा) ते विद्वान लोक ज्ञानानेच म्हणजे बुद्धीच्या वृत्तीने जाणून घेतात. या दृष्टांतामधून हेच स्पष्ट करावयाचे आहे की आत्मज्ञान (परमात्म्याचे ज्ञान) करून घेणे हेच मोक्ष मिळविण्याचे साधन आहे. 'आत्म्याचा साक्षात्कार', 'आत्मानुभूती' झाल्याशिवाय म्हणजेच ब्रह्म जाणल्याशिवाय मुक्तावस्था प्राप्त होत नाही.

आत्मज्ञान म्हणजे मुक्ती

मनु–बृहस्पतिसंवादाचा आपण मागोवा घेत आहोत. त्यात पुढे सांगितलेले विचारही लक्षणीय आहेत. जीवात्मा जाग्रत, स्वप्न आणि सुषप्ति (निद्रा) या तिन्ही अवस्थांचा अनुभव घेतो. सुषप्तिकाळी लिंग देहाचा वियोग घडून तो ज्ञानमय बनतो आणि जीवात्म्याला आणखी एक अवस्था प्राप्त होऊ शकते आणि तीत शरीराचा कायमचा वियोग घडतो – तिलाच 'अभव' म्हणजे मोक्षावस्था म्हणतात. ही अवस्था प्राप्त होण्यासाठी इंद्रियांचा जय झाला पाहिजे. वास्तविक 'परब्रह्मतत्त्व' आपल्या देहातच अंतर्यामीरूपाने वास करत असते. जीव आणि शिव ही दोन्ही तत्त्वे देहात वास करीत असतात. अंतर्मुख होऊन योगयुक्त झाल्याशिवाय त्याचे ज्ञान होणे शक्य नाही. ज्याप्रमाणे पाणी स्वच्छ असले म्हणजे त्यामध्ये पडलेले प्रतिबिंब नेत्रांना दिसते, त्याप्रमाणे जित झाल्यामुळे इंद्रिये स्थिरप्रसन्न झाली म्हणजे बुद्धीला ह्या अंतर्यामी आत्म्याचे ज्ञान होते. पाणी हालत असताना ज्याप्रमाणे प्रतिबिंब दिसत नाही, त्याप्रमाणे इंद्रियवृत्ती क्षुब्ध, विषयासक्त झाल्या असताना, मोहपटलाने धूसर झालेल्या असताना बुद्धीमध्ये आत्म्याचे ज्ञान होत नाही.

तद्वत्प्रसन्नेन्द्रियत्वाज्ज्ञेयं ज्ञानेन पश्यति ।। (महा. १२.१९७.२)

जीवात्मा आपले मूळ विसरून अज्ञानामुळेच विषयांमध्ये अगदी गढून जातो; त्याची तृप्ती होत नाही त्यामुळे मरणानंतर तो भूतात्मा म्हणजे जीवात्मा विषयोपभोगसाठी पुनःश्च जन्म घेतो. (विषयेभ्यो निवर्तते ।।) 'तर्षच्छेद' म्हणजे तृष्णेचा नाश होणे महत्त्वाचे आहे. जोपर्यंत पाप नष्ट होत नाही तोपर्यंत तृष्णा सुटत नाही. जीवात्मा विषयमोहामुळे अथवा अज्ञानजन्य अंधत्वामुळे, शरीरविशिष्ट असलेले आपले स्वरूप कायमचे आहे, असे मानतो; आणि अंतःकरणानेही अहितकर व विरुद्ध अशा गोष्टींची इच्छा करतो. ज्यावेळी पाप कर्मांचा क्षय होतो व बुद्धी स्वच्छ होते त्यावेळी निर्मळ आरशात दिसणाऱ्या प्रतिबिंबाप्रमाणे तिजमध्ये आत्म्याचे म्हणजे परमात्म्याचे ज्ञान होऊ लागते. इंद्रियजय तसेच शब्दादीविषय, महाभूते इत्यादींचा मनाने त्याग केल्यामुळे मन आत्म्यात लीन होते व कैवल्याची प्राप्ती होते (तान्मुक्त्वाऽमृतमश्नुते ।)

माणसाचे जीवन सुख आणि दुःख यांनी भरलेले आहे. दुःख शारीर आणि मानस अशा दोन्ही प्रकारचे असते. तसेच जीवनात सुखाहून दुःख अधिक आहे याबद्दल शंका नाही. दोन्ही प्रकारच्या दुःखांचा परिहार करण्याचा प्रयत्न करावा. चिंतन न करणे हेच दुःख नाशाचे औषध आहे. ज्ञानाच्या योगाने मानस दुःखाचा नाश करावा व औषध प्रयोगाच्या योगाने शारीर दुःखाचा नाश करावा. तारुण्य जीवित, द्रव्यसंचय, आरोग्य व प्रिजयनांचा सहवास ही सर्व नश्वर आहेत म्हणून सुज्ञ व्यक्तीने याची आशा करू नये. ह्यांच्याविषयी हाव धरू नये. खरे पाहिले तर सुख आणि दुःख या दोहोंचाही मनाने त्याग

करणेच परमार्थाच्या दृष्टीने श्रेयस्कर होय. असा त्याग करणारा साधक आपले जे उपास्य परब्रह्म त्याच्या निकट जातो व कायमचा शोकमुक्त होतो. संसारचक्रात अडकलेली ही बुद्धी इंद्रियांशी संबद्ध होऊन विषयांकडे धाव घेऊ लागली की ती, पर्वतशिखरांवरून निघालेले पाणी मागे न वळता जसे पुढे पुढेच जाते, ह्याप्रमाणे आसक्तीच्या मोहसागरात अधिकच बुडत जाते. परंतु, मन परब्रह्माकडे वळविण्याचा एक उपाय म्हणजे ध्यानयोग होय. मनूने म्हटले आहे की, सत्कर्मांच्या संस्कारांनी ही बुद्धी युक्त झाली व ती मननात्मक वृत्तीमध्ये दीर्घ काळ लीन झाली की उपासकाला ध्यानयोगाच्या साहाय्याने ब्रह्मज्ञान संपादिता येते.

यदा कर्मगुणोपेता बुद्धिर्मनसि वर्तते ।
तदा प्रज्ञायते ब्रह्म ध्यानयोगसमाधिना ।। (महा. १२.१९८.२)

(क्रमशः)

लेखांक : विसावा

पापाचे दोन प्रकार

शांतिपर्वातील पराशर-गीतेत पराशरमुनींनी पाप-पुण्याविषयी अत्यंत सखोल विचार मांडला आहे. मानवाला लाभलेले मनयुक्त शरीर हे आत्मोन्नतीचे, सद्गती मिळविण्याचे साधन आहे. आपल्या हातून ज्या स्वरूपाची कर्मे घडतात त्यानुसार आपल्याला चांगले-वाईट फळ मिळत असते. सर्व प्राणिमात्र जरी एकसारखे असले तरी ज्याप्रमाणे एखाद्या तांब्याच्या भांड्याला सोन्याचा मुलामा केल्यास ते सोनेरी दिसते, चांदीचा केल्यास रूपेरी दिसते, त्याचप्रमाणे सर्व प्राण्यांना आपापल्या पूर्वकर्मानुसार रंग चढतात. कोणी म्हणेल 'हे पूर्वकर्म कोठून आले व ते मानण्याचे कारण काय?' एक तर कर्म आचरिले की त्याचे फळ हे उत्पन्न होणारचं व कर्म करणाऱ्याला ते भोगावे लागणारच! अनेक लतागुल्माची बीजे ग्रीष्म ऋतूत भुईत कोठे गाडलेली असतात ती दृष्टीसदेखील येत नाहीत, परंतु, वर्षाऋतू सुरू झाला की जेथे लतागुल्म अंकुरित झालेले आढळतात तेथे त्यांची बिजे निगूढ होती हे म्हणणे जसे प्राप्त आहे, त्याचप्रमाणे जीवांना प्राप्त होणारी सुख-दुःखे ही त्यांच्या प्राक्कृत कर्मांचा परिणाम आहे, असे मानावेच लागते. बिजाशिवाय जसा वृक्ष असू शकत नाही तसेच पूर्वकर्माशिवाय सुख-दुःख प्राप्त होत नाही. मनुष्य जर या लोकी चांगली कर्मे करील तर मरणोत्तर त्याला पुढील लोकी सौख्यच प्राप्त होईल.

सुकृतैर्विन्दते सौख्यं प्राप्य देहक्षयं नरः।।

(महा १२.२७९.११)

पुण्यकर्म करून मानवाला पारमार्थिकदृष्ट्या आपले भवितव्य सुधारता येते. 'उत्कर्षार्थं प्रयतेत नरः पुण्येन कर्मणा' असा अत्यंत मोलाचा उपदेश या संदर्भात केलेला आढळतो.

पूर्वकर्मानुसार आपल्याला सुख-दुःखे भोगावी लागतात. यावर कोणी असा आक्षेप घेईल की कुठलीही गोष्ट नष्ट होणारी असल्याने कर्म व कर्मफळे नष्ट होतील. तेव्हा पुढील जन्मी म्हणजे कालान्तराने ती भोगावी लागतात हे म्हणणे योग्य नाही; विस्तवात हात घातला तर लगेच पोळतो. आज हात घातला व परवा चटका बसला असे कधी होत नाही. याला उत्तर असे की हा विस्तवाचा दृष्टांत येथे लागू पडत नाही. प्रत्येक गोष्टीचे

फळ लगेचच दृष्टोत्पत्तीस येते असे नव्हे. पूर्वकर्म व सुख-दुःखाची प्राप्ती यात कार्यकारण भाव आहे. हे निश्चित! कर्मांची फळे भोगल्याशिवाय त्यांचा नाश होत नाही. आपण केलेल्या बऱ्या-वाईट कर्मांची फळं आपल्याला भोगावीच लागतील. ईश्वर हा जगाचे नियमन करीत असताना, मानवांना किंवा प्राणिमात्रांना त्यांच्या त्यांच्या कर्मांची फळे प्रदान करीत असतो. चौर्यरूपी कर्म एखाद्याने जे आचरलेले असते, त्या पापाचे दुःखरूपी फळ तो पुढील जन्मी भोगतो. नाहीतर ते फळ कोणी भोगायचे? दुसऱ्या कोणाचे पाप-पुण्य आपल्याला भोगावे लागत नाही. आपले केलेलेच आपण भोगतो.

नायं परस्य सुकृतं दुष्कृतं चापि सेवते ।
करोति यादृशं कर्म तादृशं प्रतिपद्यते ।। (महा. १२.२७९.२१)

या सर्व विवेचनाचा मथितार्थ असा की माणसाने आपल्याला मिळालेला जन्म विचारपूर्वक कर्तव्य कर्मे व सत्कर्मे करून सार्थकी लावावा.

पापाचे दोन प्रकार

महाभारतकारांनी पापापासून लोकांची मने परावृत्त करण्याच्या उद्देशाने 'पाप' या संकल्पनेचे सूक्ष्म विश्लेषण केले आहे. आपल्याला माहीत आहे की मानव हा स्खलनशील असल्याने त्याच्या हातून कळत नकळत चुका होतात व दुष्कृत्ये घडतात. जाणूनबुजून केलेले दुष्कर्म, अगदी विचारपूर्वक ठरवून केलेले पापकर्म व अबुद्धिपूर्वक म्हणजे न जाणता, नकळत घडलेले पापकर्म यांच्यात काही फरक आहे की नाही? फरक मानायलाच हवा. पापाचे दोन प्रकार सांगितले आहेत- १) बुद्धिपूर्वक जाणूनबुजून केलेले पाप २) न जाणता केलेले पाप. अश्वत्थाम्याने युद्धाच्या शेवटच्या रात्री पांडव शिबिरात शिरून तेथे झोपलेल्या योद्ध्यांची जी हत्या केली ती पहिल्या प्रकारच्या पापाचे उदाहरण होय. परशुरामाच्या आश्रमात अस्त्रविद्या शिकत असताना एकदा वनप्रदेशामध्ये कर्णाचा बाण चुकून ब्राह्मणाच्या होमधेनूला लागतो व ती मरण पावते. हे उदाहरण दुसऱ्या प्रकारच्या पापाचे होय. अज्ञानकृत पापाचा तपाने नाश होतो पण बुद्धिपूर्वक केलेल्या पापकर्माचे फळ हे भोगूनच संपवावे लागते. येथे असा प्रश्न उपस्थित केला आहे की या दोहोत फरक असल्याने त्याची फळे भिन्न स्वरूपाची असतात की एकाच प्रकारचे फळ मिळते. पराशर प्रथम श्रेष्ठ विद्वान ब्राह्मणांचे मत नमूद करतात. त्यांच्या मते, अज्ञानकृत पाप हातून घडल्यानंतर जर त्या व्यक्तीने अहिंसापालनादि सत्कर्मे केली तर त्या पुण्यात्मक कर्मामुळे याच जन्मात हे पाप धुतले जाते. परंतु, बुद्धिपूर्वक केलेल्या पापाच्या बाबतीत मात्र तसे नाही, त्या पापकर्मानंतर जरी शुभकर्मे केली तरी फिटंफाट होत नाही, त्या पापकर्माचे फळ पृथक् भोगावेच लागेल. परंतु, पराशर सांगतात की, त्यांच्या स्वतःचा अभिप्राय

वरील विद्वान ब्राह्मणांपासून भिन्न आहे. त्यांच्या मते, आपण जसे कर्म करावे ते त्यानुसार तसेच पृथक् भोगावेच लागते. पापकर्म मग ते कसेही असो त्यांचे फळ हे भोगावेच लागते. पुढे एखाद्याने त्या जन्मात पुण्यकर्म केले तरी त्याची वजाबाकी होत नाही. पाप असो पुण्य असो – त्याची फळे पृथक् पृथक् भोगावीच लागतात. जीवनातील बरी–वाईट कर्मेही पृथक्पणे आपापली फळे देण्यास चुकत नाहीत. बुद्धिपुरस्सर केलेल्या पापाचे फळ हे तीव्र स्वरूपाचे असते. याउलट, ते जर अज्ञानकृत असेल तर त्याचे फळ, त्या कृतीचे फळ फार अल्प किंवा सौम्य असे सोसावे लागते. हा या दोहोतील फळात फरक होय! वरील विवेचनावरून हे ध्यानात येते की, शास्त्रवेत्त्या विद्वान ब्राह्मणांचे जरी काही मत असले तरी श्रेष्ठ ऋषी त्याहून भिन्न मत मांडू शकत होते.

सामान्य धर्मनियम

आपण ज्या स्वरूपाची कर्मे करतो त्यानुसार पाप व पुण्य आपल्या खाती जमा होत राहते. पापाचे फळ म्हणून जे दुःख भोगायला लागते ते भोगून संपताच या वेळपर्यंत दबा धरून राहिलेले पुण्य ते उदयास येते आणि त्याचा परिणाम म्हणून तो सुख भोगू लागतो. सुकृताचाही सुखभोगरूपाने क्षय होताच, दबा धरून राहिलेले दुष्कृत्य उदयास येते व दुःख, आपत्ती व क्लेश भोगण्याची वेळ येते, असे हे चक्र अव्याहत चालू राहते.

ततो दुःखक्षयं सुकृतं कर्म सेवते ।
सुकृतक्षयाच्च दुष्कृतं तद्विद्धि मनुजाधिप ।। (महा.१२.२७९.१८)

अशा रीतीने सुख व दुःख ही वाऱ्याच्या झुळुकेप्रमाणे किंवा चाकाच्या गतीप्रमाणे एका पाठोपाठ जात–येत असतात. जो कोणी विचारी व शास्त्र जाणणारा पुरुष असतो, तो आत्मज्ञान मिळविण्याचा प्रयत्न करून या पाप आणि पुण्य या दोहोंचे खाते मिटविण्याचा प्रयत्न करतो व अंतिम ध्येय साध्य करण्यासाठी मोक्षाचामार्ग धरतो. पण ज्यांना ही दृष्टी नसते व रज व तम या गुणांना चिकटून राहून प्रपञ्चावरच आसक्ती ठेवतात ते मात्र अहितकर अशा मार्गाने जातात. सद्वर्तनच मनुष्याला शेवटी योग्य दिशेने कल्याणप्रत नेत असते. त्या वर्तनाचे थोडक्यात लक्षण म्हणजे दुसऱ्याने केलेले जे कर्म आपण दोषास्पद, निंद्य मानू ते आपण स्वतः करू नये. हाच विचार पुन्हा काही अध्यायानंतर व्यासांनी मांडला आहे. मनुष्य कोणत्याही वर्णाचा असो, उपजीविकेसाठी त्याला करावा लागणारा व्यवसाय कोणताही असो, त्याने हीन अथवा निंद्य कर्म कधीही करू नये. आत्मकल्याण साधण्यासाठी सारांशरूपाने सर्व समाजासाठी एक सरळ मार्ग सांगितला आहे, तो असा–

सर्वे वर्णा धर्मकार्याणि सम्यक् ।
कृत्वा राजन् सत्यवाक्यानि चोक्त्वा ।

त्यक्त्वाऽधर्मं दारुणं जीवलोके

यान्ति स्वर्गं नात्र कार्यो विचारः ॥ (महा.१२.२८५.३९)

आपापली विहित धर्मकृत्ये उत्तम प्रकारे आचरून, सत्य भाषण बोलून लोकात अधर्म व दारुण असे जे काही कर्म मानले जाते त्याचा त्याग केल्याने सर्व वर्णातील लोकांना स्वर्गाची प्राप्ती होते.

विषयासक्तीमुळे अवनती

मनुष्यजन्म हा दुर्लभ आहे, हे मागे पाहिलेच आहे. बुद्धी व विवेक शक्ती यांच्या साहाय्याने माणसाला आपल्या भवितव्याचा व मरणोत्तर जीवनाचाही नीट विचार करता येतो. पारमार्थिक कल्याण कसे होईल याचा विचार करणे फार जरुरीचे आहे नाहीतर जन्म आणि मरण या चक्रातून सुटका होणे सर्वथैव अशक्य होय.

मरणं जन्मनि प्रोक्तं जन्म वै मरणाश्रितम् । (महा. १२.२८७.१९)

अविद्वान्मोक्ष-धर्मेषु बद्धो भ्रमति चक्रवत् ।

जन्म म्हटला की त्याबरोबर मरण ठेवलेले आहेच आणि मरणाच्या पाठोपाठ जन्मही लागलाच आहे. काही प्रयत्न केले नाही, भगवंताची आराधना केली नाही, ब्रह्मज्ञानप्राप्तीचा प्रयत्न केला नाही तर हे चक्र अव्याहत चालू राहील व मनुष्य दुःखसागरात बुडलेलाच राहील म्हणून मोक्षमार्गाचा विचार करणे अत्यावश्यक आहे.

अधर्ममय पाश तोडून टाकून म्हणजे कामक्रोधाच्या आहारी जाऊन दुष्ट विचार, दुष्ट कृतींचा त्याग करून जेव्हा मनुष्य शुद्ध, पवित्र आचरणावर दृढ राहतो (धर्मेऽभिरज्यते) तेव्हा त्याला सिद्धिरूप अंतिम ध्येय गाठता येते. मन हे निसर्गतःच विषयांकडे ओढले जात असते. पण ते मन जर पूर्ण ताब्यात आले व जितेन्द्रियत्व प्राप्त झाले तर अशा ज्ञानी पुरुषाला तो विषयात वावरत राहिला तरी विषय त्याची हानी करू शकत नाहीत. तो विषयांमध्ये असूनदेखील त्यांच्यात नसल्यासारखा होतो आणि जो दुर्बुद्धी असतो, ज्याला अज्ञानातच राहण्यात आनंद वाटतो, तो विषय सन्निध नसूनही त्यात गढल्याप्रमाणेच असतो. जो विषयासक्तीने लडबडलेला आहे, ज्याचे मन विषयातच गुंतून राहिलेले आहे, त्याला आत्महित कधीच कळणार नाही व तो अधोगतीसच जाणार. परंतु, जो पुरुष 'वीतराग' आहे म्हणजे जो निरासक्त झाला आहे व 'जितक्रोध' म्हणजे ज्याने क्रोधादि शत्रूंवर विजय मिळविला आहे तो विषयांमध्ये जरी उभा असला तरी त्याला पाप स्पर्शही करू शकत नाही. पराशरमुनी या आपल्या उपदेशात पुढे सांगतात की ज्यांची मने अनेक प्रकारच्या विषयप्रेमरूपी पाशांनी जखडली आहेत असे अज्ञानात गढलेले मनुष्य नदीत बांधलेल्या वाळूच्या घराप्रमाणे नाश पावतात. दुसरे एके ठिकाणी हीच गोष्ट अगदी स्पष्ट

शब्दात मांडली आहे.

दुरन्तेष्विन्द्रियार्थेषु सक्ताः सीदन्ति जन्तवः ।
ये त्वनासक्ता महात्मानस्ते यान्ति परां गतिम् ।। (महा. १२.२०८.१)

ज्यांचा परिणाम दुःखरूपी आहे, अशा विषयांच्या ठिकाणी आसक्त झालेल्या प्राण्यांना क्लेश भोगावे लागतात व जे महात्मे विषयासक्त होत नाहीत, त्यांना परम गती म्हणजे परमात्मा प्राप्ती होते.

मनोनिग्रह आणि सत्कर्मप्रवृत्ती

ह्या आसक्तीचा त्याग करण्यासाठी कोणता उपाय आहे? विवेकाच्या आधारे हे मन विषयांपासून हळूहळू परावृत्त करून ते मोक्षमार्गाकडे लावणे हाच इष्ट मार्ग होय. सबंध जग हे कर्मात मग्न असून जन्म, जरा व मृत्यू यांच्यामुळे हे संपूर्ण जग दुःखाने व्याप्त झाले आहे. म्हणून ह्यावर नीट शांतपणे विचार करून मनुष्याने काया-वाचा-मनेकरून शुद्ध राहण्याचा प्रयत्न करावा. अहंकाराचा संसर्ग होऊ देऊ नये, वाईट गोष्टींचे चिंतन करू नये, अयोग्य वस्तूची इच्छा करू नये, अशुभ विचार मनात आणू नये, वाणीदेखील शुभ अशीच उच्चारावी व हातून जे कर्म करावयाचे ते शुभ असेच करावे. याच विवेचनात असे एक विधान आहे की मन मोठे विचित्र आहे; ते केव्हा कुठे आसक्त होईल, हे सांगता येत नाही. म्हणून भूतदयेपोटी जरी मन कुठे आसक्त झाले तरी ते आवरले पाहिजे. नीलकण्ठ या व्याख्याकारांनी या संदर्भात भरतमुनींचे उदाहरण दिले आहे. भरतमुनी शास्त्रवेत्ते ज्ञानी होते. त्यांच्यापाशी श्रेष्ठ तपोबलही होते. एकदा ते स्नानासाठी नदीवर गेले असता महापुरात सापडले. पुराच्या प्रचंड लाटांमुळे प्राणावर बेतले. पाण्यात काही आधार सापडेना. तेवढ्यात एक हरिणी त्या पुरातून कशीबशी पोहत तीराकडे जाताना त्यांना दिसली. मुनींनी तिची शेपूट पकडून आधार घेतला व त्या हरिणीमुळे तीरावर आले. कर्मधर्मसंयोगाने ती गरोदर हरिणी काही वेळातच तेथे प्रसूत झाली. तिचे मृगपाडस जगले पण तिने प्राण सोडला. त्या बालमृगाचे संगोपन या मुनींनी केले. त्यांचे हृदय दयेने द्रवले. त्यांनी त्या मृगाचे पालन-पोषण स्वतः जातीने आणि अत्यंत प्रेमभराने केले. आपल्या मुलावर जडावे असे उत्कट प्रेम त्यांचे त्या मृगावर जडले. अरण्यात ते चरायला जाई तेव्हा तेही त्याच्याबरोबर जात, ही ओढ इतकी तीव्र झाली की त्या मृगाशिवाय त्यांना क्षणभरही राहावत नसे. जे मुनी आपल्या तपःसामर्थ्याने विरक्त बनले होते तेच मुनी ह्या एका घटनेनंतर पूर्णपणे मृगासक्त झाले होते. त्यांचा जेव्हा वृद्धापकाळामुळे अंतकाळ जवळ आला तेव्हा त्यांनी त्या मृगाचीच आठवण काढली. त्याला जवळ आणण्यास सांगितले आणि त्याच्या मुखाकडे पहात त्यांनी प्राण सोडला. ही जी उत्कट विषयासक्ती निर्माण

झाली, तिच्यामुळे त्यांचे शास्त्रज्ञान, तपोबल लोप पावले व त्यांना त्यांच्या वासनेमुळे पुन्हा मृगयोनीतच जन्म घ्यावा लागला, असा ह्या कथेचा शेवट आहे. कुठल्याही कारणाने मन आसक्त होऊ देऊ नये हेच यातून सांगितले आहे.

या आसक्तीमुळे कर्मपाशामुळे व अज्ञानामुळे जीव संसारात क्लेश भोगतो. जीवनात हा अनुभव येतोच. 'मी दुःखी आहे' असेच मनुष्यमात्रास सतत वाटत असते. शांतिपर्वात स्पष्टच म्हटले आहे की संसारात सुख व दुःखाचे चक्र अविरत चालू असते.

सुखस्यानन्तरं दुःखं दुःखस्यानंतरं सुखम् ।। (महा. १२.१६८.१८)

पण ही दुःखसागरात हेलकावे खाणारी जीवरूपी नौका कोण पैलतिरी नेणार? व्यासांनी म्हटले आहे की ज्याप्रमाणे वायूंच्याच योगाने पदार्थ प्रवाहात पडतो व वायूच्याच योगाने तो वाहात परतीरास जातो, त्याप्रमाणे विविध प्रकारची कर्मेच जीवाला यातून सोडवतात. अर्थात, यज्ञादि कर्मे, आपली कर्तव्य कर्मे व मुद्दाम परोपकाराच्या उद्देशाने केलेली सत्कर्मे हीच या ठिकाणी अभिप्रेत असावीत. कारण हीच कर्मे चित्तशुद्धी निर्माण करतात व क्रमाने ईश्वराप्रत नेतात. कोणती कर्मे चांगली, सत्कर्माच्या वर्गातली मानावी? हा एक प्रश्न आहे. 'मनःपूतं समाचरेत्' असे मनूने म्हटले आहे. आपल्या मनोदेवतेस जे गोड वाटेल ते कर्म प्रशस्त होय. 'जे कर्म केल्याने आपला अंतरात्मा संतुष्ट होतो ते प्रयत्नाने करावे व तद्विपरीत असेल ते सोडून द्यावे.' (मनु ४.१६१) असेही मनूचे सांगणे आहे. आज मराठीत 'मनःपूत' शब्दाचा अर्थ जरा वेगळा घेतला जाण्याची शक्यता आहे – मनाला रुचेल तसे किंवा मनसोक्त वागणे. परंतु, मुळात तसा अभिप्राय नाही. प्रगल्भ व सुसंस्कृत मनाला पवित्र वाटेल ते कर्म श्रेयस्करच. महाभारतात यासंबंधी फारच उत्कृष्ट श्लोक आलेला आहे. आपले कर्म लोकांच्या हिताचे आहे की नाही हे पाहिले पाहिजे.

यदन्येषां हितं न स्यादात्मनः कर्म पौरुषम् ।
अपत्रपेत वा येन न तत्कुर्यात् कथञ्चन ।। (महा.१२.१२४.६५)

जे आपले कर्म लोकांच्या हिताचे नाही किंवा ज्याबद्दल आपली आपल्यालाच लाज वाटते ते कधीही करू नये.

(क्रमशः)

लेखांक : एकवीसावा

अति लोभ म्हणजेच अज्ञान

मानव हा मूलतःच अपूर्ण आहे. त्याची बुद्धी मर्यादित व स्खलनशील आहे. त्याचे मन चंचल व विषयासक्त आहे. त्याची बुद्धी अपरिपक्व व कोती असल्याने त्याला आपल्या खऱ्या हिताचा मार्ग कळत नाही. तो मोहाला बळी पडतो व विविध वासनांच्या पूर्ततेत गढून जातो. विवेक जागृत न झाल्याने त्याची पापाचरणाकडे प्रवृत्ती होते. शांतिपर्वात युधिष्ठिराने धर्माचे रहस्य जाणण्याच्या इच्छेने महाज्ञानी भीष्मांना अगणित प्रश्न विचारले आहेत. त्यात त्याने 'पापाचे अधिष्ठान कोणते?' असाही प्रश्न विचारला आहे. आपल्याही मनात येते की, माणसाला एवढी चांगली समजशक्ती ईश्वराने दिली असताना त्याचा पाय घसरतो कसा? असे कोणते बलवत्तर मोहजाल आहे की ज्यामुळे तो दुष्कर्म करण्यास प्रवृत्त होतो? या महत्त्वाच्या प्रश्नाला भीष्मांनी उत्तर दिले की, 'लोभ' हाच मोठ्या मगराप्रमाणे मनुष्याला ग्रासून टाकणारा असून त्याच्यापासून पापाची प्रवृत्ती होते.

पापस्य यदधिष्ठानं तच्छृणुष्व नराधिप ।
एको लोभो महाग्राहो लोभात्पापं प्रवर्तते ।।

(महा. १२.१५२.२)

ह्या लोभामुळेच अधर्म घडतो व त्याचे फळ म्हणून त्या पातक्याला शेवटी नरकयातना भोगाव्या लागतात. लोभापासून क्रोधाची उत्पत्ती होते, कामाची प्रवृत्ती होते आणि मोह, मायावीपणा, दुरभिमान व ताठा उत्पन्न होतो. लोभामुळे किती पापकारक गोष्टी घडतात याची मोठी यादीच या अध्यायात दिली आहे. गर्ह्य अपराध, अतिशय हाव, दुष्कर्म, विद्या, रूप व ऐश्वर्य याबद्दलचा ताठा, सर्व प्राण्यांचा द्रोह, सर्वांचा तिरस्कार, सर्वांविषयी अविश्वास, परद्रव्याचा अपहार, परस्त्रीशी संपर्क, मनोवेग, निंदावेग, जननेंद्रियवेग, उदरवेग, दुर्निवार रसवेग, मत्सर, ईर्षा, अविचारी साहसी वर्तन ह्या लोभापासूनच घडतात. मनुष्य क्षीण झाला तरी लोभ क्षीण होत नाही. मनुष्याचा लोभ जसजसा वाढतो तसतसा तो मनुष्य अवनत होत जातो. लोभाचे स्वरूप स्पष्ट करताना व्यासांनी एक सुरेख उदाहरण दिले आहे.

योन पूरयितुं शक्यो लोभः प्राप्त्या कुरूद्वह ।
नित्यं गम्भीरतोयाभिरापगाभिरिवोदधिः ।। (महा. १२.१५२.१२)

अगाध जल असलेल्या नद्यांच्या योगानेही भरून काढता न येणाऱ्या समुद्राप्रमाणे हा लोभ कशाच्याही योगाने पूर्ण करता येणे शक्य नाही.

लोभ म्हणजेच अज्ञान :

भगवद्गीतेतही काम, क्रोध व लोभ यांना नरकाची द्वारे म्हटले आहे.

त्रिविधं नरकस्येदं द्वारं नाशनमात्मनः। (गी. १६.२१)

लोभ कशाचाही असू शकतो. द्रव्याचा लोभ जसा असू शकतो तसा कांचन, कांता यांचाही असू शकतो. मनाचे जे षड्रिपू सांगितले आहेत त्यात लोभ हा अत्यंत बलवत्तर आहे. तो पापमार्गाकडे माणसाला सहज घेऊन जातो. दुर्योधनाला राज्याचा लोभ सुटला होता. लहानपणीच त्याच्या मनात लोभाने घर केले होते. राज्य आपल्यालाच मिळावे या दुर्दम्य लालसेतून त्याने भीमाला अन्नातून विष दिले, पांडवांना लाक्षागृहात मारण्याचा प्रयत्न केला. राज्याच्या वाटणीनंतरही द्यूताचा कुटिल डाव रचून पांडवांना वनवासाला पाठविले व नंतरही त्यांच्या हक्काचे राज्य (इंद्रस्थाचे) परत न देता दुष्ट बुद्धीने युद्धाचा वणवा पेटविला आणि त्यात 'न भूतो न भविष्यति' असा नरसंहार घडवून आणला.

लोभ हा पापाचे अधिष्ठान असल्याचे सांगून पुढील अध्यायात भीष्म लोभ आणि अज्ञान एकच असल्याचे निक्षून सांगतात. जगात जे म्हणून दुःख दिसते ते अज्ञानजन्य आहे. म्हणून युधिष्ठिराला अज्ञानाचे ज्ञान करून घ्यावयाचे आहे. ह्या संदर्भात भीष्मांनी सांगितले की, अज्ञानाची उत्पत्ती लोभासपासून होते. अति लोभ आणि अज्ञान हे उभयता एकच आहेत.

अज्ञानं चातिलोभश्चाप्येकं जानीहि पार्थिव । (महा. १२.१५३.९)

पुढील एके ठिकाणी मनुष्य पापात्मा कसा होतो व धर्मात्मा किंवा धार्मिक कसा होतो असा प्रश्न उपस्थित करून पुन्हा लोभ-मोहाची चर्चा आली आहे. भीष्म सांगतात की, सर्वप्रथम माणसाची इच्छा रूप, रस, गन्धादि जे पाच विषय आहेत म्हणजे जे बाह्य पदार्थ आहेत त्याच्याकडे धावते. त्यातून तो विषय प्रिय-अप्रिय जसा वाटेल त्याप्रमाणे मनात राग व द्वेष उत्पन्न होतात. ज्याविषयी राग उत्पन्न होतो त्याकडे मन ओढावते. त्यातून त्या पदार्थाबद्दल लोभ निर्माण होतो, लोभ वाढत जाऊन त्यातून मोह उत्पन्न होतो अशा रीतीने राग-द्वेषाच्या आहारी गेलेला व मोहात पूर्ण गुरफटलेला तो मनुष्य धर्मापासून दूर जाऊ लागतो. त्याची बुद्धी अधर्मात रंगायला लागते. असत्य, अधर्म, वंचना यांचा अवलंब करून खोटेपणाने जीवन जगू लागतो व वरपांगी मात्र धर्माचरणाचा आव आणतो.

पुढे त्याचे मन उघड पातक करण्याइतके घट्ट बनते व त्यानंतर त्याला निंद्य, क्रूर कर्मे करण्यात कुठलीही लाज वाटत नाही. अशा या पाप्याला इहलोकीही सुख मिळत नाही, मग परलोकीची तर वार्ताच नको!

स नेह सुखमाप्नोति कुत एव परत्र वै ॥ (महा. १२.२६५.११)

भगवद्गीतेतही दुसऱ्या अध्यायात (गी. २.६२–६३) माणसाच्या मनाला विषयाविषयी संग कसा जडतो व पुढे काम, क्रोध, सम्मोह, स्मृतिभ्रंश, बुद्धिनाश ह्या परंपरेने तो विनाशाप्रत कसा जाऊन पोचतो याचे मार्मिक विवरण आले आहे आणि ते वरील वर्णनाशी मिळते-जुळते आहे.

भृगु-भरद्वाज संवादातही असे स्पष्ट विधान आहे की, क्रोध व लोभ ह्यांची उत्पत्ती कल्याणाच्या नाशासाठीच असल्याने कोणत्याही उपायाने त्यांचे निवारण केले पाहिजे. विविध ज्ञानांमध्ये निर्दोष असे ज्ञान म्हणजे सर्व उपायांनी क्रोध व लोभ यांचा निरोध व इंद्रियनिग्रह हेच होय. (महा. १२.१८२.९) अज्ञानापासून तम निर्माण झाले आहे, ह्या तमाने ग्रस्त झालेले प्राणी अधर्माच्याच मागे लागतात. ते क्रोध, लोभ, हिंसा, असत्य इत्यादिकांनी व्याप्त होऊन जातात व त्यामुळेच त्यांना इहलोकी अथवा परलोकी सुख मिळत नाही. (महा. १२.१८३.११). काम, क्रोध व लोभ ह्यांच्या आहारी गेलेले हे मानव स्वतः पातके तर करतातच पण त्यामुळे सर्व समाजाला पीडा देत असतात. भगवद्गीतेत सोळाव्या अध्यायात म्हटल्याप्रमाणे हे सर्व भूतात वसणाऱ्या प्रभूचा द्वेष करतात व ह्यांच्या दुष्कृत्यांमुळे यांना आसुरी योनीतच जन्म घ्यावा लागतो. (गी. १६.१९)

रामकृष्णांचे मार्गदर्शन :

काम, क्रोध व लोभ हे शत्रू आहेत व ह्यांचा त्याग केला पाहिजे असा उपदेश सातत्याने केलेला आढळत असला तरी त्याचा मथितार्थ नीट जाणून घेतला पाहिजे. काम हा शत्रू खरा पण भगवद्गीतेत स्वतः भगवन्तानेच म्हटले आहे,

धर्माविरुद्धो भूतेषु कामोऽस्मि भरतर्षभ । (गी. ७.११)

'हे अर्जुना, प्राणिमात्रांमध्ये धर्माला अनुसरून जो काम ते माझेच स्वरूप आहे.' धर्माचे अधिष्ठान असलेले काम ग्राह्य आहे. विकृत काम, अधर्मजन्य काम, अनीतिमय काम (परस्त्री अभिलाषा) हा निंद्य व अकल्याणप्रद मानलेला आहे. आपल्या मनावर व इंद्रियांवर जय मिळवून ह्या प्रवृत्ती नियंत्रणाखाली ठेवणे, हा शुद्धाचार मानलेला आहे. ह्या सगळ्यावर धर्माचा अंकुश ठेवला पाहिजे ही त्यातली सारभूत गोष्ट होय. ह्या प्रवृत्ती जर नियंत्रणाखाली नसल्या, त्यांना अमर्याद वाट करून दिली तर मात्र त्यात कर्त्याची हानी होते यात शंका नाही. ह्या काम-क्रोधादि प्रवृत्तीविषयी 'निवृत्ती' असावी ह्याचा अर्थ

ह्यांचे अतिरेकी सेवन नसावे, धर्मवर्जित सेवन नसावे. शुद्ध काम म्हणूनच चार पुरुषार्थांपैकी एक पुरुषार्थ म्हणून शास्त्रात सांगितला आहे.

परित्यजेदर्थकामौ यौ स्यातां धर्मवर्जितौ । (मनु. ४.१७६)

मनू म्हणतात की, धर्मवर्जित अर्थ व काम यांचा त्याग करणे इष्ट होय. महाभारतातही गालव नारदसंवादात असे वचन आहे की, ज्या व्यक्तीला आपल्या कल्याणाची इच्छा आहे त्याचे शब्द, रूप, रस, स्पर्श व गंध हे जे पंचेंद्रियांचे विषय त्यांचे कोणत्याही संबंधाने अतिरेक होईल असे सेवन करू नये.

शब्दरूपरसस्पर्शान् सह गन्धे केवलान् ।
नात्यर्थमुपसेवेत श्रेयसोऽर्थी कथञ्चन ॥ (महा. १२.२७६.२२)

मराठी भाषेत म्हण आहे 'अति तेथे माती'. कुठल्याही विकाराचा अतिरेक माणसाची हानी करीत असतो. आजच्या सुशिक्षित लोकांना वाटते की, हा प्राचीन ग्रंथातील उपदेश आजच्या स्थितीला लागू होण्यासारखा नाही. पण ही समजूत अत्यंत चुकीची आहे. हा उपदेश शतकानुशतके चालत आलेला असून तो सार्वकालिक आहे.

समाजमन उपभोगवादाकडे झुकत चालले असल्याने हा उपदेश कल्याणदायी आहे अशी मनाची समजूत पटणे कठीण झाले आहे. परंतु, मानवी मनोविकार, मूलभूत भावभावना ह्या महाभारतकालात जशा होत्या तशाच आजही आहेत. रतिभावना, मातेची वात्सल्यभावना, विरहदुःखाची भावना, लज्जा, भय, अनुकंपा इत्यादी भावना ह्या सार्वत्रिक असून प्राचीन काळातल्याप्रमाणे आजही तशाच आहेत. त्यामुळे काम-क्रोधादिकाबद्दलचा वरील उपदेश आजही अत्यंत आवश्यक आहे. रोजच्या व्यवहारात आपल्याला जाणवते की, या विकारांच्या मनसोक्त व स्वैर आचरणामुळे आपल्या जीवनात पदोपदी किती संकटे उभी रहात आहेत. राजनैतिक पुढाऱ्यांची सत्ता-पिपासा, दुष्ट आणि समाजद्रोही लोकांना मिळणारे संरक्षण, व्यापारक्षेत्रात अनीतिचा कारभार, स्त्रियांवर होत असलेले अत्याचार व खालपासून-वरपर्यंत बोकाळलेला भ्रष्टाचार या गोष्टी कशाच्या द्योतक आहेत? म्हणून माणसाने या मनोविकारांविषयी अत्यंत जागरूक राहून स्वतःला सांभाळले पाहिजे. रामकृष्ण परमहंसांनी 'श्रीरामकृष्णांच्या बोधकथा' या ग्रंथात या संदर्भात फार मोलाचे मार्गदर्शन केले आहे. ते म्हणतात की, सापांचा सुळसुळाट असलेल्या घरात आपण जशी आपल्या सुरक्षिततेची योग्य ती काळजी घेतो, त्याचप्रमाणे काम व लोभ यांचे विषारी सर्प वावरत असलेल्या या जगात सुरक्षित कसे राहावे याबद्दल आपण सदैव जागरूक असणे आवश्यक आहे. नाग जसा आपल्या अंधाऱ्या बिळातून एकाएकी वेगाने सळसळत बाहेर निघून एखाद्या प्राण्याला चावतो व त्याचा प्राण घेतो त्याचप्रमाणे लोभ आणि काम हे अगदी अकल्पितरीत्या अगदी अल्पावधीतच माणसाचा अधःपात घडवून आणतात,

तरी त्यापासून अतिशय सावध असणे यातच खरे शहाणपण आहे. पूर्वीच्या काळी घरात साप निघालेला दिसताच लोक मंत्र म्हणून त्या सापाला माघारी जाण्याविषयी प्रार्थना करीत व तो साप तेथून निघून जात असे. अंतःकरणातील कामविकारालाही आपण एखाद्या नागाप्रमाणेच समजावे. त्याच्याशी खेळण्याचा प्रयत्न करू नये, उलट त्यापासून चार पावले दूरच राहावे.

रामकृष्णांनी या उदाहरणातून सावधानता व अलिप्तता बाळगायला सांगितली आहे. कामविकार हा असाच चोरपावलांनी मनात शिरून त्याला कुठेही भरकटत नेऊ शकतो. तू स्वस्त्रीशी रत झाल्यास तुझा प्राण जाईल असा शाप पाण्डुराजाला मिळाला होता. तसे काही हातून घडू नये म्हणून तो वनात जाऊन तपस्व्याचे जीवन जगत होता. पण एके दिवशी त्याने माद्रीला एकांतस्थळी पाहिले आणि अचानक उद्भवलेली त्याची वासना तो आवरू शकला नाही आणि त्यातच त्या राजाचा अंत झाला. परिक्षित राजालादेखील कोप आवरता आला नाही. त्याने एका ध्यानस्थ बसलेल्या महान ऋषीच्या अपमानातून त्याला शाप मिळाला आणि त्या शापवाणीनुसार तक्षकदंश होऊन परिक्षित मरण पावला. अशा रीतीने काम, क्रोध व लोभ यांच्यामुळेच अवनती होते यात तिळमात्र शंका नाही. आपण जसे वर 'पापात्मा कसा होतो' याचे विवेचन पाहिले त्याचप्रमाणे त्याच अध्यायात 'धर्मात्मा कसा होतो' याचेही विवेचन आले आहे.

धर्मात्मा कसा होतो ?

मुख्य गोष्ट अशी आहे की, हा पुरुष कोणताही वर्तनक्रम अंगीकारण्यापूर्वी त्यातील दोष आधीच आपल्या बुद्धिबलाने जाणून घेतो त्यामुळे तो वर्तनक्रम तो स्वीकारीत नाही. अशुभ कर्माने होणारी दुःखे त्याच्या बुद्धीच्या चतुराईमुळे तो जाणतो व दुःखपर्यवसायी मार्ग टाळून सुखद मार्गाचा अवलंब करतो. थोडक्यात म्हणजे विवेकाने कोणते कर्म योग्य–अयोग्य हे तो आधीच जाणून घेऊन त्यानुसार सदाचाराचा मार्ग स्वीकारतो, त्यानंतर त्याला साधुपुरुषांच्या सेवेची व सहवासाची आवड उत्पन्न होते व त्याची सन्मार्गाची श्रद्धा दृढ होत जाते. चांगलीच कर्मे हातून घडावी असाच प्रयत्न तो सतत करतो व त्याची बुद्धी धर्मातच रमू लागते.

प्रज्ञा धर्मे च रमते धर्मं चैवोपजीवति ।
सोऽथ धर्मादवाप्तेषु धनेषु कुरुते मनः ।।

(महा. १२.२६५.१४)

आपली उपजीविका धर्माने मिळविलेल्या द्रव्यावरच करावी अशा समजुतीचा बनून तो सदुद्योगाने व सचोटीनेच आपला निर्वाह करतो. त्याला जेथे जेथे चांगुलपणाचा

अंकुर आढळेल तेथे तेथे तो मुळाशी पाणी घालीत राहातो. यातूनच पुढे त्याला सद्‌गुणांचा संग्रह करण्याचा नाद लागतो. त्याला त्याच्या धार्मिक वृत्तीशी मिळते-जुळते असे सद्‌वर्तनी मित्रही लाभतात. एकूण काय, शुभचिंतन, सद्‌विचार व सत्कर्म हेच त्याच्या जीवनाचे आधारस्तंभ बनतात. पुण्याचा संग्रह करीत राहणाऱ्या या सज्जनाला ज्ञानचक्षूंमुळे विषयांचे वैयर्थ्य जाणवू लागते. निसर्गतः त्याची वृत्ती वैराग्यशील होऊन जाते. त्याला क्षयशील व क्षणभंगुर अशा ऐहिक सुखांबद्दल प्रीति वाटेनाशी होते. त्याचे मन निरीच्छ बनते व तो फलेच्छारहित धर्माचेच आचरण करतो आणि शेवटी आपल्या साधनाबलाने तो मोक्षाचा धनी होतो असे हे साधुपुरुष कसे निरीच्छ व आप्तकाम असतात याचे एक चांगले उदाहरण आहे. सिकंदर राजाला जिकडेतिकडे विजय मिळाला होता. तो जणू पृथ्वीचा स्वामी झाला होता. त्याच्याच नगरीत एक ईश्वरात लीन झालेला फकीर राहात होता. एके दिवशी ऐश्वर्यसंपन्न सिकंदर फकिराजवळ गेला व दिमाखात म्हणाला, 'विश्वविजेता सिकंदर तुम्हाला भेटायला आला आहे. तुम्हाला जे हवे असेल ते तो द्यायला सिद्ध आहे. खुशाल मागा!' त्यावेळी थंडीचे दिवस असल्याने फकीर बाहेर येऊन उन्हात बसला होता. त्याने समोर उभ्या असलेल्या राजाकडे तृप्त नजरेने पाहिले. फकीराजवळ काही नव्हते. राजाला वाटले हा बरेच द्रव्य वगैरे मागून घेईल पण फकीर एवढेच म्हणाला, 'राजा! मला तुझ्यापासून काहीही नको. फक्त तू बाजूला हो, तू मध्येच उभा आहेस त्यामुळे मला सूर्याचे ऊन मिळत नाही.' असे हे साधुपुरुष आत्मानंदात रमलेले असतात.

शिवाने केलेले त्रिपुरदहन :

काम-क्रोधादिकांसंबंधी महाभारतात एक प्रतीकात्मक कथा आली आहे. पराशरमुनी सांगतात की, जनक राजाची अगदी पूर्वी प्रजा न्यायधर्माने निर्वाह करणारी, जितेन्द्रिय व धर्मप्रधान अशी होती. त्या प्रजेचा (त्यांचे काही चुकल्यास) नुसत्या शब्दांनी धिक्कार केला तरी त्यांचेवर दंड केल्यासारखा परिणाम होत असे. सर्व लोक धर्म अंगी बाणला असल्याने सदाचारानेच राहत असत. पण दुर्दैवाने असुरांनी (कामक्रोधादि रिपूंनी) अशा या धर्माकडे पाठ फिरविली व ते प्रजेच्या अंगात संचारले. धर्मघात करण्यासाठी 'दर्प' प्रमुख झाला. त्यानंतर क्रोधाने आपला पगडा बसविला. नंतर लोभ-मोहांनी त्यांची मने काबीज केली. प्रजा पूर्णपणे दुष्ट, क्रूर बनून देवाब्राह्मणांचा अपमान करू लागली व विषयसेवनात दंग झाली. कुठल्याही दंडाची तिला भीति उरली नाही. अशावेळी देवश्रेष्ठ शिवाला सर्व देव शरण गेले व ह्या असुरांचा पाडाव करण्याची त्यांनी विनंती केली. त्यानंतर शिवाने ते तिनही माजलेले असुर त्यांच्या तीन पुरांसह, एकाच बाणाने अंतरिक्षातून धरणीवर पाडले (त्यांना नष्ट केले.) त्यांचा अधिपती फार भयंकर व पराक्रमी होता,

त्यालाही शिवाने ठार मारले. तो ठार झाल्यावर लोक पुन्हा आपल्या शुद्ध अवस्थेला प्राप्त झाले.

तस्मिन्हतेऽथ स्वं भावं प्रत्यपद्यन्त मानवाः ।
प्रापद्यन्त च वेदान्वै शास्त्राणि च यथा पुरा ।। (महा. १२.२८३.१७)

ह्यानंतर सर्वत्र सुव्यवस्था झाली व इंद्र आणि सप्तर्षी आपापले शासन करू लागले. या कथेत काम, क्रोध, लोभ हे असूर असून शुद्ध, सूक्ष्म व कारण देह ही तीन पुरे आहेत. त्यांचा अधिपती महामोह असून यांचा निःपात शिवाने (आत्म्याने) एकाच बाणाने (शुद्धचिन्मात्राचे आश्रयाने) केला असे प्रतिकात्मक वर्णन व्यासांनी केले आहे. यातून बोध घ्यावयाचा तो हा की, माणसाने आत्मसंयमन केले पाहिजे व इंद्रियांवर ताबा मिळवून या कुमार्गाकडे नेणाऱ्या असुरी प्रवृत्तींचा निरास केला पाहिजे व मनाला शुद्ध केले पाहिजे. याच अध्यायात पुढे पराशरमुनी राजाला सांगतात की, धर्मासाठी असले तरी शहाण्याने, विचारी व्यक्तीने गैरमार्गाने अथवा न्याय सोडून द्रव्यार्जन करू नये, त्यात कल्याण नाही. म्हणजेच 'अर्थ' हा पुरुषार्थ किंवा जीविताचे उद्दिष्ट साध्य करताना माणसाने धर्माच्या चौकटीतच ते साध्य करावे. एखादा मनुष्य क्षेत्राच्या गावी जाऊन मोठे अन्नदान करतो. पण ज्या पैशाने तांदूळ विकत घेऊन त्याने अन्नदान केले तो पैसा त्याने कोणत्या मार्गाने कमावला, याचाही विचार झाला पाहिजे. फसवणूक करून किंवा अन्य मार्गाने पैसा मिळविला असेल तर अन्नदान करूनही त्याचा काही उपयोग नाही. जिवाला सहस्रावधी जन्मातून फिरावे लागते. प्रत्येक जन्मात त्याला इष्ट, अनिष्ट अशा गोष्टींशी सामना करावा लागतो. त्याच्या ध्यानात येते की, सांसारिक जीवनात सुख म्हणून ज्याला म्हणतात ते अत्यंत क्षणिक आहे. धनुष्याचा बाण सुटल्यापासून तो ठिकाणी पडेपर्यंत जाणाऱ्या काळाइतकेही ते टिकू शकत नाही. तसेच त्या सुखाचा वियोग होताच मन खिन्न होते म्हणजेच ते दुःखपर्यवसायी आहे. अशा सुखाच्या आस्वादाने शांती मिळू शकत नाही. म्हणून साहजिकच नित्य सुखाची आस त्याला लागते. ज्या सुखापलीकडे सुखाची पायरीच उरली नाही, जी आनंदाची परिसीमा आहे अशा मोक्षसुखाची प्राप्ती करून घेण्याचा तो प्रयत्न करतो. ज्याप्रमाणे 'अर्थ' त्याचप्रमाणे 'काम' पुरुषार्थाची प्राप्ती करून घेताना, आपल्या विविध कामना पूर्ण करताना – धर्माचा अंकुश ठेवूनच त्यांची पूर्तता केली पाहिजे. म्हणजेच आपल्याच मनाला धर्माची वेसण घातली पाहिजे व त्यात सद्भावना व सद्विचारांचेच वारे वाहू दिले पाहिजेत. आपल्या हृदयात जो राम बसला आहे तो सदासर्वकाळ आपल्या मनातील वारे पाहात आहे, हीच ठाम जाणीव ठेवली पाहिजे. इंद्रियजय किंवा आत्मसंयमन केल्याने इंद्रियांची मुखे बाहेरील विषयांकडून वळवून आतल्या रामाकडे लावल्याने आपल्याला उद्धाराचा मार्ग सापडणार आहे.

'उद्धरेदात्मनात्मानम्' किंवा 'आत्मैव ह्यात्मनो बन्धुरात्मैव रिपुरात्मनः' (गी. ६.५) आपणच आपले शत्रू किंवा मित्र आहोत, हे आत्मकल्याण साधण्याच्या दृष्टीने अगदी खरे आहे. आपण काही प्रयत्न केला नाही, पुण्यसंग्रह किंवा सत्कर्म केले नाही तर आपलेच अनहित होणार आहे. तुकोबा म्हणतात,

येथे कोणाचे काय बा गेले ।
ज्याचे त्यानेच अनहित केले । (गा. ४४४८)

आत्मोद्धारासाठी माणसाने धर्मशील राहून अहिंसेचे पालन केले पाहिजे. तो 'आत्मभूत' झाला पाहिजे म्हणजे आपल्याप्रमाणेच त्याने सर्वांना लेखले पाहिजे. सर्वांभूती परमेश्वर आहे हे जाणून वर्तन केले पाहिजे.

यदा व्यपेतहृल्लेखं मनो भवति तस्य वै ।
नानृतं चैव भवति तदा कल्याणमृच्छति ।। (महा. १२.२८३.३०)

इथे हृल्लेखा म्हणजे हृदयावरील लेखा याचा अर्थ वासना असा आहे. जेव्हा साधकाचे मन वासनारहित होते तसेच त्याचे मन 'नानृत' म्हणजे अहंकार व अज्ञानरहित होते तेव्हा त्याला कल्याणाची म्हणजे ब्रह्मानंदाची प्राप्ती होते !

(क्रमशः)

लेखांक : बाविसावा

सर्वोच्च गती

शांतिपर्वात युधिष्ठिराने काही वेळेला असे प्रश्न विचारले आहे की जे आजही सामान्य माणसाच्या मनात तरळत असतात. सामान्य माणसे आपल्या रोजच्या धकाधकीच्या कामात व्यग्र असतात, शास्त्रज्ञान मिळविणे त्यांना वेळेअभावी अशक्य होते, संतसमागमही पुरेसा जमत नाही, विचार करायला लागल्यावरदेखील त्यांचे मन सतत संशयात रहाते व आत्मतारणासाठी ते प्रयत्न करू शकत नाहीत – अशा माणसांचे कल्याण कसे व्हावे, असा अत्यंत महत्त्वाचा प्रश्न युधिष्ठिराने पितामहांना विचारला आहे. अगदी असेच विचार व अशाच शंका सामान्यांच्या मनात येतात की त्यांना पारलौकिक कल्याण कसे साधता येईल ? या संदर्भात भीष्मांनी नारद–गालव संवाद उद्धृत करून कल्याणप्रद आचरणाचा बहुमोल उपदेश केला आहे. गालवाने नारदाला असे स्पष्ट केले की, शास्त्रात ज्ञानाचे महत्त्व सांगितले आहे. तसेच कर्माचेही सांगितले आहे, तसेच यज्ञादिकांचेही प्रतिपादन आहे. आश्रमधर्मावरही जोर दिला आहे – त्यामुळे श्रेयस्कर असे नेमके काय याचा उलगडा होत नाही. चारही आश्रमांची जी कर्तव्ये सांगितली त्यातही प्रत्येक कर्तव्यासंबंधी 'हे चांगले, हे चांगले' असा बोध केला आहे पण वास्तविक ही कर्तव्ये भिन्नभिन्न असून त्यांच्यात परस्पर विरोधही आहे. त्यामुळे कोणता मार्ग अनुसरल्याने खरे कल्याण होईल हे मला कळेनासे झाले आहे. ही गालवाची स्थिती आजच्या काळातही अगदी सुज्ञ माणसालादेखील स्वानुभवाने समजते. नारद म्हणाले की, स्थूलदृष्ट्या आश्रमातील आचार परस्परभिन्न वाटतात पण ते आत्मप्राप्तीसाठीच सांगितले आहेत. सूक्ष्म दृष्टीने त्यांच्यावर विचार केला तर असे दिसते की त्यांच्यातील विरोध वरवरचा आहे व फलप्राप्तीच्या कामी ते आचार अविरोधीच आहेत.

सततं पुण्यशीलता :

नारद पुढे म्हणाले की, मित्रावर उपकार करणे, शत्रूचा निग्रह करणे, धर्म, अर्थ व काम या त्रिवर्गाचा संग्रह करणे या गोष्टी कल्याणकारक आहेत. पापकर्मापासून दूर रहाणे,

नेहमी किंवा सतत पुण्यकारक गोष्टी करणे (सततं पुण्यशीलता) सज्जनांच्या संगतीत राहून सदाचारी रहाणे या गोष्टी निःसंशय कल्याणकारक आहेत.

'निवृत्तिः कर्मणः पापात्सततं पुण्यशीलता ।' (महा. १२.२७६.१६)

हा जणू नारदांनी गुरूमंत्रच दिला आहे. काया-वाचा-मनाने शुद्ध राहून अहिंसेचे पालन करणे, सत्याला धरून चालणे, दुसऱ्यांशी न्यायाचा, चांगला व्यवहार करणे, स्वार्थी वृत्ती सोडणे, कर्तव्यपालन करणे इत्यादी सर्व पुण्यशीलतेतच मोजली जातात. सत्य कोणते हे जाणणे मोठे कठीण असते. म्हणून माझे असे म्हणणे आहे की, ज्यात प्राणिमात्राचे अत्यंत हित असेल तेच 'सत्य' समजावे. वेदवेदांतांचे अध्ययन करणे, ज्ञानाच्या गोष्टी समजून घेण्याविषयी उत्कंठा बाळगणे, आत्मस्तुती व परनिंदा टाळणे ह्या गोष्टी श्रेयस्कर होत. शब्द, रूप, रस, इत्यादी जे पाच इंद्रियांचे विषय आहेत त्यासंबंधाने अतिरेक होईल इतके सेवन करू नये. रात्री भटकणे, दिवसा झोपणे, आळस, चहाडे, माजोरेपणा, आहारादिकांचे अतिरेकी सेवन किंवा पूर्ण त्याग - या गोष्टी कल्याणेच्छुने टाळाव्या. विषयांचे अतिरेकी सेवन हे फार हानिकारक आहे. त्यानेच माणसाची अधोगती होते - ही फार मोलाची गोष्ट नारदांनी येथे सांगितली आहे. आहार हितकारक खरा पण तो मितप्रमाणात घेतला तर, त्याचे अतिसेवन केल्यास शरीर रोगजर्जर बनून पुढे नाश पावते. विषयसेवन संयमाने करणे इष्ट होय. अन्यथा आसक्ती वाढते व विषयांचाच पगडा मनावर बसतो आणि मनुष्य त्यांचा गुलाम बनतो. पुण्याचा सुगंध हा वाचाळपणा न करताच सर्वत्र पसरतो किंवा सूर्यदेखील काही न बोलता आपले तेज जगभर पसरवितो त्याप्रमाणे विद्वानाने, गुणी व्यक्तीने आत्मश्लाघा व परनिंदा टाळून आपल्या कीर्तीने झळकत रहावे. जेथे लाभाचे साम्राज्य आहे असे स्थळ पेटलेल्या वस्त्राच्या पदराप्रमाणे अनर्थकारक समजावे व त्याचा त्याग करावा. जे कर्म पुढे खाटेला खिळल्यावर आपले मनास जाळीत राहील, असे दिसेल, त्या कर्माचा खऱ्या कल्याणेच्छू व्यक्तीने प्रथमपासूनच अव्हेर करावा. कल्याणकारक गोष्टी कथन करणाऱ्या या अध्यायात पुढे ज्या राज्यात वर्णाश्रमधर्म चांगला पाळला जातो आहे, राजा धर्मचर आहे, सत्पुरुषांचा सत्कार होतो अशा राज्यात रहावे व आपले कल्याण साधावे असा उपदेश आला आहे. वर सांगितल्याप्रमाणे वर्तन केल्याने आपण आपले आत्मकल्याण साधतो. याचा नेमका अर्थ काय ? याचा अर्थ असा की, आपण आपल्या मृत्यूपावेतो सदाचारी म्हणून जगतो व त्यानंतर परलोकात आपल्याला सद्‌गती लाभते. आपण भवसागरातून तरून जातो. आपली जीवननौका भवसागरात पडलेली असून ती पार जावी ह्यासाठीच आपला सारा प्रयत्न आहे. महाभारतातही एके ठिकाणी संसाराचे चित्र महासागराची उपमा देऊन चितारले आहे.

संसाराला महासागराचे रूपक :

शांतिपर्वात सांख्यमार्गाविषयी युधिष्ठिराने प्रश्न विचारला असता भीष्मांनी जे विवेचन केले आहे त्यात संसार म्हणजे एक विशिष्ट महासागरच होय असे म्हटले आहे. ज्ञानी माणसाने संसाराचे म्हणजेच या नश्वर जगाचे वास्तव रूप ओळखले पाहिजे. हे जगत् वर्षाकाळातील पाण्यावरच्या बुडबुड्याप्रमाणे अस्थिर (फेनोपमम्) अतिशय क्षयशील चिखलात गढलेल्या हत्तीप्रमाणे रजस्तमात रुतून बसलेले, अवश म्हणजे परतंत्र व नाशोत्तर म्हणजे अंती नाश पावणारे असे आहे.

ततो दुःखोदकं घोरं चिन्ताशोकमहाऱ्हदम् ।
व्याधिमृत्युमहाग्राहं महाभयमहोरगम् ।।

(महा. १२.२९०.६१)

ह्या घोर सागरात दुःखरूपी उदक भरलेले आहे. चिंता, शोक हेच यातील मोठमोठे डोह आहेत, व्याधी म्हणजे विविध रोग आणि मृत्यू हे नक्र आहेत आणि महाभय हाच मोठा सर्प यात संचार करीत आहे. तमोगुणरूपी कासव, रजोगुणरूपी मत्स्य, स्नेहरूपी चिखल याठिकाणी असून वार्धक्य हाच येथील खडक होय. सत्य हे या महासागराचे तीर आहे, हिंसा हाच यातील ओघाचा महावेग आहे. हृदयातील नाना प्रकारचे रस ही रत्नोत्पत्तीची स्थाने आहेत व प्रेमाचे नाना प्रकार ही ह्यातील उंची रत्ने आहेत. दुःख व संताप हेच यातील वारे असून शोक व तृष्णा हे यातील भोवरे आहेत. मोठमोठ्या व्याधी हेच यातील हत्ती आहेत, अस्थींचा समुदाय काठाचा घाट आहे आणि दान हेच यातील मोती सापडण्याचे ठिकाण आहे. 'प्राण्यांचे हसणे-ओरडणे हीच समुद्राची गर्जना, रडताना गळणारे खारट अश्रू हाच यातील क्षार. बायका-मुले हाच यातील जळवांचा लोट आणि स्नेही, बंधू हीच या समुद्रातील विश्रांतीची बंदरे होत. यापुढे हा भयानक समुद्र तरून जाण्यासाठी काय उपयोगी पडू शकेल या दृष्टीनेही काही विशेषणे आली आहेत. उदा. 'अहिंसा सत्यमर्यादम्', 'सर्वभूतदयोदधिम्' इ. अहिंसा आणि सत्य हे जे दोन महान धर्म मानवाने पाळावयाचे आहेत त्यांना समुद्रतीराची उपमा दिली आहे. याचा अर्थ असा की, हे मानवाला सुरक्षितपणे तारू शकतील. सर्वभूतांचे ठिकाणी दया ही यातील तारणारे घाट किंवा भोपळे आहेत. मृत्यू हीच या महासमुद्राची 'महोर्मी' म्हणजे प्रचंड लाट आहे. ही उपमा अतिशय सार्थ आहे. जेव्हा केव्हा माणसे बुडून मरतात किंवा बोटी, नौका नष्ट होतात, त्या महान लाटांनीच गिळंकृत केलेल्या असतात. या प्रचंड भवसागरात मोक्षाचे स्थान कुठे आहे? तो मिळविण्यासाठी भक्कम नौका कोणती? मोक्ष म्हणजे सापडण्यास अत्यंत कठीण असा व या सागराच्या पलीकडे असलेला प्रदेश (मोक्षदुर्लभविषयः) होय.

तरन्ति यतयः सिद्धा ज्ञानयानेन भारत ।

तीर्त्वाऽतिदुस्तरं जन्म विशन्ति विमलं, नभः ।। (महा. १२.२९०.६९)

याठिकाणी व्यासांनी अत्यंत मार्मिकपणे दिग्दर्शन केले आहे की, मोक्ष मिळविण्यासाठी 'ज्ञानयानाची' आवश्यकता आहे. परमात्म्याचे ज्ञान प्राप्त होताच, पांडुरंगाचा साक्षात्कार होताच साधक हा दुस्तर भवसागर पार करून मोक्षरूपी परमपदाला प्राप्त होतो.

केनोपनिषदात असे वचन आहे की, विद्येने म्हणजे ज्ञानाने अमरत्व, अविनाशी मोक्षस्थिती प्राप्त होते.

आत्मना विन्दते वीर्यं विद्यया विन्दते ऽ मृतम् । (केन २)

जीवात्मा आणि परमात्मा यांच्या संबधांचा विचार केला तर जिवाची स्थिती निद्रावस्थेसमान आहे. तर्काने परब्रह्माचे ज्ञान होणे शक्य नाही, एखाद्या झोपलेल्या व्यक्तीने जागे होण्याआधीच आपण कोण आहोत याविषयी असंभव कल्पना करणे म्हणजे तर्काने परम सत्य जाणण्याचा प्रयत्न करणे होय. आत्मसाधनेने आत्म्याला बळ मिळते व अशा जितेंद्रिय भक्ताला विद्या, 'अमृत' म्हणजे अमरत्व प्रदान करते. जीवात्म्याला जेव्हा त्याच्या मूळ स्वरूपाचे म्हणजेच आपण परब्रह्मरूप आहोत त्याचे अंशधारी आहोत असे ब्रह्मात्मैक्यज्ञान होते तेव्हा त्याच्या हृदयग्रंथी तुटतात व तो संसारपाशातून कायमचा मुक्त होतो.

यदा सर्वे प्रभिद्यन्ते हृदयस्येह ग्रंथयः ।

अथ मर्त्योऽमृतो भवत्येतावद्धानुशासनम् ।। (कठ ६ - १५)

कठोपनिषदात हृदयाच्या सर्व गाठी सुटतात व मर्त्य मानवाला अमृतत्त्व प्राप्त होते असे मोक्षस्थितीसंबंधी म्हटले आहे. मोक्ष मिळवायचा आहे म्हणजे तो कुठे दूर किंवा वरच्या लोकात असल्याने तेथे पोहोचण्याची गरज आहे, असे मानणे चुकीचे आहे. मोक्ष म्हणजे आत्मज्ञान झाल्यावर जागच्याजागी प्राप्त होणारी ब्रह्मनिर्वाणरूपी स्थिती!

मोक्षस्यनहि वासोऽस्ति न ग्रामान्तरमेव वा ।

अज्ञानहृदग्रंथिनाशो मोक्ष इति स्मृतः ।। (शिवगीता १३.३२)

अज्ञानरूपी हृदयग्रंथींचा नाश होताच जे ब्रह्माचे ज्ञान होते तो मोक्ष! तो अमुक एका ठिकाणी ठेवलेला असतो किंवा त्यासाठी दुसऱ्या गावी जावे लागते असे मुळीच नाही.

सर्वोच्च गतीचे वर्णन :

ज्ञानदृष्ट्या जी पूर्णावस्था प्राप्त होते तिलाच गीतेतही 'ब्राह्मी स्थिती', 'ब्रह्मभूतावस्था' म्हटले आहे. ती ज्यांना या जन्मातच प्राप्त होते ते 'जीवन्मुक्त', 'स्थितप्रज्ञ', 'त्रिगुणातीत'

म्हटले जातात. परब्रह्माचे अथवा जगन्नियंत्या परमेश्वराचे ज्ञान मिळवायचे म्हणजे शास्त्रांचे पठण करून ते कशा स्वरूपाचे आहे हे शब्दांच्या द्वारा जाणून घेणे नव्हे. तसे ज्ञान मिळविणे म्हणजे काशीविषयी प्रवास वर्णनातून वाचून 'काशी पाहिली' म्हणण्यासारखे आहे. काशी खरी केव्हा पाहिली? आपण जेव्हा गाडीने प्रवास करून वाराणसी नगरीला जाऊ व तेथे काही दिवस राहू तेव्हा खरी काशी पाहिलेली असते. म्हणून ब्रह्मज्ञान मिळविणे याचा अर्थ ब्रह्म साक्षात् अनुभवणे, ब्रह्माचा, ईश्वराचा साक्षात्कार होणे, हा होय. रामकृष्ण परमहंसांनी या संदर्भात सुंदर उदाहरणे भक्तांपुढे ठेवली आहेत. अमुक एका दिवशी पाऊस पडेल, हे पंचांगात दिलेले असल्याचे आपल्या पहाण्यात असते. पंचागाच्या पानात पाऊस लिहिला आहे म्हणून पंचांगाची पाने हातांनी पिळवटून काही आपण पावसाचे पाणी मिळवू शकणार नाही. आपल्याला दुकानातून काही वस्तू आणावयाच्या असतात, त्यासाठी आपण यादी करतो व दुकानाचा पत्ताही लिहून घेतो. पण एवढ्यानेच वस्तूंची प्राप्ती होत नाही. त्यासाठी स्वतः पायी चालत जाऊन त्या तेथून आणाव्या लागतील. शास्त्रे किंवा धर्मग्रंथ ईश्वरप्राप्तीसंबंधी केवळ मार्ग दाखवतात. त्यात सांगितल्याप्रमाणे प्रत्यक्ष वागले, भक्ती, ध्यान व ईश्वरचिंतन केले तरच ध्येय साध्य होईल. श्री चैतन्यप्रभू एकदा दक्षिणेत यात्रेला जात होते. एके ठिकाणी एक विद्वान गीतेवर प्रवचन करीत होते. श्रोत्यात एक भक्त असा होता की, ज्याला एकाही श्लोकाचा अर्थ नीट कळत नव्हता. तो निरक्षर होता. पण कृष्णाचे गुणगान आहे एवढेच जाणून त्याच्या डोळ्यांतून अश्रू ढळत होते. चैतन्यांनी त्याला 'तू का रडतोस?' असे विचारल्यावर तो म्हणाला 'प्रवचन जरी समजले नाही तरी भगवान कृष्ण कसे दिसताहेत – म्हणून त्यांना बघून माझ्या डोळ्यांत अश्रू येत आहेत.' बुवा ज्ञानी असले तरी कृष्णाविषयी फक्त बोलत होते. पण हा अशिक्षित भक्त ईश्वरदर्शन घेत होता. पुस्तकी ज्ञान आणि साक्षात् अनुभव यातील फरक परमहंसांनी असा स्पष्ट केला आहे.

वर वर्णिलेल्या सांख्यकथनामध्ये भीष्मांनी नभामध्ये आत्मा प्रविष्ट होतो, असे सांगितले आहे. व्याख्याकारांच्या मते हे नभ हृदयाकाश होय. तेथे या सांख्यज्ञानी पुरुषांना सूर्य आपल्या किरणांनी सर्व भुवनांतील विषय हृदयाकाशात पोहोचवितो. त्यांना सर्वज्ञता, सर्वात्मता वगैरे प्राप्त होतात. तेथून ते रजाची जी परमसीमा – अहंकार तेथे जातात. रजातून सत्त्वाची जी परिसीमा – महत्तत्त्व त्याप्रत जातात. महत् तत्त्व त्यांना जो सर्वश्रेष्ठ प्रभु नारायण – त्याच्याप्रत पोचविते आणि त्यातून पुढे ते चिन्मात्र रूप परमात्म्याप्रत जातात व हीच त्यांची अंतिम मुक्तावस्था होय.

अमृतत्त्वाय कल्पन्ते न निवर्तन्ति वा विभो ।
परमा सा गतिः पार्थ निर्द्वंद्वानां महात्मनाम् ।। (महा. १२.२९०.७५)

त्या द्वंद्वापलीकडे गेलेल्या महात्म्यांना 'परमगति' प्राप्त होते व तेथून ते पुन्हा कधीही संसाराकडे परत येत नाहीत.

मोक्ष आणि पूर्वजन्म स्मरण :

मोक्ष मिळालेल्या सांख्यज्ञांनी महात्म्यांना त्यांच्या पूर्वजन्माविषयी स्मरण असते की नाही, असा प्रश्न युधिष्ठिराने विचारला आहे. मोक्षस्थितीचे वर्णन करणारे जे श्रुतिमंत्र आहेत त्यात सर्वज्ञतेची स्थिती असते असे स्पष्ट म्हटले आहे. सर्वज्ञ अवस्थेत पूर्वजन्मीचे ज्ञान, आपण पूर्वजन्मी अमूक होतो असे ज्ञान, त्या मुक्ताला असेलच, असे मानावे लागते. परंतु, असे मानले तर मुक्तावस्थेतही 'ज्ञातृत्व' हा धर्म मुक्त पुरुषापाशी राहतो असे निष्पन्न होते. तसे झाल्यास मुक्तावस्थेच्या विरुद्ध ते जाते. पूर्वजन्माचे ज्ञान होत नसते, असे मानले तर गाढ सुषुप्तीत असलेल्या माणसाप्रमाणे ती अवस्था मानावी लागते व हे तर फारच अडचणीचे आहे. अशा प्रकारे मोक्षस्थितीतल्या सर्वज्ञत्वाचा नेमका काय अर्थ समजायचा असा युधिष्ठिराचा मार्मिक प्रश्न आहे. मोक्षस्थितीत आत्मा ब्रह्मरूप म्हणजेच ज्ञानरूप, सच्चिदानन्दरूप होऊन जातो, भेदज्ञानाला तेथे मुळीच वाव नसतो. पण पूर्वजन्मीचे ज्ञान भेदज्ञान अपेक्षिले कारण ज्ञाता व ज्ञेय हा भेद तेथे गृहीत धरावा लागतो. म्हणून हा प्रश्न भीष्मांच्या मते मोठा बिकट असा आहे.

भीष्मांनी उत्तर देताना म्हटले की, सूक्ष्म आत्मा इंद्रियांचे द्वारे विषय म्हणजे बाह्यपदार्थ पहातो हे जरी खरे असले तरी इंद्रिये ही केवळ साधने आहेत. आंधळ्याला डोळा हे इंद्रिय नसले तरी त्याला इतर इंद्रियांपासून ज्ञान होते आणि त्याची स्वप्नसृष्टीही नाहीशी होत नाही. नेत्राभावाने आकाराचे ज्ञान होणे बंद झाले तरी त्याने आत्म्याच्या ज्ञानवत्तेला हानी पोहोचत नाही. ज्ञानवत्ता आत्म्याच्या ठिकाणी कायम असते, इंद्रियांच्या ठिकाणी ती नसते. समुद्रफेनाचा दृष्टांत याठिकाणी दिला आहे. समुद्राच्या पाण्यावर आपल्याला एक वेगळा पदार्थ दिसतो तो म्हणजे फेस. पाण्याने जर आपले अंग काढून घेतले तर फेस समूळ नाहीसा होतो. त्याचप्रमाणे आत्म्याने आपले अंग काढून घेतले तर इंद्रिये शून्यरूप ठरतात. तेव्हा ज्ञान हे आत्म्याचेच असे स्वीकारावे लागते व आत्मा कधीच ज्ञानशून्य असू शकत नाही. तो शुद्ध ज्ञानाच्याच स्वरूपाचा आहे. पूर्वजन्माचे ज्ञान हे विशिष्ट गोष्टीचे ज्ञान म्हटले पाहिजे की जे इंद्रियांच्याद्वारा प्राप्त होते. मोक्षस्थितीत इंद्रिये नष्ट झालेली असल्याने 'मी पूर्वजन्मात अमूक होतो' अशा प्रकारेच विशिष्ट ज्ञान त्या मुक्तावस्थेत असणे शक्य नाही. पण त्यामुळे सर्वज्ञत्वाची हानी होत नाही. मुक्तावस्था ही इंद्रियातीत, प्रकृतीच्या पलीकडील अलौकिक अवस्था आहे. संसारदशेत आपल्याला जी ज्ञानत्रिपुटी आवश्यक असते म्हणजे ज्ञाता – ज्ञेय पदार्थ (घट) व त्या पदार्थाचे ज्ञान (विशिष्ट ज्ञान

अथवा घटज्ञान) – ती मोक्षदशेत नाहीशी झालेली असते. श्रुतीत म्हटलेच आहे –

''यत्र हि द्वैतमिव भवति तदितर इतरं पश्यति ..यत्र त्वस्य सर्वत्मात्मैवाभूत् तत्केन कं पश्येत्..... विजानीयात् ।'' (बृ.४.५.१५)

मुक्तावस्थेत भक्त परमात्म्यात विलीन होतो – द्वैत रहात नाही, भेद अस्तित्वातच नसतो. तेव्हा कोण कोणाला पहाणार – कोणाला जाणणार? भीष्म पुढे सांगतात की, सुषुप्ती अवस्थेतही जीवात्मा चिद्रूपी असल्यामुळे जाग्रदवस्थेप्रमाणेच सर्व विषयांचे ज्ञान ग्रहण करू शकतो. आकाशात संचरणाऱ्या सूक्ष्म वायूप्रमाणे हा जीवात्मा निद्राकालीही इंद्रियांच्या सूक्ष्मशक्ती आपल्याशा करून घेऊन विविध विषयातून फिरत असतो. ज्यावेळी त्या जीवात्म्याला साक्षात्कार होतो तेव्हा तो प्रकृती व सुख–दुःखादि द्वंद्वे यांच्या पलीकडे जातो व जो सर्वश्रेष्ठ नारायणस्वरूपी परमात्मा त्याप्रत जातो. पाप–पुण्यापासून निवृत्त होतो व त्या विकारहीन, निर्गुण परमात्म्याच्या परम स्थानाला पात्र होतो असे अध्यायाचे शेवटी प्रतिपादन केले आहे. ज्याने ब्रह्म जाणले तो ब्रह्मच झाला असे मोक्षावस्थेचे वर्णन उपनिषदात येते. आपले सच्चिदानंदस्वरूपी रूप जाणले की जीवात्मा मुक्त होतो; जन्म–मृत्यूच्या चक्रातून कायमचा सुटतो.

(क्रमशः)

लेखांक : तेविसावा

सगर-अरिष्टनेमि संवाद

देवता, ऋषी आणि पितर यांची ऋणे घेऊनच मनुष्य जन्माला येतो असा उल्लेख सामान्यतः आढळत असला तरी महाभारतात एके ठिकाणी याहीपेक्षा अधिक ऋणांचा उल्लेख आहे. पराशराच्या उपदेशात असे म्हटले आहे की, मनुष्य देवता, अतिथी, पुत्रादी पोष्यवर्ग, पितर व स्वतः आपण या पाचांचा ऋणी असतो व या जन्मात ही ऋणे फेडणे हे त्याचे कर्तव्य ठरते.

देवताथितिभृत्येभ्यः पितृभ्यश्चात्मनस्तथा ।
ऋणवान् जायते मर्त्यस्तस्मादनृणतां व्रजेत् ।। (महा.१२.२८१.९)

या पाचात ऋषींच्या ऋणाचा जरी उल्लेख नसला तरी ऋणांच्या परतफेडीच्या श्लोकांमध्ये त्या ऋणाचाही निर्वाह सांगितला आहे. ऋषींचे ऋण वेदाध्ययनाने, देवांचे यज्ञ कर्माने, पितरांचे श्राद्धदानाने, अतिथींचे आदरसत्कार करून व आपले स्वतःचे ऋण वेदशास्त्राचे श्रवण-मनन करणे, पंचयज्ञ करून शेषान्न खाणे व भूतदया ठेवणे - या तीन गोष्टींनी फेडता येते. पुत्रादिक पोष्यवर्गाचे ऋण पुत्रांवर जातकर्मादि षोडश संस्कार करून फेडावे आणि अशा रीतीने ऋणमुक्त होऊन मगच देह ठेवावा. आपण जन्म घेताना आपल्याबरोबर काही नसते ही कल्पना चुकीची आहे. आपण ही ऋणे तर घेऊन येतोच पण आपल्या डोक्यावर प्रारब्ध कर्माचाही भार असतो. पूर्वजन्मात केलेली व आपल्या खाती जमा झालेली कर्मे खूपच असतात, त्यात बऱ्या-वाईट कर्मांचा समावेश असतो. ती सगळी एकाचवेळी किंवा एकाच जन्मात भोगणे केवळ अशक्य असते. तेव्हा या जन्मात ज्या कर्मांची फळे भोगावयाची आहेत त्या कर्मांचा एक विभाग संचित कर्मातून बाजूला काढला जातो व त्यालाच 'प्रारब्ध कर्म' म्हणतात. ही फळे भोगण्यासाठीच विविध जन्म प्राप्त होतात व त्यातही मनुष्यजन्म हा अत्यंत दुर्लभ होय. पृथ्वीतलावर विविध प्रकारचे प्राणी आहेत. ह्या स्थावर-जंगम सृष्टीत जे जंगम म्हणजे चल, गतिमान आहेत ते श्रेष्ठ होत. त्या जंगमातही चतुष्पादांपेक्षा द्विपाद श्रेष्ठ होत. द्विपादात (पक्षी-मनुष्य) मनुष्य श्रेष्ठ असून त्यांच्यातही जे प्रज्ञावान आहेत ते श्रेष्ठ व त्यांच्यातही

आत्मबोधयुक्त व विवेकशील पुरुष श्रेष्ठ होत. असा विचार पराशराने व्यक्त केला आहे. (महा. १२.२८६.२१)

मननीय विचार :

माणसाच्या मनात हाच विचार येतो की ह्या जन्माचे सार्थक करावयाचे असल्यास त्याने कोणती उत्तम गोष्ट केली पाहिजे. असाच प्रश्न युधिष्ठिराने विचारल्यावर भीष्मांनी सगर–अरिष्टनेमी यांच्यातील या विषयीचा संवाद उद्धृत केला आहे.

किं श्रेयः परमं ब्रह्मन्कृत्वेह सुखमश्नुते ।
कथं न शोचेन्न क्षुभ्येदेतदिच्छामि वेदितुम् ।। (महा. १२.२७७.३)

तार्क्ष्यकुलोत्पन्न अरिष्टनेमीला हा प्रश्न केल्यावर तो म्हणाला – खरे सुख म्हणजे मोक्षसुख होय. पुत्र, पशु, धन, धान्य यांच्या पाशात जो गुंतला त्या मूळ मनुष्याला ते सुख मिळणे शक्य नाही. ज्याची बुद्धी आसक्तीच्या पाशाने जखडली गेली आहे, जी संसाराच्या मोहजालात गुरफटून पडली आहे व जी पारलौकिक सुखासंबंधी उदासीन आहे – तिला मोक्ष मिळणे कसे बरे शक्य आहे? मनुष्याने योग्य ती संसाराची कर्तव्ये पार पाडून, आपला पुत्र, पत्नी इत्यादींविषयीचे योगदान पूर्ण करून आपण स्वतः या पाशापासून दूर होण्यास शिकले पाहिजे. आसक्त मनाला आवरून धरून ते मन परमोच्च ध्येयाकडे लावल्याशिवाय आत्मकल्याण साधणे शक्य नाही. थोडक्यात असे की, वानप्रस्थाश्रमाप्रमाणे मनाची वृत्ती विविध सांसारिक विषयातून काढून घेतली पाहिजे व ती वृत्ती अन्तरात्म्याकडे लावली पाहिजे अन्यथा ही आसक्ती मनुष्याला नाशाकडेच नेईल.

सक्तभावा विनश्यन्ति नरास्तत्र न संशयः।। (महा. १२.२७७.१३)

जे किडे किंवा ज्या मुंग्या धान्य संचयाच्याच भरीस पडतात त्या मुंग्या त्या योगानेच मरण पावतात. सारांश हा की या जगात जे असक्त (आसक्तिविरहित) ते सुखी व जे सक्त ते दुःखी होतात व नाश पावतात.

जीवन जगत असताना सामान्य माणसाच्या मनात असा विचार नेहमी घोळत असतो की आपण आपल्या मुलांच्या भरणपोषणाची नीट व्यवस्था लावल्याशिवाय मोकळे होऊ शकत नाही. त्या मुलांचे शिक्षण करणे, मुलीचे लग्न लावून देणे, मुलांचा संसार थाटून देणे, पुढेही येणाऱ्या नातवंडांच्या जबाबदाऱ्या स्वीकारणे – हे चक्र सुरूच रहाते आणि त्यांच्या संसाराची जबाबदारी आपलीच आहे असे म्हणून तो झटतच रहातो. माझ्याशिवाय ह्यांचे कसे होईल या चिंतेत दिवस जात रहातात आणि आयुष्याचा शेवटचा क्षण येऊन ठेपतो आणि तेव्हा विचार येतो की, मी आयुष्याच्या संध्याकाळी तरी आत्मकल्याणासाठी

काय केले? या संदर्भात अरिष्टनेमीने फार सुंदर आणि हितकर विचार मांडला आहे. त्याच्या मते, पूर्व कर्माचा जसा संबंध असेल तसे सर्व होते. जगात जेवढे प्राणी आहेत त्यांच्या पोटापाण्याची आगाऊ तजवीज विधात्यानेच करून ठेवली आहे. अर्थात, ती तजवीज त्या त्या व्यक्तीच्या कर्मानुसार! बाबारे, तू स्वतः मातीच्या गोळ्याप्रमाणे कच्चा व परतंत्र असताना तू स्वतः तुझ्या स्वजनांच्या पोषणाची व रक्षणाची जबाबदारी कसा घेऊ शकशील? तो तुझा निव्वळ भ्रम आहे. प्रत्येकाला आपल्या कर्मानुसार ईश्वर अन्नपाणी देत असतो. त्याच्या आयुष्याची दोरी किती हेही त्याच्याच हातात आहे. तू त्यांचे पोषण व रक्षणाची जबाबदारी पार पाडतो ही समजूत अत्यंत चुकीची आहे. त्यांच्या कर्मानुरूप ते आपले भरण-पोषण करतील, सुख-दुःख भोगतील आणि कदाचित तुझ्या आधीही इहलोक सोडतील म्हणून मुलाला फक्त त्याच्या पायावर उभे कर आणि संसाराच्या कर्तव्य-पाशातून मोकळा हो. तू स्वतः जिवंत अस किंवा मृत अस - दोन्ही अवस्थांत तुझे जे पुत्रादी स्वजन आहेत, त्यांना आपापल्या कर्माची फळे भोगावीच लागणार आहेत, तू त्यांचे कशापासूनही रक्षण करू शकणार नाही. जगात कोणी कोणाचे नाही हे नीट जाणून घेऊन आपले मन मोक्षप्राप्तीकडे लाव.

एवं विजानन् लोकेऽस्मिन् कः कस्येत्यभिनिश्चितः ।
मोक्षे निवेशय मनो भूयश्चाप्युपधारय ।। (महा. १२.२७७.२४)

गीतेच्या बाराव्या अध्यायात भगवंताने अर्जुनाला परमपदाची प्राप्ती करण्याकरिता 'माझ्या ठायी चित्त ठेव, माझ्या ठायी बुद्धी स्थिर कर' असा उपदेश केला आहे.

मय्येव मन आधत्स्व मयि बुद्धिं निवेशय ।
निवसिष्यसि मय्येव अत ऊर्ध्वं न संशयः ।। (गी.१२.८)

त्याचप्रमाणे आधीच्या अकराव्या अध्यायातदेखील -

मत्कर्मकृन्मत्परमो मद्भक्तः संगवर्जितः।
निर्वैरः सर्वभूतेषु यःस मामेति पाण्डव ।। (गी. ११.५५)

मत्कर्मकृत याचा अर्थ परमेश्वरार्पण बुद्धीने सर्व कर्मे करणारा, सर्व भूतांचे ठिकाणी द्रोहहीन असलेला व तत्परायण असा जो माझा भक्त असेल तो मला येऊन पोचतो. आपण वर पाहिलेच की जे असक्त म्हणजे अनासक्त असतात ते परमसुख अनुभवतात, असे पराशराचे वचन आहे. तोच अनासक्तिरूप गुण 'संगवर्जितः' यात आवर्जून सांगितला आहे.

रामकृष्ण परमहंसांनी ह्या 'अनासक्तियोगाचे' दिग्दर्शन मोठ्या मार्मिकपणे केले आहे. एखाद्या घरात लहान बाळाची देखभाल करण्याकरिता दाई ठेवलेली असते. ती दूर खेड्यातून आपले मूल घरी आजीजवळ ठेवून या शहरात हे काम मिळाल्याने आलेली

असते. मालकिणीच्या बाळाला ती जवळ घेते, जपते, झोपवते. 'माझ्या छकुल्या' म्हणून लाड करते. 'माझा गोपाळ हसरा आहे. व्रात्य आहे', 'माझ्या गोपाळाला भूक लागली असे ती तान्ह्यासंबंधी बोलत असते. परंतु, हे बाळ मालकिणीचे आहे, आपले बाळ दूरदेशी आजीजवळ आहे, या गोष्टीचे तिला कधीच विस्मरण होत नाही. या गोपाळबाळाचे सर्व काही करीत असताना तिच्या मनात तिच्या स्वतःच्या छकुल्याची आठवण सतत तरळत असते. तिकडून आलेल्या पत्राने तो भेटल्याचा आनंद तिला होतो. हाताने त्या बाळाचे काम करायचे पण मनाने पुनः पुन्हा त्या बाळाकडे जाऊन यायचे अशा मनोवृत्तीने ती जगत असते. रामकृष्ण म्हणतात की, संसार करणाऱ्या भगवद्भक्तांनी दाईची ही मनोवृत्ती ठेवून मालकिणीच्या बाळाचे करते त्याप्रमाणे सांसारिक कर्मे करावी. पण ती कर्मे कर्तव्यबुद्धीने करीत असताना ईश्वराचे सतत भान ठेवावे.

मुक्तिसंबंधी प्रश्न :

युधिष्ठिराने भीष्मांना मोक्षसाधक योग्य उपाय विचारला असता भीष्मांनी जे उत्तर दिले त्यात ह्या अनासक्तीचे, संयमाचे व समत्वयोगाचे वर्णन आहे. प्रथम असे सांगितले आहे की, मोक्षासाठी दोन मार्ग आहेत – एक प्रवृत्तिमार्ग व दुसरा निवृत्तिमार्ग. हे दोन्ही मार्ग उपयुक्तच आहेत. तथापि, त्यांची योजना अवस्थापेक्षेने करावी लागते. आपल्या मनाचे ठिकाणी अनेक अहितकारक लोभमोहादि वृत्ती आहेत त्यांचा निरास करून सर्वच मनोवृत्तींचा पूर्णपणे निरोध करणे आवश्यक आहे आणि ह्यालाच 'योग' असे म्हणतात. क्षमेने क्रोध नाहीसा करावा, संकल्पत्यागाने कामाचा उच्छेद करावा. भगवंताचे ध्यान करून निद्रा तोडावी, भयनाशासाठी सावध रहावे. माफक आहार घेऊन अजीर्णादि विकार जिंकावे, संतोषवृत्तीने लोभ व मोह हे दूर सारावे. दयेची कृत्ये करून अधर्म टाळावा, फलाची आशा सोडावी व विषयाबद्दलची आसक्ती नाहीशी करावी, स्नेह अनित्य आहे हे समजून परिवारातील व लोकातील स्नेह कमी करावा, प्राणिमात्रांविषयी कळवळा वाढवून आपला गर्व कमी करावा, समाधान-वृत्तीने तृष्णेला फाटा द्यावा. सतत उद्योगाची कास धरून आळस झाडावा. श्रुतीवर पूर्ण श्रद्धा ठेवून मनात उठणाऱ्या तर्क-वितर्कांना आळा घालावा. वाचाळपणावर मौनव्रताचा उपाय करावा. शूरत्व अंगी बाणून भय घालवावे, आणि अशा रीतीने दृढनिश्चय करून वरील सर्व मनःप्रवृत्तींवर ताबा मिळवावा. हा जो उपदेश भीष्मांनी दिला आहे तो साधकाला, उपासकाला खूप उपयोगी आहे. इंद्रियजयाचा महिमा अनेक ठिकाणी वर्णिला जातो. परंतु, असे व्यावहारिक व तपशीलवार मार्गदर्शन क्वचित् पहावयास मिळते. असा योगाभ्यास जो नियमितपणे दीर्घ काळ करील तो जितेन्द्रिय बनून खऱ्या अर्थाने सङ्गवर्जित होईल व आत्मबलाच्या आधारे समाधीपर्यंत

पोहोचेल. अशा भगवच्चरणी लीन झालेल्या योग्याला पुढे मोक्षरूपी अनुभव कसा प्राप्त होतो याचे फार सुंदर वर्णन व्यासांनी केले आहे.

यच्छेद्वाङ्‌मनसी बुद्ध्या तां यच्छेज्ज्ञानचक्षुषा ।
ज्ञानमात्मा महान्यच्छेत्तं यच्छेच्छान्तिरात्मनः ।। (महा. १२.२६६.१२)

या श्लोकात सूक्ष्म इंद्रिये जी मन, बुद्धि वगैरे त्याचा हळूहळू लय करून आत्मज्ञानाच्या पायरीपर्यंत कसे पोचावे हे सांगितले आहे. सर्वप्रथम वाणी आणि मन ही बुद्धीचे ताब्यात द्यावी म्हणजे त्यांचा बुद्धीचे ठिकाणी लय करावा. त्यानंतर बुद्धी ही ज्ञानदृष्टीने जिंकावी, आत्मबोधाने ज्ञान जिंकावे आणि शेवटी आत्म्याने आत्म्यास जिंकावे. आत्मबोध म्हणजे 'हा आत्मा परब्रह्मच होय' ही प्रतीती येते त्यावेळी बुद्धीचा व (संसारावस्थेतील) ज्ञानाचा लय झालेला असतो व जीवात्मा शुद्धचैतन्याशी एकरूप होऊन परब्रह्मरूप आपल्या मूल स्वरूपाला प्राप्त होतो.

मुक्त पुरुषाची लक्षणे :

मोक्षप्राप्ती आली की जीवात्मा जन्म-मरणाच्या फेऱ्यातून कायमचा सुटतो. त्याला पुन्हा देह धारण करावा लागत नाही. त्याच्या संचित, प्रारब्ध व क्रियमाण या तिन्ही प्रकारच्या कार्यांचा दाह म्हणजे नाश झालेला असतो आणि मायापाश व कर्मपाश नष्ट झाल्यामुळे पुन्हा जन्म घेण्याला काही कारणच उरत नाही.

नैव सञ्जायते जन्तुर्न च जातु विपद्यते ।
याति देहमयं मुक्तवा कदाचित्परमां गतिम् ।। (महा. १२.२६७.३६)

मुक्तिसाठी पुण्य व पाप या दोहोंचा नाश व्हावा लागतो. कारण ती कैवल्यस्थिती असते व जीव दोन्ही प्रकारच्या कर्मापासून मुक्त झालेला असतो. ज्ञानाने संचित कर्माचा नाश झाला तरी प्रारब्ध कर्म मृत्यू येईपर्यंत भोगावे लागते. अर्थात, ब्रह्मज्ञान झाल्याने हा महाज्ञानी पुरुष जीवन्मुक्त म्हणून जीवन जगतो. भगवद्गीतेत स्थितप्रज्ञ महात्म्याचे जे गुणवर्णन आले आहे ते मुक्त पुरुषांचेच आहे. सुख-दुःख, लाभ-अलाभ, जय-पराजय या द्वंद्वांकडे तो एकाच दृष्टीने पहातो, राग, भय, क्रोध हे त्याने जिंकलेले असतात. कासव ज्याप्रमाणे आपले अवयव आखडून घेतो त्याप्रमाणे तो मुनी इंद्रियांना आवरून धरतो.

'मुक्ती मिळते' याचा अर्थ परमेश्वर मुक्तिरूप फळ आपल्या हातावर ठेवतो असा नव्हे . परब्रह्माचे ज्ञान उपासकाला झाले की, आत्मा ब्रह्माचे स्थानाप्रत जातो व ब्रह्मज्ञानी पुरुष बसल्या जागीच परमपद प्राप्ती करतो आणि या आध्यात्मिक अवस्थेलाच 'मुक्ती', 'मोक्ष', 'ब्राह्मी स्थिती' असे म्हणतात. तुकोबा महाराज म्हणतात -

नाहीं देवापाशीं मोक्षाचे गाठोडे । आणूनि निराळे द्यावे हातीं ।

इंद्रियांचा जय साधुनिया मन । निर्विषय कारण असे तेथे ।।

(गाथा ४२९७)

शांतिपर्वातील सगर-अरिष्टनेमि संवादात कोणत्या साधकाला मुक्त समजावे याविषयी विवेचन आहे. ज्याने ह्या जीवनात क्षुधा, तृषा जिंकली, ज्याने क्रोध, लोभ व मोह हे मनोविकार आपल्या ताब्यात ठेवले तो मुक्तच समजावा. जो पुरुष द्यूत, मद्यपान, स्त्रिया व मृगया या व्यसनात फसत नाही, तो मुक्त मानावा. कोटी गाडे धान्य ज्याचे पुढे पडले असताही जो मापटेभर धान्याचीच अपेक्षा करतो तो मुक्तप्रायच होय. रहायला राजवाडा दिला तरी जो एक खाट ठेवण्याइतकी जागा स्वतःस पुरेशी समजतो, तो मुक्त समजावा. जो वल्कले, रेशमी वस्त्र, क्षौम, गवताचे वस्त्र, कांबळे हे सर्व सारखेच समजतो, जो देहाला रक्तमलमूत्रादिकाचा संचय मानतो, जो पंचपक्वान्नाचे जेवण व कदान्न खाणे हे सारखेच मानतो, तो मुक्तच समजावा.

सुखदुःखे समे यस्य लाभालाभौ जयाजयौ ।
इच्छाद्वेषौ भयोद्वेगौ सर्वथा मुक्त एव सः ।। (महा. १२.२७७.३७)

ज्याला सुख व दुःख, लाभ व हानी, जय व पराजय, प्रेम व द्वेष, भय व उद्वेग ही सारखीच वाटतात तो सर्वथा मुक्तच होय. जीवन क्षणभंगुर आहे, जग मृत्यु, व्याधी व अन्नाभाव यांनी पीडित आहे, संसारात क्लेशांचीच रेलचेल आहे हे जो खऱ्या अर्थाने जाणतो तो मुक्तच समजावा. अशीही लक्षणे या अध्यायात बरीच आहेत. पण या वाक्यांचे तात्पर्य असे दिसते की, जगाचा अनुभव व शास्त्रांचे ज्ञान यांच्या साहाय्याने जागा होऊन जो वरीलप्रमाणे चित्तवृत्ती स्थिर ठेवतो, जितेंद्रिय होऊन अनासक्तीने जगतो, मन निर्विषय करतो, त्याला मोक्षाची वाट सापडलेली असते आणि त्याला लवकरच परमात्म्याचा साक्षात्कार होतो, असे समजावे.

(क्रमशः)

◆◆

लेखांक : चोविसावा

ममत्वबुद्धी

युधिष्ठिराच्या एका प्रश्नाचे उत्तर देताना भीष्मांनी पुरातन इतिहास म्हणून सेनजित राजा व ज्ञानी ब्राह्मण यांचा संवाद उद्धृत केला आहे. हा सेनजित राजा पुत्रशोकाने संतप्त होऊन गेला होता. प्रत्येकाच्याच जीवनात पत्नी, पुत्र, माता, पिता, बांधव अथवा मित्र यांचे मृत्यू पाहण्याचा प्रसंग येतो व आपण कमालीचे शोकमग्न होतो. त्या मानसिक आघातातून आपण दीर्घ काळ बाहेर पडू शकत नाही. दशरथ राजाला तर पुत्र शोक अनावर होवून मृत्यूच आला. राजाचे अमर्याद दुःख पाहून त्याच्या मित्राने त्याला मार्मिक उपदेश केला आहे. त्याने सांगितले की, दुःखाचे कारण हे की आपण मोहग्रस्त आहोत. पुत्राला मृत्यू आला त्याप्रमाणे राजाही मृत्युवश होणार आहे. राजा, पुत्र, ह्यांचे इतर बांधव हे सर्व जेथून त्या पृथ्वीवर आले तेथेच जाणार आहेत. ही गोष्ट अटळ आहे व जीवनाचे परम सत्य आहे त्याविषयी शोक करण्यात काय अर्थ आहे? देह आणि अविनाशी आत्मा यांचा विवेक सातत्याने केला पाहिजे. हा देह माझा नाही कारण मी परब्रह्म स्वरूपात आहे. ही पृथ्वी माझी आहे असे मला वाटते. पण ती जशी माझी आहे तशी इतर लोकांचीही आहे कारण ते इतर मूलतः आत्मस्वरूपीच आहेत. माझ्या या धारणेमुळे माझ्या मनाला व्यथा होत नाही. त्याचप्रमाणे आनंदही होत नाही.

एतां बुद्धिमहं प्राप्य न प्रहष्ये न च व्यथे । (महा. १२.१६८.१४)

पृथ्वीतलावर जन्म घेऊन पिता-पुत्र, पती-पत्नी, इत्यादींचा जो परस्पर संयोग घडतो तो महासागरात दोन लाकडी ओंडके ज्याप्रमाणे वाहात वाहात क्षणभर एकत्र येतात व पुन्हा वाहात दूर जातात त्याप्रमाणे क्षणिक स्वरूपाचा असतो. "यथा काष्ठं च काष्ठं च समेयातां महोदधौ ।" हा प्रसिद्ध श्लोक यासंदर्भात दिला आहे.

सुख-दुःख दैवाधीन

या संदर्भात पुढे असा विचार मांडला आहे की माणसे स्नेहरूपी रज्जुने बद्ध झाली असून त्यांच्या अंतःकरणामध्ये विषय अगदी खिळून राहिलेले असतात. सुखप्राप्तीसाठी

त्यांचे प्रयत्न असतात परंतु पाण्यामध्ये बांधलेल्या वाळूच्या सेतूप्रमाणे ते प्रयत्न एकदम ढासळून जातात व त्यामुळे त्यांना क्लेश भोगावे लागतात. सर्व तऱ्हेचे क्लेश, सर्व प्रकारची दुःखे ही अज्ञानजन्य होत. ह्या कुटुंबाविषयी वाटणाऱ्या आसक्तीपोटी मनुष्य अशुभ कर्मे देखील करतो आणि त्यांचे इह-पर लोकी मिळणारे क्लेशरूपी फळ मात्र तो एकटाच भोगीत असतो. आपल्या कुटुंबामध्ये व विषयामध्ये गढून गेलेली ही माणसे अरण्यात वनराज ज्याप्रमाणे चिखलात रुतून बसतात त्याप्रमाणे शोकरूपी पंकामध्ये मग्न होऊन जातात. जन्म घेतला की सुख-दुःख ही पाठोपाठ आलीच. जीवनात सुख काय दुःख, काय, संपत्ती काय, विपत्ती काय - सर्व दैवाच्या आधीन आहेत.

चांगले स्नेही असो वा नसो, जीवनात शत्रू असो वा नसो - मनुष्याला सुखप्राप्ती दैवयोगानेच होते. मित्र असले म्हणून सुख देऊ शकतात असे नाही. ज्ञानाच्या योगाने द्रव्य प्राप्त होते अथवा मूर्खपणाने दारिद्य येते असेही नाही. मनुष्य बुद्धिमान असो, शूर असो, मूर्ख असो, आळशी असो, निर्बल असो, बलाढ्य असो, त्यांचे दैव अनुकूल असल्यास त्याच्याकडे सुख आपणहून येते. गाईवर मालकाची, गोरक्षकाची किंवा वासराची कोणाचीच सत्ता नसते. जो तिचे दूध पितो त्याचाच तिच्यावर खरा अधिकार असतो. तिचे दूध कोण प्राशन करील हे दैवावर अवलंबून आहे. दैवहीन असे जे लोक आहेत त्यांच्यापाशी सुखाची साधने जरी असली तरी ते अतिहव्यासापायी दुःखीच राहतात. सुख दैवाधीन असल्याने आपण सुखासाठी, आपली परिस्थिती बदलण्यासाठी अथवा आपल्या उन्नतीसाठी प्रयत्नच करू नये, असा यातून अर्थ काढता कामा नये. आपण जर आपल्या तृष्णेवर, हव्यासावर अंकुश ठेवला नाही तर आपण मोहग्रस्त होऊन आपली अवनती होऊन व आपले दुःख वाढतच जाईल असा या उपदेशाचा रोख आहे. आपल्या बुद्धीचा विकास करून ज्ञान व विवेक संपादन करून, मनामध्ये वैराग्यशीलता बाणवून व इंद्रियांवर विजय मिळवून मन ईश्वराकडे लावले तर अशा पुरुषाला शोक स्पर्शही करू शकत नाही. जो ज्ञानी नाही, अज्ञ आहे, वासनेत गुरफटलेला आहे त्याला प्रत्येक दिवशी शोकाची हजारो व भीतीची शेकडो कारणे आक्रांत करीत असतात पण ज्ञानी मनुष्याला मात्र ती कारणे क्लेश देऊ शकत नाहीत. तो कोणत्याही परिस्थितीत स्थिरचित्त, निर्विकार व अविचल असा राहू शकतो. ही मानसिक अवस्था ज्ञानाने, तपाने, योगाने अथवा भक्तीने प्राप्त करून घेता आली पाहिजे. ती प्राप्त झाली की तो सुख-दुःख, लाभ-अलाभ अशा द्वन्द्वांच्या पलीकडे जाऊ शकतो. दुःखावर जशी मात करता आली पाहिजे तशी सुखावरही करता आली पाहिजे. यासाठी व्यासांनी या अध्यायातील संवादात एक उत्तम मार्ग दर्शविला आहे.

सुखं वा यदि वा दुःखं द्वेष्यं वा यदि वाऽ प्रियम् ।
प्राप्तं प्राप्तमुपासीत हृदयेनापराजितः ।। (महा. १२.१६८.३०)

'सुख वा दुःख, प्रिय वा अप्रिय – जे ज्यावेळी जसे प्राप्त होईल ते त्यावेळी तसे, मनाने किंचितही निराश न होता – सेवीत जा.' हाच श्लोक शांतिपर्वात (२५-२६) पंचविसाव्या अध्यायात व्यासांनी युधिष्ठिराला केलेल्या उपदेशात आलेला आहे. गीतेच्या पाचव्या अध्यायत हेच तत्त्व मनावर बिंबवले आहे की, ''सुख पाहून फुरफूरून जाऊ नये आणि दुःखाने खचूनही जाऊ नये.''

न प्रहृष्येत्प्रियं प्राप्य नोद्विजेत् प्राप्य चाप्रियम् । (महा. ५-२०) सुख, दुःखाबद्दल समबुद्धी ठेवून मनोनिग्रहाने माणसाने जगले पाहिजे. सत्य-अनृत (असत्य), शोक-आनंद, भय-अभय, प्रिय-अप्रिय या द्वंद्वांच्या पलीकडे जेव्हा मनुष्य जातो तेव्हा तो ज्ञानी बनतो, त्याचे मन प्रसन्न, स्थिर, अविचल बनते. तो काया-वाचा-मनाने कुणाचेही वाईट करीत नाही आणि असा शुद्ध पुरुष ब्रह्मरूपी बनून जातो.

सर्व दुःखाचे मूलकरण

जगात सर्व प्राणिमात्र सौख्यासाठीच प्रयत्न करीत असतात. पण सौख्याबरोबर दुःख हे येतेच. ती छाया-प्रकाशासारखी जोडी आहे. पत्नी किंवा पुत्र मरण पावला तर माणसाला अतिशय दुःख होते. हे दुःख मृत्यूचे म्हणावे तर आपल्या शेजारच्या इमारतीत कोणाचे निधन झाले तर आपण शोक करीत नाही. मुंबईत काही वर्षांपूर्वी बॉम्बस्फोट झाले त्यात जवळ जवळ पाचशे माणसे दगावली. ही बातमी आपण वाचली पण 'अरेरे, फार वाईट झाले.' एवढेच आपण बोललो व दुसऱ्या क्षणी चहा पिण्यात दंग झालो. घरातील एक माणूस मेल्यावर जर एवढे दुःख होते तर पाचशे माणसे मेल्यावर किती दुःख व्हायला पाहिजे ? पण तसे होत नाही 'पर दुःख शीतल' हे काही खोटे नाही. आपल्या मनातील अंहकार, आपल्याला व्यक्तीविषयी वाटणारी ममता- त्यामुळे दुःख होते. वस्तू किंवा व्यक्ती गेल्याने दुःख होत नाही, तर 'माझी वस्तू', 'माझी पत्नी' गेल्यामुळे दुःख होते. जी गोष्ट दुःखाची ती सुखाच्याही बाबतीत लागू पडते. बँकेचा कॅशिअर रोज नोटाच मोजीत असतो. रोज कोट्यवधी रुपयांच्या नोटा तो पहातो – पण केवळ वित्त पाहून सुख मिळत नाही. त्या नोटातील काही नोटा जेव्हा 'आपल्या' होतील, आपल्या मालकीच्या म्हणता येतील – तेव्हाच आपल्याला आनंद वाटतो. गावात आग लागली व त्यात शेजारचा बंगला जळून गेला तर आपल्याला फारसे दुःख होत नाही पण आपला स्वतःचा बंगला जळून गेला तर मात्र आपण टाहो फोडू लागतो. याचे कारण तो बंगला 'माझा' होता. त्याच्याविषयी माझ्या मनात 'ममत्वबुद्धी' होती. सेनजित राजाला केलेल्या उपदेशात

ही 'ममत्वबुद्धी', 'माझेपणाची भावना', 'ही अहंता' दुःखाचे मूळ कारण म्हणून सांगितली आहे.

किञ्चिदेव ममत्वेन यदा भवति कल्पितम् ।
तदेव परितापार्थं सर्वं सम्पद्यते तथा ।। (महा. १२.१६८.४१)

कोणत्याही वस्तूसंबंधाने 'हे माझे आहे' अशी कल्पना होते, तेव्हाच ते तापाला (परिताप) म्हणजेच दुःखाला कारण होते. श्रीमद् आद्य शंकराचार्यांनीही मानवी जीवनातील दुःखाची मूलभूत कारणे शतश्लोकीत खालीलप्रमाणे मांडली आहेत.

देहेऽहंता तदुत्था स्वविषयममता चेति दुःखास्पदे द्वे ।। (शतश्लोकी १५) त्यांच्या मते १) देहाचा अभिमान बाळगणे व २) वस्तूविषयी ममता म्हणजे माझेपणा, ममत्वबुद्धी मनात उभी राहाणे – ही दुःखाला कारणीभूत होतात. आपल्या आध्यात्मिक प्रगतीच्या आड ही ममत्वबुद्धी व अहंकार येतो. रामकृष्ण परमहंसांनी म्हटले आहे की, "ईश्वराची कृपा होण्यास जर कशाची आडकाठी होत असेल तर ती आपल्यातील 'मी' व 'माझेपणाच्या' भावनेची होय."

देहाविषयी वाटणारी अहंता किंवा जगातील स्वजन व संबंधित वस्तू यांच्याविषयी असलेली ममत्वयुक्त आसक्ती हिलाच 'संग', 'फलाशा', 'अहंकारबुद्धी' अशी दुसरी नावे आहेत. हिच्यामुळेच दुःख परंपरेला संसारात सुरुवात होते.

वास्तविक देह नश्वर आहे व तो आपल्या अंतर्यामी आत्म्याहून सर्वस्वी भिन्न आहे. तरी या देहाविषयी आत्मबुद्धी तयार होते, त्यातून ममत्वही वाटू लागते. पण हा विपरीत मोह कशामुळे निर्माण होतो? सर्व प्राणिमात्र अज्ञानामुळे आत्मा व अनात्मा यांच्यात भेद न करता, मोहजाळात गुरफटून विपरीत ज्ञानाच्या छायेत जगतात व जन्म-मरणाच्या फेऱ्यात सापडतात. या संदर्भात शांतिपर्वात असे स्पष्ट विधान आहे की सर्व प्राणी सत्त्व, रज व तम या तीन मूलभूत गुणांनी मोहित होऊन अज्ञानवशात् चक्राप्रमाणे या संसारामध्ये सारखे फिरत असतात.

सत्वेन रजसा चैव तमसा चैव मोहिताः ।
चक्रवत्परिवर्तनाने ह्यज्ञानाज्जन्तवो भृशम् ।। (महा. १२.२०५.१७)

याच अध्यायात म्हटले आहे की हे तीन गुण प्राणिमात्राला देह प्राप्त होण्याचे कारण आहेत. (तत्सर्वं देहिनां बीजम् ।) सत्त्व, रज आणि तम हे तीनही गुण सदैव प्राण्यांचा आश्रय करून असतात, म्हणूनच हा प्राण्यांचा ठिकाणी सात्त्विक, राजस व तामस असा तीन प्रकारचा अनुभव दृष्टीस पडतो. सर्व दृश्य सृष्टी, स्थावर जंगम पदार्थ ह्या तीन गुणांचीच वेगवेगळी रूपे आहेत. सर्व सजीव प्राणीदेखील त्रिगुणात्मक असल्यामुळे प्रत्येक मनुष्यात तिन्ही गुणांचा वास असतो.

तीन गुणांची लक्षणे –

हे तीनही गुण सर्व भूतमात्रात समान तऱ्हेने अस्तित्वात असतात. तिन्ही गुणांच्या मिश्रणाशिवाय कोणताही पदार्थ निर्माण होत नाही. ह्या गुणांच्या कार्यावरून त्यांना ओळखले पाहिजे.

रजस्तमश्चच सत्त्वं च त्रय एते स्वयोनिजाः ।
समाः सर्वेषु भूतेषु तान्गुणानुपलक्षयेत् ।। (महा. १२.२३९.१६)

अंतःकरणामध्ये प्रीती असणे, शांती वाटणे व शुद्धता असणे हे सत्त्वगुणाचे लक्षण आहे, असे समजावे. शरीरात किंवा मनात संताप म्हणजे दुःख, क्लेश उत्पन्न होणे, हे रजाचे लक्षण आहे. त्याचप्रमाणे अंतःकरण मोहाने ग्रस्त होणे, विषय स्पष्टपणे न भासणे, तर्क करता न येणे, यावरून तमोगुणाचा निश्चय केला पाहिजे. नंतर याच अध्यायात शेवटी थोडेसे सविस्तर असे या तीन गुणांचे धर्म विशद केले आहेत. त्यावरूनही या तिन्ही गुणांमुळे नेमक्या कुठल्या प्रवृत्तींना चालना मिळते व कोणता गुण नियंत्रणाखाली न ठेवल्यास अपायकारक ठरू शकतो याची कल्पना येते.

प्रहर्षः प्रीतिरानन्दः साम्यं स्वस्थात्मचित्तता ।
अकस्माद्यदि वा कस्माद्वर्तन्ते सात्त्विको गुणः ।।

(महा. १२.२३९.२३)

अतिशय सुख, प्रेम, आनन्द, समबुद्धी आणि शरीर व मन यांची स्वस्थता हे सत्त्वाचे गुणधर्म काही कारणाने अथवा अचानक उत्पन्न होतात. अभिमान, असत्य भाषण, लोभ, मोह आणि असहिष्णुता हे रजोगुणाचे गुणधर्म होत. मोह, प्रमादशीलता, निद्रा, तंद्रा आणि अप्रबोधिता म्हणजे अज्ञान हे तमोगुणाचे गुणधर्म सांगितलेले आहेत. ह्या तीन गुणांनी प्रकृती बनलेली असल्याने ह्या प्रकृतीपासून उद्भवणारी जी विविध रूपे आहेत जे भिन्न भिन्न जड चेतन पदार्थ आहेत त्यांचे शुक्ल रक्त (लाल) व कृष्ण (काळा) असे वर्ण असतात. अर्थात, सत्त्वाचा निदर्शक शुक्लवर्ण आहे, रजाचा तांबडा व तमाचा काळा होय. तमोगुणाचे प्राबल्य ज्याच्या ठिकाणी आहे ते 'निरयं यान्ति' म्हणजे नरक लोकाप्रत जातात. रजोगुणाच्या प्राबल्याचे जीव मनुष्य योनीत येतात तर सत्त्वगुणाचे आधिक्य ज्यांच्यापाशी असते ते देव लोकास जातात. (महा. १२.३०२.७)

ह्या तीन गुणांचा सूत्ररूपाने उल्लेख आलेला असून व प्रीती, शोक व मोह जगातील सर्व पदार्थ ह्या त्रिगुणामध्येच गुरफटलेले असतात.

प्रीतिः सत्त्वं रजःशोकस्तमो मोहस्तु ते त्रयः ।
ये ये च भावा लोकेऽस्मिन् सर्वेष्वतेषु वै त्रिषु ।। (महा. १२.१८७.२६)

ह्या तीन गुणांचे परिणाम आपल्याही जीवनात अनुभवायला मिळतात. तमोगुणाच्या

आहारी गेलेला मनुष्य क्रोधातिरेकाने अनेक दुष्ट क्रूर कृत्ये करतो. रजोगुणाच्या आधिक्याने माणूस लोभी बनून भोगवादी बनून जातो. ह्या गुणांचे वर्णन शांतिपर्वात विविध अध्यायात आलेले आहे व एक महत्त्वाची गोष्ट ध्यानात येते ती अशी की खाली दिलेल्या काही अध्यायातील ह्या संदर्भातला तपशील जवळ जवळ सारखाच आहे. उदा. अध्याय क्र. (शांतिपर्व) पर्व १२ मधील अध्याय १८७, २३९, २०५, ३०२ इ. या तपशीलात म्हटले आहे की पुरुषाची बुद्धी या तीन गुणांतच घोटाळत किंवा फिरत असते. समुद्रात जरी कितीही मोठ्या लाटा उसळल्या तरी तो तीर मर्यादा सोडत नाही. त्याप्रमाणे ही बुद्धी सत्त्वादिभाव व मन यांचे बाहेर जात नाही. आनंद, प्रीती, सुख व संशांतचित्त (शांत वृत्ती) ही सत्त्वगुणाची चिन्हे आहेत; संताप, शोक, तळमळ, अतृप्ती, अक्षमा ही रजोगुणाची आणि अज्ञान, लंपटपणा, मोह, प्रमाद, स्तब्धता, भय, दारिद्र्य, दैन्य, प्रमोह व निद्रा ही तमोगुणाची चिन्हे येथे सांगितली आहेत.

या वर्णनावरून सत्त्वगुण उपकारक असून उन्नती करणारा आहे, हे स्पष्ट होते. म्हणूनच भीष्मांनी उपदेश केला आहे की विचारी पुरुषाने रजोगुणाचा आणि तमोगुणाचा त्याग करावा व शुद्ध सत्त्वगुणाचीच कास धरावी.

तस्मादात्मवता वर्ज्यं रजश्च तम एव च । (महा. १२.२०५.२९)

(क्रमशः)

◆◆

लेखांक : पंचविसावा

त्रिगुणांची वैशिष्ट्ये

सत्त्व, रज आणि तम हे तीन गुण जगताच्या ह्या बाह्य पसाऱ्याला कारणीभूत आहेत. या गुणांचे सामान्य स्वरूप वर्णन करताना असे म्हटले आहे की, तमोगुण हा मुख्यत्वे मोह उत्पन्न करणारा आहे व तो 'अज्ञानसंभव' म्हणजे अज्ञानापासून उत्पन्न झाला आहे, त्याचप्रमाणे सत्त्व हे प्रीतीचे व रजोगुण हे दुःखाचे उत्पत्तिस्थान आहे. याच ठिकाणी या तीन मूलभूत गुणांचे विशेष धर्मही स्पष्ट केले आहेत. प्रसन्नता, आनंदाच्या योगाने होणारी अंतःकरणाची तृप्ती, संशयाचा अभाव, धैर्य व स्मृती हे सत्त्वाचे विशेष गुणधर्म होत. काम, क्रोध, प्रमाद, लोभ, मोह, भीती आणि ग्लानी हे रजोगुणाचे विशिष्ट धर्म आहेत. तसेच विषाद, शोध, निकृष्ट वस्तूचे ठिकाणी प्रेम, मानीपणा, गर्व व सज्जनत्वाचा अभाव हे तमोगुणाचे विशिष्ट धर्म होत.

विषादशोकावररतिर्मानदर्पावनार्यता ।

(महा. १२.२०५.२३)

तमोगुण हा 'कृष्ण' म्हणजे अंधाराप्रमाणे अप्रकाशात्मक असा आहे व त्यामुळे प्रकाशात्मक जे ज्ञान त्याच्या आड तो येत असतो. तमोगुण हाच बुद्धिभ्रंश करतो, मोहात टाकतो, विपरीत व अविवेकी दृष्टी देतो आणि दुष्ट, क्रूर कर्म करायला लावून मनुष्याची पूर्ण अवनती करतो. तमोगुणाच्या प्रभावाखाली मनुष्याला जे जे म्हणून धर्म्य, न्याय्य व हितकर असते ते ते अन्याय्य, अधर्मकारक व अहितकर वाटू लागते. उदाहरणार्थ, दुर्योधनाला पांडवांना, त्यांनी वनवासाच्या वगैरे सर्व अटी पुऱ्या केल्या असतानाही, अर्धे राज्य नाकारताना आपण अन्याय करीत आहोत असे कधी वाटले नाही. राज्यलोभाने त्याची दृष्टी अंध झाल्याने त्याने पांडवांना योजनाबद्ध रीतीने वारणावतास रहायला पाठविले आणि गुप्त कट रचून, लाक्षागृहाला आग लावून त्यांना जिवे मारण्याचा प्रयत्न केला. हे दुर्वर्तन काय दर्शविते? तमोगुणाच्या आहारी गेलेल्या माणसाच्या दुष्ट बुद्धीचे हे आविष्कार आहेत. म्हणून या ठिकाणी असा उपदेश केलेला आहे की माणसाने रज आणि तम यांच्यामुळे उत्पन्न होणारे व आपल्या अंगी दिसणारे हे जे विविध दोष आहेत त्यांचे रोज

बारकाईने परीक्षण करावे व रजोगुण, तमोगुण किती प्रमाणात क्षीण झाले, त्यांचा निरास कसा होईल व सत्त्वप्रवृत्ती कशी वाढेल याविषयीची सतत काळजी घेतली पाहिजे.

त्रिगुणांची वैशिष्ट्ये

प्रत्येकात तिन्ही गुणांचे निसर्गतःच वास्तव्य असले तरी काहीत रजाचा प्रभाव जास्त तर काहीत सत्त्वाचा व काहीत तमाचा प्रभाव दिसून येतो. रजोगुणाच्या योगाने मनुष्य अधर्मयुक्त अशी कार्ये करतो व विशेषतः द्रव्यप्राप्तीसंबंधीच्या कार्याकडेच आकृष्ट होतो व उपभोगात रमून जातो. तमोगुणाच्या योगाने तो लोभयुक्त अशी कार्ये करतो व क्रोधजन्य गोष्टींचे अवलंबन करून तो दुष्ट व हिंसात्मक कर्मांमध्ये आसक्त होऊन राहतो. सत्त्वगुणाच्या योगाने मात्र माणसाला प्रकाशाची, सद्बुद्धीची प्राप्ती होते, तो सात्त्विक म्हणूनच निर्दोष अशा पदार्थांचे सेवन करतो व सत्कर्माची कास धरतो. त्याच्या ठिकाणी श्रद्धा आणि विद्या वास्तव्य करतात व तो निर्दोष बनून ज्ञानसंपन्न होतो.

आपले जीवन काही एकांगी किंवा सरळ एका मार्गाने जाणारे असे नसते. त्यात अनेक बदल होत असतात. अनेक चढ-उतार असतात. वेगवेगळ्या प्रसंगी वेगवेगळे भाव उद्भवतात व त्याचे कारण हे सत्त्वरजादि गुणच होत. प्रहर्ष (आनंद), भीती, प्रमोद, सुख, शांतवृत्ती हे सात्त्विक गुण काही वेळेला पुरुषाचे ठिकाणी उद्भवतात. ही सत्त्वगुणाची चिन्हे म्हटली आहेत. संताप, शोक, तळमळ, अतृप्ती व अक्षमा ही रजोगुणाची चिन्हे होत. सात्त्विक प्रवृत्तीच्या माणसाप्रमाणे या व्यक्तींना मनाची शांती, स्थिरवृत्ती अनुभवता येत नाही, मनाची तगमग, ताण-तणाव व क्लेश हेच यांना सोसावे लागतात. तामसी लोकांची स्थिती तर अधिकच शोचनीय असते. अज्ञान, लंपटपणा, मोह, प्रमाद, स्तब्धता, भय, दारिद्य्र, दैन्य, प्रमाद, निद्रा ही तमोगुणाची चिन्हे आहेत. या सर्व तपशीलावरून सत्त्वगुण वृद्धिंगत करणे किती अगत्याचे आहे याची आपल्याला कल्पना येते.

गुणांचे सविस्तर वर्णन

शांतिपर्व अध्याय ३०१मध्ये याज्ञवल्क्यांनी या तीनही गुणांचे स्वरूप अधिक विस्ताराने सांगितले आहे. सहनशीलता, आनंद, ऐश्वर्य, प्रीती, इंद्रियांची प्रसन्नता, शुचिर्भूतपणा, संतोष, श्रद्धा, दानशूरत्व, दया, क्षमा, धृति, अहिंसा, समता, सत्य, ऋणमुक्ती, लज्जा, शांतपणा, स्वच्छता, सरळपणा, निर्लोभता, निरीच्छता, परोपकारदक्षता इ. सत्त्वविकारांचे गुण सांगितले आहेत. रूप, ऐश्वर्य, दानेच्छेचा अभाव, निर्दयता, सुख व दुःख यांचा उपभोग, परनिंदेची आवड, वादीपणा, अहंकार, चिंता, भेदबुद्धी, परापहार,

निर्लज्जपणा, कुटिलता, काम, क्रोध, मद, दर्प, द्वेष इत्यादी रजाचे धर्म होत. मोह व अज्ञान हे तामस गुण आहेत. तामिस्र म्हणजे क्रोध व अंधतामिस्र म्हणजे मरण, तसेच खादाडपणा, अतृप्ती,स्वैराचार, विहार, शमन, आसन, दिवसा झोप, आलस्य, परनिंदा, प्रमाद प्रत्येक धर्माबद्दल द्वेष, अधर्माची आवड इत्यादी तमोगुणाचे धर्म होत. अर्थात, या तिन्ही गुणांमध्ये सत्त्व श्रेष्ठ असून रज व तम क्रमाक्रमाने खालच्या दर्जाचे आहेत. वरील गुणधर्मावरूनही हे स्पष्ट होईल की बरेचसे सद्गुण सत्त्वाच्या चिन्हात गणलेले आहेत. तर निंदनीय असे दुर्गुण तमाच्या लक्षणात सांगितले आहेत. म्हणूनच पुढील अध्यायात गतीसंबंधी मार्मिक विवेचन आले आहे.

सूत्ररूपाने मांडायचे म्हटल्यास सत्त्वगुणाला उत्तम पद, रजोगुणाला मध्यम पद व तमोगुणाला अधम पद प्राप्त होते असे अध्यात्मचिंतकांचे मत आहे. केवळ पुण्य केल्याने 'ऊर्ध्वगती' म्हणजेच वरचे लोक अथवा उत्तमगती प्राप्त होते. पाप-पुण्याच्या मिश्रणाने मनुष्ययोनी मिळते आणि पापाचरण केल्याने तिर्यक्‌योनीस (नीच योनी) जावे लागते. अशाच उच्च-नीच गती (मरणोत्तर) सत्त्वादि गुणांच्या संदर्भातही सांगितल्या आहेत आणि त्यावरून गुणांचा तरतमभाव कळतो.

अव्यक्तः सत्त्वसंयुक्तो देवलोकमवाप्नुयात् ।
रजःसत्त्वसमायुक्तो मानुषेषु प्रपद्यते ॥ (महा.१२.३०२.७)

अव्यक्त म्हणजे पुरुष सत्त्वगुणसंयुक्त झाला म्हणजे त्याला देवलोकाची प्राप्ती होते, रज व सत्त्व या दोहोंनी जर तो युक्त झाला तर त्याला मनुष्यजन्म मिळतो व जर त्याचा रज व तम या गुणांशीच संपर्क झाला तर मात्र त्याला नीच योनीत जन्म मिळतो.

ज्ञान हीच नौका

ह्या गुणांचे स्वरूप व उपयुक्तता आपण पाहिली. पण हे तीन गुण आहेत कुणाचे? हे तीन गुण म्हणजे दुसरे-तिसरे काही नसून मूलप्रकृतीचेच ते स्वरूप होत. प्रकृती या तीन गुणांनी बनली आहे. हे गुण प्रधानाचे म्हणजे अव्यक्त प्रकृतीचे आहेत असे याज्ञवल्क्यांनी म्हटले आहे.

एते प्रधानस्य गुणास्त्रयः पुरुषोत्तम ।
कृत्स्नस्य चैव जगतस्तिष्ठन्त्यनपगाः सदा ॥ (महा. १२.३०२.१)

हे तीन गुण सर्व जगाच्या बुडाशी असून ह्यांच्यापासून सृष्टीची उत्पत्ती होते. हे गुण नेहमी जगातील सृष्ट पदार्थांशी संलग्न असतात.

ही जी अचेतन, अव्यक्त प्रकृती ती महत्तत्त्व, अहंकार, पंचमहाभूते, इंद्रिये, मन, सृष्टीतील शरीरे, निसर्गातील पर्वतादि पदार्थ सर्वांना उत्पन्न करते म्हणून तिला 'प्रसवधर्मिणी'

म्हणतात. परंतु, सचेतन, अविनाशी, अव्यय व अविकारी असा आत्मा आहे तो प्रकृतीहून पूर्णतः भिन्न आहे. परंतु, हा परब्रह्मरूप आत्मा आपल्या कर्माच्या योगाने शरीर धारण करतो. म्हणजेच प्रकृतीशी संलग्न होतो आणि आपले जे मूळ शुद्ध स्वरूप विसरून प्रकृतीचे गुण आपलेच गुण आहेत असे समजू लागतो. त्याला उत्पत्ति-लय नसतानाही तो आपण जन्मलो, आपल्याला लय आहे असे ठाम मानू लागतो. म्हणजेच तो आत्मा बद्ध होतो व प्रकृतीच्या पाशात गुरफटून जातो. ज्याप्रमाणे पाण्यात रहाणारा मासा व पाणी यांच्यात सतत साहचर्य असल्याने ते भिन्न नाहीत असे वाटते. परंतु, मासा वस्तुतः पाण्याहून भिन्न असतो त्याचप्रमाणे प्रकृति व जीवात्मा एकत्र असले तरी मूलतः ते परस्परभिन्न असतात. परंतु, आत्म्याचे ठिकाणी खरे स्वरूपज्ञान लोप पावलेले असते.

सहवासविनाशित्वान्नान्योऽहमिती मन्यते ।
योऽहं सोऽहं इति उक्त्वा गुणानेवानुवर्तते ।। (महा. १२.२९१.४३)

मुळात ब्रह्मस्वरूपी असूनही 'मी अमुक आहे', 'मी तमुक आहे' असे तो अज्ञानी आत्मा मानीत असतो. ह्या अवस्थेत जर त्याने प्रयत्न केले नाहीत तर तो जन्म-मृत्यूच्या फेऱ्यात कायमचा अडकणार. मोहरूप जलाने ही संसारनदी भरलेली आहे. पोहता न येणाऱ्या माणसाप्रमाणे ह्या नदीत पडून अज्ञानी जीवात्मे अत्यंत क्लेश पावतात, पण ज्यांना आपण प्रकृतीपासून भिन्न आहोत, आपण सर्वज्ञ, नित्य अशा परमात्म्याप्रमाणे आहोत असे ज्ञान होते, ते मात्र ही नदी पार करून परतीराला पोहोचतात (प्लवन्तः पारमम्भसः।) म्हणजे मुक्त होतात. त्यांचा पार नेणारी नौका म्हणजे 'ज्ञान' हे होय.

दुसरे एके ठिकाणी असे विधान आले आहे की हा जो प्रकृतीच्याही पलीकडे असलेला (चोवीस तत्त्वांच्या पलीकडे असलेला पंचविसावा म्हटला गेलेला आत्मा) आत्मा आहे त्याचे खरे मूळस्वरूप प्रकाशित होते ते केवळ ज्ञानानेच!

पञ्चविंशतितमो योऽयं ज्ञानादेव प्रवर्तते । (महा. १२.२९१.४८)

हा जो चोवीस किंवा पंचवीस तत्त्वांचा उल्लेख आहे तो सांख्यदर्शनात जी प्रकृतीपासून तत्त्वांची गणना केली आहे त्या संदर्भातला आहे. त्या तत्त्वांचे विवेचन पुढे करू. जिवाला मुक्त व्हायला सम्यक्ज्ञान म्हणजे 'मी जगत्कारण जे सच्चिदानंदस्वरूप ब्रह्म त्याहून भिन्न नाही, त्याचा अंशधारी आहे.' असे ज्ञान झाले पाहिजे. म्हणून ज्ञान ही संसारनदी पार करणारी नौका आहे असे म्हटले आहे.

भगवद्गीतेतही १३व्या अध्यायात असे विधान आहे की, जो भक्त ज्ञानचक्षूने क्षेत्र व क्षेत्रज्ञ यांच्यातील मूलभूत भेद जाणतो तो परब्रह्माप्रत जातो.

क्षेत्रक्षत्रज्ञयोरेवमन्तरं ज्ञानचक्षुषा ।
भूतप्रकृतिमोक्षं च ये विदुर्यान्ति ते परम् ।। (गी. १३.३४)

याज्ञवल्क्य विश्वावसु यांच्या संवादात प्रकृती, जीवात्मा व त्यांच्याहूनही श्रेष्ठ असलेला जो परमात्मा यांच्याविषयी विवेचन आलेले असून त्यात म्हटले आहे की, अव्यक्ताच्या पलीकडले जे सव्विसावे परमात्मरूप तत्त्व ते जेव्हा साधक जाणतो (केवलीभूत : षड्विंशमनुपश्यति) तेव्हा तो सर्वज्ञ बनून जातो व अशा ज्ञानी पुरुषाला (साक्षात्कार झालेला असल्याने) पुन्हा जन्म लाभत नाही.

तदा स सर्वविद्विद्वान्न पुनर्जन्म विन्दति । (महा. १२.३०६.७७)

ज्या परमतत्त्वाला मागील एका अध्यायात पंचविसावे तत्त्व त्यालाच आता सव्विसावे अंतिम, सर्वोच्च तत्त्व म्हणून वर्णिलेले आहे. या अध्यायात पंचविसावे तत्त्व म्हणून 'जीवात्मा', 'क्षेत्रज्ञ आत्मा' त्याला गणले आहे. ज्याप्रमाणे या जन्मात आपल्याला आपल्या पूर्वजन्माची कसलीही मुळीसुद्धा स्मृती नसते त्याप्रमाणे जीवात्मा देह धारण करून प्रकृतीच्या गुणांशी एकरूप झाला की, त्याचे आपण परमात्मस्वरूप आहोत याचे भान नष्ट होते. आपल्या अगदी जवळ बसलेली आपली आई, जर आपल्या डोळ्यांसमोर पडदा धरला तर आपल्याला दिसू शकत नाही, तसेच या मायेच्या पटलामुळे परमेश्वर आपल्या अगदी निकट असला तरी त्याची आपल्याला जाणीव होत नाही. हा पडदा अहंकार, ममत्वबुद्धी व अविद्येने निर्माण केलेला असतो. तो दूर सारला की भक्ताच्या हृदयात बसणाऱ्या परमात्म्याचे दर्शन होऊन भक्त त्या परमज्योतीत विलीन होतो.

मोक्षदायी ज्ञानाचा मथितार्थ

ज्ञानाने मोक्ष मिळतो, परमेश्वराचे ज्ञान होते, याचा नेमका अर्थ काय आहे? उपनिषदांनी व शास्त्रांनी त्या जगनियंत्या परमेश्वराचे, त्या स्वयंप्रकाशी परब्रह्माचे सविस्तर वर्णन केले आहे. ते वाचून, अभ्यासून आपल्याला ब्रह्माच्या स्वरूपाची कल्पना येईल. पण एवढ्याने 'आम्ही ब्रह्म जाणले' असे म्हणता येईल काय? नाही. नुसत्या शास्त्रांच्या ज्ञानाने किंवा वेदान्त वाचनाने ब्रह्म जाणता येत नाही, अन्यथा हजारो, लाखो साधकांना ब्रह्मज्ञान झालेले दिसले असते. रामकृष्ण परमहंसांनी यासंबंधी फार सुंदर प्रकाश टाकला आहे. तो चिंतनीय आहे.

ब्राह्मोसमाजाचे एक पुढारी श्री रामकृष्ण परमहंसांना भेटले व म्हणाले, 'मोठमोठे विद्वानही मूर्खासारखे का वागतात, समजत नाही. शास्त्रात पारंगत असूनदेखील आपल्या इच्छा-आकांक्षांचा सतत पाठपुरावा करतात आणि ऐहिक सुखाच्या कर्दमातच लोळत पडलेले असतात.' रामकृष्ण त्यांना म्हणाले, 'गरुड आकाशात उडतात, अगदी वर शुद्ध वायु मंडलात ते भ्रमण करतात पण त्यांची दृष्टी मात्र खाली जमिनीवर मरून पडलेल्या जनावराच्या मांसावरच खिळलेली असते.' धर्मग्रंथाचे वाचन-मनन करीत असतानादेखील

आपली मने विषयांच्या मागे भटकत असतात. धर्मग्रंथ वाचून ज्ञानप्राप्ती करून घेण्याच्या आपल्या प्रयत्नात खरा अडथळा जर कशाचा होत असेल तर तो म्हणजे आपल्या वासनांचा अन् आसक्तीचा होय. कामिनी, कांचन आणि ऐहिक गोष्टी यांच्या मोहजालातून आपले मन जोपर्यंत सुटत नाही, तोपर्यंत ग्रंथांचा अभ्यास करून आपण केवढेही पांडित्य जरी मिळविले तरी आपल्याला 'खरे ज्ञान' होणार नाही. नकाशात हिमालयासारखे पर्वत, नद्या दाखवलेल्या असतात, ते पाहून जर कोणी म्हणाला की, मी हिमालय पाहिला तर ते खरे ज्ञान असेल काय? 'दह्यापासून लोणी मिळते' हे ज्ञान आपल्याला एका पुस्तकातून मिळाले, पण हे वरील वाक्य आपण तोंडाने कितीही वेळ जरी घोकत बसलो तरी आपल्याला लोणी मिळू शकेल काय? त्यासाठी आपल्याला दही लावले पाहिजे व ते खरोखरच प्रयत्नपूर्वक घुसळले पाहिजे. परमेश्वराचा साक्षात्कार होण्यासाठी आपल्याला आपल्या अंतःकरणातील इच्छा भक्तीच्या रवीने मंथन करणे आवश्यक आहे. अफूने नशा चढते हे माहीत असल्याने केवळ 'अफू', असे शेकडो वेळा ओरडल्याने काही आपल्याला नशा चढणार नाही. ईश्वराकडे चित्त नसताना तोंडाने त्याची सहस्र नामे उच्चारलीत व रोज जरी असे नाम:स्मरण केले तरी त्याचा काही लाभ होणार नाही. शास्त्रातील उदात्त विचार वाचून भक्तीची प्राप्ती होणार नाही पण त्यात सांगितल्याप्रमाणे वासनांवर नियंत्रण ठेवले, मन एकाग्र केले तर भक्तीचा उदय होऊ शकेल. शास्त्रात सांगितलेला मार्ग आपण प्रत्यक्ष चालला पाहिजे. वासनांवर नियंत्रण, सत्याचे पालन, शुद्ध आचरण, सत्कर्माची ओढ, भूतदया, भक्तिभावाने व प्रेमाने भगवंताचे ठिकाणी लीन होणे या गोष्टी जीवनात प्रत्यक्ष अनुभवल्याने भगवंताची कृपा लाभू शकेल. भगवंत हृदयात प्रत्यक्ष प्रकटू शकेल आणि यालाच ईश्वराचे ज्ञान किंवा ईश्वराचा साक्षात्कार म्हणतात. याज्ञवल्क्याने विश्वावसूला हेच सांगितले की, मोक्ष मिळविण्याचा 'ईश्वराचे ज्ञान प्राप्त करणे' हाच एक मार्ग आहे.

ज्ञानान्मोक्षो जायते राजसिंह नास्त्यज्ञानादेवमाहुनरेन्द्र ।
तस्माज्ज्ञानं तत्त्वतोऽन्वेषितव्यं येनात्मानं मोक्षयेज्जन्ममृत्योः ।।

(महा. १२.३०६.८४)

ज्ञानानेच मोक्ष मिळतो म्हणून (ईश्वराचे) ज्ञान मिळविण्यासाठी सतत झटले पाहिजे. म्हणजे जन्म-मृत्यूच्या फेऱ्यातून कायमची मुक्तता होईल.

(क्रमश:)

लेखांक : सव्विसावा

शुकानुप्रश्न

सत्त्व, रज आणि तम या तीन गुणांची लक्षणे, त्यांचे मूलभूत स्वरूप, त्यांचा आणि जीवात्म्याचा संबंध याविषयी महाभारतात ठिकठिकाणी विवेचन आले आहे. या तीन गुणांना 'देवासुरगुण' म्हटलेले असून सत्त्व हा देवांचा तर रज व तम हे दोन गुण असुर-गुण होत असे सांगितले आहे. परब्रह्म हे या तीन गुणांच्या पलीकडचे असून ते ज्ञानस्वरूप, अमृत (अविनाशी, नित्य) ज्योतिरूप (स्वयंप्रकाशी) व अक्षर असे आहे.

सत्त्वं देवगुणं विद्यादितरावासुरौ गुणौ । (महा. १२.२०९.१८)

ह्या तीन गुणांबद्दल असेही म्हटले आहे की, या गुणांनी जीवात्म्याला आच्छादित केले आहे. उष्णीष (पागोटे) धारण करणारा पुरुष ज्याप्रमाणे तीन वस्त्रांनी आच्छादित असतो तसा हा जीव गुणांनी आच्छादित होऊन जणू काही प्रकृतिरूपच आहे असे भासते. परंतु, पागोटे धारण करणारा ज्याप्रमाणे पागोट्याहून भिन्न असतो त्याचप्रमाणे जीवात्मा हा निश्चितच गुणांहून भिन्न असतो.

संवृतोऽयं तथा देही सत्त्व-राजस-तामसैः (महा. १२.२१०.१२)

ह्या आच्छादनाचा परिणाम असा होतो की, जिवाला आपल्या परमात्मरूप खऱ्या स्वरूपाचे भान रहात नाही, तो प्रकृतीशी, गुणांशी म्हणजे पर्यायाने आपल्या देहाशी एकरूप होऊ लागतो. त्याचा आत्मा-अनात्मा यासंबंधीचा विवेक नष्ट होतो. ह्याच आच्छादनामुळे व अज्ञानाच्या पटलामुळे खरा आत्मा आपल्याला अदृश्य व अज्ञात होऊन जातो. वास्तविक पाहता जीवात्मा व विश्वात भरून राहिलेला चैतन्यमय परम 'आत्मा' हे अभिन्नच आहेत. तो इंद्रियांना गोचर होत नाही, बुद्धिलाही तो तिच्या आकलनाच्या पलीकडचा वाटतो, त्यामुळे त्याच्या अस्तित्वाबद्दलच लोक शंका घेऊ लागतात. आजच्या जडवादी व इहवादी जगात तर ईश्वर नाही असे लोक स्पष्टपणे बोलू लागले आहेत. रामकृष्ण परमहंसांना वाटते की, 'ईश्वर नाही' असे मानण्याची प्रवृत्ती मोठी दुर्भाग्यपूर्ण आहे. ते म्हणतात, "आपण ईश्वराला बघू शकत नाही हे खरे, पण त्यावरून तो अस्तित्वातच नाही, असे आपण म्हणू शकू काय? रात्रीच्या वेळी आकाशात

आपण असंख्य तारे बघतो. पण दिवसा मात्र ते आपल्याला दिसत नाहीत. 'अदृश्य' याचा अर्थ 'अस्तित्वात नसलेले' असा होतो का? आपल्या बुद्धीचा पल्ला मर्यादित आहे, आपण अज्ञानी आहोत म्हणूनच ईश्वराला पाहण्यास आपण असमर्थ आहोत.'' मनु आणि बृहस्पती यांच्या संवादात मनूने म्हटले आहे की, आत्मा हा सर्व प्राण्यांच्या शरीरात अस्तित्वात असून तो दृष्टिगोचर होत नाही याचे कारण तो अत्यंत सूक्ष्म व ज्ञानस्वरूपी आहे, हे होय. तो शरीरात असला तरी तो शरीराहून सर्वस्वी भिन्न आहे, हे होय. ज्याप्रमाणे राहूचे ज्ञान स्वतंत्ररीतीने होऊ शकत नाही. तर तो चंद्र आणि सूर्य यांच्या मंडलाशी संबंध पाहिला म्हणजेच त्याचे ज्ञान होते, त्याप्रमाणे शरीराचा संयोग घडला म्हणजेच शरीरांतर्गत आत्म्याची उपलब्धी होते. (म्हणजे त्याचे अस्तित्व जाणवते).

जीव, प्रकृती आणि ईश्वर :

सत्त्व, रज व तम ह्या तीन गुणांनीच प्रकृती बनली आहे. तिच्यापासूनच सर्व हे दृश्य जग निर्माण झाले आहे. ह्या त्रिगुणात्मिका प्रकृतीलाच अव्यक्त व प्रधान या संज्ञा आहेत. ह्या दोहोंच्याही पलीकडे असलेले महत्तर तत्त्व म्हणजे 'ईश्वर' होय. त्या महत्तर तत्त्वाचे म्हणजेच क्लेशरहित अशा परमात्म्याचे योग्याने अथवा उपासकाने ज्ञान करून घेतले पाहिजे.

अव्यक्तपुरुषाभ्यां तु यत्स्यादन्यन्महत्तरम् ।
तं विशेषमवेक्षेत विशेषेण विचक्षणः ।। (महा.१२.२१०.६-७)

व्याख्याकारांनी म्हटले आहे की, अंतिम पुरुषार्थ मिळविण्याकरिता त्या महत्तर तत्त्वाला 'अवेक्षेत' म्हणजे साक्षात् जाणावे (साक्षात् कुर्यात् ।) प्रकृती आणि जीव यांचे काही धर्म सारखे आहेत. ती दोघेही अनादी आणि अनन्त आहेत. त्याचप्रमाणे त्या दोहांच्याही ज्ञानाला इतर प्रमाणांची अपेक्षा नाही. दोन्हीही नित्य आहेत व अविचल (ज्ञानप्राप्ती होईपर्यंत स्थिर) आहेत. पण दोहोंमध्ये वैधर्म्यही आहे. प्रकृती ही सर्गधर्मिणी (सृष्टीला निर्माण करणारी) व त्रिगुणात्मिका आहे, जीव मात्र त्याहून भिन्न आहे. सृष्टी उत्पन्न होणे हा त्याचा स्वभाव नाही व तो त्रिगुणात्मकही नाही, तो प्रकृती व तिचे विकार यांना साक्षीभूत आहे. जीव व परमात्मा यांच्यातही काही साधर्म्य व काही वैधर्म्य आहे. दोघेही चिद्रूपी आहेत म्हणून इंद्रियातीत आहेत. दोघेही अलिप्त असून जीव चैतन्यरूपी असला तरी बद्ध अवस्थेत आहे व स्वयंप्रकाशी असा जो विश्वव्यापी परमात्मा तो सर्व नियामक व नित्यमुक्त आहे.

दुसऱ्या एका अध्यायात व्यासांनी परमात्म्याच्या प्राप्तीसाठी योगसाधनांचे विवरण करताना जीव व परमात्म्यासंबंधी सखोल विवेचन केले आहे. व्यक्त आणि अव्यक्त या दोन्ही संज्ञा वेगवेगळ्या संदर्भात काही वेळेला प्रकृती, जीव व परमेश्वर यांना लावण्यात

येतात. त्यासंबंधी व्यासमहर्षी सांगतात की, ज्याला उत्पत्ती आहे, वृद्धी आहे, क्षय आहे आणि मरण आहे त्याला 'व्यक्त' असे म्हणतात. या चार लक्षणांनी युक्त असलेले जे जे तत्त्व ते ते व्यक्त असून त्याहून भिन्न असे जे ते 'अव्यक्त' तत्त्व होय. वेद आणि वेदांत यामध्ये दोन आत्मे सांगितलेले आहेत. चार विकारांनी युक्त जे महद्‌अहंकारादि विकार आहेत त्यांनी युक्त असणारा व चार पुरुषार्थांची इच्छा धरणारा जो जीवात्मा तो व्यक्तच म्हटला पाहिजे. त्याच्याप्रमाणे नसलेला, वरील चार लक्षणांच्या पलीकडे असलेला जो सच्चिदानंदरूप परमात्मा तो 'अव्यक्त' संज्ञक सांगितला आहे.

प्रोक्तं तद्व्यक्तमित्येव जायते वर्धते च यत् ।
जीर्यते म्रियते चैव चतुर्भिर्लक्षणैर्युतम् ।। (महा. १२.२२८.२९)

ह्या 'अव्यक्त' संज्ञा असलेल्या आत्म्याचे, शुकानुप्रश्न नावाच्या विभागात व्यासांनी मोठे मार्मिक विवेचन केले आहे. हा नेत्रांनी पहाता येणे शक्य नाही, इंद्रियांनी जाणणेही शक्य नाही. त्याचे ठिकाणी इंद्रिये नाहीत, इंद्रियविषय नाहीत आणि शरीरही नाही, तरीपण तो शरीरातच आहे. मरणधर्मी अशा शरीराचा आश्रय करून असणाऱ्या ह्या 'अव्यक्त' आत्म्याचे ज्ञान संपादन केले पाहिजे. असे ज्ञान प्राप्त करणारा पुरुष मरणोत्तर परब्रह्मस्वरूपी बनून जातो.

अव्यक्तं सर्वदेहेषु मर्त्येषु अमरमाश्रितम् ।
योऽनुपश्यति स प्रेत्य कल्पते, ब्रह्मभूतये ।। (महा. १२.२३१.१८)

व्यास सांगतात की, हे परमतत्त्व आकाशाप्रमाणे व्यापक असून सर्वगत आहे. त्याला कोणी वर, खाली, मध्यभागी, या किंवा त्या दिशेला पहात नाही. कारण तेच सर्वत्र भरलेले आहे. मनाइतका वेग ठेवून जरी कोणी, धनुष्यातून सुटलेल्या बाणाप्रमाणे जाऊ लागला तरी जगत्कारण असलेल्या या आत्म्याचा अंत लागणार नाही, कारण त्याला अंतच नाही. हे जगत्कारण सूक्ष्माहून सूक्ष्म असून ते इतके स्थूल आहे की त्याच्याहून अधिक स्थूल काहीही नाही. या 'अव्यक्त' कारणापासूनच दृश्य अशा सर्व सृष्टीची व बाह्य पदार्थांची निर्मिती झाली आहे व ह्या निर्मित जगतालाच 'व्यक्त' ही संज्ञा आहे. व्यक्त सृष्टीतील एक अंश बनलेल्या जीवात्म्याने सरतेशेवटी त्या अव्यक्ताचीच प्राप्ती करून घेतली पाहिजे.

श्वेताश्वतरोपनिषदामध्ये या संदर्भात म्हटले आहे की, लाकडात किंवा अरणीत अग्नी वास करीत असतो. पण तो अव्यक्त असतो, ज्यावेळी अरणींचे घर्षण होते तेव्हा तो अग्नी प्रकट होतो त्याप्रमाणे शरीराला आत्मा स्थित असूनही त्याचे अस्तित्व जाणवत नाही. परंतु, ध्यान, धारणा, तप यांच्यामुळे आपल्या अंतरंगात हा आत्मा प्रकट होतो. म्हणजेच त्याचा साक्षात्कार भक्ताला होऊ शकतो.

क्षरं प्रधानममृताक्षरं हरः ।
क्षरात्मानावीशते देव एकः ।
तस्याभिध्यानाद्योजनात्तत्त्वभावाद् ।
भूयश्चान्ते विश्वमायानिवृत्तिः ।। (श्वे. १.१०)

प्रकृती ही क्षर म्हटली जाते व अक्षरतत्त्व म्हणजे साक्षात् ईश्वर (हरः) की जो अविनाशी असा आहे. प्रकृती, आत्मा (जीव) ह्या दोहोंवर ईश्वराची, परमात्म्याची सत्ता आहे. त्या परमेश्वराला चिंतन, निरंतर ध्यान व या तीन तत्त्वांच्या स्वरूपाचा बोध झाल्याने जाणता येते आणि त्याला जाणताच सांसारिक मायापाशापासून मुक्ती मिळते. ज्याप्रमाणे दह्याचे मंथन करून लोणी मिळते, तीळ रगडून तेल मिळते, अरणीपासून अग्नी मिळतो त्याप्रमाणे आत्म्याच्याच ठिकाणी, सत्य व इंद्रियजयाच्या साहाय्याने, परमात्म्याची प्राप्ती होते. ह्या परमात्म्याविषयी श्वेताश्वतरात पुढे विधान आहे की, हा विश्वकर्मा, महात्मा सर्व मनुष्यांच्या हृदयात निवास करतो.

एष देवो विश्वकर्मा महात्मा
सदा जनानां हृदये सन्निविष्टः ।
हृदा मनीषी मनसाऽभिदृप्तो ।
य एतद्विदुरमृतास्ते भवन्ति ।।

हृदय व बुद्धी यांचा संयोग होऊन मनाचा संपूर्ण विग्रह केल्यानंतर ध्यानाच्याद्वारा हा परमात्मा प्रकट होतो. ज्या साधकांना ह्याचा साक्षात्कार होतो ते अमृतपद प्राप्त करतात.

स्वभावरूपी प्रवाह :

पञ्चेन्द्रियरूपी घोर जाल असलेली, लोभरूपी तीर असलेली अत्यंत दुस्तर अशा भवनदीचे वर्णन करून व्यासांनी स्वभाव किंवा संसाररूपी (प्रकृति निर्मित) प्रवाहाचे विविध पैलू स्पष्ट केले आहेत व या प्रवाहात अडकल्यामुळेच जीव परमात्म्याला जाणू शकत नाही. हा प्रचंड व अकुंठित असा प्रवाह जगताला सदैव वाहून नेत असतो. अहोरात्ररूपी काल हे यातील जल, वर्ष हे यातील भोवरे, महिने यातील लाटा, ऋतू ह्याचा वेग, पक्ष यातील तृणलता, वासना यातील मकर, वेद व यज्ञ यातील नौका, धर्म यातील द्वीप, अर्थ-कामरूपी जल, सत्यवाणी ही यातील वर निघण्याचे तीर आणि युग हे त्या प्रवाहातील डोह होत. विधात्याने निर्माण केलेले सर्व प्राणी हा प्रवाह यमसदनी नेत असतो. धैर्यसंपन्न ज्ञानी पुरुष ज्ञानरूपी नौकेच्या साहाय्याने ह्या प्रवाहातून तरून जातात.

एतत्प्रज्ञामयैर्धीरा निस्तरन्ति मनीषिणः ।
प्ववैरप्लववन्तो हि किं करिष्यन्त्यचेतसः ।। (महा. १२.२२७.१७)

ज्यांना ही नौका नाही, (अप्लववन्तः) ते मंदबुद्धी लोक काय करू शकणार आहेत?

शुकानुप्रश्नात व्यासांनी आपला पुत्र महाज्ञानी शुक याला सांगितले की, ज्याप्रमाणे चोहोकडे धावणाऱ्या आपल्या पुत्रांना पिता मागे फिरवितो त्याप्रमाणे विषयांच्या मागे धावणाऱ्या इंद्रियांचे नियमन करून त्यांना व अंतःकरणाला एकाग्र करणे हे जे उत्कृष्ट प्रकारचे तप ते सर्व धर्माहून श्रेष्ठ असा धर्म होय. ज्यावेळी इंद्रिये विषयांपासून निवृत्त होऊन परब्रह्माचे ठिकाणी स्थिरपणे जडतील तेव्हाच हे शुका, तुला तुझ्या बुद्धीने शाश्वत अशा परमात्म्याचे अवलोकन घडेल.

तदा त्वमात्मनाऽऽत्मानं परं द्रक्ष्यसि शाश्वतम् । (महा. १२.२४२.६)

इंद्रिये ईश्वराचे ठिकाणी जडवायची याचाच अर्थ चित्तवृत्ती ईश्वरावर स्थिर करून ईश्वराची आराधना करणे होय. रामकृष्ण परमहंसांनी म्हटले आहे की, ईश्वराकडे चित्त नसताना तोंडाने केवळ त्याची सहस्र नामे उच्चारली तरी त्याचा साधकाला काही लाभ व्हावयाचा नाही. त्यासाठी निर्धारपूर्वक मन एकाग्र करून ध्यानाचा सराव करणे आवश्यक आहे, तेव्हाच कोठे ईश्वराचा साक्षात्कार होऊ शकेल.

चित्तवृत्तींचा संपूर्ण निरोध करून चित्त निर्विषय करणे व त्या चित्तात एकमेव ईश्वराची प्रतिमा स्थापून तिची धारणा करणे यालाच 'योग' म्हणतात.

निष्प्रचारं मनः कृत्वा प्रतिष्ठाप्य च सर्वशः ।
यामयं लभते तुष्टिं सा न शक्याऽऽत्मनोऽन्यथा ।। (महा. १२.२४३.१६)

मन निर्विषय करून ईश्वराकडे एकाग्रतेने लावल्यावर जो संतोष आत्म्याला मिळतो, तो इतर कोणत्याही प्रकारे मिळत नाही. तो संतोष म्हणजे परमशांतीच होय. ती अतुलनीय असते. ती नित्य, शाश्वत स्वरूपाची असून तीच मुक्तावस्था होय.

व्यास आणि शुक यांच्या या संवादात जितेन्द्रियत्व, समत्वबुद्धी व स्थितप्रज्ञता आल्याशिवाय ब्रह्माचा साक्षात्कार होऊ शकत नाही असे मांडून तो कोणत्या प्रकारच्या श्रेष्ठ ज्ञानवंतांना होतो याचे मार्मिक विवेचन आले आहे. ज्यावेळी साधक मनाने, वाणीने व क्रियेने कोणाचेही वाईट चिंतीत नाही व कोणाबद्दलही इच्छा किंवा द्वेष करीत नाही. तो ब्रह्मस्वरूपी बनतो. या जगात वासना हे एक मोठे बंधन आहे. त्याहून अन्य बंधन नाही, जो मनुष्य या वासनारूपी बंधनातून मुक्त होतो तो परमशांती मिळवितो. ज्याला साक्षात्काराचे अमृतपान करायला मिळाले आहे त्याचे मन पूर्णतः निरिच्छ, निःस्पृह होऊन जाते व आत्मतृप्तीचा आनंद तो अनुभवीत असतो. विषयाभिलाषाच्या व वासनांच्या लाटा त्याच्या मनावर आघात करतात. परंतु, ते मन मेरू पर्वताप्रमाणे अविचलच रहाते. याठिकाणी एक सुंदर दृष्टांत दिला आहे –

आपूर्यमाणमचल प्रतिष्ठं समुद्रमापः प्रविशन्ति यद्वत् ।
तद्वत्कामा यं प्रविशन्ति सर्वे स शान्तिमाप्नोति न कामकामः ।।
(महा. १२.२४३.९)

हा श्लोक भगवद्‌गीतेतही दुसऱ्या अध्यायात आला आहे. समुद्रामध्ये नद्या ज्याप्रमाणे प्रविष्ट होतात अर्थात त्या समुद्राच्या पाण्यात लीन होऊन जातात त्याप्रमाणे ज्याच्यामध्ये सर्व वासना प्रविष्ट होऊन नामशेष होऊन जातात, त्याच मनुष्याला परब्रह्म प्राप्तीरूपी शांती मिळते. 'न कामकामः' याचा अर्थ ज्या मनुष्याचे मन विषयाभिलाषी आहे, ज्याची भोगांची आसक्ती सुटलेली नाही, त्याला ती उच्चतम शांती लाभू शकत नाही. याच अध्यायात पुढे इंद्रियनिग्रह, दान, तप यांसारख्या श्रेष्ठ तत्त्वांची महती सांगण्यासाठी 'उपनिषद्' (म्हणजे रहस्य) शब्दाचा वापर करून सारभूत असा उपदेश केलेला आहे. सत्य हे वेदांचे रहस्य (उपनिषद्) आहे. इंद्रियनिग्रह हे वेदांचे रहस्य आहे, दान हे इंद्रियनिग्रहाचे रहस्य आहे, तप हे दानाचे रहस्य, वैराग्य हे तपाचे रहस्य आहे, सुख हे वैराग्याचे रहस्य आहे, स्वर्ग हे सुखाचे (दिव्य अशा सुखाचे) आणि 'शम' म्हणजे परब्रह्मप्राप्तीरूप शांती हे स्वर्गाचे रहस्य आहे.

सुखस्योपनिषत्स्वर्गः स्वर्गस्योपनिषच्छमः ॥ (महा. १२.२४३.११)

स्वर्गप्राप्तीपेक्षाही श्रेष्ठ व अंतिम असे जे ध्येय 'मुक्तावस्था' तिथपर्यंत ही मालिका नेऊन पोहोचवली आहे व असे सूचित केले आहे की, उत्तरोत्तर गोष्टींची प्राप्ती होताच पूर्व पूर्व गोष्टी निरर्थक किंवा व्यर्थ ठरतात.

याठिकाणी असा प्रश्न उद्‌भवू शकतो की, वासनारूपी अजगराचा मनावर असलेला विळखा मनुष्याला तोडता येईल काय? होय, हा विळखा इंद्रिय-जयाने व ईश्वरचरणी नित्य लीन झाल्याने तोडता येईल. रामकृष्ण परमहंसांनी म्हटले आहे, 'उच्चतम असा ईश्वरोपासनेचा परमानंद अनुभविल्यानंतर कनिष्ठ अशी ऐहिक सुखे, भक्ताला तुच्छ वाटू लागतील. ज्याने परमेश्वराचे सान्निध्य अनुभवण्याचा उच्च आनंद घेतलेला आहे, तो अल्पकाळ सुख देऊन पुन्हा दुःखात लोटणाऱ्या क्षणिक अशा सुखोपभोगांच्या मागे धावणार नाही. ज्याने खडीसाखरेचा स्वाद घेतलेला आहे तो धूळ आणि घाण यांनी भरलेली साखर खाण्याची कधीच इच्छा करणार नाही.'

नाव पाण्यावर तरंगते पण तिच्यात पाणी मुळीच शिरू देता कामा नये. पाणी जर शिरू लागले तर ती नाव पाण्यात बुडेल. तसेच ईश्वराचे ध्यान करणाऱ्या साधकाने आपल्या मनात, जगातील उपभोग्य वस्तूसंबंधाने विचार येऊ देता कामा नये. नाहीतर ईश्वरविषयक धारणेत व आराधनेत व्यत्यय येऊन जगाचेच आकर्षण वाटू लागेल. असे झाल्यास ही भक्तिरूपी नौका आपल्याला पार नेण्याऐवजी समुद्राच्या तळाला नेईल.

योगमार्गातील सप्तधारणा :

वरील विवेचनावरून हे स्पष्ट होते की, याठिकाणी ईश्वराच्या साक्षात्कारासाठी योगमार्गाचा अवलंब करण्याचा उपदेश आहे. यम-नियमादिकांचे व्यवस्थित पालन करून

साधकाने सप्त–धारणा कराव्या म्हणजे तो त्वरित ध्येय साध्य करू शकेल असे दिग्दर्शन शुकानुप्रश्नात आले आहे. तसे पाहिले तर धारणा अनेक आहेत. परंतु, प्रमुख अशा सातच आहेत. ह्या धारणा शरीरातील अवयवांच्या ठिकाणी करायच्या असतात. पृथ्वी, जल, तेज, वायू, आकाश, अहंकार आणि अव्यक्त ह्यांचे ठिकाणी करावयाच्या ज्या धारणा त्याच त्या सात धारणा होत. ह्या धारणांची स्थाने खालीलप्रमाणे सांगितली आहेत. चरणापासून–जानूपर्यंत पृथ्वी–जानूपासून अपानद्वारापर्यंत जल, तेथून हृदयापर्यंत अग्नी, हृदयापासून भ्रूमध्यापर्यंत वायू, भ्रूमध्यापासून मस्तकाग्रापर्यंत आकाश आणि अहंकार व अव्यक्त ही प्रसिद्धच आहेत. योगी पुरुषाने या सात स्थानांवर अनुक्रमे पृथ्वी, वायू इत्यादींची धारणा करावी, याचा परिणाम असा होतो की, यावरील उपास्य देवतांचे सामर्थ्य त्या योग्याला प्राप्त होते. पृथ्वीवर धारणा केल्याने योग्याला विशाल देवाचा आकार प्रथम दिसू लागतो. पुढे जलाच्या ठिकाणी धारणा केली की ते दहिवर नष्ट होऊन दुसराच आकार दिसू लागतो. यावेळी आकाशामध्ये व आपल्या शरीरामध्ये जल दिसू लागते. तदूनंतर अग्नीची धारणा केल्याचे अग्नीचे स्वरूप भासू लागते. पुढे वायू धारणेमुळे भू, जल, तेज यांना ग्रासून सोडणारा गतिशील वायू प्रकट झालेला दिसतो. त्यावेळी योगी सूक्ष्मरूपी बनून अंतरिक्षात चमकत राहातो. पुढील धारणेनंतर योगी नीलवर्ण व छिद्ररूपी आकाशच बनून जातो. योग्याच्या अंतःकरणाचे सूक्ष्मत्व म्हणून जे म्हणतात ते हेच होय. या धारणांमुळे त्याला मोठाली सामर्थ्ये प्राप्त होतात. जलतत्त्वावरील धारणेमुळे त्याला वाणी, कूप, नदी यांना प्राशन करण्याची शक्ती प्राप्त होते, आकाश धारणेमुळे त्याला आकाशासारखे स्वरूप प्राप्त होते, म्हणूनच त्याला अंतर्धान पावण्याचे सामर्थ्य प्राप्त होते. योगाने अहंकाराचा जय केला म्हणजे पंचमहाभूते त्याच्या अधीन होतात.

अहङ्कारेऽस्य विजिते पञ्चैते स्युर्वशानुगाः । (महा. १२.२२८.२५)

याच क्रमाने त्याला विशिष्ट सिद्धी प्राप्त होतात. पुढे त्याला आपणच अव्यक्त असा आत्मा आहोत असे सम्यगज्ञान होऊन तो मुक्त होतो. योग्याने त्याला जी ऐश्वर्ये व सिद्धी प्राप्त होतात त्यांच्याकडे दुर्लक्ष करून शेवटी साक्षात्कार मिळेपर्यंत योग सुरू ठेवला पाहिजे.

शेवटी ईश्वराची अनन्यभक्ती, त्याच्या विशिष्ट स्वरूपावर एकाग्र चित्ताने केलेले ध्यान, सदाचारी वर्तन व अंतःकरणात त्याचे भावपूर्वक नित्य चिंतन हेच परमात्म्याच्या प्राप्तीचे मार्ग या ना त्या स्वरूपात सांगितलेले आहेत. रामकृष्ण परमहंस म्हणतात, 'कलियुगात कडक तपश्चर्या करण्याची गरज नाही. तीन दिवस पावेतो तन्मयतेने जरी तुम्ही देवीचे ध्यान केलेत, तरी पुरेसे आहे. देवी आपल्या बालकावर कृपा केल्यावाचून राहणार नाही.'

◆◆

लेखांक : सत्ताविसावा

सांख्यमार्गाचे विवेचन

युधिष्ठिर हा अत्यंत ज्ञानपिपासू असा राजा आहे. शरपंजरी शयन करणाऱ्या महाज्ञानी भीष्मांना त्याने विविध विषयांवर प्रश्न विचारले व तरीही तो सतत म्हणतो की त्याची तृप्ती होत नाही. सांख्य आणि योग या मार्गांविषयी त्याने विचारले असता भीष्मांनी त्याला सांगितले की, हे दोन्ही मार्ग शिष्टसंमत आहेत. योगमार्गाचे ज्ञाते म्हणतात की, या जगाला ईश्वर म्हणून कोणीतरी असलाच पाहिजे त्याशिवाय जिवाला मुक्ती कशी मिळेल? त्या ईश्वराला ध्यानधारणेद्वारे जाणून घ्यायचे आहे. सांख्यमत जाणणारे विद्वान सांगतात की, वेदात जो मोक्षप्राप्तीसाठी ज्ञानमार्ग सांगितला आहे तोच आमचा पुरावा आहे. प्रथम ऐहिक विषयांचे नीरसत्व व वैफल्य जिवाच्या ध्यानात आले पाहिजे, नंतर वैराग्य त्याचे ठिकाणी निर्माण झाल्यावर त्याला आत्मैक्यज्ञान होते व देहत्यागानंतर तो मुक्तीला पावतो. युधिष्ठिराला त्यांनी स्पष्ट शब्दांत सांगितले की ते स्वतः या दोन्ही मार्गांना मान देतात.

प्रत्यक्षहेतवो योगाः सांख्याः शास्त्रविनिश्चयाः ।
उभे चैते मते तत्त्वे मम तात युधिष्ठिर ॥ (महा. १२.२८९.७)

उभयही मार्ग शिष्टसंमत असून त्यांचे यथाशास्त्र अनुष्ठान जो करील तो परमगतीला पोहोचेल. उभय मार्गात पवित्रता, तप, भूतदया व व्रतधारण या गोष्टी सारख्याच मान्य आहेत.

योगमार्गी साधक राग, मोह, स्नेह, काम आणि क्रोध या पाच दोषांना जिंकतात व आपल्या योगबलाने रागमोहादिकांचे जाळे तोडून मोक्षपदाला जातात. योगापैकी धारणा आणि समाधी ही अंगे फार गूढ आहेत. योगात धनुर्धर लक्ष्यभेद करतो त्याप्रमाणे मन एकाग्र करून साधनेत गढून राहीलं तर त्याला मोक्षरूपी लक्ष्य साधता येईल. तेलाने भरलेले भांडे नेण्यासाठी व ते घेऊन जिना चढण्यासाठी जशी अतिशय एकाग्रतेची गरज असते त्याप्रमाणे योगातही जेव्हा साधक आपले मन निश्चल ठेवील तेव्हाच त्याचा आत्मा निर्मल होऊन सूर्याप्रमाणे लखलखू लागेल. एखादी नौका दुर्गम महासागरात घातली असता तिचे सुकाणू धरणारा दक्षतेने व एकाग्र मनाने नौका चालवील तरच तो पार जाऊ

शकेल त्याप्रमाणे जो योगबलाने अखंड आत्मानुसंधान राखील तेव्हाच तो परमपदाला प्राप्त होईल. ज्याचे अंगी योगसामर्थ्य चांगले बाणले आहे तो सर्वस्वी स्वतंत्र होऊन प्रजापती, ऋषी, देव किंवा पंचमहाभूते यांच्यात तो संचार करू शकतो, त्याला भिन्न भिन्न सिद्धी प्राप्त होतात व जगातील विषयांची मात्रा मनोनिग्रहामुळे त्याच्यापुढे चालत नाही. अहिंसादि महाव्रतांचे पूर्ण पालन करून तो योगी आपल्या योगसामर्थ्याने आपल्या आत्म्याला नाभी, कंठ, मस्तक, हृदय, नेत्र, कर्ण इत्यादी कुठल्याही ठिकाणी खिळवून ठेवू शकतो व आपले शुभाशुभ कर्म जाळून टाकून योगबलाने आपल्या इच्छेस येताच मुक्त होतो. (महा. १२.२८९.४१)

सांख्यमार्गाचे विवेचन :

सांख्यमार्गाविषयी विवेचन करताना भीष्म म्हणतात की, त्यात ज्ञानाचे बलाने सर्व विषयातील दोष वेचून काढले आहेत व त्या विषयांना 'सर्वथैव सदोष' असे सिद्ध केले आहे. मनुष्यांचे विषय, यक्ष, उरग, गंधर्व, राक्षस इत्यादिंचे विषय, पक्षिगण, पशुगण, राजर्षि, ब्रह्मश्री इत्यादी सर्वांचे विषय जाणून म्हणजेच त्यांचे अशुद्ध, अनित्य व दुःखप्रद स्वरूप ध्यानात घेऊन, आयुष्याचा मर्यादितपणा, सुखाचे क्षणभंगुरत्व, सर्व पदार्थांचे अनित्यत्व, तिर्यग्योनीत जगणाऱ्यांचे क्लेश, नरकलोकातील असह्य वेदना, देहाचे शोषण सर्व अवस्थांतील परिताप, स्वर्गाचे गुण तसेच दोष इत्यादिंचे पूर्ण ज्ञान करून घेतले पाहिजे. तसेच सत्त्वाच्या अंगचे दहागुण, रजाचे नऊ व तमाचे आठ गुण तसेच बुद्धीचे सप्त गुणही सम्यग् रीतीने जाणले पाहिजेत. 'महदहंकारपञ्चतन्मात्ररूपा' म्हणजे बुद्धी ही पुढील सात गुणांची सांगितलेली आहे – महत्, अहंकार व पाच सूक्ष्म महाभूते ! यानंतर आपल्याला तीन गुणांच्या धर्माविषयी माहिती मिळेल. आकाशाची पंचमहाभूते हे पाच गुण आहेत. बुद्धीचे १. संशय, २. निश्चय, ३. गर्व, ४. स्मरण हे चार गुण आहेत. त्याचप्रमाणे १. अप्रतिपत्ती (अज्ञान), २. विप्रतीपत्ती (अंशतः ज्ञान), ३. विपरीत प्रतिपत्ती (विपरीत ज्ञान) हे तीन तमाचे धर्म सांगितले आहेत. रजाचे धर्म दोन आहेत. १. प्रवृत्ती व २. दुःख आणि सत्त्वाचा मात्र एकच धर्म आहे आणि तो म्हणजे प्रकाश. या सर्व गुणांची व विषयांची प्रलयाचे वेळी काय स्थिती होते व आत्मतत्त्व यांच्यापासून भिन्न असून ते कसे अविनाशी रहाते याचे ज्ञान मिळविले पाहिजे. हे जे विविध गुण सांगितले ते परस्परांशी संलग्न आहेत – ते सर्व परापेक्षी आहेत. दृष्टी ही रूपाशी संयुक्त आहे, रसना रसाशी, शरीर स्पर्शाशी, वायू हा आकाशाशी, मोह तमाशी व लोभ हा अर्थाशी संबंद्ध आहे. अशी ही विविध तत्त्वांच्या परस्परसंबंधांची एक मोठी मालिकाच याठिकाणी वर्णिलेली आहे. शेवटी स्पष्ट केले आहे की, सत्त्वाचा आत्म्याशी, आत्म्याचा जो देव

नारायण त्याच्याशी व नारायणाचा मोक्षाशी संश्रय आहे.

देवे मोक्षे च संसक्तं मोक्षं सक्तं तु न क्वचित् । (महा. १२.२९०-२३) असा हा मोक्ष सर्वथा स्वतंत्र व कशाचाही संश्रय नसलेला आहे. मोक्षस्थिती म्हणजे कैवल्याची प्राप्ती.

आत्मा हा निष्पाप व उदासीन असतो व तो परमार्थतः गुणांहून सर्वस्वी भिन्न असतो हे समजण्यासाठी वरील सर्व तत्त्वांचे सत्यस्वरूप जाणले पाहिजे. देहधारी जिवांना संसारात क्लेशांचीच प्राप्ती होते. कर्मानुसार भोग भोगावे लागतात. विचित्र व हीन योनीत जन्म घ्यावे लागतात. राजर्षी, महर्षी हे दीर्घकालाने का होईना पण आपल्या ऐश्वर्यापासून भ्रष्ट होतात. चंद्र-सूर्यांना ग्रहणरूपी पीडा आहेच. तारे निखळून पडतात तर नक्षत्र अशांतपणे फिरत असतात. वियोगाचे, व्याधीचे, जरेचे दुःख असह्य असते. शिवाय अशुभ असा मृत्यू सर्वदा देहामागे लागलेलाच असतो. हा भवसागर फार दारुण आहे. ह्या सागराचे परिणामकारक वर्णन या अध्यायात आहे. हे सर्व समजून घेऊन माणसाने, मनुष्याने मोक्षमार्गास लागले पाहिजे. मोक्षाची उत्कट इच्छा बाळगणारे पुरुष सांख्यसंज्ञक ज्ञानयोगाचे बलाने, तपरूपी दांडा घातलेले ज्ञानरूपी शस्त्र हाती घेऊन, अशुभ अशा राजस व तामस संबंधांचा तसेच सात्त्विक संबंधांचाही छेद करतात व आत्म्याचे खरे स्वरूप जाणून भवसागर तरून जातात. जीवात्मा ज्ञानाचा उदय होताच प्रकृतीला टाकून पलीकडे जातो व मुक्त होतो. मुक्ती मिळते याचा अर्थ असा की, त्यावेळी तो जीवात्मा, प्रकृती व सुख-दुःखादि द्वंद्वे यापलीकडे असणारा वृद्धिऱ्हासशून्य असा जो नारायणस्वरूपी परमात्मा त्याप्रत जातो. अशा रीतीने त्या गुणरहित व विकारहीन अशा परमात्म्यात तो मिळाला म्हणजे मग तेथून तो परत संसारात येत नाही. अर्थात, याठिकाणी असेही स्पष्ट केले आहे की, समाधीकाली तो ही मुक्तावस्था अनुभवतो व समाधीतून बाहेर आल्यावर देह व इंद्रियांचे संबंध पुन्हा त्याला चिकटतात व तो प्रारब्धकर्मानुसार जीवन जगतो. पण प्रारब्ध भोगून हा देह जेव्हा पडतो तेव्हा मात्र हे संबंध कायमचे नष्ट होतात व त्याला शाश्वत शांती व मुक्ती प्राप्त होते.

पंचविसावे तत्त्व :

कराल नावाचा जनक व वसिष्ठमुनी यांच्यात जो संवाद झाला त्यात प्रथम चारही युगांची कालगणना सांगून सृष्टीक्रम विषद केला आहे. त्यानंतर अक्षरापासून हिरण्यगर्भ व हिरण्यभर्गापासून विराट यांच्या उत्पत्तीचे वर्णन आहे. हेच दुसऱ्या शब्दांत सांगायचे म्हणजे अव्यक्त, प्रकृतीपासून हिरण्यगर्भ म्हणजे महत् तत्त्व व त्याचेपासून अहंकार तत्त्व उत्पन्न होते. प्रकृतीपासून अहंकार हे तिसरे तत्त्व झाले. त्यानंतर अहंकारापासून पंचतन्मात्रांची उत्पत्ती होते. या तन्मात्रांसहित एकूण आठ प्रकारच्या प्रकृती मानलेल्या आहेत. यानंतर ह्या तन्मात्रा सात्त्विक अहंकार, राजस अहंकार व तामस अहंकार यांच्या

आश्रयाने पुढील सृष्टी खालीप्रमाणे निर्माण करतात. तामस अहंकारापासून पंचमहाभूते, राजसापासून पाच कर्मेंद्रिये (हस्त, पाद, वाक्, पायू, उपस्थ) व सात्त्विकापासून पञ्च ज्ञानेंद्रिये (चक्षु, श्रोत्र, घ्राण, जिह्वा व त्वक्) व मन उत्पन्न होते. ह्या अहंकारानंतरच्या महाभूते व एकादशेन्द्रिये यांच्या सृष्टीला सोळा विकार अशी संज्ञा आहे. असा हा एकूण २४ तत्त्वांचा समूह तयार होतो. या चोवीस तत्त्वांचे वर्णन आपल्याला शांतिपर्वात पुढील काही अध्यायात (२९५, २९६, ३०६) पहायला मिळते. सांख्यशास्त्रवेत्ते या चोवीस तत्त्वांच्या प्रतिपादनाला 'सांख्यशास्त्र' असे म्हणतात. या २४ तत्त्वांपलीकडे जो कोणी आहे तो 'विष्णू' होय. हा तत्त्वरूप नाही परंतु या २४ तत्त्वांना तो आश्रयीभूत व आधारभूत असल्यामुळे ज्ञात्यांनी त्याला 'पंचविसावा' म्हणून तत्त्वातच गोविले आहे.

पञ्चविंशतितमो विष्णुर्निस्तत्त्वस्तत्त्वसंज्ञितः । (महा. १२.२९१.३७)

हे तत्त्व 'अमूर्तक' (अव्यक्त, निराकार) असून सचेतन व नित्य आहे. सांख्यांच्या मते जे कार्य ज्या कारणापासून उत्पन्न होते त्यातच त्या त्या कार्याचा शेवटी लय होतो. बाह्य पदार्थ पंचमहाभूतात अंततः लीन होतात. पंचमहाभूते अहंकारात, अहंकार महत्त्वात व महत् प्रकृतीत लीन होते. समुद्राच्या लाटा ज्याप्रमाणे समुद्रातून निघतात व त्यानंतर समुद्रातच लीन होतात, त्याप्रमाणे विकार आपापल्या प्रकृतीत लीन होतात. प्रकृतीचेही अवस्थाभेद आहेत. महाप्रलयकाली एकत्व सृष्टीची उत्पत्ती सुरू झाली म्हणजे बहुविधत्व हे प्रकृतीचे ठायीही दृष्टीस पडते. परमात्मा प्रकृतीचे ठायी बहुविध पदार्थ निर्माण करण्याची शक्ती निर्माण करतो. प्रकृती क्षेत्र असून चोवीस तत्त्वांपलीकडला परमात्मा प्रकृतीचा अधिष्ठाता आहे. हा परमात्मा क्षेत्राला जाणतो, म्हणून त्याला 'क्षेत्रज्ञ' अशीही संज्ञा आहे. क्षेत्र-क्षेत्रज्ञ जसे वेगळे आहेत तसेच ज्ञान व ज्ञेय भिन्न असून ज्ञान अव्यक्तात मोडते व ज्ञेय हे पंचविसावे क्षेत्रज्ञस्वरूप तत्त्व होय.

पञ्चविंशोऽप्रबुद्धात्मा बुध्यमान इति स्मृतः ।
यदा तु बुध्यतेऽऽत्मानं तदा भवति केवलः ॥ (गहा. १२.२९४.४३)

हा पंचविसावा क्षेत्रज्ञ जो आहे त्याचे खरे स्वरूप जीवात्म्याने ओळखले म्हणजे जीवात्म्याने आपण प्रकृतीहून भिन्न असून परमात्मरूप आहोत हे जाणले की तो कैवल्याप्रत जातो. त्रिगुणातीत व अविकारी अशा ब्रह्माचा प्रत्यक्ष अनुभव होणे, यालाच सम्यक् निदर्शन, कैवल्यस्थिती किंवा मुक्ती असे म्हणतात.

चंद्राचा दृष्टांत :

जीवात्मा प्रकृतीशी एकरूप झाल्यामुळे मूढ बनून जातो व नाशिवंत असे हजारो जन्म घेत रहातो. प्रकृती आणि जीव यांच्या संबंधाचे दिग्दर्शन करताना व्यासांनी चंद्रमाचा

दृष्टांत दिला आहे. जीव मरणशील असे देह धारण करतो व चंद्राप्रमाणे हजारो वेळा क्षयवृद्धी सोसत रहातो. चंद्राला सोळा कला असतात. तशाच दशेंद्रिय व अंतःकरणचतुष्ट्य धरून जीवालाही १६ कला असतात. पंधरावी कला म्हणजे प्रकृती व सोळावी कला म्हणजे प्रकृती पलीकडला आत्मा. जो अमृतमय व अविनाशी आहे. षोड्शकलायुक्त देह हा मीच आहे अशी चुकीची धारणा जीव करून घेतो व या देहधारणेच्या चक्रात सापडतो. चंद्राची एक कला (सोळावी) नित्य आहे पण पंधरा कला मात्र लुप्त होतात व परत दिसतात. या सोळाव्या कलेलाच 'सोम' ही संज्ञा आहे व तीच या दृष्टांतात परमात्म्याच्या स्वरूपासारखी म्हटलेली आहे. (महा. १२.२९३.४).

वसिष्ठमुनींच्या या अप्रतीम उपदेशात त्यांनी आपला हा जीवात्मा कसा बोधरहित म्हणजे अबुद्ध आहे व तो मूळ स्वरूपाला कसे विसरतो याचे उत्कृष्ट वर्णन केले आहे. एखादा मुळात ब्राह्मण असतो, तो झोपी जातो व स्वप्न पहातो, स्वप्नात 'आपण राजा आहोत' असे त्याला दिसते. तो स्वतःला राजा समजू लागतो व आपले ब्राह्मणपण विसरतो. हा कशाचा परिणाम ? तर सत्त्वादि गुणांचा प्रभाव – प्रकृतीशी तादात्म्य पावून आपण स्वतः सत्त्व, रज, तम या गुणांनी युक्त आहोत. आपणच देहयुक्त आहोत, 'हे माझे घर आहे. हे पुत्र, पौत्र माझे आहेत.' अशी ममत्वाची भावना तो बाळगतो आणि म्हणूनच अबुद्ध बनतो. मूळ अविनाशी, शुद्ध, नित्य परमात्मरूपी असूनही तो जन्म-मरणाच्या फेऱ्यात सापडलेला, एक विनाशी, अशुद्ध, अज्ञानी जीव बनून जातो. व्याख्याकारांनी उदाहरण दिले आहे की, पुरुष नट स्त्रीपात्राची भूमिका करताना स्त्रीवेषधारी बनून आपण स्त्री असल्याचा पूर्ण अभिनय करतो. स्त्रीची भूमिका तो पुरुष वठवीत असताना मात्र आपण खरे पुरुष आहोत, ही नुसती भूमिका आहे, हे तो विसरत नाही. पण या जीवात्म्याचा प्रकार तसा नाही. तो मूळरूपी अविनाशी, शुद्ध, बुद्ध अशा परमात्म्याला पूर्ण विसरून जातो. त्याला ओळखीनासा होतो व जीवात्म्याची भूमिकाच सत्य मानू लागतो व गुणांचे नादी लागतो. मीच भोक्ता आहे. मीच कर्ता आहे. ह्या सर्वांवर माझे स्वामित्व आहे असे मानून पुनःपुनः संसारचक्रात पडतो.

एतदेवं विकुर्वाणो बुध्यमानो न बुध्यते । (महा. १२.२९६.३)

हा जीव खरेतर अज्ञानांधकारातच फिरत असतो. तो मूढच म्हटला पाहिजे. पण तरीही त्याला 'बुध्यमान' म्हणजे 'ज्ञाता' असे म्हणतात. याचे कारण इतकेच की, घटादि पदार्थ जे प्रकृतीची कार्ये आहेत त्यांचे ज्ञान या जिवाला असते; म्हणून त्यादृष्टीने तो ज्ञाता मानतात. जाणण्याचा धर्म जड प्रकृतीचे ठिकाणी नाही. सगुण अथवा निर्गुण वस्तू ती जाणू शकत नाही. तिचे ठिकाणी अस्तित्व, सत्ता असते. पण ज्ञान नसते म्हणूनच प्रकृतीला 'अप्रतिबुध्यक' (जड) असे म्हटले आहे. महाभारतात सांख्यज्ञान हे अशा स्वरूपाचे

वर्णिले आहे.

गोंदवलेकर महाराजांनी एका प्रवचनात जिवाच्या या अभिमानासंबंधी देहबुद्धी संबंधी म्हटले आहे, अभिमान हा देहाचा आणि तत्संबंधी विषयांचा असतो. अभिमानाचे मूळच काढून टाकावे म्हणजे मी देहाचा आहे म्हणतो, हेच काढून टाकावे. हा देह माझा नाही हे आपल्याला पटते, पण अखंड सहवासाने आपले त्यावर प्रेम जडते. प्रेम जडले म्हणजे मग अभिमान आला. त्याच्या पाठोपाठ लोभ, क्रोध येणारच! अभिमान म्हणजे, 'मी कर्ता' ही भावना असणे. ही भावना टाकून काम केले, तर व्यवहारात कुठे नडते ? 'मी भगवंताचा आहे' हे एकदा मनाने जाणून घेतले, म्हणजे मग अभिमानरहित होता येते. नेहमी भगवद्‌भजनात राहण्याचा प्रयत्न केला तर अभिमान शिवणार नाही.'

(क्रमशः)

लेखांक : अठ्ठाविसावा

योगाच्या द्वारे साक्षात्कार

प्रकृतिसहित चोवीस तत्त्वांचे विवेचन सांख्यतत्त्ववेत्ते करतात व या चोवीसांच्या पलीकडला पंचविसावा महान आत्मा प्रकृतीचा अधिष्ठाता आहे असे प्रतिपादन करतात. वसिष्ठ–कराल–संवादात वसिष्ठ म्हणतात की, सांख्यमताप्रमाणे मूलप्रकृती, महत्, अहंकार व पञ्चतन्मात्रा ह्या आठ प्रकृती असून पंचमहाभूते दहा इन्द्रिये व मन असे एकूण सोळा विकार आहेत – ही सर्व मिळून २४ तत्त्वे आहेत. सृष्टीच्या प्रारंभी मूलप्रकृतीपासून ज्या ज्या क्रमाने ही वेगवेगळी कार्ये उत्पन्न होतात त्या त्या क्रमानेच सृष्टीचा अंत होताना, एक एक कार्य आपल्या कारणात लीन होऊन जाते. विश्वप्रलयसमयी पंचतन्मात्रे अहंकारात, अहंकार, महत्तत्वात व महत् प्रकृतीत लीन होऊन शेवटी अवशिष्ट राहतो तो एकमेव परमात्मा! त्या परमात्म्यापासूनच सर्ग व प्रलय होत असतात.

एकत्त्वं प्रलये चास्य बहुत्वं च यदाऽसृजत् (महा. १२.२९४.३३)

परमेश्वर किंवा परमात्मा प्रकृतीचे ठायी बहुविध पदार्थ निर्माण करण्याची शक्ती निर्माण करतो. यतिश्रेष्ठ हे या परमात्म्यालाच 'मुख्यप्रवर्तक' असे म्हणतात. या पंचविसाव्या तत्त्वालाच 'क्षेत्रज्ञ' 'पुरुष' इत्यादी नावांनी संबोधितात. ज्ञान आणि ज्ञेय या दोन गोष्टी वेगवेगळ्या आहेत. ज्ञानाची गणना अव्यक्तात होते व ज्ञेय म्हणजेच हा क्षेत्रज्ञ आत्मा होय. आतापर्यंत पाहिलेल्या सांख्यमताच्या वर्णनावरून हे स्पष्ट होईल की सांख्यदर्शन म्हणून षड्दर्शनातील एक तत्त्वप्रणाली आहे तिजपासून हा सांख्यमार्ग भिन्न आहे. कारण त्या प्रणालीत प्रकृती ही अंतिम तत्त्व मानलेली व ती पुरुष या अंतिम तत्त्वाप्रमाणेच नित्य व परमार्थतः अंतिम मानलेली आहे. ती प्रणाली द्वैताचे प्रतिपादन करते. वर दिलेल्या सांख्यतत्त्वज्ञानात पुरुष अंतिम तत्त्व असून प्रलयकाली प्रकृतीचाही त्यात लय होतो असे म्हटलेले आहे. शिवाय परमात्मा प्रकृतीला सृष्टी उत्पन्न करण्याचे सामर्थ्य देतो व तोच जगाचा अंतिमतः सर्गकर्ता व संहारकर्ता मानलेला आहे. याच वसिष्ठ कराल संवादात असे विधान आहे की जे उपासक आत्म्याच्या ठिकाणी नानात्व पाहातात त्यांना खरे ज्ञान झाले नाही, असे समजावे.

पश्येरन्नैकमतयो न सम्यक्तेषु दर्शनम् । (महा. १२.२९४.४७)

सांख्य व योग यांचा ऊहापोह वसिष्ठांनी काही अध्यायात केला असून शेवटी कराल नावाच्या जनकाला ते म्हणाले की त्यांनी प्रकृती, जीव व सर्वदा बोधरूप असणारा जो परमात्मा या तिघांच्याही स्वरूपाची खरी ओळख राजाला, श्रुतीत ज्याप्रमाणे सांगितले आहे त्याप्रमाणे करून दिली आहे.

प्रोक्तो बुद्धश्च तत्त्वेन यथाश्रुति निदर्शनात् । (महा. १२.२९६.२१)

यावरून हे अगदी स्पष्ट होते की सांख्यमार्ग व योगमार्ग यांचे विवेचन हे श्रुतीत व उपनिषदात मांडलेल्या तत्त्वज्ञानानुसारच आहे. म्हणजेच याठिकाणी आलेले सांख्य व योग हे ब्रह्मविद्येचेच स्पष्टीकरण करतात यात शंका नाही. भगवद्गीतेत सांगितलेले सांख्य व योग याच स्वरूपाचे असून ते श्रुतींवर आधारित आहेत व मुक्ती मिळविण्याची दोन साधने या दृष्टीने त्या मार्गांचे ज्ञान महाभारतात सांगितलेले आहे.

सांख्य व योग –

सांख्य व योग यातला फरकही वसिष्ठांनी एके ठिकाणी स्पष्ट केला आहे. त्यांनी राजाला सांगितले की उभय शास्त्रांचे मोक्षरूपी अंतिम ध्येय एकच आहे. दोन्हीही शास्त्रे तशी परस्परांचा आदर करतात. दोन्हीही शास्त्रे शिष्यांना उत्कृष्ट मार्गदर्शन करतात व ती परस्परांना पूरक आहेत.

यदेव शास्त्रं सांख्योक्तं योगदर्शनमेव तत् । (महा. १२.२९५.४२)

सांख्य म्हणून जे शास्त्र सांगितले तेच योगशास्त्रही होय. असे असूनही वसिष्ठांनी या दोहोत मोठा फरक खालीलप्रमाणे दाखवला आहे. आपण वर पाहिलेच की पंचविसावे तत्त्व म्हणजे 'आत्मा' होय की जो प्रकृतीहून सर्वस्वी भिन्न आहे. हा आत्मा ज्यावेळी प्रकृतिकार्याशी एकरूप होतो, आपले मूळचे स्वरूप पूर्णपणे विसरतो तेव्हा तो 'जीवात्मा' या रूपाला प्राप्त होतो आणि मग ज्यावेळी योगसाधना, उपासना, भक्ती या मार्गांनी त्याला सत्याचा साक्षात्कार होतो व शुद्ध ब्रह्मविषयक ज्ञान त्याला प्राप्त होते, त्यावेळी तो पुन्हा आपल्या परमात्मरूप मूळ स्वरूपाला प्राप्त होतो. सांख्यांनी ज्याला पंचविसावे तत्त्व म्हटले त्याला योगशास्त्राने जीवसंज्ञक बद्ध आत्मा मानले आहे व या पंचविसाव्या पलीकडे 'परमेश्वर' हे सव्विसावे तत्त्व त्यांनी स्वीकारले आहे. प्रकृतीच्या गुणांशी एकरूप झाल्याने जीव जन्म-मरणाच्या फेऱ्यात सापडतो आणि संसारी दशेत अगणित दुःख अनुभवतो. परंतु ज्या वेळी त्याला कळते की तो या जडप्रकृती व तिने निर्मिलेल्या देहादिकांपासून भिन्न आहे त्यावेळी तो सव्विसाव्या तत्त्वाशी साम्य पावतो म्हणजेच आपले जे मूळ शुद्ध बुद्ध मुक्त असे स्वरूप आहे, ते पुनरपि प्राप्त करतो.

ततस्त्यजति सोऽव्यक्तं सर्गप्रलय धर्मिणम् । (महा. १२.२९६.१२)

परमात्म्याशी साम्य पावताच तो त्रिगुणात्मक व सर्गप्रलयधर्मी अशा प्रकृतीचा त्याग करतो. त्या साक्षात् अनुभवामुळे हा जीव सव्विसाव्या तत्त्वाशी एकरूप होतो - विशुद्धतेला जातो. प्रकृतीशी असलेला मिश्रभाव सोडून आपले मूळचे निर्गुण विशुद्ध रूप धारण करतो.

योगाच्याद्वारे साक्षात्कार - जनकाने विचारलेल्या प्रश्नाचे उत्तर देताना वसिष्ठ म्हणतात - हे राजा योगशास्त्रात ध्यान हे प्रमुख होय. ह्या ध्यानाच्या साहाय्याने ध्येयसिद्धी होऊ शकते. या ध्यानाचे दोन प्रकार आहेत. एक मनाची पूर्ण एकाग्रता करणे व प्राणायाम करून ध्यान करणे हा दुसरा प्रकार. मलमूत्र विसर्जन व भोजनादि व्यवहार करताना ध्यान करू नये. इतर समयी ध्यान करावे व साधकाने जास्तीतजास्त वेळ ध्यानाकडे लावावा. आपल्या इंद्रियांना अंतर्मुख करून शुद्ध झालेल्या पुरुषाने चोवीस तत्त्वांच्या पलीकडे असलेल्या परमात्म्याशी जीवात्म्याचे ऐक्य करण्याचा प्रयत्न करावा. हा अजर व अविनाशी आत्मा शरीरात वास करीत असतो. त्या ज्ञेय अशा अंतरात्म्याच्या दर्शनासाठी ध्यानधारणा करावी. साधकाने मिताहार करावा व विषयांकडे पाठ फिरवावी. रात्रीच्या पहिल्या व शेवटच्या प्रहरात परमात्म्याचे ठिकाणी मनाचा लय लावावा. मनाच्या साहाय्याने इंद्रिय व्यापारांचा निग्रह करावा, बुद्धिच्या साहाय्याने मनाला ताब्यात ठेवून दगडाप्रमाणे निश्चल रहावे. योगशास्त्राचे खरे ज्ञान मिळवून जो उपासक निर्धारपूर्वक स्तंभाप्रमाणे हालचाल न करिता व पर्वतासारखा निश्चल राहू शकतो तोच आत्म्याशी–हृदयस्थ परमपुरुषाशी, एकरूप झाला असे म्हणतात. अशा अवस्थेतला योगी कुठलेच काही पाहत नाही, ऐकत नाही, चाखत नाही, स्पर्शत नाही. मनाने कुठलीच इच्छा करीत नाही - अत्यंत शांत राहून काष्ठाप्रमाणे निर्विकार बनून जातो - हाच खरा 'योगी' म्हटला पाहिजे. ही जी अवस्था योग्याने साधनेने प्राप्त केली आहे ती अलौकिक अवस्था आहे. येथे एकाग्रतेची परमावधी झालेली आहे. या स्थितीतील साधक निर्वात स्थळी जळणाऱ्या दिव्याप्रमाणे सतेज असतो. ही सर्वोच्च अवस्था गाठल्यावर त्या योग्याला आपल्या हृदयात परमात्म्याचा साक्षात्कार होतो; हृदयात वास करणाऱ्या त्या अविनाशी अंतरात्म्यासंबंधी जे कळावयाचे ते त्याला कळले, असे होते. हा परमात्मा कशा स्वरूपात दिसतो याचेही मोठे रोचक वर्णन व्यासांनी दिले आहे. जेव्हा योग्याच्या अंतःकरणात परमात्मा दृग्गोचर होतो तेव्हा तो निर्धूम अग्नीप्रमाणे, तेजस्वी सूर्याप्रमाणे किंवा आकाशातील विद्युत्तेजाप्रमाणे प्रकाशमान असतो. हे स्वयंप्रकाशी परमतत्त्व जाणल्याने, योग्याने त्याचा अनुभव घेतल्याने योगी सर्वपाशातून मुक्त होतो. हाच आत्मसाक्षात्कार होय. हे परमतत्त्व अणुहून अणूरूप व महान पदार्थाहून अत्यंत महान आहे. सर्वभूतमात्रात ते अंतर्यामीरूपाने विद्यमान आहे. पण विद्यमान

असूनही ते त्यांना दिसत नाही.

तदेवाहुरणुभ्योऽणु तन्महद्भ्यो महत्तरम् ।
तत्तत्त्वं सर्वभूतेषु ध्रुवं तिष्ठन्न दृश्यते ।। (महा. १२.२९४.२२)

अर्थात, हे जरी असे 'अदृश्य', 'अचिन्त्य', 'अगम्य' असले तरी बुद्धिरूपी द्रव्याने व चित्तरूपी प्रकाशाने ते पाहता येईल. या संवादाच्या शेवटी वसिष्ठांनी सांगितले की राजा, तुला जे मी कथन केले आहे ते अखिल ज्ञानाचे सार होय. ते तू सत्पात्रालाच प्रदान कर. तू जीवनातील सर्व मोहांचा त्याग कर व निरामय, निर्भय व कल्याणरूप जे ब्रह्म त्याकडे लक्ष लाव. ह्या श्रेष्ठ ज्ञानाची परंपराही या ठिकाणी स्पष्ट केली आहे. हिरण्यगर्भापासून वसिष्ठांना हे प्राप्त झाले. त्यांचेपासून नारदाला, नारदापासून भीष्मांना आणि भीष्मांनी ते युधिष्ठिराला कथन केले आहे.

मृत्युसूचक चिन्हे –

योगाच्या या विवेचनात हठयोगी लोकांना मरणोत्तर कशाप्रकारचे स्थान मिळते याचे दिग्दर्शन आहे व त्याच अध्यायात याज्ञवल्क्यांनी मरणसूचक चिन्हेही सांगितली आहेत. ही चिन्हे वाचल्यावर आपण महाभारतातील विषयांचा व्यापकपणा पाहून आवाक् होतो. मिथिलेश्वराला याज्ञवल्क्य सांगतात की, मरणसमयी योग्याचे प्राण पायातून गेला तर तो विष्णुलोकाला जातो; जांघेतून गेल्यास वसुलोक, गुडघ्यातून गेल्यास साध्यलोक, गुद्द्वारातून गेल्यास सूर्यलोक, जघनातून गेल्यास भूलोक, मांड्यातून गेल्यास प्रजापतिलोक त्याला प्राप्त होतो. प्राण बरगड्यांतून गेल्यास मरुत-लोक, नाभिद्वारा गेल्यास इंद्राचे स्थान, बाहूमधून गेल्यास इंद्रलोक, छातीतून गेल्यास रुद्रलोक, मुखावाटे गेल्यास विश्वदेवाचे स्थान, कानावाटे गेल्यास अष्टदिशांचे स्थान, डोळ्यांवाटे गेल्यास अग्निलोकाची प्राप्ती, भुवयांच्या वाटे गेल्यास अश्विनीदेवांचे स्थान, ललाटातून गेल्यास पितृलोक आणि मस्तकावाटे प्राण गेल्यास देवश्रेष्ठ ब्रह्मदेवाचे स्थान प्राप्त होते. (महा.१२.३०५) अशा प्रकारे या ठिकाणी प्राणाची उत्क्रमणस्थाने सांगितली आहेत व कोणत्या देवतेच्या लोकाला योगी जातो याचे दिग्दर्शन केले आहे. यापुढे याज्ञवल्क्यांनी ज्ञात्यांनी लिहून ठेवलेली मृत्यूसुचक चिन्हे स्पष्ट केली आहेत. ज्या लोकांना, पूर्वी पाहिलेला असून अरुंधती किंवा ध्रुवाचा तारा दिसेनासा होतो तसेच ज्यांना पौर्णिमेचा चंद्र दक्षिण दिशेला कापलेला दिसतो – अशांचे आयुष्य एक वर्षच उरले आहे असे समजावे. दुसऱ्यांच्या डोळ्यांमध्ये आपली बाहुली दिसत नाही, तेही एक वर्षावर जगायचे नाहीत असे समजावे. वाजवीपेक्षा जास्त तेज किंवा बुद्धी मनुष्याची झाली (अतिप्रज्ञा) अथवा मनुष्य तेजहीन किंवा बुद्धिहीन (अप्रज्ञा) झाला, किंवा त्याच्या स्वभावात एकदम बदल झाला तर त्याला सहा महिन्यांत

मरण येईल असे समजावे. ज्याला चंद्रबिंब किंवा सूर्यबिंब कोळ्यांच्या जाळ्याप्रमाणे छिद्रयुक्त दिसते त्याला सात दिवसांत मृत्यू येईल असे ओळखावे. देवळात गेल्यावर तेथील सुगंधाचा ज्याला प्रेताच्या दुर्गंधाप्रमाणे (शवगन्ध) वास येतो त्याचेही मरण आठवड्यावर आले असे समजावे.

कर्णनासावनमनं दन्तदृष्टिविरागिता ।
संज्ञालोपो निरुष्मत्वं सद्योमृत्युनिदर्शनम् ॥ (महा.१२.३०५.१५)

तात्काळ त्याच दिवशी मृत्यू सुचविणारी लक्षणे वरील श्लोकात दिली आहेत. कान किंवा नाक दबणे, दात, नेत्र यांचा रंग बदलणे, बुद्धिने होणारे आकलन नाहीसे होणे आणि शरीरातील उष्म्याचा लोप होणे - ही लक्षणे तात्काळ मृत्यूसूचक होत. अशी आणखीही चिन्हे दिली आहेत पण सर्वांचा उल्लेख करण्याची आवश्यकता नाही. या विवेचनातून एक गोष्ट लक्षात येते की त्या प्राचीनकाळी समाजात अशा तऱ्हेचे मृत्युसूचक संकेत प्रचलित होते. या संकेतांना व्यासांनी 'अरिष्ट' असा शब्द लावला आहे. ही अरिष्टे सुज्ञ माणसाने जाणून घेऊन रात्रंदिवस जीवात्म्याला परमात्म्यात लीन करण्यास झटले पाहिजे.

ग्रंथवाचन आणि ग्रंथबोध

वसिष्ठ-कराल संवाद चालू असताना कराल विचारतो की जिवाचा प्रकृतीशी विरह होतो तेव्हाच मोक्ष संभवतो. पण हा मोक्ष होऊच शकत नाही. अक्षर-क्षर अथवा पुरुष-प्रकृती यांचा संबंध अखंड चालतो. हा संबंध स्त्री आणि पुरुष यांच्या अवश्य अन्योन्यसंबंधासारखाच असतो. पुरुषावाचून स्त्रीला गर्भधारणा प्रतिबिंबित करता येत नाही. प्रजेमध्ये अस्थि, स्नायू व मज्जा ही पित्यापासून प्राप्त होतात. तर त्वचा, मांस व रक्त हे घटक प्रजेला मातेपासून मिळतात. प्रकृति व पुरुष, स्त्री व पुरुष यांच्याप्रमाणेच परस्पर संयुक्त होतात व प्रकृती पुरुषाच्या आनंदाचा निरोध करून पुरुष-चैतन्य आपल्याकडे ओढून घेते. त्याचप्रमाणे पुरुषही प्रकृतिगत जाड्याचा विरोध करून तिचे दुःख आपल्यावर ओढून घेतो. यातूनच सृष्टी निर्माण होते. या गोष्टीला वेदांचा व शास्त्राचा आधार आहे. त्यांचा संबंध अखंड असल्याने पुरुषाला 'मोक्ष' मिळावा तरी कसा? हा प्रश्न ऐकताच वसिष्ठांनी वेद व शास्त्रग्रंथ कसे वाचावे व ते कसे जाणून घ्यावे याविषयी मार्मिक विचार मांडले आहेत. त्यानंतर प्रश्नाचे साग्र उत्तरही दिले आहे. ते म्हणाले - राजा, ग्रंथ प्रमाणभूत आहेत हे खरे पण तू वेदांची नुसती वाक्ये जशीच्या तशी जाणतोस त्यांचा जो तत्त्वदृष्टीने होणारा खरा अर्थ तो तू जाणत नाहीस. वेद किंवा शास्त्रवचनांचे तात्पर्य काय आहे, त्यांचा बोधरूप मथितार्थ काय आहे, हे तू ध्यानात घेत नाहीस. जो मनुष्य ग्रंथ धारण

करतो पण त्या ग्रंथाचे तत्त्वतः तात्पर्य काय आहे, हे जाणत नाही, तो ग्रंथाचा केवळ भार वाहतो.

भारं स वहते तस्य ग्रन्थस्यार्थं न वेत्ति यः । (महा. १२.२९३.२५)

तू म्हणतो त्याला शास्त्राचा आधार आहे व त्या वचनाचे तात्पर्य वेगळे आहे. स्त्री-पुरुष संबंधापासून उत्पन्न होणारी प्रजा म्हणजे एका द्रव्यापासून दुसरे द्रव्य, एका देहापासून दुसरा देह या न्यायानेच झालेली आहे. हे सर्व प्रकृतीपासूनच उत्पन्न झालेले आहे. पुरुष आणि प्रकृती यांचे मिश्रफल म्हणजे ही सृष्टी ही धारणा चुकीची आहे. प्रकृतीच्या गुणापासून महत्, अहंकार, महाभूते, इत्यादी क्रमाने सृष्टी निर्माण झाली आहे. पुरुष मूलतः निरिन्द्रिय, अमूर्त, निर्गुण, शुद्ध व बोधस्वरूप आहे. सृष्टी आणि सृष्ट पदार्थांचा लय हा गुणांचाच खेळ आहे. जे जे या सृष्टीत उत्पन्न झालेले दिसते ते प्रकृतीतून आले असून प्रकृतीत विलीन होणार आहे. प्रकृती गुणयुक्त 'गुणवान' म्हटली आहे. परमेश्वरासारखा जो निर्गुण त्याचे ठिकाणी गुण कोठून यावे? जेव्हा हा आत्मा कर्मोपभोगासाठी शरीर धारण करतो त्यावेळी प्रकृतीचे कार्य असलेला जो देह त्याच्या कोशात तो सापडतो. त्यावेळी आपले मूळ स्वरूपाचे त्याचे भान हरपते. प्रकृतीने निर्माण केलेल्या गुणांशी तो एकरूप होतो व देहेंद्रियांच्या ठिकाणी त्याला अभिमान वाटू लागतो.

केवलं त्वभिमानित्वाद्गुणेष्वगुण उच्चते । (महा. १२.२९३.३९)

अज्ञानवशात् जीव प्रकृतीचे गुण आपले गुण म्हणून मानू लागतो. यालाच तो प्रकृतीशी संबद्ध झाला असे म्हणतात. जोपर्यंत जिवाचे हे अज्ञान नष्ट होत नाही तोपर्यंत तो जन्म-मरणाच्या चक्रात गुरफटलेला राहतो.

(क्रमशः)

लेखांक : एकोणतिसावा

सांख्यदर्शनाची तुलना

महाभारतात ऋषि-मुनींचे जे विविध संवाद आले आहेत, ते सखोल व मर्मग्राही विवेचनाने ओतप्रोत भरलेले आहेत. आजच्या बुद्धिप्रामाण्यवादाच्या काळात जे प्रश्न जाणत्या लोकांच्या मनात उपस्थित होतात, तसे प्रश्न मांडून त्यांचा ऊहापोह केलेला आढळतो. उदाहरणार्थ, भृगु - भारद्वाज संवादात भारद्वाजाने असे मुद्दे मांडले की, वृक्षांमध्ये उष्णता व रूपरसज्ञान नसल्यामुळे ते पांचभौतिक नाहीत, तसेच मनुष्याच्या मरणसमयी देहाचा उष्मा नष्ट होतो व वायूच केवळ त्या देहाचा त्याग करतो, जीव त्या समयी दृष्टोत्पत्तीस येत नाही, म्हणून जीव भिन्न पदार्थ मानता येत नाही. या मूलगामी प्रश्नांची उत्तरेही तर्कनिष्ठ व सुसंगत अशी दिलेली आहेत. भृगू ऋषी म्हणाले की, वृक्ष पांचभौतिक आहेत, एवढेच नव्हे तर तेही सचेतन आहेत. वृक्ष घन असले तरी त्यांच्यात आकाश आहे. आकाश त्यांच्यात नसते तर त्यांना फुले आणि फळे येणे शक्य नाही. वृक्षांमध्ये स्पर्श आहे म्हणून उष्णतेमुळे त्यांची त्वचा, फुले, फळे म्लान होतात. वायू, अग्नी किंवा वज्र यांच्या ध्वनीच्या योगाने वृक्षांची पुष्पे व फळे गळून पडतात यावरून त्यांना शब्दज्ञान असले पाहिजे. गंधांच्या साहाय्याने वृक्षाला पुष्पे येऊ लागतात - म्हणजे त्याला गंधज्ञान असले पाहिजे. तसेच तो मुळांच्या साहाय्याने जलपान करतो. त्यांचा छेद केला की ते वृक्ष भरून येतात. या सर्व कारणांवरून व वृक्षचर्येवरून निष्कर्ष निघतो की, वृक्ष अचेतन नाहीत.

सुख-दुःखयोश्च ग्रहणाच्छिन्नस्य च विरोहणात् ।
जीवं पश्यामि वृक्षाणामचैतन्यं न विद्यते ॥ (महा.१२.१७७.१७)

वृक्षांना जीव आहे हे महाभारतकारांनी स्पष्टपणे मांडले आहे. अति-प्राचीन काळी लिहिल्या गेलेल्या महाभारत ग्रंथात वृक्षांविषयीची ही धारणा आहे. महान शास्त्रज्ञ जगदीशचंद्र बोस यांनी दीर्घ संशोधन करून वृक्षांना जीव असतो हे सिद्ध केले आहे. यावरून महाभारतातील चिंतनात किती द्रष्टेपणा आहे, हे आपल्या ध्यानात येते.

आत्म्याचे खरे स्वरूप

भारद्वाजाने 'जीव वेगळा मानता येत नाही'असे म्हटले आहे. प्राणवायूच मुख्य असून तो सर्व शारीरिक क्रियेस जबाबदार आहे. अग्नितत्त्व जठराग्नीच्या योगाने व्यक्त होते व अन्नपचन करते. पंचमहाभूतांचा संघातच शरीराच्या मुळाशी असल्याचे दिसत असल्याने जीव हा त्याहून भिन्न मानणे निरर्थकच आहे. जीव जर वायूस्वरूपी असेल अथवा त्याचा वायूशी निकट संबंध असेल तर प्राणादि वायूशी सहवर्तनात त्याचे वायूंप्रमाणे प्रत्यक्ष ज्ञान झाले पाहिजे. पण ते होत नाही म्हणून जीवात्मा वेगळा असा नसला पाहिजे. पंचमहाभूतांनीच शरीर धारण होत असता त्यात 'जीव' म्हणून निराळा पदार्थ कशाकरिता मानावयाचा? काही दाने वगैरे केल्याने (गोदानादि) जीव परलोकात जातो हे म्हणणे व्यर्थ आहे. कारण जीव म्हणून वेगळी वस्तू नाही, परलोक नाही, पुनर्जन्मही नाही; शरीराचे पतन होताच सर्व काही संपते. याप्रमाणे आपले मत भारद्वाजाने व्यक्त केल्यावर भृगू ते खोडून काढतात व शरीर व जीव हे दोन अत्यंत भिन्न स्वरूपाचे पदार्थ असल्याचे प्रतिपादन करतात. इंधन जळून गेल्यावर अग्नी नष्ट होतो असे नव्हे तर तो आकाशात लीन होऊन जातो. जीवात्मादेखील शरीराचा नाश झाल्यावर नष्ट होत नाही, तो पांच भौतिक शरीरापासून मुक्त होतो, शरीर नाश पावते. आकाशतुल्य असणारा व म्हणूनच अत्यंत सूक्ष्म असा जीव, शरीर मृत झाले असता, इंद्रियांना जाणता येत नाही. जीव सचेतन विज्ञानरूप आहे तर शरीर जडस्वरूपी आहे. शरीर, मन, इंद्रिये ही सर्व पंचभूतात्मक आहेत. ती शरीर धारणा करण्यास असमर्थ आहेत. केवळ जीवच शरीर धारणा करण्यास समर्थ असतो.

न जीवनाशोऽस्ति हि देहभेदे । मिथ्यैतदाहुर्मृत इत्यबुद्धाः। (महा.१२.१८०.२६)

देहनाश झाला असता जीवनाश होत नाही. जीव पहिल्या देहातून दुसऱ्या देहात निघून जातो. 'दशार्धता' म्हणजे 'पञ्चत्व' म्हणजे मरण. अन्य शरीरप्राप्तीलाच जिवाचे पंचत्व म्हटलेले आहे. हा आत्मा शरीरात वास्तव्य करताना अंतःकरणाच्याद्वाराने शरीराच्या सर्व अवयवांमध्ये प्रविष्ट होतो, यालाच सुख-दुःखाचे ज्ञान होते. हाच क्षेत्रज्ञ होय व हाच सर्वलोकहितात्मक असा परमात्माही होय. चैतन्ययुक्त अशी देह, इंद्रिये आणि अंतःकरण ही ह्या जिवाची उपभोगाची साधने होत.

असा हा शरीरात, हृदयप्रदेशात निवास करणारा आत्मा मूलतः परमात्मस्वरूपी आहे. ज्ञानसंपन्न व आत्मनिष्ठ बनलेल्या पुरुषाला आपल्या शरीरामध्येच परमात्म्याची ओळख पटते आणि आत्मसाक्षात्कार होतो. अंतःकरणामध्ये प्रकट होणारा व अग्नीप्रमाणे प्रकाशमान असणारा जो आत्मा त्यासच शरीरामध्ये वास्तव्य करणारा 'जीव' असे म्हणतात.

आत्मसंयमन व चित्ताचा लय –

सांख्यमार्गाने व योगमार्गाने मोक्षाची प्राप्ती होते व मुक्त झालेला जीव पुन्हा शरीर धारण करीत नाही हे आपण पाहिलेच. परंतु, योगमार्गात इंद्रिय निग्रहाचे जे महत्त्व सांगितले आहे त्याचा उद्‌बोधक तपशील आपल्याला एका अध्यायात सापडतो. व्यास–शुकसंवादात व्यास म्हणतात की, हे शुका, इंद्रिये आणि मन यांना पूर्णपणे बुद्धिस्वरूपी बनवून बुद्धिचाही निरोध करणे, हेच त्या विश्वव्यापक आत्म्याचे अत्युत्तम ज्ञान होय. या वाक्याचा भावार्थ असा की, मन व इंद्रिये बुद्धीत एकरूप बनली व बुद्धी आत्म्याचे ठिकाणी पूर्णत: लीन झाली की त्या परमेश्वराचे दर्शन अथवा साक्षात्कार अथवा प्रत्यक्षानुभव होतो. म्हणून या संयमित समाधी अवस्थेतील एकाग्र बुद्धिलाच 'ज्ञान' संज्ञा दिली आहे कारण ती आत्मज्ञानाच्या निकटची पायरी आहे. क्रोधाचा शांतीने व कामाचा संकल्पत्यागाने जय करता येतो. रामकृष्ण परमहंसांनी म्हटले आहे की, काम व लोभ अकल्पितरीत्या माणसाचा अधःपात घडवून आणतात. त्यांच्यापासून सावध राहाणे यातच शहाणपणा आहे. आपल्या अंतःकरणातील कामविकाराला आपण एखाद्या नागाप्रमाणे समजले पाहिजे व त्याच्यापासून चार पावले दूर राहिले पाहिजे. व्यास पुढे सांगतात की, बुद्धीने नीट विचार करता निद्रेचा उच्छेद करता येतो. धैर्यगुणाचा अवलंब केल्याने जननेंद्रिये आणि उदर यांचे व्याभिचारापासून रक्षण करावे. वाईट चिंतनापासून हृदय व वाणी यांचे रक्षण यज्ञानुष्ठाने करावे. अप्रमादाने भयावर जय मिळवावा व ज्ञानी लोकांची सेवा करून दंभावर ताबा मिळवावा. इंद्रियनिग्रहाचा हा मार्ग अनुसरताना लघ्वाहार, सत्त्वगुणसंपन्नता, नियमित दिनचर्या, सर्व प्राण्यांशी समव्यवहार, दयाबुद्धी, शुचिता व ध्येय वस्तूंचे अनुसंधान या गोष्टी योग्याने अविरत केल्या पाहिजेत. ज्याप्रमाणे मासे पकडणारा धीवर लबाड माशाला प्रथम धरतो त्याप्रमाणे योगी पुरुषाने प्रथम मनाला आवरून धरावे आणि नंतर कर्ण, नेत्र, घ्राण, जिह्वा (आणि अर्थातच इतर कर्मेंद्रिय) यांचा निरोध करावा. इंद्रिये संयमित करून मनाचे ठिकाणी जडवावी; मन बुद्धीत जडवावे व ही सर्व आत्म्याचे ठिकाणी लीन करावी. ज्याप्रमाणे अग्नीचा प्रथम नाश होतो व त्याच्या मागोमाग उष्णत्वादिकांचा नाश होतो व त्यांच्या संकल्पजन्य मलिनत्वाचा नाश झाला की त्याठिकाणी महत्‌तत्त्व गोचर होऊ लागते व नंतर निर्धूम अग्नी, तेजस्वी सूर्य किंवा वैद्युताग्नी (आकाशातील) जसा दिसावा तसा, आत्मा सूक्ष्म बुद्धीचे ठिकाणी दिसू लागतो. सर्वत्र तोच व्यापून राहिलेला आहे असे ज्ञान होऊ लागते. धैर्यवान, महाज्ञानी व सर्व प्राण्यांचे हित करण्याविषयी तत्पर असलेले जे मोक्षेच्छू महात्मे त्यांनाच असा आत्मसाक्षात्कार होऊ शकतो.

वैद्युतोऽग्निरिवाकाशे दृश्यतेऽत्मा तथाऽऽत्मनि ।
सर्वस्तत्र स सर्वत्र व्यापकत्वाच्च दृश्यते । (महा.१२.२३२.१८)

योगमार्गातील सप्तधारणा आपण मागे पाहिल्याच आहेत. येथे तशीच ध्यान-धारणा अभिप्रेत आहे. सातत्याने साधना केल्याशिवाय मोक्षरूपी हिमालयाचे शिखर गाठता येणार नाही. या ठिकाणी आणखी एक महत्त्वाचा उल्लेख आढळतो. समदृष्टी ठेवून प्रत्यही योगसाधना करणाऱ्या सत्पुरुषाला सहा महिन्यांच्या काळात परमात्म्याचा साक्षात्कार होऊ शकतो असे याच अध्यायात व्यासांनी सांगितले आहे.

सांख्यदर्शनाची तुलना -

मागे म्हटल्याप्रमाणे महाभारत हा ग्रंथ अतिप्राचीन असल्याने व षड्दर्शनाची (सांख्य- योग-न्याय-वैशेषिक इत्यादी) जडणघडण नंतरच्या काळात झालेली असल्याने ईश्वरकृष्णांचे सांख्य महाभारतात आलेले नाही. त्यांनी प्रकृती जडस्वभाव व अंतिम तत्त्व म्हणून मानलेली आहे तर येथे प्रकृती ही स्वतंत्र, अंतिम तत्त्व अशी नसून ईश्वराची एक शक्ती, ईश्वराच्या ईच्छेने जगाची सृष्टी करणारी आहे.

येथे जे सांख्य सांगितले त्यातही असे स्पष्ट म्हटले आहे की जीवात्मा आपण प्रकृतीहून व गुणांहून भिन्न आहोत व आपण जरामरणशून्य असा षड्विंशात्मक (सव्विसावे तत्त्व) परमात्मा आहोत अशी स्थिती अनुभवतो तेव्हा तो मुक्त होतो. मुळात तो शुद्ध व बुद्ध आहे पण प्रकृतीच्या गुणांशी एकरूप झाल्याने तो अशुद्ध व प्राकृत होतो. अबुद्धसेवनाच्चापिबुद्धोऽप्यबुधतां व्रजेत् ।। (महा. १२.२९३.१०) भगवद्गीतेच्या दुसऱ्या अध्यायात सांख्यमार्गाचे वर्णन आहे, ते व शांतिपर्वातील सांख्यज्ञान हे एकसारखेच वाटतात. सांख्यात प्रकृती व पुरुष यांच्या पलीकडे अंतिम तत्त्व म्हणून काही मानलेले नाही, ते द्वैतवादी आहेत. परंतु, येथे जे सांख्य आहे त्यात पंचविसावा जीव व सव्विसावा परमात्मा मानला असून जीवब्रह्मात्मक सांगितला आहे. मोक्षकल्पनाही अशी आहे -

सव्विसाव्या तत्त्वाचा म्हणजेच सर्वश्रेष्ठ परमात्म्याचा खरा बोध झाल्यावर तो मुक्त होतो (लेखांक ३८ पहा), हे जे सांख्य आणि योग दोन मार्ग सांगितले ते दोन्हीही मोक्षदायक म्हटलेले आहेत, तसेच ते दोन्ही मार्ग एकच आहेत. मूलतः त्यांच्यात काही फरक नाही असे वसिष्ठांनी करालजनक राजाला सांगितले आहे.

सांख्ययोगौ मया प्रोक्तौ शास्त्रद्वयनिदर्शनात् ।
यदेव शास्त्रं सांख्योक्तं योगदर्शनमेव तत् ।। (महा. १२.२९५.४२)

याज्ञवल्क्य व जनक यांच्या संवादातही सांख्य व योगाची सखोल चर्चा आली

आहे. त्यातदेखील म्हटले आहे की, संख्याप्रमाणे दुसरे ज्ञान नाही व योगासारखे दुसरे बळ नाही. दोन्हीशास्त्रे मृत्यूचा उच्छेद करणारी व श्रेयस्कर अशी आहेत.

एकं सांख्यंच योगं च यः पश्यति स तत्त्ववित् ।। (महा. १२.३०४.४)

या दोहोंना जो एकच मानतो त्यालाच खरे तत्त्व कळले असे समजावे. गीतेच्या पाचव्या अध्यायात (५.५) अगदी याच स्वरूपाचे विधान आले आहे.

कर्मबन्धनामुळे दिङ्मूढ –

जीवात्मा जरी अविनाशी सनातन व परमात्म्याचा अंश असला तरी कर्माच्या योगाने विषयासक्ती उत्पन्न होते व जिवाला विविध शरीरे धारण करून कर्माची फळे भोगणे क्रमप्राप्त होते. एके ठिकाणी या संदर्भात मणि आणि सूत्र यांचा दृष्टांत दिला आहे. ज्याप्रमाणे एकच सूत्र सुवर्ण, मौक्तिक प्रवाल मृत्तिकेचे अलंकार आणि रौप्य यांच्यामध्ये प्रविष्ट होते. त्याचप्रमाणे एकाच जीवात्म्याला स्वकर्माच्यायोगाने गाई, घोडे, मनुष्य, कीटक, पक्षी इत्यादी भिन्न शरीरांमध्ये प्रविष्ट व्हावे लागते. परब्रह्माला आदि नाही, अंत नाही, सुख-दुःख नाही, ते द्वंद्वाच्या पलीकडले आहे. ज्याअर्थी त्याला अंत नाही, त्याअर्थी ते व्यापक आणि अविनाशी आहे. ते सहजसिद्ध आहे. म्हणून प्राणी त्याचे ठिकाणी सहजलोलुप असायला हवे, पण तसे होत नाही. कारण विपरीत अशा कर्मबंधानाने ते जखडून गेलेले असल्यामुळे त्यांना ब्रह्मप्राप्तीच्या उपायांचे ज्ञान होत नाही.

प्रारब्धकर्माचे बंधन माणसाच्या त्याच्या सध्याच्या जन्मासाठी असते. त्या प्रारब्धकर्माचे जसे स्वरूप तसे त्याला सुख, दुःख, दारिद्र्य, अपयश अथवा शारीरिक पीडा, नैराश्य व क्लेश भोगावे लागतात. पण जन्मल्यानंतर प्रौढपणी, विचारशक्तीचा विकास झाल्यानंतर माणूस आपल्या हातून कुठली कर्मे व्हावीत याचा नीट विचार करू शकतो आणि आपण भोगत असलेल्या दुःखांची तीव्रता कमी करून, सन्मार्गाने चालून आपले भविष्य ज्या गोष्टींनी चांगले बनेल अशा गोष्टी आचरणात आणू शकतो. यासाठीच ज्ञान मिळविण्याची आवश्यकता आहे. ज्ञानच त्याला प्रकाश देऊ शकते. हा भवसागर तरून जाण्यासाठी श्रेष्ठ ज्ञान मिळविणे हाच अतिमहत्त्वाचा मार्ग होय. भीष्म म्हणतात –

ज्ञानं विशिष्टं न तथा हि यज्ञा
ज्ञानेन दुर्गं तरते न यज्ञैः ।। (महा. १२.३०६.१०५)

ज्ञानानेच मुक्ती प्राप्त होईल. यज्ञाने नव्हे. दुर्ग म्हणजे संसाररूपी पर्वत ज्ञानानेच पार करता येईल.

रामकृष्ण परमहंस म्हणतात – ''माणसाला स्वतःच्या अंतःकरणातील ईश्वर जर

दिसला नाही तर तो त्याला अन्यत्र कोठेही दिसू शकणार नाही. आपल्या हृदयातच ईश्वर विराजमान आहे, हे तथ्य न जाणता माणूस त्याला दूर नभोमंडळात किंवा त्याही पलीकडे कोठे पाहू जाईल, तर तो अज्ञानांधकाराने घेरला गेला आहे, हे आपण निश्चित समजावे. ज्ञानदीप प्रज्वलित झाला म्हणजे माणसाला त्याच्या हृदयमंदिरातील ईश्वर स्पष्टपणे दिसू लागेल.'' रामकृष्णांचे हे उद्‍गार हृदयाला भिडणारे आहेत. तीर्थयात्रा करून काशीक्षेत्री किंवा बद्रिकेदारी ईश्वर दर्शन माणसाला मिळू शकणार नाही. अनन्यभक्ती असेल, ईश्वरनामाचे सान्निध्य अखंडरीतीने चालू असेल तर आपल्या अंतःकरणातच ईश्वरदर्शन घडेल !

(क्रमशः)

लेखांक : तिसावा

असितऋषीचा उपदेश

परमेश्वराचे ज्ञान प्राप्त झाले – त्या परमतत्त्वाचा प्रत्यक्ष अनुभव आला की, मोक्षप्राप्ती होते आणि म्हणून मनुष्याने सश्रद्ध अंतःकरणाने सतत ज्ञानाची कास धरावी, असा उपदेश महाभारतात ठिकठिकाणी आल्याचे आपणास दिसते. म्हणूनच उपनिषदांवर आधारलेल्या सांख्यरूपी ज्ञानमार्गाचे एवढे विस्तृत विवेचन महाभारतकारांनी केले आहे. याज्ञवल्क्यांनी मिथिलेश्वर विश्वावसूला सांख्य व योग यांचे तत्त्व स्पष्ट केल्यावर म्हटले की ज्ञानाला एवढे महत्त्व असल्याने ते क्षत्रिय, वैश्य अथवा नीच शूद्रांपासूनही हरघडी मिळविण्याचा प्रयत्न करावा. एका दृष्टीने पहाता सर्व वर्ण हे ब्रह्मदेवापासूनच उत्पन्न झालेले असल्याने श्रद्धाळू मनाने कोणापासूनही ज्ञान घेण्याचा प्रयत्न करावा. कारण त्यानेच आपले कल्याण साधत असते.

तस्माज्ज्ञानं सर्वतो मार्गितव्यं ।
सर्वत्रस्थं चैतदुक्तं मया ते । (महा. १२.३०६.८९)

ज्ञानाचे जर एवढे महत्त्व आहे व अंतिम ध्येय गाठण्यासाठी जर ज्ञानच परमावश्यक आहे तर मग वेदकाळापासून यज्ञ, याग, तप, दान व आश्रमधर्म ही जी कर्मे आवश्यक म्हणून सांगितली आहेत त्या कर्मांना जीवनात स्थान काय? वेदात यज्ञयागादी कर्मांवर खूपच भर दिलेला आहे पण त्याचबरोबर उपनिषदातून त्या कर्मकांडाबद्दल अनास्थाही दाखविली आहे. ज्ञानाचा मार्ग श्रेष्ठ असून मोक्षेच्छु मनुष्याने कर्मत्याग करून यतिधर्म स्वीकारावा अशीही वचने आहेत. कर्म व ज्ञान यांच्यामध्ये विरोध आहे की त्यांच्यामध्ये समन्वय साधून उभयतांचा स्वीकार आवश्यक आहे ? कर्म खरोखर मोक्षाच्या अथवा साक्षात्कारप्राप्तीच्या आड येते की ते परमज्ञान मिळवायला मदत करते ? असे काही प्रश्न या संदर्भात साहजिकच उद्भवतात. शांतिपर्वात स्थूमरश्मीने कपिलमुनीला या संदर्भात मार्मिक प्रश्न विचारला आहे की, कर्माचे आचरण करणे व त्यांचा त्याग करणे हे दोन्ही मार्ग वेदांमध्ये स्पष्टपणे प्रतिपादन केले आहेत. असा परस्परविरुद्ध उपदेश केलेला असल्याने ज्यांना आपण प्रमाण मानतो अशा या वेदवचनांचा खरा बोध मनुष्याने कसा घ्यावा ?

यावर कपिलाने उत्तर दिले आहे की, कर्म निरर्थक नसून अत्यंत उपयोगी आहे. विहित कर्मांचे आचरण केल्याने चित्तशुद्धी होते व नंतरच मनुष्याला मोक्षप्राप्तीची शक्यता निर्माण होते. पहिली गोष्ट अशी आहे की, वेद म्हणजे शब्दब्रह्म, ते जाणणे आवश्यक आहे.

द्वे ब्रह्मणी वेदितव्ये शब्दब्रह्म परं च यत् ।
शब्दब्रह्मणि निष्णातः परं ब्रह्माधिगच्छति ॥ (महा. १२.२६२.१)

मनुष्याने दोन ब्रह्म जाणावयाचे असतात– १) शब्दब्रह्म, २) परब्रह्म. प्रथम जेव्हा मनुष्य शब्दब्रह्मात निष्णात होईल तेव्हाच त्याला ब्रह्मप्राप्ती होऊ शकेल. म्हणून वेदोक्त कर्मे आवश्यक मानली पाहिजेत. त्यानी चित्तशुद्धी होते. कर्म हे ज्ञानाचे अंगच आहे. स्थूल व सूक्ष्म असे जे शरीर त्याची शुद्धी झाली की त्या निर्मळ अंतःकरणातच ईश्वराचा साक्षात्कार होतो.

शरीरपक्तिः कर्माणि ज्ञानं तु परमा गतिः । (महा. १२.२६२.३६)

कर्माचे सामर्थ्य चित्तदोष नाहीसे करून ते शुद्ध करणे व ज्ञानाचे सामर्थ्य परमगतीला पोहोचविणे हे होय. शरीर याचा अर्थ सूक्ष्म शरीर, आंतरिक शरीर म्हणजे 'मन' होय. कर्माचरणाने मनुष्य सत्छील, सत्प्रवृत्त व सद्गुणी बनत जातो. त्याला संयमन करता येते. त्याची आसक्ती कमी होते. सत्त्वगुण वाढायला लागतो म्हणून कर्म आवश्यकच आहे. अशी चित्ताची अवस्था झाली की शास्त्राने जो 'ब्रह्मरस' वर्णिला आहे त्याचे ज्ञान घेण्याविषयी चित्त आतूर बनते. मग त्याचे ठिकाणी दया, क्षमा, शांती, अहिंसा, सत्य, सरलता, अद्रोह, निरभिमानिता, लज्जा, सहिष्णुता व शम या गुणांची उत्पत्ती होते. हे सर्व गुण ब्रह्मपदाला पोचविण्याचे मार्गच आहेत आणि हे स्वाधीन झाले म्हणजे परमपदप्राप्ती होते. म्हणजेच कर्मेही त्याज्य नसून ती अत्यंत उपयोगी असून मोक्षाप्रत नेणारी आहेत असे या संवादातून स्पष्ट केले आहे. या अध्यायात असेही स्पष्ट केले आहे की ही कर्मे मनुष्याने करावीत पण ती कुठलीही कामना ठेवून करू नयेत. निष्काम बुद्धी ठेवून केवळ कर्तव्य म्हणून ही कर्मे आचरावीत.

काम्य आणि निष्काम कर्म

शास्त्रानेच विविध प्रकारची कर्मे विविध वर्गातल्या व्यक्तींना लावून दिली आहेत. ती केली नाहीत तर समाजाची घडी विस्कटून जाईल. कर्मामध्ये मूलतः तसा दोष काही नाही. मूल जन्माला आले की त्यालाही त्या बालवयाला शोभतील अशी कर्मे करावीच लागतात. या जन्मात केलेली कर्मे पुढील काळासाठी – भविष्यातील जीवनासाठी उपयोगी ठरतात, कारण जर जीवनावर गंभीरपणे विचार करून मनुष्य जागृत झाला व त्याने सत्कर्म आचरले तर त्याची चांगली फळे त्याला भोगायला मिळतील व तो पुढील जन्मात पुण्याची

फळे भोगू शकेल. पण मग कर्म हे बन्धनकारक आहे, असे सातत्याने का म्हटले जाते ? कर्माला दोषास्पद का ठरविले जाते ? याचे कारण असे आहे की, कर्मामागील माणसाची जी बुद्धी आहे. ती कर्माला चांगले–वाईट ठरवीत असते. कर्म जर काम्यबुद्धीने, फलाशेने केले असेल तर ते कर्म साहजिकच असे फळ निर्माण करील की त्यामुळे कर्माचा पाश तयार होईल. याचा स्पष्ट अर्थ असा आहे की, कर्माचा दोष म्हणजे बंधकत्व कर्मात नाही तर ते काम्यबुद्धी किंवा फलाशेत आहे. फलाशा सोडून निष्काम बुद्धीने कर्म जर आचरिले तर ते 'कर्म' न ठरता 'अकर्म'च ठरते. कारण ते सात्त्विक कर्म गणले जाते. भगवद्गीतेत १८व्या अध्यायात 'संन्यास' आणि 'त्याग' या संज्ञांच्या ज्या व्याख्या दिल्या आहेत त्यावरूनही हेच सिद्ध होते की, संन्यास म्हणजे सर्व कर्मांचा संन्यास नसून काम्य म्हणजे विशिष्ट फळाची इच्छा धरून केलेली जी कर्मे त्यांचा संन्यास होय. तसेच 'त्याग' याचा अर्थ यज्ञ, दान, तप, अशासहित सर्व प्रकारच्या कर्मांच्या फलाचा त्याग करणे होय. मनुस्मृतीमध्ये कर्माचे हे जे दोन महत्त्वाचे भेद आहेत, ते १) काम्य व २) निष्काम, यांना १) प्रवृत्त कर्म व २) निवृत्त कर्म अशी नावे दिली आहेत. (महा. १२.८८) निष्काम कर्म करताना मन निरासक्त, सङ्गरहित असते आणि म्हणूनच ह्या कर्माचा लेप लागत नाही. अशा मनुष्याची आसक्ती, विषयाबद्दलची ओढ कमी होते व त्याच्या अंतःकरणात 'ममत्वबुद्धी'च्या ठिकाणी 'समत्वबुद्धी' निर्माण होते.

अरिष्टनेमि व सगर यांच्यातील संवादात माणसाने आपले मन निरासक्त कसे करावे व ममत्वबुद्धीचा क्षय होण्यासाठी कसे विचार मनात वागवावे याबद्दल चांगले दिग्दर्शन आले आहे.

स्नेहपाशसितो मूढो न स मोक्षाय कल्पते । (महा. १२.२७७.६)

स्नेहपाशाने व आसक्तीने ज्याचे मन संसारात गुरफटून गेले आहे तो मोक्षाचा धनी होऊ शकत नाही. अरिष्टनेमी म्हणाला की, स्नेहपाशामुळेच मनुष्याची बुद्धी ऐहिक गोष्टीत व ममत्वाच्या पाशात जखडली जाते. संसाराची कर्तव्ये पार पाडू नयेत किंवा पत्नी व मुलांवर प्रेम करू नये असे नव्हे. परंतु, यांच्याविषयी मनात आसक्ती धरणे पारलौकिक सुखाच्या दृष्टीने दोषास्पद होय. मुलगा जबाबदारी स्वीकारायला पात्र होताच त्याच्यावर संसाराचा भार टाकून मनुष्याने अलिप्तता स्वीकारून मनाने संसारातून दूर व्हावे. स्वतःचा जीव अदृढ, मातीच्या गोळ्याप्रमाणे क्षणभंगूर असताना स्वजन किंवा कुटुंबीय यांच्या पोषणाची, रक्षणाची जबाबदारी आपण कितपत घेऊ शकतो ? ते स्वजन, आपण त्यांचे रक्षण करणार, म्हणून त्यांची वेळ आली असता मृत्यू टाळू शकतील काय? किंवा त्यांच्या आधीच आपण मृत्यूवश होणार नाही हे कशावरून ? हे सर्व पाहून माणसाने जागे झाले पाहिजे व मरणोत्तर स्थितीचा, पारलौकिक प्रवासाचा विचार केला पाहिजे. आपले स्वहित

कशात आहे यावर चिंतन केले पाहिजे व मन मोक्षप्राप्तीकडे लावले पाहिजे. जगात जेवढी सुखे आहेत, आनंद आहेत त्यात सर्वांत श्रेष्ठ सुख म्हणजे 'मोक्षसुख' होय.

सुखं मोक्षसुखं लोके न च लोकोऽवगच्छति।
प्रसक्तः पुत्रपशुषु धनधान्यसमाकुलः ॥ (महा. १२.२७७.५)

मनामध्ये आसक्ती व आशेच्या मागे धावण्याची वृत्ती असते म्हणूनच माणसे द्रव्याचा संग्रह करतात. याठिकाणी मुळात उदाहरण दिले आहे कीटकांचे आणि मुंग्यांचे. त्या ज्याप्रमाणे संग्रह करीत जगतात तसे जगणे म्हणजे तृष्णेच्या नदीत अधिक बुडत जाण्यासारखे आहे. काही कौटुंबिक जबाबदाऱ्या पार पाडण्यासाठी, वृद्धांची देखभाल व कुटुंबपोषण यासाठी धनसंचय जरुरीचा आहे, असे कोणी म्हणेल. मनुने तर सांगितले आहे की, कुटुंबपोषण हे केलेच पाहिजे. त्यासाठी शंभर वाईट कृत्ये करावी लागली तरी ती करून भरणपोषण करावे.

वृद्धौ च मातापितरौ साध्वी भार्या सुतः शिशुः।
अप्यकार्यशतं कृत्वा भर्तव्या मनुरब्रवीत् ॥

मनुने जरी हे म्हटलेले असले तरी इथे असे उत्तर दिले आहे की, वृद्ध माता, पिता, मुलं, बाळं यांच्या अन्नपाण्याची चिंता करू नये. जो तो आपल्या कर्मानुसार आपले अन्न, वस्त्र मिळवितो. विधात्यानेच प्रत्येक प्राणिमात्राच्या उदरनिर्वाहाची व्यवस्था केलेली असते. प्राणी पूर्वकर्मानुसार स्वतःच जन्म घेतो व त्यानुसार जीवन जगतो.

स्वयमुत्पद्यते जन्तुः स्वयमेव विवर्धते ॥ (महा. १२.२७७.१६)

'स्वयम्' याचा अर्थ त्या त्या व्यक्तीचे पूर्वकर्मच त्याला जन्माला घालते व त्याला वाढविते. दुसऱ्या कोणाच्या यत्नाने ते घडत नसते. तात्त्विकदृष्ट्या मनुष्य जन्माआधी, जन्मल्यानंतर व मृत्यू पावल्यावरही एकटाच असतो. त्याच्या भवितव्याचा तोच शिल्पकार असतो. म्हणून माणसाने शास्त्र वचनातून बोध घेऊन मोक्षोपयोगी गुण अंगी बाणविण्यासाठी दृढ प्रयत्न करावा.

असित ऋषीचा उपदेश

मोक्षाची इच्छा असलेल्या व्यक्तीने ब्रह्म पदप्राप्ती कसकशी करून घ्यावी यासंबंधी पुरातनकाळी नारद व असित यांच्यात संवाद झाला तो भीष्मांनी युधिष्ठिराला ऐकवला. असिताने सुरुवातीला पंचमहाभूते, ज्ञानेंद्रिये तसेच पाच कर्मेंद्रिये, त्यांची कार्ये इत्यादींचे विवेचन केले आहे. स्थावरजंगम भूतांच्या उत्पत्ती व लयाची कारणे त्यांनी आठ दिली आहेत. पाच महाभूते, सहावा काल म्हणजे जीव, सातवा भाव म्हणजे पूर्वसंस्कार आणि आठवा अभाव म्हणजे अज्ञान - याप्रमाणे भूतांच्या उत्पत्ती व लयाची आठ कारणे

सांगितली आहेत. जगात जे जे म्हणून आहे ते सर्व पंचमहाभूतातून उत्पन्न होते व शेवटी त्यांच्यातच लय पावते.

चित्तमिन्द्रियसंघातं मनो बुद्धिस्तथाष्टमी ।
अष्टौ ज्ञानेन्द्रियाण्याहुरेतान्यध्यात्मचिन्तकाः ॥

(महा. १२.२६७.१८)

इंद्रियांनी जे विषयज्ञान होते ते इंद्रियांना होत नसून त्यांचा नायक जो विज्ञानात्मा त्याला होत असते. वर श्लोकात नेहमीपेक्षा वेगळी अशी आठ ज्ञानेंद्रिये वर्णिलेली आहेत. अध्यात्मचिंतक याचा अर्थ ज्ञानेंद्रिये होत. आपल्याला सर्वप्रथम पदार्थातील सामान्यत्वाचे ज्ञान होते. घट पाहिला की आधी घटत्व जाणवते व हेच विशेषरहित केवळ सामान्यत्वाने ज्ञान होणे होय. याला 'चित्त' म्हणतात. नंतर घटाचा रंग, गोल आकार हे सर्व नीट ध्यानात येते. मनाला वस्तूचे विशिष्ट स्वरूपाचे ज्ञान होऊ शकते. मनाचे ठिकाणी मात्र ही वस्तू स्वीकारावी का न स्वीकारावी असा 'संकल्प-विकल्प' असतो. बुद्धी या बाबतीत निश्चित असा उलगडा करून ती वस्तू ग्राह्य अथवा अग्राह्य हे ठरविते. म्हणून म्हटले आहे की, इंद्रिय संघातापेक्षा चित्त श्रेष्ठ, त्या चित्तापेक्षा मन श्रेष्ठ, मनापेक्षा बुद्धी श्रेष्ठ व बुद्धीपेक्षाही श्रेष्ठ 'क्षेत्रज्ञ किंवा विज्ञानात्मा' होय. (महा. १२.२६७.१६) कर, चरण, गुद, उपस्थ व पाचवे मुख ही पाच कर्मेंद्रिये आहेत. या पाचांच्या कार्याला सामर्थ्य देणारे जे बल ते सहावे कर्मेंद्रियच मानले आहे. त्याचप्रमाणे सात्त्विक, राजस व तामस हे तीन भाव आहेत. आठ ज्ञानेंद्रिये, सहा कर्मेंद्रिये व तीन भाव मिळून एकूण सतरा गुण होतात व हे गुण अठरावा जो विज्ञानात्मा (देहात नांदणारा देही) त्याचे समजले जातात. असित पुढे जाग्रदादी तीन अवस्था विषद करतात. इंद्रियांचे व्यापार बंद करून मनुष्य झोपी जातो. ते व्यापार सुरू असतात तेव्हा जाग्रदवस्था असते. झोप लागल्यावर इंद्रिये उपरत झाली पण मन उपरत नसेल तर ते विषय भोगीतच राहते. या स्थितीलाच 'स्वप्न अवस्था' म्हणतात. जागृतीतील विषयांचे ठसे वासनारूपाने अंतर्यामी कायम असतात. म्हणून आपल्याला स्वप्नात ते ते पदार्थ दिसतात. जागृती, सात्त्विक वृत्तीने जगणाऱ्या पुरुषाला स्वप्नात आनंद, कर्मसिद्धी, ज्ञान, वैराग्य इत्यादी सात्त्विक भावच दिसतील. तामसी माणसाला त्याच्या वृत्तीनुरूप भाव दिसतील. जागृतीतील भाव स्वप्नदशेत नष्ट होतात व स्वप्नातील भाव जागृतीत उरत नाहीत आणि स्वप्न व जागृती या दोहोतील भाव सुषुप्तीत नष्ट होतात. ह्यावरून असे प्रत्यक्ष जाणवते की जागृतीतील व इतर अवस्थांतील भाव उच्छेदशील आहेत. हा अनुभव मोठा आशाजनक आहे. ज्याअर्थी ते उच्छेदशील आहेत त्याअर्थी त्यांचा कुठल्यातरी उपायाने आत्यंतिक नाश होणे संभाव्य आहे, असेही ठरते. या तीन अवस्थांच्या पलीकडे जी अवस्था आहे तीत या सर्व भावांचा आत्यंतिक नाश

होतो. यांचा आत्यंतिक नाश झाला म्हणजे आपले काम झाले कारण या स्थितीलाच 'मोक्ष' असे म्हणतात. पुण्यपापरूप कर्मफलाचा भोग घेऊन ती संपविण्याकरिता आत्मा देह धारण करतो, धर्माचरण करून, ईश्वरचरणी लीन होऊन, उपासना करतो व पुण्य-पापांचा क्षय होऊन मग हा देही ब्रह्मत्वाप्रत जातो.

पुण्यपापमयं देहं क्षपयन्कर्मसंक्षयात् ।
क्षीणदेहः पुनर्देही ब्रह्मत्वमुपगच्छति ।। (महा. १२.२६७.३७)

ब्रह्माचा साक्षात्कार होताच मागील सर्व कर्मांचा आपोआप क्षय होतो. संचित कर्म सर्व नष्ट झाल्याने पुन्हा देह धारण करण्याचे कारणच उरत नाही. जीव कायमचा मुक्त होतो. व्याख्याकार म्हणतात की, मोक्ष हा स्वतःच अनुभवायचा असतो, एकाला मोक्ष मिळाला हे दुसरा कोणी जाणू शकत नाही!

(क्रमशः)

लेखांक : एकतिसावा

कर्म-विपाक

मनुष्यजन्म दुर्लभ आहे व म्हणून मिळालेल्या जन्माचे सार्थक करावे, विवेकाच्या आधारे आपली उन्नती करून घ्यावी हे निर्विवाद होय. पण आपल्या ह्या जन्माचे नेमके उद्दिष्ट काय आहे याविषयी मनात विविध विचारतरंग उद्‌भवतात. शास्त्राने मानवाच्या जीवनासाठी जी उद्दिष्टे सांगितली आहेत ती म्हणजे चार पुरुषार्थ – १) धर्म, २) अर्थ, ३) काम व ४) मोक्ष. या चार पुरुषार्थांच्या संदर्भात युधिष्ठिराने भीष्मांना प्रश्न विचारला की, यांच्यात म्हणजे पहिल्या तीन पुरुषार्थात श्रेष्ठ–कनिष्ठ कोण यासंबंधी मार्गदर्शन करावे. भीष्मांनी म्हटले –

धर्मो राजन् गुणः श्रेष्ठो मध्यमो ह्यर्थ उच्यते ।
कामो यवीयानिति च प्रवदन्ति मनीषिणः ।। (महा. १२.१६१.८)

यांच्यामध्ये 'धर्म' श्रेष्ठ आहे, त्या खालोखाल अर्थ हा मध्यम मानावा व काम हा त्याहीपेक्षा लघु म्हणून विद्वानांनी सांगितला आहे. यावरून हे स्पष्ट होते की, अर्थ आणि काम ह्यांना धर्माच्या चौकटीत व धर्माच्या खालोखालच महत्त्व दिले पाहिजे. पण आज असे दिसते की, अर्थ आणि काम यांनाच समाजात अधिक महत्त्वाचे स्थान असून धर्म हा गौण मानला जात आहे. पण व्यासांचा मात्र सर्वांना असा उपदेश आहे की, सर्वांनी जीवनात 'धर्मप्रधान' असावे म्हणजे धर्मालाच प्राधान्य द्यावे.

जनक वंशातील कोणी एक राजपुत्र शिकारीनिमित्त वनात हिंडत असताना त्याला भृगुवंशातील ऋषी दिसले. त्याने त्या ऋषींना नम्रतेने विचारले की, इहलोकी व परलोकी जे श्रेयस्कर ठरेल ते कृपया मला सांगा. त्यावेळी त्या ऋषींनी 'धर्म' हाच फार कल्याणकारी आहे असे ठामपणे सांगितले.

धर्मः सतां हितः पुंसां धर्मश्चैवाश्रयः सताम् ।
धर्माल्लोकास्त्रयस्तात प्रवृत्ताः सचराचराः ।। (महा. १२.२९७.६)

सज्जनांना धर्म हाच हितकारक स्नेही व तोच ह्यांचे आश्रयस्थान आहे, धर्मातूनच त्रैलोक्याची उत्पत्ती झाली आहे. ज्याप्रमाणे ज्ञानफल मिळवू इच्छिणाऱ्या पुरुषास

ज्ञानार्जनासाठी परिश्रम करावे लागतात त्याप्रमाणे धर्मफळ मिळविण्याची इच्छा असलेल्याने धर्मप्राप्तीकरिता खटपट केली पाहिजे. मन, वाणी आणि काया यांच्या साहाय्याने जे जे केले जाते ते धर्माला धरून आहे की त्यात धर्मत्याग होत आहे याचा तळमळीने विचार झाला पाहिजे. याच संवादात पुढे असा मुद्दा मांडला आहे की, मनुष्यप्राण्याच्या मनात चांगले-वाईट दोन्हीही येत असते.

मानसं सर्वभूतेषु वर्तते वै शुभाशुभम् ।
अशुभेभ्यः सदाक्षिप्य शुभेष्वेवावतारयेत् ।। (महा. १२.२९७.१९)

असे दोन्ही प्रकारचे विचार मनात येत असले तरी दुष्ट विचारांपासून मन परावृत्त करून ते चांगल्या विचारांकडे सदैव लावावे. त्याचप्रमाणे जी गोष्ट सर्व लोक सर्व काली सर्वत्र करीत असतील तिचा आदर करावा. ऋषी म्हणतात, हे बुद्धिहीन मनुष्या, बुद्धिमान हो, अस्थिर जीवा, तू शांतता धारण कर व ज्ञाते लोक जसे शुद्ध आचरण करतील तसे आचरण ठेव. असा हा श्रेयो मार्ग दोन्ही लोकाला अत्यंत उपकारक म्हणून सांगितला आहे.

कैकेयीचे उदाहरण :

वर सांगितल्याप्रमाणे माणसाचे मन केव्हा, कोणत्या विचारात मग्न होईल हे सांगता येत नाही. चांगल्याप्रमाणे वाईट गोष्टींशीही ते सलगी करील आणि नकळत मोह उत्पन्न करील. माणसाची पापाकडे प्रवृत्ती अशा गफलतीतूनच होत असते. गीतेत प्रश्न विचारला आहे की, कोणत्या प्रेरणेने मनुष्य पापाकडे ओढला जातो व तेही स्वतःची इच्छा नसताना. (गीता, ३.३६) त्याला भगवंतांनी उत्तर दिले आहे.

काम एष क्रोध एष रजोगुणसमुद्भवः ।
महाशनो महापाप्मा विद्ध्येनमिह वैरिणम् ।। (गीता, ३.३७)

महाभारतातही यासंबंधी उत्कृष्ट विवेचन आले आहे. आपल्याला माहीतच आहे की, मन विषयांकडे धाव घेते. एरवी विषयाची आवड उत्पन्न झाली की, ती वस्तू भोगावयास मिळावी असे वाटते व त्यातूनच राग, आसक्ती निर्माण होते व ती भोगायला मिळाली तर तिच्या सेवनाची पुनःपुन्हा प्रवृत्ती होते. ह्या रागामुळेच पुढे लोभ उत्पन्न होतो व तो लोभ वाढीस लागला की मोह तयार होतो. अशा रीतीने मनुष्य त्या मोहातच गढून जाऊन एक प्रकारे अंध बनतो आणि त्याची बुद्धी धर्माकडे जाईनाशी होते. धर्माचरण करीत नसतानाही आपण ते करतो असा तो आव आणतो. म्हणजेच दांभिकपणे, खोटेपणाने धर्म आचरतो. त्यानंतर खोटेपणानेच अर्थार्जन करणे त्याला आवडू लागते व पुढेपुढे तो उघड पातक करू लागतो.

अधर्मस्त्रिविधस्तस्य वर्धते रागमोहजः।
पापं चिन्तयते चैव प्रब्रवीति करोति च ।। (महा.१२.२६५.१०)

त्याला मित्रांनी, शहाण्यांनी आवरण्याचा प्रयत्न केला तरी तो आपल्याच कृतींचे समर्थन करीत राहतो व शेवटी आपली अधोगती करून घेतो. पापाचरणी व्यक्ती किती लबाडीने व दुष्टबुद्धीने वागते याचे एक चांगले उदाहरण आनंद-रामायणात सापडते. रावणाचा वध करून राम अयोध्येला परत येतो. तो अयोध्येचे राज्य करीत असताना सर्वत्र सुख, शांती असते. एकदा सीता राजमहालातून निघून कैकेयीला वंदन करण्याकरिता कैकेयीकडे येते. कैकेयी तिला विचारते, ''सीते, तू रावणाकडे दीर्घ काळ राहिली आहेस. तो रावण होता तरी कसा?'' सीता नम्रपणे उत्तर देते - ''मी रावणाला पाहिले नाही. इतके दिवस होते तरी मी त्याचा फक्त अंगठा पाहिला आहे.'' कैकेयी तिला अंगठा काढून दाखवायला सांगते. सीता रावणाच्या अंगठ्याचे चित्र काढून दाखवते. नंतर कैकेयी त्या अंगठ्याच्या आधाराने रावणाचे संपूर्ण चित्र तयार करते व ती जाहीर करते की, हे रावणाचे चित्र सीतेने काढले आहे व ही सीता रावणाचा ध्यास करते आहे. सीतेचे पावित्र्य, पातिव्रत्य निर्विवाद असताना कैकेयी किती दुष्टपणाने वागली हे यातून स्पष्ट होते. एकदा बुद्धी पापी बनली की ती व्यक्ती सतत दुष्कृत्येच करीत राहते!

श्रेष्ठ धर्म :

शास्त्रग्रंथात जरी अर्थ व काम यांच्यापेक्षा धर्माला वरचे स्थान दिलेले असले तरी जगातले व्यवहार पाहता आपल्याला वेगळे चित्र दिसते. अर्थ व काम यांनाच प्राधान्य देऊन माणसे जगत असतात. 'गीतेच्या गाभाऱ्यात' ह्या पुस्तकात श्री. रानडे म्हणतात, 'परमार्थात जेव्हा अर्थाच्या विरुद्ध अथवा कामाच्या विरुद्ध बोलले जाते, तो जो नीतिबाह्य अर्थ आहे किंवा जे नीतिबाह्य काम आहे त्याविरुद्ध बोलले जाते. नीतीला धरून असणारे अर्थ व काम हे ग्राह्य आहेत' (पृ.१०३). मुळात मनाची प्रवृत्ती कशी आहे याचा माणसाने विचार केला पाहिजे. विषयांच्या मागे धाव घेण्याची त्याची प्रवृत्ती आहे. म्हणून ते मन अर्थ व काम यांचीच प्रामुख्याने कास धरते. व्यासांनी ह्या गोष्टीचे दिग्दर्शन एका अध्यायात वृक्षरूपकाच्या साहाय्याने चांगल्या रीतीने केले आहे.

हृदि कामद्रुमश्चित्रो मोहसंचयसंभवः।
क्रोधमानमहास्कन्धो विधित्सा परिमोचनः।। (महा.१२.२४६.१)

माणसांच्या हृदयामध्ये इच्छारूपी एक मोठा वृक्ष असून मोहरूपी बीजापासून तो उत्पन्न झाला आहे. क्रोध व अभिमान त्याचा स्कंध आहे, क्रिया करण्याची इच्छा हे त्याचे आळे आहे. असूया ही पालवी, पातक हा चीक, शोक ह्या फांद्या असून आशारूपी

लतांनी तो वेष्टिलेला आहे. वासनेने बद्ध झालेले जीव ह्या वृक्षाची उपासना करतात. जो मनुष्य हा वासनारूपी पाश आपल्या अधीन ठेवतो व या वृक्षाला तोडून टाकतो तो सुख आणि दुःख या दोहोतून पार पडतो.

वासनारूपी पाश अधीन ठेवणे याचाच अर्थ इंद्रियवृत्तींवर विजय मिळवून, त्यांचा निग्रह करून जितेंद्रिय होणे होय. याच संदर्भात शुकानुप्रश्नात आलेले विवेचन अगदी लक्षणीय आहे. शुकाने व्यासांना असा प्रश्न विचारला की सर्व धर्मात ज्याला श्रेष्ठ म्हणता येईल असा धर्म मला सांगा. व्यासांनी उत्तर दिले की, शुका, प्राचीन ऋषींनी आचरण केलेला असा विशिष्ट धर्म मी तुला सांगतो, इंद्रिये जात्याच प्रमादशील आहे, त्यांच्यामुळे मनुष्याचे पतन होते. ज्याप्रमाणे चोहोकडे धावणाऱ्या आपल्या पुत्रांना पिता नियंत्रित करतो त्याप्रमाणे इंद्रियांचे नियमन करून त्यांना व अंतःकरणाला एकाग्र करणे हाच सर्वश्रेष्ठ धर्म आहे – हेच उत्कृष्ट असे तप आहे.

मनसश्चेन्द्रियाणां चाप्यैकाग्र्यं परमं तपः ॥ (महा. १२.२४२.४)

ज्यावेळी इंद्रिये आपल्या विषयांपासून व मनही त्यांच्या हव्यासापासून निवृत्त होऊन परब्रह्मावर स्थिरपणे जडेल त्यावेळी तुला तुझ्या बुद्धीने शाश्वत अशा परब्रह्माचे अवलोकन घडेल. ज्ञानसंपन्न व ब्रह्मनिष्ठ अशा महात्म्यांनाच विश्वव्यापक विश्वेश्वर अशा परमात्म्याचा साक्षात्कार होतो. ज्याप्रमाणे फळाफुलांनी डवरलेला मोठा वृक्ष हे जाणीत नाही की त्याचे फूल कोठे आहे, फळ कोठे आहे, त्याप्रमाणे 'महत् तत्त्व' अशी संज्ञा असलेला जीवात्मा स्वतःसंबंधाने काही जाणत नाही, आपण मूलतः कोण आहो, आपण कोठून आलो, कुठे जावयाचे आहे याचे ज्ञान त्याला नसते. पण हा महत्‌तत्त्वाहून वेगळा असा सूक्ष्म आत्मा आहे त्याला सर्व काही दिसते. चित्तवृत्ती परमात्म्यावर एकाग्र झाल्या की आपल्या शरीरामध्येच परमात्म्याचे दर्शन घडते. शुका, तू अशा तऱ्हेने बुद्धीच्या साहाय्याने, योगाभ्यासाने आत्मज्ञान संपादन कर व सर्वज्ञ हो आणि सर्प ज्याप्रमाणे कात टाकतो त्याप्रमाणे सर्व पापांतून, सर्व पाशांतून मुक्त हो.

रामकृष्ण परमहंसांनीही इंद्रिय निग्रहावर भर देऊन म्हटले आहे, "धर्मग्रंथात कितीतरी उदात्त विचार सांगितलेले असतात. पण ते केवळ वाचून कुणालाही भक्तीची प्राप्ती होऊ शकणार नाही. त्यात सांगितल्याप्रमाणे जर तुम्ही वासनांवर नियंत्रण ठेवले तरच तुमच्या अंतःकरणात भक्तीचा उदय होऊ शकेल." (बोधकथा ३६).

कर्मविपाक :

ज्या व्यक्तींचे मन वर वर्णन केलेल्या इच्छारूपी वृक्षाभोवतीच गुंतून राहाते, त्यांना पारलौकिक सुखासाठी प्रयत्न करावासा वाटत नाही. त्यांच्या हातून जी कर्मे घडतात

त्यांचे फळ दुःखकारक असते व ते फळ विविध जन्मातून भोगावे लागते. हा कर्मासंबंधीचा फार मोठा सिद्धांत आहे की जसे कर्म तुम्ही कराल तसेच अगदी त्याबरहुकूम फळ भोगावे लागते. पराशरांनी आपल्या उपदेशात सांगितलेले आहे –

कुरुते यादृशं कर्म । तादृशं प्रतिपद्यते । (महा.१२.२७९.१५)

कुठलेही कर्म केल्यानंतर – मग ते बरे असो वाईट असो त्याचे फळ हे मिळणारच! कर्माचा त्याची फळे भोगूनच नाश होतो, एरवी कर्माचा नाश संभवत नाही. प्राक्कृत कर्मामुळेच या जन्मी आपल्याला सुख, दुःख, दारिद्र्य, ऐश्वर्य इत्यादी अनुभवावे लागतात. याच अध्यायात एक अत्यंत समर्पक दृष्टांत आला आहे. ज्याप्रमाणे एखाद्या तांब्याच्या भांड्याला सोन्याचा किंवा चांदीचा मुलामा केल्यास ते भांडे सोनेरी किंवा रुपेरी रंगाचे दिसते, त्याप्रमाणे प्राणिमात्र जरी साधारणतः सारखे दिसत असले तरी पूर्व–कर्मानुसार त्यांच्यावर वेगवेगळे रंग चढतात. कर्मविपाकाचा पहिला नियम असा आहे की कर्माला एकदा सुरुवात झाली की, त्याचा व्यापार अखंड चालू राहतो. ज्यावेळी महाप्रलय होतो व सृष्टीचा संहार होतो त्यावेळीदेखील कर्म (विविध मानवांचे) शिल्लक रहाते व सृष्टीच्या आरंभी पुन्हा त्याला अंकुर फुटतात. मनुस्मृतीत तर म्हटले आहे की, आपल्या पापकर्माची फळे केवळ आपणासच नव्हे तर कधी कधी आपल्या मुलांना व नातवंडांनाही भोगावी लागतात (मनु. ४.१७३). व्यासांनी शुकास सांगितले की, हा इहलोक सोडताना जी शुभाशुभ कर्मे जीवाने करून ठेवली असतील तेवढीच फक्त त्याचेबरोबर परलोकी येतात.

यदेव कर्म केवलं पुरा कृतं शुभाशुभम् ।
तदेव तस्य यौतकं भवत्यमुत्र गच्छतः ।। (महा. १२.३०९.५०)

सोने, रुपे, रत्ने यांचा जो संचय त्याने करून ठेवला असेल त्याचा देहपात झाल्यानंतर काहीसुद्धा उपयोग होत नाही. ज्याप्रमाणे रेशमाचा किडा आपणच तयार केलेल्या तंतुजालामध्ये स्वतःस गुरफटून घेतो व त्याला बाहेर सुटण्याचा मार्ग रहात नाही त्याप्रमाणे मनुष्य स्वतःच केलेल्या कर्माच्या योगाने या भवसागरात अडकवून घेतो. प्रत्येक जिवाला इहलोक सोडून परलोकी गमन करावयाचे आहे. आपण कोणत्या प्रकारची कर्मे आचरिली यावर आपणास पुढील जन्मी सुख–दुःखरूपी कोणते फळ मिळेल ते अवलंबून असते; म्हणून आपल्या हातून घडणाऱ्या कर्मांकडे बारकाईने लक्ष ठेवले पाहिजे.

हा जो कर्मविपाकाचा सिद्धांत आहे यावर आज व्हावा तेवढा विचार होत नाही. लोकांचा यावर विश्वास हळूहळू कमी होताना दिसत आहे. पण आपण पहातो की, जगातल्या अगदी लहानसहान घडामोडीमागे कार्यकारणभाव आहे. एखाद्या खेड्यात रोग फैलतो कारण त्याठिकाणच्या विहिरीचे पाणी दूषित झालेले असते. प्रत्येक गोष्टीला निसर्गात योग्य ते कारण हे आहेच. तेव्हा आपण जे कर्म करतो ते त्याचे परिणाम

दाखविल्याशिवाय राहणार नाही. बऱ्या-वाईट कर्माचे परिणाम त्या त्या कर्माच्या स्वरूपानुसार चांगले किंवा वाईट असे उत्पन्न होतील ते परिणाम कर्मकर्त्यालाच भोगावे लागतील हे मानणे भाग आहे. प्रत्येक कर्माचा परिणाम लगेच किंवा अल्पकाळात दृष्टीस पडेल असे मात्र नाही. ही आपली कर्मे साचत जातात व त्यांची फळे कालांतराने, योग्यवेळी कर्त्याच्या समोर भोगण्यासाठी उपस्थित होतात. या जन्मातच ते घडेल असे नाही. कारण या जन्मी आपण मागच्या जन्माची फळे भोगत असतो.

ह्या कर्मबंधनातून सुटण्यासाठी महर्षी व्यासांनी याच अध्यायात शुकास सांगितले की, हा दुर्लभ मनुष्यजन्म स्वर्गप्राप्तीसाठी 'सोपान' (जिना) आहे, तो जिना सापडला असता त्याचा उपयोग करून घ्यावा, परमेश्वराकडे असे ध्यान लावावे की, त्यापासून ढळण्याचा कधी प्रसंगच येऊ नये.

तथाऽऽत्मानं समादध्याद्भ्रश्यते न पुनर्यथा । (महा. १२.३०९.७९)

रामकृष्ण परमहंसांनीही भक्तांना मार्गदर्शन करताना म्हटले आहे, "जगात फक्त एकच वस्तू काय ती शाश्वत आहे आणि ती म्हणजे ईश्वर होय. आपल्यात अविनाशी असलेली एकमेव वस्तू तीच आहे. ईश्वर सर्वांचा आधार आहे, सर्वस्व आहे! म्हणून त्याला प्राप्त करून घेण्याच्या एकमेव उद्देशाने आपण त्याचे ध्यान केले पाहिजे."

(क्रमशः)

लेखांक : बत्तीसावा

कर्मांचे प्रकार

मागील लेखात आपण पाहिले की ज्या ज्या प्रकारचे कर्म मनुष्य करेल त्या त्या स्वरूपाचे फळ त्याला प्राप्त होईल. आयुर्मर्यादा, भोगावी लागणारी सुख-दुःखे, शारीरिक व्याधी इत्यादी सर्व गोष्टी प्रारब्ध कर्मानुसार आपणास मिळतात. देहधारणाच मुळी कर्मांची फळे भोगावयाची राहिलेली असतात म्हणून होत असते. पराशर मुनींनी म्हटले आहे.

न कश्चित्त्राति वै राजन् दिष्टान्तवशमागतम् ।
सावशेषायुषं चापि कश्चिन्नैवापकर्षति ।। (महा.१२.२८६.८)

ज्याचे भरले त्याला कोणीही वाचवू शकत नाही व ज्याचे आयुष्य शिल्लक आहे अशाला काळही ओढू शकत नाही. मनुष्य जन्म दुर्लभ आहे. या मनुष्ययोनीचे महत्त्व जाणून सुज्ञ पुरुष या योनीपासून भ्रष्ट होऊ नये म्हणून शास्त्रांना प्रमाण मानून धर्माचरण करीत असतात, जो मनुष्य या योनीचे महत्त्व न जाणता धर्माचा द्वेष करतो व उपभोगासक्त बनून राहतो त्याची मात्र कायमची फसगत होते.

नारद-असित संवादामध्ये अशी स्पष्ट कल्पना मांडलेली आहे की देह हा 'कर्मसंभव' आहे. कर्म जर भोगण्यासाठी उपलब्ध नसेल तर देहधारणा होण्याची अथवा पुन्हा जन्म घेण्याची आवश्यकताच उरत नाही. कर्मातून प्रत्येक जन्मात पाप आणि पुण्य दोन्ही निर्माण होत असतात. पाप काय किंवा पुण्य काय माणसाने भोगून संपवावी लागतात. तरच जीवात्मा स्वस्वरूपात विलीन होऊ शकतो.

यथैवोत्पद्यते किञ्चित्पञ्चित्वं गच्छते तथा ।
पुण्यपापविनाशान्ते पुण्यपापसमीरितः ।
देहं विशति कालेन ततोऽयं कर्मसंभवम् । (महा. १२-२६७-३२)

व्याख्याकार, नीलकण्ठ यांनी म्हटले आहे की, 'पुण्यपाप विनाशान्ते' म्हणजे प्रारब्ध पुण्य-पापांचा अंत झाला असता जीव पञ्चत्वाला जातो आणि मग संञ्चितकर्मांच्या साठ्यातून काही पाप-पुण्याचा भाग उपभोगण्यासाठी तो पुन्हा जन्म घेतो. मूळ ग्रंथात प्रारब्ध आणि संचित यांचा तसा स्पष्ट उल्लेख याठिकाणी नाही. फक्त एवढेच म्हटले

आहे की पाप–पुण्याचा नाश होताच तो मरतो व पाप–पुण्याचा म्हणजेच उरलेल्या कर्मफलाचा उपभोग घेण्यासाठी पुन्हा जन्म घेतो. एक देह सोडतो, पुन्हा दुसरा ग्रहण करतो – कालाच्या प्रेरणेने हा क्षेत्री किंवा जीव, माणूस ज्याप्रमाणे जुनी घरे बदलून नव्या घरात जातो त्याप्रमाणे नवीन देह धारण करतो.

कर्मभोग अटळ –

माणसाच्या हातून जे जे म्हणून बरे–वाईट कर्म घडते त्या त्या कर्माचे फळ त्याला भोगावेच लागते. प्रश्न असा की, मी ब्रह्मदत्ताने केली त्याची फळे देवदत्ताला भोगावी लागणे कसे बरे शक्य आहे? ती ब्रह्मदत्ताच्याच वाट्याची आहेत.

शयानं यान्तमासीनं प्रवृत्तं विषयेषु च ।
शुभाशुभानि कर्माणि प्रपद्यन्ते नरं सदा ।। (महा. १२.२८७.२९)

जन्मास आलेला प्राणी स्वतः केलेल्या कर्माचे फळ मिळवीत असतो. एखाद्याला खूप संपत्ती व सुख लाभले याचा अर्थ त्याची पूर्व कर्मे चांगली होती व त्यांचेच फळ त्याला आज मिळाले आहे. वरील श्लोकात म्हटले आहे की, मनुष्य निजला असो, चालत असो, बसला असो किंवा विषयात वावरत असो, त्याची शुभाशुभ कर्मे सतत त्याच्याजवळ उभी असतात. या जन्मात आपणास विवेकाचा व सद्‌बुद्धीचा वापर करून आपल्या कृती चांगल्या कशा होतील हे पाहाता येईल. मागील कर्मानुसार जी सुख–दुःखे कपाळी लिहिली आहेत ती भोगत असताना निदान पुढील जन्मात तरी अतिदुःख भोगावे लागू नये व आत्मोन्नती व्हावी यादृष्टीने आपण या जन्मातच त्यासाठी योग्य ती तयारी केली पाहिजे.

आपल्याकडे कर्मविपाकाच्या या सिद्धांतावर सर्व थरातील लोकांची मोठी श्रद्धा होती. परंतु, अलीकडच्या काळात विशेषतः तरुणांच्या मनात या श्रद्धेला ओहोटी लागल्यासारखी दिसते. जर या सिद्धांतावर समाजाची ठाम श्रद्धा असेल तर त्याचा इतका सुपरिणाम दिसून येईल की बहुसंख्य लोक खोटा व्यवहार, फसवणूक, लुबाडणूक व अत्याचारी वर्तन टाळतील. याचे कारण म्हणजे त्यांच्या मनातही खात्री पटलेली असेल की आपण गैर अथवा अनीतीचे कृत्य केले तर आज ना उद्या त्याची ईश्वरदत्त जी काही शिक्षा असेल (दुःख व यातनारूपी) ती आपल्याला भोगणे भाग पडेल. आपण केलेले वाईट कृत्य उघडकीस न आल्याने इथल्या न्यायालयात जरी आपणास शिक्षा झाली नाही तरी ईश्वराचे, धर्माचे जे न्यायालय आहे त्यात मात्र आपल्याला मृत्यू नंतर का होईना पण जरूर शिक्षा मिळेल कारण कर्मसिद्धांतातून कोणाचीही सुटका नाही. सिद्धांताबद्दल बुद्धिप्रामाण्यवादी लोकांनाही खात्री वाटायलाच पाहिजे. जर निसर्गात सर्व गोष्टींना

कार्यकारणाचे तत्त्व लागू आहे तर कर्माच्या बाबतीतही ते तितकेच खरे आहे. कर्म हातून घडले आणि तरीही त्याचा सुष्टदुष्ट परिणाम मात्र अनुभवास येणार नाही असे कसे शक्य आहे? भौतिकशास्त्रात क्रिया घडली की त्याची प्रतिक्रिया (Reaction) ही घडतेच असा नियम आहे. कर्माच्या बाबतीतही हा अबाधित असा नियम आहे की चांगल्या कर्माचे फळ जे पुण्य त्यापासून सुख मिळते व दुष्कृत्यांच्या पापरूप फळापासून दुःख व यातना भोगाव्या लागतात. कोणता जन्म मिळेल हेदेखील कर्माच्या स्वरूपावरच अवलंबून असते. मनूने जरी अशुभ कर्माची कायिक, वाचिक, मानसिक अशी विभागणी करून त्यांची अनुक्रमे फळे दिलेली असली तरी मनूने पुढे त्याच अध्यायात कर्माचे सात्त्विक, राजस आणि तामस असे तीन भेद केले असून त्यांची लक्षणे दिली आहेत. भगवद्गीतेतही अठराव्या अध्यायात कर्माचे सात्त्विकादी भेद सांगून त्या तीन भेदांचे विवेचन केले आहे.

संचितादी कर्माचे प्रकार –

कर्म विपाकांत कर्माच्या उपभोगाच्या दृष्टीने कर्माची वेगळी विभागणी करण्यात येते, ती अत्यंत महत्त्वाची आहे. आपण जी विविध जन्मात कर्मे करतो ती साठत जातात.

१. कोणाही व्यक्तीने पूर्वीच्या जन्मांपासून आत्तापर्यंत जी कर्मे केलेली असतात, ते त्या व्यक्तीचे 'संचित' म्हणजे साठवलेले कर्म होय. या संचितासच 'अदृष्ट' व मीमांसकांच्या परिभाषेत 'अपूर्व' अशी नावे आहेत.

२. ही संचित कर्मे एकदम भोगणे शक्य नसते. काही पुण्यप्रद कर्मे स्वर्गरूपी फल देतात, काही दुष्कर्मे नरकवासाचे फळ देतात. शिवाय कर्माचा साठाही एवढा मोठा असतो की त्यातला काही भागच एका विशिष्ट जन्मात भोगण्यासाठी घ्यावा लागतो; म्हणून संचितापैकी ज्या कर्माची फळे भोगण्यासाठी काढली जातात किंवा जो भाग भोगायला सुरुवात होते, त्याला 'प्रारब्ध' म्हणजे 'सुरू झालेले संचित' असे म्हणतात.

३. प्रारब्धकर्मामुळे आपल्याला हा जो जन्म मिळतो त्या जन्मात आपण जी कर्मे सध्या करीत असतो त्यांना 'क्रियमाण' अशी संज्ञा आहे. ही कर्मेदेखील संचितातच पुढे जाऊन मिळतात. या संबंधात कर्माचे दोनच विभाग करण्याचाही एक पक्ष आहे.

१) प्रारब्धकर्म व दुसरे अप्रारब्धकर्म – म्हणजे जी अजून भोगावयाची आहेत ती सगळी. एक महत्त्वाची गोष्ट येथे सांगितली पाहिजे की कर्म कोणत्याही स्वरूपाचे असो – सात्त्विक, राजस, तामस इ. ते भोगूनच संपवावे लागते. त्यांचा सहजरीत्या आपोआप नाश होत नाही असे पराशरगीतेत सांगितले आहे.

कदाचित्सुकृतं तात कूटस्थमिव तिष्ठति ।
मज्जमानस्य संसारे यावद् दुःखाद्विमुच्यते ।। (महा.१२.२७९.१७)

पुढे असेही म्हटले आहे की मनुष्य कर्माचे फळ म्हणून दुःख भोगीत असता त्याचे सुकृत-पूर्वी केलेले पुण्य-आपले फळ देण्याची वाट पाहत तिष्ठत बसलेले असते. दुःख भोगून संपले की लगेच हे सुकृत उदयास येते व त्या जिवाला सुखाचे दिवस येतात. असे हे क्रमाक्रमाने व कालान्तराने प्रारब्ध कर्माची फळे जिवास भोगावी लागतात. मृत्यू येई पावेतो प्रारब्धकर्माचा भोग चुकत नाही. पण संचितकर्माचा अजून उपभोगावयाचा जो उरलेला भाग असतो, त्याचा मात्र ब्रह्मज्ञान आले असताना, ज्ञानाच्या अग्नीने नाश करता येतो. म्हणून या जन्मात जर ईश्वरीकृपेने भक्ती, योग, ध्यान इत्यादी साधनांच्याद्वारा साधकाने आत्मसाक्षात्काररूपी मुक्ती मिळविली तर त्याच्या कर्माचा समूळ नाश झाल्यामुळे त्याला परत जन्म घ्यावा लागत नाही. तो ईश्वरात विलीन होऊन स्वस्वरूपाप्रत प्राप्त होतो आणि कर्मबंधातून कायमचा मुक्त होतो. कर्माचा उपभोग सुरू राहिल्याने व आत्मयज्ञाचा उदय न झाल्याने जीवात्मा पुनःपुन्हा जन्म घेऊन एका योनीतून दुसऱ्या योनीत फिरत राहतो. अशा योनी चौऱ्यांशी लक्ष असल्याचा संकेत आपल्याला सनत्कुमाराने वृत्राला दिलेल्या उपदेशात मिळतो. या उपदेशात असे म्हटले आहे की संसारात पडलेल्या जिवांचे कृष्ण, धूम्रनील, रक्त, पीत व शुभ्र असे सहा वर्ण होतात. एकेका वर्णात १४ लक्ष योनी असतात. तेव्हा जीवात्म्याला ज्या विविध व असंख्य योनीत जन्म घ्यावा लागतो त्यांची संख्या ८४ लक्ष योनी होते.

शतं सहस्राणि चतुर्दशेह । परागतिर्जीवगुणस्य दैत्य ।
आरोहणं तत्कृतमेव विद्धि । स्थानं तथा निःसरणं च तेषाम् ॥

(महा. १२.२७१.३६)

जीवात्मा पाप-पुण्याच्या योगाने कधी कधी वर चढतो तर कधी कधी 'स्थान' म्हणजे एकाच स्थितीत कायम रहातो. देवत्व पावल्यावरही त्याच्या काही मोहात्मक दोषांमुळे पुन्हा खाली पसरतो व मनुष्य जन्म घेतो. असे हे चक्र फिरत असते.

प्रारब्धकर्मानुसार सध्याच्या जन्मात मनुष्याला सुख-दुःखे भोगावी लागतात हे खरे असले तरी पूर्वीचे दुष्ट कर्म असल्यास याही जन्मात तो दुष्कृत्येच करील असे मानणे योग्य ठरणार नाही. पूर्वकर्मानुसार, प्रारब्धाच्या चौकटीनुसार आपल्याला ह्या जन्मात जीवन जगावे लागणार आहे याचा अर्थ, इतकाच की ती ती सुख-दुःखे सोसावी लागणार आहेत. परमात्म्याचा जो अंश - तो जीव मूलतः शुद्ध बुद्ध व मुक्त असा आहे, स्वतः परमात्मा साक्षीरूपाने हृदयात वास करीत आहे. अशा स्थितीत प्रकृती भिन्न असा जो चिदंश आहे त्याच्यामुळे मनाला जागृती येऊ शकते. तसेच मानव हा एकमेव प्राणी आहे की ज्याला बुद्धीचे वरदान आहे. त्या बुद्धीचा वापर करून माणूस आत्मविकासाचा मार्ग शोधू शकतो. आपलं जे अंतर्मन आहे किंवा सदसद्‌बुद्धिरूप आतला आवाज आहे तो

आपल्याला विवेकाचा व हितकर गोष्टींचा बोध देत असतो, तो बोध स्वीकारून आपण चाललो तर आपल्याला आपले जीवन उन्नत, विकसित करता येते.

उद्धरेदात्मनाऽऽत्मानं नात्मानमवसादयेत् । (गीता ६.५)

भगवंताने अर्जुनाला हेच सांगितले आहे की मनुष्याने आपण स्वतःच आपली उन्नती करून घ्यावी. आपण आपल्या स्वतःला खचू देऊ नये. यावरून कर्मविकापाच्या सिद्धान्तामध्ये आत्मस्वातंत्र्याला पूर्ण वाव आहे, हे निर्विवादपणे सिद्ध होते.

पराशर मुनींचा सल्ला – आपण मागे पाहिलेच आहे की आपल्या हातून अज्ञानाने काही अपकृत्य घडले तर त्याचे फळ जाणीवपूर्वक केलेल्या पापकर्माच्या फळापेक्षा सौम्य असते. पराशर म्हणतात मनयुक्त शरीर हाच रथ असून इंद्रियांचे जे अर्थ तेच (आकर्षून घेणारे) घोडे आहेत. या घोड्यांना जो कोणी ज्ञानरूपी दोऱ्यांनी आवळून हितकर मार्गाला नेतो तोच खरा प्राज्ञ पुरुष होय.

आयुर्न सुलभं लब्ध्वा नापकर्षेद्विशांपते ।
उत्कर्षार्थं प्रयतेत नरः पुण्येन कर्मणा ।। (महा.१२.२८०.३)

ते म्हणतात, माणसाचा जन्म सुलभ नाही. त्याचा विषयावर लक्ष केंद्रित करून नाश करू नये. पुण्यकर्माचे आचरण करून मनुष्याने उत्तरोत्तर उत्कर्ष (श्रेष्ठ पातळीवर जाण्याचा–म्हणजेच ईश्वराकडे जाण्याचा) सतत प्रयत्न केला पाहिजे. पुढील भागात इथे अशी एक शंका मांडली आहे की देवदेवता, श्रेष्ठ मुनी यांनी काही प्रमाद केले. – उदा. ''विश्वामित्राने वसिष्ठपुत्र मारले – तरी त्यांना त्याचे वाईट फळ मिळालेले दिसत नाही. त्यांना कर्माचा हा न्याय का लागू नाही?'' त्यावर असे उत्तर दिले आहे की, या मोठ्या ऋषींचे अनुकरण सामान्य मानवाने करू नये – अथवा त्याबद्दल निंदाही करू नये. त्यांचे सामर्थ्य काही वेगळे असते. ज्याप्रमाणे कच्च्या मडक्यात पाणी ओतले असता ते मडके उकलून फुटते पण तेच जर पक्क्या मडक्यात पाणी ओतले तर त्याला काही होत नाही. याच न्यायाने जी कर्मे सामान्यांना बाधल्याशिवाय राहात नाहीत, ती श्रेष्ठ मुनींना मुळीच बाधक ठरत नाहीत. माणसाने बुद्धिपूर्वकच कर्मे केली पाहिजेत. एखाद्याने बुद्धिपूर्वक पाप केले आणि नंतर प्रायश्चित्तार्थ म्हणून एखादे शुभ कर्म केले तरी त्या शुभकर्माने ते धुतले जाणार नाही. त्याचे दुःखरूपी पृथक् फळ कालान्तराने माणसाला भोगावेच लागेल. याच ठिकाणी पराशरांनी असे दिग्दर्शन केले आहे की माणसाने मनाशी नीट विचार करून तसेच आपले हातून हे होणे कितपत शक्य आहे, हे पाहून शुभ म्हणजेच पुण्यकारक कर्मच करण्याचा प्रयत्न करावा तसे केल्यास त्याचे निश्चित कल्याण होईल.

अज्ञान महान शत्रू – याच संवादात पराशर म्हणतात की, मनुष्याला अज्ञान हा एकच प्रबळ शत्रू आहे. याचे तोडीचा दुसरा शत्रू पुरुषाला नाही. या अज्ञानाने तो असा

काही आच्छादित होऊन जातो की तो दारुण आणि अनैतिक कर्मे करू लागतो. त्या शत्रूचा बीमोड करणे मोठे कठीण आहे. पण खूप प्रयत्नांनी ते शक्य होते.

प्रज्ञाशरेणोन्मथितः परैति । (महा.१२.२८६.२९)

वृद्धांची सेवा, श्रुतीतील धर्माचे आचरण आणि मुख्य म्हणजे प्रज्ञारूपी बाणाचा वापर केल्याने ह्या अज्ञानाचा नाश होतो. प्रज्ञा याचा अर्थ म्हणजे विद्या किंवा परमात्म्याचे सम्यग्ज्ञान – तोच यावर रामबाण उपाय होय.

या ज्ञानाच्या संदर्भात राम–कृष्णांच्या बोधकथेत एक उदाहरण लक्षणीय असे आहे – शास्त्रपुराणांचे गाढ अध्ययन असलेला एक विद्वान ब्राह्मण राजाकडे गेला व त्याने विनंती केली की राजाने आपल्या भागवताचे राजवाड्यात आयोजन करून ते त्याने ऐकावे. राजाही शास्त्र जाणत होता. त्याने शास्त्रीबुवांना सांगितले – ''आपण म्हणता तसे मी ऐकेन. परंतु, त्या आधी तुम्ही भागवताचे पुन्हा एक–दोनदा वाचन करा नि नंतर या.'' ब्राह्मण आपल्या पत्नीजवळ राग व्यक्त करतो – ह्या राजाला काय म्हणावे. मला भागवत मुखोद्गत आहे. माझी एवढी प्रसिद्धी आहे. तरी म्हणतो – ''आणखी वाचून या.'' पत्नी समजूत घालते. तिच्या सांगण्यावरून तो पुन्हा भागवत दोनदा वाचतो. नंतर राजाकडे गेल्यावर राजा पुन्हा तेच सांगतो. ब्राह्मण पत्नीला सांगतो – ''राजाने पुन्हा एकवार ग्रंथ वाचा व मग या.'' असे सांगितले आहे. मी तर आता आशा सोडली आहे. पुन्हा एकदा तसेच घडल्यावर पत्नी म्हणाली – ''तुम्ही पुन्हा एकदा वाचा. राजाने सांगितले यात काही गूढ आहे.'' मग ब्राह्मणाने निर्धारपूर्वक एकाग्रचित्ताने एकांतस्थळी ग्रंथ वाचला. यावेळी वाचताना त्याला जेवणाचेही भान रहात नसे. त्या वाचनाने भागवतातील सत्याचे त्याला दर्शन घडले. धन, कीर्ती यांना तो तुच्छ लेखू लागला. ध्यान व भक्तीत मग्न राहू लागला. शेवटी राजाच त्याच्याकडे आला. ब्राह्मणाने सर्व वृत्तांत सांगितला. राजाला ब्राह्मणाचे तेज प्रतीत झाले. त्याला आनंद झाला. ब्राह्मणाला खरे ज्ञान झाले होते. राजाने प्रणाम करून त्याला गुरू केले. या कथेतून 'प्रज्ञाशर' म्हणजे काय हे कळते. (बोध २६)

◆◆

लेखांक : तेहतिसावा

इच्छा स्वातंत्र्याला वाव

मागील लेखात म्हटल्याप्रमाणे या जन्मात आपल्याला येणारे अनुभव, आपल्याला भोगावी लागणारी सुख-दुःखे जरीही आपल्या पूर्वकर्मानुसारच प्राप्त होत असतात तरी मनुष्याला या जन्मात कृती करताना 'प्रवृत्तिस्वातन्त्र्य' किंवा 'इच्छास्वातंत्र्य' मुळीच नाही, असे समजणे योग्य नव्हे. हे खरे आहे की आपल्या पूर्वजन्मातील कर्मांची फळे भोगण्यासाठीच देह धारण करावा लागतो तरीही प्रयत्न करून पुढील जीवनप्रवाह सुधारण्याला म्हणजे पुरुष प्रयत्नाला मुळीच वाव नाही, असे नाही. जर सगळेच पूर्वकर्मनियोजित किंवा दैवप्रेरित मानले तर शास्त्रांच्या उपदेशाला काही अर्थ उरत नाही. शास्त्र आपल्याला कर्मबंधापासून मुक्त होऊन मोक्षप्राप्तीचे ध्येय गाठण्यासाठी प्रेरणा देत असते. पूर्वकर्मानुसारच जर बुद्धी चालणार असेल तर ती अशी प्रेरणा कशी बरे स्वीकारू शकेल?

याज्ञवल्क्य स्मृतीत म्हटले आहे की दैव म्हणून ज्याला आपण म्हणतो ते म्हणजे पूर्वजन्मार्जित प्रयत्नच होत.

दैवे पुरुषकारेच कर्मसिद्धिर्व्यवस्थिता ।
तत्र दैवमभिव्यक्तं पौरुषं पौर्वदेहिकम् ।। (याज्ञ. ३४९ राजधर्म प्र.)

प्रत्येक कार्याची सिद्धी दोन गोष्टींवर अवलंबून असते. १) दैव व २) पुरुषकार म्हणजे प्रयत्न. जसा रथ एका चाकाने चालू शकत नाही. तसेच केवळ दैवावर अथवा केवळ प्रयत्नांवर हा जीवनरथ चालू शकत नाही.

इच्छा स्वातंत्र्याला वाव -

पूर्वकर्मांची फळे प्रारब्धकर्मानुसार या जन्मात भोगायची, तसेच कर्मसंग्रह न संपल्यामुळे अनारब्ध कर्मातील काही भाग काढून त्याची फळे भोगण्याकरिता पुन्हा जन्म घ्यायचा अशी ही कर्माची कैद प्राणिमात्राला कायमचीच जखडून टाकते. बरे, कर्म केव्हा सुरू झाले याविषयीही काही सांगता येत नाही. शास्त्राचा सिद्धांत आहे की, हे अनादी

आहे. मग या भोगवट्यातून सुटता येणे मोठे कठीण दिसते. कारण या चक्राचे स्वरूप असे दिसते की आजचे कर्म उद्या भोगायचे व उद्याचे परवा भोगायचे आणि अशी ही मालिका चालत राहणार.. ईश्वर जरी दयाघन, भक्तवत्सल व करुणासागर असला तरी तो या प्राणिमात्रांच्या कर्मचक्रात हात घालीत नाही. तो फक्त मानवाने केलेल्या कर्माचे फल देणारा आहे.

लभते च ततः कामान् मयैव विहितान् हि तान् ।। (गीता ७.२२). ते सुख-दुःखरूपी फल - ईश्वरदत्त फल म्हणून त्याला मानवाने भोगायचेच असते. त्यात ईश्वर ढवळाढवळ करीत नाही. नादत्ते कस्यचित् पापं न चैव सुकृतं विभुः ।। (गीता) कर्माची फळे जन्मोजन्मी भोगण्याचे तरी मानवाच्या नशिबी असले तरी ती फळे पुण्यात्मक असतील किंवा ती फळे निर्माणच होणार नाही यासाठी प्रयत्न करणे त्याच्या हाती आहे की नाही हा खरा प्रश्न आहे. तसा प्रयत्न करणे त्याच्या हातात आहे व त्याला कुठल्याही जन्मात ते शक्य आहे असा यासंबंधीचा निर्णय आहे. मानवाला बुद्धी हे चांगलं-वाईट ठरविण्याची क्षमता असलेलं इंद्रिय लाभलेलं आहे. तसेच त्याच्या हृदयदेशी जो जीव आहे तो मूलतः परब्रह्मरूपी आहे. प्रकृतीने जखडलेला बंदिस्त नाही. तो परमात्म्याचाच अंश आहे, त्यामुळे तो विकसित बुद्धीला चांगल्या, हितकर व कल्याणप्रद कार्यासाठी प्रेरणा देत असतो. त्या प्रेरणेनुसार जर मनुष्य वागला तर जागा झालेल्या माणसाप्रमाणे तो नवीन कृती करून एक वेगळा मार्ग अनुसरू शकेल - खरे पाहिले तर जीवन म्हणजे पूर्वकर्माच्या दबावाखाली झालेली प्रेरणा व ही शुद्ध, चेतन अशा जिवाकडून झालेली प्रेरणा यांचा झगडाच असतो. विवेक शक्तीचा कस इथेच लागतो की ती शक्ती माणसाला कोणती प्रेरणा स्वीकारायला लावते. हितकर प्रेरणा उन्नत जीवनाकडे नेणारी प्रेरणा ओळखता येणे व तिच्याकडे प्रवृत्त होणे - त्यालाच म्हणतात, 'इच्छा स्वातंत्र्य' किंवा 'आत्मस्वातंत्र्य!' ह्याला जर वाव नसता तर वाल्ल्याकोळ्याचा वाल्मिकी कधीच होऊ शकला नसता. शास्त्रही सांगते की धर्माप्रमाणे चल, नीतीचे आचरण कर, ईश्वर चिंतन कर आणि अनन्यभक्तीने ईश्वरप्राप्ती करून घे, त्यानंतर सर्व कर्मांचा आपोआप नाश होईल व मानवा, तू जन्म व मृत्यूच्या पलीकडे जाशील याचाच अर्थ सन्मार्गाकडे वळणे माणसाच्या हातात आहे. ह्या आत्मस्वातंत्र्याच्या बळावर आपल्याला शास्त्राचे अध्ययन करून साम्यदृष्टी प्राप्त करून, तप, इंद्रिय निग्रह व अविचल भक्ती यांच्या साहाय्याने आत्मकल्याण साधता येते. नुसती यज्ञयागादी व दानादी परोपकाराची कर्मे करून भागणार नाही. ती कर्मे फायद्याविरहित अशा मनोभूमिकेतून करावयास पाहिजेत. पण या कर्मांच्या आचरणातही स्वर्गप्राप्तीसारखा हेतू मनात ठेवून ती केली तर स्वर्ग मिळू शकेल पण ते अंतिम स्वरूपाचे आत्मकल्याण ठरणार नाही. अंतिम आत्मकल्याण ज्ञानाने म्हणजेच जीवाला परमात्म्याच्या

ज्ञानाने होत असते. माणसाचा जन्म किंवा ही सृष्टी ज्या तत्त्वातून निर्माण झाली व जे नित्य तत्त्व सृष्टी चालविते त्या परमोच्च ईश्वराचा साक्षात्कार होण्याची इच्छा ही स्वाभाविकरीत्या प्रत्येक प्राणिमात्राच्या अंतःकरणात असते व ती पूर्ण करण्याच्या दृष्टीने तो जन्मोजन्मी प्रयत्न करीत असतो. पण त्यात यश यायला बराच कालावधी लागतो व या अमर्याद जगात, लाखो लोकांत एखाद्यालाच त्या विश्वव्यापी परमात्म्याची प्राप्ती होत असते.

वासुदेवः सर्वमिदं स महात्मा सुदुर्लभः ।। (गीता ७-१९)

जीवन कर्माशी निगडित – ईश्वराने माणसाला विविध प्रकारचे सामर्थ्य दिले आहे, हे त्याचे आपल्यावर अनंत उपकार होत. अज्ञानाच्या अंधःकारातून बाहेर पडण्यासाठी विवेकाचा डोळा त्याने दिला आहे. बुद्धीचा विकास करून, इच्छास्वातंत्र्याचा उपयोग करून, सात्त्विक कर्मे करण्याची व भक्तियोगाच्या साहाय्याने ईश्वराजवळ जाण्याचे प्रयत्न करण्याची क्षमता दिली आहे. त्या सामर्थ्याच्या आधारानेच प्रत्येक व्यक्तीने आपली पारमार्थिक उन्नती करून घेतली पाहिजे. पूर्वकर्म जसे असेल त्याप्रमाणे आपल्याला दुःखेही भोगावी लागणारच कारण आपल्या कर्माचे फळ आपल्यालाच भोगणे भाग आहे. पण ह्या आपत्तींनी अथवा दुःखद प्रसंगांनी आपण खचून जाता कामा नये. धैर्याने ती सहन करून भविष्यासाठी नीतीयुक्त व परोपकारी आचरण ठेवले पाहिजे. जन्म-मरण तसेच वित्त आणि विद्या, उच्च-नीच कुल इत्यादी अनेक गोष्टी पूर्वकर्मानुसार आपणास मिळत असतात. त्या आपण बदलू शकत नाही. त्याला दुसरा कोणीही जबाबदार नसतो, पण पुढील जन्मात चांगल्या गोष्टींची प्राप्ती करून घेण्यासाठी आपण त्यास्वरूपाच्या कृती करू शकतो यात शंका नाही.

पराशर गीतेत म्हटले आहे की, जी जी बरी-वाईट कर्मे माणसाने पूर्वजन्मात केलेली असतात ती यथाकाल त्याच्याकडे भोगार्थ येतात आणि त्यांचे फलभोगाची वेळ येऊन ठेपली की आत्मा हा बुद्धीला त्यांचे भोगाविषयी प्रेरणाच करतो.

लेखांक १५मध्ये याचा संदर्भ दिलेला आहे. आत्मा प्रेरणा देतो म्हणून ती फले भोगार्थ समोर येतात, हा तपशील महत्त्वाचा आहे. परलोकाला जाताना माणसाला माता, पिता, पुत्र, भार्या, दास, धन यांचे काडीइतकेही साहाय्य होत नाही ? मग त्या मार्गावर कोणती शिदोरी उपयोगी पडते ? आपण जे दान केले असेल, सत्कर्म केले असेल त्याची शिदोरी उपयोगी पडते.

व्यासांनी अनुशासन पर्वात कर्मसिद्धांताच्या संदर्भात एक लक्षणीय प्रसंग चितारला आहे. या पर्वाच्या पहिल्याच अध्यायात युधिष्ठिराने केलेल्या प्रश्नाचे उत्तर देताना भीष्मांनी ही कथा सांगितली. गौतमी नावाच्या वृद्ध ब्राह्मणीचा मुलगा सर्पदंशाने मृत्यू पावतो. त्या

सर्पाला एक पारधी पकडतो व तिला विचारतो की या दुष्ट, पापी सर्पाला त्याने कोणत्या प्रकारे मारावे. वृद्धा गौतमी ज्ञानसंपन्न असते, ती म्हणते की सर्पाचा यात काही दोष नाही. मुलाचे मरण आधीच निश्चित झालेले होते. गौतमीला वाटते की सर्पाला क्षमा करावी. त्याच्या वधाने तिचा पुत्र काही जिवंत होणार नाही. पुढे सर्प बोलू लागतो. तो म्हणतो की, तो निरपराध आहे. दुसऱ्या कुणाच्या प्रेरणेने त्याने हे कृत्य केले आहे. मृत्यूने प्रेरित केल्यामुळे त्याने दंश केलेला असतो. तेवढ्यात मृत्यू तेथे प्रकट होतो आणि सांगतो, ''सर्पा, तू किंवा मी या बालहत्येला कारणीभूत नाही. सर्व पदार्थ कालात्मक आहेत. कालाच्या प्रेरणेमुळे मी तुला हे करण्याविषयी प्रेरणा दिली.'' पारधी हे ऐकल्यावर मृत्यूलाही ठार मारायला सिद्ध होतो. त्यावेळी मृत्यू म्हणतो की, ते दोघेही (सर्प व मृत्यू) कालाकडून नियंत्रित झालेले होते. त्याच्या इच्छेनुसार वागत होते. त्या कालाच्या आज्ञेनुसार ही हत्या घडली. त्यावेळी स्वतः काल तेथे प्रकट झाला. त्याने सांगितले की, सर्प, मृत्यू व तो स्वतः यांपैकी कोणीही या बालहत्येबद्दल दोषी नाही. मग ते निधन कोणत्या कारणामुळे घडले? तर हा मृत्यू त्या बालकाच्या स्वतःच्या कर्मामुळे घडून आला.

यदनेन कृतं कर्म तेनायं निधनं गतः।
विनाशहेतुः कर्मास्य सर्वे कर्मवशा वयम् ।। (महा. १३.१.६५)

त्या बालकाने जे कर्म पूर्वी केले होते त्या कर्मामुळे हा मरण पावला. आपण सर्व प्राणी कर्मवश म्हणजे कर्माधीन आहोत. आपापल्या कर्मानुसार आपण पाप-पुण्याशी संबद्ध होतो. मृत्यू केव्हा व कसा होणार हे आधीच कर्मानुसार ठरलेले असते. कर्ता आणि कर्म यांचा कायमचा संबंध असतो.

यथा छायातपौ नित्यं सुसंबद्धौ निरन्तरम् ।
तथा कर्म च कर्ता च संबद्धावात्मकर्मभिः ।। (महा. १३.१.६८)

ज्याप्रमाणे प्रकाश व छाया यांचा नित्य संबंध असतो त्याप्रमाणे कर्ता व कर्म हे परस्परांशी कायमचे जोडलेले असतात. हे संभाषण ऐकल्याबरोबर ब्राह्मणीची खात्री झाली की सर्व प्राणिमात्रांचे जीवन त्यांच्या स्वतःच्या कर्मावर सर्वस्वी अवलंबून आहे. तिने अर्जुनक नावाच्या त्या पारध्याला त्या सापाला सोडून देण्यास सांगितले आणि त्यानंतर काल, मृत्यू हे आपल्या स्थानी परतले. भीष्मांनी हा पुरातन इतिहास सांगून युधिष्ठिराला उपदेश केला की, युद्धात जे मारले गेले त्या विनाशाचे कर्तृत्व त्याच्याकडे येत नाही. त्याने त्या कारणास्तव व्यथित होऊ नये. विशिष्ट प्रकारचा मृत्यू येणे, अथवा विशिष्ट आपत्ती येणे हे सर्व स्वकर्माधीन असते.

महाभारतात आपल्याला माहीतच आहे की पितामह भीष्मांना इच्छा मरणाचा वर मिळालेला असल्याने ते युद्धभूमीवर शरपंजरी पडून राहिले व मृत्यूसाठी चांगला जो काळ

उत्तरायणाचा काळ त्याची वाट पहात बसले. उत्तरायणातच त्यांनी सद्गती मिळण्याचा दृष्टीने देह ठेवला. तो काल आपल्याला पुन्हा शांतिपर्वात उल्लेखिलेला आढळतो. पराशरगीतेत असे म्हटले आहे की, सूर्य उत्तरायणात असताना पुण्यनक्षत्री, पुण्य मुहूर्तावर ज्याला मरण येते तो ब्रह्मलोकी जातो असे समजावे. तो पुण्यात्मा आहे, ब्रह्मलोकी जाण्यास तो पात्र आहे असा अर्थ व्याख्याकारांनी 'स पुण्यकृत्' या पदांचा सांगितला आहे.

नक्षत्रे च मुहूर्ते च पुण्ये राजन्स पुण्यकृत् ।। (महा. १२.२८६.२३). याखेरीज अशा श्रेष्ठ सज्जन पुरुषाच्या अशा खुणा आहेत की त्याच्या पापकर्माचा क्षय झालेला असतो. तो आपल्या शक्तीप्रमाणे शेवटपर्यंत पुण्यकर्मच करीत असतो. तसेच अशा व्यक्तीच्या बाबतीत मरणापूर्वी जवळच्या आप्त लोकांना त्याच्यासाठी कुठलाही त्रास सोसावा लागत नाही. याचा अर्थ असा दिसतो की, त्याची मरणापूर्वी सेवा करावी लागत नाही. दुसरे असे की, त्याला जे मरण येते ते अपघाती मरण येत नाही. विष प्रयोगाने, गळफासाने, आगीने, चोरांच्या हातून किंवा हिंस्र पशूकडून त्याला मृत्यू येत नाही. कारण हे अपघाती व अतिसामान्य मृत्यू होत. अशा अपघाती मृत्यूला 'प्राकृत मृत्यू' म्हटलेले आहे. जाता जाता नमूद करावेसे वाटते की, तीर्थक्षेत्री देह ठेवला असला तरी आत्महत्या करणे योग्य नव्हे, तसा मृत्यू झाल्यास त्या मनुष्याला यातना देह किंवा केवळ अस्थिचर्मयुक्त असा भोगदेह प्राप्त होतो व पापांचा क्षय होईपावेतो असेच देह मिळत राहतात. असा उल्लेख आहे.

कर्मफळ भोगण्याचा क्रम –

कर्माचे फळ भोगण्याच्या संदर्भात असा प्रश्न मनात येतो की कर्म बरे आणि वाईट सत्कर्म व दुष्कर्म असे दोन्ही प्रकारचे असते व प्रत्येकाकडून कमी–जास्त प्रमाणात दोन्ही प्रकारची कर्मे घडत असतात. अशा वेळी मृत्यूनंतर कोणत्या प्रकारच्या कर्माची फळे आधी भोगावी लागतात ? पुण्यकारक कर्मामुळे वरचे लोक मिळतात, स्वर्गप्राप्तीचे महान सुख मिळते व हीन, दुष्ट कर्मामुळे नरकयातना भोगाव्या लागतात. यासंबंधी व्यासांनी स्वर्गारोहणपर्वात दिग्दर्शन केले आहे. युधिष्ठिर एका कुत्र्याला बरोबर घेऊन आपल्या पाच भावांसह शेवटच्या प्रवासास निघाला होता. उत्तरेकडे जात असताना एक एक भाऊ मृत्यूमुखी पडतो. युधिष्ठिर हा एकटाच स्वर्गलोकात पोहोचतो, तेथे त्याला दुर्योधन व इतर कौरव दिसतात.त्याला फार आश्चर्य वाटते. 'मला माझ्या भावांपाशी न्या' असे सांगितल्यावर देवदूत त्याला नरकलोकात नेतात. तेथे त्याला पांडव, द्रौपदी, कर्ण यांचे 'जाऊ नको, इथे थांब' असे शब्द ऐकू येतात. युधिष्ठिराला हे विपरीत दृश्य पाहून संताप

येतो. ''माझ्यामुळे जर यांना सुख वाटत असेल तर मी यांच्यासाठी इथे राहाणे पसंत करतो, परंतु ह्यांनी पापाचरण केलेले नसताना यांना नरकवास का ?'' असा निरोप इंद्राकडे पाठवतो. तेवढ्यात स्वतः इंद्रच तिथे येतो व तो येताच ती भ्रामक घोर नदी, अंधकार म्हणजेच तो नरकलोक नाहीसा होतो. इंद्र युधिष्ठिराचे सांत्वन करीत सांगतो की, असे का घडले?

भूयिष्ठं पापकर्मा यः स पूर्वं स्वर्गमुश्नुते ।
तेन त्वमेवं गमितो मया श्रेयोर्थिना नृप ॥ (महा. १८.३.१३)

माणसाचे कर्म दोन प्रकारचे असते. शुभ (पुण्य) व अशुभकर्म (पाप). ज्यांची दुष्कृत्ये (पाप कर्म) अल्प असतात त्यांना प्रथम नरकात जावे लागते व अल्पकाळानंतर ते पुण्याची फळे भोगण्यासाठी स्वर्गलोकी जातात. ज्यांचे पुण्य अल्प असते त्यांना प्रथम स्वर्ग व नंतर पापाचे फळ भोगायला नरकात जावे लागते. म्हणून असे हे उलट घडल्यासारखे दिसत आहे. यावरून हे स्पष्ट होते की पाप-पुण्यात जे अल्प, त्याचे फळ प्रथम भोगावे लागते.

मनुष्याच्या जीवनात कर्माला फार महत्त्व आहे, कर्माशिवाय तो जगूच शकत नाही. पण कर्म करताना आसक्ती न ठेवता व शुद्ध हेतूने कर्म करणे तसेच शक्यतोवर चांगले कर्म करणे ही खरोखर तारेवरची कसरत आहे. रामकृष्ण परमहंसांनी यासंबंधी उत्तम मार्गदर्शन केले आहे.

''जे काही कार्य तुम्ही कराल ते करताना चित्त स्थिर ठेवा अन् कोणत्याही परिस्थितीत सन्मार्गापासून ढळू नका. प्रत्येक कार्य ईश्वराला अर्पण करण्याची भावना ठेवून करीत गेला तर तुमच्या हातून चूक व्हायची नाही. हाच कर्मयोग आहे आणि हाच भक्तियोग पण आहे.'' (बोधकथा ९८)

(क्रमशः)

लेखांक : चवतिसावा

धर्मराजाला नरकदर्शन

महाभारतात ऋषि-मुनींच्या उपदेशातून धर्माच्या ज्या विविध अंगांची चर्चा आली आहे व ज्या नीतितत्त्वांचा सविस्तर ऊहापोह आलेला आहे त्याचा मागोवा आपण घेत आहोत. नीतिमूल्यांचा विचार करताना आपल्याला त्रिकालाबाधित अशी शाश्वत नीतिमूल्ये व त्या काळात प्रचलित असलेले सामाजिक नीतीचे संकेत असा भेद घ्यावा लागेल. सत्य, अहिंसा, भूतदया यांसारखी सर्वकाळाला व सर्व प्रदेशाला निरपवादपणे लागू होणारी मूलगामी तत्त्वे शाश्वत नीतिच्या सदरात येतात. ही तत्त्वे जगात आज अस्तित्वात असलेल्या सर्व धर्मात प्रतिपादिलेली दिसतात, कारण ही तत्त्वे म्हणजे मनुष्याने पाळावयाच्या धर्माचा गाभाच मानली पाहिजेत. ती अपरिवर्तनीय आहेत. पण वैवाहिक नीतिसंबंधाचे संकेत उदाहरणार्थ नियोगाची पद्धत किंवा बहुपत्नीत्व या गोष्टी त्या त्या काळात सर्वमान्य व धर्म म्हणून गणल्या गेल्या असल्या तरी कालांतराने सामाजिक मान्यता नष्ट झाल्याने लोप पावल्या. अशा स्वरूपाचे नीतीचे संकेत हे त्या त्या काळाला लागू असणाऱ्या सामाजिक रूढी या सदरात मोडतात. त्यांना शाश्वत नितिधर्माचे स्थान नाही. मनुस्मृतीत तसेच महाभारतात आलेल्या उल्लेखावरून असे दिसते की मुलीला विवाहापूर्वी तिच्या कौमार्यावस्थेत जर पुत्र झाला तर तो पुढे ज्याच्याशी विवाह करेल त्याचा मानला जाई. पण कालांतराने ती रूढी समाजातून नाहीशी झाली. विवाहाच्या संदर्भातदेखील असे लक्षात येते की, त्या काळी पिता आपल्या कन्येचे स्वयंवर आयोजित करीत असे व काही पण लावीत असे. पण जिंकणाऱ्या राजपुत्राला ती कन्या वरीत असे. द्रौपदी, भानुमती (दुर्योधन पत्नी) व काशीराजकन्या यांची स्वयंवरे महाभारतात वर्णिलेली आहेत. पण या सगळ्या वैवाहिक रूढी चालू राहिल्या नाहीत व त्या नाहीशा झाल्याने काहीतरी धर्मबाह्य घडले असेही मानले गेले नाही. समाज जसजसा बदलत गेला तसतसे हे परिवर्तनशील सामाजिक नीतीचे संकेतही बदलत गेले.

शाश्वत नीतिमूल्यांमध्ये जी श्रेष्ठ तत्त्वे आहेत त्यात 'सत्य' या तत्त्वाला फार वरचे

स्थान आहे. ते शाश्वत धर्माचे अविभाज्य अंग आहे. या तत्त्वाचे विवेचन या आधीच्या लेखात आले आहे. या तत्त्वाचा ऊहापोह उपदेशातून व विविध संवादातून जरी आला असला तरी त्या तत्त्वाचे प्रत्यक्षरीत्या जीवनात पालन कितपत झाले ? महाभारतातील भीष्म, युधिष्ठिरादी पुरुषांनी ते कसे व कितपत आचरणात आणले व त्यांनी या नीतिमूल्याला किती महत्त्व दिले हे या लेखातून पाहावयाचे आहे.

युधिष्ठिराचे सत्यधर्मपालन –

युद्धात विजय मिळविल्यानंतर ज्याने हस्तिनापुराचे ३६ वर्षे राज्य केले व जो आयुष्यभर धर्मनिष्ठ राहिला. त्या युधिष्ठिर राजाने सतत सत्यधर्माचे पालन केलेले दिसते. सत्याचे पालन महाभारतातील अनेक श्रेष्ठ व्यक्तींनी केले आहे. सत्यतत्त्वाला त्यांनी फार मोठे स्थान दिलेले होते, असे विविध प्रसंगातील त्यांचे आचरण पाहाता दिसून येते.

कुंतीला युधिष्ठिराचा लाभ कसा झाला? तिला दुर्वासांनी जे वशीकरण मंत्र दिले होते त्यांच्या आधारे तिने यमधर्माला आवाहन केले आणि त्याच्यापासून तिला या अत्यंत धर्मनिष्ठ अशा पुत्राचा लाभ झाला. धर्मराजाने अगदी लहानपणापासून दुर्योधनाच्या कपटी कारवायांना तोंड दिले. लाक्षागृह दाह, वनवास, अज्ञातवास अशी महान संकटे धैर्याने सहन केली. पण सत्यापासून तो कधीच ढळला नाही. वंचना, फसवणूक किंवा कपटाने प्रतिकार करण्याची त्याने स्वप्नातही इच्छा केली नाही. कपटद्यूत प्रसंगी द्रौपदी दासी ठरते की नाही असा प्रश्न उभा राहिला. त्याने स्वमुखाने द्रौपदीला पणाला लावलेले असल्याने त्याने द्यूतातला निर्णय मान्य केला. दुर्योधनाने त्याच्यावर निर्णय अवलंबून आहे, असे सांगितल्यावरही तो गप्प राहिला.

वनवासाचे पहिले वर्ष संपल्यावर ते वनवासाचे दुःख भीमाला सहन होईना. दुर्योधनाने कपटाने राज्य मिळविलेले असल्याने त्याच्यावर चाल करून जावे व युद्ध करून राज्य परत मिळवावे असे त्याने युधिष्ठिराला सांगितले. पण युधिष्ठिराने ते मान्य केले नाही. ठरल्याप्रमाणे तेरा वर्षांचा करार आपण पूर्ण केलाच पाहिजे व तेच आता आपले कर्तव्य आहे असे त्याने ठामपणे सांगितले. जे आपण कबूल केले आहे, ते आपण कुठल्याही स्थितीत पार पाडलेच पाहिजे, त्यात तडजोड करता कामा नये अशी त्याची भूमिका होती व त्यातून त्याची सत्यावरील श्रद्धाच प्रकट होते.

द्रोणांच्या वधाचा जो प्रसंग आहे, त्या ठिकाणी मात्र युधिष्ठिराच्या सत्यनिष्ठेची कसोटी लागली. युद्धात द्रोणांनी हाहाःकार माजविला होता. पांडवही त्यांच्यापुढे संतप्त झाले होते. पांडवांच्या हितरक्षणासाठी कृष्णाने एक उपाय योजायचे ठरवले. द्रोणांचा पुत्र

अश्वत्थामा रणात मेल्याची खोटीच बातमी पसरवली तर मनाने खचून जाऊन ते युद्ध करण्याचे थांबवतील व अशारीतीने पांडवांचा होत असलेला विनाश टळेल. ही कृष्णाची सूचना अर्जुन व युधिष्ठिराला पसंत पडली नाही. कारण यात धर्माशी तडजोड होती. भीमाने मात्र लगेचच ती स्वीकारून अश्वत्थामा नावाचा एक हत्ती ठार मारून 'अश्वत्थामा मेला' असे मोठमोठ्याने ओरडून सांगितले. द्रोणांनी ते ऐकले पण त्यांचा विश्वास बसेना. त्यांनी रणकंदन चालूच ठेवले.

भीमसेनस्तु सव्रीडमुपेत्य द्रोणमाहवे
अश्वत्थामा हत इति शब्दमुच्चैश्चकार ह । (महा. ७.१६४.७२)

युधिष्ठिराच्या सत्यवृत्तीबद्दल द्रोणांना त्याची लहानपणापासूनच ओळख होती. म्हणून अश्वत्थामा 'हतः' की 'अहतः' (मेला नाही) हे जाणण्यासाठी त्यांनी थेट युधिष्ठिरालाच विचारले. कृष्णाने युधिष्ठिराला सांगितले की, खोटे असले तरी अशा निकराच्या क्षणी, होय, 'अश्वत्थामा मेला' हे सांगणेच श्रेयस्कर होते.

अनृतं जीवितस्यार्थे वदन्न स्पृश्यतेऽनृतैः। (महा.७.१६४.९९)

प्राण वाचविण्यासाठी खोटे बोलावे लागले तर त्यात पापाचा स्पर्श होत नाही. युधिष्ठिराला भीमसेनानेही त्याने कशी कंडी उठविली आहे ते सांगितले आणि राजाला परोपरीने विनवले की त्याने द्रोणांना खोटे सांगावे. शेवटी युधिष्ठिर कसेतरी ते सांगण्याचे ठरवितो व 'अश्वत्थामा ठार झाला' असे बोलून नंतर कुजबुजलेल्या आवाजात 'गज ठार झाला' असे शब्द उच्चारतो.

हे ऐकताच द्रोण पुत्रशोकाने अत्यंत व्यथित झाले व प्रायोपवेशन करून प्राणत्यागास सिद्ध झाले. त्यांनी शस्त्र खाली ठेवलेले होते व ते रथात बसलेले असताना धृष्टद्युम्नाने वेगाने येऊन त्यांचा वध केला अशी ही पुढील घटना आहे. हा प्रसंग पाहाता असे दिसते की कृष्णाच्या सल्ल्यामुळे युधिष्ठिर तसे वागला. शिवाय आपल्याकडून पूर्ण असत्य बोलले जाऊ नये म्हणून त्याने लगेच खालच्या स्वरात सत्य गोष्टींचा उच्चार केला आहे. युधिष्ठिराने 'नरो वा कुञ्जरो वा' असे म्हटले असे जरी या संदर्भात प्रचलित असले तरी ते खरे नाही. भांडारकर प्रतीत वरीलप्रमाणे शब्द उच्चारल्याचा तपशील आहे व तोच प्रमाण मानला पाहिजे.

धर्मराजाला नरकदर्शन –

कुणाच्या मनात असा प्रश्न येऊ शकेल की युधिष्ठिराचे हे उत्तर मिथ्याभाषण ठरू शकते का? व्यासांनी ह्या भाषणाचा जो परिणाम युधिष्ठिराला भोगावा लागला तो दाखविला

आहे व त्याच्या आधारे असे म्हणावे लागते की हे भाषण मिथ्याभाषण होते. युधिष्ठिर या प्रसंगी सत्यापासून थोडा ढळला असल्याने त्याला त्याचे फळ भोगावे लागले आहे. स्वर्गारोहण पर्वात या संदर्भातला प्रसंग चित्रित झाला आहे. युधिष्ठिराच्या हातून हा खोटे बोलण्याचा एकमेव प्रमाद घडला आहे, असे महाभारतात दर्शविले आहे. नरकलोकात इंद्र, युधिष्ठिर यांचा संवाद होतो.

इंद्र सांगतो की, युधिष्ठिरा, तू द्रोणांना जे मिथ्या सांगितले त्यामुळे तुला क्षणभर हा नरक पाहावा लागला. तुझी खरी गती स्वर्गच आहे. एवढे सांगून इंद्राने तो मायेने निर्माण केलेला नरक नाहीसा केला. या उल्लेखावरून हे अगदी स्पष्ट होते की द्रोणवध प्रसंगी युधिष्ठिराच्या हातून प्रमाद घडलेला आहे.

सत्याचा महिमा

मनुस्मृती आणि महाभारत या दोन्ही ग्रंथात सत्याची व अश्वमेध यज्ञाची तुलना करून हजार अश्वमेधांपेक्षा सत्य श्रेष्ठ आहे असे म्हटले आहे (म.१.७४) ''सत्यं वद। धर्मं चर।'' (तै.उप.१.११.१) ह्या तैत्तिरीय उपनिषदातील वाक्यात सत्यालाच प्रथम स्थान दिले आहे. भीष्मपित्यांनीही युधिष्ठिराला त्याच्या प्रश्नांचे उत्तर देऊन शांतिपर्वात अत्यंत मूलगामी असा उपदेश केला. शेवटी मृत्यूची वेळ (ती त्यांनीच ठरविली होती) जवळ येऊन ठेपल्यावर त्यांनी प्राण सोडण्यापूर्वी धर्माचे सारभूत म्हणून शेवटी एक सत्यच कटाक्षाने पाळण्यास सांगितले आहे.

प्राणानुत्स्रष्टुमिच्छामि तन्मानुज्ञातुमर्हथ ।
सत्ये प्रयतितव्यं व सत्यं हि परमं बलम् ।। (महा. १३.१५३.४७)

भीष्मांनी स्वर्गास जाताना हा उपदेश केला आणि त्याच सत्य धर्माचे पालन त्यांनी स्वतः आयुष्यभर अत्यंत कसोशीने केले.

वाणीने सत्य बोलणे व वर्तनात सत्य आचरण करणे हे तर सत्यधर्माचे प्रमुख अंग आहेच. परंतु, दिलेले वचन पाळणे, घेतलेली प्रतिज्ञा प्राणपणाने पाळणे हाही सत्यधर्मच होय. गीतारहस्यात लोकमान्य टिळकांनी म्हटले आहे, ''आपले वचन किंवा प्रतिज्ञा पाळणे याचा सत्यातच समावेश होतो.'' (गीतारहस्य पृ.३७) यादृष्टीने विचार केला तर भीष्मांनी आपली ब्रह्मचर्याची प्रतिज्ञा जन्मभर प्राणपणाने पाळून सत्यपालनाचाच एक मोठा मानदंड प्रस्थापित केला आहे.

भीष्मांची प्रतिज्ञा

महाभारतात अनेक महनीय व्यक्तींनी प्रतिज्ञा घेतलेल्या आहेत. अर्जुनाची जयद्रथवधाची व कर्णवधाची प्रतिज्ञा, कर्णाची अर्जुनवधाची प्रतिज्ञा वनवासाला जाताना इतर पांडवांनी घेतलेल्या प्रतिज्ञा, द्रौपदी वस्त्रहरण प्रसंगी दुःशासन आणि दुर्योधन यांच्या वधाच्या भीमाने घेतलेल्या प्रतिज्ञा – अशा अनेक प्रतिज्ञा जरी असल्या तरी भीष्मांच्या प्रतिज्ञेला एक वेगळे, महत्त्वपूर्ण स्थान आहे. त्यांची प्रतिज्ञा ही खडतर व असामान्य स्वरूपाची आहे. ती पितृभक्ती, त्याग व संयम यांची प्रतीक आहे.

शंतनु आणि गंगा यांचा विवाह झाल्यावर गंगेच्या पोटी स्वर्गातील अष्टवसू म्हणून जे देव आहेत, त्यांनी जन्म घेतला, पण वसूंच्याच इच्छेनुसार गंगा त्या बालकांना जन्मल्याबरोबर गंगेच्या प्रवाहात टाकून देत असे व त्याद्वारे त्यांना मनुष्य योनीतून मुक्त करीत असे. सात वेळा असे घडले तेव्हा शंतनु गप्प राहिला कारण विवाहाच्या वेळी ठरलेल्या अटीनुसार, तो जर गंगेला विरुद्ध किंवा टाकून बोलला तर ती तत्क्षणी त्याला सोडून स्वर्गात परत गेली असती. आठव्या वेळी मात्र शंतनुला रहावले नाही. त्याने म्हटले, ''हे पुत्रघ्नि, मारू नकोस, मुलाला. नको करूस हे मोठे पाप'' शंतनूने हे वाक्य बोलून करार मोडल्याने गंगा निघून गेली व हा आठवा पुत्र 'गांगेय' तिने त्याच्या स्वाधीन केला. असे हे भीष्म दैवी अंशापासून उत्पन्न झालेले आहेत. पुढे काही वर्षे लोटल्यानंतर शंतनूने दाशराजाची कन्या मत्स्यगंधा हिला मागणी घातली. ती असामान्य लावण्याची, देवरुपिणी अशी होती. दाशाने कन्या अर्पण करण्यासाठी अशी अट घातली की शंतनूनं तर मत्सगंधेच्याच मुलाला राज्याभिषेक करावा. राज्यावर भीष्माचा अधिकार असल्याने शंतनूने दाशाची अट मान्य केली नाही. परंतु, त्यानंतर तो चिंतामग्न व उदास राहू लागला. हे भीष्माच्या ध्यानात आले. त्याने विचारल्यावर शंतनूने सांगितले की, त्याला भीष्म हा एकमेव मुलगा आहे, जीवनात एका पुत्रावर यात्रा कशी चालवायची? भीष्माने वृद्ध अमात्यांना विश्वासात घेऊन राजाच्या ह्या अवस्थेबद्दल विचारणा केली. त्याला वरील सर्व घटना कळल्यानंतर पितृभक्तीने प्रेरीत होऊन तो आपणाहून दाशाकडे गेला. दाशाने आपली अट सांगितल्यावर भीष्माने खालील वचन त्याला दिले.

योऽस्यां जनिष्यते पुत्रः स नो राजा भविष्यति । (महा.१.९४.७९)

मत्स्यगंधेला जो पुत्र होईल त्यालाच राज्याभिषेक करण्यात येईल. त्यानंतरही दाशाचे समाधान होईना. पित्यासाठी त्याने हे राज्यत्यागाचे दुष्कर कर्म केले आहे हे दाशाला मान्य होते. पण त्याने भीष्मापुढे आणखी एक अडचण किंवा शंका व्यक्त केली. हे राज्य मत्स्यगंधेच्या पुत्रानंतर त्याच्या पुत्राला मिळाले पाहिजे. भीष्माला पुढे जो पुत्र होईल

त्याला जर राज्याधिकार देण्यात आला तर त्याचे काय? ही शंका ऐकल्यावर भीष्माने ''हे दाशराजा आजपासून मी ब्रह्मचर्य व्रताने राहण्याची प्रतिज्ञा घेतो.'' असे अखेरीस सांगितले.

''अद्यप्रभृति मे दाश ब्रह्मचर्यं भविष्यति
अपुत्रस्यापि मे लोका भविष्यन्त्यक्षया दिवि ।।'' (महा.१.९४.८८)

हीच ती भीष्माची विख्यात अशी घोर प्रतिज्ञा! ही प्रतिज्ञा ऐकताच दाशाला अत्यानंद झाला. त्याचे सर्व संशय फिटले. त्याने तात्काळ भीष्माला पित्यासाठी आपली कन्या देण्याचे वचन दिले. भीष्म तिला म्हणाला, ''हे माते, रथारूढ हो. चला आपण जाऊ या आपल्या घरी.'' ही प्रतिज्ञा खरोखर अत्यंत कठीण असल्याने अलौकिकच म्हटली पाहिजे. सत्यधर्म परायण भीष्मच अशी प्रतिज्ञा घेऊ शकतो. व्यासांनी वर्णन केले आहे की ही घोर प्रतिज्ञा ऐकल्यावर देव, ऋषिगण आणि अप्सरा यांनी भीष्मावर गगनातून पुष्पवृष्टी केली.

(क्रमशः)

लेखांक : पस्तिसावा

कर्ण-श्रीकृष्ण संवाद

सत्यपालनाच्या संदर्भात भीष्मांच्या प्रतिज्ञेचा तपशील व ती घेण्यास कोणती परिस्थिती कारणीभूत झाली, हे आपण पाहिले. ही प्रतिज्ञा भीष्मांनी निर्धाराने पाळली आणि प्रत्यक्ष मातेने ही प्रतिज्ञा मोडण्याची त्यांना गळ घातली असतानादेखील त्यांनी मातेची व इतर सहृदयांची विनंती अव्हेरून आपल्या प्रतिज्ञेवर ते ठाम राहिले. आदिपर्वात असा प्रसंग आला आहे की सत्यवतीचा विचित्रवीर्य हा राजपुत्र सात वर्षे संसार करून निपुत्रिक असा मरण पावला. या विचित्रवीर्याचा वडील भाऊ चित्रानंद हा या आधीच काही वर्षे एका लढाईत मारला गेला असल्याने, विचित्रवीर्यानंतर हस्तिनापूरच्या सिंहासनाला कोणी वारस रहात नाही, सत्यवतीला मोठी चिंता वाटू लागली. भीष्माने पित्यासाठी राज्यावर पाणी सोडले होते, तो गादीवर येणार नाही. अशा स्थितीत एकच धर्म्य मार्ग उरला होता आणि तो म्हणजे 'नियोग' पद्धतीने विचित्रवीर्याच्या भार्यांच्या ठिकाणी संतती निर्माण करणे व वंशज मिळविणे! नियोगास भीष्माने केवळ कुळाचे कल्याण लक्षात घेऊन तयार व्हावे असे तिने भीष्मास सुचविले.

तयोरुत्पादयापत्यं संतानाय कुलस्य नः।
मन्नियोगान्महाभाग धर्मं कर्तुमिहार्हसि ।। (महा. १-९७-१०)

'हे महाभागा माझ्या अनुज्ञेने तू नियोगाने संतान उत्पन्न कर' हे मातेचे शब्द ऐकल्यावर भीष्मांनी तात्काळ या गोष्टीला 'नकार' दिला. ते बाणेदारपणे म्हणाले, ''मी त्रैलोक्याचे राज्य किंवा त्याहूनही अधिक वैभवाचा त्याग करीन पण 'सत्य' कधीही सोडणार नाही. (प्रतिज्ञा न पाळणे म्हणजे सत्य सोडणेच होय) पृथ्वी गंधगुणांचा एकवेळ त्याग करेल, पाणी रसाचा त्याग करेल, आकाश शब्दाचा त्याग करेल, वायू स्पर्शगुणाचा त्याग करेल, चंद्र शीतल किरणांचा त्याग करेल पण मी 'सत्याचा' त्याग कधीही करणार नाही!'' (महा. १-९७,१५-१८).

कसोटीचा क्षण –

मातेला भीष्मांनी वरील उत्तर देऊन प्रतिज्ञेचे रक्षण केले. पण मातेने पुन्हा जी दुसरी विनंती केली त्यावेळी त्यांच्यापुढे कसोटीचा क्षण उभा राहिला. मातेने जी प्रार्थना केली होती ती केवळ कुळाला वंशज मिळावा म्हणून! आता तिने भीष्मांना सांगितले की आपद्धर्म यादृष्टीने त्यांनी हस्तिनापुराच्या सिंहासनाचा स्वीकार करावा व राज्य चालवावे यामुळे संकट टळून धर्माचा सांभाळ होईल व सहृद् वर्गाला खूप आनंद वाटेल.

आपद्धर्ममवेक्षस्व वह पैतामहीं धुरम् । (म.१.९७.२१)

ही विनंती मान्य केल्यास भीष्मांनी जे दाशराजाला वचन दिले होते की ते स्वतः राजा होणार नाहीत, त्याला बाधा येत होती. एकीकडे मातेची इच्छा पुरविण्याचे कर्तव्य व दुसरीकडे दाशाला दिलेले वचन अशा मोठ्या पेचात ते सापडले. आपले (दिलेले) वचन टिकविण्यात सत्यधर्माचे पालन होत असल्याने त्यांनी मातेला पुन्हा 'नकार' दिला. सत्यधर्मावरील त्यांची निष्ठा किती प्रखर होती याची कल्पना आपल्याला त्यांच्या या आचरणावरून येते.

सत्याच्च्युतिः क्षत्रियस्य न धर्मेषु प्रशस्यते । (महा.१.९७.२४)

सत्यापासून क्षत्रियाने ढळणे हे धर्माविरुद्ध होय. अशा शब्दांत आपला निर्णय सत्यवतीला सांगून नियोगासाठी श्रेष्ठ व्यक्तीची निवड करून त्या उपायाने राज्याला वंशज मिळविण्याचा हितकर सल्ला त्यांनी दिला.

भीष्मांनी घेतलेली ही प्रतिज्ञा व वचन पाळण्यात दाखवलेली निष्ठा त्यांनी जन्मभर पाळली. त्यासाठी त्यांची फार मोठी कीर्ती झाली. धृतराष्ट्र अपंग, पांडूचा अकाली मृत्यू अशा कारणांमुळे पुढेही राज्यग्रहणासंबंधी समस्या उत्पन्न झाल्या पण भीष्मांनी आपला सत्यधर्म कधीही सोडला नाही. म्हणूनच 'सत्यसंध', 'सत्यपराक्रम', 'सत्यविक्रम' अशी विशेषणे लावून त्यांचा गौरव केला आहे. सत्य–पालनात त्यांनी असे काही अलौकिक उदाहरण घालून दिले आहे की जगात त्याला तोड नाही!

कर्णाची वचनपूर्ती –

महाभारतात 'सत्याचे पालन' हा फार मोठा नीतिसंकेत होता, हे महाभारतातील इतर अनेक महनीय व्यक्तींच्या आचरणावरून दिसून येते. कुंति–पुत्र कर्णानेसुद्धा दुर्योधनाला प्रेक्षणगृहप्रसंगी 'घनिष्ठ मैत्री' चे जे वचन दिले ते आयुष्यभर पाळले. शस्त्र परीक्षेच्या वेळी कर्णाला आपल्या माता–पित्यांचे, कुळाचे नाव सांगता येईना तेव्हा दुर्योधनाने त्याला अर्जुनाच्या बरोबरीचे स्थान मिळावे म्हणून 'अङ्ग' देशाचे राज्य अर्पण केले व तेथल्या तेथे त्याला अंङ्गराज म्हणून घोषित केले. त्यावेळी कर्ण भारावून गेला. सूतकुळात

अधिरथ–सारथ्याच्या घरी वाढलेल्या कर्णाला माहीत होते की सूतांना राज्याचा अधिकार नाही; तरी जेव्हा हा श्रेष्ठ बहुमान त्याच्या वाट्याला आला तेव्हा त्याला वाटले की, दुर्योधनाने आपल्यावर महदुपकार केला आहे; म्हणून त्याने राजास विचारले, 'ह्या राज्यप्रदानाच्या मोबदल्यात या उपकाराला साजेसे असं मी काय देऊ? तू जे मागशील ते मी देण्यास सिद्ध आहे.' दुर्योधनाने लगेच त्याच्यापाशी 'घनिष्ठ मैत्री' मागितली आणि कर्णाने आनंदाने ती देण्यास त्याला वचन दिले.

अत्यन्तं सख्यमिच्छामीत्याह तं सुयोधनः ।।
एवमुक्तस्ततः कर्णस्तथेति प्रत्यभाषत ।। (महा.१.१२६.३८–३९)

हा जो 'घनिष्ठ मैत्री' चा शब्द कर्णाने सर्वांसमोर जाहिररीत्या दुर्योधनाला दिला तो शब्द म्हणजे त्याने मनापासून दिलेले 'वचन' होते. हे वचन त्याने आयुष्यभर पाळले; दुर्योधनाचे हितरक्षण करण्यासाठी त्याने त्याला सतत एकनिष्ठपणे साथ दिली आणि त्याच्यासाठीच युद्धात लढून त्याने आत्मार्पण केले.

हे वचन पाळण्याच्या उद्देशाने त्याने, युद्धापूर्वी आलेल्या कृष्णभेटीत कृष्णाच्या प्रस्तावाला नकार दिला. युद्ध टाळल्यास सर्वांचेच हित होईल या उद्देशाने व समेटाचा एक प्रयत्न म्हणून कृष्णाने कर्णाला एकान्तस्थळी नेऊन त्याच्या जन्माचे रहस्य सांगितले. कर्णाला आयुष्यात प्रथमच आपण सूत नसून कुन्तीदेवीचा कौमार्य अवस्थेत झालेला पुत्र आहोत, क्षत्रिय वंशातील आहोत – हे सत्य कळले. हे सत्य कुंतीने जन्मभर गुप्तच ठेवले होते. हे रहस्य सांगून कृष्णाने कर्णाला पांडवांकडे आपल्या भावांच्या पक्षाकडे येण्याची विनंती केली. एवढेच नव्हे तर कर्ण पांडवात सर्वांत ज्येष्ठ ठरल्याने राज्याचा अधिकार त्यालाच मिळेल, युधिष्ठिर युवराजपद भूषवेल आणि अर्जुन श्वेतघोड्यांचा कर्णाचा रथसारथी म्हणून चालवेल – पांडवांची जी पत्नी आहे ती द्रौपदी देखील, तू पांडूपुत्र शास्त्राधारे समजला गेल्याने, तुझीदेखील पत्नी म्हणून राहील – असे सर्व अत्यंत सन्मानाचे चित्र कृष्णाने कर्णापुढे ठेवले. परंतु, कर्णापुढे यामुळे फारच मोठा पेच उभा राहिला. खऱ्या भ्रात्यांविरुद्ध लढण्याचा प्रसंग त्याच्यावर येऊ शकतो. बरे, पांडवांच्या पक्षाला येऊन मिळणे म्हणजे ऐन वेळी ज्या दुर्योधनाने राज्यवैभव त्याला दिले त्याचा विश्वासघात करणे होय. 'ज्या दुर्योधनाला मी वचन दिले, ज्याच्या उपकारामुळे मी १३ वर्षे निष्कलंक राजवैभव भोगले, ज्याने मला पराक्रमी अर्जुनाशी सामना द्यायला निवडून ठेवले आहे त्याचा मी कदापि विश्वासघात करू इच्छित नाही; मला द्रव्याचे आमिष दाखविले, वधाची भीती घातली किंवा बंधनात टाकले – तरीही मी विश्वासघात करणार नाही.'

वधाब्दन्धाद्भयाद्वापि लोभाद्वाऽपि जनार्दन ।
अनृतं नोत्सहे कर्तुं धार्तराष्ट्रस्य धीमतः ।। (महा.५.१३९.१७)

शिवाय अर्जुनाशी जर मी माझ्या प्रतिज्ञेप्रमाणे लढलो नाही तर माझी अपकीर्ती होईल; एवढेच नव्हे पार्थाचीही अपकीर्ती होईल; कारण त्यानेही माझ्या वधाची प्रतिज्ञा घेतलेली आहे. शिवाय ज्या राधामातेने माझे अत्यंत प्रेमाने लालन-पालन केले, त्या मातेचा पिण्डलोप मी कसा करू? ज्या सूत-मित्रात मी वाढलो, ज्या सूतकन्यांशी मी विवाह केला त्या सर्वांच्या प्रेमधाग्याने मी बांधला गेलो आहे, तेव्हा त्या सर्वांना ह्या क्षणी मी एकाएकी खोटे कसे पाडू? अशा स्वरूपाचे साग्र उत्तर कर्णाने दिले व कृष्णाला नम्रपणे नकार दिला.

कर्णाने या संभाषणात पुढे अशीही आपली आंतरिक भावना व्यक्त केली आहे की राजा युधिष्ठिर विजयी होऊन त्यालाच राज्य मिळणे, तो राजा होणे हे श्रेयस्कर होय. तो म्हणाला की, धर्माला युधिष्ठिराला मी त्याचा ज्येष्ठ भ्राता आहे हे कळले तर तो ते राज्य मला देईल; मी दुर्योधनाला वचनबद्ध आहे, तेव्हा मी ते त्याला देईल - असे घडण्यापेक्षा युधिष्ठिरानेच शाश्वत कालपर्यंत राज्य करावे हे उत्तम!

स एव राजा धर्मात्मा शाश्वतोऽस्तु युधिष्ठिरः। (महा.५.१३९.२३)

कर्णाने बन्धुप्रेमाखातर किंवा बंधुकर्तव्याखातर जर पक्ष बदलला असता, तर ते त्याने दिलेल्या मैत्रीच्या वचनाच्या संदर्भात 'असत्याचरण' ठरले असते! वचन दिल्यानंतर प्राण देण्याची वेळ आली तर ते मोडता कामा नये - ह्यातच धर्म सामावलेला आहे अशी तत्कालीन समाजाची धारणा होती.

काळ बदलत जातो त्याप्रमाणे समाजात रूढ असलेले नीतिविषयक काही संकेतही बदलत जातात. दिलेले वचन किंवा दिलेला शब्द पाळण्यासंबंधी आजची समाजातली स्थिती पाहिली तर आपल्याला धक्काच बसतो. आज कोणीही त्याबाबतची काळजी घेत नाही. अगदी कोर्टासमोर जबानी देतानाही सपशेल शब्द बदलले जातात व धादांत खोटी साक्ष दिली जाते. खरं बोलायचं तर एखाद्याने अमुक शब्द दिला तर तो त्याच्यावर ठाम राहील, असे कोणाला वाटत नाही. शब्दावरचा विश्वासच उडाला आहे. सध्या लेखी प्रतिज्ञापत्रक जे दिले जाते तेच त्यातल्या त्यात विश्वासार्ह मानले जाते. कोर्टालाही लेखी पुरावाच लागतो. आपण दिलेले प्रतिज्ञापत्रक वेळोवेळी बदलणारे महाभागही आहेतच. समाजजीवनात सर्व थरात नैतिक मूल्यांची घसरण होत आहे, हे याचेच द्योतक आहे. ही घसरण मर्यादित स्वरूपात असती किंवा समाजाच्या लहानश्या घटकात अस्तित्वात असती, तर ती चिंतेची बाब नव्हती; परंतु दुर्दैव असे की घसरण समाजात, सर्व घटकांत व्यापक स्वरूपात दिसून येत आहे! म्हणून समाजधुरिणांनी व विचारवंतांनी तात्काळ काही उपाय योजणे अत्यंत आवश्यक आहे.

प्रतिज्ञा-पालनातील मर्म - प्रतिज्ञा घेताना समग्र गोष्टींचा विचार न करता, जरा

भावनेच्या आहारी जाऊन ती घेतली असेल तर त्यामुळे मोठा बिकट प्रसंग उभा राहू शकतो. अर्जुनाने अशी प्रतिज्ञा घेतली होती की जो कोणी त्याला 'गांडीव धनुष्य टाकून दे' असे म्हणेल त्याचा तो तात्काळ वध करेल. कर्णपर्वात कर्ण निकराचं युद्ध करून युधिष्ठिराचा पराभव करून त्याला जिवंत सोडून देतो. युधिष्ठिराला हा मोठा अवमान वाटतो व त्याला फार राग येतो. कृष्ण व अर्जुन त्याचा तपास करीत त्याला शिबिरात भेटतात तेव्हा, अर्जुनाने कर्णाला अजून ठार केले नाही असे पाहून युधिष्ठिर अर्जुनाला खूप टाकून बोलतो व त्यात 'करावयाचे काय तुझे हे धनुष्य! देऊन टाक हे गांडीव धनुष्य दुसऱ्याला' असे बोलतो. हे ऐकताच अर्जुन लगेचच खड्ग घेऊन येतो व प्रतिज्ञा पाळण्याच्या हेतूने युधिष्ठिराच्या वधार्थ सिद्ध होतो.

प्रतिज्ञां पालयिष्यामि हत्वेमं नरसत्तमम् ।
एतदर्थं मया खड्गो गृहीतो यदुनन्दन ।। (महा.८.४९.११)

धर्माचा सूक्ष्म बारकावा न जाणता भ्रातृवध करायला निघालेल्या अर्जुनाचा वेडेपणा पाहून कृष्ण त्याला आवरतो व कौशिक मुनीचा दृष्टांत देऊन सत्यासत्य किंवा कार्याकार्य कसे ठरवायचे याचे मार्गदर्शन करतो. अर्जुनाला आपल्या दुष्कृत्याची नीट जाणीव होते व तो कृष्णाला सल्ला विचारतो. कृष्ण त्याला सांगतो – 'जे सज्जन व मोठे आहेत त्यांची निर्भत्सना करणे म्हणजे त्यांचा वध करण्यासारखेच आहे; तेव्हा तू युधिष्ठिराची निंदा कर म्हणजे तू तुझ्या प्रतिज्ञेतून मुक्त होशील!' अर्जुनाने त्याप्रमाणे आपल्या ज्येष्ठ भ्रात्यावर खूप तोंडसुख घेतले; पण त्यानंतर त्याला खूप लाज वाटू लागली; इतकी की तो स्वतःचाच वध करण्यास उद्युक्त झाला. कृष्णाने पुन्हा तोडगा सांगितला. सज्जन व थोर माणसाने आपली स्वतःची खूप स्तुती केली की त्याने आपला वध केला असे समजावे. अर्जुनाने युधिष्ठिरापुढे आपली स्तुती केली आणि त्याची वरील कठोर शब्दांबद्दल क्षमा मागितली. युधिष्ठिर मात्र अवमानाने चांगलाच दुखावला गेला, तो खूपच खिन्न झाला. 'अर्जुना, तुझे हे कठोर भाषण मला सहन होत नाही; मी खरोखर पापी, शक्तिहीन, नपुंसक आहे, माझ्यासारख्याला राज्य काय करायचे? महात्मा भीष्मच राज्याला योग्य आहे; मी आता वनात निघून जाणार; माझ्याशिवाय तुम्ही सुखाने राहा.'(महा.८.४९.१०४-१०५).

युधिष्ठिराचा हा त्रागा कृष्णानेच शांत केला. त्याला अर्जुनाच्या प्रतिज्ञेची वरील सर्व हकीकत सांगून त्या दोघात त्याने पुन्हा समेट घडवून आणला. दोघांनी परस्परांना आलिंगन देताना अश्रू ढाळले आणि असे हे सर्व प्रकरण मिटले. स्थूल, लौकिक दृष्टीने सत्य-असत्याचा विचार करायचा नसतो; सूक्ष्मधर्माच्या दृष्टीने विचार करायचा असतो. म्हणजे नेमके सत्याचरण कशाने होईल ते कळते, असा कृष्णाचा उपदेश आहे.

जयद्रथ-वधाची प्रतिज्ञादेखील अर्जुनाने फारसा विचार न करता, भावनेच्या उद्रेकातून

घेतलेली आहे. पुत्राच्या निधनाचे दुःख अनावर झाल्याने सूडबुद्धिचा, क्रोधाचा जो उद्रेक झाला त्यातून ती दुष्कर अशी प्रतिज्ञा घेतली आणि मोठ्या पेचप्रसंगात तो सापडला. त्या कठीण अशा प्रसंगीही कृष्णानेच त्याला साहाय्य केले आणि त्याच्या प्रतिज्ञेची पूर्तता केली.

प्रतिज्ञांचे पालन हे सर्वच पांडवांच्या जीवनाशी निगडित आहे. द्रौपदी वस्त्रहरण प्रसंगी जेव्हा दुःशासन तिचे वस्त्र ओढू लागला तेव्हा ईश्वरीकृपेने तिच्या अंगावर एकावर एक अशी अनेक वस्त्रे निघू लागली तेव्हा त्या सभेत मोठाच हाहाकार उडाला. दुःशासनाचे नीच कृत्य पाहून भीमाने रागाने, प्रतिज्ञा घेतली की तो पापी दुःशासनाचे वक्षस्थल युद्धात विदारण करून त्याचे रक्त प्राशन करील. (महा.२.६१.४६) यानंतरही सभेत द्रौपदीने उपस्थित केलेल्या प्रश्नाचा ऊहापोह सभेत सुरू होता. दुर्योधनाला सत्ता आणि संपत्ती यांच्यामुळे उन्मत्तता आली आणि त्याने भरसभेत आपली उजवी मांडी उघडी केली. हे अत्यंत गर्ह्य कृत्य पाहाताच भीमसेन रागाने लाल झाला व त्याने चवताळून खालील प्रतिज्ञा घेतली.

पितृभिः सह सालोक्यं मा स्म गच्छेद् वृकोदरः।
यद्येतमूरूं गदया न भिन्द्यां ते महाहवे ॥ (महा. २.६३.१२.१४)

मोठ्या रणकंदनात त्याच्या ह्याच मांडीचा चुराडा करण्याची (त्याच्या वधाची) प्रतिज्ञा त्याने घेतली. तुझ्या मांड्या फोडून तुला यमसदनाला पाठवीन अशीच ही प्रतिज्ञा आहे. कौरवांच्या अत्यंत निन्दनीय वर्तनामुळे ह्या दोन्ही प्रतिज्ञा घ्याव्या लागल्या आहेत आणि तेरा वर्षांनी महान युद्धात भीमाने महापराक्रम करून त्या पूर्ण केल्या.

(क्रमशः)

लेखांक : छत्तीसावा

प्रतिज्ञापालन हे नैतिकमूल्य

राजसूय यज्ञ केल्यानंतर युधिष्ठिराला 'सम्राटपद' प्राप्त झाले होते. द्रौपदी पांडवांची पत्नी म्हणून व स्वतःच्या श्रेष्ठ गुणांमुळे त्या राष्ट्राची 'सम्राज्ञी' होती. तिचा भरसभेत जेव्हा कौरव श्रेष्ठांकडून घोर अपमान झाला तेव्हा मानी, महाप्रतापी व लढावू वृत्तीच्या भीमसेनाला ते सहन होणे शक्य नव्हते. म्हणून त्याने क्रोध आणि वैरभावनेच्या उद्रेकातून दोन प्रतिज्ञा घेतल्या. क्रोध अनावर झाल्यानंतर भीम स्वपक्षीयांनाही सोडीत नसे. वडील बंधू युधिष्ठिराबद्दल त्याच्या मनात अत्यंत आदर असला व तो एरवी त्याच्या आज्ञेत राहणारा असला तरी सभेमध्ये द्रौपदीचे करुण रूदन ऐकल्यावर त्याला युधिष्ठिराचा अतिशय राग आला आणि त्याने चवताळून म्हटले –

"न च मे तत्र कोपोऽभूत्सर्वस्येशो हि नो भवान् ।
इदं त्वतिकृतं मन्ये द्रौपदी यत्र पण्यते ।।" (महा.२.६१.४)

युधिष्ठिरा, तू भावांना पणाला लावलंस तेव्हा मला राग आला नाही. कारण तुझा आमच्यावर अधिकार आहे, परंतु अरे, याठिकाणी द्रौपदीलाही पणाला तू लावले हे मात्र अतीच झाले. भीमाने रागाच्या भरात पुढे ओरडून सांगितले, "सहदेवा, अग्नी आण रे, मी याचे बाहू जाळून टाकतो." (महा. २.६१.६). भीमाचा हा स्वभाव पाहता त्याने दुर्योधन व दुःशासनाच्या नाशाच्या प्रतिज्ञा घेतल्या हे त्याच्या प्रकृतीला धरूनच आहे. परंतु, त्या घेताना तो भावनेच्या पूर्ण आहारी गेला होता हेही तितकेच खरे ! 'युद्धात दुःशासनाचे वक्षस्थल फोडून मी त्याचे रक्तप्राशन करीन ही त्याची प्रतिज्ञा! रक्तप्राशन रणभूमीवर करणे हे अयोग्य वर्तन ठरते. मानवाला ते शोभत नाही. राक्षसी गटातील ते कृत्य ठरू शकते. तसेच दुर्योधनाला मांड्या फोडून ठार करीन ह्यातही कमरेखाली वार न करणाच्या नियमाचा भंग होतो आणि युद्धनियमांच्या दृष्टीने ते अनुचित ठरू शकते. या गोष्टी प्रतिज्ञा घेताना त्याच्या ध्यानात आल्या नाहीत, यावरून हे स्पष्ट होते की भावनोद्रेकातून त्याने प्रतिज्ञा घेतल्या.'

प्रतिज्ञापालन श्रेष्ठ नैतिक मूल्य :

कर्णपर्वात ६१व्या अध्यायात दुःशासनाला ठार करून उन्मादाच्या अवस्थेत त्याच्या वक्षातील रक्त प्राशन केले तेव्हा ते पाहून काही भीतीने भूमीवर कोसळले, काहींच्या हातातील शस्त्रे गळून पडली आणि भीमाला भिऊन सर्व इतस्ततः पळू लागले व म्हणू लागले की हा मनुष्य वाटत नाही. (नायं मनुष्यः इति भाषपाणाः)

दुर्योधनाच्या मांड्यांवर वार करून भीमाने जेव्हा त्याचा वध केला तेव्हादेखील त्याच्या ह्या कृत्याविरुद्ध मोठी प्रतिक्रिया उमटली. बलरामाला हे कळल्यावर तो रागाने लाल झाला व त्याने भीमाचा धिक्कार केला.

अधो नाभ्या न हन्तव्यमिति शास्त्रस्य निश्चयः।
अयं त्वशास्त्रविन्मूढः स्वच्छन्दात्संप्रवर्तते ।। (महा. ९.५९.६)

नाभीच्या खाली वार करू नये हा युद्धशास्त्राचा स्पष्ट नियम आहे. परंतु, हा भीम शास्त्र जाणत नाही व मूर्ख असल्याने स्वच्छंदाने आचरण करतो. नंतर बलराम अक्षरशः भीमावर चाल करून जातो. त्यावेळी कृष्ण त्याच्यामागे धावून त्याला आवरतो आणि त्याची समजूत काढतो. कृष्णाने सांगितले की, पांडव आपले सहज मित्र आहेत व त्यांची शत्रूकडून घोर फसवणूक झाली आहे. मुख्य गोष्ट अशी आहे की भीमाने सर्वांदेखत 'मी मोठ्या रणकंदनात तुझ्या मांड्यांचा चुराडा करीन' अशी प्रतिज्ञा घेतलेली होती आणि ती प्रतिज्ञा त्याने हा वार करून पूर्ण केली आहे.

प्रतिज्ञा पारणं धर्मः क्षत्रियस्येति वेत्थ ह ।
सुयोधनस्य गद्या भङ्क्तास्म्यूरु महाहवे ।
इति पूर्वं प्रतिज्ञातं भीमेन हि सभातले ।। (महा. ९.५९.१४)

त्याचप्रमाणे कृष्णाने पुढे असे सांगितले की मैत्रेय मुनीनेही दुर्योधनाला शाप दिलेला होता की भीमसेन तुझ्या मांड्यांचा भेद करील. तेव्हा हे प्रतिज्ञापालन असल्याने हे दोषास्पद वाटत नाही. तरी हे माधवोत्तम तू राग धरू नकोस. हे सर्व ऐकल्यावर बलरामाचा राग शांत झाला.

रौहिणेय बलरामाचा राग जरी शांत झाला तरी त्याला वाटत राहिले की भीमसेनाने दुर्योधनाला अधर्माचा अवलंब करून मारले. भरसभेत त्याने भीमाला दोष लावत म्हटले-

हत्वाधर्मेण राजानं धर्मात्मानं सुयोधमनम्।
जिह्मयोधीति लोकेस्मिन्ख्यातिं यास्यति पाण्डवः ।।

(महा. ९.५९.२३)

हा पाण्डव म्हणजे भीम 'जिह्मयोधी' म्हणजे 'कपटीयोद्धा' म्हणून जगात प्रसिद्धी पावेल. हा एक प्रकारचा शापच त्याने भीमाला दिला आहे, असे भाषण करून मग

बलरामाने सर्वांचा निरोप घेतला व तो द्वारकेस गेला.

शल्य राजाचे उदाहरण :

भीमाच्या वरील दोन्ही प्रतिज्ञा पालनाने काही लोक, काही बलरामासारखे मान्यवर क्षुभित झाले, त्यांना हे पटले नाही तरीपण भीमाने ज्या तऱ्हेच्या प्रतिज्ञा घेतल्या होत्या त्या त्याने पुऱ्या करून दाखविल्या व कृष्णाने त्यांचे समर्थनही केलेले आहे. युद्धनियमाचा भंग झाला पण प्रतिज्ञा पाळली नसती तर त्याहीपेक्षा मोठा अधर्म हातून घडला असता. प्रतिज्ञा पालनाचे व दिलेला शब्द काटेकोरपणे खरा करण्याचा कसोशीने प्रयत्न करणे हेच तत्कालीन नैतिक कर्तव्य मानले जात होते याचे प्रत्यंतर आपल्याला शल्याच्या वर्तनावरून येईल. युद्धाची तयारी सुरू असताना पांडवांचा मामा शल्य राजा पांडवांच्या भेटीसाठी उपप्लव्य नगराकडे निघाला होता. पांडवांना खूप दुःख भोगावे लागले व आता त्यांना त्यांच्या गमावलेल्या राज्यासाठी युद्ध करावे लागणार, तेव्हा त्यांना आपले साहाय्य देण्याच्या इराद्याने त्याला युधिष्ठिराला भेटायचे होते. मोठ्या सैन्यानिशी शल्य राजा प्रवास करीत आहे, हे कळल्यावर चतुर दुर्योधनाने आपल्या सचिवांकरवी त्याचे ठिकठिकाणी सत्कार करण्यास सुरुवात केली. साक्षात् देवांचे आतिथ्य करावे अशा अत्यंत भव्य रीतीने त्याचा आदरसत्कार व आतिथ्य केले गेले. ते सर्व आदिरातिथ्य, नजराणे, उभारलेले मंडप हे सर्व अनुभवताना शल्याला इतके काही आश्चर्ययुक्त समाधान वाटले की आपण जणू इंद्रच आहोत असा भास त्याला होऊ लागला. त्याने संतुष्ट होऊन वर देण्याच्या इराद्याने विचारले की हे सत्कार युधिष्ठिरांच्या कोणत्या अधिकाऱ्यांनी संपन्न केले ते सांगा, त्यावेळी इतका वेळ दूर राहिलेला दुर्योधन राजा पुढे आला व त्याने त्याची स्तुती केली. त्यावेळी हे भव्य सत्कार दुर्योधनाने केलेले जाणून शल्याने म्हटले की राजा तुला जे इच्छित असेल ते मजकडून खुशाल घे. हे ऐकताच दुर्योधन म्हणाला –

सत्यवाग्भव कल्याण वरो वै मम दीयताम् ।
सर्वसेनाप्रणेता मे भवान् भवितुमर्हति ।। (महा. ५.८.१२)

'हे कल्याणकारी राजा, तू तुझे शब्द (वरील) खरे कर, मला हा वर दे की तू सैन्यासह मला साहाय्य कर.'

मी बोललो आहे तेव्हा तुझे मागणे मी मान्य करतो – असे अभिवचन याप्रसंगी शल्याने दिले आणि या दिलेल्या शब्दाप्रमाणे तो कौरव पक्षाला येऊन मिळाला, युद्धकाळात दुर्योधनाकडून लढला. एवढेच काय त्याचा सरसेनापती झाला आणि सरतेशेवटी युद्धात पांडवांकडून मारला गेला. या घटनेनंतर शल्य हे सर्व पांडवांना सांगण्यासाठी व त्यांना एकदा भेटण्यासाठी उपप्लव्याला गेला. त्याने हे सर्व निवेदन केल्यावर युधिष्ठिराने म्हटले,

"दुर्योधनाच्या असामान्य सेवेमुळे तुमचा अंतरात्मा संतुष्ट झाला व म्हणून शब्द दिला गेला हे ठीक झाले. पण आमच्या हितासाठी एकच मागणी आहे, ऐनवेळी कर्णाचे सारथ्य करताना आपण त्याचा तेजोवध करावा! हे युधिष्ठिराचे मागणेही शल्याने मान्य केले व त्याला विजयाचा आशीर्वाद दिला. या सर्व प्रकरणावरून असे दिसते की, शल्य मनाने पांडवांकडेच होता, त्याचा विजय व्हावा हीच त्याची आंतरिक इच्छा होती. मग त्याने लष्करासहित युद्धामध्ये दुर्योधनाला साहाय्य का केले? याचे एकमेव कारण म्हणजे त्याने दिलेला शब्द! एक शब्द पाळण्याचे कर्तव्य म्हणून त्याने कौरवपक्षाकडून लढा दिला आणि पांडवांना जेवढे कबूल केले होते तेही त्याने दक्षतेने पाळले. शल्याला त्याकाळाच्या संकेतानुसार दिलेला शब्द पाळणे हा धर्म वाटला. धर्म पाळताना त्याने स्नेहाच्या वगैरे भावना दूर ठेवल्या आणि नियतीने वाढून ठेवलेले कर्तव्य करीत त्याने प्राणार्पण केले!"

कर्णाचे मातेला वचन :

कर्णाच्या जीवनातही युद्धाला तोंड लागण्यापूर्वी असाच वचनासंबंधीचा पेच उभा राहिला. कृष्णाची विनंती त्याने नाकारल्याचे कुंतीला कळले. कर्णार्जुन यांचे युद्ध हे महाभयंकर होईल व समेट न घडल्यास ते अटळ ठरेल हे जाणून कुंती कर्णाला भेटते आणि त्याला भ्रातृकर्तव्याच्या दृष्टीने पांडवांना येऊन मिळण्याचा आग्रह करते. आपली माता कुंतीदेवी प्रार्थना करते आहे. शास्त्राप्रमाणे पांडव भाऊच ठरत आहेत. अशावेळी तिला कसा नकार द्यावा हा पेच कर्णापुढे होता. परंतु, त्याने दुर्योधनाला जो घनिष्ठ मैत्रीचा शब्द दिला होता तो पाळण्यासाठी कुंतीची प्रार्थना नाकारली. पण मातेचा आदर व भ्रातृकर्तव्य यांच्या जाणिवेतून त्याने मातेला म्हटले –

"न तु ते ऽ यं समारम्भो मयि मोघो भविष्यति ।
वध्यान्विषह्यान्संग्रामे न हनिष्यामि ते सुतान् ।
युधिष्ठिरंच भीमंच यमौ चैवार्जुनादृते ।।" (महा. ५.१४४.२०)

माते, तुझे हे येणे विफल होणार नाही, जरी अर्जुन सोडून तुझे चार पुत्र संग्रामात मला सहज वध्य व जिंकता येण्यासारखे आहेत, तरी मी त्यांना अभय वचन देत आहे. त्यांना मी मारणार नाही." अर्जुनाबद्दल मात्र त्याने मातेला वचन दिले नाही कारण अर्जुनवधाची प्रतिज्ञा त्यामुळे भंग पावली असती. कृष्णाशी बोलतानादेखील त्याने हे स्पष्ट केले होते की, जर त्याने सव्यसाची अर्जुनाशी द्वैरथयुद्ध केले नाही. (म्हणजेच दोघांनी घेतलेल्या परस्पर वधाच्या प्रतिज्ञा पाळल्या नाहीत) तर आम्हा दोघांची जगात मोठी अपकीर्ती होईल. याचाच अर्थ असा की, आम्ही दोघांनी प्रतिज्ञांचे पालन करून

युद्ध करावे व परिणामांना सामोरे जावे, असा कर्णाचा अभिप्राय आहे. कर्णाने मातेला हे जे वचन (चार पुत्रांना अभय) दिले ते पाळणे कठीण होते. कारण ते चारही पांडव कर्णाशी लढायला आल्यानंतर त्यांना जिवंत सोडण्याची जबाबदारी त्याच्यावर आली होती. इतर योद्धे पाहात असताना असे सोडून देणे म्हणजे 'हा शत्रूला फितुर तर नाही ना?' अशी कौरवांना शंका येण्याची शक्यता होती. यातूनही कर्णाने मार्ग काढला. त्यांचा पराभव केल्यानंतर त्यांची निर्भत्सना केली, त्यांच्या मर्यादित पराक्रमाची हेटाळणी केली आणि कर्णाशी लढण्यास ते अपात्र आहेत अशी मानहानी करून त्याने चारही पांडवांना युद्धभूमीवर जिवंत सोडले. अशारीतीने कर्णाने वचनपूर्ती करून आपल्या सत्यधर्माच्या आचरणात खंड पडू दिला नाही.

राष्ट्रपित्याचे सत्याचरण :

जीवनात सत्याला धरून चालावे, आपण दिलेला शब्द व घेतलेली प्रतिज्ञा यांपासून कधी ढळू नये हाच नीतीचा श्रेष्ठ संकेत त्याकाळी मानला जात होता यात शंका नाही. परंतु, प्रत्यक्ष जीवनात सत्यधर्माचे काटेकोरपणे पालन करणे अतिशय कठीण असते. जीवनात नेहमीच खडतर प्रसंगांना तोंड द्यावे लागते. अशावेळी सत्यासत्याचा निर्णय मनाशी करणे कठीण होऊन बसते. सत्य बोलल्याने कुटुंबाचे किंवा समाज गटाचे नुकसान होणार असेल तर ते बोलणे श्रेयस्कर कसे बरे ठरेल ? म्हणून शास्त्रकारांनी सत्याला काही प्रसंगी अपवाद सांगितले आहेत. सत्यापेक्षा हितकारक बोलणे असावे व जे बोलल्याने सर्वांचे हित वा कल्याण होत असेल तेच सत्य बोलणे म्हणून मानावे असे शास्त्र सांगते.

यद्‌भूतहितमत्यन्तं एतत्सत्यं मतं मम । (महा. १२.३१६.१३) थोडक्यात काय कुठलाही धर्म किंवा कर्तव्य कर्म कळण्यासाठी सूक्ष्म बुद्धीने विचार करणे भाग आहे. एखाद्या हृदयविकाराने अंथरुणावर असलेल्या रुग्णाला आपण अपघातात त्याचा भाऊ वारला असेल तर ती दुःखद बातमी सांगत नाही. उलट, रुग्णाने विचारले तर मुद्दाम खोटे सांगतो की तो पुढील आठवड्यात येणार आहे. हे सांगणे सर्वांच्याच दृष्टीने हितकर असल्याने हेच सत्य बोलणे होय. कुठल्याही नीतितत्त्वाबद्दल सरळ सरळ निर्णय घेता येत नाही. त्यात खूप गुंतागुंत असते. सूक्ष्म विचार करावा लागतो अन्यथा चुकीचा निर्णय होतो. म्हणून काही वेळेला शास्त्रकार असा सल्ला देतात की समाजातील चारित्र्यसंपन्न ज्ञानी श्रेष्ठ पुरुष ज्या मार्गाने जातील ते डोळ्यांसमोर ठेवून आचरण करा.

धर्मस्य तत्त्वं निहितं गुहायां महाजनो येन गतःस पन्थाः ।

पण समाजात असे श्रेष्ठपुरुष आजच्या काळात तरी सापडणे फार कठीण आहे. कलियुगातील ढासळलेल्या परिस्थितीचा विचार करता सगळीकडे अंधारच भासतो.

सर्वांचीच मनं अशुद्ध व मोहित झाल्यासारखी दिसतात. जीवनाला एवढी मोठी गतिशीलता आली आहे की आपण कोणती कृत्ये करतो, कोणाशी खरे-खोटे काय बोलतो यावर विचार करायलाही माणासाला वेळ नाही. प्रत्येकजण पोटापाण्याच्या प्रपंचात पूर्ण गढलेला असून त्याला परमार्थाचा, चरित्रशीलतेचा विचार करायला सवड नाही. पण तरीही सुज्ञ लोकांनी आपल्या भल्यासाठी सवड काढली पाहिजे व विवेकशक्तीचा वापर करून सत्कर्माचा व कर्तव्यकर्माचा पाठपुरावा केला पाहिजे. मागील पिढीतील महापुरुष म्हणजे महात्मा गांधी. त्यांनी सत्यपालनाचे फार मोठे व्रत जन्मभर पाळले. त्यांच्या जीवनातला एक प्रसंग लक्षणीय आहे. त्यांनी काही विशिष्ट कारणामुळे अशी प्रतिज्ञा केली की दूध प्यायचे नाही. त्यानुसार ते वागत असताना कालांतराने ते आजारी पडले व तो आजार विकोपास गेला. डॉक्टर म्हणाले, – 'तुम्ही मांस खाणार नाही, कॉड लिव्हर घेणार नाही. आजार फार मोठा आहे. निदान दूध तरी तुम्ही घेतले पाहिजे.' गांधींनी साफ नकार दिला. दुधाविषयीची प्रतिज्ञा मोडणार नाही. कस्तुरबा चतुर होत्या. त्यांनी विचारले की, गांधींनी प्रतिज्ञा केली तेव्हा त्यांच्या डोळ्यांसमोर कोणते दूध होते ? गांधीनी सांगितले – ''गाईचे व म्हशीचे दूध.'' कस्तुरबा म्हणाल्या – 'तर मग तुम्ही शेळीचे दूध घ्यायला हरकत नाही. त्यात तुमच्या प्रतिज्ञेचा भंग होत नाही.' गांधींना त्या आजारपणाने हे स्पष्टीकरण मान्य झाले व ते शेळीचे दूध पिऊ लागले. त्यामुळे ते आजारातून बरे झाले. अशा रीतीने त्यांनी आपले व्रत पाळले!

(क्रमशः)

◆◆

लेखांक : सदतिसावा

वाणीविषयक सत्य धर्म

सत्याचे महत्त्व व धर्मतत्त्वांमध्ये त्याचे असलेले अनन्यसाधारण स्थान याविषयी सांगताना शकुंतला-दुष्यंत संवादात हे तत्त्व हजार अश्वमेधांपेक्षाही श्रेष्ठ आहे असे म्हटले आहे आणि अगदी तोच श्लोक अनुशासनपर्वात ७४व्या अध्यायात भीष्म-युधिष्ठिर संवादात आला आहे. सत्याच्या पालनामुळे कोणते श्रेष्ठ फळ प्राप्त होते असा युधिष्ठिराने प्रश्न विचारला होता. त्याला उत्तर देताना भीष्म म्हणाले, ''बाबारे, सत्य हाच परम धर्म आहे. सत्याने देव संतुष्ट होतात, पितर संतुष्ट होतात. सत्याच्या सामर्थ्यामुळे अग्नि प्रदीप्त होतो, वारा वाहू शकतो व सूर्य प्रकाश देतो.''

सत्यवन्तः स्वर्गलोके मोदन्ते भरतर्षभ ।। (महा. १३.७४.३२)

सत्याचे आजन्म पालन करणारे महात्मे, हे राजा, स्वर्गलोकात सुखाने राहतात.

अनुशासनपर्वाच्या शेवटी, उत्तरायणाचा काळ येऊन ठेपला असता भीष्मांनी युधिष्ठिराचा उपदेश संपवून प्राणत्यागाची तयारी केल्याचे वर्णन आहे. त्यावेळी युधिष्ठिराशी संभाषण करताना त्यांनी 'सनातन धर्माचे स्वरूप' अगदी थोडक्यात त्याला निवेदन केले आहे.

भरतश्रेष्ठा राजा, तुला मी जे सांगणार आहे त्याबद्दल तू यत्किंचितही संशय बाळगू नको, अंध, जड व्यक्तिप्रमाणे पूर्णशंकारहित मनाने (अगदी डोळे मिटून) तू त्याचे आचरण कर. अहिंसा, सत्य, अक्रोध (क्रोधावर नियंत्रण) आणि दान ही चार मूलमागी तत्त्वे आहेत व या चारातच सनातन धर्म सामावला आहे. भीष्मांच्या या तळमळीने केलेल्या उपदेशावरून सत्याला धर्माचरणात किती महत्त्व आहे याची स्पष्ट कल्पना यावी.

सत्यव्रतपालनाची उदाहरणे :

भीष्मांनी ब्रह्मचर्याची प्रतिज्ञा पाळून जगासमोर एक मोठे उदाहरण घालून दिले. शंतनूने काही त्यांना तसा आदेश दिला नव्हता किंवा तशी इच्छाही व्यक्त केली नव्हती. परंतु, पितृभक्तीच्या प्रेरणेतून भीष्मांनी एका मोठ्या खडतर व्रताला वाहून घेतले. भीष्मांचा

जन्म हा वसूंना जो शाप मिळाला त्यातून झाला होता हे मागे पाहिलेच आहे. अष्टवसूंपैकी ज्या वसूने दिव्य गाय चोरली तो 'धू' नावाचा वसू पृथ्वीतलावर भीष्म म्हणून जन्मला, परंतु त्याने वसिष्ठांकडे करुणा भाकल्यावर वसिष्ठांनी त्याला उःशाप दिला. तो असा, ''तू मोठा धर्मात्मा होशील, शास्त्रपारंगत होशील, तुला स्त्रीसुख मिळणार नाही व तुझी संतती भूतलावर राहणार नाही.'' भीष्मांच्या वरील प्रतिज्ञेचे रहस्य वसूला मिळालेल्या शापात दडलेले आहे. भीष्मांनी दुसरेही एक व्रत किंवा आचरणाचा नियम पाळला होता. स्त्रियांशी लढावयाचे नाही असा त्यांनी नियम केला होता व म्हणून बालपणी स्त्री असलेल्या व नंतर पुरुष झालेल्या शिखंडीशी त्यांनी लढाई केली नाही व अशा रीतीने संकटकाळीही आपला शब्द पाळला. कर्णानेही भीष्मांनी त्याचा 'अर्धरथी' म्हणून अपमान केल्यावर 'मी भीष्म रणांगणावर असेपर्यंत युद्धात भाग घेणार नाही' असे सर्वांसमक्ष घोषित केले. त्याप्रमाणे भीष्मांचा पाडाव होईपर्यंत कर्णाने दुर्योधनाला मैत्रीचे वचन दिलेले असूनही, युद्धात पहिले दहा दिवस भाग घेतला नाही व आपले वचन खरे केले.

जयद्रथामुळे अभिमन्यू व्यूहात अडकून कौरवांकडून मारला गेला हे युधिष्ठिराकडून कळताच भावनेच्या आवेशात अर्जुनाने जयद्रथवधाची प्रतिज्ञा घेतली. 'सूर्याचा अस्त होण्यापूर्वी जयद्रथाचा वध करीन नाहीतर अग्निकाष्ठे भक्षण करीन' अशी प्रतिज्ञा अर्जुनाने घेऊन फार मोठी जबाबदारी अंगावर घेतली. परंतु, कृष्णाच्या कल्पकतेमुळे व दैवी साहाय्यामुळे ती तो पार पाडू शकला. बोललेले वचन पाळण्यासाठी अर्जुनाने शर्थ केली. कर्ण-कृष्णभेटीच्या वेळी जो संवाद झाला त्यातील कर्णाने केलेली विनंती या संदर्भात उल्लेखनीय आहे. कर्ण-कृष्ण भेट संपत आली होती. कर्णाने कृष्णाने देऊ केलेले सर्व नाकारले होते. नाकारण्याची तपशीलवार कारणेही दिली होती. अगदी शेवटी त्याने कृष्णाला विनंती केली की तो स्वतः कुंतीपुत्र आहे हे जे जन्मरहस्य कृष्णाने त्याला सांगितले ते रहस्य त्याने पांडवांना विदित करू नये, गुपितच ठेवावे.

कृष्णाने कर्णाला शब्द दिला आणि त्याप्रमाणे त्याने रहस्य गुप्तच ठेवले. युद्धाचा शेवट झाला, योद्ध्यांच्या उत्तरक्रियाही करण्यात आल्या. तरीही कृष्णाने ते रहस्य कुणाला सांगितले नाही. हा संयम म्हणजे कृष्णाकडून झालेले सत्यधर्माचे पालनच होय. कारण आपण दिलेला शब्द त्याने, पांडवांवर अतोनात प्रेम असूनही तंतोतंत पाळला. पांडवांना म्हणजे युधिष्ठिराला ते जन्मरहस्य कुंतीकडून युद्धानंतर आप्तांना तिलांजली देताना समजले.

सत्यव्रताच्या पालनाबद्दल रामाचे उदाहरण अगदी अग्रगण्य उदाहरण म्हणून मानता येईल. मंथरेच्या कुटिल उपदेशाने मोहित होऊन कैकेयी दशरथ राजाजवळ दोन वर मागते. तो अधिकार तिला दशरथानेच दिला होता. ती म्हणाली 'रामाऐवजी भरताला राज्य द्यावे' व 'रामाला चौदा वर्षे वनवासास पाठवावे' - हे दोन वर मी मागते. अर्थात, यानंतर

दशरथ राजा काहीही बोलला नाही. कैकेयीच रामाला म्हणते की, 'तुझ्या पित्याचे असे म्हणणे आहे!' राम स्वतः आश्चर्याने म्हणतो की, दशरथ राजे स्वतः एकही शब्द का बोलत नाहीत? त्यावर कैकेयी म्हणते की, 'राजे तुझ्याशी बोलणार नाहीत. कारण त्यांना तुला हे सांगायला लाज वाटते.'

व्रीडान्वितः स्वयं यच्च नृपस्त्वां नाभिभाषते ।

(रामा.अयोः स.१९-२५)

कैकेयीचा हट्टाग्रह व राज्यलोभ या थराला गेला होता. दशरथ राजाची हतबलता पाहून राम स्वतःच राजांचे शब्द सत्य ठरावे म्हणून राज्याचा त्याग करून वनात जाण्याचा निर्णय घेतो. तो जर वनात गेला नसता तर दशरथ राजाने जे वर मूकपणाने संमत केले होते ते खोटे पडले असते. म्हणून साक्षात् दशरथाची आज्ञा जरी झाली नव्हती तरी त्याच्या मनातील चलबिचल जाणून चौदा वर्षे वनवासास जाण्याविषयी निर्धार केला व दशरथाला पेचप्रसंगातून सोडविले. असा आहे हा सत्यपालनाचा आदर्श !

गुरू-शिष्य संवाद :

एका शिष्याचा आणि गुरूचा संवाद आश्वमेधिक पर्वात उद्धृत केला आहे. शिष्याने काही प्रश्न विचारले ते असे की, सत्कृत्य कशाला म्हणायचे? कोणते मार्ग कल्याणप्रद मार्ग समजायचे? पापापासून मुक्तता कशी होऊ शकते? सत्य म्हणजे काय व दुष्कृत्य म्हणजे काय? या प्रश्नांची उत्तरे देताना वासुदेव म्हणाले,

चराचर भूते ही सत्यापासून उत्पन्न झाली, तपामुळे ती जगतात व सत्य म्हणजे साक्षात् ब्रह्म होय.

या वचनाचा मथितार्थ असा दिसतो की सत्य हे तत्त्व आणि जगन्नियंता परमेश्वर हे एकच होत. सत्य हेच त्या निर्गुण, निराकार ब्रह्माचे स्वरूप होय. या श्रेष्ठ तत्त्वातच पावित्र्य सामावले आहे व त्यातच ज्ञान व जगकल्याण सामावले आहे. या सत्यस्वरूपी परमेश्वराचीच आराधना साधकाने करावयास हवी व त्यातच अंततः विलीन होण्याचा प्रयत्न केला पाहिजे. स्थावर, चर सर्व पदार्थ त्याच एका तत्त्वापासून निर्माण झालेले असल्याने ते तत्त्व विश्वातील अणू, रेणू व्यापून आहे. प्रत्येक प्राणिमात्राच्या हृदयात त्याचा वास आहे व त्या अंतरात्म्याचे दर्शन हेच जीवनाचे अंतिम साध्य आहे.

उमा-महेश्वर संवाद :

उमा आणि महेश्वर यांचा अत्यंत उद्बोधक असा संवाद अनुशासनपर्वात आला आहे. उमेने असा प्रश्न विचारला आहे कर्म, मन व वाणी यांच्यामुळे बंधने, पाश निर्माण

होतात. तेव्हा या पाशातून कशामुळे मानव मुक्त होऊ शकतात हे मला सांगा. 'धमार्थतत्त्वज्ञे, सत्यनित्ये च दमे रते' अशी उमेसाठी संबोधने वापरून महेश्वर सांगतात की, सत्यधर्मात निमग्न असलेले, सर्व तऱ्हेची लिप्सा ज्यांनी टाकून दिली आहे असे साधुपुरुष पुण्यकर्मांने किंवा पापकर्मांने बद्ध होत नाहीत.

रागद्वेषाचा त्याग केलेले, समदर्शी, विश्वाच्या उत्पत्ती, लयाचे रहस्य जाणणारे ज्ञानी सर्वबंधांपासून मुक्त असतात. ज्यांच्या आचरणात हिंसा - कायिक, वाचिक, मानसिक कुठलीही हिंसा असत नाही व जे निरासक्त, जितेंद्रिय वृत्तीने राहतात त्यांना कुठलेच कर्म बंधनकारक होत नाही.

परक्याच्या धनाबद्दल निर्भय, तसेच परदारेचा विचारही मनाला शिवू न देणारे, दयाशील, धर्म्य मार्गाने मिळालेल्या गोष्टींवर समाधान मानणारे, चारित्र्यसंपन्न, संयमशील परदारेला माता भगिनीप्रमाणे मानणारे, सद्प्रवृत्त पुरुष स्वर्ग लोकाचे धनी होतात, हे सद्गुण अंगी बाणवून सदाचाराचे अनुसरण करण्याचा हा जो सत्पुरुषांचा मार्ग यालाच 'देवकृत मार्ग' म्हणतात व याच मार्गाने सर्वांनी जाणे इष्ट होय. हाच मार्ग दान, धर्म व तप यांनी युक्त आहे. शील, पावित्र्य व दया यांचा अंतर्भाव त्यात असून हाच स्वर्गप्राप्तीचे उद्दिष्ट साध्य करण्यास सुयोग्य होय. द्वेष्य आणि प्रिय अशा दोन्ही गोष्टींकडे जो समदृष्टीने बघतो व सर्वांभूती जो स्नेह निर्माण करतो तो 'कर्मयोगी' येथे अभिप्रेत असून त्याच्या अंगी असलेल्या समत्वबुद्धीने जी कर्मे केली जातात ती बंधनकारक न होता स्वर्गप्रद ठरतात असा या विवेचनाचा आशय दिसतो.

वाणीविषयक सत्यधर्म :

वाणीच्या संदर्भात उमेने जो प्रश्न विचारला होता त्याविषयी महेश्वरांनी सविस्तर सांगितले आहे. स्वतःचा किंवा दुसऱ्याचा विशिष्ट हेतू साध्य करण्याकरिता किंवा केवळ थट्टामस्करीसाठीसुद्धा जे खोटे भाषण करीत नाहीत त्यांना स्वर्गलोक मिळतो. थोडक्यात म्हणजे शास्त्रात सत्य बोलण्याला अपवाद दिले आहेत त्यांचाही वापर शक्यतो करू नये असाच सल्ला याठिकाणी दिला आहे. वाणी ही विरोध उत्पन्न न करणारी, स्नेहयुक्त, गोड, पापवर्जित व स्वागतपर अशी असावी. कडवट, कठोर, रुक्ष, निष्ठुर व दुष्टाव्यासहित अशी ज्यांची वाणी नसते तेच पुरुष स्वर्गगामी होऊ शकतात.

शठप्रलापाद्विरता विरुद्धपरिवर्जकाः।
सौम्यप्रलापिनो नित्यं ते नराः स्वर्गगामिनः।।
न कोपाद्व्याहरन्ते ये वाचं हृदयदारणीम्।
सान्त्वं वदन्ति क्रुद्धापि ते नराः स्वर्गगामिनः।। (महा.१३.१३२.२४-२५)

विरुद्ध भाषण ज्यांनी वर्जित केले आहे, लबाडीच्या बोलण्यापासून जे परावृत्त

झाले आहेत व जे नेहमी सौम्य, मधुर (म्हणजेच हितकारक) बोलतात ते स्वर्गाचे धनी होतात. राग आल्यावर (आपल्यावरील ताबा गेल्यामुळे) जे हृदयावर घाव घालणारे शब्द उच्चारित नाहीत, तसेच जे रागातही अत्यंत शांत, सौम्य वाणी वापरतात ते पुरुष स्वर्ग मिळवतात. वाणीबद्दलचा हा बहुमोल उपदेश करताना महेश्वरांना हेच सांगायचे आहे की, वाणी अत्यंत सौम्य, मधुर, दुसऱ्यांची मने न दुखावणारी, प्रिय व हितकर, तसेच खोटेपणा, दुष्टपणा, क्रौर्य व वञ्चना यांनी रहित अशी असली पाहिजे. राग आल्यानंतर माणसे इतके क्रूर व कठोर भाषा वापरतात की, त्यामुळे कायमचे शत्रुत्व उत्पन्न होते किंवा हिंसाचार घडून प्राणावर बेतू शकते. म्हणून क्रोध आला असतानाही संयम राखून अत्यंत सावधगिरीने व विवेकाने सौम्यपणे बोलले पाहिजे. क्रोध आल्यानंतर कठोर भाषण करणे दुष्टाच्या निग्रहाकरिता असेल तर योग्यच आहे, असा तारतम्य विचार येथे केला पाहिजे.

सत्य बोलण्याविषयीचा हा उपदेश व सत्य ह्या तत्त्वाबद्दलचे मूलगामी विवेचन महाभारतात अनेक ठिकाणी आले आहे. त्या काळातला हा फार मोठा नीतीचा संकेत होता हे स्पष्ट आहे. अर्थात, शाश्वत धर्माचे ते एक अंग असल्याने त्याला काळाची मर्यादा नाही. लौकिक अर्थाने किंवा केवळ ढोबळ, यांत्रिक दृष्टीने जे आपल्याला सत्य म्हणून भासते ते सूक्ष्म धर्माच्या दृष्टीने सत्य असणारही नाही. सबंध गावातील जनतेचे रक्षण करण्यासाठी दरोडेखोरांशी खोटे बोलले तर ते लौकिकदृष्ट्या असत्य वचन असेल पण खऱ्या धर्माच्या दृष्टीने ते सत्य वचन मानणे योग्य होय. सत्य, असत्य काय हे ठरविताना सूक्ष्म दृष्टी वापरली पाहिजे तरच त्याचे रहस्य कळेल. ज्याच्यामध्ये भूतमात्रांचे अथवा लोकांचे हित सामावलेले आहे ती कृती किंवा ते बोलणे म्हणजे सत्य होय. अशा या सिद्धांताचा ऊहापोह आपण मागे पाहिलाच आहे. साधुसंत म्हणतात –

दया तिचे नाव । भूतांचे पालन ।आणिक निर्दालन । कंटकांचे ।।

दयेमध्ये दुष्ट लोकांचे निर्दालन ह्याचा अंतर्भाव असतो, हा सूक्ष्म विचार आहे. लौकिकदृष्ट्या त्याला दया म्हणणे पटत नसले तरी सूक्ष्म विचाराला ते पटते.

ह्या नीतितत्त्वाचे ज्ञान मिळवून त्याचे सतत पालन करावयाचे आहे. पण हे पालन कशासाठी करायचे? तर त्याद्वारे आपले जे अंतिम ध्येय ईश्वरप्राप्ती ते साध्य होऊ शकेल. रामकृष्ण परमहंसांनी ह्या संदर्भात मार्मिकपणे म्हटले आहे –

''खांबाभोवती गोल फिरणाऱ्या लहान मुलाकडे बघा. खांबाला तो घट्ट धरून असतो. त्याच्याभोवती तो कितीही वेगाने फिरत असला तरी त्यावरची त्याची पकड पक्की असते. तद्वतच जगाच्या व्यवहारात तुम्ही कितीही का गढलेले असाना, ईश्वराला कधीही विसरू नका. त्याला आपल्या हृदयात दृढ धरून ठेवा.''

(क्रमश:)

लेखांक : अडतिसावा

याज्ञवल्क्य-विश्वावयू संवाद

आपण 'सत्य' या तत्त्वाचे विविध पैलू पाहिले. ते यज्ञ, तप व साक्षात् परब्रह्मरूप असून सत्याची जी आध्यात्मिकदृष्ट्या प्रशंसा आलेली आहे तीही पाहिली. सत्य हेच ज्याचे मूलस्वरूप आहे त्या परमात्म्यापासून सर्व सृष्टी निर्माण झाली असून प्रलयकाली त्याच्यातच विलीन होणार आहे. त्या तत्त्वाचे सम्यगज्ञान प्राप्त करून घेण्याचा प्रयत्न करणे हेच मनुष्यजन्माचे प्रयोजन होय. त्याचे ज्ञान करून देणे हीच वेद व शास्त्रे यांची खटपट आहे. मागे आपण पाहिलेच की याच श्रेष्ठ अंतिम सत्याला शास्त्रात काही ठिकाणी पंचविसावे तत्त्व तर काही ठिकाणी सव्विसावे तत्त्व म्हटलेले आहे. याज्ञवल्क्य ऋषींना सूर्यापासून, सूर्याची उपासना केल्यानंतर त्याच्या कृपाप्रसादाने, यजुर्वेदाची प्राप्ती झाली व सूर्याने त्यांना 'तू शतपथाची रचना करशील व सांख्य व योग या दोन्हींचे जे अंतिम आहे त्याची तुला प्राप्ती होईल.' असा एक प्रकारे वर दिला म्हणून याज्ञवल्क्यांच्या शरीरात सरस्वतीने प्रवेश केला व त्यांना सर्वश्रेष्ठ मोक्षोपयोगी ज्ञानाचा लाभ झाला असे वर्णन शांतिपर्वात (अध्याय ३०६) आले आहे. त्या याज्ञवल्क्यांचा विश्वावसू गंधर्वांशी जो संवाद झाला त्यात या परमतत्त्वाचा व प्रकृतीच्या पलीकडे असलेल्या जीवात्म्याचा सूक्ष्म विचार केला आहे. या संवादात सुरुवातीला विश्वावसूने जवळ जवळ २४ ते २५ आध्यात्मिक प्रश्न विचारले आहेत. विश्वा म्हणजे काय? अविश्व म्हणजे काय? अश्व म्हणजे काय? अश्वा म्हणजे काय? मित्र कोण? वरुण कोण? ज्ञान म्हणजे काय? ज्ञेयाचे स्वरूप काय? सूर्याला खाऊन टाकणारा सूर्याद कोण? व सूर्य कोण? असे अनेक प्रश्न विचारले आहेत. हे प्रश्न प्रतीकात्मक व सृष्टीच्या काही तत्त्वांविषयी आहेत याबद्दल शंका नाही. याज्ञवल्क्य म्हणाले की, थोडा वेळ थांब, उत्तरे सांगतो. त्यांनी सरस्वतीचे मनात स्मरण केले. वेद व उपनिषदे यांचे मनाने मंथन केले आणि त्या प्रश्नांची उत्तरे, दही घुसळल्यावर जसे लोणी तरंगत वर येते, तशी उत्तरे आपोआप मनात उभी राहिली. त्यांनी सांगितले की, विश्वा म्हणजे अव्यक्त व श्रेष्ठ प्रकृती होय. ही प्रकृती भूतभविष्यादि (जन्ममरणादी) भयाने युक्त आहे व त्रिगुणात्मक आहे. याउलट, 'अविश्व' म्हणजे सर्वगुण

रहित असा पुरुष होय त्याचप्रमाणे अश्व म्हणजे निर्गुण पुरुष व अश्वा ही अव्यक्त प्रकृती होय. मित्र हा पुरुष व वरुण ही प्रकृती होय. अज्ञ ही संज्ञा जिवाला उद्देशून आहे व 'ज्ञ' याचा अर्थ सर्वज्ञ व ज्ञानस्वरूपी असा परमात्मा होय. यापुढे ज्ञान व ज्ञेय यासंबंधी मोठे मार्मिक विधान आहे.

ज्ञानं तु प्रकृतिं प्राहुर्ज्ञेयं निष्कलमेव च ।
अज्ञश्च ज्ञश्च पुरुषस्तस्मान्निष्कलउच्यते ॥ (महा.१२.३०६.३९)

ज्ञान व ज्ञेय याची चर्चा अनेकवेळा आलेली आहे. येथे मात्र ज्ञान ही संज्ञा प्रकृतीसाठी लावलेली आहे. ज्ञान म्हणजे अव्यक्त प्रकृती व 'ज्ञेय' म्हणजे निर्गुण, निष्कल असा जो पुरुष तो होय. ह्या ज्या संज्ञांविषयी प्रश्न विचारले आहेत त्यातील एक प्रकृतिनिदर्शक व दुसरी निष्कल पुरुष निदर्शक आहे, हे स्पष्ट होते. परंतु, ज्ञान हा शब्द प्रकृती दर्शवितो. हे विधान एका विशिष्ट संदर्भात म्हटलेले आहे. वास्तविक प्रकृती अचेतन व विज्ञानघन अशा पुरुषापासून भिन्न आहे. परंतु, पुरुष हा ज्ञेय म्हटल्यानंतर त्याची जी एक प्रकारची शक्ती – ती प्रकृती तिला 'ज्ञान' म्हणण्यात काही वावगे नाही.

प्रकृतीला प्रधान ही संज्ञा –

सचेतन परमतत्त्व व प्रकृती यांच्याविषयी विवेचन ऐकताना गंधर्वाने विचारले की, पंचविसावे तत्त्व जो जीवात्मा – तो परमात्म्याहून अधिक कसा, याविषयी आपण प्रकाश टाकावा. त्यावर याज्ञवल्क्य सांगतात, प्रकृती जड असल्याने ती जीवात्म्याला जाणीत नाही; जीवात्मा तिला जाणतो. त्याचे प्रकृतीचे ठिकाणी प्रतिबिंब पडते 'प्रधीयते अस्मिन्' अशी प्रधान शब्दाची फोड व्याख्याकारांशी देऊन म्हटले आहे की ते तत्त्व ज्याच्यात आत्म्याची छाया पडते. साधकाला आपला शरीरातील आत्मा व विश्वात ओतप्रोत भरून राहिलेला परमात्मा यांच्यात अभेद आहे – हे ज्ञान, ही प्रत्यक्ष जाणीव जेव्हा होते तेव्हा तो सर्वपाशातून मुक्त होतो व परमपदास पोहोचतो. ज्यावेळी प्रकृतीहून भिन्न असा जीवात्मा जागृती आणि स्वप्न या अवस्थांत असतो तेव्हा तो साक्षीरूपाने सर्व काही पाहतो व त्याला आपण स्वतः प्रकृतीहून भिन्न आहोत याची जाणीव होते व जेव्हा तो सुषुप्ती अवस्थेत असतो तेव्हा तो साक्षीरूपाने पाहाण्याचे काम करीत नाही, तेव्हा त्याला अंतिम तत्त्वाचे म्हणजेच परमेश्वराचे ज्ञान होते. परमात्म्याला तो ओळखतो. या दोहोत तसे पाहता मूलतः काही बाबतीत साधर्म्य आहे. सव्विसावे तत्त्व म्हणून ओळखल्या जाणाऱ्या परमात्म्याला हा वर म्हणजे श्रेष्ठ व तो अवर अशा जीवात्म्याला व्यापून असल्यामुळे ज्ञाते लोक त्यांना एकच मानतात. खालील श्लोकाचे तात्पर्य हेच आहे –

अन्यश्च राजन्नवरस्तथान्यः पञ्चविंशकः।

तत्स्थानाच्चानुपश्यन्ति एक एवेति साधवः ।। (महा.१२.३०६.७५)

परमात्म्याचे ज्ञान झाले की साक्षात्कार होतो व साधक मुक्ती मिळवितो, असे अध्यात्मशास्त्रात परोपरीने सांगितले आहे; वेद व उपनिषदे या ग्रंथात ते ज्ञान ती आत्मविद्या साठविलेली आहे असे आपण म्हणतो. मग त्या ग्रंथांच्या पठनाने ब्रह्म जाणता येईल का? याज्ञवल्क्यांनी या विषयाबद्दल उत्कृष्ट मार्गदर्शन केले आहे. याच अध्यायात असे म्हटले आहे की वेदांचे, उपनिषदांचे पठन आवश्यक आहे, पण ते पठन ब्रह्मपरत्वाने करावे असे शास्त्रात सांगितले आहे. परमेश्वराचे चिंतन, स्मरण मनात ठेवून या ग्रंथांचे पठन करावयास हवे. उपासना करीत, परमेश्वर प्राप्त व्हावा यादृष्टीने भक्तिभाव ठेवून तळमळीने वेदाध्ययन करायला हवे अन्यथा तो मनुष्य वेदांचा भारवाही मात्र होतो.

वेदवेद्यं न जानाति वेदभारवहो हि सः।। (महा.१२-३०६.४८)

याठिकाणी एक उदाहरण दिले आहे. लोण्याची इच्छा धरून जो गर्दभीच्या दुधाचे मंथन करतो, त्याला ते मिळणे शक्य नसते, त्याप्रमाणे वेदाध्ययन करूनही त्याला वेद्य(पुरुष) व अवेद्य (प्रकृती) यांची खरी कल्पना येत नाही तो निव्वळ मूर्ख व ज्ञानाचे ओझे वाहाणारा समजला पाहिजे.

रामकृष्ण परमहंसांनी अगदी हीच गोष्ट दृष्टांतांच्याआधारे समजावून दिली आहे. नकाशावरील काशी शहराचे टिंब पाहून ज्याप्रमाणे काशी पाहिली असे म्हणता येत नाही, त्याप्रमाणे नुसती शास्त्रे वाचून कोणाला 'मी ब्रह्म जाणले' असे म्हणता येत नाही. ब्रह्म जाणण्यासाठी दृढभक्ती, शुद्धाचरण व ध्यानाची आवश्यकता आहे. आपल्याला शहरात जावयाचे आहे, त्यासाठी तेथे जाण्याचा मार्गच केवळ माहीत असून भागावयाचे नाही. त्यासाठी आपल्याला आपल्या पायांनी त्या मार्गावरून चालत जायला पाहिजे. तसे केले तरच आपण शहरात पोहोचू शकू. (बोधकथा ३८)

जन्माचे सार्थक कर –

माणसाने अशाप्रकारे जीवनात जे वेद्य आहे, आयुष्यात जे अंतिम साध्य करावयाचे आहे त्याचा आधी विचार करावा याचे कारण जीवन क्षणभंगुर आहे व जीवनात मोह, भ्रम व अश्रद्धा निर्माण करणाऱ्या गोष्टी फार आहेत. जीवन किती क्षणिक आहे याबद्दल असे म्हटले आहे की, पाण्यावरील फेसाप्रमाणे देह पळभर टिकणारा आहे व जीव ह्या देहरूपी झाडावरील पोपटाप्रमाणे आहे. व्यासांनी केलेल्या शुकोपदेशात असे म्हटले आहे की, काळ केव्हा झडप घालेल हे सांगता येत नाही, म्हणून जे निरीच्छ वेदाभ्यासी महात्मे असून धर्माच्या मार्गाने जातात त्यांना शरण जा व त्यांना आत्मोन्नती कशी होईल

याविषयी विचार.

धर्म्यं पन्थानमारुढास्तानुपास्व च पृच्छ च ।। (महा.१२.३०९.११)

जिवाला संसाररूपी अंधारातून मार्ग काढावयाचा आहे म्हणून त्याने, ज्याची ज्योत हळूहळू मोठी झाली आहे असा धर्म–बुद्धिरूपी दीप मोठ्या यत्नाने सतत तेवत ठेवावा. मिळालेला मनुष्य जन्म हा अनेक देह घेता घेता मोठ्या कष्टाने मिळालेला आहे. तो जन्म 'कामार्थाय' म्हणजे सुखोपभोगासाठी नाही. तो विशिष्ट कार्यासाठी आहे. इहलोकी कष्ट सोसून तपाचरण करण्यासाठी आहे. तसे केल्याने परलोकी निरूपम सुख लाभेल. (महा.१२.३०९.२२). भागवतातही याच तऱ्हेचे विधान आहे. (कृच्छ्राय तपसे चेह प्रेत्यानंतसुखाय च।) मृत्यू हा अटळ असून तो घडल्यावर माणसाला यमापुढे एकट्यालाच उभे रहावे लागते. त्याक्षणी शुभाशुभ कर्मानुसार गती ठरत असते. इहलोकी कोणती कर्मे आचरली याबद्दल स्वतःच्या अंतरात्म्याशिवाय कोणीही साक्षीदार नाही. असे असल्यामुळे स्वधर्माचे परिपालन करावे, ऋषींनी सांगितल्याप्रमाणे पवित्र कर्मे करावी व आत्मोन्नती साधावी. व्यासांचा हा उपदेश तसा विस्तृत आहे परंतु त्यातील ठळक भाग आपण पाहात आहोत. मनुष्याच्या देहात दडून असणारे कामक्रोधादी लांडगे तुझ्यावर धाड घालतील; याकरिता तू काही पुण्य करून ठेव. अनिष्ट मित्र व हितशत्रू जी इंद्रिये, तुला स्वस्थ बसू देणार नाहीत, ती तुला भुरळ पाडतील. म्हणून हे ओळखून परमपदप्राप्तीसाठी प्रयत्न कर. पर्वतशिखरांवर तुला हिरण्यम वृक्षांचे दर्शन होण्याच्या आधीच तू कल्याणाचा मार्ग शोध. (हिरण्यम वृक्ष दिसणे हे मृत्यूचिन्ह होय). मुख्य म्हणजे तू परलोकात ज्या धनाचा तुला उपयोग होईल ते जोडायचा प्रयत्न कर. ते धन म्हणजे विद्यारूपी धन. ते मनुष्य मेला तरी त्याला सोडीत नाही. ते त्याच्या बरोबर जाते व त्याचे कल्याण करते.

मृतंच यन्न मुञ्चति समर्जयस्व तद्धनम् । (महा.१२.३०९.४५)

हे जे धन म्हटले आहे त्यात या जन्मात केलेली साधना, भक्ती, ईश्वर विषयक ज्ञान या गोष्टींचा समावेश आहे.

वैराग्य अत्यंत आवश्यक –

शांतिपर्वात याच विषयाच्या संदर्भात सुलभाजनक संवादात फार हृद्य विचार आले आहेत. जनक हा स्वतः राजा असून राजाची कर्तव्ये पार पाडीत होता पण त्याचबरोबर त्याचेठिकाणी मोक्षोपयोगी सम्यग्ज्ञान त्याला अवगत होते. त्या ज्ञानाच्या प्राप्तीसाठी संन्यासिनी सुलभा त्याच्या दाराशी आली होती. जनकाच्या त्या उपदेशात त्याने सांगितले की, मोक्षोपायात वैराग्य हा सर्वश्रेष्ठ उपाय आहे.

वैराग्यं पुनरतेस्य मोक्षस्य परमो विधिः।
ज्ञानादेव च वैराग्यं जायते येन मुच्यते ।। (महा.१२.३०८.२९)

मुक्ती देणारे वैराग्य ज्ञानामुळे प्राप्त होते. ज्ञानामुळे मनुष्य योगाभ्यासास प्रवृत्त होतो व योगाभ्यासाने आत्मज्ञान प्राप्त होते. मी निःसंग व निर्मोहवृत्तीने संसारात राहात असल्याने माझी सुख-दुःखादी द्वंद्वापासून मुक्तता झाली आहे. ज्ञानाची हीच पराकाष्ठा होय. विषयांचा संपर्क होऊनही मी त्यांच्या आसक्तीपासून निर्लिप्त राहू शकतो याचे कारण माझे मन वासनाबीजरहित झाले आहे. ते पुढे म्हणाले की, जमिनीची मशागत झाल्यावर बीज पेरल्यानंतर पाणी वगैरे मिळाल्यावर ते अंकुरति झाल्याशिवाय राहात नाही. त्याचप्रमाणे कर्म बीजभूत होऊन पुनर्जन्माचे रूपाने अंकुरित होत असते. पण जर वृक्षाचे बीज खापरात घालून विस्तवावर चांगले भाजले व नांगरलेल्या जमिनीत पेरले तर ते अंकुरित होत नाही. त्याचप्रमाणे त्यांची बुद्धी वासनाबीजरहित झालेली असल्याने विषयांचा सहवास घडला तरी वासना अंकुरित होत नाही. म्हणूनच त्यांना शीत-उष्ण, लाभ-अलाभ ही द्वन्द्वे समत्वाने पाहता येतात. शत्रूवधासारखे क्रूर कृत्य व स्त्रीसंग्रहासारखे प्रिय कृत्य - या कशातच त्यांना गोडी वाटत नाही; दोन्ही गोष्टी व्यर्थच वाटतात. त्यांचे देहाविषयीचे वैराग्य इतके तीव्र आहे की एकाने त्यांचा उजवा हात चंदनाने लेपला व दुसरा डावा हात त्याने तासणीने तासला तरी ह्या दोन्ही गोष्टी त्यांना सारख्याच आहेत. मातीचे ढेकूळ, दगड आणि सोन्याची लगड ही तिन्ही ते सारखेच लेखीत असल्याने ते निरीच्छवृत्तीने व अगदी सुखाने राजाचे जीवन व्यतीत करीत आहेत. माणसाने संन्यास घेतला आहे की तो गृहस्थधर्मातच आहे याला महत्त्व नाही. गृहस्थाश्रमी असून तो यमनियमांचे पालन करीत असेल तर तो गृहस्थ संन्यासीच जाणला पाहिजे व जो यती, राग, द्वेष व कामादींनी युक्त असेल तर तो संन्यासी नसून गृहस्थच होय. कोणता एखादा आश्रम मोक्षाला उपकारक आहे असे नाही. संन्यासाची त्रिदण्डधारण, मुंडन, कमंडलू ही चिन्हे आहेत म्हणून मोक्षप्राप्ती होत नाही. ती केवळ परमेश्वराच्या ज्ञानाने-अनुभवाने होते व त्या साक्षात्काराने सर्व दुःख नष्ट होते.

यदि सत्यपि लिङ्गेऽस्मिन् ज्ञानमेवात्र कारणम् ।
निर्मोक्षायेह दुःखस्य लिङ्गमात्रं निरर्थकम् ।। (महा.१२.३०८.४८)

असे हे जनक राजे परमयोगी होते व संन्यासदीक्षा न घेताही ते परमेश्वरात विलीन झाले. संसारात राहूनच कर्तव्यकर्मे करीत ईश्वराची दृढभक्ती केली तर ध्येय साध्य करता येते, असा याचा बोध आहे. रामकृष्णांनी त्यांच्या एका बोधकथेत असाच उपदेश करताना म्हटले आहे - ''गृहस्थी जीवन खुशाल जगा, गृहस्थधर्माची सारी कर्तव्ये व्यवस्थित करा, पण परमेश्वराचे स्मरण मात्र नित्य असू द्या.''

(क्रमशः)

लेखांक : एकोणचाळीसावा

नारदाचा शुकाला उपदेश

एकदा शुक वेदपठणात गढून गेले असता नारदमुनी अंतरिक्ष मार्गातून शुकाकडे आले. शुकाला फार आनंद झाला. नारदांकडून अत्यंत हितप्रद गोष्टी जाणून घेण्यासाठी तो आतुरच होता. नारदांनी याप्रसंगी त्याला अत्यंत उपयोगी व मार्मिक उपदेश केला. त्यांनी सांगितले की, भगवान सनत्कुमारांनी जे सांगितले त्याचाच पुनरुच्चार ते करीत आहेत.

नास्ति विद्यासमं चक्षुर्नास्ति सत्यसमं तपः।
नास्ति रागसमं दुःखं नास्ति त्यागसमं सुखम् ।। (महा.१२.३१६.६)

ज्ञानासारखा अन्य नेत्र नाही, सत्यासारखे दुसरे तप नाही, आसक्तीसारखे दुसरे दुःख नाही आणि त्यागासारखे दुसरे सुख नाही. एकदा मनुष्य ऐहिक विषयात गढून गेला की मग त्याची बुद्धी नीट काम देत नाही; तो मोहवश होतो व मनुष्य इहलोकीच्या भोगांशिवाय दुसरा विचारच करू शकत नाही. काम व क्रोध त्याच्या मनाचा ताबा घेतात; त्यांना आवर घालणे हे अत्यंत आवश्यक आहे. जो तटस्थ भावनेने कर्मे करतो, जो निरीच्छ आहे, जो कशाचाही परिग्रह करीत नाही, ज्याने ऐहिक वस्तूंचा मनाने त्याग केला आहे, तोच खरा विद्वान व पंडित होय. याठिकाणी असे मार्गदर्शन केलेले दिसते की ऐहिक वस्तूंवरील लोभ धरता कामा नये. जीवन जगताना ऐहिक बाबींचा संबंध येईल. त्यासंबंधीची कर्मे करावी लागतील, परंतु त्यांच्यामध्ये गुरफटून न जाता, निरासक्त अथवा निरीच्छ मनाने त्यांच्यात वावरले पाहिजे. आसक्ती न ठेवता व इंद्रिये ताब्यात राखून जो इंद्रियांचे द्वाराने विषयोपभोग घेतो तोच श्रेष्ठपद प्राप्त करू शकतो. जो देहेन्द्रियांबरोबर राहातो, सांसारिक कार्यात भाग घेतो, पण एक प्रकारे जो तरीही देहेन्द्रियापासून पृथक वेगळा किंवा अलिप्तही असतो, असा शांतचित्त आणि निर्विकार मनुष्य मुक्तीसाठी पात्र ठरतो. ही एक प्रकारची तारेवरची कसरत म्हटली पाहिजे की देहेन्द्रियांच्या सर्व व्यापारात राहूनही त्यांच्यापासून तरीही वेगळे राहाता आले पाहिजे. आसक्तीने मनुष्य त्यात गुंतला जातो पण निरासक्त मनाने संचार केल्यास तो निर्लिप्त राहू शकतो. हीच गोष्ट खालील

श्लोकात सांगितली आहे.

आत्मभूतैरतद्‌भूतः सह चैव विनैव च
स विमुक्तः परं श्रेयो न चिरेणाधिगच्छति ।। (महा.१२.३१६.१६)

इहलोकीची आसक्ती

फक्त इहलोकाचा विचार करून जगणे दोषास्पद होय. मरणोत्तर आपले काय होईल अशी परलोकाविषयीची चिंता मनात ठेवून कालक्रमणा केली म्हणजे सन्मार्ग अनुसरण्याची बुद्धी होते. हे शुका, अहितकर गोष्टीला तू हितकर मानतोस, अनर्थकारक गोष्टी सुयोग्य मानतोस व अशाश्वताला शाश्वत समजतोस. असे मानणे हा तुझा भ्रम आहे. ह्या असत्कल्पना तू सोडायला नकोस का? रेशमाचा किडा ज्याप्रमाणे आपण निर्माण केलेल्या तंतूमध्ये स्वतःला अडकवून घेतो त्याप्रमाणे संसारी मनुष्य आपल्याला विविध प्रकारच्या कर्मजालामध्ये अडकवून घेतो व आपण अडकलो आहोत, हे आपल्याला अहितकारक आहे, हे त्याच्या ध्यानातही येत नाही. ज्याप्रमाणे वनराज सरोवरात रुतला असता बाहेर पडू शकत नाही व जागीच मरण पावतो त्याप्रमाणे पुत्र दारा यांच्या पाशात अडकलेले व आसक्तीने जगणारे जीव नाश पावतात. इथल्या कुठल्याही व्यक्तीवर, स्वजनावर अथवा आपण संग्रह केलेल्या वस्तूवर जीव ठेवून बसण्यात अर्थ नाही. आपला देहच नश्वर आहे तर त्या वस्तू कशा बरे शाश्वत असतील. मरणोत्तर प्रवासात कुणाचेच साहाय्य होणार नसते. सर्व इथेच जसेच्या तसे राहाते व आपल्याला पुढील अंधारलेल्या मार्गातून एकटेच जावे लागते. आपण जी सत्कृत्ये अथवा दुष्कृत्ये करतो तीच फक्त आपल्याबरोबर ह्या प्रवासात येत असतात. विद्या, शुद्ध कर्मांचे आचरण व विशाल ज्ञान हीच फक्त आपल्याला त्या मार्गावर पुढे नेतात व परमार्थाची प्राप्ती करून देतात.

याच अध्यायात 'इंद्रियनिग्रहा'चे महत्त्व सांगताना नारद म्हणतात की, तृष्णेने अतिशय व्याकूळ झालेल्या प्रवाशाला एकाएकी पावसाच्या सरी आल्या की जसा अत्यानंद होतो तसाच आनंद, इंद्रियनिग्रह करण्याचे ज्याला साधले त्याला होतो. तोच हळूहळू निःस्पृह, अनासक्त व निरीच्छ बनतो आणि मग त्याला अशी प्रचिती येते की सूक्ष्म अंशरूपाने भूतमात्राचे ठायी आपण आहोत आणि आपल्या ठायी हे सर्व सृष्ट पदार्थ आहेत. हीच मोक्षमार्गातील आत्मौपम्याची श्रेष्ठ अवस्था होय. असा ज्ञानी व मोक्षोपाय जाणणारा (याला येथे 'तीर्थवित्' म्हटले आहे.) (महा.१२.३१६.५३) म्हणतो की, अनादि, अनंत, अव्यय असा परमात्मा निराकार, निर्विकार व कर्तृत्वरहित असून सूक्ष्म अंशाने प्राणिमात्राचे ठायी भरलेला आहे.

जगात दिसणारी विषमता

नारदाचा शुकाला केलेला उपदेश हा अत्यंत प्रत्ययकारी व जाणत्या माणसाला विचार करायला लावणारा आहे. ते म्हणतात की, जीवन दुःखांनी भरलेलं आहे यात शंका नाही पण त्या दुःखावर उपाय काय? त्याच्यावरचे औषध हेच आहे की त्या दुःखाचे चिंतन न करणे. त्याच्यावर पुनःपुन्हा विचार करीत राहिल्याने ते नाहीसे तर होत नाहीच पण उलट ते वाढत जाते.

भैषज्यमेतद्दुःखस्य यदेतन्नानुचिन्तयेत्
चिन्त्यमानं हि न व्येति भूयश्चापि प्रवर्धते ।। (महा.१२.३१७.१२)

मानसिक दुःखाचा विवेकाने परिहार करावा व शारीरिक दुःखाचा औषधे घेऊन परिहार करावा. अर्थात, जे दुःख प्रयत्न करून नष्ट करता येईल ते प्रयत्न अथवा उपाय करून जरूर नाहीसे करावे परंतु ज्यावर काही इलाज नाही (प्रिय व्यक्तीचा मृत्यू, अपघातातून अंधत्व येणे, वरचे पद नाकारले जाणे इत्यादी दुःखद घटना) त्यांच्यावर विचार करू नये. ते व्यर्थ होय. दुःखावर मात कशी करावी, त्याने उखडून कसे जाऊ नये, यादृष्टीने हा नारदांनी दिलेला विचार आजही आपल्याला उपयोगी आहे.

सुख काय आणि दुःख काय एकाच नाण्याच्या दोन बाजू आहेत. त्या दोहोंचा अनुभव सक्तीचा व क्रमप्राप्त आहे. ती एकापाठोपाठ येतात, ती आपण टाळू शकत नाही. आपले शहाणपण, नीतिनैपुण्य अथवा पौरुष यांपैकी कशानेही सुख-दुःखापासून आपले रक्षण करता येत नाही. तथापि, त्यांचा प्रतिकार करण्यासाठी आपण सतत प्रयत्न करीत राहावे, म्हणजे त्यांची तीव्रता कमी होते. सुखाचादेखील प्रतिकार करावा लागतो. कारण त्या अवस्थेत हुरळून जाऊन मद, अविवेक आपल्यात निर्माण होऊ शकतो. नदीप्रवाहाप्रमाणे वय हरघडी न थांबता पुढे जात असते. ते जीवनप्रवाहाचे वाहाणारे पाणी केव्हा अचानक थांबेल, हे कोणी सांगू शकत नाही. एखाद्याला तरुणपणीच मृत्यू, वाघाची झडप पडावी तसा ग्रासतो, तर एखादा जराजर्जर वृद्ध मरण मागत वर्षानुवर्षे जगतो. हिंसा हेच ब्रीद मानणारा दुष्टात्मा सुखात लोळताना दिसतो तर साधुवृत्तीचा, नीतिमान, विचारी, दयाशील पुरुष दुःखाचे चटके खात जगत असतो. संतान हवे म्हणून नाना उपाय करणाऱ्यांना अपत्य होत नाही व ज्याला गर्भसंभव म्हणताच भीती वाटते त्याच्या घरी पाठोपाठ अपत्य होत राहातात. कोणाला काही न करता बसल्या जागी वैभव आणि लक्ष्मी मिळते, तर कोणाला भगीरथ प्रयत्न करूनदेखील जेमतेम पोटापुरते मिळते. ही जगात दिसणारी विषमता माणसाचे मन भांबावून टाकते - नव्हे उद्विग्न करते. नारद म्हणतात की, या सगळ्या विचित्र विषयाचा कर्ता, करविता कोण आहे याचा विचार केला पाहिजे. माणूस स्वतःच कसा बरे दुःख मागून घेईल? ते दुःख त्याच्या

वाट्याला आले आहे, त्याच्या इच्छेविरुद्ध आले आहे व ते त्याला भोगणे भाग पडत आहे. ही जी विषमता वर सांगितली तिचा अनुभव, आजच्या कलियुगातल्या परिस्थितीत आपल्याला पदोपदी येतो. जे अनाचार करतात, अनीतीच्या गैरमार्गाने चालतात त्यांच्याच हाती सत्ता व धन खेळते आणि जे चांगल्या वृत्तीने, कायदा व सामाजिक नीतीला धरून वागतात त्यांनाच दारिद्र्य व दुःख भोगावे लागते. माणसाला जर आपल्या इच्छेप्रमाणे सर्व गोष्टी घडविता आल्या असत्या तर अशा स्थितीत कोणीही मरणार नाही, कोणीही वृद्ध होणार नाही, रोगग्रस्त होणार नाही व मनाविरुद्ध असे घडलेले पाहाणार नाही. पण असे घडणे शक्य नाही. तसे पाहिले तर प्रत्येक मनुष्य असलेल्या स्थितीपेक्षा अधिक चांगली स्थिती प्राप्त व्हावी अशी इच्छा करीत असतो, पण त्यात त्याला यश मिळत नाही.

उपर्युपरि लोकस्य सर्वो गन्तुं समीहते ।
यतते च यथाशक्ति न च तद्वर्तते तथा ॥ (महा.१२.३१८.३८)

ह्या श्लोकात सर्वांना येणारा अनुभव कथन केला आहे. जगात असाही अनुभव येतो की, कित्येकांच्या हालअपेष्टा त्यांना कळण्यापूर्वीच नाहीश्या होतात तर कित्येकांच्या मालकीची मिळकत असूनही त्यांना ती उपभोगावयास सापडत नाही. या ना त्या कारणाने त्यांना तिचा उपभोग घेता येत नाही. काही भाग्यवान पुरुष पालखीत बसून जातात तर काहींच्या नशिबी त्याच पालख्या आपल्या स्कंधावर वाहून न्याव्या लागतात. ह्या अवस्था, हे अनुभव येण्याची खरी शास्त्रीय कारणे कोणती आहेत? मनुष्य हे सर्व त्या त्या प्रकारे भोगत असतो ते त्याच्या त्याच्या पूर्वकर्मानुसार! ही विषमता कर्माने निर्माण केली आहे. कर्मानुसार मनुष्याला जन्म व आयुष्यातील सुख-दुःखे भोगावी लागतात. एवढेच नव्हे तर पूर्वकर्मानुसार विविध तऱ्हेचे अनुभव घेत व येणाऱ्या आपत्तींना तोंड देत मनुष्य ठरलेले आयुष्य जगतो आणि मग त्याला या देहाचा त्याग करावा लागतो आणि नंतर व्यास दृष्टांताच्या आधाराने समजावतात की कर्मानुसार पुन्हा जन्म घेणे प्राप्त होते. हा जो दुसरा देह पुन्हा प्राप्त होतो त्यासंबंधी उदाहरण देतात.

विनश्यन्तं विनाशान्ते नावि नावमिवाहितम् ॥ (महा.१२.३१८.२२)

एक देह सुटला की अशा प्राण्याला तात्काळ परिच्छिन्न करण्याकरिता अन्य देह तयार असतात. दुसरा देहही नाशवंतच असतो. ज्याप्रमाणे नावेतील उतारू दुसऱ्या नावेत घेण्याकरिता नावा तयार ठेवतात त्याप्रमाणे आत्म्यासाठी एक देह सुटल्यावर दुसरा देह कर्मबलाने तयार असतो. श्लोकात 'कर्मणा' जरी आलेले नसले तरी व्याख्याकार नीलकण्ठांनी स्पष्ट केले आहे की देहान्तरप्राप्ती कर्मामुळेच होते. म्हणून इहलोकीच्या क्षणभंगुर अशा वस्तूंवर आसक्ती न ठेवता, लाभ-अलाभ, जय-पराजय, सुख-दुःख अशा द्वंद्वांपासून मुक्त होऊन, त्या द्वंद्वांच्या पलीकडे जाऊन, इंद्रिय निग्रह करून या विश्वात जे परमतत्त्व

आहे – जे शाश्वत स्थान आहे ते प्राप्त करण्याचा ध्यान, योग, भक्ती या मार्गांनी प्रयत्न केला पाहिजे. नारद म्हणतात, हे शुका तू धर्म, अधर्म, सत्य व असत्य या सर्वांचा त्याग कर आणि यांचा त्याग केल्यावर ज्या गोष्टींच्या साहाय्याने या या सत्यासत्याचा (द्वंद्वांचा) त्याग करशील त्याचाही त्याग कर. या ज्ञानाचे योगानेच मृत्युलोकाची माणसे देवत्वाची प्राप्ती करू शकली.

ह्या विवेचनात मनुष्य प्राण्याच्या जीवनात एकंदर दहा दशा मानल्याचा उल्लेख आहे आणि तो लक्षात घेणे आवश्यक आहे. अपण शैशव, यौवन, वार्धक्य अशा स्थूल दशा मानतो. परंतु, येथे दहा दशांचा उल्लेख आहे. व्याख्याकारांनी त्या स्पष्ट केल्या आहेत. त्या अशा १) गर्भवास, २) जन्म, ३) बाल्य, ४) कौमार, ५) पौगण्ड, ६) यौवन, ७) स्थविरत्व, ८) जरा, ९) प्राणरोध व १०) नाश (मरण).

या दशांपासून आत्मा मुक्त असतो. या देहाच्याच अवस्था होत.

शुकाचार्यांनी या उपदेशाचे मनन केले. त्यांनी विचार केला की क्लेशरहित व श्रेयस्कर असे शाश्वत स्थान कोणते असावे बरे ? त्यांनी जाणले की ते शाश्वत स्थान म्हणजे परमपदाची प्राप्ती होय. त्यांनी निश्चय केला की ते अंतिम स्थान मिळवायचे की जेथून पुन्हा या पृथ्वीतलावर परतावे लागत नाही, जेथे गेल्याने विविध जन्मरूपी समुद्रांत भोवऱ्याप्रमाणे पुन्हा फिरावे लागत नाही.

तत्र यास्यामि यत्रात्मा शमं मेऽधिगमिष्यति ।
अक्षयश्चाव्ययश्चैव यत्र स्थायास्मि शाश्वतः ।। (महा. १२.३१८.५१)

जेथे माझ्या आत्म्याला शांती मिळून मला क्षयव्यय विरहित चिरकाल राहाता येईल अशा ठिकाणी मला जावयाचे आहे. ते परम पद म्हणजेच परमात्म्याची प्राप्ती किंवा साक्षात्कार होय. एकदा पूर्ण ज्ञान होऊन साधक ब्रह्ममय झाला, मुक्तावस्थेला पोहोचला की त्याला कर्माच्या योगाने होणारी देहधारणा, पाश व क्लेश यांचा स्पर्शही होत नाही.

शुकाचार्यांनी 'योग' हा मोक्षप्राप्तीचा उपाय म्हणून स्वीकारला आणि त्या योगबलाच्या आधारे त्यांनी अनेक सामर्थ्ये हस्तगत केली. त्यांच्या मोक्षाकडे झालेल्या वाटचालीचे वर्णन व्यासांनी केले आहे. ते वायुरूप झाले व त्यांनी अंतरिक्षात प्रवेश केला व ते सूर्याच्या दिशेने पुढे जात राहिले. हिमालय व मेरू यांची रौप्य व सुवर्ण शिखरेदेखील पार करून पुढे गेले. त्यांनी इहलोकीच्या गोष्टींचा केव्हाच त्याग केला होता, पुढे रज, तम या गुणांचा त्याग केला. शेवटी हे महायोगी दिसेनासे झाले व त्यांना परम पदाची, परम गतीची प्राप्ती झाली.

(क्रमशः)

लेखांक : चाळिसावा

शुक्राचार्य निरासक्त

योगी शुकाचार्यांचे समग्र जीवनच असामान्य अशा स्वरूपाचे होते. त्यांच्यात व त्यांचे पिता व्यासमुनी यांच्यात अत्यंत दृढ असा स्नेहभाव होता. शुकाचार्यांचा जन्म अरणीपासून झाला होता. आपणाला श्रेष्ठ पुत्राची प्राप्ती व्हावी म्हणून व्यासांनी उग्र तपश्चर्या केली होती व प्रसन्न झालेल्या शंकराने त्यांना वरही दिला होता की, पंचमहाभूतांप्रमाणे शुद्ध असा पुत्र त्यांना लाभेल व तो योगसाधनेने मोक्ष मिळवून तिन्ही लोकांना तेजाने दिपवून टाकेल. या वरानुसार व्यासमुनींपासून शुकाचार्य यज्ञातील अरणीतून उत्पन्न झाले.

परमर्षिमहायोगी अरणीगर्भसंभवः ।
यथाऽध्वरे समिद्धोऽग्निर्भाति हव्यमुपात्तवान् ।।

(महा. १२.३११.९-१०)

ते निर्धूम अग्नीप्रमाणे तेजःपुज दिसत होते. सगळीकडे आनंदीआनंद पसरला. गंधर्व गाऊ लागले. अप्सरा नाचू लागल्या. गंगेने मेरू पर्वतावर येऊन त्यांना आपल्या पवित्र जलाने स्नान घातले. जन्मतःच त्यांचे उपनयन झाले. ते उपनयन स्वतः महादेवाने केले. असे बरेच अद्‌भुत वर्णन महाभारतात आले आहे. त्यांना वेद व सर्व शास्त्रांचे ज्ञान जन्मापासून उपजत प्राप्त होते तरी त्यांनी रूढीला अनुसरून बृहस्पती यांना गुरू केले व त्याचेकडून वेदांचे ज्ञान मिळविले. त्यानंतर त्यांनी लगेचच खडतर तपश्चर्येस आरंभ केला. अशा या मुनींनी नारदांचा उपदेश घेतल्यानंतर असे ठरविले की, योगसामर्थ्यांच्या साहाय्याने जेथून परत इहलोकाकडे यावयाचे नसते, असे शाश्वत स्थान प्राप्त करावयाचे. अर्चिरादि मार्ग हा त्या स्थानाकडे नेतो पण धूम्रादि मार्ग हा सोमलोकाकडे नेतो व तेथून जिवाला इहलोकास परत यावे लागते. अर्चिरादि मार्गाने सूर्यस्वरूपात मिळून गेलेल्या जिवाची अशी स्थिती होत नाही. चंद्राला नेहमी क्षय आहे व पूर्ण क्षय झाल्यावर पुनः तो वृद्धिंगत होऊ लागतो. तीच अवस्था सोमलोकात जाणाऱ्या जिवांची होते. शुकाचार्यांनी आपल्याला हव्या असलेल्या गतीबद्दल जे जे म्हटले आहे त्यावरून मोक्षरूपी अवस्थेची आपल्याला कल्पना येते. त्यांना परमदाची शाश्वत अशा स्थानाची प्राप्ती करून घ्यावयाची आहे.

वायुरूप होऊन ते तेजोनिधी सूर्यात विलीन होणार आहेत. पृथ्वी, वृक्ष, नद्या, पर्वत, देव, दानव, गंर्धव या सर्व भूतमात्रांमध्ये प्रवेश करून तेथे ते वास करतील. याचाच अर्थ ते ब्रह्मरूप बनण्याची आकांक्षा धरीत आहेत.

शुकाचार्यांनी शेवटी एवढे योगसामर्थ्य मिळविले की त्यांना सर्व सिद्धी प्राप्त झाल्या. आपला आत्मा सर्व प्रकारच्या आसक्तीपासून मुक्त झाला आहे, असा त्यांना अनुभव आला. वायुरूप होऊन त्यांनी अंतरिक्षात प्रवेश केला. ते अंतरिक्षात असे पुढे जात असताना सर्व प्राणिमात्र आश्चर्याने थक्क झाले. देवांनी त्यांच्यावर दिव्य पुष्पांची वृष्टी केली. याप्रमाणे आपले सामर्थ्य दाखवून सरतेशेवटी त्यांनी शब्दादिकांचा व सत्त्वादि तीन गुणांचा त्याग केला आणि सर्वव्यापक ब्रह्माच्या परमपदास ते गेले हे मागील लेखात आपण पाहिले आहे.

व्यासांनी शुकाचार्यांचे हे अद्वितीय सामर्थ्य पाहिले व त्यांचे हृदय भरून आले. पुत्रस्नेहामुळे ते त्याच मार्गाने शुकांच्या मागून निघाले. या शुकांच्या निर्याणाच्या विवेचनात एक लहानसा प्रसंग व्यासांनी चितारला आहे, तो पाहणे जरुरीचे आहे. शुकाचार्य आपल्या मार्गक्रमणात अप्सरा ज्यावर वास करतात त्या मलय पर्वतावर आले. त्यावेळी अप्सरा नदीच्या उदकात जलक्रीडा करीत होत्या. शुकांना त्यांनी पाहिले. त्या अप्सरा विवस्त्र होत्या तरी शुकांना पाहून त्या लज्जायमान झाल्या नाहीत, कारण शुक हे पूर्ण विरक्त व देहभानरहित होते. काही वेळाने शुकांच्याच मार्गाने मागून येणारे व्यासमुनीदेखील त्याच पर्वतावर आले. अप्सरांनी त्यांना पाहिले आणि विवस्त्र असल्यामुळे त्यांची तारांबळ उडाली. काही अप्सरा लज्जित होऊन उदकात लपल्या; काहींनी घाईने वस्त्रे अंगावर ओढली. हे जेव्हा व्यासांनी पाहिले तेव्हा आपला पुत्र सर्व संगापासून मुक्त झाला आहे व आपण मात्र अजून आसक्तच आहोत असे त्यांच्या लक्षात आले व त्यामुळे त्यांना स्वतःबद्दल दुःख झाले. व्यासांना पुत्रवियोगामुळेही वाईट वाटले. पुढे लगेचच भगवान शंकर तेथे आले व त्यांनी पित्याचे पुत्रप्रेम पाहून व्यासांना वर दिला की शुकाचार्यांची प्रतिमा त्यांच्यापासून कधीही दूर होणार नाही.

छायां स्वपुत्रसदृशीं सर्वतोऽनपगां सदा ।
द्रक्ष्यसे त्वं च लोकेऽस्मिन्मत्प्रसादान्महामुने।। (महा.१२.३२०.३७)

वर वर्णन केलेल्या या अप्सरांच्या प्रसंगातून आपल्याला काय दिसते? अप्सरांच्या वागण्यात फरक पडला याचे कारण अप्सरांना माहीत होते की शुकाचार्य हे निःसंग, निरासक्त व पूर्णतया निर्विकार बनले होते. त्यामुळे त्यांच्या मनावर अशा गोष्टींचा परिणाम होणे अशक्य होते. पण व्यासांचे मन तसे निर्विकार नव्हते; त्यांच्या मनाला आसक्तीचा स्पर्श होतो. हे लक्षात आल्याने व्यासांना वाईट वाटले की त्यांना ती निःसंगपणाची वरची

पायरी गाठता आली नाही. शुकाचार्यांची स्थिती 'शून्याकार' या शब्दाने वर्णिलेली आहे. मोक्षावस्थेसाठी मन इतके निर्मळ, निःसंग व्हावे लागते, हे यावरून आपल्याला समजून येते.

शहाणा कोणाला म्हणावे?

मनुष्यजन्म दुर्मीळ आहे व या जन्मातच विचारपूर्वक कृती करून आत्मकल्याण साधण्याची संधी मिळू शकते. पारलौकिक सुखाचा विचार मनुष्याने उमेदीच्या काळात म्हणजे तरुणपणीच केला पाहिजे. व्यासांनी शुकाला सांगितले की, तो पंचवीस वर्षांचा होत आहे तेव्हा त्याने लगेच धर्मसंचय करण्याला आरंभ केला पाहिजे अन्यथा आयुष्याचे मातेरे होईल. माणूस मृत्यूनंतर वेगवेगळ्या योनीत जन्म घेतच राहातो व असे किती जन्म होतील याची गणना नाही. हजारो मातापितरे व हजारो स्त्रीपुत्र मनुष्याचे आजपर्यंत होऊन गेले, आणखी पुढेही होतील. पण त्यांच्या साहाय्याने परलोकाची प्राप्ती होत नाही. परलोकाला जाताना स्वतःच्या कर्माकर्माच्या आधारानेच मार्गक्रमण तेही एकट्यानेच करावयाचे असते. याचा विचार करून मनुष्याने शुभ कर्मे करण्याचीच कास धरावी. नास्तिक, निर्दय व दुष्ट बुद्धीच्या लोकांच्या अगदी सावलीसही उभे राहाता कामा नये. त्यांच्यामुळे बुद्धी मलिन होण्याची शक्यता आहे. जगात खरा शहाणा पुरुष कोण याचे मार्मिक दिग्दर्शन आपल्याला एका वचनात सापडते.

न देहभेदे मरणं विजानतां
न च प्रणाशः स्वनुपालिते पथि ।
धर्मं हि यो वर्धयते स पण्डितो
य एव धर्माच्च्यवते स मुह्यति ।। (महा.१२.३०९.७७)

जो (चांगली कर्मे करून) आपल्या जीवनात धर्माचा संचय करतो अथवा धर्म वाढवतो तो शहाणा होय व जो धर्ममार्गापासून ढळतो (व अधर्माने जगतो) तो मूर्ख होय. आपल्या व्यावहारिक जगात शहाणा व मूर्ख यांच्या ज्या व्याख्या आहेत त्यापेक्षा या भिन्न आहेत. ऐहिक लाभ-अलाभ, यश-अपयश यांच्यावरच आपला सगळा भर असतो व या चौकटीतच आपण विचार करतो. परंतु, अशा श्रेष्ठ ग्रंथातील उपदेशावर चिंतन केल्याने आपल्याला या चौकटीच्या पलीकडे जाणे शक्य होते. आपण स्वतः आपल्या दैनंदिन जीवनातील आपल्या कृतींवर विचार करीत नाही. भविष्याचाही काही वर्षांपुरताच विचार करतो. आपल्या मृत्यूनंतर आपणापाशी काय राहणार आहे, याचा आपण किंचितही विचार करीत नाही. तो विचार केला तर आपल्या असे लक्षात येईल की मरणोत्तर चांगली दशा मिळविण्याकरिता या जन्मात मन शुद्ध ठेऊन पुण्यप्रद कर्मे केली पाहिजेत.

परमेश्वरासमोर उभे राहिल्यावर आपल्या पाप-पुण्यात दुसरा कोणीही वाटेकरी होऊ शकत नाही; किंवा दुसऱ्याने केलेल्या कर्माचे फळ आपल्या वाट्याला येऊ शकत नाही.

न तत्र संविभज्यते स्वकर्मणा परस्परम् ।
यथाकृतं स्वकर्मजं तदेव भुज्यते फलम् ।। (महा.१२.३०९.५७)

आपले स्वतःचे कर्म जशा प्रकारचे असेल त्याप्रकारचे त्याचे फळ आपल्याला भोगावे लागते. पापरहित शुद्धात्मे व चांगल्या कुलात जन्मलेले मानव या लोकी जशी चांगली कृत्ये करतात तसे त्यांना मरणोत्तर प्रजापति, बृहस्पति किंवा इंद्र यांच्या लोकांची गती प्राप्त होते. एका कवीने तर हे कर्म व त्यानुसार मिळणारी गती ह्यांचे अत्यंत प्रभावशाली वर्णन केले आहे.

यस्माच्च येन च यथा च यदा च यच्च
यावच्च यत्र च शुभाशुभमात्मकर्म ।
तस्माच्च तेन च तथा च तदा च तच्च ।
तावच्च तत्र च विधातृवशादुपैति ।।

जे जसे जेवढे ज्याप्रकारचे व ज्या प्रमाणातले माणसाचे शुभ अथवा अशुभ कर्म असेल त्याचे ते, तसे, तेवढे त्याप्रकारचे व त्या प्रमाणातले त्या कर्माचे फळ विधाता त्या व्यक्तीला देत असतो.

वर असा उल्लेख आला आहे की जर माणसाने निष्काम बुद्धीने पुण्यकर्मे करण्यात आयुष्य घालविले तर त्याला इंद्रादी वरच्या लोकांची प्राप्ती होते. परंतु, आजच्या कलियुगाच्या काळात अनेक सुक्षिशितांचाही यावर सहजगत्या विश्वास बसत नाही. पाश्चात्त्यांनी कार्यान्वित केलेल्या आधुनिक शिक्षणाचा परिणाम असा झालेला दिसतो की या श्रेष्ठ ग्रंथातील ज्ञानावर लोकांची श्रद्धा बसत नाही. कारण एक ढोबळ समजूत अशी आहे की जे दिसत नाही, इंद्रियांच्याद्वारा कळत नाही, ते विश्वासार्ह कसे वाटावे? परंतु, असा विचार करणे योग्य नव्हे. जगात अशा अनेक गोष्टी आहेत की ज्या अज्ञात आहेत व ज्या बुद्धीच्या कक्षेच्या पलीकडल्या आहेत. महाभारतकारांनी एके ठिकाणी असे दिग्दर्शन केले आहे की पुण्यवान पुरुषांना जी चांगली गती मरणोत्तर लाभते ती उघड दिसू शकत नाही. ते म्हणतात की, ज्याप्रमाणे आकाशातील पक्ष्यांचा मार्ग किंवा माशांचा उदकामधील संचार हा पदचिन्हांच्या अभावामुळे ओळखता येत नाही, त्याप्रमाणे सत्पुरुषांची मरणोत्तर गती मानवाला ओळखता येत नाही.

सात्त्विक मार्ग योग्य :

कर्माच्या या सिद्धांतांवर दृढ निष्ठा ठेऊन माणसाने धर्माचरण करीत राहिले पाहिजे.

तेच त्याला खरा मोक्षाचा मार्ग दाखवू शकेल. शुद्ध आचरणामुळे अंतःकरण शुद्ध होते. शुकाचार्य जनक राजाकडेही मोक्षज्ञानासाठी गेले होते. जनकांनी सांगितले की कूर्म जसा आपले अवयव संकोचून घेतो त्याप्रमाणे मनुष्याने इंद्रियनिग्रह करावा. नेहमी राजस व तामस दोष टाळून सात्त्विक मार्गाने जावे आणि अंतरात्म्याच्या साहाय्याने परमात्म्याला ओळखावे. हा परमात्मा सर्वव्यापी, अनंत, अविनाशी असा आहे.

ज्योतिरात्मनि नान्यत्र रतं तत्रैव चैव तत्।
स्वयं च शक्यं तद्रष्टुं सुसमाहितचेतसा ।। (महा.१२.३१३.३२)

हा जो ज्योतिस्वरूपी परमात्मा आहे तो 'आत्मनि' म्हणजे आपल्यातच (आपल्या हृदयात) आहे. मन योगध्यानाकडे उत्तम रीतीने लावले की तो आपल्याला स्वतःला अंतःचक्षूने दिसेल. ज्याला कशाची इच्छा नाही व जो कोणाचा द्वेष करीत नाही, जो भूतमात्रादिकांना सारखेच लेखतो, जो काम, मोह, लोभ यांचा त्याग करतो तो ईश्वराच्या सन्निध गेला असे समजावे. स्तुती-निंदा, सुवर्ण-लोह, सुख व दुःख, शीत व उष्ण, प्रिय व अप्रिय, जन्म व मरण या द्वंद्वांपैकी काहीही प्राप्त झाले तरी ज्याला हर्ष अथवा विषाद वाटत नाही, त्यालाच ब्रह्माचे ज्ञान होते. जनकाने केलेल्या ह्या दीर्घ उपदेशाचे सार हेच आहे की ईश्वराला तन-मन-धन अर्पून त्याचे सातत्याने ध्यान केल्याशिवाय मोक्षप्राप्ती होणे शक्य नाही. रामकृष्णांच्या बोधकथेतही म्हटले आहे. (पृ.११७).

''जोपर्यंत जहाजात असलेले होकायंत्र ठीक काम देत आहे, तोपर्यंत जहाजावर कोणतीही आपत्ती येणार नाही. ज्याप्रमाणे खलाशाच्या होकायंत्राचा काटा नेहमी ध्रुवताऱ्याकडे वळलेला असतो, त्याचप्रमाणे आपले चित्त जर ईश्वराकडेच सतत लागलेले राहील, तर आपली जीवननौका सुखरूपपणे बंदरात पोचल्यावाचून राहाणार नाही!''

''मोक्ष हे आपले अंतिम ध्येय असले पाहिजे, चार पुरुषार्थातला शेवटचा पुरुषार्थ तोच आहे. परंतु, हृदयस्थ रामाचे दर्शन होण्याकरिता आपले अंतःकरण निर्मळ, शुद्ध असले पाहिजे. रामकृष्ण म्हणतात, 'तुम्ही अंतःकरण शुद्ध ठेवाल तर तुम्हाला ईश्वराचे दर्शन होईल. हाव किंवा लालसा ह्यांनी ते मलीन झालेले असेल, तर तुम्हाला ईश्वराचे दर्शन होणार नाही.'' (पृ.१२१).

(क्रमशः)

लेखांक : एक्केचाळीसावा

नारायणीयोपाख्यान

शांतिपर्वात युधिष्ठिराच्या काही मोक्षविषयक बिकट प्रश्नांना उत्तर देताना भीष्मांनी तर नारायणीयोपाख्यान विशद केले व त्यासंदर्भात त्यांनी युधिष्ठिराला पाञ्चरात्र तत्त्वज्ञान काय आहे याची कल्पना दिली. कोणत्याही आश्रमातील मनुष्याला मोक्ष मिळवायचा असेल तर त्याने कोणत्या देवतेचे पूजन करावे? मुक्ताला कोणती गती मिळते? स्वर्गातून आपला अधःपात होऊन पुन्हा जन्म मिळू नये यासाठी काय करावे? असे अनेक प्रश्न एकदमच युधिष्ठिराने विचारले होते, त्यावर भीष्म म्हणाले की, नारायणाच्या कृपेवाचून किंवा श्रेष्ठ प्रकारचे ज्ञान असल्याशिवाय या प्रश्नांची उत्तरे देणे शक्य नाही. नंतर त्यांनी या विषयासंबंधी नारद व नारायण ऋषी यांच्यात असलेला संवाद उत्तरादाखल सादर केला. त्या संवादाचा परामर्श आपल्याला घ्यावयाचा आहे.

नारायणो हि विश्वात्मा चतुर्मूर्तिःसनातनः ।
धर्मात्मजः संबभूव पितैवं मेऽभ्यभाषत ।। (महा. १२.३२१.८)

भीष्म म्हणतात की मी आपल्या पित्यापासून असे ऐकले आहे की कृतयुगामध्ये स्वायंभुव मन्वन्तरात सनातन, विश्वात्मा असा जो नारायण–त्याचेपासून नर, नारायण, हरि व कृष्ण अशा चार मूर्ती धर्माच्या पोटी उत्पन्न झाल्या. त्यांपैकी नर आणि नारायण या जोडीने बदरिकाश्रमाचा आश्रय करून उग्र तपश्चर्या केली. तपश्चर्येच्या योगाने ते कृश झाले व त्यांचे तेज इतके वाढले की देवानांही त्यांच्याकडे बघवेना. ज्यावर त्यांचा कृपाप्रसाद होई, तेच तेवढे त्यांना पाहू शकत. त्यांच्याच प्रेरणेने नारदांना इच्छा झाली की त्यांचे दर्शन घ्यावे. नारद तिन्ही लोक ओलांडून बदरिकाश्रमी पोहोचले. नारदांनी त्यांना पाहिले मात्र आणि त्यांना जाणवले की ह्यांची प्रथम विराटस्वरूपी एकच मूर्ती होती. परंतु, धर्माची वृद्धी व्हावी म्हणून यांनी चार रूपे धारण केली. पूर्वी हरी आणि कृष्ण यांचे काही कारणास्तव येथेच वास्तव्य होते. त्याचठिकाणी हे धर्मावतार आता तप करीत आहेत. ते दोन्ही ऋषी यज्ञ करीत असलेले पाहिल्याने नारदाने प्रश्न केला की, ते सर्वश्रेष्ठ असल्याने ते कोणा देवतेप्रीत्यर्थ यज्ञ करीत आहेत. यावर नारायण ऋषींनी नारदाला गुह्य ज्ञान स्पष्ट

केले. भूतमात्रांचे ठायी वास करणारा अंतरात्मा तो सूक्ष्म, अविज्ञेय, अचल, अव्यक्त, सनातन असा आहे – त्याला 'क्षेत्रज्ञ' म्हणतात. हा त्रिगुणातीत असून त्याला 'पुरुष' ही संज्ञा आहे. त्याचेपासून त्रिगुणात्मप्रकृती उत्पन्न होते. ती अव्यक्त असून सर्व व्यक्तांमध्ये तिचा वास असतो. या प्रकृतीपासूनच आमचा जन्म झालेला आहे. या सर्वश्रेष्ठ पुरुष 'संज्ञक' परमात्म्याचे आम्ही यज्ञाच्या योगे पूजन करतो. हा सर्वान्तर्यामी नारायण सर्व सृष्टीचा पिता असून त्याच्यातच सर्वांचा लय होतो. त्यानेच देव व पितर यांचेसाठी यज्ञरूपी पूजन करण्यात यावे अशी मर्यादा म्हणजेच आज्ञा देऊन ठेवली आहे. एकूण २१ प्रजापती त्याने निर्माण केले व त्यांच्याद्वारे तो सृष्टीचे नियमन करितो.

मुक्तांना तु गतिर्ब्रह्मन् क्षेत्रज्ञ इति कल्पितः ।
स हि सर्वगुणश्चैव निर्गुणश्चैव कथ्यते ।। (महा.१२.३२१.३९)

क्षेत्रज्ञ म्हणजे जो परमात्मा तोच सर्व मुक्तांना मिळणारी परमगती होय. या क्षेत्रज्ञाला सर्व शुभगुणांनी युक्त मानतात तसेच तो स्वरूपाने निर्गुणही होय. आम्ही दोघे त्याचेपासूनच उत्पन्न झालो आहोत व ह्या परमात्म्याची ओळख ज्ञानाच्या साहाय्यानेच होऊ शकते. जे त्याच्याशी तादात्म्य पावून अनन्यभावाने त्याची भक्ती करतात. त्यांच्यावर तो त्यांच्या भक्तीमुळे प्रसन्न होतो व त्यांना परमपदाला पोहोचवतो.

भगवान नारायणाचे दर्शन घेण्याच्या उद्देशाने, त्या ऋषींची आज्ञा मिळताच नारदमुनी आपल्या योगसामर्थ्याने उड्डाण करून मेरुपर्वतावर उतरले. तेथे विसावा घेतला. अक्षी सागराच्या उत्तरेस मेरुपासून बत्तीस हजार योजने दूर श्वेत नामक द्वीप आहे. तेथे नारायणाचे परमभक्त ध्यानमग्न अवस्थेत राहतात. नारद त्या द्वीपावर पोहोचले व त्यांना तेथे निरींद्रिय, निराहारी, दिव्यरूपधारी, महान तेजस्वी पुरुष दिसले. त्यांच्या पापण्या लवत नव्हत्या; त्यांच्या अंगाला सुगंध होता, त्यांची सर्व पापे भस्मसात झाली होती, त्यांची हाडे व शरीरे वज्रासारखी होती. तोंडात साठ दात व आठ दाढा होत्या आणि त्यांच्या अंगी अपरिचित शक्ती होती. नारदांनी त्यांना वंदन केले व निर्गुण असताही, भक्तांसाठी सगुणरूप घेणाऱ्या नारायणाचे दीर्घ स्तवन आरंभले. याठिकाणी नारदांनी नारायणाची जवळ जवळ दोनशे नावे घेऊन, त्याला वारंवार नमस्कार करून दर्शन देण्याचे आवाहन केले. भगवान नारायण नारदकृत स्तवनाने प्रसन्न झाले व त्यांनी नारदाला स्वतःचे विश्वरूप दर्शविले.

सहस्रनयनः श्रीमाञ्शतशीर्षः सहस्रपात् ।
सहस्रोदरबाहुश्च अव्यक्त इति च क्वचित् ।। (महा.१२.३२६.६)

सहस्रनयन, सहस्रशीर्ष, क्वचित् अव्यक्त व अलौकिक तेजाने युक्त असे अद्वितीय रूप नारदाने पाहिले. भगवान मुनीला म्हणाले की, नारद एकान्तिकोत्तम आहेत म्हणूनच केवळ त्यांना दर्शन लाभू शकले. ब्रह्माचे तीन पुत्र एकत, द्वित व त्रित महान् तपश्चर्या

करून आले होते तरीही त्यांना भगवन्ताचे दर्शन होऊ शकले नाही. अनन्य भक्तीवाचून कोणत्याही भक्ताला, साधकाला ह्या आदिदेव परमात्म्याचे दर्शन होणार नाही. धर्माच्या गृही मीच चार मूर्तींच्या रूपाने जन्म घेतला आहे. तुझ्यावर मी प्रसन्न आहे; हवा तो वर मागून घे. माझ्या चार मूर्तींची पांचरात्रविधीनुसार आराधना कर.

यावर नारदांनी म्हटले की त्यांना आज सर्वश्रेष्ठ भगवत्स्वरूप प्रत्यक्ष दिसले यातच सर्व तपश्चर्या व भक्ती सफल झाली.

वर एष ममात्यन्तं दृष्टस्त्वं यत्सनातनः ।
भगवन् विश्वदृक् सिंहः सर्वमूर्तिर्महान्प्रभुः ॥ (महा.१२.३२६.१६)

देवराया, तू सनातन, विश्वस्वरूपी प्रभूश्रेष्ठ आहेस. तुझे दर्शन झाले एवढा वर मला पुष्कळ झाला.

वरील श्वेतद्वीपातील चंद्रासारख्या तेजस्वी भक्तांचे वर्णन पाहता असे दिसते की, अनन्य भक्तीच्या मार्गाने ज्यांना मुक्ती मिळाली ते हे होत. स्वतः परमात्मा नारायणाने सांगितले की हे राजस व तामस गुणांपासून मुक्त झाले असून नारायणाचे ठायी लीन होण्याची पात्रता त्याचे अंगी आली आहे.

आणखी एक विचार या ठिकाणी ठासून मांडलेला दिसतो, तो हा की ह्या नारायणाचे दर्शन अत्यंत दुर्लभ आहे. ज्याच्यावर नारायणाचा कृपाप्रसाद होईल त्यालाच त्याचे दर्शन घडेल.

यस्य प्रसादं कुरुते स वै तं द्रष्टुमर्हति । (महा.१२.३२३.१८)

पाञ्चरात्र तत्त्वज्ञानाचा हा विशेष आहे की यात अनन्यभक्ती किंवा एकान्तिक भक्ती व ईश्वराचा कृपाप्रसाद यावर भर दिलेला आहे.

चार मूर्तीचे स्वरूप :–

नारदाला स्वतःचे विश्वरूप दाखविल्यावर परमात्मा म्हणाले, ‘जो त्रिगुणातीत आहे, पञ्चज्ञानेद्रियांना जो समजत नाही, जो प्राणिमात्राचे ठिकाणी साक्षीरूपाने आहे, जो कधी नष्ट होत नाही, जो नित्य व अज आहे, जो अविभाज्य आहे, निर्गुण आहे, ज्याला आत्मा अशी संज्ञा आहे जो चोवीस तत्त्वांच्या पलीकडला पंचविसावा आहे, ज्याला ‘पुरुष’ म्हणून संबोधतात, ज्याला कर्माचा अवलेप नाही, ज्ञानाच्या योगानेच जो कळतो आणि त्याचे ठिकाणी लीन झाल्यावर मोक्ष मिळतो – त्या सनातन परमात्म्याला ‘वासुदेव’ असे म्हणतात.

यं प्रविश्य भवन्तीह मुक्ता वै द्विजसत्तम
स वासुदेवो विज्ञेयः परमात्मा सनातनः ॥ (महा.१२.३२६.२४)

उपनिषदांतून परब्रह्माचे जे वर्णन आढळते त्याच्याशी मिळतेजुळते असे हे परमात्मस्वरूपाचे वर्णन आहे. हा ईश्वर क्षेत्रज्ञसंज्ञक जीवात्मा म्हणून देहात वास करतो. त्या अवस्थेत त्रिगुणात्मक कर्माचा उपभोग घेतो पण गुणत्रयीचा लेप मात्र त्याला लागत नाही. ज्यावेळी सृष्टीचा लय होतो त्यावेळी सर्व काही नष्ट होऊन पृथ्वी जलामध्ये, जल अग्नीमध्ये, तेज वायूमध्ये, वायू आकाशामध्ये, आकाश मनात व मन अव्यक्त प्रकृतीत आणि शेवटी ती प्रकृती ह्या महान पुरुषात लीन होते. ह्या सनातन पुरुषाहून श्रेष्ठ असे काही विद्यमान नाही. ह्या वासुदेवाव्यतिरिक्त कोणतीही वस्तू, कोणताही अन्य पदार्थ नित्य नाही.

नित्यं हि नास्ति जगति भूतं स्थावरजङ्गमम् ।
ऋते तमेकं पुरुषं वासुदेवं सनातम् ।। (महा.१२.३२६.३१)

वासुदेव हेच परमतत्त्व आहे व हीच सर्वश्रेष्ठ मूर्ती होय. दुसरी मूर्ती म्हणजे संकर्षण; पंचमहाभूतांच्या साहाय्याने देह निर्माण झाल्यावर त्यात परमात्मा वासुदेव सूक्ष्मरूपाने प्रवेश करतो. यालाच 'जनक' म्हणतात. हा देहवर्ती जीव म्हणजेच 'संकर्षण' नामक दुसरी मूर्ती होय. यालाच शेष असेही नाव आहे. प्रलयकाली सर्व भूतांचा लय ज्याचे ठायी होतो व जो सर्वभूतांचे मन म्हणून असतो त्यालाच 'प्रद्युम्न' असेही म्हणतात. प्रद्युम्न संकर्षणापासून उत्पन्न होतो व प्रद्युम्नापासून 'अनिरुद्ध' उत्पन्न होतो. तोच अहंकार व ईश्वर होय. नारदाला पुढे सांगितले की, परमश्रेष्ठ असा जो वासुदेव याचेपासून चराचर सृष्टी, सत्, असत् सर्व काही उत्पन्न होतात. त्याच्यामध्ये प्रविष्ट होऊन भक्तगण मुक्त होतात. त्याचे सगुण रूप त्याच्या मनात इच्छा होताच तो टाकून देऊन निर्गुण होऊ शकतो. यानंतर हिरण्यगर्भ, एकादशरुद्र, द्वादश आदित्य अष्टवसू इत्यादींच्या उत्पत्तीचे विवेचन आले आहे.

परमात्म्याचे दशावतार – ह्या ज्या चार मूर्ती त्यांना पुराण वाङ्मयात 'व्यूह' ही संज्ञा आहे ह्या वासुदेवाच्याच आहेत व तोच त्यांच्या रूपाने आपल्यालाच उत्पन्न करतो. अनिरुद्धाच्या नाभिकमलापासून ब्रह्मदेव उत्पन्न होतो. ब्रह्मदेवापासून चराचर भूतसृष्टी निर्माण होते. सहस्त्रयुगांपर्यंत ही सृष्टी अस्तित्वात असते व त्यानंतर परमात्माच प्रलय घडवून आणतो. ज्याप्रमाणे आकाशात सूर्याच्या अस्तोदयाची परंपरा चाललेली दिसते त्याचप्रमाणे सृष्टीच्या प्रलयोत्पत्तींची परंपरा एकामागून एक चालू असते. सृष्टी किंवा जगताचे पालन, संरक्षण व त्याची स्थिती ही त्या ईश्वरावरच अवलंबून आहे. लोककल्याणार्थ तो वेळोवेळी विविधरूपाने अवतार धारण करतो. ईश्वराने पुढे असे सांगितले की तो अपरिमित अशी कार्ये केल्यानंतर निवृत्ती मार्ग स्वीकारून अशी कार्ये केल्यानंतर परत आपल्या निष्क्रिय, शांत, अविकृत अवस्थेप्रत जातो. सर्व धर्मांमध्ये

निवृत्तीमार्ग श्रेष्ठ मानला असून निवृत्ती याचा अर्थ कर्माचा त्याग होय.

निर्वाणं सर्वधर्माणां निवृत्तिः परमा स्मृता । (महा.१२.३२६.६३)

भगवन्ताने नारदाला पाञ्चरात्राच्या तत्त्वांसंबंधी ज्ञान दिल्यावर आपल्या अवतरांविषयी कथन केले आहे. नारायण नारदाला म्हणाले, ''सर्व प्राण्यांच्या हितासाठी मी वराह रूप धारण करून पाण्यात बुडालेली पृथ्वी स्वस्थानी आणीन; तसेच उन्मत्त हिरण्याक्षाचा वध करीन. देवांना संकटातून मुक्त करण्याकरिता मी नृसिंह रूप धारण करून हिरण्यकश्यपूचा नाश करीन. इंद्राला पराजित करणाऱ्या महाबलाढ्य बलीला पाताललोकात घालण्याकरिता मी बारावा आदित्य म्हणजेच वामन म्हणून अवतार घेईन आणि इंद्राला परत प्रस्थापित करीन. पुढे त्रेतायुगात भृगुकुलामध्ये मी परशुराम होऊन संपत्ती आणि बल यांच्यामुळे मदोन्मत्त झालेल्या क्षत्रियांचा नायनाट करीन. त्रेतायुग संपून द्वापारयुगाचे संधिकाळात दशरथाचे पोटी मी जगत्पती राम या नावाने अवतार घेईन व पुलस्त्य कुलाला कलंक लावणाऱ्या रावणदैत्याचा नाश करीन. द्वापरानंतर कलीयुगाचा आरंभ होण्यापूर्वी (संधिकालात) मी मथुरा नगरीत कंसाला मारण्याकरिता प्रकट होईन. नरकासुर, मुर, पीठ, बाणासूर, कालयवन, शिशुपाल यांसारख्या गर्वोद्धत दैत्य व मानवांचा संहार करीन. कोणतेही कार्य तडीस नेण्यासाठी त्या काळात एकटा अर्जुन माझ्या फार उपयोगी पडेल.

एवं लोका वदिष्यन्ति नरनारायणावृषी ।
उद्युक्तौ दहतः क्षत्रं लोककार्यार्थमीश्वरौ ।। (महा.१२.३२६.९१)

लोक त्यासंदर्भात म्हणत राहतील की जगताचे कल्याणाकरिता देवावतार नर-नारायण ऋषी कृष्णार्जुनांच्या रूपाने क्षत्रियांचा संहार करण्याकरिता उद्युक्त झाले आहेत.''येथे हे नमूद केले पाहिजे की महाभारतात या गोष्टीचा अनेक ठिकाणी उल्लेख सापडतो. कृष्णचरित्र महाभारताच्या समकालीन असूनही या अवताराच्या वर्णनात पुढे होणाऱ्या कल्की अवताराचा उल्लेख आहे. अर्थात, कल्की संबंधीचा हा उल्लेख चित्रशाळेच्या आवृत्तीत आहे, महाभारताच्या भांडारकर प्रतीत तो नाही. याचाच अर्थ असा की, ते काही श्लोक मूळसंहितेत नंतर समाविष्ट करण्यात आले आहेत. वरील अवतारविषयक ज्ञान नारदाला देऊन भगवान वासुदेव अंतर्धान पावले व नारदांचाही हेतू सफल झाल्याने ते अतिशय संतुष्ट होऊन नरनारायण ऋषींच्या दर्शनासाठी बदरिकाश्रमाकडे गेले.

(क्रमशः)

लेखांक : बेचाळिसावा

नारायणाचे माहात्म्य

नारायणीयोपाख्यानाचा मागोवा घेत असताना आपल्याला असे दिसते की भगवान नारायणाचे प्रत्यक्ष दर्शन मिळणे अत्यंत दुर्लभ होते. परंतु, त्यांच्या वाट्याला हे महद्‌भाग्य आले. नारायण स्वतः सांगतात की असे दर्शन ब्रह्मदेवालाही झाले नाही. नारदमुनी त्यांचे परम भक्त असल्यामुळेच हे सर्व परमात्मस्वरूपाविषयीचे रहस्यज्ञान भगवंताने त्यांना सांगितले. नारायणाच्या मुखातून बाहेर पडलेले हे रहस्यज्ञान वेद, सांख्य व योगशास्त्र यांच्याशी सुसंगत असून यालाच 'महान उपनिषद' अशी संज्ञा आहे आणि हे महोपनिषद् 'पाञ्चरात्र' म्हणून ओळखले जाते. (महा.१२-३२६-१००).

यानंतर या श्रेष्ठ ज्ञानाची, भगवान नारायणाच्या माहात्म्याची परंपरा सांगितली आहे. प्रलय कालानंतर पुनरपि सृष्टी निर्माण करण्याची वेळ आली असता भगवान नारायण ब्रह्मदेवाचे स्मरण करतो व चराचर सृष्टी निर्माण करणारा ब्रह्मदेव उत्पन्न होतो. त्या ब्रह्मदेवाला आपण नारायणापासून जन्म घेतला आहे याचे कधीच विस्मरण होत नाही. नारदांनी ब्रह्मदेवाच्या सदनात जे अनेक सिद्धवृंद गोळा झाले होते त्यांना हे उपनिषद ऐकविले. भगवान सूर्याने ते ऐकले व त्यानंतर त्याच्यामागून जाणाऱ्या सहासष्टहजार ऋषींना ते प्राप्त झाले व त्यांनी ते पितरांना ऐकविले आणि नंतर त्यांचेपासून शंतनूला मिळाले व त्याचेपासून भीष्माला हे ज्ञान मिळाले. भीष्मांनी युधिष्ठिराला या कथानकाची फलश्रुतीही सांगून टाकली आहे. जो या शास्त्रांचे नियमित पठण करतो तो श्वेतद्वीपावर जाऊन भगवान सहस्ररश्मीमध्ये विलीन होतो.

चित्रशिखण्डी ऋषींचा ग्रंथ – याच पाञ्चरात्र तत्त्वज्ञानाचे प्रतिपादन करणाऱ्या ग्रंथांसंबंधी जरा वेगळे विवेचन अध्याय ३२२मध्ये आले आहे. मरीचि, अत्रि, अंगिरस, पुलस्त्य, पुलह, क्रतु आणि वसिष्ठ हे सात अत्यंत प्राचीन ऋषी असून ते म्हणजे सप्त प्रकृतीच होत. आठवी प्रकृती म्हणजे स्वायंभुवमनु. ह्या प्रकृतींनीच जगताची धारणा केली आहे. वरील सात ऋषींना चित्रशिखण्डी नाव आहे व त्यांनी एकमानस होऊन एक उत्तम शास्त्र निर्माण केले. लोकांचे हित व्हावे या उद्देशाने, साक्षात् सरस्वतीने, श्रीहरीची

हजारो वर्षे तपश्चर्यापूर्वक आराधना करीत असलेल्या ह्या सप्तर्षींचे ठिकाणी प्रवेश केला आणि शब्दयोजना, अर्थगांभीर्य इत्यादी उत्कृष्ट गुणांनी युक्त असा हा पाञ्चरात्राचा ग्रंथ त्या ऋषींच्या मुखातून बाहेर पडला.

तत्र धर्मार्थकामा हि मोक्षः पश्चाच्च कीर्तितः ।
मर्यादा विविधाश्चैव दिवि भूमौ च संस्थिताः ॥

(महा.१२-३२२-३०)

ह्या ग्रंथात चार पुरुषार्थांचा सखोल विचार असून पृथ्वी व स्वर्गातील धर्म मर्यादा विशद केल्या आहेत. हा ग्रंथ पाहून स्वतः नारायण अगदी संतुष्ट झाले व त्यांनी म्हटले की, या ग्रंथात लोकांच्या आचरणाकरिता सर्व धर्म सांगितले आहेत, वेदांना धरून हा ग्रंथ रचला असून प्रवृत्ति व निवृत्ति या दोन्ही मार्गांसंबंधी हा आधारग्रंथ होईल.

वरील विवेचनावरून हे स्पष्ट दिसते की नारायणाने वेदाधिष्ठित तसेच प्रवृत्ति व निवृत्ति यांचा सुयोग्य समन्वय साधणारा असा पाञ्चरात्र सिद्धान्त प्रसृत केला. याच संदर्भात पुढे असे म्हटले आहे की हाच ग्रंथ त्या त्या विषयात प्रमाणभूत समजला जाईल व मनूदेखील ह्या ग्रंथाला अनुसरूनच लोकांना धर्म सांगेल.

नारायणाचे माहात्म्यवर्णन –

भगवान नारायणाचे माहात्म्य वर्णन करण्याच्या उद्देशाने एकत, द्वित आणि त्रित या ऋषींची व बृहस्पतींची कथा सांगितलेली आहे. बृहस्पती पाञ्चरात्र ग्रंथात पारंगत होता. त्याच्याकडून उपरिचर राजाने हे शास्त्र शिकून घेतले व एक तत्त्ववेत्ता राजा यादृष्टीने त्याने राज्य केले. त्याने एक मोठा यज्ञ केला व त्यात पशू बली न देता वनस्पतींचा हविर्भाग दिला. यज्ञात अर्पण केलेला हविर्भाग नारायणाने अदृश्य स्थितीत येऊन ग्रहण केला व तो निघून गेला. बृहस्पतीला हे आवडले नाही, त्याला क्रोध आला. इतरांप्रमाणेच प्रकट स्वरूपात नारायणाने हवी का घेतला नाही? अशी ओरड त्या ऋषीने केली. राजाने व इतर ऋषींनी त्यांचे सांत्वन करण्याचा प्रयत्न केला. शेवटी वर उल्लेखिलेले ब्रह्मदेवाचे तीन मानसपुत्र (एकत वगैरे) यांनी स्वतःचा अनुभव कथन केला. त्यांनी नारायणाचे दर्शन घडावे म्हणून दीर्घ काळ उग्र तपश्चर्या केली. त्यावेळी आकाशवाणी झाली, 'ऋषी हो, तुम्ही उत्तम प्रकारे तपश्चर्या केली. तुमचा उद्देश नारायणाचे दर्शन हा आहे. क्षीरसागराच्या उत्तरेस श्वेतदीप आहे. तेथे चंद्राप्रमाणे तेजस्वी जीव नारायणाच्या ध्यानात नित्य मग्न असतात. ते एकनिष्ठ भक्ती करणारे आहेत. त्या स्थानात मी आपले स्वरूप प्रकट केले आहे.'

एकान्तिनस्ते पुरुषाः श्वेतद्विपनिवासिनः ।

गच्छध्वं तत्र मुनयस्तत्रात्मा मे प्रकाशितः ।। (महा.१२.३२३.२६)

भक्ती पुरेशी झालेली नाही, असे वाटून आम्ही परत देवाची उपासना केली, तपश्चर्या केली व श्वेतद्वीप गाठले. तेथे त्यांना अतिंद्रिय, निराहार, अनिमेष, सुगंधशरीर असे चंद्रकांतियुक्त पुरुष ध्यानमग्न अवस्थेत दिसले. ते पुरुष समान प्रभेने युक्त होते व त्यांचे तेज अवर्णनीय होते. तेवढ्याच सहस्र सूर्यांची एकवटलेली प्रभा आम्हाला दिसू लागली. त्या प्रचंड तेजोगोलाकडे त्या भक्तांनी धाव घेतली – तोंडाने ते 'नमः' म्हणत होते. मानस जप सुरू होता. त्यांच्या शब्दोच्चारांमुळे एक अलौकिक ध्वनी ऐकू येत होता. त्यांनी शब्द उच्चारले –

"जितं ते पुडरीकाक्ष नमस्ते विश्वभावन ।

नमस्तेऽस्तु हृषीकेश महापुरुषपूर्वज ।।" (महा. १२.३२३.३९.४०)

इतक्यात सुंगधित व पवित्र वायू वाहू लागला. दिव्य सुमनांचा वर्षाव झाला. त्या मानवांच्या पूजनाने देवाधिदेव प्रसन्न झाले व भगवान नारायण तेथे स्वतः प्रकट झाले. त्या भक्तश्रेष्ठांचे कुणाकडेच लक्ष नव्हते. ते ईश्वरात जणू लीन होते. नारायण प्रकट झाले. नारायण प्रकट झाला हे त्यांच्या शब्दोच्चारांवरून आम्हाला समजले. अलौकिक व अमर्याद तेजामुळे आम्हाला नारायणांचे दर्शन झाले नाही. आमचे डोळे दिपले व दृष्टीच कार्य करेनाशी झाली. त्याक्षणी आम्ही अचानक देववाणी ऐकली. 'तुम्ही जे इंद्रिय विरहित श्वेत पुरुष पाहिलेत त्यांची कृपा ज्यांच्यावर होईल त्यांना नारायणाचे दर्शन होते. ऋषी हो, भक्तिहीन मनुष्याला नारायणाचे दर्शन दुर्लभ आहे. सभोवतालच्या तेजःपटलामुळे दुर्लभ असलेले भगवंताचे दर्शन अनन्यभक्ती करणाऱ्यांनाच होते. तुमच्या हातून यापुढे महत्कार्य व्हावयाचे आहे. त्रेतायुग लागल्यावर तुम्ही देवांची कार्यसिद्धी करण्याकरिता त्यांना सहाय्य कराल.' हे अमृतमय शब्द ऐकल्यावर ऋषी बृहस्पतीला म्हणाले की, "एवढ्या तपोबलानेही आम्हाला नारायणाचे दर्शन होऊ शकले नाही तर या यज्ञात तुला कसे होणार ? नारायण परमात्मा सर्व देवांचा अधिपती असून तोच या विश्वाचा निर्माता व नियंता आहे. याप्रमाणे द्वित, त्रित या ऋषींचे सांत्वनपर भाषण ऐकल्यावर बृहस्पतीचा क्रोध शांत झाला व त्याने त्या राजाचा यज्ञ यथाविधी समाप्त केला."

श्वेतद्वीपात नित्य वास करणारे दिव्य मानव हे मुक्त जीव आहेत व मुक्तीतही ते परमात्म्यात पूर्ण विलीन न होता नारायणाशी ऐक्यभाव पाऊन त्याची अनन्यभक्ती करीत राहतात. ते या वर्णनातून स्पष्ट होते. इतर साधनांपेक्षा साक्षात्कारासाठी एकान्तिक भक्ती हाच मार्ग अनुसरला पाहिजे, असे अगदी आग्रहाने येथे मांडले आहे. ज्याचे ठिकाणी खरी, समर्पणात्मक एकनिष्ठ भक्ती नाही त्याला नारायण प्राप्ती होणे शक्य नाही!

यज्ञीय हिंसेचा वाद -

उपरिचर राजा प्रभू नारायणाचा श्रेष्ठ भक्त होता. त्याच्या बृहस्पतीकडून मिळालेल्या पाञ्चरात्रविषयक ज्ञानामुळे त्याने राज्य तर उत्कृष्ट केलेच पण नारायणाची भक्ती करून स्वर्गाची प्राप्ती करून घेतली. या राजाला 'वसुराजा' असेही नाव आहे. या राजाला मिळालेला शाप व त्यानंतर त्याची झालेली मुक्ती यासंबंधीचा वृत्तांत अहिंसा, पशुवध व यज्ञातील हिंसा यादृष्टीने महत्त्वपूर्ण आहे. या वसुशापासंबंधाने युधिष्ठिराने प्रश्न केल्यावर भीष्मांनी त्याला देव व ऋषी यांच्यात झालेला संवादाचा प्राचीन इतिहास सांगितला. यज्ञात पशूचा बली दिला जात असे. उपनिषद कालापासून या प्रथेविरुद्ध प्रतिक्रिया उमटू लागल्या होत्या. महाभारतातील या कथेत हाच विषय देव व ऋषी यांच्या संवादात आला आहे. देवांचे म्हणणे असे होते की अजाचा बली देऊनच यज्ञ केला पाहिजे कारण मंत्रातील 'अज' शब्दाचा अर्थ बोकड असा आहे. ऋषींनी मात्र अगदी वेगळे मत व्यक्त केले. त्यांच्या मते यज्ञात बोकडाचा बली देऊ नये, वनस्पतीचे हविर्भाग अर्पण करून यज्ञ करावा. अज शब्दाचा अर्थ 'बीज' असा आहे. म्हणून वनस्पतींची आहुती द्यावी. कृतयुगासारख्या काळात पशुहत्या योग्य नव्हे.

अजसंज्ञानि बीजानि छागं न घ्नन्तुमर्हथ । (महा. १२.३२४.४)

हा असा वाद सुरू असताना पुण्यवान वसुराजा त्याच मार्गाने अंतरिक्षातून चालला होता. (त्याच्या पुण्यामुळे त्याला स्वर्ग मिळाला होता व अंतरिक्षभ्रमण करता येत होते.) त्याला पाहून या दोन्ही गटांना वाटले की, महात्मा वसूराजा खोटे भाषण करणार नाही, त्यालाच त्यासंबंधी विचारावे. त्याप्रमाणे त्याला खाली येण्याची विनंती करून दोन्ही पक्षांनी त्याच्यापुढे हा प्रश्न मांडला. वसुराजाने दोन्ही पक्षांचे म्हणणे शांतपणे ऐकून घेऊन देवांचा पक्ष उचलून धरला व छागबलीने (बोकडाचा बली) यज्ञ करावा असे उत्तर दिले. ऋषींना हे उत्तर असत्य वाटले व त्यांना अतिशय क्रोध आला. स्वतः राजा पुण्यवान व ज्ञानी असूनही त्याने देवांची बाजू का घेतली याचे त्यांना आश्चर्य वाटले. त्यांनी त्याला शाप दिला की तो स्वर्गातून खाली भूविवरात येऊन पडेल. त्याप्रमाणेच घडले व राजाची शोचनीय अवस्था झाली. सर्व देवांना मोठी चिंता उत्पन्न झाली. आपल्यामुळे राजाला शाप भोगावा लागत आहे हे पाहून त्यांनी यावर काही तोडगा शोधून काढला पाहिजे असा विचार केला. त्यांना उपाय सापडला, त्यांनी राजाला सांगितले की सुर व असुरांचा जो गुरू त्या हरीची भक्ती कर - तोच तुला यातून पार करेल.

ब्रह्मण्यदेवं त्वं भक्तः सुरासुरगुरूं हरिम् ।

कामं स तव तुष्टात्मा कुर्याच्छापविमोक्षणम् ॥ (महा. १२.३२४.२०)

त्यांनी वसूला असाही वर दिला की तो पृथ्वीच्या विवरात असेपर्यंत त्याला क्षुधा-

तृषा त्रास देणार नाहीत व यज्ञातील घृताच्या आहुत्या त्याला मिळत राहतील. नंतर शापग्रस्त राजाने जगत्स्त्रष्ट्याचे उपासनेस आरंभ केला व नारायणाचा भक्तिपूर्वक जप चालविला. त्याने पंचमहायज्ञ नियमितपणे करून अनन्य भक्तीच्या योगाने देवाधिदेव नारायणाला प्रसन्न केले. श्रीहरी प्रसन्न होताच त्याने द्विजोत्तम गरुडाला आज्ञा केली की, त्यांचे ठिकाणी लीन झालेल्या धर्मात्मा वसुराजाला त्याने परत आणावे. त्याप्रमाणे गरुडाने त्याला उचलून वर आणले व अंतरिक्षात सोडले. त्यानंतर नारायणाच्या कृपाप्रसादाने तो राजा सदेह ब्रह्मलोकी गेला. त्या कथेच्या आधारे असे म्हणता येते की प्राचीन काळी जरी यज्ञासाठी पशुवध होत होता तरी महाभारतकाळी पशुवधाचे यज्ञ मागे पडत होते व अहिंस्र यज्ञाची प्रथा प्रचलित होत होती. वसुराजाने पशुवधयुक्त यज्ञ स्वतः केला नव्हता; फक्त त्याला संमती दर्शविली होती तरीदेखील या वाणीदोषास्तव त्याला शाप भोगावा लागला. बृहस्पतीने त्याला जे शास्त्र शिकविले त्यानुसार राजाने पशुवध विरहित यज्ञ केला होता. म्हणजेच या कथानकातून हिंस्रयज्ञाला विरोध केला आहे.

नारायणाच्या उपाख्यानात हा यज्ञविषयीचा भाग आल्याने अहिंसा-हिंसा यासंबंधी ऊहापोह येथे करीत आहोत. महाभारतात अहिंसेलाच खरे श्रेष्ठ धर्मतत्त्व मानलेले असून हिंसा हे यज्ञांग होऊ शकत नाही, असे शांतिपर्वातच सत्य नावाच्या ब्राह्मणाच्या कथेत स्पष्टपणे सांगितलेले आहे. त्या कथेचा मागोवा थोडक्यात घेणे आवश्यक वाटते. ही कथा खरोखर अगदी विचित्र अशी आहे कारण यात पशू स्वतःच 'मला यज्ञात बळी द्या' अशी विनवणी करीत आहे. सत्य नावाचा ब्राह्मण विष्णूची आराधना करून व मनोभावे कडक तपश्चर्या करून पुण्यवान झाला होता. त्याच्या पत्नीचे नाव होते पुष्करधारिणी. ती वेगळ्या विचारांची होती. यज्ञातील हिंसेच्या ती विरुद्ध होती. ब्राह्मणाचा मात्र त्याला विरोध नव्हता. त्यांच्याच जवळ राहणारा व धर्माची जाणीव असलेला एक मृग होता व त्यांचा सोबती बनला होता. त्याने आपल्या सद्गतिकरिता ब्राह्मणाला वारंवार विनविले की त्याने त्या मृगाला यज्ञात अर्पण करावा. शेवटी मृगाने स्वर्गातील सुखांची त्याला भुरळ घातली व ब्राह्मणालाही स्वर्गाची स्पृहा उत्पन्न झाली म्हणून त्याने यज्ञानुष्ठान करून हरिणाची आहुती दिली. मृगाचा खरा प्रकार असा होता की तो मुळात धर्मच होता पण काही कारणामुळे मृगयोनीत गेला होता व त्यातून त्याला सुटायचे होते. ब्राह्मणाने यज्ञात पशुवध केल्यामुळे त्याचे दीर्घ तप नाहीसे झाले. हरीण त्या योनीतून मुक्त झाला तरी ब्राह्मणाला आपले तप गमवावे लागले.

अहिंसा सकलो धर्मो हिंसा यज्ञेऽसमाहिता ॥ (महा. १२.२६४.१९)

ब्राह्मणाने परत कष्ट केले व आपले तपाचे पुण्य परत मिळविले. या कथानकावरून यज्ञातसुद्धा पशुहिंसा घडता कामा नये, असे याठिकाणी स्पष्ट दिग्दर्शन केले आहे.

(क्रमशः)

लेखांक : त्रेचाळिसावा

प्रवृत्ती आणि निवृत्तिमार्ग

भीष्मांनी 'पञ्चरात्र' नावाच्या उपनिषदाचे सविस्तर ज्ञान युधिष्ठिराला दिले. त्यांनी सांगितले, 'हे राजा, मजपासून तू अनेक आख्याने ऐकली आहेस. पण हे कथानक सर्वांचे सार आहे. पूर्वी देवदानवांनी समुद्राचे मंथन करून अमृत काढले, तसे ऋषींनी सर्व कथांचे मंथन करून ते अद्‌भुत कथानक शोधून काढले. या कथानकाच्या श्रवणपठनाने सर्व कामना पूर्ण होतील व भक्ताला कैवल्यपदाची प्राप्ती होईल अशी फलश्रुती जरी याठिकाणी सांगितलेली असली तरी त्याचा उद्देश पाञ्चरात्राचे माहात्म्य मनावर बिंबवणे हा आहे. भक्ताने नारायणाची अनन्यभक्ती दीर्घकाल केल्याशिवाय व चित्त त्याचे ठायी लीन करून आराधना केल्याशिवाय परमपदाची प्राप्ती कोणालाही होऊ शकत नाही हे याच अध्यायात अन्य ठिकाणी स्पष्ट केलेले आहे. भीष्मांनी युधिष्ठिरालाही त्या पुरुषोत्तमाची आराधना करायला सांगितली आहे आणि त्याला आशीर्वादही दिला की, 'जगताच्या मातृस्थानी, पितृस्थानी व गुरूस्थानी असलेला सनातन भगवान ब्रह्मण्यदेव जनार्दन त्याच्यावर प्रसन्न होवो. (महा. १२.३२६)'

वैशंपायनाने जनमेजयाला वरीलप्रमाणे सर्व सांगून म्हटले की भीष्मांनी युधिष्ठिराला आशीर्वाद दिला व सतत पुरुषोत्तम नारायणाचे पूजन करण्यास सांगितले. त्याचप्रमाणे युधिष्ठिर व त्याचे बंधू उपासना करू लागले.

श्रुत्वैतदाख्यानवरं धर्मराड्‌ जनमेजय ।
भ्रातरश्चास्य ते सर्वे नारायणपराभवन्‌ ।। (महा. १२.३२६.१२१)

वैशंपायनाचे गुरू व्यास यांनीही नारायणनामाचा जप गाऊन नारायणाची अनन्यभक्ती केली, क्षीरसमुद्रापर्यंत जाऊन त्याची पूजा केली व नंतर आपल्या आश्रमाला परत आले.

भगवान नारायणाच्या बाबतीत दोन गोष्टी उल्लेखनीय वाटतात. या वर्णनात स्पष्टपणे नमूद केले आहे की नारायण सगुण व निर्गुण अशा दोन्ही स्वरूपाचा आहे, ही पहिली गोष्ट, दुसरी गोष्ट म्हणजे स्वतः नारायणाने निवृत्तिधर्माचा आश्रय केला आहे, पण देवदेवतांना मात्र त्या भागवतप्रिय, क्षमाशील नारायणाने यज्ञातील हविर्भाव स्वीकारायला

सांगून त्यांना काही अधिकार देऊन प्रवृत्तिमार्गाला लावून दिले आहे. आपण असे बघतो की, अध्यात्मशास्त्रात सगुण-निर्गुणासंबंधी नुसती चर्चाच नव्हे तर वादही आहे. परंतु, या आख्यानात भगवान् नारायण निर्गुण, गुणातीत असून तोच चतुर्मूर्तिधर आहे असे आवर्जून म्हटले आहे.

तस्मै नमध्वं देवाय निर्गुणाय गुणात्मने ।
अजाय विश्वरूपाय धाम्ने सर्वदिवौकसाम् ।। (महा. १२.३२७.९०)

या संदर्भात आपण हे लक्षात घेतले पाहिजे की ईश्वराचे 'सगुण' रूप हे आपल्यासारख्या मानवी सगुणरूपापेक्षा सर्वस्वी भिन्न असते. ते शेवटी परमेश्वराचे दिव्य रूप आहे. जो गुणांचा कर्ता व नियन्ता आहे, त्याने गुणयुक्त मूर्ती धारण केली तरी गुणांचा पगडा त्याच्यावर असत नाही. तो निर्लेपच राहातो. वरील श्लोकात त्या अगम्य परमेश्वराला 'विश्वरूप', 'अज' म्हटलेले आहे. विश्वरूप म्हटल्यावर सगुणाचा भास होतो पण 'अज' म्हटल्यावर निर्गुणत्व जाणवते आणि त्या श्लोकात 'निर्गुणाय' असे स्पष्टच वर्णन त्या जगदीशाचे आले आहे.

प्रवृत्ती आणि निवृत्तिमार्ग :

जनमेजयाने प्रश्न विचारला की, देवाधिदेव नारायण याने स्वतः निवृत्तीचा अवलंब केला आहे व लोककल्याणासाठी किंवा देवकार्यासाठी तो अवतार धारण करतो परंतु त्याने वरुण, ब्रह्मा, इंद्र इत्यादी देवदेवतांना हविर्भाग ग्रहण करून प्रवृत्तिमार्गाचा अवलंब करण्यास सांगितले आहे हे कसे ? वास्तविक मोक्षसुख हे सर्वांत श्रेष्ठ होय. असे असताना मानवांनी केलेल्या यज्ञातील हविर्भाव देवदेवता घेतात व अशाश्वत असे सुखोपभोग प्रदान करतात. तसेच देवदेवताही स्वतः यज्ञ करताना आढळतात मग त्यांनी दिलेला हविर्भाव कोण स्वीकारतो ? प्रवृत्ति-निवृत्तिमध्ये अंतिम स्वरूपाचे ध्येय कोणते ?

व्यासमुनींनी आपल्या शिष्यांना याच स्वरूपाच्या प्रश्नाचे उत्तर दिले ते, वैशंपायन म्हणाला की, जनमेजया, मी तुला सांगतो आहे. परमात्म्यानेच अनिरुद्धापर्यंतच्या चार मूर्ती धारण केल्या. पुढे पंचमहाभूते, त्यांचे पाच गुण तसेच मरीची, अंगिरा इ. अष्टप्रकृती उत्पन्न झाल्या. तसेच नंतर देवदेवता, वेद, वेदाङ्गे, यज्ञ, यज्ञाङ्गे उत्पन्न झाली. आपली निर्मिती कोणत्या कार्यासाठी झाली हे जाणण्यासाठी ब्रह्मदेव प्रभृती सर्व देव अव्यक्त महापुरुष नारायणाची आराधना करून, त्याला प्रसन्न करते झाले. त्यांनी वैष्णव यज्ञ केला, ब्रह्मदेवाने स्वतः भगवंताप्रीत्यर्थ हविर्भाग अर्पण केला व त्या प्रभूचे पूजनही केले. त्यानंतर नारायणाने जे सांगितले ते सारांशरूपाने असे की देवांनी हविर्भाव घ्यावे व ईश्वराच्या कृपेने सामर्थ्य संपन्न होऊन जगताच्या कल्याणाची चिंता वाहून, जगाची परंपरा

कायम ठेवण्याची कामगिरी करावी. ईश्वराने त्यांना विशेष अधिकार दिले आहेत. आपापली कर्तव्ये देवांनी पार पाडावी व या जगताचे रक्षण करावे. कल्प संपेपर्यंत प्रवृत्ती मार्गाच्या कल्याणार्थ म्हणून ईश्वराने चंद्र, सूर्य, वरुण, अग्नी, इंद्र इत्यादी विविध देवांची उत्पत्ती केली आहे. थोडक्यात म्हणजे जग चालू रहावे त्यातील क्रियाकर्मांचे नियंत्रण व नियमन व्हावे म्हणून ह्यांची योजना केली आहे. त्यांना वेगवेगळे अधिकार देऊन सृष्टीचे रक्षण, पालन व नियमन करण्याची जबाबदारी सोपविली आहे. शेवटी परमात्म्याने ब्रह्मदेवाला सांगितले. ''तू सर्व भूतांचा स्रष्टा आहेस सर्वांना प्रभू व गुरू आहेस. विश्वाची सूत्रे चालविण्याचे काम तुजवर सोपवून मी पूर्णपणे निश्चिंत होणार आहे.

यदा च सुरकार्यं ते अविषह्यं भविष्यति ।
प्रादुर्भावं गमिष्मामि तदात्मज्ञानदेशिकः ।। (महा. १२-३२७.८५)

पण जर तुझ्या ह्या जगत्कल्याणाच्या व जगत्संचालनाच्या कार्यात आवाक्याबाहेरच्या अडचणी निर्माण झाल्या तर मी अवतार घेईन.'' अशा रीतीने नारायणाने ब्रह्मदेवासहित सर्वांना आज्ञा केली-प्रवृत्ती मार्गाने चालणाऱ्यांची पुनरावृत्ती टळत नाही, त्यांना कर्मफले भोगावी लागतात. निवृत्तीने अक्षय्य सुख प्राप्त होते. जो प्रवृत्ती-निवृत्ती ज्या मार्गाने जाईल त्यानुसार त्याला फळ मिळेल. देवहो, तुम्ही आपापल्या अधिकारावर जा. माझ्या आज्ञेप्रमाणे वागून जगताच्या कल्याणाची चिंता वहा. ह्या जगतामध्ये सर्व प्रकारच्या क्रिया चालू होऊ द्या. कोणते कर्म मानवाने आचरावे व त्या त्यानुसार कोणती गती हे ठरवून तुम्ही जगाचे व्यवहार चालवा, असे सांगून परमात्मा अंतर्धान पावला.

वरील विवेचनावरून कळते की जगाच्या किंवा विश्वाच्या निर्मितीनंतर जगातील क्रिया चालू राहाव्यात म्हणून देवाधिकांना नियमनाचे अधिकार दिले व यज्ञादि प्रवृत्तिपर क्रिया सतत सुरू राहून त्याद्वारे स्वर्गादि फले मिळण्याची व्यवस्था केली म्हणून तोच खऱ्या अर्थाने 'यज्ञकर्ता व यज्ञधर्ता' होय. युगायुगांच्या शेवटी अखिलसृष्टी तो आपल्यात लीन करून घेतो व झोपी जातो आणि पुनः जागृत होऊन सृष्टी उत्पन्न करतो. व्यासांनी पुढे सांगितले की, त्या सूर्यस्वरूपी अश्वशिराकृती परमात्म्याला नमस्कार करा. तोच कर्ता आहे. तोच कार्य आहे, तो सर्वांचा आदि, मध्य व अंत आहे. या निर्विकार व सर्वव्यापी परमात्म्याची सर्व ठिकाणी गती आहे. तोच गुह्य, अव्यय व ज्ञानगम्य आहे, त्याचेच सर्वांनी पूजन करावे.

अनन्यभक्ती हेच साधन :

परमात्म्याने निर्माण केलेले देव यज्ञ करतील व सनातन नारायणाला हविर्भाव अर्पण करतील आणि प्रवृत्तिपासून उत्पन्न होणारी फळे भोगत राहतील. कल्पसंपेपर्यंत

प्रवृत्तिमार्गाच्या कल्याणार्थ देव कार्य करतील. निवृत्तिमार्गाची योजनाही त्या सर्वश्रेष्ठ प्रभूने केली आहे. सन, सनत्सुजात, सनक, सनन्दन, सनत्कुमार, कपिल व सनातन हे सात ऋणी ब्रह्मदेवाचे मानसपुत्र आहेत व त्यांनी निवृतत्तिमार्गाचा आश्रय केला आहे. मोक्षाची वाट यांनीच दाखवून दिली आहे. (महा. १२.३२७ अध्याय) अनन्यभक्तीचे प्रयोजन शेवटी 'मोक्ष' हेच आहे. मोक्षाचा अर्थ हाच की परमात्म्याची, नारायणाची प्राप्ती करून घेणे. त्या कैवल्यपदाची प्राप्ती झाली की पुन्हा म्हणून जन्म-मरणाचा फेरा नाही. प्रवृत्तिमार्गाने पुण्यसंचय होतो व परिमित काळ टिकणारी सुखे किंवा ऐश्वर्ये प्राप्त होतात परंतु अक्षय्य, अपरिमित, शुद्ध आनंद निवृत्तीनेच अनुभवता येतो. याच तऱ्हेचे विवेचन पुन्हा अर्जुन-कृष्ण यांच्या संवादात आपल्याला पाहायला मिळते. श्रीकृष्णाने अर्जुनाला सांगितले की ब्रह्मदेव, रुद्र, इंद्रादि सर्व देव व ऋषी हे सुरश्रेष्ठ नारायणाचे पूजन करतात. हव्यकव्यभोक्ता, सर्वसंरक्षक व त्रैकालिक भूतांचा अग्रणी जो विष्णू त्याचे पूजन करावे. कौंतेया, माझे भक्त चार प्रकारचे आहेत हे सर्वांना माहीत आहे.

चतुर्विधा मम जना एवं हि ते श्रुतम् ।
तेषांमेकान्तिनः श्रेष्ठास्त्रे चैवानन्यदेवताः। (महा. १२.३२८.३०)
अहमेष गतिस्तेषां निराशीः कर्मकारिणाम् ।।

त्यांपैकी दुसऱ्या कुठल्याही देवाकडे न बघता अनन्यभावाने जे माझी एकांतिक भक्ती करतात ते सर्वांत श्रेष्ठ होत. माझी प्राप्ती व्हावी हे त्यांचे एक ध्येय असते. ते कर्माचरण भले करोत. ते बाधक नाही कारण ते फलेच्छा धरीत नाहीत. बाकीचे जे तीन प्रकारचे भक्त आहेत ते कर्मफलाची इच्छा धरून भक्ती करीत असतात. त्यांना चांगली गती मिळते परंतु पुण्यंचय संपताच ते परत इहलोकी जन्म घेतात. जे जागृत राहून निरीच्छेने निष्काम बुद्धीने भक्ती करतात त्यांना मात्र कैवल्यपदाची प्राप्ती होते. पुढे एक महत्त्वाची गोष्ट सांगितली आहे की असा निष्काम भक्त ब्रह्मदेवाला भजो, महादेवाला भजो, अथवा अन्य देवाला भजो, तो शेवटी मलाच म्हणजे त्या नारायणालाच येऊन मिळतो. याचा अर्थ असा स्पष्ट दिसतो की ब्रह्मदेवादी विविध देव त्याचीच रूपे आहेत; परमात्मा एकच आहे आणि तो म्हणजे सर्वश्रेष्ठ नारायण ! ह्या देवांची आराधना केली तरी ती उपासना शेवटी त्यालाच पोहोचते व तोच भक्तांवर कृपाप्रसाद करतो व जीवमात्राला त्याच्या त्याच्या कर्माची फळे अर्पण करतो.

सात मानसपुत्र :

वर ज्याप्रमाणे मोक्षधर्म प्रस्तुत करणाऱ्या ब्रह्मदेवाच्या सात पुत्रांचा उल्लेख आहे. त्याचप्रमाणे या शांतिपर्वातील अध्याय ३२७मध्ये असे म्हटले आहे की खालील सात

मानसपुत्र प्रवृत्तिमार्गाचा आश्रय करतील व प्रजावृद्धी करतील. त्यांची नावे अशी मरीची, अंगिरा, अत्रि, पुलस्त्य, पुलह, क्रतु व वसिष्ठ !

एते वेदविदो मुख्या वेदाचार्याश्च कल्पिताः ।
प्रवृत्तिधर्मिणश्चैव प्राजापत्येन कल्पिताः ।। (महा. १२.३२७.६२)

हे जे सात मानसपुत्र सांगितले आहेत त्यांच्यात आणखी एक 'स्वायंभुव मनु' याचा समावेश करून एकूण आठ मूर्ती अहंकारापासून उत्पन्न झाल्या असे म्हटले आहे. त्यांना 'आठ प्रकृती' अशी संज्ञा दिली आहे. या सर्व जगताला आधारभूत आहेत. या अहंकारापासून जन्मास आल्या आहेत. अशारीतीने एकादश रुद्र, देव, ऋषी ह्या अष्टप्रकृती ह्या सर्व ब्रह्माने उत्पन्न केल्या त्या लोकसिद्धिच्या हेतूने ! त्या अष्टाप्रकृती पञ्चमहाभूतांपासून निर्माण झाल्या व पञ्चहाभूते अनिरुद्धापासून निर्माण झाली. हा अनिरुद्ध म्हणजेच 'अहंकार' होय. प्रवृत्तिमार्गपर व निवृत्तिमार्गपर असे प्रत्येकी सात मानसपुत्र याठिकाणी विशद केले आहेत. दोन्ही मार्ग सृष्टीला आवश्यक आहेत. कर्मफलाचा भोग, प्रवृत्तीनेच शक्य होतो व दुसऱ्या मार्गाने कर्माचा फेरा कायमचा नष्ट होतो.

नारायणाचे दर्शन अथवा कैवल्यप्राप्ती अनन्यभक्तीशिवाय होणे शक्य नाही असे या उपाख्यानात आवर्जून सांगितले आहे. भगवद्गीतेतही अर्जुनाला विश्वरूप दाखविल्यावर श्रीकृष्णाने अर्जुनाला हेच सांगितले की तप किंवा यज्ञ यांनी हे दर्शन होणार नाही; हे ईश्वराला पाहाणे, त्याच्यात तत्त्वतः प्रवेश करणे फक्त अनन्यभक्तीनेच शक्य आहे.

भक्त्या त्वनन्यया शक्य अहमेवंविधोऽर्जुन ।
ज्ञातुं द्रष्टुं च तत्त्वेन प्रवेष्टुंचपरंतप । (गीता. ११.५४)

ही अनन्यभक्ती म्हणजे ईश्वराशी तद्रूप होणे, त्याची निष्काम भक्ती करणे. त्या भक्तीसाठी ईश्वरावर आपल्या मनातल्या दैवतावर निरतिशय प्रेम करावे लागते. न्यायाधीश श्री. रानडे यांनी त्यासंबंधी फार चांगले दिग्दर्शन केले आहे. त्यांनी म्हटले आहे की, प्रारंभी सकाम भक्ती करायला हरकत नाही. ती भक्ती करता करता देवाबद्दल जास्त प्रेम निर्माण झाले की त्या भक्तीचे रूपांतर निष्काम भक्तीत होते. एका बाईचे उदाहरण त्यांनी दिले आहे. ती देवाजवळ काही काही मागत सकाम भक्ती करायची. भक्ती करता करता तिला देवाबद्दल खूप प्रेम वाटू लागले. देवाने स्वप्नात येऊन तिला हवा तो वर मागण्यास सांगितले. पण ती निष्काम भक्तीत एवढी रमली होती की तिने देवाजवळ काही न मागता सांगितले की, देवा मला आता काही नको, तुला काही द्यायचे असेल तर ते तूच ठरव. अशारीतीने भक्ती करता करता ती निष्काम भक्त बनली होती ! (गीतेच्या गाभाऱ्यात ८१)

(क्रमशः)

लेखांक : चव्वेचाळिसावा

ब्रह्मा आणि रुद्र

नाशवंत सृष्टीमध्ये शाश्वत तत्त्वाच्या रूपाने वास करणारा वासुदेव हाच सृष्टिकर्ता व हाच संहारकर्ता आहे. ह्या सर्वश्रेष्ठ परमात्म्याची जी चौथी मूर्ती-अनिरुद्ध-त्याचे नाभिकमलापासून ब्रह्मदेव उत्पन्न झाला व त्याचेपासूनच ही चराचरसृष्टी निर्माण झाली. प्रत्येक कल्पाच्या सुरुवातीला अशाप्रकारे सृष्टी स्वतः वासुदेवापासूनच उत्पन्न होते व शेवटी त्याच्या स्वरूपातच ती विलीन होऊन जाते. प्रलयाच्या वेळी पृथ्वी, जल, तेज, वायू व आकाश ही पञ्चमहाभूते वरील क्रमाने पुढील तत्त्वात लीन होतात; आकाश मनात, मन अव्यक्त प्रकृतीत व प्रकृती शेवटी त्या शाश्वत, निष्क्रिय, सनातन परमेश्वरात लीन होऊन राहाते. तो स्वतः त्रिगुणांच्या पलीकडे आहे; या क्षर सृष्टीचा तो आधार असून सर्वांचा साक्षी व आत्मा आहे.

यश्च सर्वगतः साक्षी लोकस्यात्मेति कथ्यते । (महा.१२.३२६.२१)

ह्या नारायणाच्या स्वरूपाच्या वर्णनात एक गोष्ट वारंवार उद्धृत केल्यासारखी वाटते ती अशी की नारायणाचे साक्षात् दर्शन अत्यंत दुर्लभ आहे व तो अदृश्य स्वरूपाचा आहे. व्यास, नारद यांच्यासारख्या अलौकिक तपोबल असलेल्या थोर ऋषींनांच त्याचे दर्शन होऊ शकलेले आहे. नारायणाविषयी सांगताना 'अदृश्य' हे विशेषण आवर्जून लावलेले दिसते. 'इतके बोलून अदृश्य नारायण हा ऋषींना सोडून कोण्या एका दिशेने निघून गेला. (महा.१२.३२२.४९). याच अध्यायात 'अदृश्यः पुरुषोत्तमः', असा उल्लेख पुन्हा एकदा आला आहे.' (महा.१२.३२२.३५).

तपसापि न दृश्यो हि भगवाँल्लोकपूजितः (महा.१२.३३१.१२)

तपाच्या योगानेही तो भगवान साधकाला 'दृश्य' होत नाही, असा उल्लेख नंतरच्या अध्यायात जनमेजयाच्या मुखी आला आहे. यावरून त्याचे दर्शन अतिदुर्लभ आहे हे स्पष्ट होते.

ब्रह्मा आणि रुद्र –:

अनिरुद्ध ही जी परमात्म्याची चौथी मूर्ती आहे. तिच्यापासून चराचर सृष्टी निर्माण झाली आहे. (महा.१२.३२७.२६). चवदा मन्वतरांचा काळ म्हणजेच ब्रह्मदेवाची रात्र संपल्यानंतर जेव्हा परत सृष्टीच्या जन्माची वेळ येते तेव्हा परमात्म्याच्या प्रसादाने एक कमल उत्पन्न होते व त्यातून ब्रह्मदेवाची उत्पत्ती होते व पुढे त्याचेपासूनच विश्वाची उत्पत्ती होते. नंतर सृष्टीत चार युगांची परंपरा चालू राहाते व ब्रह्मदेवाचा दिवस संपला की परमात्मा क्रोधाविष्ट होतो व सृष्टीचा संहार करण्यास समर्थ असा रुद्र त्या परमेश्वराच्या ललाटापासून उत्पन्न होतो.

अह्नः क्षये ललाटाच्च सुतो देवस्य वै तथा ।
क्रोधाविष्टस्य संजज्ञे रुद्रः संहारकारकः ॥ (महा.१२.३२८.१६)

हे जे दोन दोन देवश्रेष्ठ (ब्रह्मा व रुद्र) आहेत. ते अनुक्रमे परमात्म्याच्या प्रसादापासून व क्रोधापासून उत्पन्न होऊन नारायणाच्या आज्ञेने त्या त्या वेळी ब्रह्मदेव सृष्टी निर्माण करतो व रुद्र तिचा संहार करतो. नारायणीयोपाख्यानात ब्रह्मदेव व रुद्र सर्वश्रेष्ठ परमेश्वराच्या प्रसादापासून व क्रोधापासून निर्माण झाले असा उल्लेख तीन, चार ठिकाणी आला आहे. (महा.१२.३२८.१२). अर्थात, हे दोघे देव त्या परमात्म्याचेच पुत्र आहेत. त्यामुळे अंतिम अर्थाने सृष्टीची निर्मिती व संहार हा नारायणच करीत असतो. वर उल्लेख केलेले हे जे दोन श्रेष्ठ देव आहेत त्यांना अलौकिक सामर्थ्य, वरप्रदानाची शक्ती त्यांचे अंगी असली तरी ते नारायणाच्या आदेशानेच आपले कार्य करतात व त्यांचा नियन्ता शेवटी सर्वश्रेष्ठ नारायणच आहे.

व्यासांनी वैशंपायनाला सांगितले की, ब्रह्मदेवाला परमेश्वराने जे दर्शन दिले त्यावेळी त्याने अश्वशिरासारखे रूप धारण केले होते. त्यावेळी त्याने हातात त्रिदंड व कमंडलू धारण केला होता व मुखावाटे त्याचे सांगवेदाचे आवर्तन चालले होते. पुढे हयशिराकृती परमात्म्याने ब्रह्मदेवाला विश्वाची सूत्रे चालविण्याचे कार्य सोपवले व तो तेथेच्या तेथेच अंतर्धान पावला. नारदांना परमेश्वराचे जे दर्शन झाले त्याचे वर्णन आपण मागील लेखात पाहिलेच आहे. व्यासांनी नंतर आपल्या शिष्यांना सर्व देवांचे निवासस्थान असलेल्या त्या निर्गुण परमात्म्याला नमस्कार करण्यास सांगितले; त्या वर्णनात जी नारायणाची विशेषणे आली आहेत त्यावरूनही त्याच्या स्वरूपाबद्दल अधिक माहिती मिळते. महाभूतांचा स्वामी, रुद्रपती, वसूंचा प्रमुख, वेद व यज्ञाचा स्वामी, समुद्रवासी मुंजकेशी असा हरी, भूतांना मोक्षधर्म सांगणारा शमपूर्ती बुद्धिदाता, सर्वव्यापी, गूढ, क्षराक्षर आणि ज्ञानगम्य असा हा नारायण त्याला नमस्कार करा. ज्ञानचक्षुंनीच त्याची ओळख पटते व त्याचे दर्शन होऊ शकते.

गुह्याय ज्ञानदृश्याय अक्षराय क्षराय च ।
एष देवः सञ्चरति सर्वत्रगतिरव्ययः ।। (महा.१२.३२७.९६)

तो परमात्मा ज्ञानानेच 'दृश्य' होतो म्हणजे ज्ञानचक्षुंनीच त्याचा प्रत्यय अथवा अनुभव येतो. तो अनुभव म्हणजे ईश्वर साक्षात्कार होय. स्वतः व्यासांनी पुढे असे विधान केले आहे की त्यांना ईश्वराचे प्रत्यक्ष दर्शन ज्ञानचक्षुंमुळेच झाले. शेवटी त्यांनी शिष्यांना तळमळीने सांगितले की माझ्या उपदेशाप्रमाणेच वागा, त्या ईश्वराची, हरीची उपासना करा, वेदवाणीने त्याचे गायन करा व त्याचे पूजन करून त्याच्या आराधनेत मग्न राहा.

रुद्र आणि नारायण एकरूप –

वर वर्णन केलेला जो रुद्र आहे तो देव शिव किंवा शंकर हाच होय. याच उपाख्यानात दोनदा असा उल्लेख आला आहे की त्याने दक्षाच्या यज्ञाचा विध्वंस केला. त्याला कपर्दिन् असे नाव आहे, त्याला जटा आहेत व त्याला स्मशानात राहाण्याची आवड आहे, असे म्हटले आहे. आपल्या परंपरेमध्ये विष्णू व शिव या उभय दैवतांना अगदी श्रेष्ठ स्थान दिलेले आहे. एवढेच नव्हे तर या दोहोत परमोच्च दैवत कोणते याविषयीही मतमतान्तरे आपण ऐकली आहेत. या पार्श्वभूमीचा विचार करता महाभारतात याठिकाणी मात्र शिवाला नारायणाच्या तुलनेने कमी महत्त्वाचे स्थान दिलेले आहे. रुद्राला त्याचा पुत्र यादृष्टीने म्हटले आहे की त्याचा जन्म नारायणापासून झाला आहे. शिवाय आपण जर येथला तपशील पाहिला तर असे दिसते की नारायणाने रुद्राशी आपण एकरूप आहोत व रुद्राचे पूजन केल्यास ते सर्वव्यापी म्हणजेच नारायणाचे आपले पूजन केल्याप्रमाणेच आहे असे स्पष्ट केले आहे. महाभारतासारख्या इतक्या प्राचीन काळी विष्णू व शिव यांच्यात कोणी श्रेष्ठ, कनिष्ठ नसून ते एकच आहेत किंवा शिव हा नारायणाचेच एक रूप आहे असे ठामपणे मांडलेले आहे व हे फार महत्त्वाचे आहे.

रुद्रविषयक हे विवेचन या उपाख्यानात एका विशिष्ट संदर्भात आले आहे. व्यासांनी नारायणाची स्तुती करताना त्याची विविध नावे भक्तिभावाने घेतली, त्या नावांचा मला मथितार्थ सांगा, असे जनमेजयाने वैशंपायनांना म्हटल्यावर त्यांनी सांगितले की, पूर्वी अर्जुनानेही भगवान श्रीकृष्णाला हेच विचारले होते व स्वतः भगवंताने आपल्या गोविंद, नारायण, केशव इत्यादी नावांचा मूळ अर्थ उलगडून सांगितला होता. त्याच्या आधारे मी या नावांविषयी तुला सांगतो. नारायण या नामाची व्युत्पत्ती सांगण्यापूर्वी श्रीकृष्णाने अर्जुनाला ही कल्पना दिली की वेद, उपनिषदे, पुराणे, आयुर्वेद, सांख्यशास्त्र, योग इत्यादींमध्ये त्याची अनेक नामे आलेली आहेत त्यातली बरीचशी गुण व कर्म यावर आधारित आहेत. परमात्मा नारायणाला नमस्कार करून श्रीकृष्णाने सृष्टीच्या निर्मिती व संहारा संदर्भात ब्रह्मदेव व रुद्र त्यांच्यापासून निर्माण झाल्याचे सांगितले. रुद्र हा परमदारुण

योगी आहे; उग्र व्रत आचरण करणारा आहे. त्याने दक्षयज्ञाचा विध्वंस केला व भगाचे नेत्र फोडले.

रुद्र हा नारायणात्मक आहे.

तस्मिन्हि पूज्यमाने वै देववेव महेश्वरे ।
संपूजितो भवेत्पार्थ देवो नारायणः प्रभुः । (महा.१२०.३२८.२०)

रुद्राचे पूजन केले म्हणजे सर्वव्यापी नारायणाचे पूजन केल्याप्रमाणेच आहे. रुद्रात व नारायणात काही भेद नाही; म्हणूनच मी रुद्राचे पूजन करतो. ज्याने रुद्राचे स्वरूप ओळखले, त्याने माझे (म्हणजे नारायणाचे) स्वरूपही जाणले असे मानले पाहिजे. आम्ही उभयता एकरूपच आहोत. मला वर देण्यात रुद्राशिवाय कोणी समर्थ नाही म्हणून मी प्राचीनकाळी पुत्रप्राप्तीच्या इच्छेने रुद्राची आराधना केली. याचाच अर्थ असा की, मी स्वतःचीच आराधना केली. विष्णू अन्य देवाला नमस्कार करीत नाही म्हणून मी रुद्राची भक्ती करतो. याठिकाणी नारायणाने हे स्पष्ट केले आहे की रुद्राला ते आपल्याहून भिन्न मानीत नाही. म्हणून त्याची आराधना केल्याने दुसऱ्या दैवताची आराधना केल्यासारखे होत नाही.

न हि विष्णुः प्रणमति कस्मैचिद्विबुधाय तु ।
ऋत आत्मानमेवेति ततो रुद्रं भजाम्यहम् ।। (महा.१२.३२८.२६)

ह्या श्लोकाच्या पुढल्याच श्लोकात असे म्हटले आहे की ब्रह्मदेव, रुद्र, इंद्र इतर देव व ऋषी सुरश्रेष्ठ नारायणाचे पूजन करतात. हे अर्जुना भूत, वर्तमान व भविष्य या त्रैकालीन भूतांचा श्रीविष्णू हा अग्रणी असल्यामुळे त्याची सेवा व पूजा नेहमी करीत जावी. या विवेचनात एक अतिशय लक्षणीय गोष्ट अशी की विष्णू म्हणजेच नारायण हाच सर्वश्रेष्ठ देवाधिदेव आहे म्हणून तो कोणाला नमस्कार करीत नाही, दुसऱ्या कोणाचीही आराधना करीत नाही; स्वतःचीच आराधना करतो; रुद्र हा देव त्यानेच निर्मिला आहे, तो त्याचेच रूप आहे म्हणून त्याचे तो पूजन करतो.

श्रीविष्णू विश्वाचा आत्मा आहे. विश्वाला व्यापून राहिलेला आहे व प्रलयकाळात देवदेवतांसहित सर्व सृष्टी त्याच्या उदरात लीन झालेली असते. ती सृष्टी पुन्हा तोच निर्माण करतो व कल्पान्ताच्यावेळी तिचा संहारही तोच करतो. तो परमात्मा एकमेवाद्वितीय आहे आणि म्हणूनच तो दुसऱ्या कोणा दैवताला नमन करीत नाही असे सांगितले आहे. कै.न.र.फाटक यांनी आपल्या महाभारताच्या भाषांतर ग्रंथात (शांतिपर्व पृ.७२४) या संदर्भात योगवसिष्ठातील वचन उद्‌धृत केले आहे. जो मी चिदात्मा आहे तो मी स्वतः मलाच नमस्कार करतो.

सर्वभूतान्तरस्थाय नित्यमुक्तचिदात्मने ।
प्रत्यक् चैतन्यरुपाय मह्यमेव नमोनमः ।।

श्रीकृष्ण हे जे अर्जुनाला सांगत आहे, त्यात नर–नारायणाचा उल्लेख आला आहे. नारदमुनींनी नर–नारायणाची बदरिकाश्रमी भेट घेतली हे आपण मागे पाहिलेच आहे. नर व नारायण हे देव नारायणाचे (श्रेष्ठ परमेश्वराचे)च रूप होय. नर व नारायण या दोन रूपांनी नारायणाने काही कारणास्तव धर्माच्या घरी जन्म घेतला व धर्माच्या साधनाने गंधमादन पर्वतावर तपश्चर्या केली. श्रीकृष्णाने अर्जुनाला पुढे सांगितले, 'तू व मी नर व नारायण या नावांनी प्रसिद्ध होतो आणि भूभार उतरविण्याकरिता आपण हा मनुष्यजन्म घेतला आहे.' (महा. १२.३२८.३३).

नारायणाच्या नावांचा अर्थ –

नारायण व इतर काही परमात्म्याच्या नावांची व्युत्पत्ती व स्पष्टीकरण श्रीकृष्णाने अर्जुनाला सांगितले. नारायणाबद्दल बोलताना त्याने सांगितले की, आप म्हणजे उदक व हे शरीराचे वाचकही आहे. आप किंवा शरीर याला 'नारा' असे म्हटले आहे आणि सर्व प्राण्यांची शरीरे हेच त्या नारायणाचे अयन म्हणजे वसतिस्थान असल्यामुळे (उदक व शरीर दोन्हीही) त्याला 'नारायण' असे म्हटले आहे.

अयनं मम तत्पूर्वमतो नारायणो ह्यहम् । (महा.१२.३२८.३५)

ईश्वराच्या विविध नावांच्या व्युत्पत्ती खरोखर मोठ्या रोचक आहेत. वासुदेव हे चतुर्व्यूहातील परमोच्च दैवताचे नाव आहे. सूर्याप्रमाणे नारायण आपल्या किरणांनी म्हणजेच तेजाने सर्व विश्व व्यापून टाकतो व सर्व भूतांचे त्याचे ठिकाणी वास्तव्य आहे म्हणूनच त्याला 'वासुदेव' म्हणतात. जगताला प्रकाश देणारा सूर्य, चंद्रमा व अग्नी यांचे जे किरण ते त्या ईश्वराचे केश असल्याने सर्वज्ञात्या ऋषींनी त्याला 'केशव' हे नाव दिले आहे. दामोदर या नावाविषयी कृष्णाने सांगितले– 'इंद्रिय निग्रह करून (दमनं दामः) सिद्धी मिळावी या हेतूने लोक माझ्या प्राप्तीची इच्छा करतात व पृथ्वी, स्वर्ग व मधले अंतरिक्ष हेही मीच आहे, यासाठी मला 'दामोदर' असे म्हणतात.' 'परमेश्वराच्या नावांचा अशारीतीने भावार्थ कळल्याने ईश्वराविषयी अधिक जाणीव निर्माण होते. भक्तांना आपापल्या आवडीप्रमाणे नाव निवडून त्याची उपासना करता येते. शांतीपर्व अध्याय ३२५मध्ये नारदाने नारायणाच्या नामावलीच्या साहाय्याने भगवंताचे स्तवन केले आणि त्या स्तवनाने परमात्मा प्रसन्न झाल्याचा उल्लेख आहे. म्हणूनच भगवंताच्या नामाचे माहात्म्य फार मोठे आहे. नाम:स्मरण हा भक्ती करण्याचा अत्यंत सुलभ उपाय आहे. श्री गोंदवलेकर महाराज म्हणतात, आपल्याला भगवंत पाहायाचा असेल तर त्याला एकच उपाय, भगवंताच्या नामात राहावे. सगळ्यांनी नाम:स्मरण करा. नाम:स्मरणासारखा कल्याणाचा मार्ग दुसरा नाही. (प्रवचने पृ. ३९)

(क्रमशः)

लेखांक : पंचेचाळिसावा

रुद्र व नारायण यांचा संघर्ष

सर्वश्रेष्ठ प्रभू नारायणाच्या अत्यंत रोचक अशा नावांचा यौगिक अर्थ भगवान श्रीकृष्ण अर्जुनाला, त्याच्या तत्संबंधीच्या प्रश्नावरून, स्पष्ट करीत आहेत. तसे पाहिले तर बऱ्याच नावांची चर्चा नारायणीयोपाख्यानात आलेली असली तरी आपण अत्यंत ठळक व लक्षणीय अशा नामांचाच विचार करू. 'गोविंद' हे नारायणाचे प्रसिद्ध नाव आहे. पूर्वी 'गो' म्हणजे पृथ्वी समुद्रात गडप झाली होती, तेव्हा ईश्वराने ती गुहेतून (गुप्त ठिकाणाहून) परत आणली (अविंदम्) म्हणून त्याला गोविंद म्हणतात. ज्याचे शरीर रोमरहित असते त्याला 'शिपि' म्हणतात, शिपि म्हणजे निर्मळ स्वरूपाचे; ज्याने जगत व्यापले आहे (विष्ट – व्यापले) त्याला. त्या परमेश्वराला 'शिपिविष्ट' हे नाव मिळाले.

न जातो न जायेऽहं न जनिष्ये कदाचन ।
क्षेत्रज्ञः सर्वभूतानां तस्मादहमजः स्मृतः ।। (महा.१२.३३०.९)

त्याला 'अज' ही संज्ञा का मिळाली? यासंबंधी वरील श्लोकात सांगितले आहे की 'मी कधी जन्मलो नाही, कधी जन्म घेत नाही व पुढे केव्हाही घेणार नाही – तथापि मी सर्व भूतांचा क्षेत्रज्ञ आहे म्हणून मला 'अज' म्हणतात.' नारायणाचे 'सात्वत' ह्या नावाचे विवेचन फार बहारदार आहे. श्रीकृष्णाच्या शब्दांत सांगायचे तर ''मी कधीही सत्त्वापासून ढळलो नाही; सत्त्वाची प्रवृत्ती माझ्यापासून झाली आहे; प्रस्तुत जन्मातदेखील सत्त्वगुणाने मला सोडले नाही (नारायणाचा कृष्णावतार म्हणून जन्म) सत्त्वगुणामुळेच मी निष्काम कर्म करीत असतो, म्हणून मला पापाचा स्पर्श नाही; सत्त्वगुणाच्या वागणुकीने प्राप्त होणाऱ्या ज्ञानामुळेच माझे दर्शन होते; मी सत्त्वगुणी लोकांचा पती म्हणजे स्वामी असल्याने मला 'सात्वत' अशी संज्ञा आहे. हे अर्जुना मी नांगराचा विशाल व काळा कुळकुळीत लोखंडाचा फाळ होऊन भूमी नांगरतो, तसेच माझा वर्णही सावळा आहे म्हणून मला 'कृष्ण' हे नाव मिळाले आहे. 'वैकुंठ' हेदेखील त्या सर्वेश्वराचे नाव आहे. अर्थात, आपल्याला 'वैकुंठ' हा शब्द वैकुंठलोक (विष्णुलोक) यादृष्टीनेच माहीत आहे. 'वि' म्हणजे वायू; 'कु' म्हणजे पृथ्वी आणि 'ठ' चा अर्थ आहे आकाश – या तिघांचा मी

संयोग घडवून आणला आहे म्हणून मला 'वैकुंठ' म्हणतात. हा संयोग म्हणजे पृथ्वीचा जलाशी, आकाशाचा वायूशी व वायूचा तेजाशी घडवून आणलेला आहे. नारायणाला 'अधोक्षज' ही म्हणतात. यात अधः म्हणजे पृथ्वी व अक् म्हणजे आकाश हे दोन शब्द आहेत. पृथ्वी आणि आकाश ही दोन्ही सर्वव्यापी आहेत, त्यांना परमात्म्याने उचलून धरले आहे. म्हणून त्याला 'अधोक्षज' ही संज्ञा मिळाली. आयुर्वेद शास्त्रात कफ, वात, पित्त हे तीन दोष (येथे त्यांना धातू म्हटले आहे) मूलगामी व प्राणरक्षक मानले आहेत. हे क्षीण होताच मानवांची शरीरे क्षीण होतात. ही वस्तुस्थिती लक्षात घेऊन आयुर्वेदवेत्ते परमात्म्याला 'त्रिधातु' संज्ञा देतात.

एतैश्च धार्यते जन्तुरेतैः क्षीणैश्च क्षीयते ।
आयुर्वेदविदस्तस्मात्त्रिधातुं मां प्रचक्षते ।। (महा.१२.३३०.२२)

नारायणाला प्रसन्न करून घेण्याकरिता व्यासांनी ज्या नामांनी परमात्म्याची आळवणी केली त्या नामांचा भावार्थ या अध्यायात विशद केला आहे व त्यातल्या काही नामांचा आपण मागोवा घेतला. 'श्रीवत्स' (विष्णूचे) व श्रीकंठ (शिवाचे) या नावांचे मर्म कथन करताना महाभारतकारांनी पुनःश्च शिव-विष्णु यांच्या ऐक्याचा कथाभाग अत्यंत प्रभावीपणे मांडला आहे. रुद्र आणि विष्णू यांच्यातील संघर्ष व त्याचा शेवट हा मोठा उद्‌बोधक आहे.

रुद्र व नारायण यांचा संघर्ष – सर्वश्रेष्ठ परमात्म्याने धर्माच्या घरी नर-नारायण या दोन रुपांनी जन्म घेतला व गंधमादन पर्वतावर अव्यय तपश्चर्या केली. त्याचवेळी दक्षयज्ञ सुरू होता. त्या यज्ञाला रुद्राला दक्षाने बोलविले नाही व हविर्भाग दिला नाही. रुद्राने कोपाविष्ट होऊन प्रज्वलित शूलाच्या साहाय्याने दक्षयज्ञाचा विध्वंस केला. त्यानंतर तो शूल बदरिकाश्रमाच्या दिशेने आला आणि वेगाने नारायणाच्या (नर-नारायण देवांतील) वक्षस्थळावर आदळला. त्यामुळे नारायणाचे केश मुंज गवताप्रमाणे झाले व म्हणून परमात्मा नारायणाला (केशवाला) मुंजकेशवान् हे नाव मिळाले. नारायण देवाने नुसता हुंकार करताच तो शूल परत फिरला व शंकराच्या हाती आला. रुद्राने नंतर रागावून तपोमग्न नर-नारायणांवर चाल केली. त्याबरोबर विश्वपती नारायणाने रुद्राच्या नरडीला हात घातला. त्याचा परिणाम असा झाला की, रुद्राचा कण्ठ विवर्ण झाला आणि तेव्हापासून 'शितिकण्ठ' हे नाव रुद्राला मिळाले. त्या दोघांचे हे युद्ध जुंपल्यानंतर सर्व जग अक्षरशः उद्विग्न झाले. जिकडेतिकडे दुश्चिन्हे दिसू लागली, पृथ्वीला हादरे बसू लागले. ऋषींना वेद आठवेनासे झाले. आकाश फाटले, समुद्र कोरडे पडू लागले व हिमालय विदीर्ण झाला. हे वर्णन ऐकल्यावर अर्जुनाने कृष्णाला विचारले की, या भीषण युद्धात जय कोणाचा झाला? कृष्ण म्हणाला की देववृंद, ऋषिमहात्मे व ब्रह्मदेव युद्धस्थळी त्वरित आले व जगाताची

भीती दूर करण्यासाठी ब्रह्मदेवाने रुद्राला क्रोध आवरून नारायणाला शरण जाण्याची प्रार्थना केली. त्याने सांगितले, ''रुद्रा, जो परमात्मा अक्षर आहे, अव्यय आहे; जो कूटस्थ व सर्वांचा संरक्षक आहे, जो कर्ता-अकर्ता व द्वंद्वातीत आहे, त्याचेच नर-नारायण हे मूर्त स्वरूप होय. रुद्रा तू त्याच प्रभू नारायणाच्या ललाटापासून व मी प्रसादापासून उत्पन्न झालो आहोत. हे दोघे देवश्रेष्ठ नर-नारायण त्या परमात्म्याची द्विधा मूर्ती असून, तू यांना प्रसन्न करून घे म्हणजे त्रैलोक्य शांत होईल.''

प्रसादयामास ततो देवं नारायणं प्रभुम् ।
शरणं च जगामाद्यं वरेण्यं वरदं हरिम् ।। (महा.१२.३३०.६१)

त्यानंतर रुद्राला जाणीव झाली व तो आद्यदेव नारायणाला शरण गेला, त्याला प्रसन्न करून घेतले. तेव्हा लागलीच जितेंद्रिय परमात्मा प्रसन्न होऊन त्याच्याशी एकरूप होऊन म्हणाला, ''रुद्रा, ज्याने तुला जाणले त्याने मलाही जाणल्यासारखेच आहे. तुझ्या माझ्यामध्ये काही एक भेद नाही.''

नावयोरन्तरं किंचिन्मा ते भूद्बुद्धिरन्यथा । (महा.१२.३३०.६४)

रुद्रा, तू याविषयी किंचितही शंका बाळगू नकोस. साक्षात् सर्वश्रेष्ठ परमेश्वराने आपल्यापासून निर्मिलेल्या रुद्राला हे आवर्जून सांगितले आहे. शूलाच्या प्रहाराचे चिन्ह वक्षस्थळावर उमटल्यामुळे नारायणाला 'श्रीवत्स' व हरीच्या हस्तचिन्हामुळे रुद्राला 'श्रीकण्ठ' हे नाव पडले आहे. कृष्णाने अर्जुनाला पुढे हेही सांगितले की, त्याच्या साहाय्यामुळे अर्जुनाला युद्धात विजय मिळाला. तसेच युद्धामध्ये रुद्र अर्जुनापुढेच चालत होता. अर्जुनाने ज्या ज्या योद्धांना मारले ते त्याच्या आधीच रुद्राने ठार केलेले होते. अर्जुनाला त्याने असेही सांगितले की, त्याने देवाधिदेव नारायणाला व रुद्रालाही नमस्कार करावा. विष्णु-रुद्राच्या ऐक्याविषयीची ही कथा फार मार्मिक आहे, हृदयाला भिडणारी आहे व भक्तांच्या मनातील मोहजाल नष्ट करणारी आहे. जगताचा आधार, विश्वाचा पालनकर्ता, सर्वव्यापी, अंतिम सत्यस्वरुपी जो परमेश्वर आहे तो एकच असणार आहे! ते परमतत्त्व 'एकमेवाद्वितीयच' आहे व तोच हा देवाधिदेव नारायण होय. हा नारायणच विविध देवतांच्या रुपाने अवतीर्ण झाला असून त्यादृष्टीनेच भक्तांनी आपल्या आराध्य दैवतांची उपासना केली पाहिजे!

न्यायमूर्ती राम रानडे यांनी आपल्या पुस्तकात हरी व हर यांच्या ऐक्यासंबंधी लिहिले आहे. त्यांना प्रश्न विचारण्यात आला 'हरी मोठा की हर मोठा?' ते म्हणतात की, या संदर्भात खूप वादविवाद झाले आहेत पण ते अज्ञानमूलक आहेत. हरी आणि हर हे भिन्न नसून एकच आहेत. हरिवंशातील श्लोकाचा आधार त्यांनी दिला आहे.

रुद्रश्च परमो विष्णुर्विष्णुश्च परमः शिवः ।
एक एव द्विधा भूतो लोके चरति नित्यशः।।

(गीतेच्या गाभाऱ्यांत पृ.४१)

ब्रह्मदेवाचे सात जन्म - प्रत्यक्ष नारायणाचे दर्शन झाल्याने कृतकृत्य झालेले नारदमुनी पुनः नर-नारायणांच्या भेटीसाठी बदरिकाश्रमास आले. त्यांच्याशी झालेल्या संवादात नारदांनी सांगितले की, त्या विश्वरूपधारी अव्यय महापुरुषात त्यांना देव ऋषींसहित हे सर्व जग साठवलेले दिसले. त्याच्या ठिकाणी जी चिन्हे दिसली तीच श्रीवत्सादिलक्षणे या दोहोंच्या ठिकाणी दिसली. तो देव माधव विश्वभोक्ता, सर्वव्यापी व भक्तवत्सल असून त्याच्या तेजाकडे दृष्टी करणेही अशक्य आहे. नारदांनी सांगितले की, श्वेतद्वीपाहून श्रेष्ठ असे तेजसंज्ञक स्थान तो उत्पन्न करितो आणि ते स्थान आपल्या स्वतःच्याच प्रकाशाने प्रकाशित करतो आणि त्या अलौकिक स्थानी तो तपाचरण करीत असतो. असे सर्व अनुभव त्यांना सांगून नारद तेथेच दिव्य सहस्र वर्षेपर्यंत नारायणाचे पूजन व आराधना करीत राहिले.

परमात्म्याने नारदाला जो मोक्षदायी असा सात्वतधर्म कथन केला त्याविषयी जनमेजयाने प्रश्न विचारला आहे. पुण्यपापविवर्जित झालेले भक्तगण अनिरुद्ध, प्रद्युम्न, संकर्षण अशा गती मिळवून क्रमाक्रमाने चौथ्या म्हणजे वासुदेवाच्या गतीला जातात; पण परमेश्वराचे जे निष्काम भक्त असतात जे अनन्यभक्तीचा मार्ग धरतात ते एकदमच चौथ्या गतीला पोहोचतात. तेव्हा त्या सात्वत धर्माची म्हणजेच निष्काम भक्तीची आम्हाला कल्पना द्या. यावर या एकान्त किंवा सात्वत धर्माविषयी जे विवेचन आले आहे, ते थोडक्यात पाहू. पहिली गोष्ट म्हणजे हा धर्म फार प्राचीन असून आदियुगातच निर्माण झालेला आहे; स्वतः नारायणाने त्याचा उपदेश केला असून नारायण व रुद्र या धर्माचा अवलंब करतात. हा धर्म मागील प्रदीर्घ काळात काही कारणाने पुनः पुनः लोप पावलेला आहे. ब्रह्मदेवाचे प्रभू नारायणापासून सात जन्म झाले. प्रत्येक जन्मात ब्रह्मदेवाला तो धर्म प्राप्त झाला व पुढे परंपरेने प्रसृत झाला. प्रजापतीचे सात जन्म असे १. नारायणाचे मुखातून २. नेत्रातून (चाक्षुष) ३. वाचेतून (वाचिक) ४. कर्णातून (श्रौत) ५. नासक्य (नासिकेपासून) ६. अण्डज (अंड्यातून हिरण्याण्ड) ७. नाभिकमलातून निघालेल्या कमलातून (पाद्म).

हा सात्वत धर्म गुप्त होऊन नारायणाच्या ठिकाणी आश्रय घ्यायचा. ब्रह्मदेवही प्रत्येक वेळी आद्य सात्वत धर्माला अनुसरूनच हरीचे पूजन व भक्ती करीत असे.

एवमेष महान् धर्म आद्यो राजन्सनातनः।
दुर्विज्ञेयो दुष्करश्च सात्वतैर्धार्यते सदा ।। (महा.१२.३३६.५१)

ह्या धर्माच्या आचरणाने हरी प्रसन्न होतो. हा आद्य व सनातन धर्म आचरण्यास कठीण आहे पण सात्वत भक्त त्याचे आचरण करतात.

निष्काम कर्मयोगाचा मार्ग

ब्रह्मदेवाचा जेव्हा श्रवणज जन्म झाला, तेव्हा नारायणाने स्वतः मुखाने हा धर्म त्याला सांगितला. आरण्यकज्ञानसहित सरहस्य असा हा निष्काम कर्मरूपी धर्म ब्रह्मदेवाला जगत्कल्याणाच्या उद्दिष्टाने सांगून देवेश नारायण जेथे अव्यक्त होते तेथे म्हणजे तमाचे पलीकडे जाता झाला.

तं कार्तयुगधर्माणं निराशीः कर्मसंज्ञितम् ।
जगाम तमसः पारं यत्राव्यक्तं व्यवस्थितम् ।। (महा.१२.३३६.२९)

वरील वर्णनावरून हे अगदी स्पष्ट दिसते की हा जो ईश्वराच्या एकान्तभक्तीचा किंवा अनन्यभक्तीचा मार्ग आहे, त्यात निष्काम कर्माचा समावेश आहे. हाच सात्वत धर्म भगवद्गीतेत भगवंताने निष्काम कर्मयोगाच्या रूपाने अर्जुनाला सांगितला आहे. ह्या धर्माचे सार म्हणजे साधकाने अहिंसेचे पालन करावे, सर्व कर्म हे निष्काम कर्म, आसक्तिरहित कर्म असावे, भक्तीदेखील निरपेक्ष व निष्काम असावी.

तस्मादसक्तः सततं कार्यं कर्म समाचर ।
असक्तो ह्याचरन्कर्म परमाप्नोति पूरुषः ।। (गीता ३.१९)

आसक्तीचा, फलाशेचा त्याग करून माणसाने कर्म करावे, त्यायोगे म्हणजे निष्काम कर्मयोगाच्या मार्गाने त्याला परम पुरुषाची प्राप्ती होते.

यत्करोषि यदश्नासि यज्जुहोषि ददासि यत् ।
यत्तपस्यसि कौन्तेय तत्कुरुष्व मदर्पणम् ।।(गीता ९-२७)

कर्म कोणाला चुकले नाही. वनात गेले तरी उदरभरणाकरिता कर्म करावेच लागते. 'कर्म टाक' म्हणता येत नाही. म्हणून ते बंधनकारक न व्हावे त्या दृष्टीने ते कर्म प्रभूला अर्पण करावे. गीतेत वरील श्लोकात ईश्वरार्पणबुद्धीने, कुठलीही वासना न ठेवता कर्म केले की ते निष्काम व शुद्ध बनते व ते मोक्षाप्रत साधकाला नेऊ शकते. गोंदवलेकर महाराजांनी एका त्यांच्या प्रवचनात उत्कृष्ट दिग्दर्शन केले आहे-

"कर्माशिवाय कोणालाच राहता येत नाही. एखाद्याला शिक्षा द्यायची म्हणून - 'अगदी हलायचे नाही, पापणी, हात, पाय काहीही हलवता कामा नये' असे सांगितले तरी ते जसे त्याला शक्य होणार नाही, तसे काही ना काही कर्म हे होणारच! भगवंताने अशी काही सांगड घालून दिली आहे की कर्म केल्याशिवाय गत्यंतर नाही. परंतु, ती कर्मे, 'राम कर्ता' ह्या भावनेने केली तर बाधक होत नाहीत. (प्रवचन पृ.७२). त्यांचे

प्रतिपादन हेच आहे की आपण ही कर्मे करीत नसून रामच आपणाकडून ती करवून घेतो ही भावना ठेवावी. याचाच अर्थ, ही कर्मे फलाशारहित सात्त्विक स्वरूपाची असली पाहिजेत. हा सात्वतधर्म पाळू शकणारे लोक फार दुर्मीळ आहेत. सात्त्विकता, निष्कामता आणि अनन्यभक्ती यांचा येथे संगम आहे. या एकान्तभक्तीचे सामर्थ्य फार मोठे आहे. सर्वांच्या हितासाठी झटणारे, हिंसा पराङ्मुख, निष्काम कर्मरत, आत्मवेत्ते आणि एकान्तभक्त अशा व्यक्तींनी जर हे जग भरून जाईल तर येथे आजदेखील कृतयुग निर्माण झालेले असेल, इतका प्रभावी हा सात्वत धर्म आहे.''

महाभारतकार व्यासांनी याठिकाणी एक महत्त्वाचा मुद्दा मांडला आहे – तो आपण विसरता कामा नये. ते सांगतात की, आत्माऽनात्मविवेक सांगणारा सांख्य, चितवृत्तिनिरोध शिकविणारा योग, जीव–ब्रह्म यांचे ऐक्य सांगणारे आरण्यक आणि अनन्यभक्ती सांगणारा पञ्चरात्रातील सात्वत्धर्माचा मार्ग हे एकच आहेत; भिन्न नव्हेत. ती नारायणपरएकान्त धर्माची अङ्गे आहेत.

परस्पराङ्गान्येतानि पञ्चरात्रं च कथ्यते । (महा.१२.३३६.७६)

योग श्रेष्ठ की ज्ञान श्रेष्ठ की भक्ती श्रेष्ठ असा वाद घालण्याचे काही प्रयोजन नाही. ही सर्व एकच आहे. सर्व संतांचा उपदेश पाहिला तर त्यातही निष्काम भक्तीलाच प्राधान्य दिलेले आढळते. श्री गोंदवलेकर महाराजांनी म्हटले आहे, श्रीकृष्णाने उद्धवाला ज्ञान देऊन गोपींकडे पाठविले. भगवंताच्या नामामध्ये त्या रंगून गेल्या होत्या. गोपींचे नामावरचे प्रेम पाहून उद्धवाला आश्चर्य वाटले. नामामध्ये त्यांना भगवंत दिसत असे. ते पाहून उद्धवाने देवाला सांगितले, 'देवा तू मला ज्ञान दिलेस खरे. पण तुझ्या भक्तीचे प्रेम त्याहून श्रेष्ठ आहे; ते तू मला दे.' (प्रवचने पृ.१३०).

(क्रमशः)

◆◆

लेखांक : सेहेचाळिसावा

वासुदेव हेच परमतत्त्व

श्वेतद्वीपात प्रत्यक्ष देवाधिदेव नारायणाचे दर्शन घेतल्यावर नारद नर–नारायणांच्या भेटीसाठी परत बदरिकाश्रमात आले. नारदांनी आपला परमात्म्याच्या दर्शनाचा अनुभव कथन केला. ऋषींनी नारदमुनी खरोखर धन्य झाल्याचे सांगितले. नारायणाला आपल्या खऱ्या भक्तांपेक्षा या विश्वात कोणीही प्रिय नाही आणि म्हणूनच परमात्म्याने नारदाला आपणहून दर्शन दिले. येथील संवादात पाञ्चरात्रातील मोक्षासंबंधीचा संक्षिप्त तपशील आला आहे व तो लक्षणीय आहे. नारायणाला तन–मन–धन वाहिलेले एकान्तभक्त पुण्य–पाप विवर्जित होतात आणि त्यांची परमपदाकडे वाटचाल सुरू होते. जगातील अंधार नाहीसा करणारा सूर्य हा मोक्षाचे द्वार होय. या द्वाराने प्रवेश केला म्हणजे देह दग्ध होतो व अदृश्य होतो. परमाणुरूप धारण करून ते सूर्यदेवात विलीन होतात. तेथून निघून ते अनिरुद्ध रुपात प्रवेश करतात, पुढे सर्व गुण टाकून मनाच्या रुपाने ते प्रद्युम्नामध्ये लय पावतात त्यानंतर ते महात्मे जीव म्हणजे संकर्षण त्याच्यामध्ये प्रवेश करतात.

ततस्त्रैगुण्यहीनास्ते परमात्मानमञ्जसा।
प्रविशन्ति द्विजश्रेष्ठ क्षेत्रज्ञं निर्गुणात्मकम् ।। (महा.१२.३३२.१७)

त्यानंतर त्या भक्तांची तीन गुणांपासून सुटका होते व ते गुणातीत झालेले क्षेत्रज्ञाला–त्या निर्गुण परमात्म्याला जाऊन मिळतात. हा क्षेत्रज्ञ म्हणजे सर्वांचा आधार (सर्वावासः) वासुदेव होय. हीच परमगती होय. हा मोक्ष म्हणजे सर्वश्रेष्ठ नारायणाचा किंवा वासुदेवाचा साक्षात्कार होऊन त्याच्या स्वरूपात विलीन होणे होय. या वर्णनात अनिरुद्ध, प्रद्युम्न ह्यांच्या संदर्भातही त्या त्या व्यूहात साधक विलीन होतो असेच म्हटले आहे. मागे जे चंद्राप्रमाणे कांती असलेले मुक्तात्मे श्वेतद्वीपामध्ये नारायणाची भक्ती करण्यात गढून गेलेले नारदांनी पाहिले तेदेखील शेवटी ह्या स्वरूपाच्या मुक्तीचीच आकांक्षा धरतात व वासुदेवात विलीन होतात.

जनमेजयाने वैशंपायन ऋषींना या सात्वत धर्माविषयी एक लक्षणीय प्रश्न विचारला आहे. जर हा सात्वत धर्म इतका श्रेष्ठ, प्रभावशाली व साक्षात् नारायणप्रणीत आहे तर मग

जाणते लोकही हा धर्म न आचरिता इतर व्रतांच्या मागे का लागतात? जनमेजयाला म्हणायचे आहे की सात्वत धर्माचा अवलंब न केल्याने अनेक जीव साधारण वरवरच्या पूजा-अर्चा किंवा इतर व्रतांमध्ये दंग होऊन संसार चक्रातच फेऱ्या मारीत राहतात. तर त्यांना खरा धर्म का बरे समजून येत नाही?

मानवात प्रकृतिभिन्नता आहे –

वैशंयपायन म्हणाले की, असे होण्याचे कारण म्हणजे जगात तीन भिन्न प्रकृतीचे मानव राहातात. १. सात्त्विक २. राजस व ३. तामस. या प्रकृतिभिन्नतेमुळे फक्त सात्त्विक प्रकृतीच्या लोकांनाच सात्वत धर्म अनुसरायची बुद्धी होते. ह्या प्रकृतीचाच पुरुष मोक्षप्राप्तीविषयी निश्चयपूर्वक यत्न करतो. इतर दोन प्रकृतीचे जे लोक आहेत त्यांना तेवढा विवेक रहात नाही व ते आसक्तियुक्त कर्मात रममाण होतात. मोक्ष हा नारायण स्वरूप असल्याने सात्त्विकच गणला आहे. सात्त्विक प्रकृतीचा मनुष्य एकात्म भक्ती करणारा, शुद्ध अंतःकरणाचा व सदाचाराने जीवन जगणारा असतो; तो अखंड नारायण परायण होऊन भक्तीतच रममाण झालेला असतो व त्यामुळे त्याला पुरुषोत्तमाची प्राप्ती होते.

मनीषितं च प्राप्नोति चिन्तयन्पुरुषोत्तमम् ।
एकान्तभक्तिः सततं नारायणपरायणः ।। (महा.१२.३३६.६६)

तृष्णाहीन झालेले व प्रभुचरणी जे लीन झालेले आहेत अशा भक्तांचा योगक्षेम स्वतः परमेश्वर वाहातो.

दुसऱ्या दोन प्रकृतीचे जे लोक आहेत त्यांचे मन प्रापंचिक आकांक्षांमध्येच गुंतलेले राहाते; त्यांच्या मनात परमात्म्याची ओढ, त्याच्या प्राप्तीचे ध्येय निर्माण होत नाही. यावरून असे सूचित होते की, सात्त्विक प्रकृतीच्या म्हणजेच सद्गुणी, शुद्ध आचार-विचारांच्या व्यक्तींनाच सात्वत धर्माची ओढ लागते. इतरजण त्यापासून वंचित राहातात. एका वेगळ्या दृष्टीनेही याठिकाणी सात्त्विक पुरुषाचे वर्णन केले आहे. वैशंपायन म्हणतात की, संसार चक्रात सापडलेल्या पुरुषांपैकी ज्यावर मधुसूदनाची दृष्टी (अर्थात् कृपादृष्टी) पडेल तोच पुरुष 'सात्त्विक' समजावा.

नारायणेन दृष्टश्च प्रतिबुद्धो भवेत्पुमान् ।
एवमात्मेच्छया राजन् प्रतिबुद्धो न जायते । (महा.१२.३३६.७०)

याहीपुढे जाऊन असे सांगितले आहे की, ज्याच्यावर नारायणाचा दृष्टिपात होईल तोच पुरुष जागा होईल. म्हणजे त्याच्याच मनात परमेश्वराबद्दल दृढभक्ती निर्माण होईल. कोणीही पुरुष आपल्या स्वच्छेने ईश्वरपरायण होणे शक्य नाही. अर्थात, आपण लक्षात

घेतले पाहिजे की ज्याचे मन शुद्ध आहे, जो धर्मनिष्ठ, गतिमान व कर्तव्यदक्ष आहे, त्याच्यावरच नारायणाचा दृष्टिपात होईल, अशाच व्यक्तीला ईश्वर दृष्टिपातामुळे परमार्थाच्या दृष्टीने जाग येईल. राजस व तामस प्रकृतीच्या व्यक्तींची मने मोहितावस्थेत असतात. त्यांच्यावर हरीचा दृष्टिपात होत नाही. जनमेजयाला असेही पुढे सांगतात की, हा धर्म आचरण्यास अतिशय कठीण आहे, तरीही तू ह्याचे पालन करण्याचा प्रयत्न कर. सृष्टिकर्ता व संहारकर्ता असा जो कृष्ण परमात्मा तोच सर्वांचा नियन्ता असून लोकांची बुद्धी धर्माकडे वळविणारा व त्यांची बुद्धी मोहित करणारा तोच आहे. कृष्ण हा साक्षात् नारायणाचा अवतार असल्याचे व त्याच्याशी आपला प्रपितामह अर्जुन याचा सहवास घडला हे कळल्याने जनमेजयाला धन्यता वाटली. त्याने म्हटले की, अर्जुनाने अपूर्व जय संपादन केला यात काहीच आश्चर्य नाही कारण त्याला त्रैलोक्यनाथ वासुदेवाचे पूर्ण साहाय्य होते. खरे तर या साहाय्यामुळे तिन्ही लोकी त्याला कुठलीही गोष्ट अप्राप्य नव्हती.

धन्याश्च सर्व एवासन् ब्रह्मंस्ते मम पूर्वकाः ।
हिताय श्रेयसे चैव येषामासीज्जनार्दनः ।। (महा. १२.३३१.११)

पुढे त्याने असे म्हटले की, माझे पूर्वज खरोखर धन्य होत कारण त्यांना सर्वलोकपूजित भगवंताचे प्रत्यक्ष दर्शन झाले व त्यांच्या कल्याणासाठी तो स्वतः झटत होता. कृष्ण हा साक्षात् नारायणच अवतरला होता व त्यामुळे जनमेजयाला पूर्वजनांबद्दल अभिमान व कृतार्थता वाटत होती. जनमेजयाचे हे उद्‌गार अतिशय महत्त्वपूर्ण आहेत. महाभारतातील युद्ध सुरू असताना भीष्मांनी दुर्योधनाला हे सांगितले होते की कृष्णार्जुन हे साक्षात् नर-नारायण आहेत व त्यांच्या देवत्वाबद्दल त्याने खुणगाठ बांधावी. परंतु, दुर्योधनाने हे ऐकले तरी त्यावर विश्वास ठेवला नाही. त्याच्या दुष्ट बुद्धीत प्रकाश पडू शकला नाही. कृष्ण शिष्टाईला आला तेव्हाही दुर्योधनाने त्याच्या देवत्वाला मानले नाही. शिशुपाल, दुर्योधनादिक कोत्या बुद्धीचे होते. त्यांची बुद्धी मोहग्रस्त असल्याने त्यांना ही जाणीव होऊ शकली नाही. जनमेजयाच्या या विधानांच्या आधारे असेही म्हणणे योग्य वाटते की ज्याअर्थी भगवद्‌गीता व्यासांनी कृष्णमुखाने सांगितली आहे व सात्वतधर्माचे हे दीर्घ विवेचनही कृष्णमुखानेच आले आहे, त्याअर्थी व्यासांना जो खरा धर्म मांडावयाचा आहे त्याचा सारांश किंवा त्याचा गाभा म्हणजेच सात्वतधर्म होय.

नारायणाचे हयशिरारूप –

या उपाख्यानात मधु-कैटभ या दोन दैत्यांनी वेदांचे अपहरण केले व ते वेद साक्षात् नारायणाने एक नवीन प्रकारचे शरीर धारण करून कसे परत मिळविले याविषयीचा कथाभाग आला आहे. महाप्रलय झाल्यानंतर सर्वत्र केवळ तम भरून राहिले असताना भगवान हरी

समुदशय्येवर योगनिद्रा घेत होता. त्यानंतर विचित्र व बहुगुणात्मक सृष्टी उत्पन्न करण्याचा विचार त्याच्या ठिकाणी उत्पन्न झाला. सूर्यकिरणतुल्य अशा कमळातून (अर्थात् नाभिकमळातून) ब्रह्मदेव उत्पन्न झाल्यानंतर त्याला त्या कमळाच्या पाकळीवर नारायणानेच टाकलेले दोन जलबिंदू दिसले. एका बिंदूपासून तमोगुणपूर्ण मधू नामक दैत्य निर्माण झाला व दुसरा बिंदू रजोगुणपूर्ण कैटभ दैत्य बनला. हे दोघे बलाढ्य दानव हाती गदा घेऊन कमळाच्या देठाकडे धावत सुटले व त्यांनी ब्रह्मदेवनिर्मित चार वेद, ब्रह्मदेवापासून हिसकावून घेऊन ते ईशान्य महासमुद्रात प्रविष्ट झाले. वेदांचे असे बळजबरीने हरण झालेले पाहताच ब्रह्मदेवाला काही सुचेनासे झाले. ब्रह्मदेव अत्यंत व्यथित झाले. वेद मला प्राणांप्रमाणे आहेत, त्यांच्याशिवाय मी सृष्टीची पुढील रचना करू शकणार नाही, असे बोलून भगवान नारायणाची स्तुती केली.

व्यक्ताव्यक्तकराचिन्त्य क्षेमं पन्थानमास्थित ।
विश्वभुक्सर्वभूतानामन्तरात्मन्नयोनिज ॥ (महा. १२.३३५.३५)

हे प्रभो, ब्रह्महृदया, माझ्या पूर्वजा, भुवनेश्रेष्ठा तुला नमस्कार असो. हे कार्यकारण जनका, हे अचिन्त्या, हे कल्याण मार्गगामिन, हे सर्वभूतान्तर्यामिन्–तुजपासून माझे जन्म झाले आहेत. तुझ्या कृपाप्रसादानेच मला चक्षुरूप असलेले वेद मला परत मिळवून द्या. मी तुमचा प्रिय पुत्र आहे व तुम्हीही मला अत्यंत प्रिय आहात. ही स्तुती ऐकल्यावर नारायणाने झोप सोडली व या कार्यासाठी एक नवे विश्वत्मक रूप धारण केले. तेच 'हयशिरारूप' होय. या शरीराला अश्वशीर्ष होते, स्वर्गलोक मस्तकाचे ठिकाणी होता, आकाश व पाताल हे कर्णस्थानी, पृथ्वी ललाटस्थानी, समुद्र भ्रुकुटस्थानी, चंद्र–सूर्य नेत्रस्थानी होते. ह्या रुपाने रसातळाला जाऊन वेद परत आणले. हयशिराचा भयंकर स्वर त्या दैत्यांनी ऐकला व त्याच्या अनुरोधाने ते शोध घेऊ लागले, तेवढ्यात ईश्वराने वेद परत मिळवून ब्रह्मदेवाला दिले व आपले पूर्वीचे रूप धारण करून तो सर्पशय्येवर झोपला. हे दोघे दैत्य वेद कोणी नेले याचा शोध घेत नारायणापाशी आले व युद्धासाठी निद्रिस्त परमेश्वराला आव्हान दिले. नंतर नारायण उठला व त्याने दैत्यांशी तुंबळयुद्ध केले व त्यांना ठार मारले. वेदरक्षणासाठी हे विशिष्टरूप देवाने घेतले व नंतर ब्रह्मदेवाने वेदांच्या आधारे सृष्टी रचायला सुरुवात केली. वैशंपायन, राजाला म्हणाला की, या कथेवरून स्पष्ट होते की परमात्मा ज्यावेळी जशी कामगिरी पडेल त्यानुसार सोईस्कर रूप धारण करीत असतो. श्रीमान हरी वेदांचे भांडार आहे. तपाचाही निधी हाच आहे, हाच सांख्य व योग आहे व हाच परब्रह्म आहे. वेद नारायणाचेच वर्णन करतात, यज्ञ नारायणाच्या निमित्तानेच केले जातात, तपाचे तात्पर्य नारायण प्राप्तीच आहे व मोक्षरूपी गतीदेखील नारायणाशीच येऊन थांबते. (महा. १२.३३५.७५)

हयशिरा हे जसे विशिष्ट रूप आहे. त्याप्रमाणे श्रीहरी त्रैलोक्याच्या कल्याणाकरिता विविधरूपे धारण करतो. ती रूपे म्हणजे मत्स्यादि अवतार होत. याठिकाणी नारायणाचे पुढे जे वर्णन आहे ते असे दर्शविते की, नारायण हे एकमेवाद्वितीय सर्वश्रेष्ठ तत्त्व असून, तोच सर्वत्र ओतप्रोत भरलेला आहे.

वासुदेव हेच परमतत्त्व –

नारायण सर्व सृष्टीचे कारण असल्याने तो सर्वांत अंतर्भूत आहे म्हणून या अध्यायात असे म्हटले आहे की, महाभूतांचे ठिकाणी असणारे शब्द, रुपादी गुण नारायणात्मकच आहेत. काल नारायण आहे. त्याचप्रमाणे कोणतीही वस्तू निर्माण होण्याला कारणीभूत असणारी जी कारणे उदा. पुरुष, प्रकृती, स्वभाव, कर्म व दैव ती पाचही नारायण स्वरूपच आहेत. कीर्ती, श्री, लक्ष्मी इत्यादी देवता ही नारायणपरच आहेत. असे हे वर्णन करीत वैशंपायन पुढे म्हणतात की, श्रीहरीच सर्वांचा 'आश्रय' आहे. सर्व बाजूंचा विचार करून तत्त्वाचा निश्चय जाणू पाहणारे जे आहेत, त्यांच्या निर्णयात हा प्रभू नारायण हेच काय ते एक तत्त्व आहे.

तत्त्वमेको महायोगी हरिर्नारायणः प्रभुः। (महा. १२.३३५.८४)

सर्वांचा आश्रय असलेला हा विष्णु सर्व भूतमात्रात 'वास' करीत असल्याने ह्याला 'वासुदेव' अशी संज्ञा आहे.

सर्वभूतकृतावासो – वासुदेवेति चोच्यते । (महा. १२.३३५.८७)

येथे वर्णन केलेल्या ह्या सर्वव्यापी व सर्वश्रेष्ठ श्रीहरीचे स्वरूप श्रीरामकृष्णांनीही फार मार्मिक तऱ्हेने समजाविले आहे. ते म्हणतात, ''सारे जीवदेखील त्या (पाण्यावरील) बुडबुड्यांप्रमाणे आहेत. परमेश्वराला उपमा पाण्याची आणि जीवांना त्या पाण्यावर उठणाऱ्या बुडबुड्यांची देता येईल. ईश्वर हेच परमतत्त्व होय. त्यात विश्वातील साऱ्या वस्तू समाविष्ट असून ते साऱ्यांच्या पलीकडे आहे. साऱ्या सचेतन वस्तूंतील चैतन्यदेखील तेच असून त्या अखेरीस त्याच्याशीच एकरूप होऊन नाहीशा होतात.''

ईश्वरच केवळ एकमेव सत्य असून विश्वातील सारे सजीव प्राणी आणि निर्जीव पदार्थ हे पाण्यावर तरंगणाऱ्या बुडबुड्यांप्रमाणे आहेत. ह्यांना स्वतंत्र अस्तित्व नसून ते सर्वस्वी ईश्वराधीन आहेत. (बोधकथा पृ. ९०)

(क्रमशः)

लेखांक : सत्तेचाळिसावा

पाञ्चरात्राचे ज्ञान

वासुदेव, संकर्षण, पद्युम्न व अनिरुद्ध हे चार व्यूह म्हणजेच चार मूर्ती भगवान नारायणाने धारण केलेल्या असल्याने त्याला 'चतुर्मूर्ती' असे म्हटलेले आहे. आपण असेही पाहिले की ह्या सर्वश्रेष्ठ परमेश्वराला या आख्यानात 'तत्त्वमेकः', 'महायोगी' अशी विशेषणे लावली आहेत. एकमेव तत्त्व तो आहे याचा अर्थ असा की हा अनादी अनंत परमेश्वर हा एकमेवाद्वितीय असे परमतत्त्व आहे. ह्याच्या पलीकडे कुठलेही तत्त्व नाही. हेच अंतिम सत्य अशा स्वरूपाचे तत्त्व आहे. महायोगी हे विशेषणही अत्यंत समर्पक आहे. भगवान नारायणाची प्राप्ती अनन्य भक्तियोगाने होते. ब्रह्मदेवाला जे श्रीहरीचे दर्शन झाले त्यात तो तपाचरणात मग्न, योगसाधनेत गढून गेलेला असा दिसला आहे. शिवाय तो योगेश्वर म्हणून ठिकठिकाणी वर्णिलेला आहे. तसेच शेषशायी स्वरूपात समुद्रावर तो पहुडला असल्यानेही तत्त्वतः तो योगनिद्रेतच आहे. तेव्हा या सर्व दृष्टीने तो 'महायोगी' आहे यात तिळमात्रही शंका वाटत नाही. नारायणाच्या विविध संज्ञा वर्णन करताना असे म्हटले आहे की, योगशास्त्रात त्याला 'योगगति' म्हटले आहे. ब्रह्मदेवाला, आपल्या अनिरुद्धरुपी प्रकट मूर्तीकडून उत्पन्न केल्यानंतर, त्याला सृष्टी निर्माण करण्याच्या कार्याचा आदेश दिल्यानंतर उपदेश केला आहे. ब्रह्मदेवाला भगवंताने सांगितले की, कल्पारंभी ब्रह्मा त्याचा पुत्र होईल व सृष्टी निर्माण करील. तोच विश्वाचा प्रभू व गुरू होईल व जगताची सूत्रे चालवील. या प्रसंगी ब्रह्मदेवाला जे परमात्म्याचे दर्शन झाले ते हयशिर स्वरूपाचे होते. ब्रह्मदेवाला जो उपदेश केला आहे व जे वरप्रदान केले त्याबद्दल भगवंताने नारद मुनींनाही सांगितले आहे. नारदाशी झालेल्या संवादात सृष्टीची उत्पत्ती, प्रलय, चार युगे, विविध अवतार इत्यादी गोष्टी आलेल्या असल्या तरी त्या विवेचनातून परमेश्वरासंबंधी तीन महत्त्वाच्या गोष्टी आपल्या निदर्शनास येतात.

पहिली गोष्ट अशी की ज्या परमतत्त्वाला नारायण किंवा वासुदेव म्हणतात तो जरी चार मूर्ती धारण करीत असला तरी तो त्यांच्याहून भिन्न नाही. एवढेच नव्हे तर स्वतः नारायणच प्रद्युम्नापासून अनिरुद्ध रुपाने जन्म घेतात.

स हि संकर्षणः प्रोक्तः प्रद्युम्नं सोऽप्यजीजनत् ।
प्रद्युम्नादनिरुद्धोऽहं सर्गो मम पुनः पुनः ।।

(महा. १२.३२६.६८-६९)

याचा अर्थ असा की नारायणच स्वतःला या व्यूहाच्या रुपाने पुनः पुनः उत्पन्न करितो. तसेच त्या अनिरुद्धापासून उत्पन्न होणारा ब्रह्मदेव हाही त्याचेच रूप आहे. हा परमेश्वर प्राणिमात्राचे ठिकाणी साक्षिरूपाने आहे. म्हणून तो सर्वांचा 'आत्मा' आहे. तो नित्य आहे. शाश्वत आहे. तो अंशहीन आहे. 'अज' म्हणजे जन्महीन आहे आणि तो निर्गुण आहे. तोच अंतर्यामी व जीवही तोच आहे.

अहं कर्ता च कार्यं च कारणं चापि नारद ।
अहं हि जीवसंज्ञो वै मयि जीवः समाहितः ।। (महा. १२.३२६.४५)

दुसरी गोष्ट अशी की, वर उल्लेखिल्याप्रमाणे तो नारायण जीवात्मा म्हणून सर्व चेतन प्राणिमात्रांच्या ठायी विद्यमान आहे. आपण जे म्हणतो की, ईश्वर सर्वांच्या हृदयात वास करतो ते याच अर्थाने की त्याचा अंश 'आत्मा' या रुपाने आपल्यात असतो, फक्त आपल्याला अज्ञानाच्या पटलामुळे त्याची जाणीव नसते. ह्याच संदर्भात पुढे असं म्हणता येईल की, हा नारायणच 'कार्य' आहे, म्हणजे या दृश्य अशा सृष्टीच्या स्वरूपाचा तो कर्ता आहे, हे विश्व त्याने निर्माण केले आहे व ते कल्पान्ताच्या वेळी त्याच्यातच शेवटी विलीन होऊन राहणार आहे.

ततो युगसहस्रान्ते संहरिष्ये जगत्पुनः ।
कृत्वाऽत्मस्थानि भूतानि स्थावराणि चराणि च ।।

(महा. १२.३२६.६६)

ही सर्व चराचर सृष्टी मी आत्मस्थ करीन असे वरील श्लोकात म्हटले आहे. कल्पान्ताच्या वेळी सृष्टी परमेश्वरात विलय पावते. सृष्टीच्या मरणानंतर ती त्याच्या उदरात सुप्त अवस्थेत वास करते. अशारीतीने विश्वाचा कर्ता-करविता, जीवनदाता, नियन्ता व संहारकर्ता तोच असल्याने त्याला 'कार्य' किंवा 'विश्वस्वरूपी' मानले आहे.

तिसरी महत्त्वाची गोष्ट म्हणजे त्याच्या मूळ स्वरूपासंबंधीचे वर्णन. ह्या सर्वश्रेष्ठ नारायणाचे अंगी गुण नाहीत, त्याला कुठलाही आकार नाही, मग त्याचे मूळ स्वरूप आहे तरी कसे ? ज्यावेळी कल्पान्त होतो व दृश्य सृष्टी नष्ट होते, तेव्हा केवळ तो एकटाच नारायण अस्तित्वात असतो. त्यावेळच्या त्याच्या वर्णनात याठिकाणी असे म्हटले आहे की, ''तो विद्येसहित (म्हणजे ज्ञानासहित) एकाकी रममाण होऊन राहातो.''

एकाकी विद्यया सार्धं विहरिष्ये द्विजोत्तम । (महा. १२.३२६.६७)

चतुर्दश भुवने आपल्या उदरात साठवून हा नारायण तेव्हा त्याच्या मूळ निर्गुण

अशा केवळ ज्ञानस्वरूपात असतो असे वरील विधानावरून स्पष्ट होते. सर्वश्रेष्ठ परमेश्वर ज्ञानस्वरूपी आहे. 'विज्ञानघन' आहे. या संबंधीचे उल्लेख इतरत्र पाहिलेले असले तरी या नारायणीयोपाख्यानात याठिकाणी ते पुन्हा आवर्जून स्पष्टपणे मांडलेले आहे, हे आपण लक्षात घेतले पाहिजे. द्वित, त्रित या ऋषींना फक्त अपरिमित असे तेज दृग्गोचर झाले, नारदांनाही जे दर्शन झाले त्या वर्णनातही चंद्राच्या तेजाचा, रत्नांच्या एकवटलेल्या तेजाचा व परमेश्वराचे अत्यंत तेजस्वी विश्वरूप (हजार डोळे, हजार मस्तके इत्यादी) पाहिल्याचा उल्लेख आहे. त्यावरूनही तो ज्ञानरूपी असल्याची प्रचिती येते.

पाञ्चरात्रज्ञानाची परंपरा –

वरील तीन वैशिष्ट्यांवरून लक्षात येईल की हा सात्वतधर्म उपनिषदातून सांगितलेला 'वेदान्त' आहे आणि या संदर्भात, मागील लेखात पाहिल्याप्रमाणे सांख्ययोग, वैदिक वाङ्मयातील आरण्यक व सात्वत धर्माचे तत्त्वज्ञान ही सर्व एकच असून ती परस्परपूरक आहेत असे शांतिपर्व अध्याय ३३६मध्ये स्पष्ट म्हटले आहे. अनन्यभक्तीच्या साह्याय्याने सत्त्वगुणाचा उत्कर्ष करून साधक सुरश्रेष्ठ नारायणाला प्राप्त होतो असे मोक्षासंबंधीही वेदान्ताप्रमाणेच म्हटले आहे. अनन्यभक्तीच्या साह्यय्याने सत्त्वगुणाचा उत्कर्ष करून साधक सुरश्रेष्ठ नारायणाला प्राप्त होतो असे मोक्षासंबंधीही वेदान्ताप्रमाणेच म्हटले आहे. 'परमा गती', 'नारायणात्मक मोक्ष' निर्गुण तत्त्वात प्रवेश करतात, 'देवं अच्युतं यान्ति', 'नारायणपरा गतिः' इत्यादी शब्दांनी सात्वत धर्मातील मोक्षाचे वर्णन केलेले आढळते.

सुसूक्ष्मसत्त्वसंयुक्तं संयुक्तं त्रिभिरक्षरैः ।
पुरुषः पुरुषं गच्छेन्निष्क्रियः पञ्चविंशकम् ॥ (महा. १२.३३६.७५)

याठिकाणी मोक्षाचे अत्यंत सुंदर असे वर्णन आले आहे. अत्यंत सूक्ष्म सत्त्वगुणाने युक्त असलेल्या, अ, उ, म या तीन (ओंकार) अक्षरांनी युक्त असलेल्या त्या पंचविसाव्या तत्त्वाप्रत अथवा (२४ तत्त्वांपलीकडल्या परमपुरुषाप्रत), ते भक्त (निष्क्रिय अवस्था प्राप्त झाल्यावर) जातात म्हणजे मोक्ष मिळवतात. इथे असेही वर्णन आले आहे की, स्वर्गातील देव हे जरी सत्त्वगुणयुक्त असले तरी त्यांना मोक्ष मिळतोच असे नाही कारण त्यांचे ठिकाणी सूक्ष्म सत्त्वगुणाचा अभाव असतो. हे पाञ्चरात्राचे श्रेष्ठ ज्ञान की ज्यामुळे शाश्वत गती प्राप्त होऊ शकते, त्याची परंपरा पुढीलप्रमाणे सांगितली आहे– नारदांनी वैशंपायनाचे गुरू व्यास यांना हे ज्ञान दिले, व्यासांनी ते युधिष्ठिराला सांगितले, त्याप्रमाणे वैशंपायनालाही व्यासांकडूनच ते मिळाले. ही परंपरा सांगताना वैशंपायन राजा जनमेजयाला (परिक्षिताच्या पुत्राला) म्हणाला की व्यास मुनी हे नारायणाच्या अंशापासून उत्पन्न झाल्यामुळे ते नारायणाचे पुत्रच मानले पाहिजेत. यावर राजाने प्रश्न विचारला की, व्यास हे वसिष्ठाच्या

कुलातील पराशर मुनींचे पुत्र म्हणून ख्यात आहेत. असे असताना ते नारायणाचे पुत्र आहेत असे वैशंपायन कसे काय म्हणतात ? यावर व्यासांच्या पूर्वजन्माचा जो वृत्तांत सांगितला आहे तो मोठा रोचक आहे.

व्यास हे नारायणाचे पुत्र –

ब्रह्मदेवाने नानाविध सृष्टी उत्पन्न करून पृथ्वी अगदी भरून टाकली. हे पाहून देवाधिदेव नारायणाच्या मनात विचार आला की, पृथ्वीवर बलाढ्य दैत्य, राक्षस वास करीत आहेत. त्यांनी तप केल्यानंतर त्यांना वर मिळतील व त्यांच्या दुष्टबुद्धीमुळे ते वरांनी मिळालेल्या शक्तींचा दुरुपयोग करतील व मानव व देवांना त्यामुळे खूप पीडा होईल. अशा या संकटसमयी मला विविध अवतार धारण करून त्या क्रूर दुष्टांचा संहार करावा लागेल. माझ्या अशा साहाय्यामुळेच पृथ्वीचा भार कमी होईल व सर्वत्र शांतता नांदेल. त्यानंतर त्या जगत्कर्त्याने 'भोः भोः' असा घुमणारा ध्वनी काढला आणि काय आश्चर्य! त्या वाणीतून एक सामर्थ्यसंपन्न, त्रिकालज्ञानी, सत्यवादी व दृढव्रत असा पुत्र निर्माण झाला; त्याचे नाव अपांतरतमा! तो नारायणापुढे नतमस्तक होऊन उभा राहिला. तेव्हा जगन्नियन्ते श्रीहरी त्याला म्हणाले, ''हे बुद्धिवंता, तू वेदांचे व्याख्यान करण्याचे कार्य कर.'' ही आज्ञा होताच त्या मुनीने त्या स्वायंभुव मन्वंतरात वेद विभक्त केले. त्याची तपस्या, यम-नियमशीलता व त्याचे वेदविषयक अद्वितीय कार्य पाहून भगवान हरी संतुष्ट झाले आणि त्याला म्हणाले, ''हे पुत्रा, तू त्याप्रमाणेच प्रत्येक मन्वंतरात वेदप्रवर्तक हो. कलियुग सुरू झाल्यावर भरतवंशात कौरव नावाचे प्रख्यात राजे होतील. तुजपासून उत्पन्न झालेल्या या वंशजांमध्ये कलह निर्माण होईल. हे द्विजश्रेष्ठ, त्यावेळी तू आपल्या तपोबलाने आताप्रमाणेच वेदांची विभागणी करशील. मात्र, कलीयुग हे कृष्णयुग असल्याने तुझा वर्ण कृष्णच राहील.

तत्राप्यनेकधा वेदान्भेत्स्यसे तपसान्वितः।
कृष्णे युगे च संप्राप्ते कृष्णवर्णो भविष्यसि ।। (महा.१२.३३७.४४)

तू तपस्वी होशील, विविध धर्मांचा, विद्यांचा निर्माता होशील. इतके असून तुझे चित्त मात्र पूर्णतः विरक्त होणार नाही. तुझ्यापोटी जो पुत्र जन्माला येईल तो मात्र पूर्ण विरक्त असेल. वसिष्ठाच्या वंशात पराशर नावाचा मोठा प्रभावशाली ऋषी होईल. तू त्या श्रेष्ठ पराशराला कुमारीपासून झालेला कानीनपुत्र होशील. तू फार मोठा ज्ञानी तर होशीलच पण तुला युगांचे पेरे लोटले तरी, माझे इच्छेमुळे, त्यांचे ज्ञान तुला होईल. ध्यान करताच, आद्यंतरहित व चक्रपाणी असा जो मी, त्या मला तू पाहू शकशील. यानंतर शनैश्वर मनूच्या मन्वंतरात माझ्या कृपेने तूच व्यास होणार आहेस यात शंका नाही.'' यानंतर

व्यासांच्या मुखानेच पुढे असे आले आहे की, अशारीतीने त्यांनी श्रीहरीच्या वाणीतून अपांतरतमा नावाने जन्म घेतला. नारायणाच्या अंशानेच तो जन्म घेतला होता आणि सांप्रतचा जन्म व्यास म्हणून झाला आहे. अपांतरतमा हाच पुत्र पुढे दरमन्वंतरात व्यास म्हणून जन्माला येत जाणार आहे, हे यावरून स्पष्ट होते. व्यासांच्या संबंधी असे प्रश्न विचारले जातात की, व्यास एक होते की अनेक? अष्टादशपुराणे लिहिणारे व महाभारत रचणारे व्यास एकच का? शिवाय महाभारतातच अशी वर्णने आली आहेत की व्यास महर्षी, त्यांचे चिंतन करताच, त्या व्यक्तीपुढे उभे राहतात. शंतनूची पत्नी सत्यवती हिने जेव्हा नियोगासंबंधी भीष्मांशी विचार-विनिमय केला त्यावेळी सत्यवतीने आपल्याला कन्या स्थितीत झालेल्या पुत्रासंबंधाने म्हणजे ह्या व्यास मुनीसंबंधांनी सांगितले; त्यांची नियोगासाठी निवड करून त्या मातेने त्यांचे स्मरण केले आणि एका क्षणात व्यासांची मूर्ती वेद पठन करीत तिच्यासमोर प्रकट झाली. हे वर्णन आदिपर्वात आले असून व्यासांपाशी अंतर्धान पावण्याची व असे प्रकट होण्याची शक्ती होती याची खात्री पटते. व्यासांना दिव्य शक्ती प्राप्त होती हे आपल्याला नारायणाने अपांतरतमा या ऋषीला जे वरप्रदान केले आहे त्यावरून स्पष्ट होते. प्रत्येक मन्वंतरात व्यास जन्म घेतील व त्यांचे जे वेदांच्या विभागणीचे महान कार्य आहे ते पार पाडतील. या विवेचनावरून व्यास हे एका काळात होऊन गेलेले एक महापुरुष होते ही आपली समजूत चुकीची आहे असे लक्षात येते. प्रत्येक मन्वंतरात एक व्यास होऊन गेले आहेत आणि कृष्ण द्वैपायन व्यास-पराशरांचे पुत्र-हे या युगातले आहेत. व्यासांनी आपल्या पाच शिष्यांना (त्यात शुक होते) आपल्या पूर्वजन्माचे हे वृत्त सांगताना एक महत्त्वाची गोष्ट सांगितली की त्यांनी पूर्वी अतिशय कठीण अशी तपश्चर्या दीर्घ काळपर्यंत केली म्हणून त्यांना ही सांप्रतची योग्यता मिळाली.

(क्रमशः)

◆◆

लेखांक : अठ्ठेचाळिसावा

ईश्वर-स्वरूप अगम्य

शौनक ऋषीने सौतीला प्रश्न केला की, त्याने आपल्या विवेचनात, लोकधारक श्रीहरीने हयशिरारूप धारण केल्याचा उल्लेख केला; ते अपूर्व असे रूप श्रीहरीने कोणत्या कारणास्तव घेतले व ते रूप ब्रह्मदेवाने पाहिल्यावर त्याने काय केले याविषयी श्रोतृवृंदाला सविस्तर सांगावे. सौतीने उत्तर दिले की, व्यासांनी परीक्षित राजाला ह्या संदर्भात जो पुरातन इतिहास सांगितला तोच मी तुम्हाला सांगतो, महाभारतात 'पुरातन इतिहास' म्हणून ज्याचा उल्लेख होतो, त्या घटना ह्या खरोखर महाभारत पूर्वकालीन म्हणजेच अतिप्राचीन स्वरूपाच्या होत्या व त्या व्यासांनी संग्रहित करून ठेवल्या आहेत.

हयशिरा रूपासंबंधी सांगताना प्रथम महाप्रलय होऊन सर्व तमोमय झाले असताना फक्त नारायण शेषावर योगनिद्रा घेत पहुडले होते. धरणी जलमय होऊन जलात विलीन झाली. जल अग्नीत, अग्नी वायूत, वायू आकाशात, आकाश मनात, मन व्यक्तात लीन झाले व व्यक्त अव्यक्ताला गेले. अव्यक्तही पुरुषात लीन झाले व पुरुष परब्रह्मात म्हणजे सर्व श्रेष्ठ नारायणात लीन झाला. ह्या जगताची सृष्टी आणि लय करणाऱ्या नारायणाचे वर्णन करताना येथे त्याला 'तो सगुणही आहे आणि निर्गुणही आहे' असे म्हटले आहे.

भूतान्तरात्मा वरदः सगुणो निर्गुणोऽपिच । (महा.१२.३३५.११)

परमेश्वराचे असे वर्णन जरी आलेले असले तरी या उपाख्यान्याच्या अखेरच्या अध्यायात (अध्याय ३३९मध्ये) नारायण हा निर्गुण स्वरूपी आहे असा स्पष्ट उल्लेख आहे.

तत्र यः परमात्मा हि स नित्यं निर्गुणः स्मृतः ।
स हि नारायणो ज्ञेयः सर्वात्मा पुरुषो हि सः ।। (महा.१२.३३९.१४)

याठिकाणी परमात्मा नारायण हा नित्य निर्गुण स्वरूपी आहे, तो 'सर्वात्मा' आहे असे श्रीहरीचे वर्णन आले आहे. हय-शिरारूप ईश्वराने धारण केले व मधु, कैटभ दैत्यांचा संहार करून वेदांचे रक्षण केले यासंबंधीचा वृत्तांत मागील लेखात आपण पाहिला आहे. पण या संदर्भात परमात्मा सगुण व निर्गुणही आहे या विधानाचा मथितार्थ जाणून घेणे

आवश्यक आहे.

परमात्म्याच्या बाबतीत अशी विरोधाभासात्मक वर्णने अनेक ठिकाणी आलेली आढळतात. नारदाने जे ईश्वराचे स्तवन केले आहे त्यात अनेक लक्षणीय नामांनी नारायणाला आळविलेले आपणास दिसते – त्यात 'देव देव, निष्क्रिय, निर्गुण, क्षेत्रज्ञ, अनन्त, महापुरुष इत्यादींबरोबर 'त्रिगुण' असेही संबोधन आले आहे.

स्तोत्रं जगौ सविश्वाय निर्गुणाय महात्मने। (महा. १२.३२५.३)

या वाक्यातही विश्वाय व निर्गुणाय अशी विशेषणे एकाच वेळी आढळतात. तसेच नारायणाच्या संदर्भात आपण मागील लेखांत पाहिले की, तो 'अदृश्य' असा आहे. त्याचे दर्शन फार उग्र तपश्चर्या केलेल्या एकान्तिक साधकांनाच होऊ शकते. यावरून तो आपल्या साध्या मानवी चक्षूंना दिसणे शक्य नाही कारण या चक्षूंची शक्ती मर्यादित आहे व दिव्य स्वरूप पाहाण्याची त्यांची योग्यता नाही. श्वेतद्वीपात जे मुक्तात्मे मानस जपात गढलेले होते, त्यांनाच फक्त सहस्र सूर्याच्या प्रभेसारखे अवर्णनीय तेजोरूपी श्रीहरीचे दर्शन होऊ शकले. इतरांना ते होऊ शकले नाही. हेच त्या सर्वश्रेष्ठ परमेश्वराचे अचिंत्य, अदृश्य, अव्यक्त, निर्गुण स्वरूप होय.

अव्यक्ताचे व्यक्त रूप

ब्रह्मदेवालादेखील ह्या नारायणाने हय–शिरारूप म्हणजे विश्वात्मक रूप घेऊन दर्शन दिले आहे. ते अगम्य असे महातेजस्वी रूप पाहून ब्रह्मा अनन्यभावाने हात जोडून उभा राहिला. त्याच्यावर वरद नारायणाने सृष्टिकार्याचा भार टाकला व तेथेच अंतर्धान पावला. या विवेचनावरून स्पष्ट होते की तपोबलामुळे फक्त ब्रह्मा, नारद व व्यास यांनाच नारायणाचे प्रत्यक्ष दर्शन घडलेले आहे. मूलतः तो तेजोरूप, ज्ञानरूप व आनंदरूप आहे. लोककल्याणाच्या उद्देशाने जे कार्य उपस्थित होते त्याच्या सिद्धीकरिता तो हयशिरा किंवा वराह किंवा राम इत्यादी रूप धारण करीत असतो.

यां यामिच्छेत्तनुं देवः कर्तुं कार्यविधौ क्वचित् ।
तां तां कुर्याद्विकुर्वाणः स्वयमात्मानमात्मना ।। (महा.१२.३३५.७३)

ही जी विशिष्ट कार्यार्थ घेतलेली रूपे आहेत ती म्हणजे त्या श्रीहरीची सगुण रूपे होत. आपल्या दार्शनिक परंपरेमध्येही रामानुजाचार्यांनी विशिष्टाद्वैताचे प्रतिपादन करून श्रीविष्णूला विशेषणयुक्त, गुणयुक्त मानलेले आहे. याच उपाख्यानात ब्रह्मदेवाने रुद्राला नारायण ऋषींविषयी सांगितले आहे की जो परमात्मा अक्षर, अव्यक्त, लोकभावन, कूटस्थ, अकर्ता असा म्हटला जातो तोच सर्वश्रेष्ठ श्रीहरी या ऋषीच्या रूपाने व्यक्त झाला आहे. (महा.१२.३३०.५७).

सर्वश्रेष्ठ परमात्मा निर्गुण आहे म्हणजे तरी काय? तर उपनिषदांमध्ये वर्णन केल्याप्रमाणे तो सत्स्वरूपी, चित्स्वरूपी व आनंदरूपी आहे. सत्त्व, रज व तम हे जे प्रकृतीचे तीन गुण आहेत त्यांचा त्याला स्पर्श नाही. तो त्रिगुणातीत आहे. गुण कमी-जास्त होतात, परिवर्तित होतात; ईश्वर जर गुणयुक्त असता तर तो अविकृत, नित्य स्वरूपात राहणे शक्य नाही. तो कूटस्थ म्हणजे कायम एकाच स्वरूपाचा बदल न पावणारा असा आहे, म्हणूनच तो सत्यस्वरूपी आहे. नारदाने जे श्रीहरीचे प्रत्यक्ष रूप पाहिले त्या स्वरूपात सर्व विश्व साठविलेले त्याने पाहिले. श्वेतद्वीपनिवासी नारायणाच्या बाजूला उभे असलेले नर-नारायण ऋषीही त्यांना तेथे दिसले. अव्यक्तरूपधारी नारायणाची ही लक्षणे ह्या नर-नारायणांमध्येही त्यांना दिसली. त्या द्वीपावर त्यांना श्वेतवर्णाचे, ध्यानमग्न, इंद्रियविरहित आत्मज्ञानी पुरुष नारायणाशी तल्लीन झालेले दिसले. या सर्व वर्णनावरून स्पष्ट होते की, जे रूप नारदांनी परमेश्वराचे त्या ठिकाणी पाहिले ते निर्गुणस्वरूपी होते. ते रूप काय किंवा मुक्तात्म्यांचे रूप काय हे केवळ तेजोमय रूप होते. त्यांची जरी शरीरे दिसत होती तरी ती मानवी शरीरे नसून चित्स्वरूपी अशी शरीरे होती आणि असे अलौकिक दर्शन घ्यायला मानवी चक्षू असमर्थ असतात. म्हणूनच गीतेमध्ये अर्जुनाला श्रीकृष्णाने दिव्य चक्षू देऊन आपल्या विश्वरूपाचे दर्शन घडविले आहे. येथेही नारदास तपोबलामुळे व श्रीहरीच्या कृपेमुळे ते दिव्य दर्शन घेण्याचे सामर्थ्य निर्माण झाले होते. म्हणून त्यांना ते घेता आले. मुक्त अवस्थेमध्ये मानवी शरीर नसतेच; मग श्वेतद्वीपावरील मुक्तात्म्यांचे ते शरीर कोणते की जे इंद्रियविरहित असे होते. याचाच अर्थ असा की, ते दिव्य व निर्गुण असे तेजोमय स्वरूप होते. ईश्वर सर्वज्ञ, विश्वव्यापी, जगन्नियन्ता, अक्षर, अव्यय व सर्वशक्तिमान असल्याने तो केवळ आपल्या संकल्पाने कोणतेही 'सगुण' रूप धारण करू शकतो.

अयं हि नित्यः परमो महर्षिर्महाविभूतिर्गुणवान निर्गुणाख्यः ।
गुणैश्च संयोगमुपैति शीघ्रं कालो यथार्तावृतुसंप्रयुक्तः ॥

(महा.१२.३३५.८८)

या श्लोकात श्रीहरीला महाविभूती, महर्षी म्हटले आहे व गुणवान आणि 'निर्गुणाख्य'ही म्हटले आहे. त्याला निर्गुण म्हणतात पण तो गुणवान म्हणजे गुणयुक्त होऊ शकतो. काल ज्याप्रमाणे त्या त्या ऋतूत त्या त्या ऋतुचर्येशी संयुक्त होतो त्याप्रमाणे हा ईश्वरही गुणांशी सत्वर संयोग पावतो. ईश्वराने जे जे अवतार धारण केले ती ती सर्व त्याची सगुण रूपेच आहेत.

आपल्या प्राचीन ग्रंथांमध्ये परमात्म्याला सगुण, निर्गुण, अणुरूप तसेच महान, सदसत् इत्यादी विशेषणांनी वर्णिले आहे. त्यात त्यांना विरोध जाणवत नाही; कारण वेगवेगळ्या दृष्टिकोनातून त्याला ही विशेषणे लावली आहेत. आपण मात्र तर्ककर्कश्श्य

पद्धतीने विचार करून सगुण-निर्गुणाबद्दल वाद माजवितो. निर्गुण स्वरूप याचा नेमका अर्थ आपण जो वर पाहिला आहे त्याचा विचार करता ही वर्णने सुयोग्य वाटतात. ह्या दोन्ही रूपात एक श्रेष्ठ व दुसरे कनिष्ठ असे मानण्याचेही काहीच कारण नाही. सगुण रूपात प्रकट झालेला असला तरी भगवंत तो भगवंतच! त्याच्या दिव्य शक्ती या कुठल्याही रूपात दिसणारचं, म्हणून दोन्हीही रूपे तितकीच श्रेष्ठ आहेत.

ईश्वराचे स्वरूप अगम्य – नारादाला ईश्वराने आपले विश्वरूप दाखविल्यावर जो उपदेश केला आहे त्यात आपण निष्क्रिय, द्वंद्वातीत, अविनाशी, नित्य व चोवीस तत्त्वांपलीकडले पंचविसावे तत्त्व आहोत असे सांगितले. वास्तविक त्याचे खरे स्वरूप जाणण्यास अत्यंत कठीण आहे; पण तरीही नारदाला ते दिसले याचे कारण ईश्वराने माया निर्माण केली व तिच्या साहाय्याने नारदाला त्या अगम्य स्वरूपाचे दर्शन होऊ शकले! नारायणाचे स्वरूप अगम्य, अचिंत्य आहे याचा आणखी पुरावा म्हणजे व्यास महर्षींनी परमात्म्याचे दर्शन झाल्यावर म्हटले की त्यांना हे दर्शन ज्ञानचक्षुंनी झाले.

तसेच याच उपाख्यानात असा उल्लेख आहे की, मोठमोठ्या महात्म्यांना त्या ईश्वराची 'गती' जाणता येत नाही; तसेच त्याची 'अगती' सुद्धा ते जाणू शकत नाहीत; आणि हे विधान केल्यानंतर सांगितले आहे की, ज्ञानात्मक संयमी महर्षींनाच तो नारायण की जो 'गुणाधिक' आहे तो ज्ञात होतो.

ज्ञानात्मकाः संयमिनो महर्षयः
पश्यंति नित्यं पुरुषं गुणाधिकम् ॥ (महा.१२.३३५.८९)

तो स्वतः ज्ञानस्वरूप आहे व म्हणून ज्ञानगम्य म्हटला आहे. त्यामुळे ज्ञानात्मक भक्त त्याला जाणू शकतात. 'गुणाधिक पुरुष' या वचनाचा अर्थ असा दिसतो की, हा महापुरुष त्रिगुणांपेक्षा अधिक म्हणजे त्रिगुणांच्या पलीकडला आहे. त्रिगुणांच्याच काय, तो सर्व चरा-चर सृष्टीच्याही पलीकडे आहे; कारण जरी तो सृष्टीत अंतर्यामी म्हणून विद्यमान आहे तरीही तो सृष्टीएवढा नाही – तर सृष्टीला व्यापून उरणारा असल्याने तो सृष्टीच्या पलीकडला आहे! आपण मागे पाहिलेच की जी चोवीस तत्त्वे आहेत त्यातले शेवटचे म्हणजे अव्यक्त प्रकृती, ही प्रकृती स्वतंत्र नसून तीही नारायणाधीन आहे. तिच्या पलीकडे असणारे व तिच्यावर नियंत्रण ठेवणारे जे तत्त्व-तोच हा सर्वश्रेष्ठ नारायण होय आणि म्हणूनच त्याला पंचविसावा म्हटले आहे.

अशा या सर्वश्रेष्ठ परमेश्वराचे पूजन करणे, त्याला हव्यकव्य अर्पण करणे व त्याची अनन्यभावाने भक्ती करणे हेच कल्याणेच्छु साधकाचे कर्तव्य आहे. भगवान् नारायण भक्तवत्सल आहे. त्याला एकाग्रचित्ताने, तळमळीने आराधना करणारे भक्त अत्यंत प्रिय आहेत. असा हा जीवन कृतार्थ करण्याचा मार्ग ईश्वरानेच नारदाला सांगितला आहे.

रामकृष्ण परमहंस सांगतात - आपण परमेश्वराची लेकरे आहोत. त्यामुळे त्याच्याबद्दल आश्चर्यचकित होण्याची, बोलण्याची काही आवश्यकता नाही. या साऱ्या गोष्टींबद्दल व्यर्थ बोलून आपण आपला वेळ घालवू नये. त्यापेक्षा ईश्वराला प्राप्त करून घेण्याचा सरळ सरळ मार्ग अनुसरावा. मूल जसे आपल्या आईकडे जाते, त्याचप्रमाणे आपणदेखील ईश्वरसन्निध गेले पाहिजे. भक्तिमार्गाचे हे रहस्य आहे. भक्तीत भीती, आश्चर्य एवढेच काय विनयदेखील नसतो. प्रेम, विश्वास नि श्रद्धा ह्या भक्तीच्या खुणा आहेत.

(बोध कथा - १३१ - १३२).

(क्रमशः)

लेखांक : एकोणपन्नासावा

नारायणाच्या नावांचा अर्थ

शांतिपर्वातील या उपाख्यानात आपण सर्वश्रेष्ठ नारायणासंबंधी जरा खोलात जाऊन विचार करीत आहोत. ब्रह्मदेवाला तसेच नारदाला त्याने एक विशिष्ट असे आपले रूप दाखवून जो बहुमोल उपदेश केला आहे त्याचाही मागोवा आपण घेत आहोत. निर्गुण, गुणात्मक, गुणाधिक, दुर्दर्श, ज्ञानदृश्य अशी अत्यंत लक्षणीय अशी विशेषणे वापरून त्या परमात्म्याच्या अगम्य, अतर्क्य अशा स्वरूपाची कल्पना दिली आहे. तो सर्वात्मा, सर्वावास, विश्वरूपधर, भागवतप्रिय, विश्वभुक्, सर्वांग असे वर्णन करून तो विश्वाचा कर्ता असून विश्वाच्या अणू-रेणूत कसा ओतप्रोत भरलेला आहे व सर्व सृष्टी कल्पांतापर्यंत व कल्पांतानंतर कशी सर्वस्वी त्याच्या अधीन आहे, हे सर्व येथे स्पष्ट केले आहे. जगन्नियन्ता परमात्मा 'सर्वात्मा' म्हटलेला आहे याचा अर्थ तो सृष्टीतील सर्व सजीव, निर्जीव पदार्थांमध्ये अंतर्यामी रूपाने वास करीत आहे. तोच सर्वसृष्ट पदार्थांचे कारण व अंतिम गती आहे. पण सजीवांच्या शरीरात वास करणारा व जीवनातील सुख-दुःखांचा अनुभव घेणारा जो जीवात्मा आहे तो मात्र 'कर्मात्मा' म्हणून सांगितलेला आहे. त्याला त्याच्या हातून घडलेल्या कर्मानुसार जन्म घ्यावे लागतात, भोग भोगावे लागतात आणि त्याला सर्वात्म्याचे खरेखुरे अनुभवात्मक ज्ञान झाल्याशिवाय या जन्म-मरणाच्या फेऱ्यांतून व विविध प्रकारच्या पाशातून मुक्त होता येत नाही. हा सर्वात्मा अव्यय, अक्षर, नित्य, आदित्य, वसू व रुद्र इत्यादींचा पती, समुद्रवासी, एक शृंगवराह, चतुमूर्तिधर असा असून सर्व भूतांच्या शांतीसाठी, त्यांच्या अंतिम कल्याणासाठी त्याने हा मोक्षाला नेणारा सात्वत धर्म सांगितला आहे.

ह्या समस्त कल्याणगुणात्मक अशा श्रीहरीच्या किंवा वासुदेवाच्या वर्णनात, तो गुह्य, अचिंत्य व ज्ञानदृश्य असल्याने, परस्परविरोधी अशी विशेषणे लावलेली दिसतात त्यात आक्षेपार्ह असे काही नाही. तो अज म्हटला असला तरी हयशिरारूप घेतो, कार्यानुरूप अवतार धारण करतो; तो अक्षर आहे, तसाच तो क्षरही आहे. क्षर अशी जी सृष्टी आहे ती त्याचेच रूप आहे, हे विश्व काही त्याच्यापासून पृथक् किंवा भिन्न नाही. - तो विश्वरूप

आहे कारण हे विश्व त्याच्यापासून उत्पन्न होते व प्रलयानंतर त्याच्या उदरात विलीन होते. त्याचे वर्णन 'सर्वगती' किंवा 'सर्वत्रगतिः' असे केले आहे. पण त्याचबरोबर त्याला कूटस्थही म्हटलेले आहे. कुठेही जाऊ शकणारा, चतुर्दश भुवनात सर्वत्र वास करणारा, सर्व विश्वात संचार करणारा तो आहे पण तो त्याचबरोबर विश्वाच्या बुडाशी असलेलं, अविकारी शाश्वत तत्त्व आहे. तो महासागराच्या रूपाने एक आहे व उर्मींच्या रूपाने 'अनेकही' आहे. उपनिषदातही ह्या परमेश्वराचे असे आपल्या मनाला अवाक् करणारे मार्मिक वर्णन आले आहे. 'अपाणिपादः जवनः' इत्यादी वर्णनात त्याला चरण नसून तो चालतो, हस्तहीन असून 'ग्रहीता' म्हणजे पदार्थ उचलू शकतो, हातात घेतो, चक्षुहीन असून पाहू शकतो, कर्णेंद्रिय नसूनही ऐकू शकतो. असा हा अवर्णनीय स्वरूपाचा सर्वशक्तीमान, सर्वतेजांचे तेज असलेला महाभूताधिपती आहे.

ईश्वरसृष्टीचा आदी आणि अन्त –

परस्परविरोधी वचनांनी जरी वर्णन केलेले असले तरी तो सर्वव्यापी, सर्वज्ञ व योगैश्वर्ययुक्त असल्याने त्याला दोन्ही वर्णने लागू पडतात. त्याची मायाशक्ती अगाध आहे. त्याने जरी विविध रुपे धारण केली व मानवी शरीराचे गुणधर्म त्याच्या ठिकाणी असल्याचे दिसले तरी तो खऱ्या अर्थाने त्याच्या पलीकडलेच सर्वात्म्याच्या रुपाने असतो. राम अथवा कृष्ण ह्यांच्या अवतारकालात लोकांना जो कृष्ण दिसला व त्याने मानवरूपात जे जे केले ते सर्व त्याची लीला गणली आहे.

स आदिः स मध्यः स चान्तः प्रजानां
स धाता स धेयः स कर्ता स कार्यम् ।
युगान्ते स सुप्तः सुसंक्षिप्य लोकान्
युगादौ प्रबुद्धो जगध्द्युत्ससर्ज ।। (महा. १२.३२७.८९)

त्या परमात्म्याचे हे वर्णन त्याच्या स्वरूपाची सम्यग् कल्पना देणारे आहे. तो सृष्टीचा, प्रजेचा आदि आहे हे सर्व जग तो निर्माण करतो. तो त्यांचा मध्य आहे म्हणजे हे विश्व जगते कसे? तर त्याच्या आधारेच विश्व जगते, अस्तित्वात राहते – त्याच्या नियमानुसार चालते. तो 'अंत' आहे म्हणजे ह्या जगताचा तो संहारकर्ता आहे व आपल्यातच तो या सर्व विश्वाला लीन करून घेतो. याचा अर्थ असा की, विश्वाच्या आधी तोच फक्त अस्तित्वात असतो आणि विश्व जरी नष्ट झाले तरी ते त्याच्यातच प्रविष्ट होऊन शेवटी त्यांना सामावून घेऊन तोच उरतो. धाता, धेय तसेच कर्ता आणि कार्य ह्या दोन्ही रूपात तोच आहे. तो कर्ता, निर्माता तर आहेच. पण विश्वाच्या रूपात तोच सर्वव्यापी ईश्वर अस्तित्वात असतो. सहस्रयुगे संपल्यावर तो सर्पशय्येवर झोपी जातो.

त्यावेळी सृष्टी लय पावलेली असते व पुन्हा युगांची सुरुवात होताना तोच ही अमर्याद चराचर सृष्टी स्वमायेने उत्पन्न करतो. असा हा परमात्मा सर्वत्र पदार्थात आहे तसा तो प्रत्येक मानवात आहे.

बोधकथेतील विवेचन :

रामकृष्णांच्या बोधकथेत परमात्म्याच्या अशा स्वरूपासंबंधी अत्यंत प्रत्ययकारी उदाहरण आले आहे. ते म्हणतात, ''कोणतीही वस्तू घेऊन आपण तिचे पृथक्करण करावयास बसलो तर शेवटी परमेश्वरापाशीच आपण येऊन ठेपतो. सालेम नावाच्या जिल्ह्यात कुठेही विहीर खणायला घ्या, एका विवक्षित खोलीपर्यंत पोहोचलात की, तुम्हाला खडकच लागेल. ब्रह्म म्हणजेच परमात्मा हे त्या खडकाप्रमाणेच आहे. कोणताही पदार्थ घ्या – तो लहान असो वा मोठा – त्याच्या बुडाशी ब्रह्मरूपी खडकच असलेला आढळून येईल.'' (बोधकथा पृ.९२)

आपण वर पाहिलेच आहे की परमेश्वराचे स्वरूप जाणणे हे अत्यंत कठीण आहे. त्याची शक्ती, त्याचे तेज व त्याचे सर्वज्ञत्व हे केवळ अगाध आहे. 'मन वाणी, बुद्धी यांच्या आकलनांच्या तो पलीकडे आहे. म्हणूनच विसंगत परस्परविरोधी विशेषणेदेखील त्याला वेगवेगळ्या दृष्टिकोनातून लागू पडतात. परमात्म्याच्या या अशा दुर्दर्श्य, अगम्य व अचिंत्य स्वरूपाबद्दल रामकृष्ण म्हणतात – ''परमतत्त्वाचा शोध घेण्याचा आपल्या वेदांताचा प्रयास म्हणजे समुद्राची खोली मोजण्यासाठी एखाद्या मिठाच्या बाहुलीने त्यात उडी घेण्याच्या प्रकारासारखाच आहे. ज्या क्षणी ती बाहुली पाण्यात उडी घेईल, त्याचक्षणी ती पाण्यात विरघळून जाईल, हे सांगावयास नकोच. मग सागराची खोली ती बाहुली कशी मोजू शकणार? ईश्वराचे स्वरूप जाणण्याचा प्रयास करणारा जीवात्मादेखील त्या ईश्वररूपी सागरात उडी मारताच त्याच्याशी एकरूप होऊन जातो. तेव्हा ईश्वराच्या स्वरूपाचे ज्ञान त्याला होणे कसे शक्य आहे?'' (बोधकथा पृ.९१)

आपल्या सभोवताली जे विश्व पसरलेले आहे, पृथ्वीच्या कक्षेच्या पलीकडे जे अनेक सूर्यासारखे तेजस्वी तारे तसेच दूरवर पसरलेले आकाशमंडल आहे, त्याच्या स्वरूपासंबंधी, प्रयत्न करूनही, आपल्याला फारसं ज्ञान होऊ शकलेलं नाही. यावरूनच आपण कल्पना करायला हवी की हे अमर्याद विश्व आपल्याला समजू शकत नाही तर त्या विश्वाचा जो कर्ता त्याचे आकलन आपल्या अल्पबुद्धीला कसे बरे होऊ शकेल?

नारायणाच्या नावांचा भावार्थ –

येथील एका अध्यायात स्वतः श्रीकृष्णाने अर्जुनाला परमेश्वराच्या नावांचा व्युत्पत्तीने

प्राप्त होणारा अर्थ उलगडून दाखवला आहे. अर्थात, अर्जुनाने त्यासंबंधी श्रीकृष्णाला प्रश्न विचारला होता. मागील लेखात अगदी मोजक्याच नावांचा ऊहापोह केलेला आहे. आणखी काही नावांचे विवरण अत्यंत रोचक असे आहे. 'हवी' हे अगदी प्रसिद्ध नाव. 'इलोपहूता सह दिवा' इत्यादी मंत्रांनी आहुती दिली म्हणजे यज्ञातील त्याचा हविर्भाग नारायण हरण करतो व त्याचा वर्णही हरित् रत्नासारखा आहे; त्यामुळे त्या देवाला 'हरी' हे नाव देण्यात आलेले आहे. श्रीकृष्ण सांगतात – ब्रह्माशी तादात्म्य पावून सर्वसंगमुक्त होणे (निर्वाण) हाच श्रेष्ठ धर्म मानला आहे. या धर्मापासून म्हणजेच त्या परमशांतिरूप शाश्वत अवस्थेपासून मी कधीच ढळत नाही, म्हणून मला 'अच्युत' म्हणतात.

निर्वाणं परमं सौख्यं धर्मोऽसौ पर उच्यते ।
तस्मान्न च्युतपूर्वोऽहमच्युतस्तेन कर्मणा ॥ (महा.१२.३३०.१६)

एक शिंगाचा वराह होऊन मी पृथ्वी सागरातून बाहेर काढली म्हणून मला 'एकशृंग' नाव प्राप्त झाले. सुरासुरांनादेखील माझ्या आदीचा, मध्याचा व अंताचा थांग लागत नाही म्हणून माझे 'अनादी, अमध्य व अनंत' या नावांनी स्तवन करतात. भूतमात्राचे मी ऋत (म्हणजे अबाधित) धाम (म्हणजे निवासस्थान) आहे. म्हणून मला 'ऋतुधाम' ही संज्ञा मिळाली आहे. श्रीहरीला 'शुचिश्रवा' हे नामाभिधानही आहे. त्याचे स्पष्टीकरण असे की, ''पवित्र कथाच मी नेहमी श्रवण करतो. पापाचा मला संपर्कही नाही. या कारणाने 'शुचिश्रवा' हे नाव मला मिळाले आहे.'' हृषीकेश, ईशान, वरद, लोकभावन, घृतार्चि, त्रिककुद, सत्य, वृषोत्तम, विरंच इत्यादी अनेक नावांचा या भागामध्ये मथितार्थ सांगितला आहे. परंतु, सर्वच नावांचा मागोवा घेण्याची गरज नाही. ठळक अशा नामांचा व्युत्पत्तीतून मिळणारा अर्थ जाणून घेणे एवढाच उद्देश आहे. नारदाने जे स्तवन केले त्यातही 'सर्वदर्शिन्, अग्राह्य, अचल, सर्वगत, महापवित्र, अप्रतर्क्य, हरिहय, हरिमेध, महामायाधर, सर्वतोनिवृत्त, हिरण्मय इत्यादी अत्यंत अर्थपूर्ण अशी नावे आलेली आहेत. शिवाय ह्या नामांच्या विवेचनात ओघाओघाने काही लहान स्वरूपाच्या कथा आलेल्या आहेत. विष्णूच्या वक्षःस्थलावर श्रीवत्स चिह्न कसे आले किंवा समुद्राचे पाणी कशामुळे खारट झाले किंवा चंद्राच्या स्वरूपात दर पंधरवड्याला क्षय, वृद्धी का होते, याविषयीचे स्पष्टीकरण या कथांतून दिलेले आढळते. त्यांचे संक्षिप्तरूपाने विवेचन पुढील लेखांतून पाहू या.

(क्रमशः)

लेखांक : पन्नासावा

पिण्डार्पणाची सुरवात

नारायणीयोपाख्यानाने आपल्याला अत्यंत बहुमोल असे विचारधन दिले आहे. परमेश्वराने प्रत्यक्ष स्वतःच्या मुखाने सृष्टीच्या रहस्याच्या आणि स्वतःच्या अनाकलनीय अशा स्वरूपाचा उलगडा करून दाखविला आहे. नामांचे महत्त्व विशद करताना त्या अनुषंगाने काही लहान कथा आलेल्या आहेत, त्याही अत्यंत उद्‌बोधक वाटतात.

एकदा भारद्वाज महर्षी आकशगंगेत उभे असता विष्णूच्या (वामनरूपातील) त्रैलोक्यव्यापी तीन-तीन पायांपैकी एका पायाची लाथ त्यांना लागली. तेव्हा भारद्वाजांना ते सहन न होऊन त्यांनी ओल्या हातानेच विष्णूच्या वक्षःस्थलावर ताडन केले. त्या वेळेपासून भगवान विष्णूच्या वक्षावर श्रीवत्सचिन्ह दिसू लागले. श्रीवत्सचिन्हांसंबंधी या स्वरूपाचे स्पष्टीकरण येथे देण्यात आले आहे. आपण पहातो की, वृक्ष-वेलींना विशिष्ट ऋतूत फुले येतात. नेहमी फुले येणे निसर्गात का शक्य नाही असा प्रश्न आपल्या मनात येऊ शकतो. त्यासंदर्भात खालील तपशील वाचायला मिळतो. प्राचीन काळी स्थूलशिरा नामक एका श्रेष्ठ ऋषीने मेरूच्या उत्तर दिशेच्या प्रदेशात खडतर तपश्चर्या आरंभिली होती. त्याची तपश्चर्या सुरू असताना साहजिकच त्याचे शरीर कृश झाले व तपामुळे त्याचा देहाचा दाहही होत असे. काही काळाने परिमल वाहून नेणाऱ्या शुद्ध वायूने त्याच्या शरीराला स्पर्श केला. वायूची झुळूक लागल्याने त्यांच्या मनाला फार संतोष वाटला. त्याच वेळेला वृक्षांनी आपल्या पुष्पशोभेचे प्रदर्शन केले. सभोवती वृक्ष बहरलेले ऋषींनी पाहिले, ते त्यांच्या तपाला विघ्न उत्पन्न करण्यासारखे वाटले. ऋषींनी वृक्षांना शाप दिला. (पुष्पादी वासनोत्तेजक मानलेले आहेत.) तो शाप असा की, यापुढे वृक्षांना सर्व काली पुष्पे येणार नाहीत, फक्त विशिष्ट ऋतूत येतील, अशारीतीने हा शाप मिळाल्यामुळे वृक्षांना त्या त्या ऋतूत फुले येतात. (महा. १२.३२९.४७).

हिमालय पर्वत हा सतत बर्फाच्छादित असतो. या हिमालयाची जी कन्या उमा तिच्या विवाहासंबंधी पुराणातून कथा आलेल्या आहेत. तिने शिव पती म्हणून प्राप्त व्हावा यासाठी अतिशय कठोर तपाचरण केल्याचेही सर्वविदित आहे. या संदर्भात येथे

एक वेगळीच कथा सादर केलेली आहे. भृगू नावाचे एक फार मोठे ऋषी होते. ते हिमालयाकडे गेले व त्यांनी, 'तू मला तुझी कन्या विवाहात अर्पण कर' असे त्या वधूपित्याला सांगितले. इकडे रुद्राचे मन उमेवर जडले होते व हिमालयाला माहीत होते की, उमादेखील शंकराच्या प्राप्तीसाठीच साधना करीत आहे. 'मी माझ्या कन्येसाठी रुद्र हाच वर म्हणून पसंत करून ठेवला आहे.' असे हिमालयाने भृगूला उत्तर दिले. हे उत्तर ऐकताच भृगूला राग आला. त्या ऋषीने हिमालयाला शाप दिला 'मी कन्या मागितली असता तू माझा अवमान केलास, त्या कारणाने यापुढे तुजवर रत्ने सापडणार नाहीत!'

तस्मान्न रत्नानां भाजनं भविष्यतीति ।।
अद्यप्रभृत्येतदवस्थितमृषिवचनम् ।। (महा. १२.३२९.४९)

या शापवचनाप्रमाणे आजपावेतो प्रत्यय येत आहे.

चंद्रासंबंधीची कथा –

चंद्र शुक्लपक्षात वृद्धिंगत होतो व कृष्ण पक्षात त्याच्या कला कमी होत अमावस्येला त्याचे दर्शन होत नाही. हा आपला अनुभव आहे. त्यासंदर्भात खालील कथा आली आहे. दक्षप्रजापतीला साठ कन्या होत्या. त्यातील तेरा कश्यपाला, दहा धर्माला व सत्तावीस चंद्राला (विवाहात) दिल्या होत्या. त्या सत्तावीस स्त्रिया सारख्याच सुंदर होत्या. चंद्राने आपल्या सर्व भार्यांवर सारखेच प्रेम करायला हवे होते, पण तसे त्याने केले नाही. तो रोहिणी नावाच्या पत्नीवर अधिक प्रेम करीत असे. हे असले वर्तन इतर भार्यांना सहन झाले नाही. त्यांनी हा भेदभाव काही काळ सहन केला व नंतर ही गोष्ट आपल्या पित्याला सांगितली. 'आम्ही सर्वजणी सौंदर्यात अधिक उण्या नसताना चंद्र भेदभाव करतो, त्याची रोहिणीवर अधिक प्रीती आहे.' अशी तक्रार ऐकताच दक्षाने चंद्राला शाप दिला की त्याला राजयक्ष्मा (क्षयरोग) होईल. चंद्राला दक्षाने शापाचे कारण सांगितले की, तो सर्व भार्यांशी समभावाने वागत नाही. चंद्र त्या रोगामुळे कृश होऊ लागला. ऋषींनी त्याला सांगितले, "पश्चिम समुद्रात हिरण्यसरोवर नामक तीर्थ आहे. तेथे जाऊन स्नान कर." ऋषींच्या या उपदेशाप्रमाणे चंद्र त्या सरोवराला गेला व त्या तीर्थात त्याने स्नान केले. ते स्नान केल्यामुळे चंद्राला त्या शापापासून अंशतः मुक्तता मिळाली. तेथे त्याला आपली प्रभा परत मिळाली.

स्नात्वा चात्मानं पाप्मनो मोक्षयामास ।
तत्र चावभासितस्तीर्थे तदा सोमस्तदाप्रभृति ।।
तीर्थं तत्प्रभासमिति नाम्ना ख्यातं बभूव ।। (महा. १२.३२९.४६)

तेव्हापासून ते तीर्थ 'प्रभास तीर्थ' या नावाने प्रख्यात झाले. त्या स्नानाने जरी

चंद्राला आपले तेज मिळाले तरी शापाचा अंशतः परिणाम राहिलाच. त्याचा परिणाम म्हणून चंद्राची कृष्ण पक्षात एक एक कला कमी होते व शुक्लपक्षात प्रतिपदेपासून एक एक कलेने तो वाढतो. शिवाय त्यावेळेपासून चंद्रावर मेघासारखा एक काळा डाग उत्पन्न झाला व त्याला 'शशलक्ष्म' हे नाव मिळाले.

जगकल्याणाकरिता नारायणाने वडवामुख नामक ऋषींच्या रुपाने अवतार घेतला व मेरू पर्वतावर तपश्चर्येला आरंभ केला. तपश्चर्या करीत असतांना त्या ऋषीने समुद्राला अलीकडे बोलविले असता तो आला नाही. अशारीतीने त्याने आज्ञाभंग केल्याचे पाहून ऋषीला क्रोध आला. त्याने आपल्या अंगातील उष्णतेने समुद्राचे पाणी स्थिर आणि निश्चल (स्तिमितजलः कृतः) केले व पाणी घर्मबिंदूप्रमाणे खारट बनवून तो समुद्राला म्हणाला, "तुझे पाणी कोणीही पिणार नाही, फक्त वडवामुखाने प्राशन केले असता, त्याला तेवढे तुझे पाणी मधुर लागेल." त्या ऋषींच्या या शापाप्रमाणे समुद्राचे पाणी कायमचे खारट बनले. अशा या नामाच्या विवेचनात आलेल्या निवडक कथा आहेत.

याच नारायणीयोपख्यानात पितरांसाठी आपण जो पिण्डार्पण विधी करतो, पितरांचे पूजन करून त्यांना प्रसन्न करतो त्या विधीच्या उगमासंबंधी फार उल्लेखनीय असे कथानक आले आहे. आपल्या धार्मिक परंपरेत देवार्चनाच्या खालोखाल पितृपूजन आवश्यक म्हणून सांगितले आहे. पितरांविषयीची कर्तव्ये पार पाडणे हे अत्यंत आवश्यक म्हणून सांगितले आहे. एकदा नारदमुनी देवांप्रीत्यर्थ करावयाची कर्मे केल्यानंतर पितरांप्रीत्यर्थ करावयाची कर्मे करीत असलेले नारायण ऋषींना दिसले. त्यांनी त्यासंबंधी विचारले असता नारदांनी सांगितले की, देवांप्रीत्यर्थ कर्मे करणे म्हणजे मोठे यज्ञानुष्ठान करण्यासारखेच आहे. तसेच भगवान नारायण हाच जगताचा पिता, माता व पितामह आहे. पितरांसाठी करावयाची जी कर्मे आहेत त्यातही जगदीशाचेच पूजन होते. दोन्ही प्रकारची कर्मे प्रत्यक्ष नारायणानेच सांगितलेली आहेत. पितारांप्रीत्यर्थ जी कर्मे करावयाची त्यांचा उगम स्वतः भगवान नारायणाने जी पितृपूजा केली त्यात आहे.

पिण्डार्पणाची सुरुवात –

नर-नारायण ऋषींनी नारदाला पिण्डार्पण विधीच्या उगमासंबंधी माहिती दिली. जेव्हा पृथिवी उदकात बुडून नाहीशी झाली त्यावेळी नारायणाने एक शृंग वराहाचे रूप घेऊन ती उदकातून वर काढली व तिचे रक्षण केले. तिला स्वस्थानाला आणून ठेवले.

प्राप्ते चाह्निककाले स मध्यंदिनगते रवौ ।
दंष्ट्राविलग्नान्मृत्पिण्डान्विधूय सहसा प्रभुः ।।
स्थापयामास वै पृथ्व्यां कुशानास्तीर्य नारद ।।(महा. १२.३३३.१३)

त्यानंतर मध्यान्हकाल झाला असताना त्या परमात्म्याने जमिनीवर दर्भ (कुश) पसरले आणि आपली दंष्ट्रा जरा हालवून तिला चिटकलेले तीन मृत्पिण्ड (मातीचे गोळे) त्या दर्भासनावर ठेवून दिले. हे तीन गोळे विधिपूर्वक अर्पण करण्याचे त्याने मनात ठरविले. ते गोळे पिण्ड म्हणून कल्पून, आपल्या गात्रांच्या उष्म्यापासून उत्पन्न झालेल्या स्नेहयुक्त तिलांनी त्या पिंडाचे प्रोक्षण करून ते त्याने पितरांना अर्पण केले. इथे या संदर्भात असे स्पष्ट केले आहे की, ते पिण्ड परमात्म्याने यथाविधी स्वतःलाच अर्पण केले. अशारीतीने वराहरूपातील नारायणाने स्वतः मध्यान्ह काळी पितरांचे अर्चन केले व इतरांनी पितृपूजा कधी करावी, पिण्डार्पणविधी कसा करावा याची मर्यादा घालून देण्याच्या दृष्टीने भगवंतांनी स्वतः मार्गदर्शनपर भाषण केले. वृषाकपी (वराहरूपी प्रभू) म्हणाले, मीच त्रैलोक्य उत्पन्न केले आहे. आता पितर निर्माण करण्यास मी उद्युक्त झालो आहे. पितृकार्य करण्याचे श्रेष्ठ विधी कोणते ठरवावे हा विचार मनात आला असता मी दंष्ट्रेला चालन दिले व त्यामुळे हे मृत्पिण्ड पृथ्वीवर पडले. हे पिण्ड दक्षिणेकडे पडलेले आहेत. ज्यांना विशिष्ट आकृती नाही असे हे तीन वर्तुळाकार पिण्ड हेच मी उत्पन्न केलेले सनातन पितर होवोत. पिता, पितामह व प्रतितामह मीच असून, त्या तीन पिण्डांमध्ये मी वास्तव्य करतो. मजपेक्षा श्रेष्ठतर कोणी नाही. जगतामध्ये ज्याला मी पितृस्थानी मानावे असा कोणी नाही कारण जगताचे आदिकारण मीच असल्यामुळे जगताचा पिता, पितामह व प्रतितामह ही सर्व नाती माझे ठिकाणीच संभवतात.

पिता पितामहश्चैव तथैव प्रपितामहः ।
अहमेवात्र विज्ञेयस्त्रिषु पिण्डेषु संस्थितः ।। (महा. १२.३३३.१९)

आणि या तीन पिण्डांमध्ये मीच त्या रुपांनी उपस्थित आहे. पितरांचे पूजन पिण्डार्पण विधीने केले पाहिजे. अशीरीतीने त्या वराहरूपी प्रभूने भाषण करून त्या पर्वत प्रदेशी विधिपूर्वक पिण्ड समर्पण केले. त्या विधीने स्वतःचे पूजन केल्यावर तो परमात्मा तेथल्या तेथे अंतर्धान पावला. पिण्डापर्णाची मूळ पीठिका अशी सांगितली आहे. तेव्हापासून पितरांच्या कार्यासाठी पिण्डार्पण विधी केला जातो. वृषाकपीच्या आज्ञेप्रमाणे पितरांचे नित्य पिण्डप्रदानपूर्वक पूजन होत असते.

यानंतर या अध्यायाच्या शेवटी असा उल्लेख आहे की, जे पुरुष काया-वाचा-मने करून, देवांचे, पितरांचे, गुरूंचे, अतिथींचे, पृथ्वीचे पूजन करतात. त्यांनी तद्द्वारा श्रीविष्णूचे पूजन केल्यासारखे आहे. कारण परमात्मा सर्व भूतमात्रांच्या ठिकाणी वास करीत असतो. या उपाख्यानात नारायणाच्या अवतारांविषयी ऊहापोह आहे. यज्ञयागांनी त्याला हवि अर्पण करावा व त्याद्वारे त्याचे पूजन सांगितले आहे. शांतिपर्व अध्याय ३२७ मध्ये व्यासांनी आपल्या शिष्यांना नारायणाची सेवा करा, त्या सर्वश्रेष्ठ परमात्म्याला

नमस्कार करा व वेदमंत्रांनी त्याचे स्तोत्र गाऊन त्याचे विधियुक्त पूजन करा असे सांगितले आहे. (महा. १२.३२७.९८). पूजन, प्रणाम, भक्ती या गोष्टी असे सुचवितात की जे कुठले रूप ईश्वराचे डोळ्यांसमोर असेल त्याची, त्याच्या मूर्तीची भक्तिभावाने पूजा करा. सगुणरूपात ईश्वराची आराधना करणे सामान्यांनाही शक्य होते. अनन्यभक्तीचा महिमा या उपाख्यानात आवर्जून सांगितला आहे. ईश्वराशी तल्लीन होण्यासाठी त्याच्या मूर्तीच्या पूजनामुळे व त्याच्या भजनामुळे फार मोठे साहाय्य मिळते. रामकृष्ण परमहंस म्हणतात, "घर बांधण्यापूर्वी मजूर प्रथम परांची उभारतात आणि तीवर उभे राहून घर बांधतात. बांधकाम संपले की परांची काढून टाकतात. त्याचप्रमाणे (ईश्वराचे) पूर्ण ज्ञान प्राप्त झालेल्या लोकांकरिता मंदिरे आणि तलाव अनावश्यक आहेत. जे आपले मन एकाग्र करू शकत नाहीत अशांना पूजेसाठी मंदिरे आणि शुद्धीसाठी (तीर्थ) स्नानाची आवश्यकता आहे. (बोध कथा पृ. ७२). आजच्या कलियुगाच्या काळात अनेकांची बुद्धी संशयग्रस्त व अश्रद्धाळू बनलेली आहे. मूर्तीत खरा परमेश्वर असणे शक्य नाही असे मानून मूर्तीची तोडफोड केली जात आहे. ह्यात बुद्धिवाद नसून सदसद्विवेक बुद्धीचा अभाव दिसून येत आहे. मूर्ती ही ईश्वराचे प्रतीक आहे. ती तांब्याची, मातीची अथवा संगमरवराची असते ते ईश्वराचे रूप आहे. त्या मूर्तीचे भजनपूजन करून, तिची उपासना करून आपल्याला अनन्य भक्तीमुळे प्रत्यक्ष भगवंताचे दर्शन घडू शकते. ईश्वर जर सर्वव्यापी आहे तर तो आपल्या मूर्तीत का नसावा?" रामकृष्ण परमहंस म्हणतात, – "ज्या मूर्तीची आपण पूजा करतो, तिला केवळ एक चिन्ह समजू नये. जो ईश्वर सर्वत्र भरलेला आहे. त्याचा वास त्या मूर्तीतदेखील असतोच. आमचे पूर्वज ज्या प्रतिमेची पूजा करीत तिला ते सदा राम व कृष्ण यांच्या अवतारांप्रमाणेच अवतार स्वरूप मानीत. परमेश्वराने दगडात, मत्स्यरूपात, वराहरूपात, दशरथपुत्र रुपात जे अवतार धारण केले ते ते आमच्या मूर्तीतही विद्यमान आहेत. श्रीरंगमृच्या व इतर पवित्र मंदिरात तो तसाच विद्यमान आहे. अलवार नायनमार आदी संतांनी व वेदांतांच्या आचार्यांनी त्या पवित्र मंदिरात ईश्वराच्या प्रत्यक्ष दर्शनाची अनुभूती घेतलेली आहे. (बोधकथा पृ. ७४)"

(क्रमशः)

◆◆

लेखांक : एक्कावन्नावा

अर्जुना पुढील पेच

महाभारतातील नारायणीयोपख्यानाचा अगदी बारकाईने विचार आपण मागील लेखांमध्ये केला आहे. त्यात स्वतः भगवान नारायणाने आपण किती अवतार घेणार व कृष्ण अवतारात जगत्कल्याणार्थ कोणती दैवी, अलौकिक कृत्ये करणार याबद्दलचा वृत्तांत आला आहे. भागवतधर्माची परंपरा जी नारायणीयोपख्यानात सांगितली आहे तिच्यात व गीतेत चवथ्या अध्यायात सांगितलेल्या परंपरेत एकवाक्यता आहे. आतापर्यंत गीतेत आलेल्या धर्म व तत्त्वज्ञानपर विचारांचा परामर्श आपण घेतलेला नाही. गीता ही महाभारतात भीष्मपर्वात आली असली व त्या दृष्टीने ती महाभारतग्रंथाचा एक भाग असली तरी गीता हा एक अतिमहत्त्वाचा असा मौलिक धर्मग्रंथ आहे आणि त्या ग्रंथात वेदांपासून–उपनिषदांपर्यंतच्या सर्व ग्रंथांचे जणू सार साठविलेले आहे. या ग्रंथाचे मोठे वैशिष्ट्य म्हणजे यात स्वतः भगवंतांनीच आपल्या दिव्यवाणीने अखिल मानवजातीला धर्माचे, नीतीचे व आत्मस्वरूपाचे खरे ज्ञान सांगितले आहे व त्यातून मोक्षाचा किंवा ईश्वर साक्षात्काराचा मार्ग दाखविला आहे.

भगवद्गीतेने विद्वानांना, विविध आचार्यांना, सामान्य भक्तांना एवढी मोठी प्रेरणा दिली आहे की, गेले कित्येक शतके तिच्यावर विचारमंथन सुरू आहे. एखाद्या खाणीतून कितीही वेळा खणले तरी सतत रत्न मिळतच राहावी त्याप्रमाणे गीतेतील दिव्य विचारांचा निधी अपरिमित, अनंत आहे. त्यातील महत्त्वाच्या रत्नांचा प्रकाश मिळविण्यासाठी आपण गीतेच्या धर्म व नीतिविचारांचा मागोवा घेऊ या.

अर्जुनापुढील पेच – गीता ही भगवन्ताने अर्जुनाला रणांगणावर युद्ध सुरू होण्यापूर्वी सांगितलेली महान गाथा आहे. संजयाने त्याला दिलेल्या दिव्य शक्तीमुळे ती अक्षर अन् अक्षर ऐकली व धृतराष्ट्राजाला निवेदन केली. कौरवांकडे अकरा अक्षौहिणी सैन्याचे प्रचंड बळ होते पण पांडवांकडे अर्जुनरूपी अति बलवत्तर अशी महान शक्ती होती. ती शक्ती युद्ध सुरू होण्याच्या क्षणी भावनाविवश होऊन आत्मविश्वास गमवून बसली. बुद्धीवर मोहाचे सावट आल्याने अर्जुनाचा विवेक धूसर झाला आणि तो मनाने पूर्ण खचला.

त्याच्या मनात भय नव्हते पण संभ्रम होता. दुर्योधनाकडील सैन्याचे, सेनानीचे व रथी-महारथींचे रणभूमीवर अवलोकन केल्यावर त्याला उत्कटपणे वाटले की या साऱ्यांना त्यातल्या त्यात गुरूंना, भावांना ठार करून आपण कोणता स्वर्ग मिळविणार? ज्या अर्जुनाचा पराक्रम अवर्णनीय होता व कौरवांना सगळ्यात जास्त ज्याची भीती वाटत होती त्यानेच युद्धारंभी गांडीव टाकून दिले होते व तो गलितगात्र होऊन दिङ्मूढ झाला होता. त्याच्या मनात द्वंद्व उभे राहिले होते. त्याची विचारशक्ती जणू काही कुंठित झाली होती. त्याच्या मनातील वीरवृत्ती लयास जाऊन त्याठिकाणी करुणा आणि विषाद बळावले होते.

कथं न ज्ञेयमस्माभिः पापादस्मान्निवर्तितुम् ।
कुलक्षयकृतं दोषं प्रपश्यद्भिर्जनार्दन ।। (गीता १.३९)

युद्धात गुरूंची, बंधूची हत्या होईल व कुलाचा संपूर्ण नाश होईल; हे कृत्य म्हणजे पातकच होय; तेव्हा या पापापासून परावृत्त होणेच इष्ट होय; कुलक्षयातून अधर्म कुळात माजेल, स्त्रिया दूषित होतील व वर्णसंकरही होईल. एकूण ही अनर्थपरंपरा टाळण्यासाठी युद्ध न करणे हेच योग्य होय; लोभी व दुष्ट कौरवांना हे कळत नसले तरी आपल्याला हे नीट कळत असल्याने आपण हे पाप का करावे? पहिल्या अध्यायात अर्जुनाने युद्धाचे जे भयंकर परिणाम होतात, सर्व व्यवस्था कोलमडते, अनीतीचे थैमान सुरू होते, या सर्वांचे वर्णन केले आहे. दुसऱ्या अध्यायात त्याच्या मनातील कर्तव्यासंबंधीचे द्वन्द्व त्याने कृष्णासमोर प्रकट केले आहे. 'मधुसूदना माझे पितामह, भीष्म माझे गुरू द्रोण यांच्याशी मी कसे युद्ध करू?' ते पूजनीय आहेत, त्यांच्याशी मी कसे बरे युद्ध करू? अशा शब्दांत त्याने आपली व्यथा व्यक्त केली आहे. एका बाजूला गुरूंबद्दलचे कर्तव्य दिसत होते व दुसऱ्या बाजूला आपल्यावरील अन्याय निवारण्याकरिता युद्ध करणे व क्षात्रधर्म पाळणे हे कर्तव्य दिसत होते. कुलक्षय व गुरूहत्या टाळणे हा त्याचा धर्म आहे की, आपणावर लादलेल्या युद्धात एक क्षत्रिय म्हणून कठोर मनाने युद्ध करणे हा त्याचा खरा धर्म आहे, याविषयी त्याच्या मनात काहूर माजले आहे आणि म्हणून तो अगतिक होऊन कृष्णाला विनवितो की त्याने जो धर्म त्याला श्रेयस्कर आहे त्याविषयी निश्चित किंवा निःसंदिग्ध स्वरूपात मार्गदर्शन करावे.

कार्पण्यदोषोपहतस्वभावः पृच्छामि त्वां धर्मसंमूढचेताः।
यच्छ्रेयः स्यान्निश्चितं ब्रूहि तन्मे शिष्यस्तेऽहं शाधि मां त्वां प्रपन्नम् ।।
(गीता २.७)

अर्जुन श्रीकृष्णाचा आधीचा सखा होता. या श्लोकात अर्जुनाने भक्तियुक्त अंतःकरणाने आपण शिष्य आहोत असे म्हटले आहे. शिष्यत्वामुळे त्या दोहोत अत्यंत

उत्कट असा जिव्हाळा निर्माण झाला आहे. शिवाय अर्जुनाने केवळ मला माझे 'तात्कालिक कर्तव्य सांगा' असे म्हटले नाही तर मला जे श्रेयस (पूर्ण कल्याणप्रद) आहे त्यासंबंधी मार्ग दाखवा अशी ती प्रार्थना आहे. म्हणून भगवंताला अनेक अध्यायातली गीता त्याच्यापुढे मांडावी लागली. श्रेय म्हणजे पारलौकिक कल्याण, मरणाचा क्षण आला की प्रेय थांबते; पण श्रेय हे त्या जीवाच्या जन्मजन्मांना व्यापून राहाते.

अर्जुनापुढे पेचप्रसंग उभा राहिला आहे. युद्धभूमीवर येऊन सर्व सैन्यासमोर त्यांच्या नेत्याने, पराक्रमाचे प्रतीक असलेल्या महान धनुर्धराने, युद्धाला एकदम नकार देणे व शस्त्र खाली ठेवणे एवढे सोपे नाही. अर्जुन धर्मशील, नीतिमान, कर्तव्यदक्ष व जाणकार असल्याने त्याच्या मनाला ही धर्माधर्माबद्दलची किंवा दोन धर्मांच्या संघर्षाची समस्या भेडसावीत आहे. हा स्वजनांचा, आप्तांचा वध हे पातकच ठरणार आहे. त्यांची हत्या केल्याने कुलक्षयाचा महान दोष उत्पन्न होईल. त्यातून अनर्थ परंपरा ओढवेल. "त्रैलोक्याचे राज्य मिळणार असेल तरी मी ह्यांना मारून पापाचा धनी होऊ इच्छित नाही," असे अर्जुन सांगतो. अशा तऱ्हेचे पेच प्रत्येक सुजाण व्यक्तीच्या आयुष्यात केव्हातरी उभे राहत असतात. गुरूसम्मान व कुलरक्षण हे कर्तव्य करायला गेला तर अर्जुनाला क्षात्रधर्माचा भंग करावा लागतो; याउलट, धनुष्य हातात घेऊन क्षात्रधर्म पाळला तर वरील दुसऱ्या धर्माचा भंग होतो. यात कोणता धर्म याप्रसंगी जास्त श्रेष्ठ आहे हाच मोठा जटिल प्रश्न आहे. हा मूलगामी प्रश्न सोडविण्याकरिता आत्मा-अनात्मा विवेक, कर्मचिकित्सा, मनुष्याचे अंतिम ध्येय, पुरुषार्थ, मोक्षसाधने इत्यादींचा सांगोपांग विचार करणे क्रमप्राप्त झाले. अर्जुनाचा प्रश्न हा प्रातिनिधिक स्वरूपाचा आहे; तो सर्व मानवजातीला लागू आहे. आपल्याही वैयक्तिक जीवनात कर्तव्यकर्मासंबंधीचे, हतबल करून सोडणारे प्रश्न उद्भवतात. म्हणून अर्जुन आपल्याला सामान्यातला, आपल्या जातीचा वाटतो. तो मोहवश होणारा, स्खलनशील आहे; त्यालाही मनोदौर्बल्य येऊ शकते. गीता सर्वांच्या जीवनाला, सर्वांना पेचप्रसंगातून सोडविण्याला उपयोगी आहे ती यादृष्टीने.

श्री. पांडुरंगशास्त्री यांनी आपल्या 'गीतामृत' ग्रंथात असे म्हटले आहे की, भगवंतांनी अर्जुनाचे शिष्यत्व मान्य केले म्हणून त्याच्या साऱ्या जीवनाचा प्रश्न उभा राहिला व त्यासाठीच भगवंतांनी तात्त्विक चर्चा केली. (गीतामृत ३२).

देह आणि देही सर्वस्वी भिन्न – गीतेतील ही तात्त्विक चर्चा व धर्माचे सांगोपांग विवरण विस्ताराने अठरा अध्यायात आले आहे. अर्जुनाला असे वाटते की, गुरूहत्या करून त्याचे हात पातकी होतील; या भयाचा निरास करण्यासाठी देह, आत्मा, मृत्यू या संकल्पना श्रीकृष्णांनी स्पष्ट केल्या आहेत. मरण ही सर्व जीवमात्रांची प्रकृतीच आहे. संहारकर्ता तोच आहे की ज्याने जन्माला घातले आहे. रुद्राला त्यासाठीच ललाट देशापासून

उत्पन्न केले आहे. मरणसमयी नाश होतो तो एका देहाचा. आत्मा कधी मरत नाही व आत्मा कधी कुणाला मारीत नाही. तो नित्य व अविनाशी आहे.

देहाला कौमार्य, तारुण्यादी अवस्था असतात व शेवटी देहाचाच मृत्यू होतो; तो झाल्यावर आत्म्याला पुन्हा दुसरा देह प्राप्त होतो. आत्मा चिरंतन आहे.

वासांसि जीर्णानि यथा विहाय नवानि गृह्णाति नरोऽपराणि।
तथा शरीराणि विहाय जीर्णान्यन्यानि संयाति नवानि देही ॥

(गीता २/२२)

आपण ज्याप्रमाणे जुने कपडे टाकून नवीन धारण करतो त्याप्रमाणे आत्मा जीर्ण शरीर टाकून नवीन देह धारण करतो.

अर्जुनाला त्यांनी अशी जाणीव दिली की आत्मा देहात राहाणारा असला तरी तो अविनाशी, नित्य स्वरूपाचा आहे. याउलट, देह विनाशी, अंतवंत आहे. देह चैतन्यहीन, जड आहे. आत्मा मात्र चैतन्यरूप असून तो अविकारी व सनातन आहे. अर्जुना तुझ्या पुढे उभ्या असलेल्या शत्रूंना तू मारले नाहीस तर ते यम किंवा काळाकडून मारले जाणारच आहेत. गीतेच्या अकराव्या अध्यायात अर्जुनाला विश्वरूप दाखविल्यानंतर भगवान सांगतात,

तस्मात्त्वमुत्तिष्ठ यशो लभस्व जित्वा शत्रून् भुंक्ष्व राज्यं समृद्धम् ।
मयैवेते निहताः पूर्वमेव निमित्तमात्रं भव सव्यसाचिन् ॥

(गीता ११/३३)

हे तुझे शत्रू मी (कालरूपाने) यापूर्वीच मारलेले आहेत. म्हणून आता तू केवळ निमित्ताला पुढे हो. जन्म आणि मृत्यू हे प्राणिमात्राला अटळ आहेत. जो जन्मला त्याला मृत्यू येणारच; व तो मृत्यू पावला त्याला (त्याच्या कर्मगतीमुळे) पुनर्जन्म घ्यावा लागणारच. देह व देही यांच्या विषयीचे हे सत्यज्ञान ध्यानात घेऊन तू शोक करणे सर्वथैव अयोग्य आहे असे कृष्णांनी अर्जुनाला समजावले आहे.

आपल्या शरीरात जे चैतन्य निवास करीत आहे ते, अखिल विश्वात ओतप्रोत भरून राहिलेला जो विश्वात्मा आहे त्याचा एक अंशच आहे. तो आत्मा अविकारी असा असल्याने अस्ति, जायते, वर्धते, विपरिणमते, अपक्षीयते, नश्यति हे सहा जड शरीराचे भाव (अवस्था) त्या आत्म्यात नाहीत. तो अणुरूप असूनही, शाश्वत, नित्य, अज, अविकारी, अव्यक्त, सच्चिदानंद स्वरूप असा आहे. परमात्म्याचा अंशधारी अक्षरजीव आहे. त्याचा विनाश करणे कोणालाही कदापि शक्य नाही.

न जायते म्रियते वा कदाचिन्नायं भूत्वा भविता वा न भूयः।
अजो नित्यः शाश्वतोऽयं पुराणो न हन्यते हन्यमाने शरीरे ॥

(गीता २/२०)

सातव्या अध्यायात जीव ही परमेश्वराची पराप्रकृती म्हटली आहे. आत्म्याचे वर्णन करताना एक महत्त्वाचे सूत्र श्रीकृष्णांनी त्याच्या नजरेस आणून दिले आहे. देह अनेक आहेत पण त्या प्रत्येक देहाचा स्वामी सचेतन आत्मा आहे, तो परमात्म्याचा अंश एकच आहे. सजीव सृष्टीत सर्व देहांमध्ये जे चैतन्य वास करते ते आत्मतत्त्व आहे. आत्मतत्त्व दोन प्रकारचे आहे – अणुरूप आत्मा व विभू आत्मा. देहाचा स्वामी जो जीवात्मा तो अणुरूप आत्मा व विश्वातील जड पदार्थ आणि सजीव प्राणी यांचा अंतर्यामी आत्मा–जो सर्व विश्वाचा स्वामी, नियन्ता आहे तो विभुआत्मा म्हणजे सर्वश्रेष्ठ परमात्मा होय. दुसरे असे की जे गुरू, पित्यासमान असलेले काका, मामा, मित्र यांची हत्या तुला करणे पापमूलक वाटते त्यांचा काही हा एवढाच जन्म झालेला नाही. मागेही त्यांनी जन्म घेतलेला आहे व त्यांच्या कर्मभोक्तृत्वाप्रमाणे ते पुढेही जन्म घेणार आहेत. कुलक्षयाची तुला मोठी भीती वाटते, पण ज्या दुर्योधनाच्या पक्षाशी तू लढत आहे, त्यापक्षाने तुझ्याबाबतीत घातपाती कृत्यं केली नाहीत काय? एखादा आततायी दुष्ट मनुष्य एखाद्या माणसाच्या घरात शिरून स्त्रियांवर बलात्कार करणार असेल किंवा त्या गृहप्रमुखाचा प्राण घेणार असेल तर अशावेळी त्या गृहप्रमुखाने काय करणे इष्ट ठरेल? दया, अहिंसा या तत्त्वांचे पालन करून ते दुष्ट कृत्य डोळ्यांदेखत घडू द्यायचे की त्या नीच माणसावर वार करून ते दुष्ट कृत्य थांबवायचे? शास्त्र असे सांगते की, अशा आततायी पुरुषाला मारणे हाच धर्म होय. यात किंचितही पातक नाही, मग तो आततायी तुमचा गुरू असो, बंधू असो किंवा कोणीही असो.

आततायिनमायान्तं हन्यादेवाविचारयन् (मनुस्मृती ८.३५०)

आपल्यासमोर उभ्या असलेल्या परिस्थितीत आपले शास्त्रविहित कर्तव्य कोणते याचा विचार केला पाहिजे. दुर्योधनाने द्युतात राज्य हिरावून घेतले; त्यावेळी मान्य झालेली वनवासाची अट पूर्ण झाली आहे. तरीही तो पांडवांचे राज्य त्यांना परत देऊ इच्छित नाही. याच केवळ कारणामुळे हे युद्ध उभे राहिले आहे.

धर्म्याद्धि युद्धाच्छ्रेयोऽन्यत् क्षत्रियस्य न विद्यते । (गीता २/३१)

शास्त्राने क्षत्रियांना धर्म्य युद्ध हे कर्तव्य व श्रेयस्कर म्हणून लावून दिले आहे. त्यानुसार युद्ध करणे हेच अर्जुनाचे याप्रसंगी कर्तव्य आहे. आत्म्यासंबंधीचे विवेचन करून भगवंतांनी अर्जुनाला सांख्ययोग सांगितला आणि त्यातून अर्जुन कसा केवळ निमित्तमात्र आहे हे स्पष्ट केले आहे.

अर्जुनासमोर जसा दोन आवश्यक कर्तव्यांच्या संबंधात पेच होता तसाच पेच हॅम्लेट नाटकात नायकासमोर होता. हॅम्लेट व करॉयलेनस यांची उदाहरणे, या कर्तव्याकर्तव्याच्या पेचासंदर्भात लोकमान्य टिळकांनी गीतारहस्यात दिली आहेत. (गीतारहस्य पृ.२८). हॅम्लेटच्या काकाने आपल्या भावाचा खून करून त्याच्या पत्नीशी विवाह केला. अशा दुष्ट, पाताळयंत्री चुलत्याचा वध करून बापाच्या ऋणातून मुक्त व्हावे किंवा सख्खा काका, आपल्या आईचा पती म्हणजे पोटचा बाप व तत्कालीन राजा ह्याकडे पाहून त्याची गय करावी, ह्या द्वंद्वाने त्या राजकुमार हॅम्लेटच्या मनात काहूर माजले व निश्चित पाऊल वेळेत उचलता न आल्याने, वेड लागून अखेरीस त्याचा अंत झाला. पेचातून सुटण्याकरिता कुणी श्रेष्ठ व्यक्ती, प्रज्ञावान पुरुष मार्गदर्शनासाठी हवा असतो. नाहीतर प्रमाद घडतात किंवा ती व्यक्ती नाश पावते. जीवनात गुंतागुंतीचे क्षण अनेक वेळा येतात. हे करू की ते करू अशा विवंचनेत माणूस पडतो. अशा वेळी गीतेसारखा महान ग्रंथच अंधार नाहीसा करून आपल्याला कर्तव्याची वाट दाखवू शकतो.

(क्रमशः)

◆◆

लेखांक : बावन्नवा

निष्कामकर्मयोग

अर्जुनाला सांख्ययोगाचे ज्ञान दिल्यानंतर भगवंतांनी त्याला कर्मयोगाची अत्यंत सविस्तर रीतीने कल्पना दिली आहे. नारायणीयोपाख्यानात 'सात्वत धर्माचा' अविभाज्य भाग म्हणून जो निष्काम कर्मयोग सांगितला आहे. त्या योगाचे प्रतिपादन भगवद्गीतेत अत्यंत महत्त्वाचे आहे. भगवद्गीतेवर शांकरभाष्याच्या आधीच्या टीका आज उपलब्ध नाहीत. त्या बहुधा कर्मपर अशा टीका असाव्यात असे लोकमान्यांचे मत आहे. त्या टीका उपलब्ध नसल्याने 'गीतारहस्यातच' आपल्याला प्रामुख्याने गीतेची कर्मपर व्याख्या पाहायला मिळते. कर्म या संकल्पनेकडे पाहाण्याची एक नवीन दृष्टीच आपल्याला गीतकारांनी दिली आहे. अर्जुनाला वाटते की, युद्ध केल्याने त्याच्या हातून जे कर्म घडणार आहे, ते अत्यंत दारूण, क्रूर व कुळाचा नाश करणारे ठरणार आहे. जे युद्ध क्षत्रिय यादृष्टीने कर्तव्य कर्म म्हणून त्याच्यासमोर आले आहे, त्या कर्माला तो एक पापकर्म म्हणून समजत आहे आणि यातच अर्जुनाच्या मनातील कर्मा-कर्मासंबंधीचा गोंधळ प्रतीत होत आहे.

कर्म कशाला म्हणावयाचे, वर्णाश्रमांसाठी सांगितलेली तेवढीच कर्मे म्हणायची काय, कर्माला बंधकत्व का येते, कर्ममार्गाने मोक्षरूपी पुरुषार्थ मिळविता येतो काय इत्यादी अनेक प्रश्न कर्माशी निगडित आहेत. या सर्व प्रश्नांचा उलगडा करीत कर्माची गती किती गहन आहे हे गीतेत स्पष्ट केले आहे. कर्म खरे तर आपल्या पाचवीलाच पूजलेले आहे. कर्मातून व स्पष्ट बोलायचे तर मरणातून कुणाचीही सुटका नाही. वर्णाश्रमांची सर्व कर्मे, उपजीविकेसाठीची कर्मे, कायिक, वाचिक व मानसिक कर्मे आपल्या शरीरात चालणारी श्वसन, रुधिराभिसरण इत्यादी कर्मे ही सर्व कर्मे या सदरात मोडतात; म्हणून गीताकार सांगतात –

न हि कश्चित्क्षणमपि जातु तिष्ठत्यकर्मकृत् ।
कार्यते ह्यवशः कर्म सर्वः प्रकृतिजैर्गुणैः ।। (गीता ३.५)

प्राणिमात्र कर्माशिवाय क्षणमात्रही राहू शकत नाही. ही कर्माची नवीन व्याख्या

आहे. या आधीच्या निवृत्तिपर उपदेशात, गीतेच्या आधीच्या कालखंडात, जपतपादी, यज्ञादी ही शुद्ध कर्मे आचरावी तीही फक्त शुद्धी प्राप्त करण्यासाठी, बाकीची कर्मे तर निषिद्ध मानावी अशी सर्वसाधारण विचारधारा होती. परंतु, गीतेत मात्र कर्माची व्याप्ती वाढवली असून ते जीवनव्यापी, नैसर्गिक व शुद्ध मानले असून ते कर्म निःस्वार्थ बुद्धीने व निष्कामवृत्तीने केले असता ते माणसाची आध्यात्मिक उन्नती करते व त्याला साक्षात्कारापर्यंत पोहोचवते असे मांडले आहे.

कर्मात दोष कोणता? – अशारीतीने कर्म एकदा जीवनाचे अविभाज्य अंग ठरल्यानंतर ते कसे करावे? हा प्रश्न उपस्थित होतो. कर्म हे जिवाला ह्या सांसारिक जीवनाशी, जन्म–मृत्यूच्या चक्राशी बांधून ठेवते असे कर्माबद्दल अनेक प्राचीन ग्रंथात म्हटलेले आहे.

कर्मणा बध्यते जन्तुर्विद्यया तु प्रमुच्यते । (महा. १२.२३३.७)

कर्म केल्याने (त्या त्या कर्मफलांचा उपभोग घेणे क्रमप्राप्त असल्याने) मनुष्याला पुन्हा जन्म घ्यावा लागतो. म्हणजेच कर्म बंधनकारक ठरते व ज्ञान मात्र माणसाला मुक्ती प्रदान करते, संसारापासून कायमचे मुक्त करते. इथे सर्व कर्मे बंधनकारक असतात असा ध्वनित अर्थ काढणे तितकेसे बरोबर नाहीच कारण कर्मातही निष्काम कर्मे व सात्त्विक कर्मे अशी आहेत की जी बंध निर्माण करीत नाहीत.

ब्रह्मण्याधाय कर्माणि सङ्गंत्यक्त्वा करोति यः।
लिप्यते न स पापेन पद्मपत्रमिवाम्भसा ॥ (गीता ५.१०)

गीतेतील या श्लोकात सांगितले आहे की, कर्मे जर ईश्वरार्पणबुद्धीने केली, फलाशेचा अथवा संगाचा त्याग करून केली, तर त्यामुळे कुठल्याही पापाचा लेप लागत नाही व मनुष्य पाण्यातील कमल पत्राप्रमणे निर्लिप्त राहातो. याचा अर्थ असा की, कर्म मुळात वाईट नसून ते जर निरासक्त मनाने केले तर ते जिवाला बंधनकारक होत नाही. मग कोणत्या कर्मामुळे बंधकत्व निर्माण होते? कर्मात दोष कशामुळे तयार होतो? कर्म सोडता येत नाही कारण क्षणोक्षणी मनुष्याला कर्म करणे भाग असते. पण कर्म मनमाने किंवा वाटेल तसे केले तर बंधनकारक होते. यातून सुटका कशी करून घ्यायची? कर्म मुळात चांगले किंवा वाईट नसते. ते वाईट का होते तर ते कर्म आपण काम्युबुद्धी ठेवून करतो, फळाची अपेक्षा ठेवून करतो म्हणून कर्माच्या बुडाशी आपली जी काम्यबुद्धी किंवा फलाशा असते ती बंधाला कारणीभूत होते. तर कर्माला दोषी न ठरविता कर्म करण्यामागे जी बरी–वाईट बुद्धी असते, ज्या फळांसाठी कर्म केले जाते, त्या फलाशेला, सकामवृत्तीला दोषी ठरविले पाहिजे. कर्म केवळ सृष्टीतील प्राणीच करतात असे नाही तर सूर्य, चंद्र, अग्नि तसेच स्वतः परमात्मादेखील कर्म करीत असतो. धर्माच्या रक्षणाकरिता व

पुनर्स्थापनेकरिता परमात्मा प्रत्येक युगात जन्म घेतो म्हणजेच अवतार धारण करतो व मानवाच्या बोधासाठी आदर्श जीवन त्याच्यासमोर ठेवतो. निष्काम बुद्धीने कर्म करा, ती पूर्ण शुद्ध आहेत. त्यांची फळे जरी निर्माण झाली तरी त्यामुळे 'बंध' तयार होत नाही. ती फळे तुम्ही तुमच्या आवडत्या दैवताला अर्पण करा. निष्काम कर्म करीत राहाणे याचाच अर्थ समत्वबुद्धीने आसक्ती न ठेवता, निःस्वार्थ मनाने कर्म करणे. ही कर्मे इतकी सात्त्विक व पवित्र असतात की ती पुण्याचा साठा निर्माण करून साधकाला ईश्वराच्या चरणाशी नेऊन सोडतात. खालील श्लोकात हाच कर्मयोगमार्ग अत्यंत प्रभावीपणे सांगितला आहे.

कर्मण्येवाधिकारस्ते मा फलेषु कदाचन ।
मा कर्मफलहेतुर्भूर्मा ते सङ्गोऽस्त्वकर्मणि ॥ (गीता २.४७)

आपला अधिकार फक्त कर्मावरच आहे म्हणजे आपल्या हातात कर्म करणे एवढेच आहे. फळ कसे, केवढे, केव्हा मिळेल हे आपल्या हातात नाही. म्हणून कर्माच्या फळाच्या आशेने कर्म करू नये. पण कर्माशिवाय निष्क्रिय राहणेही योग्य नव्हे. मीमांसकांनी कर्माचे चार प्रकार सांगितले आहेत- १) नित्य २) नैमित्तिक ३) काम्य व ४) निषिद्ध. पहिली दोन करणे आवश्यक आहेत व शेवटची दोन वर्जित करायला हवीत. असा मीमांसकांचा दृष्टिकोन आहे. कर्माच्या फळावर खरोखर कर्त्याचा अधिकार नाही कारण फळ देण्याच्या संदर्भात अनेक घटक कारणीभूत होतात. बरेचसे घटक अज्ञात अथवा मनुष्याच्या शक्तीपलीकडे असतात. शेतकरी शेताची नांगरणी वेळेवर नीट करेल, बी-बीयाणे नीट आणेल. सर्व प्रयत्न नीट करेल पण पाऊस जर पडला नाही, तर त्याला पीक मिळणार नाही; म्हणूनच बऱ्याच वेळा आपले प्रयत्न फुकट गेल्यासारखे वाटतात किंवा अपेक्षेपेक्षा उलटेच घडते. फलाशा न ठेवण्याचे हेच कारण आहे. फलाशा न ठेवता कर्म केले तर ते जिवाला लिंपत नाही. ते कर्म शुद्ध, सात्त्विक कर्म या सदरात मोडते. परोपकाराची कामे, सेवावृत्तीने केलेली कामे, दुसऱ्याचे दुःख निवारण्यासारखी कामे, नीतिधर्माला धरून केलेली निःस्वार्थी कामे ही निष्काम कर्मात गणली जातात. अशी कर्मे केल्याने स्वतःची उन्नती तर होतेच पण इतरांचेही त्यात कल्याण होते. फलाशा अथवा संग अथवा आसक्ती यांचा त्याग करून कर्म करण्याचे हे जे कौशल्य त्यालाच 'योग' म्हणतात.

'योगः कर्मसु कौशलम् ।' (गीता २.५०)

प्रयोजन आणि फळ – कर्माचे प्रयोजन म्हणजे स्थूलमानाने आपण ज्या विशिष्ट उद्दिष्टांनी कार्याला प्रवृत्त होतो ते होय. बुद्धिमान माणसाची कुठलीही कृती अचानक, मनात कुठलाही विचार नसताना सुरू होत नाही. मनात काहीतरी योजूनच माणूस काही काम हाती घेतो. पण ते काम हाती घेतल्यावर व जसे ते पूर्ण होईल तसे पूर्ण झाल्यावर, त्यातून जे फळ निर्माण होते, त्याला कर्मफल म्हणतात व ते कर्माच्या उद्दिष्टापेक्षा भिन्न

असते. सांगावयाचा मथितार्थ असा की, रिकाम्या मनाने कृती होत नाही. काही तरी स्थूल विचार कृतीमागे असतो. तो विचार म्हणजेच त्या कृतीमागील बुद्धी, ती चांगली असायला पाहिजे. तशा चांगल्या बुद्धीने कार्य हाती घेऊन ते पार पाडले व त्यात पुढे येणाऱ्या फळाची अपेक्षा ठेवली नाही की, ती कृती निष्काम कर्म या प्रकारात मोडते. कर्मामागील बुद्धीला फार महत्त्व आहे. 'योग' शब्दाचा वापर गीतेमध्ये 'कर्मयोग' या अर्थी केलेला आढळतो. वर योगाची व्याख्या दिलेली आहेच. दुसरीही व्याख्या दुसऱ्या अध्यायात सापडते.

योगस्थः कुरु कर्माणि सङ्गंत्यक्त्वा धनंजय ।
सिद्ध्यसिध्द्योः समो भूत्वा समत्वं योग उच्यते ।। (गीता २-४८)

आधी 'समत्वम्' याचा विचार करू. धनंजयाला भगवान कर्मयोगाचे मर्म समजावून सांगत आहेत, धनंजया, आसक्ती सोडून कर्म कर व कर्म सिद्ध होवो किंवा निष्फळ होवो, दोन्ही सारखीच मानून (समो भूत्वा) योगस्थ होऊन कर्मे कर. कर्माची सिद्धी अथवा निष्फळता यांना सारखे लेखण्याची (स्थिर) अशी जी मनोवृत्ती तिलाच 'कर्मयोग' म्हणतात. कर्माचा बरे-वाईटपणा ठरविताना त्या कर्माचा बाह्य परिणाम पाहून चालणे योग्य होणार नाही. एखाद्या कर्माने पुष्कळांचे पुष्कळ सुख साधत असले तरीही ते नीतिशास्त्रदृष्ट्या श्रेष्ठ ठरेलच असे नाही. लोकमान्य टिळकांनी उदाहरण दिले आहे की, एका मोठ्या शहरात ट्रामवेची गरज होती. सत्ताधारी अधिकाऱ्यांची मंजुरी मिळत नव्हती. मंजुरी मिळविण्याकरिता त्या अमेरिकन व्यवस्थापकाने त्या अधिकाऱ्याला मोठी रक्कम लाच म्हणून दिली. लगेच मंजुरी मिळाली. काम पूर्ण झाले. जनतेची फार मोठी सोय झाली. ट्रामवेने खूप लोकांचा फायदा झाला असता तरी त्यामुळे लाचेचे कृत्य योग्य ठरत नाही. पुढे ही लाच उघडकीस आल्यावर खटला भरला गेला व त्या व्यवस्थापकाला शिक्षा झाली. नीतिशास्त्रात कर्माच्या बाह्य फलापेक्षा कर्माच्या शुद्ध बुद्धीकडे विशेष लक्ष द्यावे लागते. एक हजार रुपयांचे दान तीन वेगवेगळ्या व्यक्तींनी केले असे समजू या. बाह्यतः तिघांचे कर्म सारखे भासते. पण आपण जेव्हा त्या कर्मामागील बुद्धीचा विचार करतो तेव्हा आपल्याला ते किती चांगले, किती वाईट हे कळू शकते. फलाशा सोडून निःसंग बुद्धीने केलेले दान सात्त्विक दान तर कीर्ती किंवा काही फायदा करून घेण्यासाठी केलेले दान 'राजस' तर वाईट बुद्धीने केलेले दान 'तामस' म्हणून गणले जाते. अशी कल्पना करा की, लूटमार करायला आलेल्या क्रूर आततायी माणसाची एखाद्याने स्वसंरक्षणार्थ हत्या केली आणि दागिन्यांसहित असलेली एखाद्या माणसाची बायको पळवून नेता यावी म्हणून एखाद्याने त्याचा निर्घृण खून केला. या दोन्ही घटनांमध्ये हत्या सारखीच असली तरी या दोन्ही धर्मात नीतीच्या दृष्टीने फार फरक आहे. कर्माच्या

योग्यायोग्यतेचा निर्णय कर्त्याची बुद्धी किती शुद्ध, पवित्र आहे यावर ठरवावा लागतो. कर्म करणारे लोक दोन प्रकारचे असतात. एक फलाकडे नजर ठेऊन कर्म करणारे, उदाहरणार्थ यातून किती लोकास किती सुख होईल असे कर्मपरिणाम पाहाणारे व दुसरे बुद्धी सम व निष्काम ठेवून - मग कर्मधर्मसंयोगाने जो परिणाम होईल तो होवो - याकडे नजर देऊन काम करणारे! या दोहोत गीतेने समत्व बुद्धीने काम करणाऱ्या लोकांना श्रेष्ठ ठरविले आहे. 'कर्मापेक्षा बुद्धी म्हणजेच समत्वबुद्धी श्रेष्ठ' असे खालील श्लोकात अगदी निर्विवादपणे मांडले आहे.

दूरेण ह्यवरं कर्म बुद्धियोगाद्धनंजय ।
बुद्धौ शरणमन्विच्छ कृपणाः फलहेतवः ।। (गी. २.४९)

फलाकडे दृष्टी देऊन कर्म केले तर ते हलक्या दर्जाचे होते. त्या कर्माला प्रेरक असलेली बुद्धी जर सम, शुद्ध चांगली असेल तर ते कर्म नैतिकदृष्ट्या शुद्ध, चांगले असते असे गीतेतील मार्गदर्शन आहे. म्हणून अर्जुनाला सांगितले आहे की तू समत्वबुद्धीला शरण जा.

(क्रमशः)

लेखांक : त्रेपन्नवा

समत्वबुद्धी

फलाकडे दृष्टी ठेवून कर्मे करू नको; आसक्ती सोडून कर्म कर – असा उपदेश गीतेत अनेक ठिकाणी आला आहे. कर्म दुःखमय आहे म्हणून त्याचा त्याग करण्याची आवश्यकता नाही. मन शुद्ध व सम करून फलाशा सोडल्याने सर्व काम होते. ते निष्काम बुद्धीने केलेले कर्म निर्दोष असते. ज्ञानाचा आणि काम्यकर्माचा विरोध आहे, निष्काम कर्म आणि ज्ञान यामध्ये कुठलाच विरोध येऊ शकत नाही.

दूरेण ह्यवरं कर्म बुद्धियोगाद्धनंजय । (गी.२.४९)

ह्या चरणाचा अर्थ मागील लेखात आपण पाहिला. बुद्धियोग म्हणजे समत्वबुद्धियोग. त्याला कुठल्याही कर्मात अधिक महत्त्व आहे. ती बुद्धी कर्माची प्रतवारी व ग्राह्याग्राह्यता ठरवते. 'बुद्धियोग' या शब्दाचा 'ज्ञान' असा अर्थ घेऊन कर्मापेक्षा ज्ञान श्रेष्ठ आहे असे येथे म्हटले आहे – असा वरील चरणाचा अर्थ असल्याचे काहींना वाटते. पण हा अभिप्राय बरोबर नाही. कर्मयोगाचे विवेचन सुरू असताना 'बुद्धीयोग' याचा अर्थ समत्वबुद्धियोग हाच घेणे संदर्भाला धरून आहे.

काम्यबुद्धी ज्या कर्मात आहे त्यात स्वार्थ हा असतोच. तेव्हा निष्कामबुद्धीने कर्म करणे म्हणजे स्वार्थापेक्षा परार्थाला महत्त्व देणे, परोपकार करीत जगणे. सर्वांमध्ये तो एकमेव परमेश्वर वास करीत आहे अशा भावनेने आचरण करणे होय.

कर्माच्या योग्यायोग्यतेचा विचार करताना कर्माच्या बाह्य परिणामांपेक्षा कर्त्याच्या बुद्धीचा विचार केला पाहिजे. याचा थोडक्यात मथितार्थ असा की नीतिमत्ता ही नुसत्या जड कर्मात नसून ती सर्वस्वी कर्त्याच्या बुद्धीवर अवलंबून असते, असा या संदर्भात गीतेचा सिद्धांत आहे. वर सांगितलेली समत्त्वबुद्धी हीच सदाचरणाचे बीज आहे याबद्दल शंका नाही, पण बुद्धी शुद्ध व्हायला काही काळ तर लागणारच; तोपर्यंत म्हणजे समत्वबुद्धी अंगी पूर्ण बाणेपर्यंत कर्म करणाऱ्याने वाट पाहिली पाहिजे का? असा प्रश्न मनात येतो. स्थितप्रज्ञाप्रमाणे बुद्धी करणे हे परमध्येय आहे. पण ते ध्येय पूर्ण आत्मसात होईपर्यंत वाट न बघता शक्य तेवढ्याच निष्काम बुद्धीने कर्मे करीत जावी म्हणजे त्यानेच बुद्धी

अधिकाधिक शुद्ध होत जाऊन शेवटी ती पूर्ण शुद्ध होते व तीच साम्यबुद्धी होय.

ही साम्यबुद्धी सर्व साधुसंतांच्या ठिकाणी स्थिर झालेली आपल्याला दिसते. ते मानतात की, जो आत्मा (परमेश्वराचा अंश) माझ्यात आहे, तोच इतर सर्व लोकांत आहे. ही आत्मौपम्य दृष्टी त्यांनी आत्मसात केलेली असते म्हणूनच त्यांच्या मनात स्वार्थ आणि परार्थ यात फारसा भेद नसतो. 'यत्र वा अस्य सार्वमात्मैवाभूत्' (बृहदारण्यक २.४.१४) ज्याला सर्व आत्ममय झाले, तो साम्यबुद्धीनेच सर्वांशी वागत असतो. 'सर्वाभूती एक आत्मा' हे तत्त्व,

सर्वभूतस्थमात्मानं सर्वभूतानि चात्मानि (गीता ६.२९)

गीतेच्या सहाव्या अध्यायात उल्लेखिले आहे आणि या तत्त्वातूनच परक्याला इजा पोहचवू नये, जे आपल्याला दुःखकारक वाटते ते दुसऱ्याच्या बाबतीत आचरू नये, असा श्रेष्ठ धर्माचा उपदेश आला आहे. (महा.१३.११४.८).

स्थितप्रज्ञाच्या ठिकाणी आत्मौपम्यदृष्टी नित्य असल्याने तो इतरांना आपल्या स्वतःप्रमाणेच पाहातो व परोपकार व लोककल्याण यातच रमून गेलेला असतो. एकदा का ही दृष्टी प्राप्त झाली की तो त्या पुरुषाचा देहस्वभाव बनून जातो व सूर्य ज्याप्रमाणे जगाला प्रकाश देतो व ते करताना स्वतःलाही प्रकाश देतो त्याप्रमाणे साधुपुरुषाच्या परोपकाराच्या कामामधेच त्याचा योगक्षेमही आपोआप सिद्ध होत असतो. दासबोधात म्हटले आहे की अशा माणसाला जगात काही कमी पडत नाही.

'जो परोपकार करितचि गेला । पाहिजे तो ज्याला त्याला ।
मग काय उणे तयाला । भूमंडळी ।।' (दासबोध १९.४.१०)

लोककल्याणासाठी मनुष्याने काम करावे असे म्हणताना त्याने आपले जीवनच जगू नये, जेवणखाण सोडून द्यावे असे सांगावयाचे नाही. पण जीवन जगत असताना, आपण दृष्टीपुढे दुसऱ्यांच्या कल्याणाची, हिताची बुद्धी ठेवली पाहिजे, आपण जे शरीरधारण करीत आहोत ते लोकोपयोगार्थ आहे, स्वार्थ साधण्यासाठी नाही. ही मानसिक भूमिका असली पाहिजे.

कर्तव्यकर्माचा उपदेश – अर्जुनाच्या चित्तात असा गोंधळ होता की ज्या कर्मात पाप लागण्याची शक्यता आहे ते कर्म टाळलेले बरे असे त्याला वाटत होते. पण कर्म संपूर्णपणे टाळता येत नाही. प्रत्येक क्षणी माणूस काही ना काही कर्म करीत असतोच. पण भगवंताने अर्जुनाला स्पष्ट शब्दांत सांगून टाकले की, कर्म करणे हे अकर्मापेक्षा श्रेष्ठ होय. कर्तव्यकर्म करीत राहाणे यातच माणसाचे कल्याण आहे.

नियतं कुरु कर्म त्वं कर्म ज्यायो ह्यकमर्णः।
शरीरयात्रापि च ते न प्रसिध्येदकर्मणः ।। (गीता ३.८)

नेमलेले कर्तव्यरूपी कर्म तू केले पाहिजेस कारण कर्म न करण्यापेक्षा कर्म करणे हे अधिक चांगले होय. शिवाय तू कर्म केले नाहीस तर तुझा उदरनिर्वाह होणार नाही. भगवंताने स्वतःचेच उदाहरण देऊन सांगितले की, तो सर्वदृष्टीने परिपूर्ण व जगताचा स्वामी असूनही तो (जगत्कल्याणासाठी) कर्म करीत असतो. मी कर्म केले नाही तर त्रिभुवनाचा व प्रजाननांचा घात होईल.

न मे पार्थास्ति कर्तव्यं त्रिषु लोकेषु किञ्चन ।
नानवाप्तमवाप्तव्यं वर्त एव च कर्मणि ॥
उत्सीदेयुरिमे लोका न कुर्यां कर्म चेदहम् ।
संकरस्य च कर्ता स्यामुपहन्यामिमां प्रजाः ॥ (गी. ३.२२,२४)

भगवान म्हणतात, मला त्रिभुवनात काही कर्तव्य उरलेले नाही, अप्राप्य वस्तू प्राप्त करायची नाही, तरी मी कर्म करीत आहे. अन्यथा लोक नष्ट होतील, संकर होईल. प्रजेचा घात होईल. परमात्मा कार्यरत असतो, तोच सृष्टीचा कर्ता व संहर्ता आहे. तोच धर्माच्या पुनःप्रस्थापनेसाठी अवतार धारण करतो, मानवरूप धारण करून दुष्टांचा संहार करतो व पृथ्वीवर झालेला पापाचा अपरिमित भार कमी करतो. तोच सृष्टीचे पालन करतो आणि तोच कर्माध्यक्षाच्या रूपाने सृष्टीचे नियमन करतो. हे सर्व तो करीत असला तरी त्याला कर्माचा लेप लागत नाही. त्याचा जन्म व त्याचे कार्य हे दिव्य स्वरूपाचे असते.

न मां कर्माणि लिंपन्ति न मे कर्मफले स्पृहा ।
इति मां योऽभिजानाति कर्मभिर्न स बध्यते ॥ (गीता ४.१४)

जो ईश्वराला अशा पद्धतीने जाणत असतो, परमेश्वराला मुळातच निःसंग व अकर्ता म्हणून ओळखतो असा पुरुषही कर्मबंधापासून मुक्त असतो. याचे कारण असे की, असा मनुष्य खरा निष्काम कर्मयोगी असतो. कर्म सोडू म्हणून कोणालाही सोडता येणार नाही. कारण निजणे, बसणे, कल्पिणे ही सर्व शारीर व मानसिक कर्मेच आहेत. तेव्हा कर्म हे योगाचा आश्रय घेऊन आचरिले पाहिजे व तो योग म्हणजेच साम्यबुद्धीने, फलाशेचा त्याग करून कर्मे करणे. आपले स्वतःचे उदाहरण देऊन भगवान अर्जुनाला आवर्जून सांगतात की, त्याच्या जीवनात त्या वेळेला जे कर्तव्य म्हणून कर्म समोर येऊन ठेपले आहे ते निरासक्त मनाने त्याने केलेच पाहिजे.

मयि सर्वाणि कर्माणि संन्यस्याध्यात्मचेतसा ।
निराशीर्निर्ममो भूत्वा युध्यस्व विगतज्वरः ॥ (गीता ३.३०)

फलाबद्दलची आशा, ममत्व सोडून सर्व कर्मे माझ्या ठायी अध्यात्मबुद्धीने अर्पण करून, हे अर्जुना, तू मनातील संशय, ताण दूर सारून बिनदिक्कत युद्ध कर. या श्लोकाच्या आधीही याच अध्यायात सांगितले आहे की अर्जुना, आसक्तिरहित मनाने 'कार्य' कर्म

म्हणजे तुझे जे कर्तव्यकर्म आहे ते तू सतत करीत जा. तसे कर्म केल्याने पुरुषाला परमगती प्राप्त होते. (गीता ३.१९). नैतिकदृष्ट्या अर्जुनाला कुठलाही पेच जाणवण्याचे कारण नाही. जे कर्म साम्यबुद्धीने, निरासक्त मनाने केलेले असते ते शुद्धच असते- त्याचा त्या कर्त्याला लेप लागत नाही. ते कर्म निष्काम कर्म असल्याने करूनही न केल्यासारखेच असते. निष्काम मनाने केलेली कर्मे ही नैतिकदृष्ट्या श्रेष्ठ व अत्यंत पुण्यप्रद, शुद्ध असतात व त्यामुळे त्यांच्यापासून बंधकत्वाचा लवलेशही निर्माण होत नाही; उलट ही कर्मे उत्तरोत्तर त्या कर्त्याला ईश्वराच्या चरणापाशी घेऊन जात असतात. अर्थात, फलाशा, आसक्ती सोडून केलेली असली तरी त्यांच्या पाठीमागे ईश्वरनिष्ठा असावयास पाहिजे. ती केवळ नैतिकदृष्ट्या चांगली नसावी तर त्यात ईश्वराविषयीचा भक्तिभाव असावयास पाहिजे. म्हणूनच वर म्हटले आहे की, मनाने ती कर्मे मला म्हणजे परमात्म्याला अर्पण केलेली असली पाहिजे. लोकमान्य टिळकांनी पारतंत्र्यातून देशवासियांना मुक्त करण्याच्या शुद्ध हेतूने विविध कार्ये हातात घेतली. त्यात त्यांना दीर्घ काळ तुरुंगवासाचे कष्ट सहन करावे लागले पण त्यांचे ते कार्य निष्काम बुद्धीने, निःस्वार्थ बुद्धीने केलेले देशसेवेचे जणू व्रतच होते. त्यांनी ते व्रत तपस्येप्रमाणे समबुद्धीने अहर्निश चालविले होते. म्हणून ते कार्य त्यांना बंधनकारक न ठरता परमार्थाच्या अगदी वरच्या पायरीवर घेऊन गेले.

त्यक्त्वा कर्मफलासंगं नित्यतृप्तो निराश्रयः ।
कर्मण्यभिप्रवृत्तोऽपि नैव किञ्चित् करोति सः ।। (गीता ४.२०)

कर्मफलाची आशा सोडून, नित्यतृप्त असा मनुष्य कर्मे करण्यात गढलेला असला तरी त्याचे ते कर्म करूनही न केल्यासारखे आहे. या श्लोकात विरोधाभास दिसतो पण संगरहित कर्म हे शुद्ध, पवित्र, सदाचारयुक्त असल्याने ते सामान्य कर्माप्रमाणे बंधनकारक नसल्याने ते 'न केल्यासारखे' म्हटले आहे. मन कुठल्याही गोष्टीविषयी आसक्तिरहित करणे हेच फार महत्त्वाचे आहे.

प्रपंच हा जीवन जगण्याच्या रहाटीतील एक भाग आहे. तो परमार्थाच्या किंवा देहाच्या आड येत नाही. कर्म नैसर्गिक व आवश्यक आहे असे आपण पाहिले ही कर्मे प्रपंचाचीच असतात. नोकरी करणे, मुलांचे संगोपन, वृद्धांचा सांभाळ, सामाजिक कार्यात सहभाग, इतर व्यवहार पाहणे अशी विविध कर्मे आपण करतो. ती आपल्या उन्नतीच्या आड येणार नाहीत जर ती करताना आपण मन आसक्तिरहित ठेवले तर. गोंदवलेकर महाराजांनी सुंदर शब्दांत याचा बोध दिला आहे - ''ज्या देवाने प्रपंच निर्माण केला त्याला स्मरूनच प्रपंच केल्याने तो नीटनेटका होईल. प्रपंच सोडून परमार्थ होणार नाही. प्रपंच करा पण त्यातली आसक्ती सोडा म्हणजे झाले. तुम्हा सर्वांना जडभरताची गोष्ट माहीत आहेच. भरत जरी सर्व घरदार सोडून वनात गेला तरी हरिणाची आसक्ती धरलीच!

तर हरिण काय आणि माणसे काय, आसक्तीच्या दृष्टीने दोन्ही सारखीच. जोपर्यंत आसक्ती सुटली नाही तोपर्यंत परमार्थ करणे व्यर्थ होय.'' (प्रवचने पृ. ८२)

स्थितप्रज्ञ कसा असतो? – समत्वबुद्धियोग आत्मसात झालेल्या पुरुषाला कर्माचा लेप लागत नाही; कारण त्या पुरुषाचे मन त्या कर्मात गुंतलेले नसते – तो निरासक्त असल्याने इंद्रियांचे व्यापार दुरून जणू पाहात असतो. 'गुणाः गुणेषु वर्तन्ते' अशा मनोभूमिकेतून तो कर्म आचरित असतो. अशा श्रेष्ठ योगारूढ पुरुषाबद्दल अर्जुनाने विचारल्यावर भगवन्त सांगतात की, जेव्हा मनुष्य मनातील सर्व वासना सोडतो व आपण आपल्या ठायीच संतुष्ट राहतो, तेव्हा त्याला 'स्थितप्रज्ञ' म्हणतात. दुःखात त्याला खेद नसतो व सुखात त्याला स्पृहा नसते. तसेच त्याचे मन राग, भय आणि क्रोध यांपासून मुक्त असते.

यदा संहरते चायं कूर्मोऽङ्गानीव सर्वशः ।
इन्द्रियाणीन्द्रियार्थेभ्यस्तस्य प्रज्ञा प्रतिष्ठिता ।। (गीता २.५८)

रूपरसस्पर्शादी इंद्रियविषयांपासून जेव्हा मनुष्य, कासव जसे अवयव आखडून घेतो याप्रमाणे आपली इंद्रिये (आणि अंतिमतः मनदेखील) आवरून घेतो तेव्हा स्थितप्रज्ञ अवस्थेला पोहोचतो. हा पुरुष खरा कर्मयोगी होय. तो लाभालाभ, जयाजय, सुख-दुःख, यशापयश या द्वद्वांच्या पलीकडे गेलेला असतो.

गीतेच्या पंधराव्या अध्यायात 'ऊर्ध्वमूलम् अधःशाखं' अशा संसारवृक्षाचे वर्णन आहे. हा वृक्ष वर-खाली असा अफाट पसरलेला असून याचा आदि, अंत किंवा याचे आधारस्थानही सापडत नाही. मोक्ष मिळवायचा असेल तर ह्या गूढ अशा अवाढव्य वृक्षाच्या पसाऱ्यातून मुक्त झाले पाहिजे. यावर एकच उपाय आहे आणि तो म्हणजे 'अनासक्तिरूप' तीक्ष्ण तलवारीने हा वृक्ष तोडूनमोडून टाकला पाहिजे असे याठिकाणी म्हटले आहे. (असंगशस्त्रेण)

प्रपंचाविषयीची किंवा कर्माविषयीची आसक्ती मनात खोलवर वास करीत असते. वर वर्णन केल्याप्रमाणे मनाला संयमाचा लगाम लावून विषयांबद्दलची किंवा क्षणभंगुर सुखाची त्याची ओढ कमी करीत गेल्याने हळूहळू मनातील वासनांचा खेळ कमी होईल. वासनांचे वारे मनाच्या ठिकाणी प्रत्येक क्षणी वाहातच असतात. त्याला काही अंत नसतो. पैसा, अपत्यसुख, प्रेमळ भार्या, समाजात प्रतिष्ठा, कामात यश, आरोग्य, नोकरीत सर्वोच्च पद हे सगळे मिळाले तरी समाधान म्हणून वाटत नाही. वासनेची झेप आणखी पुढची असते. म्हणून वासनेच्या ह्या प्रवाहालाच बांध घालणे अत्यंत आवश्यक आहे. अनासक्तियोगाच्या उपायाने वासना नष्ट करता येतात. त्या नष्ट झाल्यावर बुद्धी स्थिर होते व शुद्ध झालेले मन भगवंताच्या भक्तीत रममाण होते.

(क्रमशः)

लेखांक : चौपन्नवा

कर्म, अकर्म व विकर्म

कर्माची संकल्पना व कर्मयोगाचे तत्त्वज्ञान याविषयीचे गीताकारांनी केलेले विवेचन हे अत्यंत सखोल व मर्मग्रही असे आहे. आपण या विवेचनावरून कार्याचे जीवनातील महत्त्व जाणून घेतले पाहिजे. गतानुगतिक होऊन अजाणतेपणाने कर्म करणे आपल्या भविष्याच्या दृष्टीने मुळीच हितावह नाही. कर्मामुळे आपण या इहलोकात जन्म घेतला आहे व आपली पुढील सर्व यात्रा ही डोळस कर्मावर अवलंबून राहाणार आहे. कर्म, कर्माचे नैतिकदृष्ट्या स्वरूप, त्याचे दृश्य परिणाम व त्यातून निर्माण होणारे अदृश्य फल – हे सर्व कळायला तितकेसे सोपे नाही. एखाद्या कर्माचे आपल्या लक्षात न आलेले असे वाईट परिणामही होऊ शकतात. काही वेळेला असेही घडते की डॉक्टरकडे आणलेल्या रुग्णाला पेनिसिलिनची ॲलर्जी असते, डॉक्टरांना ते माहीत नसते व ते त्याला बरे करण्याकरिता ते इंजेक्शन देतात, पण ते दिल्याबरोबर त्याचा विपरीत परिणाम होऊन पेशंट दगावतो. अशी कर्माच्या संदर्भात बरीच गुंतागुंत असू शकते आणि म्हणूनच नैतिकदृष्ट्या कोणते चांगले, कोणते वाईट हे ठरविण्यासाठी अनेक अंगांनी विचार करावा लागतो.

कर्मणोह्यपि बोद्धव्यं बोद्धव्यं च विकर्मणः ।
अकर्मणश्च बोद्धव्यं गहना कर्मणो गतिः ।। (गीता ४.१७)

स्वतः गीताकारांनीच म्हटले आहे की, कर्मांची गती गहन आहे; म्हणून कर्म, अकर्म व विकर्म हे तत्त्वतः जाणून घेतले पाहिजेत. या पूर्वीच्या श्लोकात असे म्हटले आहे की, कर्म कोणते, अकर्म कोणते यासंबंधी जाणकारांच्या मनातही बराच गोंधळ असतो. अकर्म म्हणजे काहींना कर्मसंन्यास किंवा कर्मशून्यता वाटते पण कर्म हे टाळता येण्यासारखे नसल्यामुळे गीताकारांनी या सर्व संज्ञांवर कर्मयोगशास्त्राच्या दृष्टीने नवीन प्रकाश टाकला आहे. कर्म याचा अर्थ आपण विविध हेतू मनात ठेवून जे सामान्य कर्म करतो ते कर्म. हे अर्थातच कामनेनेयुक्त असल्याने बंधनकारक होते. पण जे कर्म करूनही आपल्याला बाधत नाही त्याचे कर्मत्व म्हणजे बंधकत्व नष्ट झालेले असते – असे कर्म

बंधकत्वाच्या अभावी 'अकर्म' होऊन जाते. हे अकर्म म्हणजेच निष्काम बुद्धीने केलेले शुद्ध कर्म होय. लौकिकदृष्ट्या अकर्म म्हणजे कर्म न करता स्वस्थ बसणे – पण हा अर्थ येथे लागू पडत नाही. 'कर्मत्व नाहीसे झालेले कर्म ते अकर्म!' आपल्या असे लक्षात येईल की, काही वेळा कर्म न करणे हेदेखील एक प्रकारचे कर्मच होते. उदाहरणार्थ, आपल्या आई–वडिलांना कोणी दुष्ट मारहाण करीत आहे व आपण ते निवारण न करता स्वस्थ बसून राहिलो तर ते कर्मशून्यत्व एक प्रकारचे कर्मच आहे. उलट, ते बेजबाबदारपणाचे वर्तन असल्याने 'वाईट कर्म' या सदरात मोडते व त्याचे अशुभ परिणाम आपल्याला भोगावे लागतीलच. हे स्वस्थ बसणे आईच्या मृत्यूला कारणीभूत होऊ शकते आणि मग ते भयंकर गैरकृत्य ठरून त्याचे फळ म्हणून मोठं दुःख वाट्याला येऊ शकते. 'विकर्म' याचा अर्थ वाईट कर्मे. दुष्ट बुद्धीने केलेली, क्रोधाच्या, अज्ञानाच्या आहारी जाऊन केलेली जी गुन्हेगारी स्वरूपाची कर्मे होतात ती तामस कर्मे विकर्म म्हटली जातात. कर्मविपाकदृष्टीने पाहता गीतेच्या दृष्टिकोनातून 'अकर्म' जी बंधकत्वरहित असतात ती सात्त्विक कर्मे होत. सामान्य कर्म ज्यात बंधकत्व असते ते राजस कर्म या सदरात मोडते. म्हणून याच विवेचनात गीतेने राजमार्ग सांगितला आहे की जी जी म्हणून कर्मे तुम्ही कराल ती 'अकर्म' ठरतील अशी करा. काही कर्मे न करतादेखील त्यात भयंकर कर्म घडलेले असते व काही वेळेला कर्म करूनही ते (बंधकत्वरहित असल्याने) ते मेल्यासारखे म्हणजे अकर्म होते. हे जो ओळखतो तो पुरुष खरा ज्ञानी होय व तोच 'युक्त' म्हणजे कर्मयोग आचरणारा – योगयुक्त होय.

कर्मयोग मोक्षाचे साधन – उपनिषदातील तात्त्विक विचारधारेवर विचार करता असे लक्षात येते की ईशावास्योपनिषदात 'ईशावास्यमिदं सर्वम्' म्हणजे जगात जे काही आहे ते परमेश्वराने अधिष्ठित करावे (म्हणजे माझे नव्हे, त्याचे आहे असे समजावे) व अशा निष्काम बुद्धीने कर्मे करून शंभर वर्षे जगावे म्हणजे कर्माचा तुला लेप लागणार नाही. (ईशावास्य १ ब २). असे सांगून प्रवृत्तिपर असा निष्काम कर्मयोगाचा मार्ग सांगितला आहे. याउलट, इतर मुण्डक, बृहद्वारण्यकोपनिषदात कर्मसंन्यास करून, ज्ञानाची कास धरावी व मोक्ष मिळवावा अशी वचने आली आहेत. गीतेत या सर्व तात्त्विक विवेचनाचे सार जणू सांगताना असा स्पष्ट निर्वाळा दिला आहे की सांख्यमार्ग (कर्मसंन्यास करून ज्ञानमार्गाने मोक्ष मिळवणे) व योगमार्ग (निष्काम कर्मयोग आचरून मोक्ष मिळवणे) हे दोन्ही मोक्षदायी असले तरी या दोहोत कर्मयोगाची मातब्बरी किंवा योग्यता विशेष आहे.

तयोस्तु कर्मसंन्यासात्कर्मयोगो विशिष्यते । (गीता ५.२)

शास्त्रात सांगितलेली नित्य, नैमित्यिक कर्मे करा; काम्य व निषिद्ध या दोन गटातील कर्मे करू नका कारण त्यामुळे लेप लागेल व एवढे केले म्हणजे तुमची 'चित्तशुद्धी' होईल

व कर्माच्या आचरणातून ही एवढीच उपलब्धी होते, पुढे ज्ञानाचीच कास धरावी लागते. अशी पूर्वीची विचारसरणी होती. पण महाभारत व गीतेतून अगदी मुळात जाऊन यावर विचार केला गेला व कर्मयोगाचा समग्र ऊहापोह करून ती एक स्वतंत्र निष्ठा असल्याचे अत्यंत हितावह असे प्रतिपादन त्यात केलेले आहे. कर्मयोगाचा मुख्य गाभा 'साम्यबुद्धी' हा आहे. कर्मयोग आचरताना बुद्धी हळूहळू शुद्ध होत जाते; चित्त तर शुद्ध होतेच पण इंद्रिय निग्रहाचा झटून प्रयत्न करावा लागतो. स्वार्थबुद्धी, अहंकार यांचा त्याग करावा लागतो, सद्‌गुण अंगी बाणवावे लागतात, जे जे कर्म हातून घडते ते ईश्वरार्पण बुद्धीने करावे लागते. म्हणजे मनुष्य, प्रिय-अप्रिय, सुख-दुःख, यशापयश, लाभालाभ यांच्याकडे सारखेपणाने पाहू शकतो. कर्मयोग आचरणारा योगी किंवा साधक अंर्तबाह्य बदलून जातो. अशा व्यक्तीने कर्मे केली तरी ती शुभकर्मेच असतात. परकल्याणाच्या भावनेने ज्याचे हृदय भरून गेले आहे त्याची कर्मे सात्त्विकच असणार. अशी ही सात्त्विक योगारूढ व्यक्ती मोक्षाला पात्र कशी बरे होणार नाही?

गीतेच्या अठराव्या अध्यायात कर्माचे सात्त्विक, राजस व तामस असे जे तीन भेद आहेत त्यांचे फार सुंदर स्पष्टीकरण आले आहे.

नियतं संगरहितमरागद्वेषतः कृतम् ।
अफलप्रेप्सुना कर्म यत्तत्सात्त्विकमुच्यते ॥ (गीता १८,२३)

फलप्राप्तीची इच्छा न धरणारा पुरुष, प्रीती किंवा द्वेष मनात न ठेवता, आसक्ती सोडून कर्तव्यरूपी नेमलेले जे कर्म करतो, ते सात्त्विक म्हटले आहे. ही व्याख्या निष्कामकर्म म्हणून ज्याला म्हटले आहे त्याचेच पुनः स्पष्टीकरण होय. हेच कर्म उत्तम आहे व हे नैतिकदृष्ट्या शुद्ध व बंधकत्वरहित असे कर्म होय. आपण रोजच्या व्यवहारात कळत नकळत एवढे शुद्ध दर्जाचे व स्वार्थाचा लवलेश नसलेले कर्म करू शकत नाही. आपली कर्मे सामान्यतः राजस या प्रकारातील असतात. पण म्हणूनच गीताकारांचा असा उपदेश आहे की, राजसातून मन वर काढा व प्रपंचातील गोष्टींचा हव्यास सोडून प्रत्येक कर्म एक कर्तव्य म्हणून पार पाडा. राजस कर्मामागे कुठलीतरी कामना असते, आज हे मिळविले उद्या ते मिळवायचे असा हव्यास असतो, तसेच अहंकारही त्यात असतो. असे कर्म मनाला प्रपंचात अधिकाधिक गुंतवीत जाते आणि तामस कर्म तर, आपल्या हातून मोहाने, अज्ञानाने, दुष्ट व अनीतीचे कर्म घडल्याने आपल्याला अधोगतीस नेते. दहशतवादी, अत्याचारी मोहवशात केलेले गुन्हेगारी कृत्य या सदरात मोडते व त्याचे परिणाम भयंकर होतात. गोंदवलेकर महाराजांनी त्यांच्या प्रवचनात 'निष्कामतेविषयी' मार्गदर्शन केले आहे. (प्रवचने पृ. १२२). ते म्हणतात, कोणत्याही कृतीला वास्तविक मोल तिच्या हेतूवरून येते. मनामध्ये प्रापंचिक हेतू ठेवून भगवंतांच्या नावाने एकादशीचा उपवास

केला तरी त्याचा काही उपयोग नाही. भगवंताचे लक्ष आपल्या देहापेक्षा मनाकडे असते. माणसाने केलेला उपवास निष्काम असून तो केवळ भगवंताच्या स्मरणात रहावे म्हणून केलेला असला तर फारच उत्तम आहे. निष्काम कर्माचे फार फार महत्त्व आहे. भगवंतासाठी भगवंत हवा. अशी आपली वृत्ती असावी.

नकुलाचा दृष्टान्त – सामान्य लोकांच्या मनात नेहमी असा विचार येतो की, धनिकांना मोठा दानधर्म किंवा परोपकाराची कामे करण्याची जास्त संधी मिळते याउलट गरीब तेवढे करू शकत नसल्याने ते कमी प्रमाणात पुण्य मिळवू शकतात. पण असा जर विचार केला तर श्रीमंत लोक संपत्तीच्या शक्तीमुळे कायम अधिक पुण्यवान व नीतिमान ठरतील. एखाद्या चांगल्या कर्माचीदेखील नैतिक व धार्मिक किंमत कशावरून ठरवायची? कर्त्याची बुद्धी (त्या कर्माच्या बुडाशी असलेली) किती शुद्ध आहे, त्याचा स्वार्थत्याग किती मोठा आहे – या गोष्टीवर ती किंमत ठरत असते; केवळ बाह्यतः एक कोटी खर्च केला म्हणजे तो श्रेष्ठ झाला असे नव्हे. महाभारतात एका मुगुंसाची गोष्ट या संदर्भात सांगितली आहे व त्या विवेचनात म्हटले आहे –

सहस्रशक्तिश्च शतं शतशक्तिर्दशापिच ।
दद्यादपश्च यः शक्त्या सर्वतुल्यफलाः स्मृताः (महा.१४.९३.७१)

हजारवाल्याने शंभर, शंभरवाल्याने दहा किंवा कोणी यथाशक्ती थोडे पाणीही दिले तरी ते सर्व सारख्याच योग्यतेचे आहे. युधिष्ठिराने अश्वमेध यज्ञ पार पाडला. त्यात लाखो लोक भोजनाने व देणग्यांनी तृप्त झाले – लोक राजाची तोंडभरून प्रशंसा करू लागले. तेव्हा तेथे एक दिव्य मुंगुस आला व त्याने ही स्तुती फुकट असल्याचे सर्वांना ठणकावले. त्याने एका ब्राह्मणाच्या अतिथी यज्ञाचे उदाहरण देऊन युधिष्ठिराच्या यज्ञाची योग्यता त्याच्या तुलनेने कमी आहे असे सांगितले. शेतातील दाणे वेचून निर्वाह करणारा एक ब्राह्मण होता; अत्यंत धर्मशील व कर्तव्यदक्ष. आपण व बायकापोरे कित्येक दिवस उपाशी असतानाही, ऐन जेवायच्यावेळी आलेल्या भुकेलेल्या अतिथीला त्याने आपल्या कुटुंबीयांच्या पुढचे सगळे सत्तूचे अन्न त्याला देऊन टाकले व असा अतिथियज्ञ केला. त्या तेथल्या उष्ट्यात हा मुंगुस लोळला, त्याचे तोंड व अर्धे अंग सोन्याचे झाले. तो मुंगुस युधिष्ठिराच्या भल्यामोठ्या अश्वमेधाच्या मंडपातील उष्ट्यात लोळला पण त्याचे उरलेले अर्धे अंग काही सोन्याचे झाले नाही. अतिथीच्या उष्ट्यात लोळल्याने मात्र त्याचे अर्धे अंग सोन्याचे झाले होते. किती मोठ्या प्रमाणावर व किती मोठ्या संख्येने लोक तृप्त झाले यावर त्या कर्माचे नैतिक मूल्य ठरविता येणार नाही. त्या दरिद्री ब्राह्मणाने कित्येक दिवस उपाशी राहूनही आपल्या जवळचे सर्व अन्न अर्पण करून त्या अतिथीचे प्राण वाचविले व मोठा स्वार्थत्याग केला. यावरून त्या ब्राह्मणाची शुद्धबुद्धी अधिक व्यक्त

होते. शुद्धबुद्धीची खरी परीक्षा संकटकाळीच होत असते. कर्म लहान असणे, गरिबाने केलेले असले तरी त्याचे नैतिकमूल्य अधिक असू शकते. कर्माचे धार्मिक व नैतिकदृष्ट्या मूल्य ठरविण्यातील बारकावा महाभारतकारांनी असा या कथेद्वारे उलगडून दाखवला आहे. परमेश्वर किती लाखाची देणगी दिली किंवा किती देवळे बांधली हे पहात नाही, त्या श्रीमंत भक्ताच्या मनात असलेली भक्ती किती खरी उत्कट आहे, त्या भक्ताची बुद्धी किती शुद्ध, सात्त्विक आहे हे तो पाहतो.

भगवंताने कर्मयोगाच्या ह्या मार्मिक विवेचनातून अर्जुनाच्या मनावर बिंबवले की, तू विचार कर; तू कोणत्या बुद्धीने युद्ध करण्यास उभा राहिला आहेस हा मुख्य प्रश्न आहे. तुझी बुद्धी जर स्थितप्रज्ञाप्रमाणे असेल तर त्या शुद्ध व पवित्र बुद्धीने आपले कर्तव्य करीत असता भीष्म किंवा द्रोण मेले तरी त्याचे पाप तुला लागणार नाही.

कर्मबंधातून सुटण्यासाठी माणसाने स्वतःच विवेकशक्तीचा वापर करून सत्कर्माचे आचरण केले पाहिजे. मनुष्याला जी विवेकशक्ती दिली आहे, तिच्या आधारे तो आपली उन्नती करू शकतो. माणसाला या जन्मात जी दुःखे भोगावी लागतात, शारीरिक व्याधी किंवा संकटपरंपरा सहन करावी लागते त्याला कारण त्याची स्वतःची पूर्वजन्माची कर्मे होत. परमेश्वर त्याच्या या स्थितीला कारणीभूत नाही.

उद्धरेदात्मनात्मानं नात्मानमवसादयेत् ।
आत्मैव ह्यात्मनो बंधुरात्मैव रिपुरात्मनः ।। (गीता ६.५)

आपणच आपल्या स्वतःचा बंधु (हितकर्ता) व आपणच आपला शत्रू (नाशकर्ता) आहोत. मागील कर्माची फले चांगली अथवा वाईट भोगत असताना आपण या जन्मात तरी बुद्धी शुद्ध करीत न्यावी व हातून चांगले कर्म होईल तेवढे करावे. हाच आत्मोद्धाराचा मार्ग होय.

नादत्ते कस्यचि् पापं न चैव सुकृतं विभुः (गीता ५.१५)

परमेश्वर (विभुः) कोणाचे पाप अथवा कोणाचे पुण्य घेत नाही. तो लोकांची कर्मे, त्यांचे कर्तृत्व निर्माण करीत नाही. पाप पुण्यात्मक फले आपणच आपल्या कर्मानेे निर्माण करीत असतो. म्हणून रोजचे व्यवहारातले आचरण करतानाही जागरूक राहून आपल्या हातून नीतीच्या दृष्टीने काही गैर घडत नाही ना हे पाहिले पाहिजे. धर्म आणि नीतीच्या चौकटीत राहून आपापले नोकरी क्षेत्रातले, कोर्टकचेरीतले, उद्योग व्यवसायातले तसेच सांसारिक बाबीतले, सर्व काम केले पाहिजे. नीतीमत्तेचे उल्लंघन करून कुठलेही काम आपण केले तर ते पातक ठरत असल्याने त्याचे दुःखरूपी फळ भोगल्याविना त्या कर्माचा क्षय होणार नाही. तात्कालिन स्वार्थापोटी माणसे जेव्हा नीती सोडून वागतात, सचोटीचा त्याग करतात, लाच घेतात किंवा दुसऱ्याची फसवणूक करून पैसे मिळवतात किंवा

दुसऱ्याच्या अज्ञानाचा फायदा घेऊन त्याला लुबाडतात, तेव्हा त्यांच्या हे लक्षात येत नाही की ह्या वाईट कृत्यांमुळे पुढे आपले भविष्य (या जन्मीचे किंवा पुढील जन्मातले) अंधकारमय होणार आहे. बुद्धीभोवतालच्या मोहजालामुळे माणूस अगदी सुशिक्षित देखील, सारख्या चुका करीत वाटचाल करतो आणि 'कळतं पण वळत नाही' असं सांगत संसार चक्रात गुरफटलेला राहातो. बुद्धीची साम्यावस्था कशी संपादन करावी, आपली बुद्धी कशी शुद्ध करावी याचा तळमळीने विचार केल्याशिवाय माणसाला खरा मार्ग सापडणार नाही. आपण शुद्ध बुद्धीने व सात्त्विक अशा मानसिकतेने कर्म केले, आपले सर्व व्यवहार केले तर परमार्थात पुढील पायऱ्या गाठता येतील. कर्मातील वाईटपणा किंवा लेप काढणे म्हणजे कर्त्याने आपली बुद्धी किंवा मन शुद्ध ठेवणे होय. बुद्धी शुद्ध व सात्त्विक करण्यासाठी इंद्रियनिग्रह करावा लागतो. इंद्रिय निग्रह म्हणजे पर्यायाने मनोव्यापाराचाही निग्रह, तो ध्यानयोगाने साध्य होतो. म्हणून सहाव्या अध्यायात ध्यानयोगाचा अभ्यास कसा करावा, त्यासाठी योग्य आहार, स्थल, योग्य आसन इत्यादींविषयी मार्गदर्शन केलेले आहे. (गीता ६.२५). इंद्रियनिग्रहाचा अभ्यास चांगला झाला की, हळूहळू बुद्धी शुद्ध होऊ लागते. इंद्रियनिग्रहाच्या अभ्यासाबरोबर कर्मयोगही प्रत्येकाने यधाशक्ती आचरिला पाहिजे म्हणजे क्रमाक्रमाने त्याला सिद्धी प्राप्त करून घेता येईल. समत्वाने सर्वत्र पाहू शकणाऱ्या साधकाला परमगती प्राप्त होते हे गीतेत खालील श्लोकात स्पष्ट केले आहे.

समं पश्यन्हि सर्वत्र समवस्थितमीश्वरम् ।
न हिनस्त्यात्मनात्मानं ततो याति परां गतिम् ।। (गीता १३.२८)

(क्रमशः)

लेखांक : पंचावन्नवा

संचित, प्रारब्ध व क्रियमाण

कर्मसिद्धांताचा विचार करताना आपल्या हे लक्षात येते की, कर्माचे रहाटगाडगे या जगात अविरत चालू असते व प्रत्येक व्यक्तीला अगदी शेवटच्या श्वासापर्यंत काही तरी काम करावेच लागते. कोणी राजकुलात जन्मतो, कोणी दरिद्री बनून दुःखेच भोगत राहतो याला आपण स्वतःच जबाबदार असतो असे कर्मवादावरून स्पष्ट होते. परमेश्वर जरी जगन्नियंता असला, कर्माध्यक्ष असला तरी तो आपल्याला सुखी किंवा दुःखी, यशस्वी किंवा अपयशी करीत नाही. आपल्या हातून पूर्वी जे कर्म घडले आहे त्याचे फलस्वरूप आपल्याला हे अनुभव येत असतात. परमेश्वर त्यात हात घालीत नाही किंवा ढवळाढवळ करीत नाही. सर्व सृष्टी परमेश्वराच्या इच्छेप्रमाणे चालत आहे व त्या अर्थाने कर्माची फले देणाराही परमेश्वरच असणार याबद्दल शंका नाही. पण परमेश्वर त्या त्या कर्माची फले नेमून देतो आणि त्याप्रमाणे ती माणसाला प्राप्त होतात. पण ती फले, त्यांचे स्वरूप, माणसाच्या चांगल्या-वाईट कर्मानुसारच ठरविले जाते हे लक्षात घेतले पाहिजे.

लभते च ततः कामान्मयैव विहितान् हि तान् ।। (गीता ७.२२)

''मीच नेमून दिलेले (विहितान्) फळ मनुष्याला प्राप्त होते. परमेश्वर नियंत्रक असल्याने मनुष्याच्या कर्माची सुख-दुःख रूप फळे मनुष्याला तोच देतो. पण ही फळे शेवटी कशाच्या आधारे तो देतो? तर त्या त्या व्यक्तीचे जसे (शुभ-अशुभ किंवा सत्कर्म-दुष्कर्म) कर्म असेल त्याप्रमाणे तो देतो. आपण चांगले अथवा वाईट कोणते कर्म करावे हे स्वतः कर्ता म्हणजे आपणच ठरवीत असतो. परमेश्वर ती कर्मे निर्मित नाही किंवा त्याविषयी प्रेरणा देत नाही. तो न्यायाधीशासारखा उदासीन असतो. म्हणूनच गीतेत म्हटले आहे.

न कर्तृत्वं न कर्माणि लोकस्य सृजति प्रभुः ।
न कर्मफलसंयोगं स्वभावस्तु प्रवर्तते ।। (गीता ५.१४)

परमेश्वर कोणाचे कर्तेपण निर्माण करीत नाही किंवा कर्मेही निर्माण करीत नाही. त्याला कोणी प्रिय नाही किंवा तो कोणाचा तिरस्कारही करीत नाही. तो 'अंशरूपाने'

प्रत्येकाच्या हृदयात वसत आहे. तो भेदभाव, पक्षपात करणारा नाही. 'समः सर्वेषु भूतेषु' म्हणजे तो सर्वांना सम आहे. आयुष्यात मानवाला त्याच्या कर्मानुसार सर्व काही प्राप्त होत असल्याने व त्याचे भाग्यही कर्मच ठरवत असल्याने प्रत्येक सुजाण व्यक्तीने चांगली, शुद्ध, स्वार्थहीन अशी कर्मे कशी करता येतील, यावर लक्ष केंद्रित केले पाहिजे. 'करावे तसे भरावे' ही म्हण तोंडी असली तरी ती ओठावरच राहाते, तिचे मर्म मनापर्यंत पोहोचत नाही. विज्ञानाचा पगडा वाढत असल्याने म्हणा किंवा कलियुगाचा परिणाम म्हणा - आज धर्म व नीतिमूल्यांवरील श्रद्धा शिथिल होत चालली आहे. कर्मकाण्डाचा बारीक-सारीक अंश पार पडला की झाले आपले धर्मकर्तव्य अशी चुकीची भावना बळावत चालली आहे. हात ओले झाल्याशिवाय काम करून न देणे, दुसऱ्याच्या अज्ञानाचा फायदा उठवून पैसा कमविणे, खोटे बोलून किंवा खोटी कागदपत्रे बनवून दुसऱ्याला लुबाडणे, पैसे देऊन खोटी पदवी विकत घेणे, व्यापारात सचोटी सोडून भरमसाठ नफा कमविणे, पैसे घेऊन विद्यार्थ्यांचे निकाल बदलणे - असे अनेक गैरप्रकार समाजात जाणते लोक सर्रास करीत आहेत, त्यावरून असे वाटते की समाजात नीतिनियमांची जाणीव पूर्ण लोप पावत चालली आहे. त्याचा संबंध धर्माशी आहे व हे गैरवर्तन म्हणजे लहानशी चूक नसून, हे 'पातक' आहे व त्याची परतफेड आपल्याला करावीच लागेल असे कोणालाच वाटत नाही. आपल्या गैर किंवा अनीतीच्या व्यवहारांची शिक्षा ईश्वराच्या कोर्टाकडून मिळाल्याशिवाय राहणार नाही अशी जाणीव कोणालाही दिसत नाही. वास्तविक हे गैरवर्तन म्हणजे ज्याला आपण खरा 'मानवधर्म' म्हणतो त्याचा उघड उघड भंग करण्यासारखेच आहे. एक गोष्ट आपण पूर्णपणे आपल्या हृदयात खोलवर रुजविली पाहिजे की, नीतिनियमांच्या खांबावर परमार्थाची व आत्मकल्याणाची इमारत उभी आहे. जीवन जगण्यासाठी पैशांची आवश्यकता आहे पण तो नीतीच्या रास्त मार्गानेच मिळविला पाहिजे व त्याला जीवनमूल्याचे स्थान देता कामा नये. श्री. गोंदवलेकर महाराज म्हणतात - "पैसा टाकून देऊ नका, पण पैशांच्या प्रेमातही राहू नका. पैसा काही आयुष्याचे सर्वस्व नव्हे किंवा सर्वश्रेष्ठ ध्येय नव्हे. व्यवहारामध्ये जीवनाला पैसा आवश्यक आहे आणि तो नीतीने वागून आपल्या पोटापुरता कमावणे जरूर आहे." (प्रवचने पृ. २५१).

कर्मांचे विविध भेद

मनुस्मृतीत सत्कर्म व दुष्कर्म असे मुख्य भेद सांगून वाईट कर्मांचे कायिक, वाचिक व मानसिक असे तीन प्रकार स्पष्ट केले आहेत. दुसऱ्या पद्धतीनेही कर्मांचे विभाग पाडलेले दिसतात; ते म्हणजे सात्त्विक, राजस व तामस कर्मे! गीतेत अठराव्या अध्यायात (२३ ते २५ श्लोक) सात्त्विक, राजस व तामस या कर्मांचे विवेचन आले असून त्याचा सारांश १)

आसक्तिविरहित निष्काम बुद्धीने केलेले उत्तम कर्म २) फलाशेची इच्छा धरून केलेले व अहंकारयुक्त असे कर्म ३) मोहाने व अज्ञानाने केलेले व अधोगतीला नेणारे नीचकर्म असा मांडता येईल. ह्या तीन कर्मांची लक्षणे मागील लेखात आलेली आहेत. पण कर्माचा मोक्षशास्त्रदृष्ट्या जो विभाग सांगितला आहे त्याचे स्वरूप संक्षेपाने पाहू या. शास्त्रात बहुचर्चित असे कर्माचे तीन प्रकार म्हणजे - १) संचित २) प्रारब्ध व ३) क्रियमाण. संचित म्हणजे आपल्या नावावर असलेला आजपर्यंतच्या कर्माचा साठा. कर्म करून संपल्यावर त्याचे परिणाम जरी आपल्याला अदृश्य असले तरी ते शिल्लक राहतात. त्यांनाच 'अदृष्ट' किंवा 'अपूर्व' अशी संज्ञा आहे. हे आपल्या कर्माचे परिणाम एकदम भोगणे शक्य नाही. म्हणून त्यातला (संचितातला) काही भाग वेगळा काढून - ती कर्मफळे भोगून संपविण्याकरिता आपण जन्म घेतो व या भागाला 'प्रारब्ध-कर्म' अशी संज्ञा आहे. आता या जन्मात जी कर्मे हातून घडत आहेत त्यांचेही परिणाम भविष्यात केव्हातरी भोगावयाचे आहेतच. जेव्हा हा आणखी एक कर्मांचा गठ्ठा तयार होतो त्याला 'क्रियमाण' हे नाव आहे. प्रारब्ध कर्म, संचित कर्माच्या साठ्यातून काढून घेतल्यानंतर जे कर्म उरते, त्याला शास्त्रात 'अनारब्धकार्य' असे म्हणतात व क्रियमाणकर्म त्यात जाऊन पडते. अनारब्ध कर्माची फळे अजून कर्त्याला भोगावयाची राहिलेली असतात. प्रारब्ध याचा अर्थ 'भोगायला घेतलेल्या कर्माची फळे' असा असल्याने प्रारब्ध म्हणजे आपली या जन्माची पत्रिकाच म्हटली पाहिजे. त्यात जे असेल त्याप्रमाणे आपल्याला सुख किंवा दुःख किंवा शारीरिक पीडा, दारिद्र्य भोगावे लागेल. प्रारब्धाच्या स्वरूपानुसार आपल्याला सच्छील, श्रेष्ठ किंवा अज्ञानी, दुर्वर्तनी कुटुंबात जन्म मिळतो. एखादा मनुष्य अल्पायुषी ठरतो किंवा एखादा अपंग होतो, कोणी श्रीमंत, कोणी राजकुलात जन्मतो - हे सर्व प्रारब्धावर अवलंबून असते. प्रारब्धाप्रमाणे आपल्याला चांगला, वाईट काळ भले येवो - पण आपण त्याने विचलित किंवा खचून न जाता चांगली भावना ठेवून, चांगलीच कर्मे करीत राहिले पाहिजे म्हणजे आपल्याला आत्मकल्याण साधेल! कर्माची फळे भोगूनच प्रारब्ध कर्माचा क्षय होतो, असा सिद्धान्त आहे. पण हे कुणालाही सांगता येणार नाही. पण मिळालेल्या बहुमोल मनुष्य जन्माचं आपण जर सोनं केलं, इंद्रियनिग्रह करून ईश्वरप्राप्तीसाठी तळमळीने साधना केली, तुकोबारायांप्रमाणे देवाशी समर्पणबुद्धीने एकरूप झालो व जर आपल्याला साक्षात्कार म्हणजेच ईश्वर-प्राप्ती झाली तर मात्र आपली पूर्वीची सर्व संचित कर्मे जळून भस्म होतील. गीतेत याचा उल्लेख असा आहे -

ज्ञानाग्निः सर्व कर्माणि भस्मसात्कुरुतेऽर्जुन ।। (गीता ४.३७)

ज्ञानरूप अग्नीने म्हणजे ब्रह्मज्ञान झाल्यामुळे त्या मुक्ती मिळालेल्या साधकाची सर्व कर्मे नष्ट होतात. कर्मच उरलेले नसल्याने त्याला जन्म घ्यावा लागत नाही. तो अमर

होतो. प्रारब्धाप्रमाणे जीवनात चढ-उतार होत असल्याने त्या प्रारब्धाला कसे तोंड द्यायचे व सन्मार्गावर राहायचे यासंबंधी श्री गोंदवलेकर महाराजांनी उत्तम दिग्दर्शन केले आहे. ''प्रारब्धाचे भोग कुणालाही टळत नाहीत. प्रारब्धाचा संबंध देहापर्यंतच असतो, मनाशी नाही. देहास सुख-दुःख प्रारब्धाने मिळते. दुःख कोणालाही नको आहे, पण ते येते. सुखाचेही तसेच आहे. आपल्या प्रारब्धाने आलेल्या बऱ्यावाईट गोष्टी देहाने भोगाव्या आणि मनाने भगवंताचे स्मरण ठेवावे.'' (प्रवचने पृ. २६०).

भक्तिचा धोपट मार्ग

कर्मयोग जो आचरावयाचा तो ईश्वरसाक्षात्कारासाठीच असल्याने व त्यासाठी साम्यबुद्धी आत्मसात करणे गरजेचे असल्याने, गीतेत सांगितले आहे की, साधकाने कर्मे परब्रह्माला म्हणजे परमात्म्याला अर्पण करावी (गीता ५.१० व ९.२७). याचाच अर्थ ईश्वराचे चिंतन व भक्ती करीत कर्मयोग आचरावयाचा आहे. सांख्यमार्ग हा ज्ञानाने व योगसाधनेने मुक्ती मिळविण्याचा मार्ग आहे. पण ह्या मार्गात क्लेश जास्त आहेत. या मार्गात निर्गुण, निराकार, अव्यक्त व इंद्रियातीत अशा परब्रह्माची उपासना करतात. ह्या निर्गुण स्वरूपी परमतत्त्वाचे, मनाच्या व वाणीच्या पलीकडे असणाऱ्या सच्चिदानंदाचे, बुद्धीने आकलन करून, त्याचा अनुभव घेणे हे मोठमोठ्या ज्ञानी पुरुषांनाही फार कठीण होते तर मग जगातल्या सुमार बुद्धीच्या सामान्यजनांना ते कसे कळावे? आश्चर्यचकित होऊन त्याचे वर्णन करणारे पुष्कळ आहेत पण तो सर्वांचा आत्मा कोणाला कळत नाही असे गीतेतही वर्णन आहे. (गीता २.२९). या अगम्य ब्रह्माबद्दल श्रुतीत एक कथा आहे. ''महाराज मला ब्रह्म काय ते समजावून सांगाल का?'' असा बाष्कलीने बाह्वास प्रश्न विचारला. बाह्व त्यावर काही बोलला नाही. बाष्कलीने पुन्हा दोनदा विचारले. बाह्व तरी काही सांगेना. अखेरीस आणखी तेच विचारल्यावर बाह्व म्हणाला, ''अरे, मी तुझ्या प्रश्नाचे उत्तर सारखे देत आहे. ते तुला कळत नाही, याला मी काय करू? ब्रह्मस्वरूप कोणत्याही प्रकारे सांगता येत नाही; म्हणून गप्प बसणे हेच ब्रह्म लक्षण आहे.'' असे हे अनिर्वाच्य, अचिंत्य परब्रह्म सामान्य मनुष्याने ओळखावे कसे व तद्द्वारा साम्यावस्था प्राप्त होऊन सद्गती तरी कशी मिळावी? अशा अचिंत्य, निर्गुण परमेश्वराचे आकलन होण्याकरिता सामान्यांसाठी दुसराही एक साधा मार्ग आहे आणि तो आहे भक्तीचा. उपनिषदांतूनही ब्रह्म जाणण्यासाठी प्राण, मन, वाचा व सूर्य अशांसारखी काही अव्यक्त व काही व्यक्त प्रतीकांची आराधना करण्याचे सांगितले आहे. मानवी मन चंचल, अस्थिर असल्याने निर्गुण व अव्यक्त अशा तत्त्वावर स्थिर होणे फार कठीण आहे. इंद्रिय-गोचर, सगुण रूपावर मात्र ते स्थिर राहून तल्लीन होऊ शकते. म्हणूनच भक्तीकरिता सगुण,

मनुष्यदेहधारी असे त्या श्रेष्ठ परमेश्वराचे रूप उपासनेसाठी घ्यावे लागते व त्या मूर्तीची प्रेमाने, तळमळीने, चिंतन, अर्चन, आळवणी करून ईश्वराशी एकरूप व्हावे लागते. भक्तिमार्गात व्यक्तोपासना आहे; उपास्य दैवत साक्षात् प्रत्यक्ष असे असते. इंद्रियांना अव्यक्त नसते, शिवाय ज्ञानमार्गाप्रमाणे श्रुतिज्ञान मिळविणे इत्यादी पूर्वतयारीही काही नसते. कोणालाही हा मार्ग आचरण्याचा अधिकार असतो व हा भक्तिमार्ग अनुसरण्याला अत्यंत सुलभ असा आहे. ईश्वराचे नामस्मरण कुठल्याही क्षणी, कुठल्याही अवस्थेत, कुठल्याही ठिकाणी, कुठल्याही वयात व कोणत्याही व्यक्तीने करावे. ही सोपी आराधना भक्तवत्सल परमेश्वराच्या चरणी रुजू होते; फक्त मुखात नाम असताना साधकाच्या हृदयात 'राम' तरळत असला पाहिजे. ज्ञानमार्ग व भक्तिमार्ग या दोहोतही एकाच परमेश्वराची प्राप्ती होते व एकच साम्यबुद्धी आत्मसात होते; म्हणजेच काय की, आपापल्या अधिकाराप्रमाणे मोक्षरूपी माडीवर जाण्यासाठी हे दोन वेगवेगळे जिने आहेत. भगवंताने गीतेत भक्तीमार्गाची प्रशंसा केली आहे. या मार्गाला सर्व मार्गातला राज (श्रेष्ठ) मार्ग म्हटले आहे.

राजविद्या राजगुह्यं पवित्रमिदमुत्तमम् ।
प्रत्यक्षावगमं धर्म्यं सुसुखं कर्तुमव्ययम् ।। (गीता ९.२)

हा गुह्यविद्यांमध्ये श्रेष्ठ असून प्रत्यक्ष दिसणारा, उत्तम, पवित्र व आचरण्यास सुलभ असा आहे. गीतेत स्वतः श्रीकृष्ण सांगत आहेत की, मी क्षराक्षरांपलीकडचा पुरुषोत्तम असून मीच माता, पिता, मित्र, पती, धाता, भर्ता व अखेरचे आश्रयस्थान आहे. माझे मनापासून ध्यान कर, माझा भक्त हो, माझे सतत नामस्मरण कर. अर्जुना तू सर्व पापांतून मुक्त होशील. एखाद्या प्रेमळ पित्याने आपल्या मुलाला तळमळीने सद्विचार व सन्मार्गाची शिकवण द्यावी तसा हा गीतेतील करुणाघन परमपिता अर्जुनाद्वारे सर्व मानवांना मोठ्या मायेने आत्मकल्याणाचा व परमोच्च ध्येयसिद्धीचा मार्ग दाखवीत आहे. जो आपल्याप्रमाणे आपल्याशी बोलेल, आपल्यावर दया करील, आपले अपराध पोटात घालील, आपल्या सुख-दुःखाचा ज्याला कळवळा येईल आणि जो आपल्याला सद्गती देईल असाच सगुण ईश्वर भक्ताला हवा असणे स्वाभाविक आहे. राम, कृष्ण, शिव, विष्णू, गणेश अशा कुठल्याही देवतेची भक्ती केली तरी ती सर्व शक्तिमान, सर्वव्यापी, जगन्नियन्त्या परमेश्वरालाच पोहोचते. हा सर्व विश्व व्यापून पुन्हा उरणारा, अचिंत्य ईश्वर निर्गुण व अव्यक्त असूनही भक्तांसाठी लहान झाला आहे. तुकोबा म्हणतात –

हरि तुका म्हणजे अवघा एकला । परि हा धाकुला भक्तीसाठी ।।

जत्रेत आईबरोबर फिरत असताना आईचे धरलेले बोट (बालकाचे) सुटले तर ते बालक आईसाठी जसे व्याकूळ होते तसे भक्त आपल्या देवासाठी व्याकूळ होतात. ते

सतत ईश्वरात लीन असतात.

सततं कीर्तयन्तो मां यतन्तश्च दृढव्रताः ।

नमस्यन्तश्च मां भक्त्या नित्ययुक्ता उपासते ।। (गीता ९.१४)

दृढनिश्चयी भक्त निरन्तर माझ्या नामाचे व गुणांचे कीर्तन करीत असतात व प्रणामपूर्वक सतत माझी भक्ती करीत असतात. भागवतात सांगितले आहे की, भक्ती म्हणजे ईश्वरावर निर्हेतुक व निरतिशय प्रेम!

श्रवण कीर्तनं विष्णोः स्मरणं पादसेवनम् ।

अर्चनं वन्दनं दास्यं सख्यं आत्मनिवेदनम् ।। (भागवत ७.५.२३)

त्याचं स्मरण, त्याची चरणसेवा, दास्य, स्वतःची दुःख सांगून करुणा भाकणं इत्यादी भक्तीचे नऊ प्रकार जरी असले तरी आपल्या देवावर निर्हेतुक प्रेम ठेऊन वृत्ती तदाकार करणे हेच भक्तीचे सार होय. संतांनी सांगितल्याप्रमाणे देवाचे नाम सतत घेत राहाणे हाच सर्वसामान्यांसाठी चांगला मार्ग होय. असे असले तरी आजच्या धावपळीच्या जीवनात हा सोपा मार्ग अवलंबिण्यासही कुणाला फुरसत नाही. देवाविषयी निकडच वाटत नसल्याने विविध सबबी सांगितल्या जातात. आपण एकादशीचे व्रत भक्तीचे अंग म्हणून पाळतो. त्या दिवशी घराची साफसफाई, झाडझूड, बिले करणे यातच दुपार होते. नामस्मरण राहूनच जाते! रामकृष्ण परमहंसाकडे एका माणसाने आपली समस्या सांगितली, ''महाराज, देवाचं नाव घेण्यात मला गोडी वाटत नाही. असे का?'' ते म्हणाले, ''तू ईश्वराची प्रार्थना कर. देवा, तुझ्या नामस्मरणात मला आनंद वाटू दे, असे म्हण. देवाचं कुठलंही नाव घेऊन मनापासून प्रार्थना कर. मात्र, त्या नामाचा उच्चार रोज नियमित करीत जा. तुला हळूहळू गोडी वाटायला लागेल. आजारपणात तुम्हाला अन्नाची चव वाटत नाही. पण क्रमाक्रमाने ते तुम्हाला रूचकर वाटू लागते.'' (बोधकथा पृ.५१). गोंदवलेकर महाराजांनी त्यांच्या प्रवचनात सांगितले, ''एका बाईला सासरी नामस्मरण करणे कठीण जाई, कारण ते सासरच्यांना आवडत नसे.'' मी तिला सांगितले, ''लोणी चोरून खाण्याचा परिपाठ ठेवला तरी त्याचा परिणाम शरीरावर दिसतोच. तसे, नाम कुणाच्या नकळत घेतले तरी त्याचा उपयोग होतोच. म्हणून उघडपणे घेता आले नाही तरी ते गुप्तपणे घ्यावे आणि त्याप्रमाणे युक्तीने वागावे.'' (प्रवचने पृ.५०). याचा अर्थ असा की अडी अडचणीतसुद्धा नाम घेतच रहावे.

(क्रमशः)

लेखांक : छप्पन्नावा

अनन्य भक्ती

नारायणीयोपाख्यानात सांगितलेला 'सात्वत धर्म' हा स्वतः भगवंताने हरिगीतेत म्हणजेच भगवद्गीतेत सांगितला असा उल्लेख उपाख्यानातच आला आहे. हा सात्वतधर्म निष्कामयोगपर व अनन्यभक्तीवर आधारलेला आहे. सगळ्या सृष्टीचा नियन्ता, विश्वात्मा प्रभू नारायण हा अनन्यभक्ती करणाऱ्या साधकांनाच प्राप्त होऊ शकतो. नारायणाने स्वतःच आपल्या विविध अवतारांसंबंधी नारदमुनीस सविस्तर कल्पना देऊन श्रीकृष्णरूपाने आपण आठवा अवतार धारण करून पृथ्वीवरील दुष्टांचा भार कमी करू असे स्पष्ट केले आहे. महाभारतात भीष्मांनीही दुर्योधनाला बजावले आहे की, श्रीकृष्ण हा साक्षात् परमात्मा असून त्याच्या पक्षाचा युद्धात पराजय करणे सर्वथैव अशक्य आहे. शरपंजरी पडल्यावर शेवटच्या काही दिवसांत त्यांनी ध्यानस्थ होऊन श्रीकृष्णाचे दीर्घ असे स्तवन करून, सद्गती देण्याविषयी जी आळवणी केली आहे ती पाहता, ते जर्नादनाचे किती श्रेष्ठ भक्त होते, याची कल्पना येते. नारायणीय धर्म किंवा भागवतधर्म अशीही ह्या धर्माला नावे असून या नारायणप्रणीत धर्मात अर्थातच उपास्यदैवत विष्णू अथवा नारायण हेच होय. त्या सर्वश्रेष्ठ परमेश्वराचे देहधारीरूप म्हणजे कृष्ण असून त्यानेच गीतेच्या माध्यमाद्वारे व स्वतःच्या जीवनलीलांमधून खऱ्या सूक्ष्म धर्मतत्त्वांचा उपदेश केला आहे. मागील लेखात पाहिल्याप्रमाणे भक्तीचा मार्ग सर्वसामान्यांकरिता अत्यंत सोपा सोपान आहे. म्हणूनच तुकाराम, एकनाथ, ज्ञानेश्वर अशा थोर संतांनी या मार्गाचा प्रचार केला व समाजात सर्व थरांमध्ये व्यापकरीतीने पसरविला. या मार्गात चित्त एकाग्र करून आपल्या उपास्य दैवताचे नामस्मरण, त्याचा जप, त्याचे ध्यान करून त्याच्या चरणी लीन होण्याचा प्रयत्न, भक्त करीत असतो. ही आराधना करीत असताना भक्ताने आपल्या भक्तीला निष्काम कर्मयोगाची जोड दिली पाहिजे; आपल्या कौटुंबिक व सामाजिक कर्तव्य-कर्माकडे पाठ फिरविता कामा नये; ती आचरलीच पाहिजेत, पण ती निरपेक्ष बुद्धीने व अनासक्त मनाने आचरली पाहिजे. आपण जन्म घेतल्यावर आपली जी कर्तव्यकर्मे आपोआपच आपल्याशी निगडित होतात ती आपण केलीच पाहिजेत अन्यथा जगरहाटीत व सृष्टीक्रमात बाधा आल्याशिवाय

राहाणार नाही. वनपर्वात द्रौपदीने युधिष्ठिरास असे ऐकवले आहे की, 'कर्माखेरीज प्राणिमात्राचा (भूत) निर्वाह नाही.'

इच्छन्ति कर्मणा वृत्तिमवाप्तुं प्रेत्य चेह च॥ (महा.३३३.५)

समर्थ रामदासांचेही या संदर्भात वचन आहे की, सांसारिक कर्तव्यकर्मे सोडून परमार्थ करणे योग्य नव्हे.

प्रपंच सोडून परमार्थ केला । तरी अन्न मिळेना खायाला ॥

निष्कामकर्मामध्ये कर्त्याने कर्मामागे कुठलीही वासना किंवा फलाबद्दलची इच्छा, कुठलीतरी अपेक्षा ठेवता कामा नये. जसे कर्म निरपेक्ष असले पाहिजे तशीच साधकाची भक्तीही निरपेक्ष असली पाहिजे. भागवतधर्मात अभिप्रेत असलेला भक्तीचा जिना सोपा म्हटलेला असला तरी ही जी आसक्तिहीनता, निरपेक्षवृत्ती, मनाचे ठिकाणी आणावयाची आहे, त्या दृष्टीने ह्या जिन्याच्या पायऱ्या चढणे वाटते तितके सोपे नाही. अर्जुनाला उपदेश करताना भगवंताने निरपेक्ष बुद्धीने कर्तव्य कर व त्याचबरोबर भक्तियुक्त अंतःकरणाने 'माझेही सतत स्मरण ठेव' असे आठव्या अध्यायात सांगितले आहे.

तस्मात्सर्वेषु कालेषु मामनुस्मर युद्ध च।
मय्यर्पितमनोबुद्धिर्मामेवैष्यस्यसंशयम् ॥ (गीता ८.७)

ह्या सुंदर श्लोकाच्या शेवटच्या दोन चरणात जी समर्पणाची पद्धत सांगितली आहे ती भक्तिमार्गात सारभूत म्हणावी लागेल. 'हे अर्जुना तुझं मन आणि तुझी बुद्धी माझ्या ठिकाणी समर्पित करून ठेव – अशा आराधनेने तू मला येऊन मिळशील. परमेश्वराला सर्व काही समर्पित करावे, आपली कर्मे त्यांची फले, आपले सुख-दुःखाचे अनुभव, आपले कर्तेपण, आपले यश, आपली कीर्ती एवढेच नव्हे तर सगळं जीवनच त्याच्या स्वाधीन करून, त्याला अर्पण करून त्याच्या नामस्मरणाच्या छायेत जगावे,' असा अत्यंत मौलिक उपदेश परमेश्वराने साधकांना केला आहे.

भक्ती कशी करावी –

भक्ती ही मनापासून, बुद्धीपासून, नव्हे अगदी आत्म्यापासून केलेली असावी. जी भक्ती नारद, उद्धव, प्रह्लाद व कृष्णाशी तन्मय झालेल्या गोपींनी केली ती खरी भक्ती. गोपी कृष्णाच्या स्मरणात घरकाम विसरत, कृष्णाचा वेणूनाद ज्या दिशेने आला त्या दिशेकडे पाहात राहात. एवढेच नव्हे तर स्वतःलाही विसरून जाऊन कृष्ण, कृष्ण म्हणत तल्लीन होत. ह्या भक्तीलाच 'अनन्यभक्ती' म्हणतात. अन् अन्य दुसऱ्या कशाचीही मनाचे ठिकाणी जाणीव नसणे फक्त उपास्य कृष्णाचीच जाणीव असणे, ही भक्तीची श्रेष्ठ

अवस्था आहे. भक्त आपले सर्वस्व ईश्वराला अर्पण करून 'शरणागती' चा अवलंब करतात. त्या ईश्वरातच एकमेव आश्रय घेतात व त्याच्या आज्ञेत, दास्यात राहाण्यात सुख मानतात.

पुरुषः स परः पार्थ भक्त्या लभ्यस्त्वनन्यया ।
यस्यान्तःस्थानि भूतानि येन सर्वमिदं ततम् ।। (गीता ८.२२)

ह्या अशा अनन्यभक्तीनेच त्या परमपुरुषाची प्राप्ती होते. त्या परमपुरुषाच्या आत सर्व प्राणिमात्रांचा निवास असतो व त्यानीच ही सर्व बाह्य सृष्टी व्यापलेली आहे. सर्व काही ईश्वराचे आहे, त्याच्या सत्तेने चालले आहे, तोच सर्वांचा नियन्ता, कर्ता-करविता आहे अशी श्रद्धा मनात दृढ झाली की, मनुष्याच्या मनात 'मी हे केले, मी ते केले' ही जी कर्तृपणाची व ममत्वाची भावना असते ती कमी होऊन मनुष्य समर्पणाच्या भावनेने सर्व करू लागतो. गीता (९.२७). या श्लोकात हेच आवर्जून बिंबवले आहे की, भक्त जे जे करतो, जे अन्न खातो, जे तप करतो, जे दान वगैरे करतो ते सर्व त्याने ईश्वरार्पण बुद्धीने करावे. तोच ईश्वराच्या जवळ पोहोचण्याचा उत्कृष्ट मार्ग आहे. रामकृष्णांनी बोधकथेत एके ठिकाणी म्हटले आहे - ''प्रत्येक कार्य ईश्वराला अर्पण करण्याच्या भावनेने करीत गेलात तर तुमच्या हातून चूक व्हायची नाही. हाच कर्मयोग आहे आणि हाच भक्तियोग पण आहे.'' (बोधकथा पृ.९८).

द्रौपदीने, तिच्यावर भर राज्यसभेत संकट आले असता तिथे कृष्णाचा धावा केला; तिने भक्तवत्सल, सर्व अनाथांच्या नाथाला कृष्णाला आळवले, त्याला शरणागत होऊन रक्षणासाठी प्रार्थना केली. ईश्वराने तिला एका पाठोपाठ एक वस्त्र पुरवून, तिला संकटातून मुक्त केले. रामकृष्णांनी असे स्पष्ट केले आहे की, ईश्वराची कृपा प्राप्त होण्यास जर कशाची आडकाठी होत असेल तर ती आपल्यातील 'मी' व 'माझे' पणाच्या भावनेची होय. जोपर्यंत आपण अहंकारापासून मुक्त होत नाही, तोपर्यंत आपण ईश्वरापासून दूरच राहातो. आपल्याला ईश्वरप्राप्तीची खरोखर ओढ लागली असेल तर आपण ईश्वरालाच शरण गेलें पाहिजे व त्याच्या चरणी लीन होऊन शुद्ध अंतःकरणाने आणि उत्कटतेने त्याची आराधना केली पाहिजे. त्याची मनोभावे प्रार्थना करून, ''देवा तुझ्या चरणांची भक्ती माझ्या मनात कायम बसू दे, मला दुसऱ्या कशाचीही अपेक्षा नाही, मला तुझा विसर कधीही पडू देऊ नको'' अशी कळकळीची मागणी केली पाहिजे. रामकृष्णांनी म्हटले आहे की, कलियुगाचा महिमा पाहून ईश्वर भक्तांना लवकर प्रसन्न होतो; कडक तपश्चर्येची गरज नाही. काही महिने तन्मयतेने ध्यान केले तरी पुरेसे आहे.

ईश्वराची कृपा व्हावी म्हणून आराधना करणारा भक्त कसा असावा? त्याला काही शिक्षण, प्रशस्तिपत्र किंवा अर्हता आवश्यक आहे काय? ज्ञानमार्गात

नित्यानित्यवस्तुविवेक, शमदमादि साधनसंपत्ती अशा काही गोष्टी साधकाजवळ असाव्यात असा संकेत आहे. अशा तऱ्हेची पूर्वतयारी असावी अशी अपेक्षा भक्तिमार्गात नाही. असे असले तरी मनात दुर्विचार व कृतीत दुराचरण असलेला अविवेकी मनुष्य साधक म्हणून पात्र होऊ शकत नाही. भगवद्‌भक्त व्हायचे असेल तर सर्वप्रथम ईश्वराविषयी दृढ श्रद्धा असायला हवी; अंगी दया, क्षमा असे सद्‌गुण बाणवायला हवेत; मनात वाईट चिंतन, दुर्भावना, वाईटाची आवड असता कामा नये; नीतीच्या व सत्याच्या मार्गाने त्याने चालले पाहिजे; कुणालाही वाचेने अथवा कृतीने पीडा देता कामा नये; आपली कर्तव्ये व आपले शील याविषयी दक्ष राहिले पाहिजे आणि विषयासक्ती कमी करून इंद्रिय-निग्रहाचा प्रयत्न केला पाहिजे. अशा मनःप्रवृत्तींनी युक्त असेच पुरुष 'वैष्णव जन' किंवा 'भागवत' म्हटले जाऊ शकतात. भगवंताची ओढ वाढत जाऊन, नामस्मरण अधिकाधिक होऊ लागते; तो नामस्मरणात गढून जातो; भजन, पूजन व ध्यान करतो आणि 'हाती काम व मुखी राम' अशी त्यांची अवस्था होते.

मच्चित्ता मद्‌गतप्राणा बोधयन्तः परस्परम् ।
कथयन्तश्च मां नित्यं तुष्यन्ति च रमन्ति च ।। (गीता १०.९)

गीताकार म्हणतात - माझे खरे भक्त परस्परांना माझ्याविषयी बोध देत, माझ्याविषयी सतत गुणगान करतात, माझ्यातच त्यांनी आपले प्राण समर्पित केलेले असतात व त्यांनी आपले चित्त माझ्यातच लीन केलेले असते; ते अशा आराधनेने संतुष्ट होतात व त्यातच रममाण झालेले असतात. जसं मुलांचं आईवर निर्व्याज प्रेम असतं तसंच या भक्तांचे आपल्या ईश्वरावर निरतिशय प्रेम असते; ईश्वरही अशा भक्तांच्या हाकेला धावून येतो व त्यांचं दुःख मातेच्या ममतेने दूर करतो आणि त्यांच्यावर कृपादृष्टी करून त्यांना मोक्षाप्रत नेतो. गीतेतील अध्याय १०-१० या श्लोकात जे सांगितले आहे की, ''जे माझे नित्य भक्त आहेत, माझ्याठायी समर्पित आहेत त्यांना मी बुद्धियोग देतो की ज्यामुळे त्यांना माझी प्राप्ती होते.'' यातील भावार्थही तोच आहे. स्वतः भगवन्त भक्तीने प्रसन्न झाल्यावर त्या भक्तांच्या बुद्धीत ज्ञानज्योत प्रज्वलित करतात व त्यायोगे त्यांना परमपदाला नेतात.

भागवतात भक्तीला 'निर्हेतुक व निरन्तर प्रेम' असे म्हटले आहे. निरन्तर म्हणजे अखंडपणे नामस्मरण अथवा ध्यान करणे होय. सकाळी उठून नाम घ्यायचे व नंतर एका आठवड्याने देवाची आठवण यायची याला 'निरंतर उपासना' म्हणत नाही. देवावरील हे प्रेम एखाद्या इच्छेच्या पूर्तीसाठी नसावे, ते प्रेम किंवा ती भक्ती भगवत्कृपेसाठी असावी. अखंड भक्तीसंदर्भात श्री गोंदवलेकर महाराजांनी फार सुंदर उदाहरण दिले आहे. हनुमन्ताने रामाला विचारले की, ''त्याने सीतेचा शोध घेताना तिला ओळखावे कसे?'' रामाने काही खुणा-सौंदर्य वगैरे सांगितल्या, पण मारुतीला त्या कळल्या नाहीत. तेव्हा प्रभू राम

म्हणाले, – ''तू एकच गोष्ट लक्षात ठेव की, जिथे तुला रामनामाचा सारखा ध्वनी ऐकू येईल तिथे ती आहे म्हणून समज.'' ही खूण हनुमानाला पटली. (प्रवचने पृ.२७०).

भक्तीचे साध्य कोणते? –

गीतेच्या विविध श्लोकांतून भक्तीमार्गाने जे अंतिम श्रेष्ठ उद्दिष्ट साध्य होते त्याचा उल्लेख 'सिद्धिं प्राप्नोति', 'परं स्थानमुपैति', 'मामुपैष्यसि' या वचनांनी केला असून त्या सर्वांचा अर्थ भगवत्प्राप्ती, परमानंदाची प्राप्ती, भगवंताचे परमधाम मिळविणे म्हणजेच 'मोक्ष मिळणे' हा होय. ज्ञानमार्गातदेखील 'ब्रह्मनिर्वाण', 'परमा शान्ति', 'ब्राह्मी स्थिती' मिळते म्हणजे मोक्षप्राप्ती होते असाच अर्थ आहे. हे दोन्ही मार्ग भिन्न असले तरी त्यांचे साध्य एकच आहे; 'परमेश्वराच्या अनुभवात्मक ज्ञानानेच अखेर मोक्ष मिळतो.' हा सिद्धांत दोन्ही मार्गात कायम राहतो. भक्तिमार्गात जरी सगुणोपासनेमुळे उपास्य देव व उपासक भक्त असे द्वैत असले तरी ते द्वैत साक्षात्कार घडला असता, नाहीसे होते व भक्त दिव्य रुपाचा होऊन दिव्य धामाला जातो. आत्मसाक्षात्कार होणे म्हणजेच ईश्वराचा साक्षात्कार होणे व ह्यालाच ईश्वराच्या दिव्य परमस्थानाला प्राप्त होणे म्हणतात. जीवात्मा भक्तीच्या मार्गाने पुढे जात असता शेवटी परमेश्वराच्या कृपेने त्याला परमेश्वराचे प्रत्यक्ष अनुभवात्मक ज्ञान होते व द्वैतबुद्धी सरून आपल्या मूळ स्वरूपाचे ज्ञान होते व तो मुक्ती मिळवितो. भक्तीने ईश्वरप्राप्ती झाल्यानंतर 'सर्वाभूती परमेश्वराचाच' अनुभव येत राहतो व 'वासुदेवः सर्वम्' (गीता ७.१९) अशीच प्रचिती येते व त्या मोक्षावस्थेत उपास्य, उपासक व उपासना हा विविध भेद पूर्णतः लोप पावतो. तुकाराम महाराज विठ्ठलमय झाल्यानंतर म्हणतात –

गोडपणे जैसा गूळ । तैसा देव जाला सकळ ।
आतां भजों कोणें परी । देव सबाह्य अंतरी ।।(गाथा ३६२७)

जसा गुळामध्ये असणारा गोडपणा सर्वत्र ओतप्रोत असतो तसा ईश्वर सर्वत्र, सर्वांना व्यापून राहिला आहे, आत बाहेर, आत सर्वत्र त्याचीच जाणीव होत असता भजावे तरी कोणाला व कसे? मोक्षदशेत शरीरात राहाणारा जीवात्मा सच्चिदानंदरूपी जो परमात्मा किंवा विश्वात्मा त्याला जाणून आपल्या अंशरूपी स्वरूपाप्रत जातो, त्याच्याशी एकरूप होऊन जातो. तो पुन्हा कधी जन्म-मृत्यूच्या फेऱ्यात सापडत नाही; त्याला दिव्य शाश्वत आनंद प्राप्त होतो.

सर्वभूतस्थमात्मानं सर्वभूतानि चात्मनि । (गीता ६.२९)

भगवद्भक्त सर्व भूतांच्या ठायी आपल्या आत्म्याला व आपल्या आत्म्यात सर्व भूते असल्याचे त्याला ज्ञान होते. तसा अनुभव येतो व हा अनुभव म्हणजेच

'भगवत्प्राप्ती' होय:

भक्तिमार्गात प्रेम, जिव्हाळा म्हणजेच ईश्वरावरचा खरा 'भाव' याला फार महत्त्व आहे. आपल्या जीवनात आपले अनेक वस्तूंवर, जवळच्या व्यक्तींवर, घरादारावर, पैशांवर तसेच कीर्तीवर प्रेम असते, पण ईश्वरावर तसे प्रेम नसते. ते हृदयामध्ये स्फुरल्याशिवाय माणसाला भक्ती करण्याची ओढ वाटणार नाही. गोंदवलेकर महाराजांनी मात्र संसारी माणसांना असे दिग्दर्शन केले आहे की, त्यांनी नाम घेण्याला सुरुवात करावी. पुढे आपोआपच भगवंताविषयी मनात प्रेम निर्माण होईल. नामाला आपण वश करून घेतले की, प्रेम आपोआपच त्याच्या पाठीमागे येईल. सहवासाने प्रेम वाढते. आपण एकत्र एखाद्या बरोबर चार तास प्रवास केला तर त्याच्याबद्दलही आपल्याला आपुलकी वाटू लागते तर मग नामाचा दीर्घ काळ सहवास घडल्याने प्रेम का उत्पन्न होणार नाही?

भगवंताबद्दल प्रेम निर्माण होण्यासाठी व त्याच्या नामाची गोडी लागण्यासाठी आपण भगवंताशी कुठेलेतरी नाते जोडावे, त्याला आपला स्वामी म्हणून नाते जोडावे व आपण सेवक म्हणून राहावे. माता-पुत्र, पिता-पुत्र किंवा ज्येष्ठ बंधू असे त्याला मानून त्याचेवरील भाव वृद्धिंगत करावा. परमेश्वराचे दर्शन घेतले, पूजन केले, काही वेळ भजनात घालवला हे सर्व केले तरी चित्त एकाग्र झाले नाही, तर आपल्या हृदयात भक्तिरस जागृत होणार नाही. कर्मयोगात ज्याप्रमाणे त्या कर्माच्या पाठीमागे जी बुद्धी किंवा जो हेतू असतो तो पाहून कर्माची नैतिकता ठरते, त्याचप्रमाणे भक्तिमार्गात हृदयातील भक्तिभावावर उपासनेची श्रेष्ठता ठरत असते. भक्तीचा यज्ञ हा साध्या तुळसीपत्रानेही करता येतो.

पत्रं पुष्पं फलं तोयं यो मे भक्त्या प्रयच्छति ।
तदहं भक्त्युपहृतमश्नामि प्रयतात्मनः ।।(गीता ९.२६)

एखादे पान, फूल किंवा अल्पसे पाणीही जो मला भक्तीने अर्पण करतो ती भक्तीची भेट मी आनंदाने स्वीकारतो. ह्या श्लोकातून परमात्मा, भावाचा भुकेला आहे हे स्पष्ट होते. किती खर्च करून पूजन केले किंवा देवाला भेटवस्तू दिली याला गौण महत्त्व आहे. भक्तीनेच तो संतुष्ट होतो. सुदाम्याने कृष्णाला पोहे अर्पण केले, शबरीने रामाला बोरे अर्पण केली. ती खऱ्या शुद्ध भावाने अर्पण केल्याने देव प्रसन्न झाले; सोने रुप्याची त्याला अपेक्षा नसते. त्याला हवी असते निरपेक्ष भक्ती!

(क्रमश:)

लेखांक : सत्तावन्नवा

विश्वरूपदर्शन

'राजविद्या' म्हणून गौरविलेल्या भक्तिमार्गात जे उपास्य आहे म्हणजेच ज्या परमात्म्याची आराधना करावयाची त्याच्या सर्वव्यापी व सर्वात्मक स्वरूपाची कल्पना भगवंताने अर्जुनास दिली आहे. तो परमात्मा जगाचे कारण आहे; तो जगत्स्रष्टा व जगाचा संहर्ता आहे. तोच अंतर्यामी व विश्वाच्या आत्मा असल्याने जगातील सर्व सृष्ट पदार्थांना व्यापून राहिलेला आहे.

मया ततमिदं सर्वं जगदव्यक्तमूर्तिना ।
मत्स्थानि सर्व-भूतानि नाहं तेष्ववस्थितः ।।
न च मत्स्थानि भूतानि पश्य मे योगमैश्वरम् ।
भूतभृन्न च भूतस्थो ममात्मा भूतवावनः ।। (गीता ९.४, ९.५)

अव्यक्त स्वरूपाचा श्रीकृष्ण परमात्मा ह्या विश्वात सर्वत्र ओतप्रोत भरलेला आहे. (मया इदं सर्वं ततम्) स्थावरजंगम अशी ही सृष्टी ज्या तत्त्वापासून परब्रह्मापासून उत्पन्न झाली ते कारणतत्त्व साहजिकच सृष्टीत सर्व पदार्थात, अणू-रेणूत अस्तित्वात आहे. मातीपासून उत्पन्न होणाऱ्या प्रत्येक घटात, मृण्मय पदार्थात माती असते त्याप्रमाणे. पण सृष्टीच्या बुडाशी असलेले हे परमतत्त्व निर्गुण, निराकार, परब्रह्मस्वरूप आहे व असे अव्यक्त तत्त्व व्यक्त व साकार सृष्टीत ओतप्रोत भरलेले आहे. गीताकार कृष्णमुखाने सांगतात की, ही सृष्टी परब्रह्मस्वरूपी कृष्णमय आहे. अमूर्त, निरवयव, निराकार व निर्गुण स्वरूपात श्रीकृष्ण ह्या समूर्त, सावयव, विकारी अशा विश्वात दृश्यमान आहे व संपूर्ण विश्वाला व्यापून राहूनदेखील तो त्या विश्वाच्या पलीकडेही आहे. जे ब्रह्म इंद्रियांच्या कक्षेपलीकडे आहे ते इंद्रियगोचर अशा विश्वात व्यापून राहिलेले आहे. हाच ईश्वरी चमत्कार होय म्हणूनच भगवान म्हणतात – 'पश्य मे ऐश्वरं योगम्!' बुद्धिप्रामाण्यवादाने त्या गोष्टीचे नीट आकलन होणार नाही. येथे श्रद्धाच मदत करू शकेल. निर्गुण तत्त्व सगुण, साकार विश्वाच्या आत दडलेले आहे, तेच त्या विश्वाचा आधार आहे व विश्वाच्या जन्म-मृत्युचे तेच कारण आहे. विश्वाचा पसारा लुप्त केला तर हे तत्त्व म्हणजे श्रीकृष्ण परमात्मा शिल्लक

राहील व पुन्हा त्याच्यावर व त्याच्यापासून विश्वाची उभारणी होणार आहे. परमेश्वर किंवा या विश्वातील परमतत्त्व विश्वाच्या प्रत्येक पदार्थाच्या ठायी आहे पण ते इंद्रियातीत असल्याने पदार्थच फक्त जाणवतो, परमतत्त्व जाणवत नाही. याचे कारण असे की, इंद्रियातीत तत्त्वाचे ज्ञान करून घेण्याची शक्ती आपल्या इंद्रियात नाही. गुरूत्वाकर्षण पृथ्वीपाशी आहे पण इंद्रियांनी त्याचे ज्ञान आपल्याला होत नाही. तसे पाहिले तर आकर्षणाचा गुण ह्यात आहे, त्याच्यामुळेच ग्रहमाला सूर्याभोवती फिरत आहेत पण ते इंद्रियांना अनुभवता येत नाही. नवव्या अध्यायातील वर जे दोन श्लोक दिले आहेत. त्यांच्यात दोन विरोधात्मक विधाने भासतात.

१) मया ततमिदं सर्वम् – मी सर्वांना व्यापिले आहे. (मी त्यांच्यात आहे)
न चाहं तेष्ववस्थितः – मी त्या सर्वांच्या ठायी नाही.
२) मत्स्थानि सर्वभूतानि – माझ्या ठायी सर्व भूते आहेत.
न च मत्स्थानि भूतानि – माझ्या ठायी सर्व भूते नाहीत.

हे वर्णन वर वर पाहता जरी विरोधात्मक वाटले तरी त्यात सूक्ष्म विचार करता विरोध नाही असे आपल्याला दिसेल. अशा तऱ्हेचे वर्णन सातव्या अध्यायातील बाराव्या श्लोकातही आलेले आहे.

न त्वहं तेषु ते मयि ।

ती भूते माझ्यात आहेत मी त्यांच्यात नाही. परमेश्वरापासून हे सर्व विश्व उत्पन्न झाले आहे. तो विश्वाचा स्रष्टा, पालनकर्ता व संहर्ता तोच आहे. त्याचा आदि, मध्य व अन्त तोच आहे. म्हणजेच तो विश्वाच्या आधीही होता, ते जिवंत असतानाही होता व त्यांचा संहार झाल्यावरही तो राहणार आहे. असा हा परमेश्वर विश्वाला व्यापून राहिलेला आहे. पण त्याची व्याप्ती विश्वापुरतीच मर्यादित नाही. तो विश्वाच्या पलीकडेही आहे. म्हणजेच तो संपूर्ण स्वरूपात भूतांच्या ठायी राहू शकत नाही. म्हणून असे म्हटले आहे की, तो त्यांच्या ठायी नाही. दहाव्या अध्यायाच्या शेवटी स्पष्ट म्हटले आहे की, परमेश्वराचा फक्त एक अंश विश्वात स्थित आहे. इतर अंश त्याच्यापलीकडे आहेत. (गीता १०.४२). विश्वाच्या मर्यादेच्या पलीकडे असणाऱ्या माझ्या स्वरूपात ही भूते नाहीत. ती माझ्या योगशक्तीच्या एका भागातच फक्त सामावली आहेत. वरील अर्थाने ''न च मत्स्थानि भूतानि'' असे विधान केले आहे. दुसऱ्या एका अर्थानेही ह्या विधानाची सत्यता पटते. ईश्वराने जरी सृष्टी निर्माण केली व हे नानात्व, विनाशित्व, सावयवत्व त्या सृष्टीत दिसत असले तरी ते सगळे सृष्टीचे गुण त्याच्या मूळ निर्गुण, निराकार, अविनाशी व अव्यक्त स्वरूपाच्या ठायी नाहीत. यादृष्टीने भूते ईश्वराच्या ठायी नाहीत, तो मात्र त्यांच्या ठायी त्यांच्या अंतरात्मा म्हणून वास करतो.

परमतत्त्व निर्लेप आहे –

मूर्त अशा या सर्व पदार्थात अमूर्त व अव्यक्त असे परब्रह्म जरी वास करीत असले तरी त्याला पदार्थाच्या गुणांचा किंवा मर्यादित व नश्वर स्वरूपाचा लेप लागत नाही. ती परमशक्ती पदार्थ भिन्नच राहते. परमात्मा जरी मूर्त पदार्थांच्या ठायी असला तरी त्याला आकार व अवयव असलेली वस्तू मानणे सर्वथैव चूक आहे. – हे बिंबविण्यासाठी येथे म्हटले आहे.

''न च मत्स्थानि भूतानि ।''

सर्व पदार्थांना सत्ता, आश्रय देणारे व त्यांचे नियंत्रण करणारे हे तत्त्व पदार्थाचे ठायी असले तरी ते पदार्थ रूपाने तेथे असत नाही आणि हाच त्या त्या परमेश्वराचा श्रेष्ठ योग आहे. प्रत्येक मनुष्यमात्राच्या हृदयात त्या परमेश्वराचा वास असतो पण साक्षीरूपाने राहणारा तो चैतन्याचा अंश त्या मनुष्यमात्रापासून भिन्नच राहतो. कानाने संगीत ऐकणारा वेगळा आहे व कानामार्फत संगीत ऐकण्याची शक्ती देणारा वेगळा आहे. गीतकारांनी या ठिकाणी उदाहरण दिले आहे की, सर्वत्र वावरणारा महान वायू ज्याप्रमाणे सर्वदा आकाशाच्या ठायी असतो त्याप्रमाणे सर्व भूते ईश्वराच्या ठायी असतात. त्या भूतांना तो धारण करतो पण तरीही तो भूतस्थ नसतो. परमेश्वर आपले मूळचे रूप टाकून देऊन विश्वरूपाने प्रकट होत नाही. त्याचे मूळचे भगवान श्रीकृष्ण म्हणून अव्यक्त व अक्षर रूप, नित्य व अविनाशी असे आहे. ते बदलणे शक्य नाही. सोने ज्याप्रमाणे खरोखरीच अलंकारांच्या रूपाने परिणत होते किंवा दूध दह्यात परिणत होते तसे येथे होत नाही. ब्रह्म जगाची निर्मिती करीत असले तरी ते शुद्ध मूळ स्वरूपातच राहते. भगवंताने याच अध्यायात सांगितले आहे.

मयाध्यक्षेण प्रकृतिः सूयते सचराचरम् ।
हेतुनानेन कौंतेय जगद्विपरिवर्तते ।। (गीता ९.१०)

मी अध्यक्ष बनून माझ्या आधिपत्याखाली प्रकृती चराचर सृष्टीला जन्म देते. चवथ्या अध्यायातही भगवंतांनी स्पष्ट म्हटले आहे, ''मी जरी जन्मविरहित आणि अव्यय आहे तरी स्वतःच्या प्रकृतीत अधिष्ठित होऊन मी आपल्या मायेने जन्म घेतो (म्हणजे व्यक्त होत असतो) (गीता ४.६). परमात्मा हा सर्वशक्तिमान, सच्चिदानंदरूपी असून तो आपल्या योगमायेने एकाचा अनेक होतो – सृष्टी उत्पन्न करतो पण म्हणून काही तो सृष्टिरूप मानता येत नाही. सूर्य पृथ्वीला जन्म देतो, पृथ्वीवरील प्राण्यांना जगवतो, त्यांची धारणा करतो पण तो जसा पृथ्वी नाही तद्वतच परमात्मा जगद्रूप नाही तो जगताच्या पलीकडे आहे. तसे पाहिले तर जगाच्या ठिकाणी असलेले मर्यादित गुण ईश्वराला स्पर्शू शकत नाहीत; कार्याचे गुण कारणाला लागत नाहीत, कारणाचे गुण कार्याला लागू शकतात. भगवंत जगत्कारण

असल्यामुळे तो जगात असूनही निर्लेप, अबाधित राहतो. तो परमात्मा प्रकृति–पुरुष यांच्या तसेच क्षरपुरुष व अक्षरपुरुष यांच्या पलीकडे आहे म्हणजे त्यांच्यापेक्षा श्रेष्ठ आहे व त्या उभयतांचा शास्ता, स्वामी आहे असे सांगण्याचे मर्मही तेच आहे. अर्जुनाला उपास्य दैवताचे खरे, मूलगामी व सत्यस्वरूप कळायला हवे म्हणून भगवंतांनी त्याला सर्वश्रेष्ठ परब्रह्मस्वरूपाचे सर्वंकष ज्ञान या श्लोकांद्वारे दिले आहे.

परमेश्वर विश्वाला व्यापून आहे व सर्व जग त्या एका परमेश्वरात स्थित आहे याचा प्रत्यक्ष प्रत्यय भगवंताने विश्वरूप दर्शनात अर्जुनास दिला आहे. अकराव्या अध्यायात अर्जुनाला ते देवाधिदेवाचे अतिशय विराट असे रूप बघता यावे म्हणून श्रीकृष्णाने प्रिय शिष्य अर्जुनाला दिव्य चक्षू दिले व त्यांच्याद्वारा अर्जुनाला हे रूप पाहाता आले. अनेक म्हणजे लक्षावधी मुख, नेत्र, अनेक हात, चरण, दिव्य भूषणांनी युक्त, दिव्य शस्त्र धारण केलेले, दिव्य वस्त्र, गंध युक्त, सर्व आश्चर्यांनी युक्त असे सीमारहित अवर्णनीय रूप अर्जुनाने पाहिले. त्याच्या प्रभेचे वर्णन असे –

दिवि सूर्यसहस्रस्य भवेद्युगपदुत्थिता ।
यदि भाः सदृशी सा स्याद्भासस्तस्य महात्मनः ।।(गीता ११.१२)

आकाशात हजार सूर्य एकदम उदय पावून जो प्रकाश निर्माण होईल तो प्रकाशदेखील त्या विश्वरूप परमात्म्याच्या प्रकाशासारखा कदाचित् असू शकेल. स्वर्गपृथ्वीतील अंतर, सर्व दाही दिशा त्या विराट रूपानेच व्याप्त केल्या होत्या. हे अत्यंत उग्र, अद्‌भूत व अलौकिक रूप पाहून तिन्ही लोक व्यथित झाले. रूद्र, आदित्य, वसु, सुरसंघ, मरुद्‌गण, गंधर्व, यक्ष, असुर, सिद्ध असे सर्व ते रूप पाहून आश्चर्याने चकित झाले होते. विक्राळ, दारुण व रौद्र अशा त्या मुखांमध्ये, अनेक महारथी, भीष्म, द्रोण सर्व नृपती असाहाय्यपणे प्रवेश करताना दिसत होते व हे उग्र, प्रदीप्त व आकाशस्पर्शी रूप पाहून अर्जुनालाही भीतीने ग्रस्त केले व त्याच्या मनातील शांति व धैर्य ढळले होते. त्याने भगवंताची कळवळून प्रार्थना केली की हे जगन्निवास, देवाधिदेवा, कृपा करा मला तुमचे नेहमीचे सौम्य रूप दाखवा, हे विराटरूप माझ्याच्याने पाहवत नाही. अर्जुन अक्षरशः गर्भगळित झाला होता. त्याने सांगितले की, भगवंत तू चराचर सृष्टीचा पिता आहेस, तुझ्या तोडीचा, बरोबरीचा किंवा तुझ्यापेक्षा श्रेष्ठ असा कोणी नाही; तू जगन्नियंता, आदिदेव, विश्वाचे परम निधान, सत् व असत् यांच्या पलीकडे असलेले सच्चिदानंदरूप परब्रह्म खरोखर तूच आहेस. माझ्याकडून अज्ञानवशात् तुला सखा, हे कृष्णा, हे यादवा असे जे प्रमादपूर्ण तुजसंबंधी बोलले गेले व मी तसा मित्रत्वाच्या बरोबरीच्या नात्याने व्यवहार केला त्याबद्दल हे परमेश्वरा मला क्षमा करा. अर्जुनाची अवस्था पाहून परमात्म्याने पुन्हा आपले पूर्वीचे मनुष्य देहधारी रूप त्याच्यासमोर प्रकट करून सांगितले की, असे हे माझे विश्वरूप

तुझ्याशिवाय यापूर्वी कोणीही पाहिलेले नाही.

अशा या विश्वव्यापी परमेश्वराची प्राप्ती होण्यासाठी गीतेत परमेश्वराची निस्सीम व एकान्तिक भक्ती हेच मुख्य साधन सांगितले आहे. हे चिंतन, मनन व ध्यान करण्यासाठी त्या परमेश्वराचे सगुण वा व्यक्त 'प्रतीक' डोळ्यांसमोर असणे फार आवश्यक आहे कारण त्याशिवाय मन स्थिर होऊ शकत नाही. भगवंताच्या मूर्तीची ह्या दृष्टीनेच आवश्यकता आहे. मूर्ती मग ती कोणत्याही देवाची असो. ती भगवंताचे व्यक्त रूप मानून तिची पूजा-अर्चा, तिचे भजन-पूजन, तिला धूप-आरती, तिच्यापुढे तिचे गुणगान करणे, तिचे एकाग्र मनाने ध्यान करणे हे सर्व करणे सुलभ होते व त्याद्वारे ईश्वराच्या चिंतनात राहता येते. नामस्मरण हा भक्तीचा अत्यंत सोपा, सुकर व प्रभावी मार्ग आहे. श्री गोंदवलेकर महाराज म्हणतात, "काळ, वेळ, परिस्थिती, उच्च-नीच भाव, स्त्री-पुरुष, विद्वत्ता-अडाणीपणा, श्रीमंती-गरिबी, प्रकृतीची सुस्थिती-दुःस्थिती, वगैरे कोणतीही गोष्ट नामाला आड येऊ शकत नाही. तसेच त्याला कोणतीही उपकरणे लागत नाहीत. ते हृदयात सतत आपल्याबरोबर बाळगता येते. (प्रवचने पृ. ३५).

श्री. पांडुरंगशास्त्री आठवले यांनी मूर्तिपूजेचे महत्त्व सांगताना फार सुंदर दृष्टांत दिला आहे. काही लोकांना वाटते की, धातूच्या किंवा स्फटिकाच्या किंवा मातीच्या मूर्तीने काय साधणार आहे? असे म्हणणारा साधक श्रद्धाहीन असला पाहिजे. मूर्तीची भक्ती करण्याने भक्तीच्या प्रभावाने साधक ईश्वराकडे वर वर मार्गक्रमण करीत राहतो. शास्त्रीजी म्हणतात, "एका गृहस्थाने दुसऱ्या गृहस्थाच्या हातात बॅटरी दिली. त्या गृहस्थाला ठाण्याला पायी जायचे होते. ठाणे २० मैल दूर होते." दुसऱ्या गृहस्थाने विचारले, "तुझी बॅटरी किती प्रकाश देऊ शकेल?" त्यावर तो म्हणाला, "शंभर फुटांपर्यंत देऊ शकेल." त्यावर दुसरा गृहस्थ म्हणाला, "तर मग मला तुझी बॅटरी काय कामाची? मला वीस मैल प्रकाश देणारी बॅटरी हवी." त्यावर पहिला गृहस्थ म्हणाला, "अरे बाबा, ही शंभर फूट प्रकाश देणारी बॅटरी तुला थेट ठाण्यापर्यंत घेऊन जाईल. तू जितका चालशील त्यापेक्षा बॅटरीचा प्रकाश शंभर फूट पुढे गेलेला असेल. म्हणून हिच्यात तुला ठाण्यापर्यंत नेण्याची शक्ती आहे." (गीतामृतम् ४७३). अशी थेट देवापर्यंत नेण्याची शक्ती मूर्तिपूजेत आहे.

निर्गुण तत्त्वाची उपासना बरीच क्लेशदायी व कठीण असते; उपासनेसाठी सगुण व व्यक्त असे ईश्वराचे रूपच योग्य असते हे आपण पाहिले. खरा परमेश्वर सगुण की निर्गुण असा प्रश्न करणे चुकीचे आहे. तो सगुण आणि निर्गुण दोन्हीही आहे. खऱ्या भक्ताला यामध्ये काहीच विसंगती दिसत नाही. जगाच्या बुडाशी जे अविनाशी, अव्यय, निर्गुण परब्रह्म आहे तेच परमपुरुष नारायण होय व तेच तत्त्व मनुष्यदेहधारण करून श्रीकृष्णाच्या रूपाने पृथ्वीवर अवतार धारण करते. त्या मूळ निर्गुण शक्तीत व सगुण ईश्वरात भेद नाही;

ते एकच आहेत. अज्ञानी लोक मनुष्य देहधारी व्यक्त रूपालाच फक्त भगवंत समजतात हे चूक आहे. म्हणून गीतेत म्हटले आहे, ''अव्यक्तं कक्तिमापन्नं मन्यन्ते मामबुद्धयः।'' (गीता ७.२४).

भगवंत व्यक्तीपलीकडे आहे. तो आत्ममायेने एकाचा अनेक होऊ शकतो. निर्गुणाचा सगुण होऊ शकतो. भगवंताने आपण ते अनादी अनंत मूळ परमतत्त्व आहोत असे गीतेत स्पष्टपणे मांडले आहे.

(क्रमशः)

◆◆

लेखांक : अठ्ठावन्नवा

भूत-मात्रांचा आधार

भक्तिमार्गात साधकांच्या आराधनेसाठी परमेश्वराचे सगुण रूप आवश्यक असते. हे अगदी स्पष्ट आहे. भजन-पूजन, धूप-दीप यादृष्टीने ईश्वराचे मूर्तस्वरूप समोर असणे जरुरीचे आहे. पण परमेश्वराची मूर्ती हेच त्याचे खरे स्वरूप आहे अशी भक्ताने धारणा करून घेणे योग्य नव्हे कारण ईश्वर जो जगन्नियंता, विश्वात्मा आहे तो निर्गुण आणि निराकार या स्वरूपाचाही आहे. दोन्हीही त्याची रूपे शाश्वत, नित्य आणि सत्य आहेत. महाभारतातील नारायणीयोपाख्यानात हे अगदी स्पष्टपणे मांडलेले आहे की, सर्वश्रेष्ठ परमेश्वर नारायण हा सगुण आणि निर्गुण दोन्ही आहे. भगवन्त सगुणही आहे व निर्गुणही आहे. यासंबंधीचे जे विवेचन 'गीतामृत' या ग्रंथात आले आहे ते पाहणे आवश्यक वाटते. जेव्हा भगवान झोपतात तेव्हा त्यांची जी स्थिती असते तिला 'निर्गुण' म्हणतात व उठल्यानंतर भगवान जे खेळतात किंवा ज्या क्रीडा करतात - ज्यात रमतात - त्याला 'सगुण' स्थिती म्हणतात. निर्गुण अवस्थेत केवळ स्थिती असते म्हणजे 'असणे' (Existence) असते; सगुणात रमणे असते म्हणजे अस्तित्वा व्यतिरिक्त (plus) विशिष्टवृत्ती असते. रात्री बारा वाजता जेव्हा जीव झोपलेला असतो तेव्हा जीव असतो पण तो खेळत नसतो, सकाळी झोप संपून उठल्यावर जीव खेळायला सुरुवात करतो. ही त्याची अवस्था केवळ स्थिती अवस्थेहून वेगळी असते. यात स्थिती तर असतेच पण वृत्तीही असते. निर्गुणात भगवंताची फक्त स्थिती असते व सगुणात त्याची स्थिती + वृत्ती असते (गीतामृत पृ. ४८१). या विवेचनावरून लक्षात येते की सगुण - निर्गुणाबाबत वादविवाद असण्याचे काही कारण नाही.

परमेश्वर अचिंत्य, अव्यक्त, सर्वसाक्षी, सर्वव्यापी, सर्वशक्तिमान, सत्यसंकल्प असा असला तरी जो परमेश्वर जगदात्मा असूनही आपल्याला पालकाप्रमाणे रक्षण देणारा आहे, जो आपल्याशी बोलेल, आपल्यावर ममता करील, आपल्याला सन्मार्ग दाखवील, आपले अपराध पोटात घालील, जो दयासागर असून माऊलीप्रमाणे मायेने वागवेल व जो माझा सखा कैवारी असेल अशा परमेश्वर-रूपाची मानवी मनाला ओढ असते आणि तिची

परिपूर्ती भक्तिमार्गातील सगुण ईश्वरात, पांडुरंगात, श्रीकृष्णात होऊ शकते.

परमेश्वर अखेरचा आधार व विसावा –

गीतेत म्हणूनच नवव्या अध्यायात भगवंत सांगतात – ''मी सर्वांची गती, सर्वांचा पोषणकर्ता, सर्वांचा धनी, सर्वांचा साक्षी, सर्वांचा निवास, आधार व विसावा, सर्वांचा सृजनकर्ता, संहारकर्ता व पालनकर्ता सर्वांचे अविनाशी बीज व निधान आहे.'' (गीता ९.१८)

पिताहमस्य जगतो माता धाता पितामहः ।
वेद्यं पविमोंकार ऋक्साम यजुरेव च ।।
गतिर्भर्ता प्रभुः साक्षी निवासः शरणं सुहृत् ।
प्रभवः प्रलयः स्थानं निधानं बीजमव्ययम् ।।

या जगताचा मी पिता आहे, धाता – 'आधार' आहे. मी जगताचा पितामह म्हणजे आजा आहे. जे काही पवित्र आहे, जे वेद्य आहे ते मीच आहे. वेद आणि प्रणवही मीच आहे. भक्तिमार्गातील ईश्वर हा कनवाळू, पित्याप्रमाणे पालन करणारा, मातेप्रमाणे पोषण करणारा आहे. ज्या भक्तांना त्याचे छत्र, त्याची कृपा, त्याचे मार्गदर्शन हवे ते त्याच्या लेकरासमान आहेत. ते त्याची भक्ती करून, त्याला आळवून, त्याचे प्रेमाने हृदयात नित्य स्मरण करून, त्याच्या चरणापाशी जाऊ इच्छितात व त्याच्या प्रेमाच्या, करुणेच्या छायेखाली निवास करू इच्छितात. सर्व संतांनी विठोबाला प्रेमाने 'विठाई, माऊली' म्हटले आहे कारण त्यांना वाटते विठ्ठलाने मातेप्रमाणे त्यांचा सांभाळ केला, त्यांचे दोष दूर केले. त्यांचे संकटकाळी रक्षण केले, चूका केल्या तरीही पोटात घातल्या व त्यांना आपल्यापर्यंत पोहोचण्याकरिता समर्थ केले. भगवंताने नवव्या अध्यायातील या श्लोकांतून आपल्या विविध भूमिका आपला भक्ताशी असलेला संबंध, भाववृत्तीने स्पष्ट केला आहे. मानवाला जीवनात खरा विसावा परमेश्वरापाशीच मिळू शकतो; त्याच्या चरणारविंदात लीन होऊन राहण्यातच त्याला खरे सुख, खरी शांती प्राप्त होऊ शकते. त्याच्या प्रत्यक्ष दर्शनात, त्याच्या साक्षात्कारातच माणसाच्या जीवनाची इतिकर्तव्यता आहे. स्वतः भगवान सांगतात की, अत्यंत पवित्र असे वेद्य तेच आहेत. वेद्य म्हणजे जाणायला, अनुभवायला, साक्षात्काराला योग्य कोण आहे ते तो एक भगवंतच आहे. या वचनातून माणसाचे अंतिम ध्येय, उच्चतम पुरुषार्थ तोच आहे हे आपोआपच स्पष्ट झाले आहे. भगवान् पवित्र वेद्य आहे; खरोखर तो पावित्र्याची मूर्ती आहे. आपल्याला संतमहात्म्यांच्या चरणाचा स्पर्श घ्यावासा वाटतो कारण त्यांच्या मुखात भगवंताचे नाम असते. हृदयात भगवंताचे चिंतन असते. भगवंताच्या नुसत्या पदस्पर्शाने अपवित्र वस्तू पवित्र बनून जाते.भगवंताच्या

नामाच्या स्पर्शाने साधे जल तीर्थ बनून जाते. भगवंतांचे नामस्मरण करून त्याची उपासना केली की, साधकाची वृत्ती बदलते; त्याला जगाचे, प्रपंचाचे नश्वरत्व खऱ्या अर्थाने कळू लागते. त्याचे चित्त, मोह, संशय यापासून मुक्त होऊन निर्मळ होऊ लागते. जसे सोने अग्नीच्या स्पर्शाने शुद्ध होते तसे साधकाचे मन विवेकी, सद्‌विचारी व सच्छील होऊ लागते. गोंदवलेकर महाराजांनी म्हटले आहे, "खरोखर भगवंताच्या नामामध्ये फार मोठे सामर्थ्य दडलेले आहे. त्याचे नाव घेऊन जो जगात वावरेल त्याला व्यवहारामध्ये नेहमीच यश येईल असे नाही परंतु भगवंत त्याची लाज राखील यात शंका नाही." (प्रवचने पृ. २०८). दुसऱ्या एका प्रवचनात सांगितले आहे की, "एक भगवंताचे प्रेम लागले की वाणीमध्ये सर्व चांगले गुण येतात. पुस्तके वाचून किंवा नुसत्या बुद्धीने जगाची अशाश्वता केव्हाही कळणार नाही. भगवंताचे प्रेम वाढले की ती आपोआप कळू लागते. (प्रवचने पृ. १४०). शंकराचार्यांनी आपल्या षट्पदीमध्ये भगवंताला शरण जाऊन विनविले आहे की, नारायणाचे स्तोत्र आपल्या मुखात कायम राहावे.

नारायण करुणामय शरणं करवाणि तावकौ चरणौ ।
इति षट्पदी मदीये वदनसरोजे सदा वसतु ॥

भगवान करुणामय आहे; तो प्रेमाचे भांडार आहे, त्याला समर्पित भावनेने शरण गेले तर तो भक्ताला हात दिल्याशिवाय राहणार नाही.

वरील दोन श्लोकांनंतर येणाऱ्या श्लोकात आपण सृष्टीचालक कसे आहोत हे विशद केले आहे. "मी ऊन पाडतो, वृष्टी करणे व वृष्टीचा अभाव करणे हे मीच करतो, मीच अमृत आहे व मृत्यूही आहे; तसेच अर्जुना मीच सत् आणि असत् दोन्ही आहे." (गीता ९.१९).

यामध्ये पाऊस पाडण्याची व तद्विरुद्ध क्रिया परमेश्वरच करीत असतो. एक क्रिया फायद्याची व दुसरी नुकसान करणारी आहे; तसेत तो असत् व मृत्यू आहे याचाही नेमका भावार्थ काय आहे? परमात्मा जगन्नियंता जगाचा स्वामी आहे, तेव्हा तात्त्विक दृष्टीने तोच अवर्षण, वृष्टी त्याला कारणीभूत आहे. सृष्टीतील सर्व पदार्थ, सर्व अवस्था तोच निर्माण करतो; जन्म, मृत्यू, जरा, व्याधी, सुख, शांती सर्वांचा जनक तोच असल्याने या श्लोकातील विरोधाचा परिहार होतो. सत् व असत् हे 'चांगले' व 'वाईट' या अर्थाने या ठिकाणी आलेले नसून 'शाश्वत, टिकणारे' व 'नश्वर' या अर्थी आले आहेत.

भक्तिमार्गाचे द्वार सर्वांना खुले –

ज्ञानमार्गामध्ये वेद, उपनिषदे, वेदन्नसूत्रे यातील ज्ञान ग्रहण करण्याची अपेक्षा आहे. तसेच तो बुद्धिगम्य असल्याने सामान्यांसाठी क्लेशमय आहे. पण भक्तिमार्ग मात्र आचरण्यास सुलभ आहे व त्या दृष्टीने स्त्रिया, शेतकरी, मजूर वर्ग, बहुजनसमाज यांनी तो

अनुसरता येणे शक्य आहे. वरील वर्गाला श्रुतीचा अधिकार नव्हता. त्यांच्यासाठी ते उपनिषदातील सर्व ज्ञान व्यास महर्षींनी महाभारत ग्रंथात ग्रथित करून सर्वांना उपलब्ध करून दिले आहे, असे भागवतग्रंथात सांगितले आहे. (भागवत १.४.२५). गीतकारांनी हे अगदी स्पष्ट शब्दांत मांडले आहे की, भक्ती करायला, जात, पंथ, वर्ण, स्त्री, पुरुष इत्यादी कुठल्याही प्रकारची आडकाठी नाही. शूद्रादिकांना एवढेच नव्हे तर ज्यांचे हातून पातके घडली आहेत अशा दुराचारी लोकांनाही द्वार खुले आहे, त्यांनी पश्चात्तापदग्ध होऊन ईश्वराला मनोभावे शरण जावे, त्याची करुणा भाकावी, त्याची मनापासून आराधना करावी म्हणजे अशांनाही भक्तीमुळे ईश्वराकडे वाटचाल करता येईल व परमगती प्राप्त होऊ शकेल.

मां हि पार्थ व्यपाश्रित्य येऽपि स्युः पापयोनयः ।
स्त्रियो वैश्यास्तथा शूद्रास्तेऽपि यान्ति परांगतिम् ।। (गीता ९.३२)

हाच श्लोक महाभारतात अनुगीतापर्वात आलेला आहे. ज्याची बुद्धी भगवतस्मरणाने सम झाली तो श्रेष्ठच आहे. मग तो धंद्याने सुतार, कुंभार, खाटिक – कोणीही असो. कोणत्याही मनुष्याची योग्यता त्याच्या जातीवर, धंद्यावर अवलंबून नसून, त्याच्या मनाच्या शुद्धीवर, त्याच्या अंगी असलेल्या सद्‌गुणांवर अवलंबून असते, हे यावरून उघड होते. तुकाराम महाराजांनीही गाथेत सांगितले आहे की चांडाळ, शूद्र तसेच वेश्यांनाही हा अधिकार आहे. (गाथा २३८२.५). बौद्ध धर्मातही गौतमबुद्धाने आम्रपाली नावाच्या वेश्येला धर्माचरणासाठी दीक्षा दिली होती. भगवंत सर्वांना समदृष्टीने पाहतो; देव भावाचा भुकेला आहे; त्याच्या दरबारी स्त्री काय, ब्राह्मण काय किंवा चाण्डाळ काय सारखेच. 'मां हि पार्थ व्यपाश्रित्य' हा चरण अत्यंत महत्त्वाचा आहे; जो कोणी माझा आश्रय करील, मला स्वतःच्या हृदयात प्रेमाने, भक्तीने ठेवील, माझे कायमचे (तात्पुरते नव्हे) अनुसंधान ठेवील त्याला मोक्षाचे द्वार खुले आहे. तो आधी दुराचारी असला तरी त्याला सद्‌गती मिळेल.

ज्यांनी भगवंताच्या स्मरणात सर्व काही करण्याचे ठरविले आहे व जे उत्कट भावामुळे परमात्म्याच्या ठिकाणी लीन झाले आहेत. अशा भक्तांना काही चिंता करण्याचे कारण नाही.

ये भजन्ति तु मां भक्त्या मयि ते तेषुचाप्यहम् ।। (गीता ९.२९)

जे माझी हृदयापासून आराधना करतात ते माझ्याठायी व मीही त्यांच्याठायी असतो असे स्पष्ट आश्वासन भगवंताने दिले आहे. जे अनन्यभक्त आहेत, जे आपले सर्व त्याला समर्पित करून नित्य त्या परमात्म्यात दंग राहिलेले आहेत, त्यांची गोष्टच जगावेगळी आहे. परमेश्वर त्यांचा योगक्षेम चालवतो, सदैव त्यांचा होऊन राहतो.

अनन्यश्चिंतयन्तो मां ये जनाः पर्युपासते ।
तेषां नित्याभियुक्तानां योगक्षेमं वहाम्यहम् ॥(गीता ९.२२)

हा श्लोक आपल्या नित्य चिंतनात हवा. आपल्या सर्वोत्तम भक्तासाठी ईश्वर सर्व काही करतो व त्याच्या पाठीशी सर्वतोपरी उभा राहतो. भागवतोत्तम एकनाथांच्या घरी श्रीहरी सर्व कामे करतो, चंदन उगाळून देतो, कावडीने गंगेचे पाणी भरतो. धन्य ते भक्त की ज्यांच्यासाठी ईश्वर एवढी चिंता वाहतो. पांडुरंगशास्त्री म्हणतात की, ह्या श्लोकासारखा श्लोक गीतेतच काय परंतु जगात कोणत्याही ठिकाणी मिळणार नाही (गीतामृत पृ. ३२९). भक्तांविषयी लिहिताना गोंदवलेकर महाराज म्हणतात, ''मी जे जे करतो ते ते भगवंताकरिता करतो असे जो म्हणतो तो खरा आणि उत्तम भक्त होय. भगवत्प्राप्तीशिवाय दुसरे काहीही नको असे वाटणे, हे भक्ताचे लक्षण आहे.''(प्रवचने पृ. १५२).

अर्जुनाने प्रश्न विचारला होता की, कोणकोणत्या पदार्थात त्याने कृष्णाचे चिंतन करावे, कृष्णाच्या विभूती कोणकोणत्या आहेत की ज्याद्वारा त्याने सर्व जग व्यापले आहे. ह्या प्रश्नाच्या उत्तरात भगवंताने विस्ताराने विभूती सांगितल्या आहेत. बारा आदित्यांमध्ये तो विष्णू आहे, तेजस्व्यांमध्ये सूर्य, नक्षत्रांमध्ये चंद्र, इंद्रियांमध्ये मन, वेदात सामवेद, गजेंद्रांमध्ये ऐरावत, वृक्षांमध्ये अश्वत्थ, आयुधांमध्ये वज्र, यक्षांमध्ये कुबेर, स्थावरांमध्ये हिमालय, यज्ञांमध्ये जपयज्ञ, मुनींमध्ये व्यास, अक्षरांमध्ये 'अ' - कार, गुन्ह्यांमध्ये मौन, ज्ञान्यांचे ज्ञान, सत्त्वशीलांचे सत्त्व तो आहे - अशा अगणित दिव्य विभूती त्या परमेश्वराच्या आहेत. या विभूतींत सर्वव्यापी परमेश्वराची भावना ठेवून त्याचे चिंतन करावे असा या विभूति - कथनाचा उद्देश आहे.

'ईश्वराचे ठायी चित्त ठेव' हेच सर्व उपदेशाचे सूत्र आहे. पण सध्याच्या जीवनाच्या धावपळीत आणि ताणतणावात चित्त ईश्वराच्या ठायी लीन करणे बरेच कठीण जाते. चित्तामध्ये प्रापंचिक इच्छा एका पाठोपाठ येत असतात. पण तरीही विवेकाची कास धरून प्रामाणिकपणाने नामस्मरण करीत राहिल्यास मनात गोडी वाटू लागेल व हळूहळू या इच्छांचा निरास होईल. संतांनी सांगितले आहे की, कर्तव्ये जरूर पार पाडा पण ईश्वराचे नाम विसरू नका. नामाचा परिपाठ ठेवण्याचा प्रयत्न करा म्हणजे आपोआपच ईश्वरप्राप्तीचा मार्ग दिसू लागेल.

(क्रमशः)

◆◆

लेखांक : एकोणसाठावा

ईश्वराच्या विभूती

अर्जुनाने प्रश्न विचारला नसतानाही भगवान कृष्ण आपणाहून अर्जुनाला दहाव्या अध्यायात उत्कृष्ट दैवी असे विभूतियोगाचे ज्ञान देतात. याचे कारण अर्जुनावर त्यांचे अतिशय प्रेम आहे व त्याचे आत्यंतिक हित व्हावे असा उद्देश आहे. (प्रीयमाणाय – ह्या शब्दातून हे व्यक्त होत आहे). आपल्याला जे जे दिसते, अनुभवाला येते ते सर्व स्थावर जंगमात्मक जगत् ईश्वरापासून निर्माण झाले आहे. सृष्टीतील अणू-रेणूंचा, बुद्धी, ज्ञान, सत्य, दम, शम, भाव, अभाव यांचा सजीवांचे जन्म, मृत्यू व त्यांच्या अवस्था – या सर्वांचा तोच कर्ता आहे. तोच सर्वांचा आदी, अंत आहे पण स्वतः परमात्मा मात्र अज आहे, अनादी व अनंत आहे. हे भगवंताच्या मूळ स्वरूपाचे ज्ञान होणे आवश्यक आहे म्हणजे आपल्या मनात जी 'मी हे केले, माझ्यामुळे हे घडले' अशी भावना असते ती हळू हळू लय पावते. सर्वांचा, सर्व सृष्टीतील व्यवहारांचा म्हणजेच माझासुद्धा कर्ता- करविता परमात्माच आहे अशी भावना दृढ झाली की आपल्या कृत्यांची नियामक शक्ती आपण नसून भगवंत आहे याची जाणीव होते. अशा जाणिवेतूनच आपले मन शुद्ध होऊन अहंकार पापभावना, भय व स्पृहा यापासून मुक्त होते.

अहं सर्वस्य प्रभवो मत्तः सर्वं प्रवर्तते ।

इति मत्वा भजन्ते मां बुधा भावसमन्विताः ।।(गीता १०.८)

मागे आपण पाहिलेच आहे की, परमात्मा हाच या जगताचा पिता, धाता, पितामह, कर्ता व स्वामी असून हाच पाऊस पाडतो व धारणा करतो. इथे म्हटले आहे की, तोच सर्वांचे उत्पत्तिस्थान आहे. सर्व त्याच्यापासून निर्माण होते – असे जाणून खरे प्राज्ञ पुरुष त्याची आराधना करतात. परमेश्वर सृष्टीचे पालनपोषण करतो – आपले शरीर चालवतो, हा भाव मनात रुजला पाहिजे. आपल्याला ग्रहणशक्ती, चांगले-वाईट ठरविण्याची शक्ती, वाचाशक्ती, संगीतादि कलेची शक्ती, सद्गुण जोपासण्याची शक्ती ह्या सर्व आपल्या बळावर आपल्याला मिळालेल्या नसून त्या आपल्याला परमेश्वराने दिल्या आहेत. तुकाराम म्हणतात –

'आपुलीया बळे । नाही बोलवत
सखा कृपावंत । वाचा त्याची ।।'

ही वाचा शक्ती आपण अधिक विकसित करू शकतो. समाजाच्या कल्याणासाठी किंवा भगवंताचे गुणगान करण्यासाठी वापरू शकतो.

परमेश्वरच दृश्य सृष्टीच्या बुडाशी बीजरूपाने आहे हे स्पष्ट करणारा दृष्टान्त संसार वृक्षाच्या रूपाने पंधराव्या अध्यायात दिला आहे.

'उर्ध्वमूलमधः शाखम्अश्वत्थं प्राहुरव्ययम् ।' (गीता १५.१)

हा विश्वरूपी अफाट वृक्ष कसा आहे? पृथ्वीवरल्या वृक्षाहून अगदी वेगळा. ह्याचे मूळ वर आहे आणि फांद्या खाली दूरवर पसरलेल्या आहेत. ह्या विश्वाचा उद्भव परमेश्वररूपी बीजापासून आहे हेच त्या प्रतीकातून स्पष्ट होते.

मूर्तिपूजा आणि विभूतिपूजा –

दहाव्या अध्यायात अर्जुनाने विचारल्यावरून ईश्वराच्या विभूती सांगितल्या आहेत. स्थावरात हिमालय, देवात वरुण, रुद्रात शंकर, धेनूत कामधुक्, इंद्रियात मन, मुनीत व्यास, दैत्यात प्रल्हाद अशा अनेक विभूती चिंतनासाठी नमूद केल्या आहेत. परमात्मा मूर्तिरूपात पूजिला जातो. मग ह्या त्याच्या दुसऱ्या मूर्ती मानायच्या का? मूर्ती म्हणजे परमेश्वराची आराधना अथवा पूजा करण्यासाठी असलेले व्यक्त स्वरूप. गणेशोत्सवात गणपतीची मूर्ती आपण घरी आणून बसवतो व तिची प्राणप्रतिष्ठा करून तिची भक्ती करतो. पण परमेश्वर केवळ मूर्तिपुरता मर्यादित नाही. तो सर्वव्यापक आहे. ज्याप्रमाणे आपल्याला भगवंत मूर्तीत पाहावयाचा आहे. त्याप्रमाणे तो आपले तेज, सामर्थ्य, ऐश्वर्य असलेल्या अग्रगण्य पदार्थात व व्यक्तीतही पहायचा आहे. कारण परमेश्वराचे तेज विशेषत्वाने त्याठिकाणी वसलेले आहे. मानवामध्ये राजाच्या ठिकाणी ते दिसते. अश्वांमध्ये उच्चैःश्रवा ह्या अश्वात, पशूत मृगेंद्रात व वृक्षात अश्वत्थ वृक्षात त्याचा प्रत्यय येतो. निसर्ग, वृक्षवेली, नद्या, पशुपक्षी ह्या केवळ सृष्ट वस्तू नसून त्यांच्यातही ईश्वराचा वास आहे व म्हणून त्यांचे ठिकाणी पूज्यभाव आत्मीयता ठेवली पाहिजे. शिवाय या श्रेष्ठ पदार्थांमध्ये ईश्वर पाहिल्याने जगन्नियन्त्या ईश्वराच्या सर्वव्यापित्वाचा यातून प्रत्यय येतो.

सृष्टीकर्ता, सृष्टीसंहर्ता, सृष्टीनियंता, सृष्टीचा पालनकर्ता असा हा सर्व शक्तिमान, सर्वव्यापक परमेश्वर आपल्या केवळ एका अंशाने सगळे विश्व व्यापून राहिला आहे. हे विश्वव्यापी स्वरूप पहावे अथवा त्याचा अनुभव घ्यावा असे अर्जुनाला वाटल्याने त्याला परमात्म्याने विश्वरूप दाखवले. हजारो शिरे, हजारो डोळे, हजारो हस्त, पाद अगणित दाढा, त्यात नष्ट होणारे प्राणी, हजारो सूर्यांइतके प्रचण्ड तेज, दिव्य सुगंध, त्या स्वरूपात

बह्मदेवादी देवांचा संघ, सर्वभूते, अंत, आदि किंवा मध्य नसलेले अमर्याद असे दिव्य रूप अर्जुनाने पाहिले. पण ते मानवाच्या चक्षूने दिसणे शक्यच नव्हते. म्हणून ईश्वराने त्याला दिव्य चक्षू दिला व त्यामुळे अर्जुन हे अवर्णनीय, अद्वितीय रूप पाहू शकला. ह्या वर्णनासारखेच वर्णन तेराव्या अध्यायात आले आहे. तिथे परमात्म्याला 'ज्ञेय' म्हटलेले आहे.

सर्वतः पाणिपादं तत्सर्वतोऽक्षिशिरोमुखम् ।
सर्वतः श्रुतिमल्लोके सर्वमावृत्य तिष्ठति ।।(गीता १३.१३)

अर्जुनावर श्रीकृष्णांचे प्रेम होते, शिवाय भक्तिभावाने त्याने रूप पाहण्याची इच्छा व्यक्त केली होती म्हणून त्याला हे दिव्य रूप पहायला मिळाले. पृथ्वीवरील मानवापैकी कोणालाच हे पाहण्याचे भाग्य लाभलेले नाही. हे रूप पाहण्यासाठी एकच मोठे साधन सांगितले आहे व ते म्हणजे अनन्यभक्ती !

निरपेक्ष मनाने भक्ती –

अनन्यभक्ती हाच आपल्या आराध्य दैवतापाशी जाण्याचा श्रेष्ठ मार्ग आहे. आपण ज्या ईश्वराचे नामस्मरण करणार त्याच्याविषयी दृढ श्रद्धा असायला हवी. बुद्धीत कुठेही संशय रहाता कामा नये. भक्ती करताना सुरुवाताली जरी काही कामना मनात असल्या तरी हळूहळू त्यांचा निरास केला पाहिजे. मूल व्हावं म्हणून किंवा कोर्ट केस जिंकावी म्हणून काही व्रते केली, पूजा बांधल्या तर ती भक्ती टिकून राहाणार नाही. कोर्टकेसमध्ये विजय झाला की, भक्ती मंदावेल व ईश्वराचा विसर पडेल. निरपेक्ष मनाने जी भक्ती होते तीच साधकाला पुढे नेऊ शकते, त्याला उन्नत करू शकते. भक्तीमध्ये आपले मन भगवंताशी जोडले जाऊन त्याच्या चरणाशी लीन होण्याची जी वृत्ती आहे ती अनुसरली पाहिजे. या वृत्तीचा पाठपुरावा सतत झाला पाहिजे.

मय्यावेश्य मनो ये मां नित्ययुक्ता उपासते
श्रद्धया परयोपेतास्ते मे युक्ततमा मताः ।। (गीता १२.२)

माझ्या ठिकाणी चित्त एकाग्र करून, परमश्रद्धेने, हृदयातील प्रांजळ भावनेने, सदोदित माझे चिंतन करतात तेच श्रेष्ठ भक्त होत. भक्ती करीत असताना चित्त जगातल्या प्रिय विषयातून काढून ईश्वरात लीन केले पाहिजे. आपण नामस्मरण, जप करतो पण त्यावेळी मन जर दुसऱ्या गोष्टींच्या आठवणीत गुंतलेले असेल तर त्या आराधनेचा कसा बरे उपयोग होईल? पांडुरंगशास्त्रींनी यासंबंधी उत्कृष्ट मार्गदर्शन केले आहे. ते म्हणतात की, आपण जी गंध, पुष्पादिकांनी मूर्तीची पूजा करतो ती स्थूलपूजा होय. ही स्थूलपूजा करताना ज्या कृष्णाचे आपण दर्शन घेतो, ज्याच्यासाठी आपण उपवास करतो, ज्याचा जप मनात

करतो, त्या कृष्णाचे गुण आपण आपल्या अंगात बाणवले पाहिजेत. म्हणजेच स्थूलपूजेचे रूपांतर गुणपूजेत झाले पाहिजे. कृष्णाचे गुण गाताना, त्याचे भजन करण्याचा परिपाठ ठेवीत असताना त्याच्यासारखे बनण्याचा प्रयत्न केला पाहिजे. (गीतामृत पृ. ४६६).

बरेच लोक ईश्वरावर श्रद्धा ठेवून व्रते करतात, नियमितपणे पोथी वाचून देवाचे पूजन करतात पण ही अर्धा तास केलेली भक्ती आपल्या समग्र जीवनापासून दूर ठेवतात. जो भक्त आपल्या दृष्टिकोनात बदल करीत नाही, लोकांची फसवणूक करतो, अप्रामाणिकपणाने व अनीतीने व्यवहार करतो त्याच्या भक्तीचा काय बरे उपयोग? ज्या हृदयात ईश्वरास स्थान देऊन त्याचे स्मरण करतो, ते हृदयच अशुद्ध असेल, गुणहीन असेल तर तिथे परमात्मा राहू शकत नाही. परमात्मा शुद्ध, बुद्ध, मुक्त स्वरूपाचा आहे. त्याच्या नुसत्या नामस्मरणाने आपण पुनीत होतो. आपली जिह्वा पावन होते. अशा शुद्ध स्वयंप्रकाशी परमात्म्याला विराजमान होण्यासाठी भक्ताचे हृदयही अत्यंत शुद्ध असावे लागते. जसा वारा सुगंध-दुर्गंध, स्वच्छ हवा, दूषित हवा यांचे सतत वहन करतो त्याप्रमाणे आपल्या मनातही सतत सुष्ट-दुष्ट विचारांचे, भावनांचे तरंग वहात असतात, दुष्ट भावनांवर अंकुश ठेवण्याचा व सद्भावनांना चालना देण्याचा प्रयत्न सतत करणे अत्यंत गरजेचे आहे. असे केल्याने साधकाचे अंतःकरण सद्विचारी व सच्छील होईल व तो अंतर्बाह्य सत्प्रवृत्त बनेल! ही सत्प्रवृत्ती दैनंदिन जीवनात सतत टिकून राहिली पाहिजे, म्हणजेच आपले हातून मोहाने गैरव्यवहार व दुष्कृत्ये घडणार नाहीत. गीतेतील बाराव्या अध्यायात भगवंताने स्वतः आश्वासन दिले आहे की, जो भक्त आपले शुद्ध अंतःकरण माझे ठिकाणी तल्लीन करील, माझे चिंतन, ध्यान सतत करीत राहील त्याचा मी मृत्यू संसारसागरातून उद्धार करीन.

तेषामहं समृद्धर्ता मृत्युसंसारसागरात् ।
भवामि नचिरात्पार्थ मय्यावेशितचेतसाम् ॥ (गीता १२.७)

संसाराला नेहमी सागराची उपमा देतात. त्याचे कारण काय? पांडुरंगशास्त्री यांनी यासंदर्भात म्हटले आहे की, सागर पार करणे हे आपल्या बाहूंना शक्य नाही, तसेच आपल्या अंगात तेवढी शक्तीही नाही; नौकेवाचून ते शक्य नाही. त्याचप्रमाणे हा संसारसागर पार करण्यासाठी भक्ती नावाची 'नौका' हवी. ती आपल्याला या दुस्तर सागरातून पार करून ईश्वराप्रत पोचवेल.

उपासनेसाठी साधकाला एकाच मार्गाने जायला हवे असे नाही. प्रत्येकाची सत्त्व, रज, तम या गुणांच्या अनुरोधाने, घडण वेगळी आहे.

१) पहिल्या मार्गात सांगितले की, मला मन व बुद्धी समर्पित कर. चित्त परमेश्वराच्या ठिकाणी एकाग्र करणे. आत्मकेंद्रितता कमी करून आपण मनात भाव, निष्ठा वाढविली

पाहिजे. आपला संकल्प ईश्वरासाठी आहे, आपली बुद्धी म्हणजे निर्णयशक्ती ईश्वरासाठी आहे अशा वृत्ती जोपासल्या पाहिजेत. प्रभूविषयी भावमयता वृद्धिंगत केली म्हणजे चित्त तल्लीन होऊ शकेल.

२) ते जमणारे नसेल तर अभ्यास-योग स्वीकार. ध्यानयोगाचा अभ्यास करून त्यामार्गाने ईश्वराकडे वाटचाल कर. सत्कर्माची कास धर. विकार आटोक्यात ठेवण्यासाठी विचार, विवेक यांच्या साहाय्याने कामक्रोधादींना ताब्यात ठेव.

३) तिसरा मार्ग सांगितला आहे तो म्हणजे – 'मत्कर्मपरमो भव' भगवंताचे काम करीत उपसाना कर. राजर्षी, देवर्षी हे देवाची कामे सतत करतात. समाजाला उच्च विचार देऊन कल्याण करतात. राजर्षी संपत्ती मिळवितात पण ती भगवंताच्या कामासाठी वापरतात. देवर्षी जे नारद ते वीणा घेऊन जगत्कल्याणासाठी प्रभूचे काम करीत हिंडतात. भगवंताजवळ जायचा मार्गही जमत नसेल अथवा ग्रह्य नसेल तर चौथामार्ग आहे.

४) 'सर्वकर्मफलत्यागं ततः कुरु यतात्मवान् ।।' (गीता १२.११)

मनाचा संयम करून, कर्मफलांचा त्याग करून आयुष्यातील कर्मे कर. फलाशेचा त्याग करून ईश्वरार्पणबुद्धीने कर्मे कर. यात निःसंगता सांगितली आहे. अहंकाराचा त्याग केल्याशिवाय सर्वकर्मफलत्याग आचरणात आणता येणार नाही. भगवंताजवळ जाण्याचे हे चार मार्ग सांगितले आहेत. हे चार मार्ग एकमेकांपेक्षा कनिष्ठ किंवा श्रेष्ठ नाहीत; आपल्या स्वभावाला, वृत्तीला जो रुचेल तो अनुसरून देवाकडे वाटचाल करायची आहे.

पंधराव्या अध्यायात विश्वव्यापी परमेश्वर व आपल्या देहात वास्तव्य करणारा जीवात्मा यांचा संबंध स्पष्ट केला आहे. आपल्या शरीरात जे अविनाशी चैतन्य आहे जो उपभोक्ता जीव आहे. तो सर्वश्रेष्ठ परमेश्वराचाच एक अंश आहे. त्याचे मूळस्वरूप ईश्वराप्रमाणे असून त्याला जेव्हा मोक्ष मिळतो तेव्हा तो ईश्वराच्या परम स्थानाला जातो. आपल्या मूळ शुद्ध स्वरूपाला (दिव्य अशा) प्राप्त होतो.

ममैवांशो जीवलोके जीवभूतः सनातनः । (गीता १५.७)

वास्तविक जीव हा शिवाहून भिन्न नाही, शिवाचाच तो अंश आहे. पण अज्ञानाच्या पटलामुळे त्याला आपल्या मूळ स्वरूपाचे भान राहत नाही. जीवात्मा व परमात्मा यांच्यात भेद आहे. तो त्याचा अंश म्हणजे अग्नी व स्फुलिंगासारखा आहे. तो स्वतंत्र नाही. परमात्मा त्याचा नियामक व स्वामी आहे. तो शरीर फक्त व्यापतो, परमात्मा विश्वातील चेतन-अचेतन सर्व व्यापतो. विश्वाची निर्मिती व नाश परमात्मा करतो; जीवात ती शक्ती व सर्वशक्तिमत्व नाही. परमात्मा प्रकृतीचा स्वामी आहे तर जीवात्मा मात्र प्रकृतीच्या गुणांनी बद्ध आहे. मनासहित जी सहा इंद्रिये (पाच ज्ञानेन्द्रिये व मन) आहेत ती त्याला खेचीत असतात. प्रकृतीचे विकार, अहंकार व जगातील विषय यांच्या पाशाने तो जखडला

जातो व इंद्रिय मन–बुद्धी हेच आपण आहोत, असे समजू लागतो. स्वप्न पहात असलेला मनुष्य स्वतःला स्वप्नात हत्तीच्या अंबारीत बसलेला पाहतो व तोच आपण आहोत असे खरे मानतो, तद्वत जीव आपण मामलेदार गोपाळराव आहोत हेच खरे मानतो. वास्तविक तो मुळात सच्चिदानंदरूप आहे. आपल्या कार्यानुरूप त्याला जीवात्मा म्हणून जन्म घ्यावा लागतो व भक्तीच्या साहाय्याने तो ईश्वराप्रत जातो म्हणजेच मूळ स्वरूपाप्रत जातो व शाश्वत आनंद भोगतो. रामकृष्णांनी म्हटले आहे की, ईश्वररूपी पाण्यावर उत्पन्न होणारे बुडबुडे म्हणजे जीवात्मे होत. ते उत्पन्न होतात, पाण्यावर तरंगतात, पुढे सरकतात व शेवटी पाण्याशीच एकरूप होऊन जातात. मुक्त जीवात्मे परमपद प्राप्त करतात.

(क्रमशः)

लेखांक : साठावा

परमात्मा हाच ज्ञेय

भक्तिमार्गात निरपेक्ष व निर्हेतुक प्रेमाला फार महत्त्व आहे. जो भक्त आपले चित्त भगवंताच्या चरणी आवडीने लीन करतो, ज्याला ईश्वर प्राप्तीशिवाय दुसरे काहीच मागायचे नसते अशा श्रेष्ठ भक्ताला भगवंताने बाराव्या अध्यायात आश्वासन दिले आहे की, भगवान् त्याचा भवसागरातून उद्धार करतील. साधकाला भगवंतापर्यंत पोचण्यासाठी जे चार मार्ग सांगितले आहेत. त्यातील कुठलाही एक मार्ग भक्ताने आपल्या प्रकृतिधर्माप्रमाणे निवडावा व परमेश्वराची आराधना करावी, असे सांगून, खरा 'भागवतोत्तम' कसा असतो, त्याची लक्षणे कोणती, याविषयीचे दिग्दर्शन अध्यायाच्या शेवटी केले आहे. 'अद्वेष्टा सर्व-भूतानाम्' इथपासून ते 'संतुष्टो येन केनचित्' इथपर्यंत या श्रेष्ठ भगवद् भक्तांचे त्यांच्या वृत्तीचे व गुणांचे वर्णन गीताकार करीत आहेत. हे वर्णन वाचल्यावर आपल्या डोळ्यांसमोर, चारित्र्य संपन्न, नीतिमान, निरहंकारी, सुख-दुःख समानतेने झेलणारा सद्‌गुणसंपन्न, थोर मनाचा, करुणार्द्र वृत्तीचा व ईश्वरनिष्ठ असा आदर्श पुरुष उभा राहतो.

संतुष्टः सततं योगी यतात्मा दृढनिश्चयः ।
मय्यर्पितमनोबुद्धिर्यो मद्भक्तः स मे प्रियः ।। (१२.१४ गीता)

तो निग्रही, दृढनिश्चयी, प्रभूला मन व बुद्धी समर्पित केलेला, हर्ष, क्रोध, राग, द्वेष या विकारांपासून मुक्त असलेला, शत्रू-मित्र, सुख-दुःख, शीत-उष्ण यांना सारखेच लेखणारा, मनाने संतुष्ट, दक्ष, अंतर्बाह्य पवित्र आणि स्थिर बुद्धी असलेला असा हा भक्त ईश्वराला प्रिय असतो. हा जो उच्चकोटीचा भक्त आहे त्याला 'निर्भय' म्हटले आहे. याचा अर्थ असा की, त्याला 'हे माझे, ते माझे' असे वाटत नाही. त्याच्यापाशी जे जे आहे, ते ते प्रभूचे आहे, त्याने दिलेले आहे असे त्याला वाटते. 'निरहंकार' या पदाचा अर्थही असा आहे की, हा भक्ताला अभिमान, गर्व, घमेंड यांचा लवलेशही नाही. शुद्ध मनाचा हा भक्त कितीही ज्ञानी असला, गुणवान असला तरी तो कुणालाही आपल्यापेक्षा हलके मानीत नाही. हा भक्त क्रोध, क्षय, उद्वेग यापासून मुक्त असतो. क्रोधावर मात करणे किंवा क्रोध जिंकणे खरोखरच कठीणच असते. पण हा भगवद्‌भक्त आत्मपरीक्षणाने व

क्षमाशीलतेने क्रोधाला जिंकतो. एखाद्या दुष्टाने आपली निंदा केली की, आपल्या मनात क्रोध उद्भवेल परंतु 'तो अज्ञानी आहे, त्याला असलेच बोलता येते' असे समजून त्याचे शब्द जर आपण स्वीकारले नाही, ते टाकून दिले तर आपला क्रोध जागीच दबून जाईल. अशा वृत्तीतून भक्त मनोविकारांवर ताबा मिळवितात. असे हे भक्तांच्या गुणांचे वर्णन मनाला अतिशय हृद्य वाटते व जागृतीही देते.

क्षेत्र व क्षेत्रज्ञ –

भक्तियोगावरील हे विवेचन संपविल्यानंतर गीताकारांनी क्षेत्र–क्षेत्रज्ञ विचार मांडला आहे. ह्या विवेचनाची सुरुवात करतानाच असे म्हटले आहे की, कौंतेया, हे जे शरीर आहे त्यालाच 'क्षेत्र' हे नाव आहे. क्षेत्र शब्दाचे संस्कृतात दुसरेही दोन अर्थ आहेत. पत्नी व शेत. पण या ठिकाणी शरीर ज्यामध्ये मन, अहंकार वगैरे आहेत तेच अभिप्रेत आहे. सर्व क्षेत्रांमध्ये क्षेत्रज्ञ कोण आहे? तर तो 'मी' आहे असे भगवंताने सांगितले आहे. क्षेत्र एकतीस तत्त्वांनी बनले आहे. प्रकृती, महाभूते (पाच), एकादश इंद्रिये (मनासहित) इंद्रियांचे पाच विषय, इच्छा, द्वेष, सुख, दुःख, संघात, चेतना (याचा अर्थ प्राणादींचा व्यापार), धैर्य या सर्वांना मिळून 'क्षेत्र' ही संज्ञा दिली आहे. यातून हे स्पष्ट होते की, जे जे म्हणून सृष्ट आहे, विकारात्मक आहे व शरीरांतर्गत जड पदार्थ आहेत ते सर्व क्षेत्र असून ते आपल्याला जाणून घ्यावयाचे आहे. ही सृष्टी रमण्यासाठी, भोगण्यासाठी निर्माण झाली आहे असे समजणे अयोग्य होय. कारण येथे असे स्पष्ट म्हटले आहे की, क्षेत्र–क्षेत्रज्ञ यांचे ज्ञान म्हणजे 'परमेश्वराचे ज्ञान' होय. ह्या सृष्टीचा जो नियामक आहे, ह्या शरीररूपी क्षेत्राचा जो चालक आहे त्याला जाणून घेण्यासाठी आपण या सृष्टीत जन्म घेतला आहे. अहम्–प्रत्ययापासून ते अगदी विराट अशा पंचमहाभूतांपर्यंत जे जे म्हणून आहे ते सर्व क्षेत्र म्हटले आहे. ह्या क्षेत्राचा मालक, ह्याला निर्माण करणारा, ह्याचे नियमन करणारा जो आहे त्याला 'क्षेत्रज्ञ' म्हटले आहे. भगवान् सांगतात की, ह्या क्षेत्राचा क्षेत्रज्ञ ते स्वतः आहेत. तेव्हा जीवात्म्याने या क्षेत्रात जन्म घेतल्यावर ह्या क्षेत्रज्ञाला जाणून घेणे, हेच त्याचे कर्तव्य आहे. गीताकारांनी ह्या 'क्षेत्रज्ञाच्या' स्वरूपाची कल्पना याठिकाणी नंतरच्या श्लोकात दिली आहे; त्या आधी 'ज्ञान' काय आहे ते सांगितले आहे. क्षेत्रज्ञ म्हटलेल्या सर्वश्रेष्ठ परमेश्वराचे, शुद्ध चैतन्याचे स्वरूप जाणणे म्हणजे ज्ञान होय. ईश्वराचे ज्ञान करून घेणे म्हणजे वेदवाङ्मयात त्याचे जे अनादि, अनंत, नित्य, शुद्ध, सच्चिदानंदरूप असे वर्णन आले आहे ते शब्दज्ञान नव्हे तर ईश्वरानुभव घेणे, त्याचा साक्षात्कार होणे, असा अर्थ त्यात अभिप्रेत आहे. अग्नी उष्ण आहे हे आजोबांनी सांगितले व ते मानले हे अग्नीचे शाब्दिक ज्ञान झाले पण जाळात हात क्षणभर टाकून अग्नीचा जो अनुभव येईल ते

अग्नीचे खरे ज्ञान होय. ईश्वराचे असे ज्ञान कशाने होऊ शकते? गीताकारांनी सातव्या श्लोकापासून–अकराव्या श्लोकापर्यंत ज्ञान कसे होते व कोणत्या साधनांनी होते हे सांगितले आहे.

अमानित्वमदम्भित्वमहिंसा क्षान्तिरार्जवम् ।
आचार्योपासनं शौचं स्थैर्यमात्मविनिग्रहः ।। (गीता १३.७)

या सात ते अकरा श्लोकांमध्ये २० गुण स्पष्ट केले आहेत. विनम्र असणे, दंभ नसणे, अहिंसा, क्षमा, सरळपणा, गुरूसेवा, शूचिर्भूतपणा, स्थैर्य, मनोनिग्रह, विषयांच्या ठायी विरक्ती, अनहंकार, जन्म, मृत्यू, जरा व्याधी यांना दोषरूप मानणे, अनासक्ती, बायका–मुलात आसक्ती न ठेवणे, इष्ट व अनिष्ट यांना सारखेच लेखणे, अध्यात्मज्ञान नित्य आहे ही धारणा व तत्त्वज्ञानाचे नेहमी परिशीलन करणे हे सद्‌गुण म्हणजे खरे ज्ञान होय. ही ज्ञानाची व्याख्या खरोखर अतिशय वेगळी अशी आहे. ईश्वरापाशी जायचं असेल तर आपण अंतर्बाह्य शुद्ध झालं पाहिजे. आपली मन, बुद्धी, सात्त्विक केली पाहिजे, परमात्म्याची अनन्यभक्ती केली पाहिजे, आपल्या विचारात, वृत्तीत व आचरणात आमूलाग्र बदल करून आपण सर्वतोपरी 'उन्नत' झाले पाहिजे. त्या आत्म्याची प्राप्ती नुसत्या पुस्तकीज्ञानाने, विद्वत्तेने किंवा व्याख्याने दिल्याने होणार नाही. उपनिषदातच म्हटले आहे –

"नायमात्मा प्रवचनेन लभ्यो न मेधया न बहुना श्रुतेन ।"
(मुण्डक ३.२.३)

तुकारामांनीही आपल्या गाथेत हेच सांगितले आहे.

"झालासि पंडित पुराण सांगसी ।
परी तू नेणसी मी हे कोण ।।" (गाथा २५९९)

पांडुरंगशास्त्री यांनी या संदर्भात म्हटले आहे की, हे वीस गुण म्हणजे परमात्म्याचे खरे ज्ञान होण्यासाठी सांगितलेली ज्ञानसाधने आहेत. जसजसे हे सद्‌गुण आपल्या अंतरंगात वाढत जातात तसतसे आपण अधिकाधिक सात्त्विक होत जातो.

'ज्ञेय' म्हणजे काय?

त्यानंतर 'ज्ञेय' असे जे परमतत्त्व, त्याच्या स्वरूपाचे वर्णन आले आहे. सर्व क्षेत्रांचा ज्ञाता असेलला आपल्याला परम 'क्षेत्रज्ञ' जाणून घ्यावयाचा आहे कारण तेच मानवी जीवनाचे अंतिम ध्येय होय. तसे पाहिले तर क्षेत्रज्ञ दोन आहेत. वैयक्तिक शरीराचा मालक जीवात्मा हा कनिष्ठ क्षेत्रज्ञ आहे. प्रकृती, जीवात्मा यांचा नियन्ता व प्रेरक जो परमात्मा तो सर्व देहांमध्ये (सर्वक्षेत्रेषु) वास करतो, त्यांना जाणतो. तो परम किंवा वरिष्ठ

क्षेत्रज्ञ आहे. हे दोन्ही क्षेत्रज्ञ एक असूनही भिन्न आहेत हे जाणणे महत्त्वाचे आहे. दोघेही सच्चिदानंदरूप, दिव्य अविनाशी आहेत, पण परमात्मा सर्वज्ञ, प्रकृती व जीवात्मा यांचा नियामक तर जीवात्मा अल्पज्ञ व नियाम्य आहे. हे 'ज्ञेय' प्रत्यक्ष जाणल्याने अमृततत्त्वाची प्राप्ती होईल म्हणजेच साधक या संसारसागरातून मुक्त होईल. हा परमात्मा अनादी, अनंत, सदसत्-रूप, सर्वत्र चक्षु, मुख, हस्तपाद असलेला, सर्वेन्द्रियविवर्जित निर्गुण असूनही गुणभोक्ता, अविज्ञेय असा आहे. तो आपल्या देहात आहे तसाच तो बाहेरही आहे, भूतांना धारण करणारा, सृष्टीचा कर्ता व संहर्ता आहे व तो प्रत्येकाच्या हृदयात विराजमान आहे. प्रकृतीने बद्ध असा जीवात्मासुद्धा त्याच्या देहात हृदयातच वास करतो.

ज्योतिषामपि तज्ज्योतिस्तमसः परमुच्यते ।
ज्ञानं ज्ञेयं ज्ञानगम्यं हृदि सर्वस्य विष्ठितम् ।। (गीता १३.१७)

ह्या सृष्टीत परमात्मा ओतप्रोत भरलेला आहे. विश्व व्यापून पुन्हा त्याच्या पलीकडेही तो आहे. ह्या दृष्टीने पाहता तो खरोखरच फार दूर आहे पण अंशरूपाने तो आपल्या देहातही आहे, तो आपला अंतर्यामी आत्मा आहे आणि यादृष्टीने तो आपल्या अगदी जवळ आहे. हा बोधस्वरूप व ज्ञानगम्य असून माणसाचे अंतिम ज्ञेयही हाच परमात्मा होय.

अनादित्वान्निर्गुणत्वात् परमात्मायमव्ययः ।
शरीरस्थोऽपि कौंतेय न करोति न लिप्यते ।। (गीता १३.३१)

हा परमात्मा अनादी, निर्गुण व अव्यय आहे; म्हणून तो शरीरात वास करतो तरीही (अकर्ता असल्याने) निर्लेपच राहातो. रवि ज्याप्रमाणे एकटा सर्व जगताला प्रकाशित करतो तसा हा क्षेत्री परमात्मा आपल्या शरीराला संपूर्णरीत्या प्रकाशित करतो. आपल्या इंद्रियांना जाणण्याची शक्ती देणारा तो आहे; मन व बुद्धी चालवणारा तोच आहे. रविचा हा दृष्टान्त फारच समर्पक आहे. रवी 'चैतन्य' आहे व त्याच्यामुळे चंद्र 'चेतन' होतो. आपल्या शरीरात त्या शुद्ध चैतन्याचा अंश (जीव) आहे. तसेच त्याचा आधार परमात्माही आहे. हेच चैतन्य सर्व भूतांमध्ये चराचरामध्ये अविनाशी तत्त्व म्हणून व्यापून राहिले आहे.

हे परमतत्त्व सर्व प्राणिमात्रात, सृष्टीच्या प्रत्येक पदार्थात (कारणरूपाने) अस्तित्वात आहे, मग ते आपल्याला का दिसत नाही? आपल्या स्थूल चक्षूची, मनःचक्षूची तसेच बुद्धीची तेवढी कुवत नाही म्हणून. आपल्या डोळ्यांपुढे मायेचे आवरण आहे, आपण देहबुद्धीशी व पर्यायाने प्रकृतीशी एकरूप झालेलो आहोत, म्हणून आपला जीव, शुद्ध चैतन्याची कला आहे, ह्याची जाणीव आपल्याला होत नाही. जीवात्मा आपले मूळ शुद्ध स्वरूप पूर्णपणे विसरला आहे. तुकाराम महाराजांनी म्हटले आहे –

काम क्रोध आड पडले पर्वत ।
राहिला अनंत पलीकडे ।।

ही आपल्या जीवात्म्यावर आलेली आवरणं दूर करण्यासाठी संतांनी असे सांगितले आहे की, आपण आपल्या मनात मी त्याचा अंश आहे, मी तोच आहे, 'सोऽहम्' हा बोध खोलवर रुजविला पाहिजे; सोऽहम् किंवा प्रभूच्या नावाचा जप वारंवार करून हा बोध दीर्घ काळ टिकविण्याचा प्रयत्न केला पाहिजे. नामस्मरणाने, परमात्म्याला शरण गेल्याने ज्ञानचक्षू जागृत होतील व त्यांच्याद्वारे जीवाला आपले मूळ दिव्य रूप कळेल व आपल्या स्वामीचा–परमात्म्याचा प्रत्यय येईल. गीतेत या संदर्भात स्पष्ट उल्लेख आहे की, नित्य प्रयत्न करणारे जे योगी आहेत जे आपले ठायी स्थिर असलेल्या 'आत्म्यास' (म्हणजेच शुद्ध चैतन्यास) ओळखतात. अविकसित बुद्धीचे लोक ओळखू शकत नाहीत.

यतन्तो योगिनश्चैनं पश्यन्त्यात्मन्यवस्थितम् । (गीता १५.११)

आपल्या आत्म्यात जी परमात्म स्वरूपी सर्वव्यापी चित्शक्ती वास करते, तिची ओळख होणे, तिचा अनुभव येणे, म्हणजेच मोक्ष होय. 'मोक्ष' हा कोणी कोणास द्यावा लागत नाही किंवा त्याच्या प्राप्तीसाठी दुसऱ्या प्रदेशी जावे लागत नाही. आपण प्रकृतीच्या पाशापासून मुक्त आहोत व सच्चिदानंदरूप परमेश्वराचा एक अंश आहोत असा आत्मसाक्षात्कार झाला की तो मोक्ष भक्ताला जागच्या जागीच प्राप्त होत असतो. ही ब्राह्मी स्थिती प्राप्त होण्यासाठी कदाचित् एक जन्मही पुरेल किंवा साधनेच्या पायऱ्या चढता चढता त्यासाठी अनेक जन्मही लागतील!

'प्रकृती हे माझेच स्वरूप असून सर्व भूतमात्रांची उत्पत्ती प्रकृतिपासून होते' असे सांगून भगवंतांनी प्रकृतीच्या तीन गुणांचे स्वरूप स्पष्ट केले आहे. प्रकृती, सत्त्व, रज व तम या गुणांची बनलेली असल्यामुळे सृष्टीतील सर्व पदार्थ तिन्ही गुणांचे मिश्रण घेऊन जन्म घेतात. जग व जगातील प्राणिमात्र प्रकृतीचे विकार आहेत म्हणून त्रिगुणात्मक आहेत. जगातील प्रत्येक वस्तू सुखकारक, दुःखकारक व मोहकारक आहे. एखाद्या बाबुरावाला दहा लाखांचे लॉटरीचे तिकीट लागले. ते त्याला स्वतःला सुखरूप निश्चित वाटेल. त्याचा मित्र शंकररावाला मात्र 'याला काही न करता एवढे पैसे कसे मिळाले?' म्हणून मत्सरामुळे दुःख होईल; म्हणजेच ते तिकीट दुःखरूप झाले. तिसरा यादवराव तर, 'बघतो, याला पैसे मिळतात का मला!' असे म्हणून त्या तिकिटाची चक्क चोरी करील; म्हणजे ते मोहरूप ठरले. अशा रीतीने प्रत्येक पदार्थ सुख–दुःखमोहात्मक आहे. सत्त्व गुण म्हणजे ज्ञान व सुख, रज म्हणजे कर्म व दुःख आणि तम म्हणजे अज्ञान, मोह व आळस! जरी आपल्यात तिन्ही गुण असले तरी रज व तमाचा पाडाव करून सत्त्वाला प्रबल व वरचढ केले पाहिजे, त्यामुळे आपण निष्काम व निरहंकारी बनू शकू.

सत्त्वात्संजायते ज्ञानं रजसो लोभ एव च ।
प्रमादमोहौ तमसो भवतोऽज्ञानमेव च ।। (गीता १४.१७)

सत्त्वापासून ज्ञान तर रजोगुणापासून केवळ लोभ निर्माण होतो आणि तमापासून तर अधोगतीला नेणारे प्रमाद, मोह व अज्ञान निर्माण होतात. परमात्मा त्रिगुणाच्या पलीकडे आहे. त्रिगुणांच्या पलीकडे गेल्यानेच आपल्याला ईश्वराची प्राप्ती होऊ शकेल. ह्या गुणांवर मात कशी करायची? ईश्वराची अनन्यभक्ती, त्याचे नित्य नामस्मरण हेच आपल्याला त्रिगुणांच्या पलीकडे नेऊ शकेल. तन्मयतेने नाम घेतल्याने साधक मनाने शुद्ध होतो व सात्त्विक बनतो. नामाच्या शक्तीचे रामकृष्ण परमहंसांनी अत्यंत सुंदर वर्णन केले आहे. श्रीकृष्णाची सुवर्णतुला करण्याचे ठरले. एका पारड्यात भगवान श्रीकृष्ण बसले होते, दुसऱ्यात रूक्मिणीने भगवंताचे नाव व तुळशीचे पान ठेवले होते. तुलेच्यावेळी हे दुसरे पारडे, ज्यात नाम होते ते भगवंताच्या पारड्याहून खाली गेले! यावरून असे दिसते की, भगवंत आणि त्याचे नाव एकमेकांपासून भिन्न नाहीत. (बोधकथा पृ. ५१).

(क्रमशः)

◆◆

लेखांक : एकसष्टावा

दैवी संपत्ती

'ज्ञान' ह्या संकल्पनेची इतकी सुंदर व सुस्पष्ट मांडणी इतरत्र कुठेही सापडणे कठीण आहे. ज्ञान या संज्ञेच्या अंतर्गत जे वीस गुण सांगितले आहेत ते अंगी बाणावले व ते आचरणातून दृग्गोचर झाले की, त्या पुरुषाला ज्ञानी म्हणावे असा याचा अर्थ आहे. मनोनिग्रह, दंभाचा अभाव, निरहंकारी वृत्ती, इंद्रियार्थांविषयी विरक्ती, इष्ट व अनिष्ट यांचे संबंधाने समचित्त राहाणे आणि ईश्वराविषयी अव्यभिचारिणी भक्ती हे त्यातले महत्त्वाचे गुण आहेत. इंद्रिये व दृश्य वस्तू यांचा संबंध सतत येत असतो व तो येणारच. पण याठिकाणी गीताकारांनी त्या इंद्रियांच्या विषयासंबंधी वैराग्यवृत्ती ठेवावी असे सांगितले आहे. इथे वस्तुवैराग्य सांगितलेले नाही तर विषयवैराग्य सांगितले आहे. वस्तू चांगली आहे, ती तुम्हाला चांगली वाटेल पण तिच्याकडे तुम्ही भोग्य वस्तू म्हणून पाहू नका. त्या वस्तूला विषय म्हणजे भोग्य विषय करू नका. समचित्तत्वाचा गुणही अंगी बाळगणे फार कठीण आहे. इष्ट आले की आपण हुरळतोच व अनिष्ट आले की हात-पाय गाळून बसतो. तराजूच्या दांडीप्रमाणे मन अगदी सरळ ठेवले पाहिजे. सुखाने किंवा दु:खाने ती दांडी वाकता कामा नये. यासाठी त्या मनाला सतत बोध द्यावा लागतो की ही द्वंद्वे अटळ आहेत; जीवनाचा अविभाज्य भाग आहेत व त्यांच्यामुळे मनाची उभारी, दृढता सोडता कामा नये. सर्वांत प्रभावशाली गुण म्हणजे 'भक्तिरव्यभिचारिणी' हा! मनाचे ठिकाणी अभिव्यभिचारी - अनन्य अशी भक्ती सतत ठेवली पाहिजे. आपली आपल्या भगवंताविषयी भक्ती कशी असली पाहिजे? तर शुद्ध व निर्हेतुक अशी. त्या भक्तीला त्या परमात्म्याविषयीच्या प्रेमाला - अन्य कुठलीही अपेक्षा अन्य कुठलेही कारण नसावे. आपले मन सहजगत्या ईश्वरभक्तीत लीन झाले पाहिजे; कुठल्याही कारणाशिवाय नामस्मरणात आपण रममाण झाले पाहिजे. ही गोष्ट जर हस्तगत झाली तर आपोआपच मन उन्नत होईल, शुद्ध होईल व इतर गुण आत्मसात होतील. पण इतर गुण आत्मसात होऊनही जर ही गोष्ट साध्य झाली नाही तर सर्व व्यर्थ ठरेल.

दैवी संपत्तीचे विवरण –

सोळाव्या अध्यायाच्या सुरुवातीला दैवी संपत्तीचे सव्वीस गुण सांगितले आहेत. वर 'ज्ञान' या सदरात मोडणारे जे गुण सांगितले आहेत त्यांचा विचार करताना ह्या दैवी संपत्तीच्या गुणांची साहजिकच आठवण येते. गीतारहस्यात लोकमान्य टिळकांनी ह्यासंबंधी स्पष्टच म्हटले आहे की, वरील वीस गुण व दैवी संपत्तीत समाविष्ट असलेले सव्वीस गुण हे एकच आहेत. (गीतारहस्य पृ. ७९३).

अहिंसा सत्यमक्रोधस्त्यागः शांतिरपैशुनम् ।
दया भूतेष्वलोलुप्त्वं मार्दवं ऱ्हीरचापलम् ।। (गीता १६.२)

ह्या सद्गुणांमध्ये, भूतांचे ठिकाणी दया, निर्लोभता, दुसऱ्यांना पीडा न देणे, कोपविहीनता, शांति, कर्मफलत्याग, उदारदृष्टी असणे, अभय, शुद्ध-सात्त्विक वृत्ती, मृदुपणा, वाईट कृत्यांची लाज, अचंचलता, धृती, क्षमा व मनोनिग्रह अशा अनेक गुणांचा अंतर्भाव आहे. हे गुण ज्याच्या ठायी असतील तो सर्वश्रेष्ठ 'आदर्श पुरुष' म्हटला पाहिजे. दैवी संपत्तीत जन्मलेल्या माणसाला हे गुण प्राप्त होतात असे येथे म्हटले आहे. स्थितप्रज्ञ, भगवद्भक्त व त्रिगुणातीत यांच्या वर्णनात जे सांगितले आहे, तसेच ज्ञान संकल्पनेत ज्या गुणांचा अंतर्भाव स्पष्ट केला आहे – त्याचेच विस्ताराने विवरण पुन्हा येथे दैवी संपत्तीच्या विवेचनात केले आहे. उन्नतीला नेणारे, माणसाला अंतर्बाह्य शुद्ध करणारे, त्याच्या बुद्धीचा विकास करून त्याला 'ईश्वरसंनिध' नेणारे हे गुण आहेत. त्यांचे विवरण पुरेसे आलेले आहे असे पाहून आता या अध्यायात गीताकार याच्याविरुद्ध असलेले जे आसुरी संपत्तीतले गुण त्यांची कल्पना सविस्तरपणे देत आहेत. 'दैवी संपत्ती' या नावावरून स्पष्ट होते की, हे गुण धारण करणारा हा दैवी वर्ग आहे. जगात दोन वर्ग दिसून येतात. आताच नव्हे अगदी पुरातन कालापासून ते अस्तित्वात असावेत – १) दैवी वर्ग २) आसुरी वर्ग.

द्वौ भूतसर्गौ लोकेऽस्मिन्दैव आसुर एव च ।
दैवो विस्तरशः प्रोक्त आसुरं पार्थ मे श्रुणु ।। (गीता १६.६)

भगवंताने अर्जुनाला सांगितले आहे की, त्याने काळजी करू नये, शोक करू नये कारण तो दैवी संपत्तीत जन्मलेला आहे. दैवी संपत्ती असलेले भाग्यवान पुरुष हे निर्भय, तेजस्वी, दयाशील व ईश्वरावर नितांत निष्ठा असलेले, परहित चिंतणारे असतात. त्यांची ईश्वरनिष्ठा असामान्य स्वरूपाची असते. तिनेच त्यांचे जीवन व्यापून टाकलेले असते. याउलट, आसुरी संपत्तीचे लोक हे निरीश्वरवादी, ऐहिक भोगात रमणारे, अधार्मिक प्रवृत्तीचे, जडवादाचा आश्रय करणारे, स्वेच्छाचारी, स्वार्थ जोपासणारे, लोभ, दम्भ, मान, मद या दुर्गुणांनी युक्त असतात. त्यांना सांख्य, वेदान्त यात मांडलेल्या विश्वाच्या उत्पत्तीचा सृष्टीक्रम किंवा अनाद्यनन्त परमात्मा सृष्टीचे मूलकारण आहे असा सिद्धांत मान्य नसतो. त्यांना

जग, असा कुठलाही आधार नसलेले, अनीश्वर म्हणजे ईश्वराचे अस्तित्व नसलेले, मनुष्याच्या भोगासाठीच (त्याच्या वासना तृप्त करण्यासाठीच) निर्माण झालेले वाटते. जीवनात विषयोपभोगांच्या मागे धावणारे हे आसुरी लोक स्वार्थापोटी दुष्ट व नीच कृत्ये आचरतात व अनाचाराने पुष्कळ धन व सत्ता काबीज करून, अनेकांची हत्या करून आसुरी आनंद उपभोगतात. दया, धर्म, न्याय, नीती, विवेक, सत्य, अहिंसा, अशा श्रेष्ठ मूल्यांचा त्यांना लवलेशही नसतो. अज्ञानाने मोहित झालेले हे क्रूर नराधम, स्वतःलाच बलाढ्य, संपन्न, कुलवान मानतात, एवढेच नव्हे तर ते स्वतःच ईश्वर असल्याचे मानतात.

आसुरीं योनिमापन्ना मूढा जन्मनि जन्मनि ।
मामप्राप्यैव कौंतेय ततो यान्त्यधमां गतिम् ।। (गीता १६.२०)

असे कलङ्कभूत तामसी नरराक्षस पुनः पुन्हा आसुरी म्हणजे पापयोनीतच जन्म घेतात व शेवटी अधोगतीला जातात. हिरण्यकश्यपू स्वतःलाच देव मानीत असे व म्हणून त्याच्या राज्यात जे विष्णूची पूजा करीत त्यांना तो ठार करीत असे. सुंद व उपसुंद हे सख्खे भाऊदेखील त्यांना मिळालेल्या वराच्या जोरावर, आपल्याला कोणी मारू शकणार नाही असे जाणून मदोन्मत्त झाले व त्यांनी एवढे अनाचार आरंभिले की सारी पृथ्वी संत्रस्त झाली. तेव्हा ब्रह्मदेवानेच तिलोत्तमा नावाची दैवी सौंदर्य असलेली स्त्री निर्माण केली व तिच्या आधारे त्या उभयतांमध्ये वैर निर्माण करून त्यांचा संहार केला.

प्राचीन काळी चार्वाकानेही निरीश्वरवादाचे व जडवादाचे विचार मांडले आहेत. जगात परमेश्वर नाही, आत्मा अथवा जीव असा पदार्थ नाही, मृत्यू झाला की, सर्व काही इथेच संपते, पुन्हा जन्म मिळत नाही. मरणानंतर पुढे काही नाही. 'खा, प्या, मजा करा' एवढेच नव्हे तर ऋण काढून तूपाचा आहार करा, सुखोपभोग हे एकमेव ध्येय ठेवा. वेद, यज्ञ, पूजा-अर्चा, श्राद्ध हे सर्व थोतांड आहे. ज्योतिष्टोम यज्ञात बळी दिलेला पशू जर स्वर्गात जात असेल तर मग यजमानाच्या पित्यालाच का बळी देत नाहीत? स्वर्ग, मोक्ष, परलोक हे काही नाही. त्यासाठी प्रयत्न करणे व्यर्थ आहे, असे प्रक्षोभक विचार त्याने मांडले. पण अशा अनिर्बंध, अधार्मिक व नीतिमूल्यहीन जीवन जगण्याचा परिणाम किती भयानक होतो हेच भगवंताने आसुरी संपत्तीच्या विवेचनात मानवाच्या मनावर बिंबवले आहे.

इंद्रियनिग्रहाचे महत्त्व -

आसुरी संपत्तीचे लोक काम-क्रोध लोभांच्या आहारी गेलेले असतात व त्यामुळे त्यांची अधोगती होते हे सांगताना गीताकार पुढे म्हणतात की, समाजाने या कामक्रोधादींपासून जपून राहिले पाहिजे. त्यांच्या अधीन होता कामा नये. हे दुष्पूर म्हणजे कधीही पूर्ण झाल्यासारखे वाटणार नाही. हे फार मोठे शत्रू आहेत. हे समाजाची अवनती करून त्याला विनाशाकडे नेणारे आहेत.

त्रिविधं नरकस्येदं द्वारं नाशनमात्मनः।
कामः क्रोधस्तथा लोभःतस्मादेतत्त्रयं त्यजेत् ।। (गीता १६.२१)

ह्यांना गीताकारांनी साक्षात् नरकाची द्वारे म्हटलेले आहे. त्यांचा त्याग करायचा म्हणजे काय करायचे? त्रिगुणात्मिका प्रकृतीपासून आपण उत्पन्न झालेलो असल्याने आपल्यात ते आहेतच. त्यांचे अस्तित्व ओळखून आपण त्यांच्यावर ताबा मिळविला पाहिजे. आपण त्यांचे दास होता कामा नये. त्यांना आपल्या अधीन करून ठेवले पाहिजे. पांडुरंगशास्त्री आठवले यांनी या संदर्भात छान उद्‌बोधन केले आहे. ते म्हणतात की, 'ऋषीमुनींच्या ठिकाणी काम, क्रोध, लोभ नव्हते असे नाही; पण ते मुनी त्यांना आपल्या उपवस्त्रासारखे (उपरण्यासारखे) ठेवीत असत. हवे असेल तेव्हा अंगावर ठेवायचे नाहीतर बाजूला ठेवून द्यायचे.' (गीतामृत पृ. ७१२). माणसाला आत्मविकास करून घ्यायचा असेल तर त्याने या प्रवृत्तींवर नियंत्रण ठेवून आत्मसंयम केलाच पाहिजे. भोगवादी बनून लंपटपणे जीवन जगणाऱ्याला विकासाची, आत्मोन्नतीची दृष्टी येईल कशी? हे विकार बलवत्तर असतात, ते केव्हाही आपली मानगुट धरू शकतात, म्हणून यांच्यावर कायम अंकुश धरला पाहिजे. दुसऱ्याही एका दृष्टिकोनातून यांचा त्याग सांगितला आहे. नीतिबाह्य काम, क्रोध व लोभ यांचा त्याग केला पाहिजे. आहे त्यात समाधान मानले व परधन विषारी मानले तर लोभ टाळता येईल, परस्त्रीला मातेसमान मानल्याने आणि अनुचित व अतिरेकी क्रोध संयमाने टाळल्याने आपल्याला काम-क्रोधापासून मुक्त होता येईल!

रामकृष्ण परमहंसांनी यासंदर्भात दिलेला बोध फार चांगला आहे. त्यांनी सांगितले आहे की आपण जंगलातील मदोन्मत्त हत्तीलाही नियंत्रणाखाली आणू शकतो तर त्याप्रमाणे आपल्या मनावरही ताबा मिळवू शकू. राग आणि लोभ यांपासून माणसाची सुटका होणे दुष्कर असते. त्यातून आपली पूर्णपणे मुक्तता जरी होऊ शकली नाही, तरी निदान त्यांचा ताप कमी करण्यासाठी त्यांची दिशा बदला. लालसा धरा ती ईश्वराची धरा! तुमच्या इच्छा, कामना ईश्वराकडे लावा आणि शक्ती ईश्वरप्राप्तीसाठी खर्च करा. तुमचा रागदेखील ईश्वरावर काढा. तुम्हाला तो लवकर दर्शन देत नाही म्हणून तुम्ही त्याला उतावीळ झाल्याचे दाखवा. इतरांवर जेव्हा राग येतो, तेव्हा त्याची दिशा ईश्वराकडे वळवा. (बोधकथा, पृ. १२३)

स्थितप्रज्ञ, त्रिगुणातीत व भगवद्‌भक्त यांच्या गुणांचे वर्णन, इथल्या या सव्वीस गुणांचे-दैवी-संपत्तीचे विवेचन अभ्यासल्यानंतर यातून आपण संक्षेपतः बोध तो काय घ्यायचा? असा प्रश्न मनामध्ये उभा राहू शकतो. गीताकारांचा उद्देश हा आहे की, आपण हे गुण अंगी बाणविण्याचा प्रयत्न करावा, निष्कामबुद्धीने कर्मे करावी, ईश्वरनिष्ठा सतत दृढ ठेवावी व ईश्वराचे मनोभावे स्मरण करीत इतरांच्या कल्याणाची कास धरीत जीवन व्यतीत करावे.

धर्मोपदेशाचे सार –

ईश्वरनिष्ठा व ईश्वरभक्ती, आपले मन उन्नत करीत असते, शुद्ध करीत असते व काम–लोभादी मनाच्या सहा रिपूंना नियंत्रणाखाली आणीत असते. ईश्वरनिष्ठा म्हणजे 'ईश्वर आहेच' असा एकशे एक टक्के दृढ विश्वास! तो सर्वसृष्टीत ओतप्रोत भरलेला आहे; माझ्या हृदयात तसा सर्वांच्या हृदयात वसत आहे. सर्वांच्या ठायी असलेले आत्मैक्य ओळखून 'आत्मवत् समबुद्धीने दुसऱ्यांशी वागत जा' हेच गीताकारांना उपदेशाचे सार म्हणून सांगायचे आहे. महाभारतातही एके ठिकाणी धर्माचे संक्षेपतः स्वरूप सांगितले आहे. त्याचाही मथितार्थ हाच आहे.

न तत्परस्य सन्दध्यात् प्रतिकूलं यदात्मनः ।
एष संक्षेपतो धर्मः कामादन्यः प्रवर्तते ।। (महा. १३.११४.८)

'आपल्याला जे प्रतिकूल म्हणजे दुःखकारक वाटते तसे लोकांबरोबर वर्तन करू नये, हे सर्व धर्माचे व नीतीचे सार होय; बाकीचे सर्व व्यवहार लोभमूलक आहेत.'

आपल्या सारखेच इतर मानव आहेत, आपल्याला जे प्रिय–अप्रिय अथवा सुखकारक, दुःखकारक वाटते तसेच त्यांनाही वाटते हे मनाने पूर्ण ओळखून आपण इतर सर्वांशी त्यादृष्टीने व्यवहार केला पाहिजे, हा धर्माचा दण्डक आपल्या सर्व ग्रंथातून व संतवाङ्मयातून सांगितला आहे. सर्वसाधारणतः आपल्या कुटुंबीयांसंबंधी (भार्या, पुत्र) आपल्या मनात ही बुद्धी असते पण तशीच बुद्धी पुढे मित्र, स्वजन, ज्ञातीबंधू, धर्मबंधू, देशवासीय व याही पुढे सर्व मानव यांच्यापर्यंत व्यापक करून त्यांच्याशी आत्मवत् वर्तन ठेवल्यास त्यात ज्ञानाची परमावधी गाठली जाते. असा महात्मा अंतर्बाह्य शुद्ध बनून, निष्कामतेची, साधुत्वाची पराकाष्ठा त्याने गाठलेली असते. त्याच्या साम्यबुद्धीमुळे व ईश्वरभक्तीमुळे त्याच्या हातून कुकर्म घडणे शक्यच नसते. अकराव्या अध्यायात म्हटल्याप्रमाणे तो 'निर्वैरः सर्वभूतेषु' अशा पायरीपर्यंत पोहोचलेला असतो. अशा साम्यबुद्धीने आचरण करणाऱ्या थोर महात्म्याच्या हातून प्रमाद घडत नाहीत, अजाणता प्रमाद घडला तरी त्याची बुद्धी शुद्ध असल्याने त्याला त्याचा लेप लागत नाही. अशा साम्यावस्थेस पोचलेल्या महान प्रज्ञावंतांनीच शास्त्रांचे लेखन केलेले असल्याने भगवंताने अर्जुनाला शास्त्रानुसार वागण्याचा उपदेश केला आहे.

तस्माच्छास्त्रं प्रमाणं ते कार्याकार्यव्यवस्थितौ ।। (गीता १६.२४)

कोणते कार्य योग्य व कोणते अयोग्य ह्याचा निर्णय करण्याचे कामी, हे अर्जुना, तुला शास्त्र प्रमाण मानले पाहिजे.

(क्रमशः)

लेखांक : बासष्टवा

त्रिविध आहार

दैवी संपत्तीत सद्गुण आत्मसात केलेला, आत्मवत् सामबुद्धीने वागणारा, कुणाशीही वैर, द्वेष न करणारा असा थोर पुरुष पापकृत्य करू शकत नाही हे आपण मागील लेखात पाहिले. 'वसुधैव कुटुम्बकम्' अशी त्याच्या मनाची उच्च स्थिती झालेली असते. 'न पापे प्रतिपापःस्यात्' दुसऱ्याने आपल्याशी दुष्टपणा केला म्हणून आपण त्याच्याशी दुष्टपणाने वागू नये. आपण संयम ठेवावा; आपला सद्गुण सोडू नये. अशी नीतीची उच्चतम भूमिका घेऊन तो वागत असतो. मनुस्मृतीतही असे सांगितले आहे की, 'क्रुध्यन्तं न प्रतिक्रुध्येत्' (मन ६.४८). आपल्यावर रागावणाऱ्यावर उलट रागवू नये. पण जगात असा उच्च धर्म पाळणारे जर नसतील व आपण दुसऱ्याला दुखविले नसतानाही दुसरे आपणास दुखवू शकतील, आपल्यावर अन्याय करू शकतील; एवढेच नव्हे दुष्टबुद्धीमुळे व तामसीपणामुळे आपला जीव घ्यायलाही येतील - तेव्हा त्यावेळीही आपण स्वस्थ बसायचे काय? त्यावेळीही 'क्षमा' हाच श्रेष्ठ धर्म मानायचा काय? शिवाय, ज्यांनी संन्यास घेतला आहे; ज्यांना सांसारिक जबाबदारी नाही त्यांच्याबाबतीत मनूने काही वेगळे धर्म सांगितले आहेत. राजधर्मही महाभारतात व मनुस्मृतीत वेगळे सांगितले आहेत. कारण त्या राजाला दुष्टांना शासन करण्याचे कर्तव्य सांगितले आहे. तो जर त्याला मारायला आलेल्यांना क्षमा करीत शांत बसून राहिला तर क्षणात त्याची हत्या होईल. म्हणून महाभारतकारांनी या संबंधात स्पष्ट व न्यायनिर्णय दिलेला आहे की, आततायी मनुष्य आपल्याला ठार मारायला आल्यास त्याला मारण्यात अहिंसा तत्त्वाचे उल्लंघन होत नाही; त्याचप्रमाणे दुष्टांचे योग्य शासन केल्याने साधुपुरुषांच्या आत्मौपम्य बुद्धीस किंवा निर्वैरीपणास कुठलीही बाधा येत नाही; उलट, दुष्टांचा योग्य समाचार घेतल्याने, इतरांचे भले केल्याने, इतरांना वाचविल्याचे श्रेय मिळते. महाभारत, मनुस्मृती या ग्रंथातून धर्मविषयक अनेक नियम सांगितले आहेत पण त्यातील काही यतिधर्माला उद्देशून तर काही कर्मयोगी गृहस्थांसाठी आहेत व काही क्षत्रियांसाठी अथवा राजधर्म म्हणून सांगितले आहेत. अर्जुनालाही युद्धारंभी असे वाटले होते की, दुर्योधन हा आत्माच दुष्ट, स्वार्थी व निर्दयी आहे आणि त्याच्या

दुष्टाव्याच्या प्रतिकारार्थ आपण दुष्टबुद्धीने वागून गुरूहत्या, बंधुहत्या करणे योग्य होणार नाही. 'न पापे प्रतिपापः स्यात्' ह्या वचनातला धर्मनियम श्रेष्ठ वाटल्याने त्याच्या बुद्धीत संभ्रम निर्माण झाला. हा संभ्रम दूर व्हावा व त्याला धर्मतत्त्वाचा योग्य बोध व्हावा म्हणूनच गीताशास्त्राची रचना झाली आहे.

सत्त्वादी तीन गुणांचा प्रभाव

प्रत्येक प्राणी त्रिगुणात्मिका प्रकृतीपासून उत्पन्न झालेला असल्याने त्याचा स्वभाव धर्म व पिण्ड प्रकृतीच्या सत्त्व, रज व तम या तीन गुणांच्या मिश्रणातून तयार होत असतो. रज व तम या गुणांपेक्षा ज्या पुरुषापाशी सत्त्वगुण अधिक असतो. त्याची श्रद्धा, प्रवृत्ती व कर्म सात्त्विक स्वरूपाचे असते.

सतराव्या अध्यायाच्या सुरुवातीलाच भगवंत म्हणतात की, आपले जसे व जितके सत्त्व तशी व तितकी आपली श्रद्धा बनते.

सत्त्वानुरूपा सर्वस्य श्रद्धा भवति भारत
श्रद्धामयोऽयं पुरुषः यो यच्छ्रद्ध स एव सः।। (गीता १७.३)

प्रत्येकाच्या श्रद्धेच्या पाठीशी असलेले सत्त्व कसे आहे यावर त्या व्यक्तीचे जीवन आधारित आहे. सत्त्व सुंदर, भव्य असेल तर जीवन तसे होईल, दुर्बल साधारण असेल तर तसे निःसत्त्व होईल. श्रद्धा ही डोळस असावी, बुद्धीवर आधारलेली असावी. आज बरेच लोक असे सांगत आहेत की, सर्वच श्रद्धा अंधःश्रद्धेच्या स्वरूपाची आहे; श्रद्धेने काय साध्य होणार; बुद्धिप्रामाण्यवादाची कास धरली पाहिजे. पण हे म्हणणे बरोबर नाही. श्रद्धा व बुद्धी या दोहोंमध्ये साहचर्य आहे, विरोध नाही. दोन्हींची जीवनाला आवश्यकता आहे. तर्काच्या पलीकडल्या ज्या गोष्टी आहेत, बुद्धीला ज्या गोष्टींबाबत उत्तर देणे कठीण जाते तेथे श्रद्धा काम करते व आपल्याला पुढे नेऊ शकते. अशी ही श्रद्धा तीन प्रकारची सांगितली आहे. सत्त्वगुणप्रधान स्वभावाचे लोक देवांची पूजा करतात; राजस स्वभावाचे लोक यक्षराक्षसांचे आणि तामस स्वभावाचे लोक प्रेते व भूतगण यांचे यजन करतात.

दांभिक व अहंकारी लोक शास्त्रात न सांगितलेले घोर तप करतात. ते तप करताना काही विशिष्ट कामनाही मनात असते, ते देहाला खूप कष्टवितात व आतल्या अंतरात्म्यालाही पीडा देतात, हे लोक आसुरी निश्चयाचे समजावे. खडतर उपवास, देहदण्ड यामार्गाने आध्यात्मिक विकास साधत नाही; समतोल आहार (मुळीच न खाणे व अतिशय खाणे हे दोन्हीही वर्ज्य आहेत) समप्रमाणात झोप, उचित असा आहार-विहार करणाऱ्यालाच योगी म्हणता येते. (गीता ६.१६, १७). संयमित जीवन व नियमित

साधना व शुद्धबुद्धियुक्त आचरण ह्यांनीच खरी आराधना घडू शकेल. शरीराला अतिरेकी कष्ट दिल्यामुळे आरोग्यावर वाईट परिणाम होऊन चित्तस्वास्थ्यही बिघडते म्हणून हे टाळावे असा मोलाचा विचार गीताकारांनी सर्वांना दिला आहे.

आहाराचे तीन प्रकार –

आहारविषयक विवेचन वैद्यकीय ग्रंथात येणे स्वाभाविक आहे. पण महाभारत, मनुस्मृती व गीतेतही त्यासंबंधी अगदी समर्पक असे मार्गदर्शन केलेले आढळते. आहाराचा परिणाम शरीराच्या ग्रंथी व अवयवांवर तसेच मनाच्या प्रेरणांवर होत असतो व म्हणून त्याची शास्त्रीय माहिती माणसाला असायलाच हवी. गीतेतल्या सात्त्विक, राजस आहारांच्या विवेचनावरून असे स्पष्ट दिसते की गीताकारांनी सर्वांना सात्त्विक आहार घेण्याविषयी सल्ला दिला आहे.

आयुःसत्त्वबलारोग्यसुख–प्रीतिविवर्धनाः ।
रस्याः स्निग्धाः स्थिरा हृद्या आहाराः सात्त्विकप्रियाः॥(गीता १७.८)

आयुष्य, सात्त्विकता, बळ, आरोग्य, सुख व रुची वाढविणारा, रसयुक्त, स्निग्ध, पौष्टिक व मनाला आवडणारा आहार हा सात्त्विक लोकांना प्रिय असतो. येथे अन्नपदार्थ सांगितलेले नाहीत पण जे पदार्थ कसदार, शुद्ध व शरीर तसेच मनाला पोषण देणारे असतील त्यांचे सेवन करण्यास सांगितले आहे. तिखट, खारट, आंबट, अति–उष्ण, रुक्ष असा आहार राजस तर अत्यंत शिळे, चव उतरलेले, वास येत असलेले, उच्छिष्ट व अशुद्ध असा आहार 'तामस आहार' होय. राजस आहाराच्या वर्णनात 'कटु' व 'तिक्त' हे दोन, दोन वेगळ्या चवीसाठी शब्द आले आहेत. संस्कृतमधील या शब्दांचा अर्थ अनुक्रमे 'तिखट व कडू' असा आहे. कटु व तिक्त यांचे अपभ्रंश 'कडू' व 'तिखट' हे असून मराठीत 'कटू' चा अर्थ 'कडू' व 'तिक्त' चा अर्थ 'तिखट' असा केला जातो म्हणजेच मराठीत अर्थांची अदलाबदल झाली आहे.

आहाराप्रमाणे 'दानाचे' तीन प्रकार सांगितले आहेत. आपल्याला ह्याच्या मोबदल्यात काही परत मिळेल अशी आशा न ठेवता केलेले तसेच योग्य वेळी, योग्य स्थळी व योग्य व्यक्तीला केलेले तसेच कर्तव्यबुद्धीने केलेले जे दान ते 'सात्त्विकदान' होय. आपल्या दानात अपेक्षाबुद्धी बऱ्याच प्रमाणात दिसून येते. आपल्याला त्यापासून काहीतरी फायदा तरी हवा असतो किंवा नावलौकिक हवा असतो. हे दान सात्त्विक नसते. जे दान काही फळ मिळावे ह्या आशेने दिले जाते, तसेच जे प्रत्युपकाराच्या हेतूने दिले जाते व जे अगदी मनाच्या समाधानातून न देता कष्टपूर्वक दिले जाते. त्याला 'राजस' दान म्हणतात. जे दान सत्काराशिवाय, तिरस्काराने व अयोग्य ठिकाणी कुपात्राला दिले जाते ते तिसऱ्या प्रकारचे म्हणजे 'तामस' दान होय. दान–कर्म हे निश्चितच एक चांगले

कर्म असले तरी त्यामागची बुद्धी कशी आहे या मुद्द्याचा विचार करून त्यांची श्रेष्ठता व दर्जा ठरवावा लागतो. दानासारखे पवित्र कर्म असूनही ते तमोगुणाच्या प्रभावाखाली केले तर त्यापासून पुण्यप्राप्ती होऊ शकत नाही. सात्त्विक स्वरूपाच्या, शुद्धबुद्धीने केलेल्या कर्मातूनच साधकाला फायदा होतो व तो वरच्या पायरीवर जाऊ शकतो. तपाचे, दानाचे, सुखाचे विविध प्रकार सांगून त्यातले कोणते प्रकार हितकारक, उन्नतिकारक आहेत अथवा आध्यात्मिकदृष्ट्या ग्राह्य आहेत याविषयी बहुमोल मार्गदर्शन केले आहे.

माणसाची अवनती करणारा व त्याला मोहात पाडून त्याचेकडून प्रमाद घडविणारा जो तमोगुण तो सर्व मानवांमध्ये आहे व तो राहाणारच कारण तिन्ही गुणांच्या मिश्रणापासूनच सर्वांची शरीरे बनली आहेत. तमोगुण हानिकारक म्हणून त्याचा संपूर्ण त्याग करावा म्हटले तर ते शक्य नाही. तसा शंभर टक्के त्याग करायला गेलो तर आपले अस्तित्वच राहाणार नाही!

गुणांच्या त्याग नको नियंत्रण हवे –

प्रकृतीचा जडांश आहे तोवर हे तीनही गुण राहाणारच. त्या त्या गुणांच्या प्राबल्यामुळे माणसाच्या श्रद्धा, प्रवृत्ती, विचारधारा ह्या सात्त्विक, राजस अशा स्वरूपाच्या बनणार. रजोगुण व तमोगुणांचे प्राबल्य आपल्याला अपायकारक आहे.

प्रमादमोहौ तमसो भवतोऽज्ञानमेव च । (गीता १४.१७)

प्रमाद व मोह हे तमोगुणाचे धर्म आहेत. जेव्हा एखाद्या चांगल्या व्यक्तीच्याही हातून प्रमाद घडतो, तेव्हा समजावे की, तमोगुणाने त्याच्या बुद्धीला भुरळ पाडली. एखादा ख्रिश्चन धर्मगुरू पवित्र आचरणासाठी प्रसिद्ध असूनही एखाद्या दुबळ्या क्षणी स्त्रीच्या मोहजालात अडकून चारित्र्यापासून घसरतो; किंवा एखादा प्रथितयश सचोटीचा न्यायाधीश काही विशेष कारण नसता पैशांच्या मोहाला बळी पडून खऱ्या गुन्हेगाराला सोडून देतो, अशी उदाहरणे घडताना आपल्याला दिसतात. हे प्रमाद आणि मोहाचे चमत्कार आहेत.

आता प्रश्न असा उद्‌भवतो की, ह्या तमोगुणाच्या बलशाली धर्मांचा निरास कसा करायचा? ह्यांचा निरास किंवा पूर्ण त्याग करता येणार नाही; ते आपल्या सोबत राहणार आहेत. त्यांच्यावर नियंत्रण ठेवले पाहिजे; ते विष काढलेल्या नागाप्रमाणे निष्प्रभ केले पाहिजेत. पण हे तरी कोणत्या उपायाने शक्य होईल? तो उपाय म्हणजे 'संयम!'. तमोगुणामुळे विषयासक्ती निर्माण होते व पुढे त्यांचा मोह मनाला पडतो व ईश्वराची विस्मृती होते. सिगारेटचे व्यसन जडलेल्या माणसालाही त्यातून मुक्त होण्यासाठी सिगारेटचे रोजचे प्रमाण कमी करीत आणावे लागते; पुढे आठवड्याला चार व नंतर कधीतरी एक असे करीत संयमाचे शस्त्र वापरून त्यावर काबू मिळवावा लागतो. पुन्हा काही काळानंतर

मोह पडणार नाही याचीही काळजी घ्यावी लागते. त्याप्रमाणे संयमानेच विषयांबद्दलच्या इच्छा, त्यांच्याविषयीची ओढ हळूहळू कमी करत गेले पाहिजे. ह्या विषयांशिवाय माझे चालू शकणार नाही काय? असा विवेक करून त्यांच्यासंबंधी तटस्थ होत गेले पाहिजे.

संयम जर आपल्याला करता आला तर आपले मन विषयांमध्ये आसक्त होणार नाही. प्रकृती आपल्या गुणधर्माप्रमाणे आपले व्यापार सतत चालू ठेवणार; आपला त्या व्यवहाराशी संबंध येतो, आपण आसक्त बुद्धीने त्याच्याशी निगडित होतो व त्याद्वारे सुख-दुःखे अनुभवतो. पण 'गुणाःगुणेषु वर्तन्ते' म्हणजे प्रकृतीचे व्यापार प्रकृती करीत आहे, अशा भावनेने आपण आपले व्यवहार आसक्त न होता करीत गेल्यास आपले मन हुरळून जाणार नाही किंवा दुःखाने खचून जाणार नाही. आपण आपली कर्मे शरीर असेपर्यंत टाळू शकणार नाही; संन्याशालाही भूक लागल्यावर भिक्षा ही मागावी लागणारंच; त्यालाही इंद्रियांचे स्वभावसिद्ध व्यवहार सुटत नाहीत. म्हणून गीतेचा मोलाचा उपदेश आहे की, मनोनिग्रहाने फलाशा सोडून निःसंगबुद्धीने विषयांचे सेवन करावे व अनासक्त होऊन कर्मे आचरीत जावी. गीतेमध्ये विषय अथवा कर्मांच्या त्यागाचे तत्त्वज्ञान नसून संयमाचे, मनोनिग्रहाचे तत्त्वज्ञान आहे. रामकृष्ण परमहंसांनी म्हटले आहे, ''वासना आणि आसक्तीचे जग हे एखाद्या खोल विहिरीसारखे आहे. एखादे मूल खोल विहिरीत डोकावू लागताच आपण म्हणतो, 'बाळ आत डोकावू नकोस; विहिरीच्या दूर उभा रहा' मानवी जीवन हेदेखील अगम्य अशा अगणित धोक्यांनी भरलेले आहे. त्यात पडलो तर आपण संपलोच म्हणून समजा.'' (बोधकथा पृ. १२२).

महाभारतात जनक राजा अनासक्तबुद्धीने व आत्मसंयमाने जगातील व्यवहार अथवा विषयांचे सेवन कसे करीत होता याचे बहारदार वर्णन अनुगीतेत आले आहे. जनक ब्राह्मण वेषातल्या धर्मास सांगतो.

शृणु बुद्धिं च यां ज्ञात्वा सर्वत्र विषयो मम ।
नाहमात्मार्थमिच्छामि गन्धान्घ्राणगतानपि ।।
तस्मान्मे निर्जिता भूमिर्वशे तिष्ठति नित्यदा ।।

(महा. १४.३२., १६-१७)

जी वैराग्यबुद्धी मनात ठेवून मी सर्व विषयांचे सेवन करतो ती तुला सांगतो. नाकाने मी 'आपल्यासाठी' गंध घेत नाही. डोळ्याने 'आपल्यासाठी' पाहात नाही. मनही 'आपल्यासाठी' उपयोगात आणत नाही, म्हणून मी इंद्रिये व मन जिंकले आहेत. जनक सर्व व्यवहार करीत होता. त्यालाही सुख-दुःखाचा सामना करावा लागत होता पण मनावर ताबा मिळाल्यामुळे तो अनासक्त होऊन प्रिय-अप्रिय, सुख-दुःख, जय-पराजय यांत अविचल राहू शकत होता.

(क्रमशः)

लेखांक : त्रेसष्टवा

संन्यास व त्याग यांचे मर्म

गीतेमध्ये अगदी सुरुवातीपासून ते शेवटच्या अध्यायापर्यंत 'कर्माकर्मविवेक' व 'निष्काम कर्मयोग' यांचे सांगोपांग विवेचन आले आहे. अठराव्या अध्यायात अर्जुनाने भगवंतांना पुन्हा प्रश्न विचारला आहे की, संन्यासातील तत्त्व व त्यागातील तत्त्व नेमके काय आहे? या संज्ञांचा समर्पक असा मथितार्थ काय? अर्जुनाला या पुनः पुन्हा आलेल्या संज्ञांच्या पाठीमागे असलेला विचार, या संज्ञांचे खरे मर्म जाणून घ्यावयाचे आहे. कर्मांचा संन्यास करावयाचा नाही. ती केलीच पाहिजेत पण ती करताना ती कर्मे बंधनकारक होणार नाहीत, अशा रीतीने केली पाहिजेत. पण संन्यास नेमके कशाला म्हणायचे व 'त्याग' कशाला याचा उलगडा होत नाही. भगवंतांनी उत्तर दिले –

काम्यानां कर्मणां न्यासं संन्यासं कवयो विदुः ।
सर्वकर्मफलत्यागं प्राहस्त्यागं विचक्षणा : ।। (गीता १८.२)

कर्मयोगमार्गात संन्यास व त्याग कशाला म्हणतात याचे स्पष्टीकरण या श्लोकात आहे. 'काम्य कर्म' याचा मनात काम्य बुद्धी ठेवून केलेली कर्मे–किंवा फलाशा धरून केलेली कर्मे असा अर्थ! दुसरा कर्मांचा प्रकार म्हणजे फलाशा सोडून केलेली कर्मे. गीताकारांनी या ठिकाणी कर्मांचे दोन गट पाडले आहेत. कर्मे कोणतीही असोत–नित्य, नैमित्तिक, काम्य, कायिक, वाचिक, मानसिक ती काम्य असू शकतात किंवा निष्कामबुद्धीने फलाशा सोडून केल्यास 'निष्काम' असू शकतात. मनुस्मृतीत या दोन भेदांना 'प्रवृत्त' आणि 'निवृत्त' अशी नावे दिलेली आहेत. एकच कर्म काम्य व निष्काम प्रकाराने करता येते. सत्यनारायणाची पूजा कोर्टातील निकाल आपल्या बाजूने लागावा म्हणून केली तर ते काम्य कर्म झाले व तेच जर केवळ ईश्वराची भक्ती यादृष्टीने केले तर ते निष्काम कर्म झाले. काम्य कर्म म्हणजे काय याची एकदा आपल्याला नीट कल्पना आली की, इथला विचार आपल्याला व्यवस्थित कळू शकेल. काम्यकर्मांचा न्यास करणे म्हणजे ती कर्मे करणे सोडून देणे (त्यांचा त्याग करणे) याला नाव आहे 'संन्यास'. संन्यासाचा पूर्वीपासून अभिप्रेत असलेला स्थूल अर्थ असा होता की, कर्म हे बंधनकारक

असल्याने सर्व कर्मांचा त्याग करणे म्हणजे संन्यास. हा अर्थ बरोबर नाही असे सांगून संन्यास म्हणजे काम्य कर्मांचा त्याग असे स्पष्ट केले आहे. आता वरील कर्मांच्या दोन गटांपैकी उरलेला गट म्हणजे जी काम्य नाहीत अशी (निष्काम स्वरूपाची) कर्मे त्यांचे काय? ती कर्मे कर्मयोग्याने अथवा सामान्य लोकांनीही अवश्य केली पाहिजेत. असा गीतेचा निश्चित उपदेश आहे. कर्मे करायला हवी पण आपल्या कल्याणासाठी ती 'निष्काम कर्मेच' करा. तसेच ही कर्मे करताना त्या कर्मांच्या फळाचा त्याग केला पाहिजे. या ठिकाणी संन्यास म्हणजे काम्य कर्मांचा संन्यास व त्याग म्हणजे जी कर्मे करावयाची त्यात फलाशेचा त्याग अशा व्याख्या दिल्या आहेत. पहिल्या अनेक अध्यायांतून निष्काम कर्मयोग स्पष्ट केलेला असूनही पुन्हा हा विषय प्रश्नरूपाने उपस्थित करून गीताकारांनी गैरसमज दूर केले आहेत. काम्यकर्मांनी कुणाचेच भले होणार नाही, उलट त्याने कर्मपाश तयार होईल. कामनापूर्ती होईलच असे नाही. कर्म ईश्वरार्पण बुद्धीने केले पाहिजे; कर्तव्यकर्म यादृष्टीने निष्काम बुद्धीने अनासक्तीने केले पाहिजे. तेच सात्त्विक कर्म ठरते व त्यातच आत्मकल्याण दडलेले आहे.

यज्ञ, दान व तप ह्यांचा त्याग कधीही करता कामा नये. ती केली पाहिजेत कारण ती पावन करणारी आहेत. (पावनानि मनीषिणाम्) पण ही कर्मे शुद्ध, हितकारक असली तरीही ही कर्मेसुद्धा कर्तव्यबुद्धीने व आसक्ति सोडून, फलाशांचा त्याग करून केली पाहिजेत.

त्यागाचे तीन प्रकार –

आपण आयुष्यात ज्या ज्या भूमिका बजावीत असतो– पिता, पती, मुलगा – कार्यालयात अधिकारी– त्या त्या भूमिकांची त्या त्या वयातील काही कर्तव्य कर्मे (इंग्रजीत 'ड्यूटी' म्हणतात) असतात, समाजाच्या दृष्टीने काही खांद्यावर येऊन पडलेली कामे असतात. त्यांना 'नियत कर्मे' म्हणतात. त्यांचा अविचाराने, मोहाने किंवा विकारवशतेने जर आपण त्याग केला तर त्याला 'तामस त्याग' म्हणतात. घरी म्हाताऱ्या आईला एकटे टाकून तिच्या भविष्याचा पालनाचा विचार न करता संन्यास घेऊन काशीला निघून जाणे याला 'तामस त्याग' म्हणता येईल.

हे कर्म करण्यात दुःख आहे, शरीराला फार कष्ट आहेत. त्यापेक्षा हे न करताच स्वस्थ बसलेले काय वाईट? असा विचार करून जी कर्मे टाकून दिली जातात त्याला 'राजस त्याग' म्हणतात. अशा त्यागामुळे त्या कर्मांच्या चांगल्या पुण्यकारक फळांपासून आपण वंचित राहतो.

सात्त्विक त्यागाविषयी भगवान सांगतात की, 'हे माझे कर्तव्य आहे' असे समजून जो माणूस नियत कर्म करीत असतो व त्याची आसक्ती व फळ सोडून देतो तो त्याग

सात्त्विक होय. यात कर्माचा त्याग तर बिलकूल नाही; ती करावयाची आहेत पण त्याग असलाच तर तो आपल्या मनातील आसक्तीचा व त्या कर्मांपासून मिळणाऱ्या फळांचा आहे. संगत्याग व फलत्याग हे दोन सात्त्विक त्यागात येतात. फलत्याग याचा अभिप्रेत अर्थ असा दिसतो की, फलाविषयी निरंकार राहणे, ते मिळाले कमी मिळाले अथवा न मिळाले तरी त्याचा विचार न करणे.

आपण जर कर्म करताना अशी बुद्धी ठेवली की, हे काम मी प्रभूप्रीत्यर्थ करीत आहे तर ते संगरहित होईल व त्याचे फळ हे प्रभूचेच आहे असे होईल. आपण कार्य आटोपले, काम पूर्णत्वास नेले की 'श्रीकृष्णार्पणमस्तु' असे म्हणतो ते याचसाठी. सर्व प्रभूला अर्पण केले की ते कर्म सात्त्विक होऊन जाते.

गीतेत कर्मयोगाचा असा पुनरपि ऊहापोह का केला आहे याचा आपण विचार केला तर असे दिसते की गीताकारांना सर्व मानवजातीला असा एक धर्माचा मार्ग दाखवायचा आहे की ज्यायोगे मानवाला सांसारिक कर्तव्यांचा त्याग न करता आध्यात्मिक उन्नती करून मोक्षाचे अंतिम ध्येय साधता येईल. मानवाला जन्मापासून काही ना काही कर्म केल्याशिवाय जगता येत नाही. तसे जगणे अभिप्रेतही नाही.

न हि कश्चिक्षणमपि जातु तिष्ठत्यकर्मकृत् । (गीता ३.५)

आपण कर्म केल्यानेच ते होते असे नाही, सृष्टीचे नियम ते कर्म चालू ठेवतात. श्वासोच्छ्वास, रुधिराभिसरण झोपेतही चालूच असते. झोप हे कर्म आपण टाळायचे म्हटले तरी टाळता येत नाही. कर्म हे केले नाही, तर जीवनयात्रा चालू शकत नाही. अशारीतीने कर्म जर अनिवार्य आहे तर ते कसे केले म्हणजे विकासाप्रत नेईल व आपली उन्नती करेल हे पाहणे आवश्यक आहे. कर्माचे रहाटगाडगे या विश्वात सतत चालूच राहाते. मनुष्यच काय पण सूर्यचंद्रादिदेखील एकसारखे कर्मच करीत आहेत. अनुगीतेतील खालील वचन हेच सांगते –

"नैष्कर्म्यं न च लोकेऽस्मिन् मौर्तमित्युपलभ्यते।।" (महा.१४.२०.७)

स्वतः भगवान् लोकरक्षणार्थ अवतार धारण करून विविध प्रकारची कर्मे करीत असतात असे गीताकारच सांगतात. गीताकारांना कर्मांचा त्याग मान्य नाही. कर्मकाण्ड मान्य नाही, काम्य कर्माचे आचरण मान्य नाही; त्यांना आसक्ती व फळ सोडून केलेले कर्म ग्राह्य आहे. गीतारहस्यात म्हटले आहे, अर्जुनास निमित्त करून भगवान् सर्वांनाच असा उपदेश करीत आहेत की, "या जगात कर्म सुटणे कोणासही शक्य नसल्यामुळे कर्माची बाधा न लागण्यास नेहमी आपल्या धर्माप्रमाणे प्राप्त झालेले कर्तव्य फलाशा सोडून म्हणजे विरक्त बुद्धीने करणे एवढाच काय तो एक भाग (योग) मनुष्याच्या ताब्यातला असून उत्तम आहे." (गीतारहस्य पृ. ३०५).

फलाशा सोडून नियत कर्म कर्तव्यबुद्धीने करणे श्रेयस्कर होय असे सांगताना फलाशा सोडण्याचा नेमका काय अर्थ आहे असा प्रश्न पडतो. वासना अथवा इच्छा ह्या उपजतच असतात व त्या जन्मभर बरोबर असतात. त्यांना बाजूला सारून कर्माला प्रवृत्त कसे बरे व्हायचे? असा प्रश्न काहींना पडेल. पण इथे सांगावयाचे असे आहे की, वासना मारण्याची गरज नाही. त्या इच्छेमागील जी आसक्ती आहे तिचा त्याग करून कर्म केले पाहिजे. फलाशा सोडणे याचा नेमका अर्थ आपण समजून घेतला पाहिजे. फलाशा सोडणे म्हणजे सर्व प्रकारची इच्छा सोडणे किंवा माझ्या कर्माचे फळ कोणास मिळू नये, मिळाल्यास ते कोणी घेऊ नये, अशी बुद्धी ठेवणे हा अर्थ नाही. मला अमुक फळ मिळावे म्हणून 'मी' हे कर्म करतो अशी फलाबद्दलची ममत्वयुक्त आसक्ती म्हणजे फलाशा किंवा 'सङ्ग' होय. अशा बुद्धीने, आसक्तीने कर्म करू नये, निःस्वार्थ बुद्धीने एक कर्तव्य आचरीत आहोत अशा वृत्तीने कर्म केल्याने ते निष्काम स्वरूपाचे होते व ते शुद्ध असते; ते फळाच्या हावेने केलेले नसल्याने त्याच्या फळाचा कर्त्याच्या मनावर कुठलाच परिणाम होत नाही. मिळाले तरी ते फळ तो मनाने सहज ईश्वराला अर्पण करू शकतो.

कर्मयोगाचा हा पाठपुरावा गीतेत सतत केलेला दिसतो. याचे कारण भगवंतांना नारायणीयोपाख्यानात सांगितलेला जो 'सात्वतधर्म' तो गीतेतून सांगायचा आहे. त्यालाच दुसरे नाव 'वासुदेवभक्तिपर भागवतधर्म' असे आहे. हा धर्म वैदिककाळापासून प्रचलित असला तरी तो लुप्तप्राय झाला होता व त्याचे पुनरुज्जीवन झाले आहे. ह्या धर्मात शेवटपर्यंत कर्म करीत राहावे, पण ती लोकसंग्रहार्थ निष्कामबुद्धीने करावी, एवढेच नव्हे तर ज्ञानप्राप्तीनंतरही ती अखेरपर्यंत करीत रहावी अशी शिकवण आहे. हा धर्म प्रवृत्तिपर आहे. लोकमान्य टिळकांनी गीतारहस्यात स्पष्ट केले आहे की, परब्रह्माचेच साक्षात् अवतार असे जे नर-नारायण ऋषी ते या प्रवृत्तिपर धर्माचे पहिले प्रवर्तक आहेत व त्यामुळे या धर्मांचे प्राचीन नाव 'नारायणीय धर्म' असे आहे. हे दोन्ही ऋषी परमज्ञानी असूनही लोकांस निष्कामकर्म करण्यास सांगणारे व स्वतः करणारे होते व त्यामुळे

प्रवृत्तिलक्षणश्चैव धर्मो नारायणात्मकः (महा. १२.३३५.७७)

असे महाभारतात या कर्मयोगपर धर्माचे वर्णन केले आहे. (गीतारहस्य पृ.३२५). उपनिषदातील ज्ञानयोग व निष्काम कर्मयोग यांची सांगड यात घातली असून परमात्म्याच्या भक्तीचे अधिष्ठान या मार्गाला आहे.

शुद्ध कर्माचे स्वरूप –

आपल्या सामान्य लोकांच्या मनात विचार येतो की फलाशा सोडून व्यवहारातील सगळी कामे कशी करता येतील? पण आपण मोह आणि दुर्विचार दूर सारून मनाला शुद्ध

ठेवीत गेलो व परमात्म्याला स्मरून कर्तव्यबुद्धीने कुठलेही काम करण्याचे ठरवले तर ते प्रयत्नाने शक्य आहे. फलाशा नाहीशी होण्यास ज्ञानाने मनात हळूहळू वैराग्य बिंबावे लागते व परहिताची जाणीव ठेवावी लागते. लोकमान्य टिळकांनी या संदर्भात फारच सुंदर उदाहरण दिले आहे व त्यावर वाचकांनी जरूर विचार केला पाहिजे. 'कर्मण्येवाधिकारस्ते –' या श्लोकात "तुझा अधिकार कर्म करण्यापुरताच आहे, फल मिळणे ही तुझ्या ताब्यातील गोष्ट नव्हे." हे फलाविषयी जे सांगितले आहे ते मनात रुजविले पाहिजे. उदाहरण दिले आहे– औषध देणाऱ्या निष्णात वैद्याचे – आयुष्याची दोरी बळकट असल्याखेरीज नुसत्या औषधाने रोग्यास कधीच गुण येत नाही; ही दोरी वैद्याच्या हातात नाही. तो रोग्यास प्रयत्नांची पराकाष्ठा करून चांगले औषध देत असतो. एकाच वेळी अनेक रोगी हाताळीत असतो. कर्तव्य बुद्धीने त्यांना वाचविण्याचा तो अविश्रांत प्रयत्न करतो. पण तरी एखादा रोगी दगावतो. तो वैद्य, त्याने उद्विग्न होत नाही. त्याला माहीत असते की, औषध योजनेत चूक नसूनही अज्ञात कारणांनी असे घडू शकते. हे फलाशा न धरता केलेले कर्म होय. पण त्याच वैद्याचा मुलगा रोगी झाला व त्याला औषध द्यायची वेळ आली तर ममत्वयुक्त फलाशेने त्याचे मन गांगरून जाते व दुसऱ्या वैद्याला बोलवावे लागते. त्या वैद्याला आपली फलाशेची आसक्ती सोडता येत नाही. हे फलाशारहित कर्म व ममत्वयुक्त (फलाशेची) आसक्ती, यांचे स्वरूप स्पष्ट करणारे उदाहरण आहे. (गीतारहस्य पृ. ३१२).

गृहस्थ जीवन जगत असताना सर्व व्यवहार करायचे, पण मनावर अंकुश ठेवून वृत्ती तटस्थ ठेवायची. आपली नाव पाण्यावर तरंगत ठेवायची पण तिच्यात पाणी शिरू द्यायचे नाही. फलाशेच्या आसक्तीचे पाणी जर का शिरले तर आपली अधोगती होईल. कर्मपाश निर्माण होऊन आपणास तो जखडून टाकील. म्हणून कुठलेही कर्म करताना जागरूक राहणे अत्यंत आवश्यक आहे!

(क्रमशः)

लेखांक : चौसष्टवा

सात्त्विक बुद्धी

गीतेत कर्माच्या ग्राह्याग्राह्यतेचा, कर्म करण्यामागील बुद्धीचा, फलविषयक आसक्तीचा आणि समत्वबुद्धी ठेवून केलेल्या कर्माचा असा अत्यंत बारकाईने विचार केला आहे. कर्माचा लेप लागून पुन्हा जन्म-मरणाच्या फेऱ्यात सापडू नये म्हणून गीतेने सर्व विचारी जनांना निष्कामकर्मयोगाचा मार्ग दाखविला आहे.

कर्म करताना ते बंधनकारक कसे होणार नाही याचे कौशल्य जरी सांगितलेले असले तरी सामान्य जनता दैववादावर विश्वास ठेवून, आपल्या हातात काही नाही, पूर्वकर्मानुसार जे घडायचे ते घडत राहील, आपण फक्त भोगत राहायचे असे मानून हताशपणे जीवन जगतात. या संदर्भात गीतामृत ग्रंथात (पृ. ७५४) खालील श्लोक दिलेला आहे.

मा धाव मा धाव विनैव दैवम् ।
नो साधनं कारणमस्ति लक्ष्म्याः ।।
चेद्धावनं कारणमस्ति लक्ष्म्याः ।
श्वो धावमानोऽपि लभते लक्ष्मीम् ।।

दैव नसले तर नुसती धावपळ करून धन मुळीच मिळणार नाही. लक्ष्मी मिळवण्यासाठी धावपळ मुळीच करू नका. जर धावपळ हेच लक्ष्मी मिळण्याचे कारण असेल तर धावणारा जो कुत्रा आहे, त्यालाही लक्ष्मी मिळाली असती. ह्या श्लोकाचे मर्म हे आहे की, दैव असेल तर सर्व मिळेल बाकी आपल्या प्रयत्नांना काही अर्थ नाही. सर्वच जर दैवाधीन मानले तर माणसाच्या प्रयत्नांना काही वावच उरत नाही. आपल्या पूर्वकर्माप्रमाणे किंवा प्राक्तनाप्रमाणे मनुष्याला बुद्धी किंवा इच्छा होते व तसे तो कर्म करतो असे मानले तर नदीच्या प्रवाहात सापडलेल्या ओंडक्याप्रमाणे प्रवाहात वाहत जावे लागेल, त्या मनुष्याला कर्म करण्याबाबत कुठलेच स्वातंत्र्य राहाणार नाही. शास्त्रात जे सांगितले आहे की, तू अमुक मार्गाने चाल, निष्काम बुद्धीने आपली कामे कर. तो सर्व उपदेश व्यर्थ ठरेल! ईश्वराने मनुष्याला जी बुद्धी दिली आहे, तिचा शास्त्राध्ययनाने विकास

करून, चांगले काय, वाईट काय हे ठरवून, आपले भवितव्य सुधारण्यासाठी प्रयत्न करण्याचे त्याला स्वातंत्र्य आहे. त्यालाच आत्मस्वातंत्र्य किंवा 'इच्छा-स्वातंत्र्य' म्हणतात. हे स्वातंत्र्य नसते तर ज्ञान प्राप्त करून मोक्ष मिळविणे कुणालाच शक्य नाही - अशी आपत्ती प्राप्त होते.

मनुष्याला आपल्या कर्माची फळे, आज ना उद्या, या जन्मी किंवा पुढील जन्मी भोगणे क्रमप्राप्त आहे, तरी त्याला या चक्रातून बाहेर पडण्याचा मार्ग मुळीच नाही असे नाही. पहिली गोष्ट म्हणजे ज्या कर्मांचा लेप लागत नाही, जी निष्कामबुद्धीने केलेली सात्त्विक कर्मे आहेत ती मोक्षाच्या आड येत नाहीत. उलट, मोक्षाच्या समीप नेणारी असतात. आत्मस्वातंत्र्याची प्रेरणा मनुष्याला त्याच्या शरीरात जो साक्षीरूप परमात्मा आहे - त्याच्यापासून मिळते. ईश्वराचा अंश असलेला जीवात्मासुद्धा परमात्म्याबरोबर त्याच हृदयात असतो, जरी देहेंद्रियांनी कोंडला गेलेला असला तरी तो मुळात शुद्ध, अविनाशी आहे. तो मुळात निरिच्छ व अकर्ताही आहे. पण तो कोंडला गेल्यामुळे तितक्यापुरता मायाधीन बनतो. त्याचे खरे रूप प्राप्त होण्यासाठी मोक्षानुकूल कर्म करण्यात देहेंद्रियांची प्रवृत्ती त्याचे ठिकाणी होऊ लागते व यालाच 'आत्मस्वातंत्र्य' हे नाव आहे. यामुळेच मनुष्य सदाचाराचा मार्ग ठरवून आचरू शकतो व त्याद्वारे आपला भविष्यकाळ सुधारू शकतो. कोंडलेल्या शारीर आत्म्याची, प्रयत्नांनी मोक्ष मिळविण्याची, ही जी स्वतंत्र शक्ती आहे ती मनात धरून सहाव्या अध्यायात अर्जुनाला भगवंतांनी सांगितले, उद्धरेदात्मनात्मानं नात्मानमवसादयेत् । (गीता ६.५)

मनुष्याने आपण होऊनच (प्रयत्न करून) आपला उद्धार करून घ्यावा, आपण आपल्या स्वतःला खालच्या स्थितीला जाऊ देऊ नये.

कर्मसिद्धी कशाने होते?

आपण जीवनात बघतो सारखे प्रयत्न करूनदेखील, एकाला अपेक्षित यश मिळते तर दुसरा अपयशी ठरतो. याला कारण त्या त्या व्यक्तीचे प्रारब्ध किंवा दैवच होय. पण नुसते दैव अनुकूल असूनही चालत नाही. प्रयत्न हवेतच. विद्यार्थ्याने अभ्यास मुळीच केला नाही किंवा पेपर नीट सोडवला नाही तर त्याला परीक्षेत यश कसे मिळणार? एखाद्या शेतकऱ्याचे उदाहरण घेऊ. शेतकऱ्याने वेळेवर नांगरणी वगैरे केली, सर्व प्रयत्न नीट केले. तरी त्या इतर अनेक घटकांवर चांगले पीक येणे हे अवलंबून आहे. जमीन, बी, वेळेवर पाऊस येणे, खत, ह्यांची मदत अवश्य लागते. पाऊसच अवेळी पडला किंवा जास्त पडला, तर त्याला यश कसे मिळणार? आपल्या प्रयत्नास अनुकूल किंवा प्रतिकूल असणारे अनेक सृष्टीव्यापार असतात की जे आपणास अज्ञात असतात. त्यालाच दैव

असे म्हणतात. कार्यात सिद्धी प्राप्त होण्याकरिता स्वप्रयत्न व दैव ह्या दोन्ही घटकांची जोड लागते.

गीतेत भगवंत सांगतात –

अधिष्ठानं तथा कर्ता करणं च पृथग्विधम् ।
विविधाश्च पृथक् चेष्टा दैवं चैवात्र पञ्चमम् ।। (गीता १८.१४)

शरीराने, वाचेने वा मनाने मनुष्य जे जे कर्म करतो त्याची ही पाच कारणे आहेत – १) जागा २) कर्ता (कर्म करणारा) ३) कर्म करण्याची साधने, इन्द्रिये व इतर ४) कर्त्याकडून केलेले व्यापार म्हणजे विविध क्रिया ५) आणि पाचवे दैव होय. दैव म्हणजे अ) प्रारब्ध, प्राक्तन तसेच ब) अदृष्ट शक्तीची किंवा ईश्वराची इच्छा असे दोन्ही अर्थ येथे अभिप्रेत आहेत. पांडुरंगशास्त्री यांनी ईश्वरी इच्छा या घटकाचे उदाहरण दिले आहे.

मराठ्यांचा पानिपतच्या युद्धात पराभव झाला. त्याची अनेक कारणे इतिहासकार देतात. यमुनेला पूर केव्हा येतो याचा १३ वर्षांतील अभ्यास सदाशिवरावांनी केला होता व तशी मोहिम आखली. पण त्या युद्धात पूर नेमका दीड महिना आधी आला. सृष्टीची लहर बदलली. ह्या दैवगतीमुळे पराभव झाला हेही तितकेच महत्त्वाचे कारण मानले पाहिजे.

तीन प्रकारचे तप –

सतराव्या अध्यायात जीवनाला दिशा देणारे तपाबद्दलचे विचार आले आहेत. जसे आहाराचे, दानाचे, सात्त्विक, राजस इत्यादी प्रकार दिले आहेत. तसेच सात्त्विकादी तपाचेही प्रकार दिले आहेत. पण त्याहीपेक्षा कायिक, वाचिक व मानसिक हे जे तीन प्रकार सांगितले आहेत ते आचरणात आणल्यास माणूस अंतर्बाह्य बदलू शकतो. 'तप' कशाला म्हणायचे ह्या गोष्टीचा बोध या श्लोकांनी आपल्याला दिला आहे. वनात जाऊन कंदमुळे खावून ध्यान करणे किंवा एका पायावर अथवा पाण्यात पाय ठेवून दिवसेंदिवस आराधना करणे ही आपली तपाची कल्पना आहे. येथे मात्र काही सद्गुण अंगी बाणविण्याला व नैतिकतेने जगण्याला 'तप' म्हटले आहे. शारीर तप म्हणजे माता, पिता, गुरू यांचा आदर व त्यांची सेवा करणे, अंतर्बाह्य शुचिर्भूत राहाणे, सरळ वृत्ती ठेवणे, ब्रह्मचर्य व अहिंसा या तत्त्वांचे पालन करणे होय. येथे रोजच्या आचरणासंबंधी नियम सांगितले आहेत. वृद्धांचा मान ठेवून त्यांची जाणीवपूर्वक सेवा करावी, सरल वृत्तीने सर्वांशी वागावे, अहिंसा पाळावी, शरीर सुख संयम व नैतिकतेच्या चौकटीत भोगावे हे सर्व जीवनभर सातत्याने पाळावे. हे तपाचरण आहे. वाचेच्या बाबतीत व मानस स्वरूपाचे तप कोणते? त्याविषयी सांगतात–

अनुद्वेगकरं वाक्यं सत्यं प्रियहितं च यत् । (गीता १७. १५-१६)
स्वाध्यायाभ्यसनं चैव वाङ्मयं तप उच्यते ॥
मनः प्रसादः सौम्यत्वं मौनमात्मविनिग्रहः ।
भावसंशुद्धिरित्येतत्तपो मानसमुच्यते ॥

लोकांना उद्वेग न देणारे, सत्य व जे प्रिय व हितकर असेल असे बोलावे, त्याचप्रमाणे उत्तम ग्रंथाचे वाचन करावे. यालाच वाङ्मय म्हणजे 'वाचिक तप' म्हणतात. बोलताना घरात अथवा बाहेर कोणती काळजी घ्यावी. तसेच वाचन, अध्ययन कसे नियमित करावे की ज्याद्वारे बुद्धीची मशागत होईल, याविषयी येथे उत्कृष्ट मार्गदर्शन आहे. मनूने सांगितले आहे, ''माणसाने सत्य बोलावे व प्रिय बोलावे पण सत्य असूनही अप्रिय असेल तर बोलू नये. तसेच प्रिय असूनही जर ते खोटे असेल तर बोलू नये.'' (मनु. ४.१३८). महाभारतात मात्र याबाबतीत अशी भर घातली आहे की, अप्रिय असले तरी जर ते हितकर असेल तर जरूर बोलावे. मानस तपात मन प्रसन्न ठेवणे, सौम्यपणा, मौन (मुनीप्रमाणे वृत्ति असणे असा टिळकांनी अर्थ दिला आहे) मनोनिग्रह आणि शुद्ध भावना या गोष्टींचा समावेश आहे. आपण मनाला समाधानी सद्भावनायुक्त व संयमित ठेवण्याचा प्रयत्न केला पाहिजे व तेच फार कठीण आहे. मनाला सतत वरीलप्रमाणे ठेवणे हेच खरे तप आहे; मन आवरणे, त्याला स्थिर ठेवणे व त्याला दुष्ट भावनांपासून दूर ठेवणे या गोष्टीला महान प्रयत्नांची आवश्यकता लागेल. ह्या तीन तपांच्या आचरणाने भौतिक यशही मिळवू शकेल व चित्तशुद्धीचा टप्पा गाठल्याने आध्यात्मिक पर्वतही चढून जाऊ शकेल.

ह्या तपांच्या आचरणाने साधकाची दृष्टी आपल्या आप्तांपुरती मर्यादित न राहता ती व्यापक होत जाईल. याचाच अर्थ तो ज्ञानाची वरची पातळी गाठत जाईल. शेवटी सर्व भूतांमध्ये जेव्हा त्याला एकच भाव दिसेल, सर्वांभूती त्याला एकच आत्म्याचे दर्शन होऊ लागेल, सर्वांच्या हृदयात, सर्व चराचर सृष्टीत एकच ईश्वर व्यापून राहिलेला जाणवेल, तेव्हा त्याने ज्ञानाची अत्युच्च अवस्था गाठली असे होईल व अशा ज्ञानालाच 'सात्त्विक ज्ञान' म्हणतात.

सर्वभूतेषु येनैकं भावमव्ययमीक्षते ।
अविभक्तं विभक्तेषु तज्ज्ञानं विद्धि सात्त्विकम् ॥ (गीता १८.२०)

शेवटच्या अध्यायात सुखाचे सात्त्विक, राजस, तामस असे भेद त्याचप्रमाणे कर्माचे, धृतीचे, बुद्धीचे असे तीन भेद विशद केले आहेत. सात्त्विक म्हणून सांगितलेले जे भेद आहेत तेच अनुसरावे म्हणजे मनुष्य आपली परमार्थाच्या दृष्टीने उन्नती करू शकेल. ''संगरहित, राग द्वेषरहित व फलाशेचा त्याग करून कर्तव्य बुद्धीने केलेले कर्म सात्त्विक कर्म'' म्हटले आहे. (गीता १८.२३). हे सगळे वर्णन करताना गीताकारांनी 'बुद्धी' ला

फार महत्त्व दिले आहे. कर्माकडे लक्ष देण्यापेक्षा कर्माच्या मुळाशी असलेली बुद्धी – ते कर्म कोणत्या बुद्धीने केले – याला महत्त्व आहे. त्याने ते कर्म नैतिक व शुद्ध ठरते. भीष्मद्रोणांना कसे मारू? हा अर्जुनाचा प्रश्न आहे. मरणे किंवा मारणे या क्रियांकडे न पाहता त्या क्रिया कोणत्या बुद्धीने होत आहेत हे पाहायचे. म्हणून असा आवर्जून उपदेश केलेला दिसतो की अर्जुना, तू समबुद्धीला शरण जा. कर्त्याच्या निष्काम, सम बुद्धीलाच गीतेत कर्मकर्माच्या विवेचनात श्रेष्ठ स्थान दिले आहे.

समाजाच्या धारण–पोषणासाठी आपले जे विहित कर्म आहे ते आपण निष्कामबुद्धीने केले पाहिजे, ''दुःखेष्वनुद्विग्नमनाः सुखेषु विगतस्पृहः' (गीता २.५६) म्हणजे साम्यबुद्धीने जीवनात जे प्राप्त होईल ते सहन करणे व कर्तव्य तत्परतेने शेवटपर्यंत कर्मयोग म्हणून जगणे हेच प्रत्येकाचे कर्तव्य आहे. गीतेच्या काळात समाजधारणेसाठी चातुर्वर्ण्य व्यवस्था होती. त्याप्रमाणे कर्तव्य कर्मे होती. पण समाजाच्या धारणेसाठी जी काही समाजव्यवस्था असेल तिच्यात आपल्या वाट्याला आलेले कर्म आपण निःष्काम वृत्तीने व ईश्वरार्पण बुद्धीने केले पाहिजे हेच गीतेच्या नीतिधर्माचे सार आहे. लोकमान्यांनी गीतारहस्यात म्हटले आहे ''समाजव्यवस्थेनुसार जी जी कर्मे आपणास प्राप्त होतील ती निष्काम बुद्धीने कर्तव्य म्हणून करण्यासाठी मनुष्य जन्मास आला आहे. केवळ सुखोपभोगार्थ नव्हे. असा गीताशास्त्राचा सिद्धान्त आहे.'' (गीतारहस्य पृ. ४७३).

बुद्धीचे सात्त्विक इत्यादी तीन प्रकार सांगितले असून प्रवृत्ती, निवृत्ती, कार्याकार्य, भयाभय व बंधमोक्ष यांची सम्यक जाणीव देणारी जी सात्त्विक बुद्धी ती माणसाने जीवनात कायम टिकवली पाहिजे. त्या बुद्धीमुळेच माणसाला आत्मकल्याणाच्या मार्गावर राहाता येते. पण ती तशीच टिकावी म्हणून सतत प्रयत्न करावे लागतात. मोठमोठ्या व्यक्तींचीही ही बुद्धी काही वेळा क्षीण होते व चुकीचे निर्णय घेतले जातात. युधिष्ठिराने, त्याची बुद्धी क्षीण झाल्यामुळे, द्यूताच्या वेळी, द्रौपदीस पणाला लावले; सीतेने, वनात राम हरणाच्या मागे गेला असताना, लक्ष्मणाला रागाने फटकारून रामाकडे वनात पाठवले व नंतर इकडे अनर्थ ओढवला. त्यानंतर समारोप करताना भगवंतांनी अर्जुनाला सांगितले की, कर्मयोगाचा अवलंब करून तू युद्धासाठी उभा राहा. भगवंतांनी गीतेत निष्काम कर्मयोग, ज्ञान व भक्ती यांचा अत्यंत सुंदर समन्वय केला आहे. अर्जुनाला हे गुह्यातले गुह्य ज्ञान भगवंतांनी सांगितले कारण तो त्यांना अत्यंत प्रिय आहे. शेवटी त्याला निक्षून सांगितले की, ईश्वर सर्वांच्या हृदयात वसलेला आहे. त्याला शरण जा, त्याची भक्तीने पूजा कर त्यामुळे त्याच्या कृपेने तुला शाश्वत स्थान प्राप्त होईल – म्हणजेच मुक्ती मिळेल.

तत्प्रसादात् परं शांतिं स्थानं प्राप्स्यसि शाश्वतम् ।। (गीता १८.६२)

भगवंतांनी अर्जुनाला अखेरीस विचारले, अर्जुना तुझा मोह नाहीसा झाला ना?

अर्जुनाने तात्काळ उत्तर दिले, हे अच्युता, माझा मोह नष्ट झाला, मी तुमच्या म्हणण्याप्रमाणे वागेन. (गीता १८.७३). गीता अर्जुनाचा मोहान्धःकार दूर करू शकते, तसा सर्व प्रामाणिक भक्तांचा मोह नाहीसा करू शकते.

गीतेचा उपदेश हा अमृतासारखा आहे. हा उपदेश आपले जीवन उजळून टाकणारा आहे. महात्मा गांधींनी गीतेविषयी म्हटले आहे, ''आज गीता माझे बायबल किंवा कुराण तर काय, परंतु त्यापेक्षाही अधिक प्रत्यक्ष माताच झाली आहे. माझ्या लौकिक मातेस मी फार पूर्वीच अंतरलो; परंतु, तेव्हापासून या गीतामाऊलीने माझ्या जीवनात तिची जागा पूर्णपणे भरून काढली. आपत्काली मी तिचाच आश्रय घेतो.''

(क्रमशः)

लेखांक : पासष्टवा

चार वर्णांची कर्तव्ये

धर्मतत्त्वानुसार आचरण करणे हे प्रत्येकाचेच कर्तव्य असून ते जीवनातील सुख-दुःखाच्या किंवा यशापयशाच्या कुठल्याही अवस्थेत पाळले गेले पाहिजे. जीवनात काही विशिष्ट प्रसंगी किंवा अत्यंत परिणामकारक घडामोडी झाल्यानंतर आपली संभ्रमित अवस्था होते व त्यावेळी आपले कर्तव्य कोणते हे नीट कळत नाही. असाच कर्तव्याकर्तव्याचा पेचप्रसंग युधिष्ठिरापुढे युद्ध संपल्यावर आला होता. युद्ध चालू असेपर्यंत त्याच्या अंगात त्वेष व विजयाकडे जाण्याची जिद्द होती पण विजय मिळताच त्याच्या चित्ताला, युद्धात झालेल्या महाभयंकर संहाराच्या दुःखाने घेरले. गुरूस्थानी असलेले पितामह भीष्म, साक्षात् गुरूद्रोण, ज्येष्ठ कर्ण इतर मित्र राजे, कुरुवंशातील स्वजन, चुलतभाऊ या सर्वांचा नाश झालेला पाहून 'आपण तर या पातकाला जबाबदार नाही ना?' ह्या भावनेने तो शोकाकुल झाला. त्यातून तो राज्य न घेण्याचा व वनात जाऊन तप करण्याचा किंवा मरण पत्करण्याचा विचार करू लागला तेव्हा त्याला अर्जुन, व्यास, श्रीकृष्णादिकांनी जो उपदेश केला त्यात धर्मतत्त्वांचे सुंदर विश्लेषण आले आहे. अर्जुनाने त्याला खूप समजावले व भावनेच्या आहारी जाऊन खऱ्या कर्तव्याकडे पाठ फिरवून वनात निघून जाणे, हे सर्वस्वी चूक असल्याचे सांगितले. त्या संदर्भात जनक राजा असाच वनात जायला निघाला असताना त्याच्या पट्टराणीने त्याला जे सांगितले ते त्याला ऐकवले. लाखो लोकांचा पोशिंदा असलेल्या पृथ्विपतीने राज्याचा त्याग करून लोकांकडे भिक्षा मागून जगणे कितपत योग्य आहे? तुझ्या वनात जाण्याने मातेला पुत्र असूनही आपला पुत्र नाहीसा झालेला वाटेल व तुझी मी भार्या कौसल्या पतिशून्य झालेली असेल. हजारोंना दान देऊन त्यांचा निर्वाह चालू ठेवणारा श्रेष्ठ की दुसऱ्यापुढे सतत हात पसरणारा श्रेष्ठ याचा तू विचार कर.

प्रतिज्ञा तेऽन्यथा राजन्विचेष्टा चान्यथा तव ।
यद्राज्यं महदुत्सृज्य स्वल्पे तुष्यसि पार्थिव ॥ (महा. १२.१८.८)

राजाची जी कर्तव्ये असतात त्याचे त्याला स्मरण देऊन तिने सांगितले की, त्याने प्रतिज्ञा एक प्रकारची केली आहे आणि आचार मात्र भलताच वेगळा आहे, मोठे साम्राज्य

सोडून आपल्याच प्रजेकडून भिक्षा मागत जगण्याचे ठरवीत आहे. पुढे युधिष्ठिराला देवस्थान ऋषीनेही सांगितले की, असा एकाएकी गृहस्थाश्रम सोडणे योग्य नव्हे. इतर आश्रम पूर्ण करून मग मोक्षाचा विचार करावा. आपले क्षत्रियत्व व प्रजापालकत्व विसरू नये. युद्ध करून शत्रूचा नाश करण्यात कुठलाही दोष नाही. क्षत्रियाने युद्ध हे कर्तव्यकर्म मानले पाहिजे. क्षत्रियाने किंवा नृपाने इंद्रियदमन करावे, प्रिय अथवा अप्रिय यांना समान लेखावे, पंचमहायज्ञ करावे, दान करीत रहावे, तसेच साधुजनांचे परिपालन व दुर्जनांचे निर्दालन हे कार्य केले पाहिजे. (महा.१२.२१.१४).

शंख व लिखित यांचा दृष्टान्त –

व्यासांनी धर्मराजाला उपदेश करताना सुद्युम्नाने राजकर्तव्य उत्कृष्टरीतीने पार पाडल्याने श्रेष्ठ गती कशी मिळविली हे सांगितले. शंख व लिखित हे दोन ऋषिकुमार सख्खे भाऊ होते. एकदा शंख आपल्या आश्रमातून बाहेर गेलेला असताना लिखित तेथे आला. तेथे सुंदर फळे ठेवलेली त्याने पाहिली. त्या पिकलेल्या गोड फळांचा त्याला मोह पडला. त्याने ती खायला सुरुवात केली. थोड्याच वेळात शंख आपल्या घरी आला. त्याने आपल्या भावाचे हे कृत्य पाहिले. जी फळे त्याची नव्हती ती लिखिताने कुणाच्याही अनुमतीशिवाय खाल्ली. हे धर्मनियमांचे उल्लंघन होते. शंखाला राग आला; त्याने हे कृत्य 'चोरी' असल्याचे सांगून त्याला राजाकडे जाण्यास सांगितले. लिखिताने राजाकडे जाऊन सर्व निवेदन केले. सुद्युम्न नृपाने त्याचा सत्कार केला व त्याला म्हणाला, "मी राजा म्हणून दंड देऊ शकतो त्याप्रमाणे अनुमतीही देऊ शकतो. तुझ्या या कृत्याला मी अनुमती देतो." यावर लिखित म्हणाला, "महाराज मी माझ्या भावाची वस्तू त्याच्या परवानगीशिवाय घेतलेली आहे. ह्या गैरकृत्याबद्दल मी दोषी आहे; मला आपण शिक्षा करावी अशी माझी इच्छा आहे." राजाने हे ऐकले व त्या ब्राह्मणाचे दोन्ही हात तोडण्याची शिक्षा केली. तो शिक्षा झाल्यावर दुःखी होऊन आपल्या भावाला म्हणाला, त्याने त्याला क्षमा करावी. शंखाने त्याला पवित्र नदीमध्ये स्नान करून देव व पितर यांचे तर्पण करण्यास सांगितले. तो लिखित ते करीत असतानाच त्याचे हात पुन्हा त्यास परत मिळाले. हे अद्‌भुत शंखाच्या तपःप्रभावामुळे घडले. राजा सुद्युम्नाला त्याने राजकर्तव्य केल्यामुळे सद्‌गती मिळाली. या राजाप्रमाणे युधिष्ठिरा तूदेखील राजकर्तव्याचा विचार कर, अर्जुनाच्या सल्ल्यानुसार वाग.

भ्रातुरस्य हितं वाक्यं शृणु धर्मज्ञसत्तम ।
दण्ड एव हि राजेन्द्र क्षत्रधर्मो न मुण्डनम् ।। (महा. १२.२४.३०)

राजाचा धर्म कोणता? तर दण्डन (दण्ड करणे), मुंडन (संन्यासी होणे) नव्हे!

आणखी वेगळ्या तऱ्हेने व्यासांनी त्याची समजूत घातली. विधात्याने ठरवून दिलेल्या कालगतीप्रमाणे सर्व गोष्टी घडत असतात. युद्धातील जय-पराजय, सुख आणि दुःख, जन्म-मरण हे कालगतीनुसार माणसाला प्राप्त होते. कालाच्या योगाने वायू वेगाने वाहू लागतो. कालाच्या योगाने विशिष्ट वेळी मेघांपासून वर्षाव होतो. वृक्षांना फळे, फुले येतात. वेळ आल्यावाचून बालकाचा जन्म होत नाही, ते बोलू लागत नाही. ते तरुण होत नाही. चंद्राची वृद्धी किंवा कृष्ण पक्षातील क्षय अवेळी होत नाही.

त्याचप्रमाणे हे राजा तुला वाटते युद्धात हे वीर तुझ्यामुळे मृत पावले. असे मानणे चूक आहे. कालक्रमानुसार त्यांची कर्मे परिपक्व झाली व कालक्रमानुसार जसा इतरांना मृत्यू येतो तसा त्यांना आला. मी त्यांचा वध केला ही म्हणण्याची पद्धत आहे. युद्धात त्यांना मरण येईल हे कालगतीनेच ठरलेले होते. प्रत्येकाच्या जीवनात सुख-दुःख, लाभ-अलाभ, जन्म-मरण ही पर्यायशः (आपापल्या कर्मगतीनुसार) येतच असतात. ती त्या त्या वेळी चित्त स्थिर ठेवून सहन करायची असतात! म्हणून तू शोकाच्या आहारी न जाता समतोलपणे विचार कर. एवढ्या प्रयत्नांनी, पराक्रमाची पराकाष्ठा करून जो विजय युद्धात मिळाला आहे त्याचे सार्थक कर व वनात जाण्याचा दुर्बल विचार सोडून सिंहासनावर आरूढ हो व प्रजेचे यथोचित पालन कर.

व्यासांनी पुन्हा सांगितले की 'काल' हाच प्राणहरण करणारा आहे. कालालादेखील मनुष्यप्राण्याच्या अनुरोधाने फल द्यावे लागते. युद्धात जे जे प्राणास मुकले ते त्यांच्या वैयक्तिक कर्मानुसार कालानेच मरण पावले आहेत. त्यांचा वध करणारा तू नाहीस, भीम नाही अथवा अर्जुनही नाही. शुभाशुभ कर्मांना साक्षीभूत व योग्यवेळी फल देणारा असा हा कालच आहे. वनात जाऊन परशूने वृक्ष तोडला तर ते पाप वृक्ष तोडणाऱ्या पुरुषाला लागते, परशूला नाही. पूर्वी दैत्य व देव यांच्यातही युद्ध झाले होते. त्यावेळी देव ज्या मार्गाने गेले तोच मार्ग तू आचरिला आहेस. धर्माचा उच्छेद व्हावा अशी इच्छा करणारे जे अधर्म प्रवर्तक दुष्ट लोक असतील त्यांचा वध हा केलाच पाहिजे. तशी हिंसा केल्याने राजाला पाप लागत नाही. जो कोणी मोहवश होऊन गैरकृत्य करेल - मग तो तपस्वी असो, भृत्य असो अथवा स्वतःचा पुत्र असो त्याचे नियंत्रण केलेच किंवा त्याचा वधही केलाच पाहिजे. राजाने तसे केले नाही तर राजाला ते पाप लागेल.

धर्मं विनश्यमानं हि यो न रक्षेत्स धर्महा ॥ (महा. १२.३२.७)

अधर्माचं कृत्य घडत असताना जो राजा योग्य पाऊल उचलत नाही तोच 'धर्महा' म्हणजे धर्माची हानी करणारा म्हटला जातो. आपला विवेक आपण शाबूत ठेवला पाहिजे; नाहीतर विचारांचा गोंधळ उडून एखादी अधर्माची गोष्टच आपल्याला धर्म वाटू लागते. अधर्माने जे वागत होते अशा दुष्ट कौरवांनी युद्ध उभे केल्यावर तू त्यांना मारलेस, यात तू

शाश्वत धर्माचेच पालन केले आहेस. आपण पातकी आहोत, राज्यलोभी आहोत व आपल्या कुळातील बंधूंचाच नाश करून अमर्याद पातक केले आहे असे मानणे अत्यंत चुकीचे आहे. युधिष्ठिराला या उपदेशातून बोध मिळाला व त्याच्या मनातील शल्य कमी होऊन त्याने राज्य स्वीकारले. या विवेचनात क्षत्रियांचा, ब्राह्मणांचा तसेच राजाच्या धर्माचे विवेचन आले आहे त्या दृष्टीने चारही वर्णांचे विशेष असे धर्म कोणते सांगितलेले आहेत ते पाहू-

चार वर्णांचे धर्म – भगवद्गीतेत म्हटले आहे की, चारही वर्ण भगवंतानेच गुण व कर्म या दोन गोष्टींच्या आधारे निर्माण केले. ऋग्वेदातील पुरुष सूक्तात चातुर्वर्ण्याची दैव उत्पत्ती सांगितली आहे. तेच सूत्र, महाभारत व मनुस्मृतीतही सापडते. मनुने म्हटले आहे की, ब्रह्मदेवाने तप करून आपल्या मुखापासून प्रथमतः ब्राह्मण वर्णाची उत्पत्ती केली. देवांना व पितरांना हव्य, कव्य पोचवणारा व जगाचे संरक्षण करणारा असा ब्राह्मण वर्ण आहे. (मनु. १.९४). त्यानंतर बाहूपासून क्षत्रिय, उरुपासून वैश्य व चरणापासून शूद्र निर्माण केले. महाभारतातही शांतिपर्वात विविध ठिकाणी अशीच उत्पत्ती सांगितली आहे.

ब्रह्मास्यतो ब्राह्मणाः संप्रसूता बाहुभ्यां वै क्षत्रियाः संप्रसूताः ।
नाभ्यां वैश्याः पादतश्चापि शूद्राः सर्वे वर्णा नान्यथा वेदितव्याः ॥

(महा. १२.३०६.८७)

ही चातुर्वर्ण्यव्यवस्था, समाजाची चांगली धारणा व्हावी, सर्वांना उदरनिर्वाह होऊन सुखाने जगता यावे ह्या दृष्टीने निर्माण केली. त्यातील शास्त्रीय उद्देश हा की, लावून दिलेली समजोपयोगी कामे या चार वर्णांनी पार पाडावीत व त्यायोगे आपली उन्नती साधावी.

राजाच्या कर्तव्यातही असे सांगितले आहे की, त्याने चारही वर्णातील लोक आपापली विहित कर्मे नीट करीत आहेत की नाहीत हे पाहावे. मुळात ह्या वर्णव्यवस्थेमध्ये उच्च-नीचता नसावी कारण सर्वांची उत्पत्ती ब्रह्मदेवापासून झालेली आहे. पण पुढे त्या वर्णांमध्ये संकर होऊ लागला व संकरातून जी संतती निर्माण झाली तिचा वेगळा वर्ण कल्पावा लागला व त्यामुळे मूळ वर्णांच्या तुलनेत ते खालच्या वर्गाचे समजले गेले. महाभारतात व मनुस्मृतीतही संकरातून निर्माण झालेल्या वर्गाचा अथवा जातींचा स्पष्ट उल्लेख आहे. अम्बष्ठ, वैदेह, सूत, मागध, आयोग व चाण्डाल इत्यादी नावे त्या जातींना दिलेली आढळतात.

चारही वर्णांच्या धर्मांचा उल्लेख महाभारतात अनेक ठिकाणी आला आहे. ब्राह्मण वर्गाला बुद्धीचे क्षेत्र दिलेले दिसते. त्यांची कर्तव्ये एकूण सहा आहेत – १) अध्ययन

(वेद, शास्त्र पुराण यांचे) २) अध्यापन (विद्या संक्रामित करणे) ३) यजन (यज्ञ, पूजा-अर्चा, धार्मिक विधी स्वतः करणे) ४) याजन – हे विधी समाजाकडून करवून घेणे व त्यांचे पौरोहित्य करणे ५) दान – यथाशक्ती वित्त, वस्तू यांचे दान ६) प्रतिग्रह – द्विजातींनी दिलेले (शुद्ध द्रव्यादी स्वीकारणे) नीतीने मिळविलेले द्रव्य, धनधान्य, इतर पदार्थ स्वीकारण्याचा (त्यांना दिलेला) अधिकार फक्त ब्राह्मणालाच होता. इज्या म्हणजे यज्ञ अथवा अर्चना, अध्ययन म्हणजे श्रेष्ठ आध्यात्मिक ग्रंथांचे पठन – स्वाध्याय व दान. आपल्यापाशी असलेल्या वस्तूंचे, द्रव्यांचे दान, या गोष्टी तीन वर्णांना आवश्यक म्हणून सांगितलेल्या होत्या. क्षत्रिय वर्गाची कर्तव्ये म्हणजे प्रजेचे पालन करणे, तस्कर, शत्रू, दुष्ट यांचा वध करण्यास उद्युक्त असणे, यज्ञ करणे, संपत्ती गोरगरिबांना वाटणे, सज्जनांचे रक्षण व दुर्जनांचे निर्दालन करणे, युद्धातून पलायन न करणे ही होत. शस्त्रास्त्रांचे ज्ञान, युद्धकौशल्य मिळविणे, इंद्रियांचा संयम या गोष्टींचाही समावेश क्षत्रियांच्या कर्तव्यात केलेला आहे.

दानमध्ययनं यज्ञः शौचेन धनसंचयः ।
पितृवत्पालयेद्वैश्यो युक्तः सर्वपशूनिह ।। (महा. १२.६०.२१,२२)

वैश्यांचे जे धर्म आहेत त्यात दान, अध्ययन, यज्ञ हे तर आहेतच पण नीतीने अर्थार्जन, पशुपालन तसेच कृषी, वाणिज्य व कुसीद म्हणजे व्याज वगैरे घेणे (सावकारी) या गोष्टी अभिप्रेत आहेत. शूद्रांसाठी मात्र एकच महत्त्वाचा धर्म सांगितला आहे. तो म्हणजे वरील तीन वर्णांची मत्सर न ठेवता व प्रामाणिकपणे सेवा करणे. शेतात, कारखान्यात, दुकानात मोलमजुरी करणे, कलागुणांवर जगणे हे त्याचे कर्तव्य होते. ही सेवाचाकरी तो वरील तीन वर्णातील सदस्यांकडेच करणार म्हणून असे सांगितले आहे की, या तीन वर्णांनी शूद्रांचे पोषण केले पाहिजे.

आपापल्या धर्मांचे ब्राह्मण-क्षत्रियादींनी कसोशीने पालन करावे असा दंडक होता. मनुस्मृतीत म्हटले आहे की, ज्या ब्राह्मणाला वेद व शास्त्रे यांचे ज्ञान नाही त्याला चामड्याच्या हरिणाप्रमाणे किंवा लाकडाच्या सिंहाप्रमाणे 'नावाचाच' ब्राह्मण समजावा. चातुर्वर्ण्य म्हणजे समाजासाठीची एक व्यवस्था होती.

श्री पांडुरंगशास्त्री 'गीतामृतात' म्हणतात की, ह्या व्यवस्थेत उच्च-नीच भाव नव्हता. कामांची विभागणी होती. ह्या चार वर्णांच्या वेगवेगळ्या शक्ती होत्या. १) बुद्धिशक्ती २) शस्त्रशक्ती ३) वित्तशक्ती आणि ४) श्रमशक्ती (यात शरीर शक्ती व कलाशक्ती समाविष्ट आहेत). या चार शक्तींची समाजाला गरज असते व तिचे सारखेच महत्त्व असते. पुढे या व्यवस्थेत रूढिवाद शिरला आणि या रूढिवादामुळे ही व्यवस्था बिघडली. (गीतामृत पृ. १४९ व ७८१).

विविध वर्णांच्या धर्मांचा विचार करता असे लक्षात येते की, स्वतः करावयाचे अध्ययन हे व यज्ञ म्हणजे पूजा-अर्चा, ईश्वर-आराधना हे सर्वांसाठी नित्यनेमाने आचरावयाचे कर्तव्य होते.

म्हणजेच आपल्या आराध्य देवतेचे चिंतन, नामस्मरण हे प्रत्येकाने दैनंदिन कर्म म्हणून करावयाचे होते. या दोन धर्मांचे पालन केल्यामुळे समाजात कलह न होता शांतता नांदत असे व विविध गटांत नीतिमत्ता, बंधुभाव वाढायला मदत होत असे.

(क्रमशः)

◆◆

लेखांक : सहासष्ठवा

स्वर्गातील गुणदोष

समाजाची जी चार महत्त्वाची क्षेत्रे आहेत त्यानुसार चार वर्णांच्या कर्मांची व्यवस्था लावून दिली आहे. हे वर्ण आपापली कर्तव्यकर्मे जबाबदारीने व प्रामाणिकपणे पार पाडतील तर समाजाची उन्नती होईल, समाजात सुख-शांती नांदेल व त्यात जर कुचराई झाली तर समाजाची घडी विस्कटेल व अशांतता माजेल. मागील लेखात सांगितल्याप्रमाणे ब्राह्मण क्षत्रियादिकांना जरी वेगवेगळी कर्मे विहित असली तरी पहिल्या तीन वर्णांना आवश्यक अशी समान कर्मे सांगितलेली होती. अध्ययन - अध्यापनाचे कार्य जरी ब्राह्मण वर्णाचे असले तरी इतरांनी काय कुठलेच अध्ययन करू नये? अध्ययनाशिवाय कुठल्याही व्यक्तीच्या बुद्धिचा व व्यक्तिमत्त्वाचा विकास कसा बरे होऊ शकेल? म्हणून १) अध्ययन (चांगल्या ग्रंथाचे वाचन व मनन) २) इज्या - इष्ट देवतेचे पूजन, यजन व ईश्वरोपासना व ३) दान - यथाशक्ती सत्पात्राला व गरजवंताला दान, परहितार्थ अन्न, वित्त व श्रमांचे दान देणे - ही तीन कर्मे सर्वांना आवश्यक म्हटलेली आहेत. याज्ञवल्क्य स्मृतीतही ह्याचा स्पष्ट उल्लेख आहे.

इज्याध्ययन दानानि वैश्यस्य क्षत्रियस्य च ।
प्रतिग्रहोऽधिको विप्रे याजनाध्यापने तथा ।।

(याज्ञवल्क आचाराध्याय ११८)

गीतेनुसार वर्णधर्म - गीतेत चार वर्णांच्या धर्माविषयी जे सांगितले आहे ते थोडक्यात पण उद्‌बोधक असे आहे. चारही वर्णांची कर्मे ही स्वभावजन्य म्हणजेच प्रकृतिसिद्ध गुणांप्रमाणे (सत्त्वगुण, रजोगुण इ.) पृथक् विभागलेली आहेत. शम, दम, तप, शुचिर्भूतपणा, शांती, सबळपणा, अध्यात्मज्ञान, विज्ञान म्हणजे जगातले इतर शास्त्रांचे ज्ञान, आस्तिकता, हे ब्राह्मण वर्गाचे स्वभावजन्य कर्म होय. (गीत १८-४३).

क्षत्रियांच्या वर्गात शौर्य, तेजस्विता, धैर्य, दक्षता, युद्धातून पलायन न करणे, दातृत्व व प्रजेवर सत्ता चालविणे यांचा समावेश आहे.

कृषिगौररक्ष्यवाणिज्यं वैश्यकर्म स्वभावजम् ।
परिचर्यात्मकं कर्म शूद्रस्यापि स्वभावजम् ।। (गीता १८-४४)

शेती, गाईगुरांचे पालन आणि व्यापार (व्याजाचा सावकारीधंदा हे स्मृतींनी अधिक सांगितले आहे.) ही वैश्यवर्णाची स्वभावजन्य कामे होत. वरील तिन्ही वर्णांच्या संदर्भात सेवाचाकरीची कामे करणे हे शूद्रांचे स्वभावजन्य कर्तव्य होय. हल्लीच्या काळाचा विचार करता असे दिसते की, यंत्र युगामुळे व तंत्रज्ञानात झालेल्या मोठ्या प्रगतीमुळे अनेक नवे व्यवसाय व क्षेत्रे निर्माण झाली आहेत. लोकशाही व्यवस्थेत समानतेचे तत्त्व अवलंबिल्यामुळे समाजातील कुठल्याही घटकाला वा व्यक्तीला कुठलाही व्यवसाय किंवा कुठलेही काम (उपजीविकेसाठी) करण्याचा अधिकार प्राप्त झाला आहे. शिवाय जाती-जातीतील भेद व अन्याय नाहीसा करण्याचे प्रयत्न सातत्याने होत आहेत. त्यामुळे आज समाजातील कुठल्याही जातीची व्यक्ती आपल्या इच्छेप्रमाणे नोकरी किंवा उद्योग करू शकत आहे. आपण प्राचीन काळी वेगवेगळी सामाजिक कामे भिन्न भिन्न वर्णांना कशी विभागून दिली होती ह्या गोष्टींचा मागोवा घेत आहोत.

चातुर्वर्ण्याविषयी महाभारतात गीतेव्यतिरिक्त शांतिपर्व (अ.१८१-१८२) अनुशासन पर्व, वनपर्व इत्यादी ठिकाणी विवेचन केलेले आढळते. वर दिलेले ब्राह्मणांचे श्रेष्ठ गुण ज्याच्या अंगी नाही, ज्याचे आचरण उच्च दर्जाचे, सन्मार्गयुक्त नाही तो शूद्र म्हणजे शूद्रतुल्य समजावा असे सांगितले आहे. प्रकृतीचे जे सत्त्वगुण, रजोगुण व तमोगुण हे तीन गुण आहेत त्यांच्या आधारे या वर्णांचे वर्गीकरण केलेले आढळते. ब्राह्मण हे सत्त्वगुणी असतात व सत्त्वगुणाचा वर्ण शुभ्र आहे, म्हणून ब्राह्मणांचा वर्ण शुभ्र होय. क्षत्रिय रजोगुणी असतात व रजोगुणाचा वर्ण रक्त म्हणजे लाल आहे म्हणून क्षत्रियांचा वर्ण रक्त होय. वैश्य हे रज व तम या गुणांनी व्याप्त असतात म्हणून त्यांच्या मिश्रणापासून होणारा जो पीत वर्ण तो वैश्यांचा असतो आणि ज्याचा वर्ण कृष्ण आहे अशा तमोगुणाने व्याप्त असल्याने शूद्रांचा वर्ण कृष्ण म्हटलेला आहे. (महा. १२-१८१-५).

या भृगु ऋषींच्या विधानावर भारद्वाजाने म्हटलेली रंगावरून वर्णभेद म्हणजे ब्राह्मण-क्षत्रियादी भेद कसे करता येतील? कारण सर्व वर्णात विविध रंगाचे लोक असतात. शिवाय काम-क्रोध व लोभादी विकार, तसेच रक्त, मल, मूत्र, कफ इत्यादी शारीर धर्म हे ब्राह्मणाप्रमाणेच शूद्रालाही आहेत; तेव्हा वर्णभेद मानण्याचे कारण काय? ह्या प्रश्नाचे उत्तर देताना भृगूंनी म्हटले की, ब्रह्मदेवाने जगात फक्त ब्राह्मणच निर्माण केले. त्यांच्यातीलच काही पुढे क्षत्रिय, वैश्य वगैरे झाले. ह्या ब्राह्मणांपैकी जे रजोगुणी होते नि विषयोपभोगांची प्रीति, तीव्रता, कोपिष्टपणा, साहसकर्माची आवड आणि स्वधर्मत्याग यामुळे ते क्षत्रिय बनले. तसेच रज-तम युक्त असे जे ब्राह्मण कृषी व पशुपालन करून चरितार्थ चालवू

लागले व लोभामुळे ज्यांनी स्वधर्माचरण सोडून दिले ते वैश्य बनले. याच पद्धतीने जे ब्राह्मण तमोगुणी असल्यामुळे हिंसा व असत्य यांवर आसक्त झाले आणि हव्या त्या कर्माच्या योगाने मुळच्या जातीपासून भिन्न होऊन ते वेगवेगळे वर्ण (चार वर्ण) बनले. (महा.. १२-१८१-११-१३).

गीतेत ज्याप्रमाणे ब्राह्मणाची शम, दम, तप इत्यादी लक्षणे सांगितली तशीच भृगूंनी येथे भारद्वाजाला सांगितली आहेत.

सत्यं दानं दमोऽद्रोह आनृशस्यं क्षमा घृणा ।
तपश्च दृश्यते यत्र स वै ब्राह्मण उच्यते ।। (महा. १२-१८२-४)

सत्य, दान, मनोनिग्रह, क्षमा, दया (घृणा) इत्यादी गुण जिथे दिसतात तो 'ब्राह्मण' समजावा. क्षत्रिय व वैश्य यांची लक्षणे साधारणतः वरीलप्रमाणेच दिलेली आढळतात. शूद्रांच्या गुणधर्मांचा तपशील खालीलप्रमाणे दिलेला आहे -

सर्वभक्षरतिर्नित्यं सर्व कर्मकरो ऽ शुचिः।
त्यक्तवेदस्त्वनाचारः स वै शूद्र इति स्मृतः ।। (महा. १२-१८२-७)

सर्व प्रकारचे अन्न नेहमी खाणारा, हवे ते काम (पोट भरण्यासाठी करणारा) अशुची, वेदांना न मानणारा व दुराचारी असा मनुष्य शूद्र गणला जातो. त्याच उताऱ्यात भृगूंनी लगेच हेही सांगितले आहे की, ब्राह्मणांची जी ही लक्षणे सांगितली आहेत ती सामान्य असल्याने ती काही ब्राह्मणांच्या ठिकाणी आढळणार नाहीत तर ती लक्षणे कोठे कोठे शूद्रांच्या ठिकाणीही आढळू शकतील. याचाच अर्थ असा की, शूद्र हा वरील शूद्रधर्मानेच युक्त असतो असे नाही व ब्राह्मणही ब्राह्मणांच्या वरील गुणांनी युक्त असतो असे नाही.

अनुशासन पर्वात उमा-महेश्वर संवाद आला असून तो अनेक दृष्टीने उद्‌बोधक आहे. उमेने विचारलेल्या प्रश्नाचे उत्तर देताना शिवाने सांगितले की, एकदा ब्राह्मण जन्म मिळाला तरी तो मोठ्या प्रयासाने टिकवावा लागतो. तो जर दुष्कृत्ये करील तर तो उच्च वर्णापासून च्युत होईल. आपल्या ब्राह्मण वर्गाच्या धर्मांचा त्याग करून जो क्षत्रियांचे धर्म पाळेल तो क्षत्रिय म्हणून जन्म घेईल. पुढे महेश्वर म्हणतात की, जो मद्यपान करतो, हिंसा करतो, शूद्रवृत्ती आचरितो, अमंगल राहातो, वेदाभ्यास वर्जितो, लोभ धरतो, इतरांना फसवितो, सोमरस विकतो, अधमाची सेवा करतो, गुरूद्रोह करतो, व्रते व स्वाध्याय सोडून देतो असा ब्राह्मण शास्त्रज्ञानी असला तरी तो पतन पावतो व शूद्रयोनीत जन्म घेतो. याउलट, शूद्र व्यक्तीने जर ब्राह्मणांप्रमाणे शुभकर्मांचे आचरण केले, आपली शूद्राची कर्तव्ये पार पाडली, मद्य - मांस वर्ज्य केले, आहारादिकांचा कडक नियम पाळला व शुद्ध वर्तन ठेवले तर तोही ब्राह्मणत्वास प्राप्त होईल. वैश्याला ब्राह्मण होण्याची इच्छा असल्यास त्याने सत्य बोलावे, अहंभाव टाकावा, इंद्रियांना जिंकावे, निष्काम कर्म करावे

इत्यादी श्रेष्ठ आचरणाचे धर्म सांगितले आहेत. पण तो लगेचच ब्राह्मण म्हणून जन्मणार नाही तर प्रथम उच्च क्षत्रिय म्हणून जन्मेल व मग पुढील जन्मी ब्राह्मण म्हणून जन्म पावेल. त्याचप्रमाणे जो क्षत्रिय ज्ञानविज्ञानांनी संपन्न असतो, देहाला व मनाला संस्कार देतो, वेदांत पारंगत होतो, मनाने शुद्ध होतो व अंतर्बाह्य धर्मरूप बनतो, तो स्वकर्माने ब्राह्मण होतो. हे शूद्र व्यक्तीलाही लागू आहे. महेश्वर म्हणतात की, सर्वांत महत्त्वाचे म्हणजे शुभ स्वभाव व सद्‌वृत्त हे होय! सदाचारी शूद्रही ब्राह्मणत्वाचा अधिकारी होतो यात संदेह नाही.

या विवेचनावरून हे स्पष्ट होते की मनुष्य आपल्या ज्ञानामुळे, कर्तव्यकर्म केल्यामुळे, धर्म व सत्य यांना धरून आचरण केल्यामुळे वरील श्रेष्ठ वर्गात जाऊ शकतो व आपली उन्नती साधू शकतो. शेवटी माणसाने कसली काळजी घ्यायला हवी आहे? तर सत्य, अहिंसा, इंद्रियनिग्रह, दया, क्षमा, ऋजुता, निरहंकारी वृत्ती, स्वार्थहीनता, मनोनिग्रह इत्यादी जी धर्मतत्त्वे आहेत त्यांचे पालन जीवनात काटेकोरपणे केले पाहिजे हेच यातून सारतत्त्व आपल्या लक्षात येते.

महाभारत काळात वर्णसंकर होऊन सूत, मागध, (बंदी) आयोग व निषाद, वैदेहक, सैरंध्र, मद्‌गुर, चांडाल, श्वपाक इत्यादी अनेक गट किंवा जाती निर्माण झाल्या होत्या.

मनुस्मृतीतही अशा संकरजन्य जातींचा उल्लेख असून त्यांनी करावयाची जी कामे आहेत तीही सांगितलेली आहेत. अनुशासन पर्वात अ. ४६ ते ४९ या भागात वर्णसंकरजन्य जाती, अशा विवाहातून निर्माण होणाऱ्या पुत्रांचा संपत्तीतील अधिकार इत्यादी गोष्टींचे विवेचन आले आहे. त्याकाळच्या संकेताप्रमाणे ब्राह्मणाला चार भार्या (चारी वर्णातील चार स्त्रिया) विहित होत्या. (महा. १३-४७-४). क्षत्रिय पुरुषाला तीन, वैश्याला दोन व शूद्राला शूद्र वर्णातील एक भार्या विहित होती. त्याच वर्णातील स्त्रीपासून त्या त्या पुरुषाला औरस संतती प्राप्त होत असे. पण खालच्या वर्णाच्या स्त्रीपासून अनुलोम संतती प्राप्त होत असे. पितृसत्ताक पद्धतीमुळे उच्चवर्णीय पुरुष व खालच्या वर्णातील स्त्री यांच्यापासून होणाऱ्या संततीला (अनुलोम म्हटलेल्या) बऱ्यापैकी मान्यत होती, ती चातुर्वर्ण्याच्या बाहेर मानली जात नव्हती. पण उच्चवर्णीय स्त्री व कनिष्ठ वर्गीय पुरुष यांचेपासून उत्पन्न होणारी संतती 'प्रतिलोम' म्हटली जायची व तिचे स्थान चातुर्वर्ण्याच्या बाहेरचे मानले जायचे.

अतो विशिष्टस्त्वधमो गुरूदारप्रधर्षकः ।
बाह्यं वर्णं जनयति चातुर्वर्ण्यविगर्हितम् ।। (महा. १३-४८-९)

ब्राह्मणापासून तीन, क्षत्रियापासून दोन, वैश्यापासून एक अशी अनुलोम संतती सहा प्रकारची होती व प्रतिलोमही (शूद्रापासून तीन, वैश्यापासून दोन व क्षत्रियापासून

एक) उलट क्रमाने मोजता सहा प्रकारची होती. ही संतती व ह्यापुढली वर्णसंकरातून उत्पन्न होणारी संतती हीन मानली जात असे. या तपशीलावरून त्याकाळच्या सामाजिक स्थितीची थोडीशी कल्पना येते.

स्वर्गातील गुण-दोष -

चारही वर्णातील लोकांनी आपापली शास्त्रविहित कर्मे जर निष्काम बुद्धीने व परमेश्वरार्पणबुद्धीने केली तर त्यांनासुद्धा सद्‌गती मिळते असे गीतेत सांगितले आहे.

यतः प्रवृत्तिर्भूतानां येन सर्वमिदं ततम्।
स्वकर्मणा तमभ्यर्च्य सिद्धिं विन्दति मानवः ॥ (गीता १८-४६)

आपण जी आपल्याला विहित असलेली कर्मे करतो ती शुद्ध मनाने व ईश्वरार्पण-बुद्धिने केल्यास, तीच त्या जगन्नियंत्या सर्वव्यापी ईश्वराजी पूजा, उपासना ठरून आपणास चांगली गती मिळते. ईश्वराला स्मरून आपण आपली कर्तव्यकर्मे केली पाहिजेत. कर्ममय भक्तीचे हे तत्त्व गीतेत अगदी आवर्जून मांडले आहे. माणसाला आपल्या साधनेने परलोकात ज्या उत्तम गती मिळतात त्यात अंतिम गती - सर्वश्रेष्ठ गती म्हणजे 'मोक्ष' होय. पण सत्कर्म करून जो पुण्यसंचय होतो त्याने स्वर्गगतीचा लाभ होतो. ह्या स्वर्गगतीसंबंधी मोठे रोचक वर्णन महाभारतात सापडते. मुद्‌गल नावाच्या मुनीने देवदूताला सांगितले की, त्याने स्वर्गलोकाची त्या मुनीला कल्पना द्यावी. देवदूताने त्यावर जे सांगितले त्याचा हा संक्षिप्त वृत्तांत आहे. तेथे गंधर्व, अप्सरा व देव समुदायांचे उत्कृष्ट लोक आहेत. तीनशे योजने उंच मेरु आहे. तेथे बीभत्स, अशुभ असे काही नाही. तेथील अंगावरच्या माळा कोमेजत नाहीत. चित्ताकर्षक सुगंध, सुखकारक स्पर्धा, आनंदित करणारे ध्वनी असे सर्व अत्यंत सुखावह असे जीवन आहे. शोक, जरा, आयास, विलाप ह्यांचा तेथे अभाव आहे. तेथील पुण्यात्मे ईर्ष्या, शोक, ग्लानी, मोह, मत्सर यांपासून मुक्त आहेत. तेथील शरीरे पुण्याच्या साहाय्याने उत्पन्न होतात. ती मानवी नश्वर व अशुद्ध शरीरे नसतात. ती तेजोमय असतात. तेथील लोकांना घाम, मूत्र - पुरीष वगैरे नसतात. क्षुधातृष्णेचाही त्रास नसतो. येथे श्रेष्ठ ऋषी, देवदेवता आनंदाने राहात असतात. येथे ऋभू नामक दुसऱ्या देवता आहेत. त्यांचे लोक अतिशय पुढे आहेत. त्यांची आराधना स्वर्गीय देवता करीत असतात. दिव्य शरीराच्या त्यांना जरा, मरण नाही. सुख-दुःख, राग-द्वेष, प्रीती-हर्ष या सर्वांपासून ते दूर असतात. अशी ही पूर्ण तृप्ती देणारी स्वर्गाची सुखे आहेत. आता तेथील दोषही जाणून घ्या. स्वर्गात आपण केलेल्या कर्माचाच भोग घेतला जातो. दुसरे कर्म केले जात नाही. आपल्या पुण्यकर्माच्या फलाचा भोग संपला की, आपल्याला परत मृत्यूलोकी जन्म घ्यावा लागतो. पुण्य संपता संपता तेथील जीवांचे ज्ञान नष्ट होऊ लागते, पुष्पमाला

कोमेजू लागतात. त्या जीवांना मलाचा संपर्क होऊ लागतो. मत्सर, क्लेश, असंतुष्टता यांचा मनाला स्पर्श होऊ लागतो. मुख्य म्हणजे आहे हे संपणार हे पाहून भीती वाटू लागते. हे दोष स्वर्गात दृष्टोत्पत्तीस येतात. हे दोष स्वर्गाच्या वर असणाऱ्या लोकातही दिसून येतात. पण शुभकर्माच्या संस्काराने त्या जीवांना स्वर्गभ्रष्ट झाल्यावर मनुष्य जन्म मिळतो. (महा. ३.२४७.३-३३) असे हे उल्लेखनीय वर्णन प्राचीन ग्रंथांत क्वचितच पाहायला मिळते.

(क्रमशः)

◆◆

लेखांक : सदुसष्टावा

भंगास्वनाचे कथानक

महाभारतात विविध प्रकारच्या विस्मयकारक अशा अनेक कथा आल्या आहेत. या ग्रंथाला 'कथांचा सागर' म्हटले तरी वावगे ठरू नये. नलोपाख्यान, रामोपाख्यान, विश्वामित्रोपाख्यान इत्यादी उपाख्याने अनेक अध्यायातून रसाळ वाणीने वर्णिलेली आहेत. या उपाख्यानातूनही नैतिक तत्त्वांच्या उपदेशाचा धागा आहेच. ही उपाख्याने इतकी विस्तृत आहेत की त्यांचे विवेचन म्हणजे एक स्वतंत्र ग्रंथ होऊ शकेल. जेथे जेथे महाभारतात नीतिच्या तत्त्वांचा ऊहापोह व ज्या ज्या ठिकाणी धर्माच्या विविध अंगांचे सुस्पष्ट विवेचन आले आहे त्याचा मागोवा घेणे व ते वाचकांसमोर मांडणे हे या लेखमालेचे उद्दिष्ट आहे.

अनुशासन पर्वातही युधिष्ठिर भीष्मांना विविध प्रश्न विचारतो व भीष्म त्याची जिज्ञासा पुरी करतात. या पर्वात ब्राह्मणांची मुक्तपणे प्रशंसा, ब्राह्मण जन्म अतिदुर्लभ व ब्राह्मणत्व मिळविण्यासाठी अत्यंत कठोर तप केले तरी ते अशक्य आहे असे विचार ठिकठिकाणी विखुरले आहे. ब्राह्मणत्वाबरोबरच गाईची प्रशंसाही या पर्वात पाहायला मिळते.

दैव आणि उद्योग यामध्ये अधिक श्रेष्ठ कोण असा युधिष्ठिराने प्रश्न विचारला असता महाभारतकारांनी यावर उत्कृष्ट विवेचन केले आहे. हा विषय महाभारातात पुनः पुन्हा चर्चिलेला आहे कारण तो कर्मसिद्धांतात मूलगामी आहे. त्यांनी कृषिक्षेत्रातील बीज व क्षेत्र यांचा दृष्टान्त देऊन म्हटले आहे की, दैव हे बीजाच्या ठिकाणी आहे व उद्योग हा क्षेत्राच्या जागी मानणे योग्य होय. क्षेत्र तयार न करता त्यात बीज टाकले तर ते वाया जाते तसेच उद्योग न करता केवळ दैवावर अवलंबून राहिले तर दैव वाया जाते. क्षेत्र व बीज यांचा समागम झाल्यावाचून धान्याची प्राप्ती होत नाही त्याचप्रमाणे उद्योग व दैव यांची सांगड घातल्यावाचून कार्याचे फळ मिळणार नाही. उद्योग केला तरच मनुष्यास फळ प्राप्त होत असते. काही न करता जर कोणी अगदी स्वस्थ बसून राहील तर केवळ दैवाच्या जोरावर त्याला काही एक मिळणार नाही. जो पुरुष उद्योग न करता केवळ दैवावर विसंबून राहातो त्याचे श्रम व्यर्थ ठरतात. उद्योग जर केला तर त्यास दैवाची जोड मिळते पण उद्योग न केला तर नुसते दैव त्याला काही एक देऊ शकत नाही. महाबलवान कौरवांनी

पांडवांचे राज्य हरण केले पण ते पांडवांनी परत हिसकावून घेतले ते कशाच्या जोरावर? दैवाच्या नव्हे तर बाहूंच्याच जोरावर! याचाच अर्थ इच्छास्वातंत्र्याच्या जोरावर प्रयत्नवादाला वाव आहे. आपल्याला इच्छा स्वातंत्र्य कसे व कशामुळे लाभले आहे याचे विवेचन महाभारतात लेखांक ३३ मध्ये विस्तृतपणे आले आहे.

पांडवानां हृतं राज्यं धार्तराष्ट्रैर्महाबलैः ।
पुनः प्रत्याहृतं चैव न दैवाद्भुजसंश्रयात् ॥ (महा. १३.६.४०)

ज्याप्रमाणे अग्नी हा सूक्ष्म असला तरी वाऱ्याने चेतून मोठा होतो त्याप्रमाणे दैव हे दुबळे असले तरी कर्माच्यायोगे चेतले जाऊन प्रचंड फल देते. विपुल धन, अधिकार असलेला मनुष्य जर निरुद्योगी अथवा कर्महीन असेल तर ते सर्व काही गमवून बसेल; पण उद्योगी मनुष्य पाताळातले द्रव्यही आणण्यास समर्थ ठरेल.

यद्यपि कर्माची किंवा उद्योगाची महती सांगितली तरी दैव अगदीच पंगू आहे असे मात्र मानू नये. उद्योग करूनही दैवाची जोड मिळाली नाही तरअपेक्षित फळ मिळत नाही. क्षेत्र तयार केले पण बीजच वाईट असले तर वाईट फळ मिळते. मागील जन्मी केलेली कर्मे हीच दैवरूपाने आपल्यापुढे उभी असतात. पूर्वकर्मे हेच प्रारब्धरूपाने जीवनात भोगावयाचे असते. यादृष्टीने कर्मालाच प्राधान्य दिले पाहिजे. आपणच आपले हितकर्ते व आपणच आपले शत्रू असतो; याठिकाणी असे म्हणता येईल की, शिष्य ज्याप्रमाणे गुरूला अनुसरतो त्याप्रमाणे दैव हे श्रेष्ठ जे कर्म त्यास अनुसरते. ह्या चर्चेचा मागोवा घेण्याचे कारण हेच की, आपल्यालाही दैनंदिन जीवनातील समस्यांच्या संदर्भात हा प्रश्न जाणवतो व उद्योगाचे प्राधान्य लक्षात न घेतल्यास काय वाईट परिणाम होतो हे समजते.

भंगास्वनाचे कथानक

या पर्वात भीष्म – युधिष्ठिर संवादातच भंगास्वनाचे आख्यान व देवशर्मा – विपुल संवाद ह्या दोन्हीही कथा स्त्री–पुरुष संबंध व स्त्रियांच्या ठिकाणी असलेले गुण–दोष यासंबंधी आहेत व त्या खरोखर विस्मयकारक आहेत.

भंगास्वन आख्यानात भंगास्वन राजा इंद्राने मोहात टाकल्याने अरण्यात एका सरोवरात स्नान करतो. त्यातून बाहेर पडताच पाहातो तो त्याला स्त्रीत्व प्राप्त झालेले असते. त्याला फार लाज वाटते. ऋषींनी सांगितलेले स्त्रियांचे गुण – मृदुत्व, तनुत्व व विक्लवत्व हे आपल्यात असल्याचे त्याला जाणवू लागले. चांगली सहनशीलता, कणखरपणा व पराक्रम हे गुण आता आपल्यात नाहीत हे पाहून त्याला वाईट वाटले. त्याने त्या अरण्यातच राहायचे ठरवले. इंद्र व भंगास्वन यांचे वैर असल्याने हे घडले होते. तो कसातरी अश्वारूढ होऊन घरी महालात आला. त्याच्या स्त्रिया, नागरिक सर्वांना मोठे

आश्चर्य वाटले. या राजाला एकंदर शंभर पुत्र होते. अरण्यात जाऊन राहायचे ठरविल्याने त्याने सर्व हकीगत सांगून, राज्य आपल्या पुत्रांवर सोपविले व तो अरण्यात गेला. एका तपस्व्याला आपला पती करून तो त्याच्याबरोबर अरण्यात राहात असताना त्या राजाला स्त्रीरूपात शंभर पुत्रांची प्राप्ती झाली. या राजाने एकाच जीवनात स्त्रीत्व व पुरुषत्व अनुभवले. नंतर त्या स्त्रीभूत भंगास्वनाने ते शंभर पुत्र बरोबर घेऊन राजधानीस प्रयाण केले व आपल्या शंभर पुत्रांना सांगितले की, तुम्ही परस्परांचे बंधू आहात; आनंदाने एकत्र राहा. ते दोनशे पुत्र खरोखर अत्यंत प्रेमाने एकत्र त्या राज्याचा उपभोग घेऊ लागले. हे इंद्राला पाहवले नाही. त्याने राजनगरीत जाऊन त्यांच्यात कलह उत्पन्न केला. त्याने काश्यपाच्या पुत्रांचे उदाहरण दिले. "सुर व असुर हे त्याचेच पुत्र असून राज्यासाठी ते भांडले. तुम्ही तर एका पित्याचेसुद्धा नाही; तेव्हा असे प्रेमाने वागणे म्हणजे एक चमत्कारच म्हटला पाहिजे." इंद्र त्यांना म्हणाला. त्यांच्यात द्वेषभावना निर्माण झाली व त्यांनी परस्परांशी युद्ध केले. त्यात सर्वच पुत्र मारले गेले. त्या मातेला हे ऐकून अतोनात दुःख झाले. इंद्र ब्राह्मण रूपाने त्या स्त्रीला भेटला व तिला त्याने सांगितले की, पूर्वीच्या वैरामुळे इंद्राने म्हणजेच त्याने स्वतःच ही हानी केली आहे. हे कळताच त्या स्त्रीने त्याची क्षमा मागितली व प्रणिपात केला. त्या स्त्रीचा म्हणजेच पर्यायाने राजाचा पश्चात्ताप पाहून इंद्राने त्यास क्षमा केली व प्रसन्न मनाने त्याला तुझे शंभर पुत्र तुला परत मिळतील असा वर दिला. तुझे राजवाड्यातले पूर्वीचे की तापसापासून झालेले वनातले शंभर पुत्र तुला जिवंत हवे आहेत, असे विचारले.

स्त्रीभूतस्य हि ये जातास्ते मे जीवन्तु वासव ॥

(महा. १३.१२.३९)

तिने उत्तर दिले – "वासवा, स्त्रीपणातील माझे शंभर पुत्र मला हवे आहेत. ते जिवंत करून मला द्या." तिला इंद्राने विचारले – "असे का? तू पुरुष असताना झालेले तेही तुझेच आहेत." त्यावर त्या स्त्रीने उत्तर दिले, "इंद्रा, स्त्रीच्या ठिकाणी स्वभावतःच अधिक प्रेम वसत असते तसे पुरुषाच्या ठिकाणी वसत नाही; यास्तव मी स्त्री झाल्यावर मला जे पुत्र झाले, त्यांना तू जिवंत कर." त्या स्त्रीचे हे बोलणे ऐकल्यावर इंद्राने म्हटले की, तिने जरी शंभर पुत्र परत मागितले असले तरी तो आणखी वर प्रदान करीत आहे की, तिचे दोनशे पुत्र पुन्हा जिवंत होतील. तसेच तिला पुरुषत्व परत हवे असल्यास तेही देण्यास तो सिद्ध आहे. यावर ती स्त्री (म्हणजेच स्त्रीभूत राजा) म्हणाली की, तिला स्त्रीरूपातच ठेवावे; पुरुषापेक्षा हे रूप तिला अधिक प्रिय आहे. 'हे मागण्याचे कारण काय?' असे विचारल्यावर ती म्हणाली, "देवेंद्रा, स्त्रिया व पुरुष यांच्या संयोगामध्ये स्त्रियांच्या ठिकाणी अधिक प्रेम वसत असते म्हणून मला हे रूपच हवे आहे. तसेच स्त्रीचे ठिकाणी निसर्गतःच अधिक मोहकपणा वास करतो म्हणून मी हे रूपच अधिक मानते."

इंद्राने ते ऐकल्यावर तिला तो वर दिला. या कथेतून व्यासांनी स्त्रीला तिच्या प्रेमळ स्वभावामुळे व लावण्यामुळे पुरुषांच्या तुलनेत वरचे स्थान दिले आहे.

स्त्रियांच्या दोषांचे वर्णन

महाभारतात स्त्रीविषयक विचार अनेक ठिकाणी आले आहेत. वन पर्वात द्रौपदीने सत्यभामेला आपण आपल्या पतीची सेवा कशी आदर्श पद्धतीने करतो हे सांगितले आहे. अनुशासन पर्वात नारदांनी पंचचूडा नावाच्या अप्सरेला सांगितले की, तिने स्त्रीस्वभावाचे वर्णन करावे. तिने आधी आढेवेढे घेतले व नंतर तिने स्त्रियांचे दोष कथन केले. ते वर्णन करताना स्त्रियांवर अन्याय केल्यासारखे वाटते. तिने सांगितले की, त्या चंचल स्वभावाच्या व मर्यादा न पाळणाऱ्या असतात. जणूकाही शुक्रनीती किंवा शंबराची माया त्यांनी अवगत केलेली असते. त्यांच्या अंगी सामर्थ्य असते की त्या खोट्याचे खरे व खऱ्याचे खोटे करू शकतात. स्त्रिया अत्यंत धूर्त असल्याने त्यांचे रक्षण करणे फार कठीण होऊन बसते. त्या सुरूप, कुरूप, उच्च–नीच अशा कुठल्याही पुरुषावर आसक्त होतात व कुणाची फसगत करायला मागेपुढे पाहात नाहीत. त्यांना कह्यात ठेवणे जरा कठीणच असते. (महा.१३.३८). या ठिकाणच्या स्त्री–निंदेवर उतारा म्हणून की काय काही अध्यायानंतर स्त्रियांचे मोठे गुणगान करून त्यांची प्रशंसा केली आहे. भीष्मांनी युधिष्ठिराला सांगितले की, सर्वच स्त्रिया अशा स्वैरवर्तनी व दुराचरणी नसतात. त्यांच्यात दोन प्रकार स्पष्ट दिसतात. सदाचरणी अशा स्त्रिया प्रेमळ, मर्यादशील, पतिसेवापरायण असतात व सर्व लोक त्यांना फार मान देतात. दुराचरणी स्त्रियांना संयमाने वागता येत नसल्याने त्यांच्या हातून दुर्वर्तन घडते व त्या उभय कुळांना बट्टा लावतात. सदाचरणी स्त्रिया फार श्रेष्ठ असून त्या जणूजले, अरण्ये यासह पृथ्वीला उचलून धरतात व त्या साक्षात् लोकमाता होत. (महा. १३.४३.१९).

स्त्रियांना नेहमी मान दिला पाहिजे. त्यांचे वस्त्राभरणांनी लाड पुरविले पाहिजेत व त्यांना गृहात प्रसन्न ठेवले पाहिजे. ज्या घरात स्त्रिया दुःखी असतात ती कुले नाश पावतात. स्त्रियांनी ज्या घरांना शाप दिले त्या घरांचे घातक देवतेने जणू वाटोळेच केले म्हणून समजावे. ती घरे वर येत नाहीत; तेथील लक्ष्मी, वैभव व सुख नष्ट होते. मनूने स्वर्गास जाताना स्त्रियांना पुरुषांच्या हवाली केले व सांगितले की, त्या अबला व कोमल मनाच्या आहेत. तुम्ही त्यांचे संगोपन करा. त्या आदरास पात्र आहेत; त्यांना मान देत राहा. सर्व धर्माचे मूळ स्त्रियाच आहेत; सर्व सुखसोहळे त्यांच्यावर अवलंबून आहेत.

उत्पादनमपत्यस्य जातस्य परिपालनम् ।
प्रीत्यर्थं लोकयात्रा च पश्यत स्त्रीनिबन्धनम् ।। (महा. १३.४६.१०)

नूतन अपत्याची उत्पत्ती, जन्मलेल्यांचे परिपालन व लोकांच्या योगक्षेमाचे अनुष्ठान ही सर्व स्त्रियांवर अवलंबून आहे. म्हणून जनहो, तुम्ही जर त्यांना अतिशय मान द्याल तर तुमची सर्व कार्ये सिद्धीस जातील. पुढे असेही सांगितले आहे की, स्त्रियांनी यज्ञ वगैरे करण्याची गरज नाही,श्राद्धादिकांची किंवा उपवासांचीही गरज नाही; त्यांचा मुख्य धर्म हा की त्यांनी आपल्या पतीची सेवा करावी व त्यामार्गे स्वर्ग मिळवावा. पातिव्रत्य धर्माने त्यांची पारमार्थिक उन्नती होईल व त्यांना आत्मकल्याण साधता येईल. स्त्रिया या खरोखर लक्ष्मीचेच रूप आहे म्हणून त्यांचा सत्कार करावा.

मनुस्मृतीप्रमाणे महाभारतात या अध्यायात, स्त्रीचा सांभाळ कौमार्यवस्थेत पित्याने, यौवनावस्थेत पतीने व तिच्या वार्धक्यावस्थेत तिच्या पुत्रांनी करावा; (ह्यांच्या आश्रयाशिवाय) तिने स्वतंत्र (म्हणजे आश्रयरहित) राहणे उचित नव्हे अशा अर्थाचा श्लोक आला आहे.

पिता रक्षति कौमारे भर्ता रक्षति यौवने ।
पुत्रास्तु स्थविरीभावे व स्त्री स्वातंत्र्यमर्हति ।। (महा. १३.४६.१३)

ह्या श्लोकावर आक्षेप घेतला जातो की, प्राचीन ग्रंथात स्त्रीला स्वातंत्र्य नाकारले आहे. इथे 'स्वातंत्र्य' हा शब्द आपण जो अर्थ आज घेतो त्या अर्थाने वापरलेला नाही. स्त्री ही अबला आहे, शरीराने दुर्बल आहे; स्वतःचे संरक्षण करणे तिला कठीण आहे. शीलरक्षणाच्या दृष्टीने कन्याभावात पित्याने, पत्नी झाल्यावर पतीने व माता झाल्यावर तिच्या पुत्रांनी तिचे रक्षण करावे; तिने आयुष्यात केव्हाही या आप्तांच्या आश्रयावाचून एकटे राहू नये. या अर्थाने स्वातंत्र्य शब्द वापरला आहे. स्त्रियांचे शील रक्षण करण्याची जबाबदारी तिच्या आप्त पुरुषांवर आहे. जगात सुष्ट, दुष्ट अशी दोन्ही प्रकारची माणसे असतात, दुष्टांपासून स्त्रियांना त्रास होऊ शकतो, म्हणून त्यांनी आपल्या प्रेमाच्या, जवळच्या माणसांपाशी राहावे असे सांगितले आहे.

(क्रमशः)

लेखांक : अड्सष्ट वा

बृहस्पतीचे मार्गदर्शन

महाभारतात स्त्रियांच्या कर्तव्यासंबंधी व स्वभावधर्मासंबंधी विविध ठिकाणी विचार मांडलेले आढळतात. 'वनपर्वात' सत्यभामा–द्रौपदी संवादात आपण पातिव्रत्य धर्म कसा दक्षतेने सांभाळतो याविषयी सत्यभामेला सांगितले आहे. 'अनुशासन पर्वात' युधिष्ठिरानेच भीष्मांना साध्वी स्त्रियांच्या आचरणाविषयी विचारले. भीष्मांनी शांडिली व सुमना या दोन स्त्रियांचा संवाद उद्धृत केला. सुमना या स्त्रीने, आपल्या श्रेष्ठ सदाचाराने व पातिव्रत्याने स्वर्ग मिळविलेल्या शांडिलीला विचारले की, तिने कोणती व्रते व कर्तव्ये केली की ज्यामुळे तिला स्वर्गलाभ झाला. त्यावर शांडिली म्हणाली, 'सुमने, मी वल्कले नेसून तप वगैरे केले नाही, मी श्रेष्ठ सदाचाराचे आचरण केले. मी पतीला अहितकारक व कठोर शब्द कधी बोलले नाही. त्याला कधी दुखविले नाही. जेथे जाऊ नये तेथे गेले नाही, चहाडी वगैरे केली नाही. मी कधी कोणाचे वाईट केले नाही. सासू–सासऱ्यांची आज्ञा कधी ओलांडली नाही. देव, पितर व ब्राह्मण यांचे पूजन मी सतत केले. जे काही रहस्य मला माहीत असेल ते कधी मी फोडले नाही. पती प्रवासाहून आल्यावर त्याला मान देऊन त्याची सर्व व्यवस्था ठेवते. तो प्रवासाला गेल्यावर त्याला यश मिळावे म्हणून मी व्रते आचरीत असते. मी प्रांजळ मनाने पतीची सेवा करते. त्याला जे मान्य नसते ते मी वर्ज्य करीत असते.

नायासयामि भर्तारं कुटुम्बार्थे च सर्वदा ।
गुप्तगुह्या सदा चास्मि सुसंमृष्टनिवेशना ॥ (महा. १३.१२४.१९)

कुटुंबभरणासाठीदेखील मी त्याला आयास देत नाही; मी नेहमी गुह्य अशा गोष्टी गुप्त ठेवते, आपले घर मी नेहमी स्वच्छ व व्यवस्थित ठेवते. भर्ता बाहेरगावी असताना मी साधेपणाने राहते, अलंकार धारण करीत नाही. काजळ, उटी वगैरे वापरीत नाही. घरी असताना तो शांत झोपला असेल तर महत्त्वाच्या कामासाठीही मी त्याला उठवीत नाही. असे वागल्यामुळे माझे मन नेहमी संतुष्ट राहते. मी सांगितलेली ही कर्तव्ये जी स्त्री दक्षतापूर्वक पाळील तिला अरुंधतीप्रमाणे स्वर्गलोकी बहुमान प्राप्त होईल.' या वर्णनावरून त्या काळात

स्त्रियांना पाळावयाचा सदाचार कसा होता याची कल्पना येते!

उमा-महेश्वर संवादात सर्व नद्या व पार्वती यांच्यात संवाद होतो. तेव्हा गंगा उमेची स्तुती करून तिला विनंती करते की, तिने स्त्रियांचे धर्म सांगावे! पार्वती सांगते की, लग्नाच्या वेळीच अग्निसाक्षीने पतीची सहधर्मचारिणी होण्याची शपथ घेतलेली असते; जिचा स्वभाव उत्कृष्ट असतो, भाषण सुंदर असते, वर्तन प्रशंसनीय असते, चित्त भर्त्याकडे लागलेले असते ती खरी 'धर्मचारिणी' होय. स्त्रीने पतीला देवतुल्य मानून त्याची सेवा केली पाहिजे. पतीचे मुख तिने पुत्रवत् प्रेमाने पाहिले पाहिजे व आहारादिकात नेमस्तपणा ठेवला पाहिजे. जी पतीच्या ठिकाणी अकृत्रिम प्रेम ठेवते, उत्तम व्रतवैकल्य करते, सुप्रसन्न राहते व पतिव्यतिरिक्त अन्यांकडे लक्ष देत नाही ती 'पतिव्रता' होय. जी स्त्री पतिखेरीज सूर्य-चंद्रांना अथवा पुरुषवाचक वृक्षालासुद्धा निरखून पाहत नाही ती धर्मचारिणी होय!

न कामेषु न भोगेषु, नैश्वर्ये न सुखे तथा ।
स्पृहा यस्या यथा पत्यौ, सा नारी धर्मभागिनी ।।

(महा. १३.१३४.४३)

ह्या श्लोकात स्पष्ट म्हटले आहे की, जी स्त्री पतिविषयी जशी आवड धरते तशी आवड ऐहिक विषयांविषयी, भोगांविषयी, ऐश्वर्याविषयी, सुखांविषयी धरीत नाही ती खरी धर्मचारिणी मानावी. जी मोठ्या संतोषाने पतीला साथ देते, त्याची सेवा-चाकरी करते, त्याची मर्जी राखते, ती पतिव्रता होय. जी अनाथ, अंध वगैरेंना अन्नदान करते, गृहशुश्रूषा करण्यात तत्पर असते, पतीबरोबर होमहवन करते, वृद्ध माता-पित्यांची देखभाल करते ती तपोधनच मानली पाहिजे. सरितांनो, पतिसेवा हेच स्त्रियांचे तप, हाच स्त्रियांचा स्वर्ग होय. पती हाच स्त्रियांचा हितकर्ता, पती हाच स्त्रियांचा प्रधान आश्रय समजावा. हे नद्यांनो, पती दरिद्री, व्याधिग्रस्त असो, संकटात असो, शापाने पीडित असो तरी त्याची जी काही आज्ञा असेल ती स्त्रीने प्रमाण मानली पाहिजे. उमेने महेश्वरांना उद्देशून म्हटले की, आपली प्रीती मजवर असणे हाच मी स्वर्ग मानते, आपण प्रसन्न नसता मी स्वर्गासही तुच्छ मानते! महेश्वराने उमेच्या मुखातून आलेले हे स्त्रियांच्या कौटुंबिक व सामाजिक कर्तव्यांचे विवरण ऐकल्यावर तिचा गौरव केला.

महाभारताचा काळ व तत्कालीन सामाजिक स्थिती यांचा विचार करून या स्त्रीविषयक कर्तव्यांकडे पाहिले पाहिजे! विवाहसंस्था भक्कम राहावी, वैवाहिक नीतीचे काटेकोरपणे पालन व्हावे, घरात आचारविचार चांगले राहावे. मुलांवर, अपत्यांवर सुसंस्कार घडावे व दांपत्य जीवनात परस्परप्रेम नांदावे यादृष्टीने हे धर्म सांगितले आहेत. ते युग संपून आजचे युग जरी खूप बदलले असले तरी पतीशी एकनिष्ठ राहणे, विवाहाचे पावित्र्य राखणे, व्यभिचारहीन जीवन (उभयतांनी) जगणे ही तत्त्वे आजही समाजमान्य

आहेत. वटपौर्णिमा, हरितालिका ही व्रते ते पावित्र्य राखण्यासाठीच आजही आचरली जात आहेत.

अनुशासन पर्वात युधिष्ठिर पितामह भीष्मांना अनेक प्रश्न विचारतो व भीष्मांनी दिलेल्या उत्तरातून उद्‌बोधक अशी आध्यात्मिक माहिती आपल्याला मिळते! अशाच एका युधिष्ठिर - बृहस्पती संवादातून आपल्याला माणूस मृत झाल्यानंतर पुढे त्याचा अविनाशी असा आत्मा कुठे, कसा जातो व तो पुढे काय भोगतो याविषयी ज्ञान मिळते. मनुष्य एकटाच जन्मतो व मरतो व मरणोत्तर परलोकातील जीवनही तो इथे केलेल्या कर्माच्या आधारे एकटाच भोगतो. सत्कर्म केले, पुण्य जमविले तर त्याला जिथे सुख लाभेल असे वरचे लोक मिळतात व पातके हातून घडली तर मात्र यमलोकी जाऊन दुःख भोगावे लागते. वरचे जे लोक आहेत तेही वासव, प्राजापत्य, रुद्र, गोलोक असे अनेक आहेत व त्या त्या ठिकाणी कर्मानुसार जावे लागते. मरणोत्तर गतीचा माणसाने विचार करावा व त्यानुसार पुण्यकर्मे, सत्कर्मे करावी व सदाचाराने जीवन कंठावे. ही पुण्याची शिदोरी घेऊन मनुष्य परलोकाच्या मार्गावर चालत राहतो व पुण्याच्या साहाय्याने स्वर्ग मिळवितो.

तस्मान्न्यायागतैरर्थैर्धर्मं सेवेत पण्डितः ।
धर्म एको मनुष्याणां सहायः पारलौकिकः ॥

(महा. १३-११२-१५)

मनुष्याने नीतीने वागून अर्थार्जन करावे व तद्वारा पुण्यप्राप्ती करून जन्म सार्थकी लावावा. आपल्या सोबत परलोकाप्रत फक्त धर्मच येत असतो! मनुष्याच्या अंगी जे मनोविकार आहेत त्या लोभ, मोह, भय यांच्यायोगे बहुश्रुत मनुष्यही दुराचरणास प्रवृत्त होतो व त्याचे फळ अनिष्ट अशा परलोकात गेल्यावर त्याला भोगावे लागते.

आपल्या मनात उभा राहाणारा प्रश्न म्हणजे आपली ही चांगली-वाईट कर्मे कोण जाणतो, कोण याचा हिशोब ठेवतो व आपल्याला मरणोत्तर गती देण्याला कोण जबाबदार असतो? नेमके हेच प्रश्न युधिष्ठिराने बृहस्पतीला विचारले आहेत. बृहस्पतीने या संदर्भात जे मार्गदर्शन केले ते थोडक्यात असे आहे. पृथ्वी, आप, तेज, वायू व आकाश तसेच बुद्धी व आत्मा हे सर्व मिळून, आपण जी कर्मे आचरितो त्याचे अहर्निश अवलोकन करीत असतात. हेच धर्म पाहाणारे साक्षीदार आहेत. मनुष्य मरण पावल्यावर त्याच्यामागून धर्म हा या सर्वांच्याबरोबर त्यास अनुसरतो. जीवाच्या ह्या प्रवासात त्याचेपाशी सूक्ष्म व अदृश्य शरीर - ज्याला 'लिंग शरीर' असे म्हणतात - ते असते व त्या सूक्ष्म शरीरापाशीच त्या मनुष्याच्या पूर्वकर्मांचे गाठोडे असते. मनुष्य जिवंत असतो तेव्हा पंचमहाभूते त्याच्या सन्निध असतात कारण त्याचा देहच पंचमहाभूतांनी बनलेला असतो. त्या पंचमहाभूतांपासून

तो पृथक् झाला की त्याला मरण येते. ही महाभूते सबंध विश्वात पसरलेली आहेत. मृत्यूनंतर त्या मनुष्याच्या लिंगशरीराबरोबर ती असतात. अत्यंत महत्त्वाची गोष्ट म्हणजे ही पंचमहाभूते म्हणजेच पंचमहाभूतस्थ देवता मनुष्याच्या बऱ्या-वाईट कर्माचे नीट अवलोकन म्हणजेच मूल्यमापन करतात व त्यानुसार त्याला परलोकात (आपल्या कर्माची फळे म्हणून) सुख-दुःखे, यातना वगैरे भोगाव्या लागतात. चांगली शुद्ध कर्मे असतील म्हणजेच पुण्याचा साठा असेल तर त्याला वरच्या लोकांत सुखे भोगायला मिळतात. अन्यथा पापाचा साठा असल्यास त्या सूक्ष्म शरीरस्थ जीवाला यमपुरीत यमदूत यातना देतात व त्यास ठारही मारतात व अशा तऱ्हेने दुःख भोगून तो पुन्हा पृथ्वीतलावर 'तिर्थक्' योनीत जन्म घेतो. जीवाचे प्राक्कर्म (त्याच्या गाठी असलेले पूर्वजन्मांचे संचित कर्म) समाप्त झाल्याखेरीज त्या जीवाचे संसार-भ्रमण समाप्त होत नाही, जन्म-मरणाचे फेरे त्याला चुकत नाहीत. मरणोत्तर गतीच्या विवरणात मनुष्य कोणत्या पातकामुळे किंवा अपराधी कृत्यामुळे वेगवेगळ्या नीच योनीत म्हणजे पशू-पक्षी, कीटक, जलचर अशा योनीत जन्म पावतो याचे विवेचन आले आहे. ते खूप सविस्तर आहे पण त्याची नुसती दिशा कळावी म्हणून एक-दोन उल्लेख पाहता येतील - जो मनुष्य दुसऱ्याची ठेव नाकबूल करतो त्याला यमलोकी गेल्यावर शंभर जन्म घ्यावे लागतात व अखेरीस कीटकाच्या योनीत जाऊन नंतर मनुष्याच्या योनीत जन्मतो. जो मनुष्य माता-पितरांना निंदितो, त्याला सारिकेचा जन्म मिळतो; जो माता-पितरांना ताडन करितो त्याला प्रथम कासवाचा जन्म मिळतो; त्यात दहा वर्षं राहिल्यानंतर त्याला सहा महिने सर्पयोनीत वास करावा लागतो व त्यानंतर तो पुन्हा मनुष्य होतो. (महा. १३.११२). अशा तऱ्हेची पातके व त्यांची अनिष्ट फले यासंबंधीचे सविस्तर विवेचन या अध्यायात पाहायला मिळते. यातून सार असे निघते की, लहानसहान दैनंदिन गैरवर्तनांमुळेदेखील मनुष्याला वाईट जन्म मिळून खूप दुःख सोसावे लागते. म्हणून मनुष्याने सदैव जागृत राहून, गैर वागणूक होणार नाही याची काळजी घेतली पाहिजे!

पश्चात्तापाचे महत्त्व

युधिष्ठिराने पुढे विचारले की, कोणत्या कृत्याने पापाचे क्षालन होते व शुभ गती मिळविण्यास मनुष्य पात्र होतो. बृहस्पतींनी यावर मोठे समर्पक व बोधप्रद उत्तर दिले आहे. विपरीत बुद्धी, मोह व तामसी वृत्ती यांपैकी कुठल्यातरी कारणामुळे मनुष्य दुर्वर्तन करतो. हे जे पापाचरण घडते त्याबद्दल नंतर शांतपणे विचार करता त्या व्यक्तीला जर केलेल्या दुष्कर्माचा खराखुरा पश्चात्ताप होत असेल तर ही फार चांगली गोष्ट आहे. पश्चात्तापात मन शुद्ध करण्याची शक्ती आहे. जो मनुष्य पश्चात्ताप आणि भगतूच्चिंतनात

चित्ताचा लय लावतो त्याच्या दुष्कृत्यांचे हळूहळू परिमार्जन होते. जसजसे मनुष्याचे पश्चात्तापदग्ध मन कृतकर्मांची निंदा करते व जसजसा तो भगवंताच्या नामस्मरणात राहतो, तसतसा तो पातकांपासून विमुक्त होतो. आपल्या पातकांचे वेदवेत्त्या ब्राह्मणासमोर निवेदन करतो व पुनः असे पाप कधीही करावायचे नाही असा निश्चय करतो, तसतसा तो शुद्ध होत जातो व त्याच्या पातकाचा लय होतो. प्रांजळ मनाने पश्चात्ताप पावून त्याचे मन आपल्या इष्ट दैवताशी तल्लीन झाले – समाधिसंयुक्त झाले – की त्याच्यात परिवर्तन घडते व तो वाईट विचारांपासून दूर होतो. सर्प ज्याप्रमाणे आपली जीर्ण त्वचा टाकून देतो त्याप्रमाणे हा दुष्ट वासनांचा त्याग करून मनाने सज्जन बनतो.

अपि चेत्सुदुराचारो भजते मामनन्यभाक् ।
साधुरेव स मन्तव्यः सम्यग्व्यवसितो हि सः ॥ (गीता ९.३०)

पातक करणाऱ्या मनुष्याने नामस्मरणाचा, भक्तीचा मार्ग धरला तर तो साधुपुरुषच मानावा, कारण त्याने मनाशी चांगला निश्चय केला आहे. आपला मार्ग चुकला, आपल्याला प्रभूची करुणा भाकली पाहिजे असे वाटल्याने तो भक्तीचा पंथ स्वीकारतो व त्या निश्चयामुळे त्याच्या मनोवृत्तीत बदल होऊन तो वाल्ह्याकोळ्याचा वाल्मिकी ऋषी बनतो. आपण क्रोधाच्या भरात काही प्रमाद करून बसलो तरी आपण आपल्या हातून काही गैर घडले आहे किंवा आपण क्रोधी आहोत, हेच मान्य करीत नाही. पण आपण नामस्मरण करायला लागलो की आपल्याला आपले अवगुण समजू लागतात व नामस्मरण वाढवीत गेले असता ते अवगुण नाहीसे होतात. श्री गोंदवलेकर महाराजांनी आपल्या प्रवचनात म्हटले आहे, 'सद्‌बुद्धी उत्पन्न करण्याचे सामर्थ्य फक्त भगवंताच्या नामातच आहे. म्हणूनच त्रिकालाबाधित असणाऱ्या नामावताराची आता जरुरी आहे! नाम म्हणजे भगवंतच आहे!'

(क्रमशः)

◆◆

लेखांक : एकोणसत्तरावा

विष्णुसहस्रनामाचा महिमा

महाभारतात युधिष्ठिर आणि भीष्म यांच्यात जी प्रश्नोत्तरे झाली आहेत त्यातून निरीश्वरवादापासून ते एकान्तिक भक्तीपर्यंतचे प्रदीर्घ धर्मविवेचन पाहायला मिळते. अनुशासन पर्वात पार्वतीने विचारलेल्या प्रश्नाला उत्तर देताना महेश्वर सांगतात की, माणसाने सर्व प्राणिमात्रांशी सरळपणाने (आर्जव) वागावे; आपल्या वर्तनाला कुटिलपणाचा स्पर्शही होऊ देऊ नये.

आर्जवो धर्ममित्याहुरधर्मो जिह्म उच्यते । (महा. १३.१३०.३०)

आर्जवात म्हणजे सरळपणात धर्म सामावलेला आहे. उमा – महेश्वर संवादातील उपदेश भीष्मच राजा युधिष्ठिराला अनुशासन पर्वात देत आहेत. आर्जवाची प्रशंसा करताना पुढे व्यासांनी म्हटले आहे की, मनुष्याने आचरणात सरळपणा तर ठेवावाच त्याचबरोबर त्याने क्षमा धारण करावी. इंद्रिये जिंकावी, क्रोधाचे दमन करावे, हिंसा सोडावी व नित्य धर्मरत राहावे. यामुळे त्याला महान पुण्य प्राप्त होईल! सरलता अथवा आर्जवामध्ये सत्पथावर चालणे, सत्याला धरून आचरण करणे, आचार – विचार शुद्ध ठेवणे, दुर्गुणांपासून दूर राहणे, खोटेपणा, दुष्टावा, फसवणूक, क्रूरता, लोभीपणा या सर्वांचा त्याग करणे या सर्व गोष्टी अभिप्रेत आहेत. धर्मशास्त्रात मानवाच्या कल्याणासाठी परस्त्रीला मातृवत् मानावे व परधनाला लोष्टवत् (मातीच्या ढेकळाप्रमाणे) मानावे हे वारंवार सांगितले आहे.

मातृवत् परदारांश्च परद्रव्याणि लोष्टवत् ।
आत्मवत्सर्वभूतानि यः पश्यति स पश्यति ।।

सर्व प्राणिमात्रांना जो आत्मवत् पाहतो तो खरा धर्मज्ञ होय. सर्वांना आत्मवत् मानल्याने आपल्याला जे जे अप्रिय किंवा इजाकारक, कष्टदायक ते ते आपण इतरांच्या बाबतीत टाळत जाणार आणि त्यामुळेच आपल्या हातून दुसऱ्यांना पीडा दिली जाणार नाही. पण हा धर्म पाळणे भल्याभल्यांनाही कठीण आहे. आपण आपल्या स्वतःच्या आईशीसुद्धा आत्मवत् वृत्तीने राहू शकत नाही. तिचा व्यवस्थित सांभाळ करण्यात, तिच्या आजारपणात तिची सेवा करण्यात आपल्याला त्रास वाटतो. अशा स्थितीत आपण

इतरांच्या सुख-दुःखाशी कसे बरे एकरूप होणार? श्री. राम रानडे, हे जज्ज (न्यायाधीश) होते. त्यांच्या पुस्तकात त्यांनी एक प्रसंग लिहिला आहे. त्यांच्या सांगली या गावी मोठे नामांकित कीर्तनकार आले. जज्ज म्हणून यांना ते ओळखत होतेच. घरगुती परिचयही होता. कीर्तनकारांनी कीर्तन संपल्यावर बसले असता विचारले, ''काय? मातोश्री कशा आहेत? त्या आपल्यापाशीच आहेत ना?'' जज्ज रानड्यांनी उत्तर दिले, ''नाही. आई माझ्यापाशी नाही, मी तिच्यापाशी राहतो.'' यातून जो मातृसम्मान दिसतो, आईसंबंधीचे प्रेम दिसते ते घराघरातून असायला हवे. पण असे संबंध आज आपल्याला क्वचितच पाहायला मिळतात.

मनुष्य – सृष्टीत सर्वश्रेष्ठ!

शास्त्रकार सांगतात की, मनुष्याने सर्वप्रथम आपल्याला ह्या सजीव सृष्टीत मनुष्यासारखा सर्वश्रेष्ठ जन्म मिळाला आहे यावर विचार केला पाहिजे. मनुष्य योनीत जन्म मिळणे ही लहानसहान गोष्ट नाही. शेकडो योनी फिरल्यानंतर मनुष्य जन्म मिळतो. त्या जन्माचं सार्थक होईल, त्या जीवनातून काही श्रेष्ठ उद्दिष्ट साधता येईल याचा विचार न करता, चार्वाकाच्या शिकवणीप्रमाणे 'खा, पी, मजा कर' म्हणून जगणे हे कितपत योग्य आहे? ह्या आपल्या जीवनाचे अंतिम उद्दिष्ट काय असावे याच्यावर विचार करायला कोणालाच वेळ मिळत नाही.

'न हि मानुषात् परतरं हि किञ्चित् ।' हे व्यासांचे वचन स्पष्ट सांगते की मनुष्यापेक्षा कोणीही श्रेष्ठ नाही. त्याला जी सदद्विवेकबुद्धी दिली आहे ती सृष्टीत कोणापाशी नाही. भागवतकार सांगतात –

लब्ध्वा सुदर्लभमिदं बहुसम्भवान्ते
मानुष्यमर्थदमनित्यमपीह धीरः ।
तूर्णं यतेत न पतेदनुमृत्यु यावन्निःश्रेयसाय
विषयः खलु सर्वतः स्यात् ।। (भागवत ११.९.२९)

अनेक जन्मानंतर दुर्लभ असा हा मनुष्य जन्म लाभला आहे, तो अनित्य असला तरी 'अर्थद' – मोक्षरूपी नित्य पदार्थ देणारा आहे. त्याचा बुद्धिमान पुरुषाने शीघ्र योग्य उपयोग करून जीवन सार्थक केले पाहिजे; नाही तर मृत्यू या शरीराच्या मागे आहेच व विषयही सर्वत्र उपस्थित आहेत.

मृत्यू हा मनुष्य जन्म एक ना एक दिवस संपवणार आहे. हा जन्म टिकवून धरणे आपल्या हातात नाही. म्हणून व्यासांनी असेही म्हटले आहे की, मृत्यू छायेसारखा आपल्या मागे सतत चालतो आहे याची जाणीव मनात ठेवून जीवन जगा. कारण तशी जाणीव ठेवली तर चांगली कामे करण्याची बुद्धी होईल व ईश्वराची भक्ती करून मोक्षाकडे वाटचाल करता येईल. मानव आपल्या स्वतःच्या मृत्यूचा विचार मनात आणीत नाही. जिजीविषा

एवढी प्रबळ असते की, मृत्यूची जाणीव विस्मृतीत जाते. म्हणून शास्त्रकारांनी आठवण करून दिली आहे. मृत्यू केव्हाही येऊ शकतो म्हणजेच आपल्यापाशी कर्तव्य पार पाडायला, सत्कर्म करायला खूपच अल्प काळ आहे ह्या जाणिवेतून मनुष्य धर्माचरणावर ठाम राहू शकतो. आपण असे समजतो की, आपल्याला जी बुद्धी मिळाली आहे ती आपली स्वतःचीच आहे. पण शास्त्रकार यासंबंधी वेगळेच मार्गदर्शन करतात. ही बुद्धी माझी स्वतःची आहे असं म्हणणं म्हणजे एक प्रकारचा मोह आहे. ही बुद्धी भगवंताची आहे. भगवंताने तुला दिलेली आहे. तिचा चांगला उपयोग करावा ही त्याची अपेक्षा आहे. ह्या बुद्धीमुळेच आपल्याला ईश्वरासंबंधी ज्ञान मिळू शकते व त्याच्या प्रकाशात आपण आपले जीवन सार्थकी लावू शकतो.

बुद्धीचा विकास करून ती सात्त्विक बुद्धी कशी होईल याविषयी मनुष्याने प्रयत्न केले पाहिजेत. तसेच आपली स्वतःची बुद्धी परिपक्व आहे असे समजून निर्णय घेणे चुकीचे आहे. दुर्योधनालाही वाटले की, आपण जे निर्णय घेत आहोत ते बरोबर आहेत. पण त्याच्या तामसी बुद्धीने त्याला अधर्माचा मार्ग दाखविला व त्यामुळे त्याने लोभापायी युद्धाचा निर्णय घेऊन सर्वनाश ओढवून घेतला. त्याला अखेरच्या क्षणापर्यंत कळलेच नाही की कृष्ण हा दैवी पुरुष आहे; मरणाच्या काही क्षण आधी त्याने कृष्णाची निंदा करून त्याच्यावर अधर्मकृत्य केल्याचा आरोप केला. आरशावर धूळ बसली की त्याचे कार्य नीट होत नाही तसेच बुद्धीवरही मोहाचे पटल येते व ती कर्तव्य – अकर्तव्य यासंबंधी योग्य निर्णय देऊ शकत नाही. अशा वेळी शास्त्रेच मार्गदर्शन करू शकतात. आपण शास्त्राला शरण गेले पाहिजे. गीताकार म्हणूनच आवर्जून सांगतात –

तस्माच्छास्त्रं प्रमाणं ते कार्याकार्यव्यवस्थितौ ।
ज्ञात्वा शास्त्रविधानोक्तं कर्म कर्तुमिहार्हसि ।। (गीता १६.२४)

जेव्हा जेव्हा आपल्यापुढे पेच निर्माण होतो, समस्येचा उलगडा होत नाही, मती कुंठित झाल्यासारखी वाटते, तेव्हा शास्त्राचा आधार घेतल्याने मार्ग दिसू लागतो. जीवन कसे व्यतीत करावे, मनुष्य जन्माचे उद्दिष्ट काय असावे याविषयी शास्त्रानेच सांगितले आहे की, मोक्षप्राप्ती हेच ध्येय प्रत्येक माणसाने आपल्यासमोर ठेवले पाहिजे!

गोंदवलेकर महाराजांनी (प्रवचने पृ. १६४) हे स्पष्ट करताना म्हटले आहे, "आपल्याला जगण्याचा हेतू जोपर्यंत कळला नाही, तोपर्यंत प्रपंच करणे हेच ध्येय आपण समजतो. वास्तविक मनुष्यप्राणी हा देह आणि मन दोन्ही मिळून आहे, म्हणून त्याने ऐहिक व पारलौकिक दोन्ही गोष्टी साधल्या पाहिजेत. परमार्थ साधणे हाच आपल्या जन्माचा खरा हेतू आहे."

विष्णुसहस्रनामाचा महिमा

अनुशासनपर्वात बरेच विषय आले आहेत व पर्वाच्या शेवटी इच्छामरणी भीष्मांनी

मरणाला कवटाळून स्वर्गगमन केले याचे वर्णन दिले आहे. त्यांच्या निधनसमयी युधिष्ठिर, कृष्ण इत्यादी सर्व सभोवती उपस्थित होते. भीष्म योगारूढ झाले व त्यांनी आपला प्राण विविध चक्रातून वर वर आणून ब्रह्मरन्ध्रातून त्याचा त्याग केला. त्यांनी प्राण सोडताना ज्या ज्या गात्राचा त्याग केला त्या त्या गात्रातील शर गळून पडले व त्यांचे कलेवर विशल्य झाले. हा मोठा चमत्कार सर्व आप्तांनी, व्यासांनी पाहिला व ते विस्मित झाले. भीष्मांचे गंगातीरावर पुढील विधी पार पाडीत असताना नदीतून साक्षात् गंगा नदी(नारीरूपाने) प्रकट झाली व तिने आपल्या महाप्रतापी पुत्राकरिता विलाप केला. कृष्णाने भीष्म वसूप्रत गेल्याचे सांगून त्या मातेचे सांत्वन केले.

वसिष्ठाच्या शापामुळे त्यांना पृथ्वीवर मनुष्य म्हणून जन्म घेऊन एक जन्म काढावा लागला. पराक्रमाच्या क्षेत्रात ते महामेरू होते. प्रतापाप्रमाणे त्यांचे ज्ञानही अगाध होते. त्यांनी युधिष्ठिराला जे ज्ञान दिले ते पाहता ते जणू जिवंत 'विश्वकोश' होते असा भास होतो. अनुशासन पर्वात त्यांनी श्रीकृष्णाचा महिमा गायिला आहेच पण 'विष्णुसहस्रनाम' हे विख्यात स्तोत्रही युधिष्ठिराला सांगितले आहे. विष्णुसहस्रनाम स्तोत्राची फलश्रुतीही सांगितली आहे. चारही वर्णांच्या लोकांनी ह्याचे पठण करावे व आपले कल्याण साधावे. अनेक श्रेष्ठ गोष्टींची फलप्राप्ती होत असली तरी साधक मोक्षरूपी फलसुद्धा प्राप्त करून घेऊ शकतो असे म्हटले आहे. उदा. वासुदेवाचा आश्रय करून ह्या स्तोत्राने जो वासुदेवाचे ध्यान व मनन करतो तो सर्व पाप नाहीसे होऊन सनातन ब्रह्माप्रत जातो.

सर्वपापविशुद्धात्मा याति ब्रह्म सनातनम् ॥ (महा. १३.१३५.१३०)

विष्णुसहस्रनाम भीष्मांनी सांगण्याचे कारणच हे होते की, जेव्हा युधिष्ठिराने पितामहांना प्रश्न विचारला की, "एकमेव दैवत असे कोणते व असे कोणते स्तवन की ज्याने शुभाची म्हणजे श्रेष्ठ कल्याणाची प्राप्ती होईल." त्याला उत्तर देताना भीष्मांनी म्हटले की, "अनादिनिधन, लोकमहेश्वर, लोकाध्यक्ष व सर्व प्राणिमात्रांचा व लोकांचा नाथ असा जो अव्ययपुरुष विष्णू त्याचे स्तवन, अर्चन केल्याने सर्व दुःखांचा नाश होऊन परमगती प्राप्त होते." याठिकाणी नारायण म्हणजेच विष्णूचे फार सुंदर असे वर्णन केले आहे. परम तेज, महान् तप, महद्भूत व परब्रह्म अशा अर्थवाही विशेषणांनी त्याचे स्वरूप स्पष्ट केले आहे.

पवित्राणां पवित्रं यो मङ्गलानां च मङ्गलम् ।
दैवतं दैवतानां च भूतानां योऽव्ययः पिता ॥ (महा. १३.१३५.१०)

या श्रेष्ठ परमेश्वरापासून सृष्टी व प्रलय घडतात; हाच सर्व विश्वाचा प्रतिपालक पिता आहे. पुढे फलश्रुतीच्या कथनातदेखील या दैवतापासून सर्व काही उत्पन्न होते असे स्पष्ट केले आहे. ऋषी, पितर, देव, महाभूते, धातू, जंगम व अजंगम (चराचर) पदार्थ सर्व हे जगतच नारायणोद्भव आहे.

योगो ज्ञानं तथा सांख्यं विद्याः शिल्पानि कर्म च ।
वेदाः शास्त्राणि विज्ञानमेतत् सर्वं जनार्दनात् ।।

(महा. १३.१३५.१३९)

योग, ज्ञान, सांख्यशास्त्र, सर्व विद्या, शास्त्रे आणि वेद वगैरे या सर्वश्रेष्ठ जनार्दनापासूनच निर्मित झाले आहेत. अशा या देवतांच्या दैवताचे नामस्तवन सर्वांना तारून नेणारे आहे.

युधिष्ठिराचा हाही प्रश्न होता की सर्वांत श्रेष्ठ असा धर्म, असे कर्तव्य मानवाच्या दृष्टीने कोणते आहे? त्याला उत्तर दिले आहे की, पुण्डरीकाक्ष विष्णूचे या स्तवनाने मानवाने पूजन करावे हाच मानवासाठी श्रेष्ठ धर्म होय. (महा.१३.१३५.८). काही हजार वर्षांपूर्वी निर्मिलेल्या या स्तोत्राचे आजही नियमित पठन होते आहे हे पाहून या विष्णुसहस्रनामाचा महिमा मनाला तीव्रतेने जाणवतो.

स्तोत्रपठन अथवा नामस्मरण हा मार्ग खरा पण ते आपण यांत्रिकपणे करतो की तळमळीने, भक्तिभावाने करतो याला महत्त्व आहे. सतत दहा वर्षे हरीचे प्रवचन ऐकले व तीर्थयात्रा केली तरी हरीची भक्ती काही प्राप्त होत नाही. याचे कारण आपल्या मनात रुतलेला संशय! आपली नामस्मरणावर, आपल्या प्रभूवर दृढ श्रद्धा बसत नाही. मन संशयाने घेरलेले राहते. जसे वाचन वाढते तसे बुद्धिवादाचा पगडाही वाढत जातो. वास्तविक, श्रद्धा ही वर्तुळाच्या केंद्रस्थानी असली पाहिजे व संशय वर्तुळावरील परिघावर असला पाहिजे. पण आपली नेमकी उलटी स्थिती असते. संशयाच्या भोवऱ्यात सापडल्यावर मन चंचल बनते व कशावरच विश्वास बसत नाही. संशयाचे झाड नष्ट करायचे असेल तर त्याची नुसती पाने कापून चालणार नाही, त्याला पाणी घालणे बंद केले पाहिजे. संशयीवृत्तीने, ईश्वर तर सोडाच पण प्रपंचही हाती लागणार नाही! ईश्वर मूलतः अनादी, अविनाशी, अनन्त आणि अगम्य आहे. त्याला जाणून घेण्यासाठी स्तवनाचा, नामस्मरणाचा श्रेष्ठ मार्ग वर सांगितला आहे. कोकणामध्ये पाण्याचे झरे आढळतात. ते कोठून येतात हे कळत नाही. म्हणजे दृश्य वस्तूचे मूळदेखील आपल्याला कळू शकत नाही; मग जे तत्त्व अदृश्य आहे त्याचे मूळ आपल्याला कसे कळणार? एखादी स्त्री प्रसूत होताच तिच्यापासून तिचा मुलगा दूर नेला व वीस वर्षे दूर ठेवल्यानंतर त्या मुलाला आईकडे आणले तर तो मुलगा ही आपली आई म्हणून ओळखू शकणार नाही; तसेच आपला जीवही मायेच्या पटलामुळे ईश्वरापासून दूर झाला आहे व तो त्याचाच असूनही आपल्या मूळ स्रोताला ओळखू शकत नाही. हे पटल दूर सारण्याकरिता, दृढ श्रद्धा, ईश्वरावर आत्यंतिक प्रेम व नित्य नामस्मरण यांची नितांत आवश्यकता आहे!

(क्रमशः)

लेखांक : सत्तरावा

शुद्ध आचरणाची कल्पना

अज्ञानाचा पगडा व देहबुद्धीचा प्रभाव आपल्या मनावर असल्याने आपल्या हृदयात वसणाऱ्या परम–तत्त्वापासून आपला जीव दूर गेला आहे; त्याला आपल्या मूलस्रोताची जाणीव राहिलेली नाही. अहंकाराची पुटे मनावर चढलेली असल्याने 'देव खरोखरीच आहे की नाही' अशी संशयग्रस्त भावना मनात तरळत असते. देवावरचा, त्याच्या अस्तित्वावरचा विश्वास यामुळे डळमळीत होतो. या जगात जे साकार, दृश्य पदार्थ आहेत त्यांच्याहून अत्यंत भिन्न असे परमेश्वराचे स्वरूप आहे; ते आकलनाच्या दृष्टीने अगम्य, अचिंत्य आणि आदि – मध्य – अन्तरहित असे आहे. आपल्या इंद्रियांची, मनाची व बुद्धीची शक्ती मर्यादित आहे. संजयाला चर्मचक्षूंनी रणांगणावरचे सर्व नीट दिसू शकणार नाही म्हणून त्याला दिव्यदृष्टी दिली. त्या दृष्टीच्या साहाय्याने तो धृतराष्ट्राला सर्व बारकाईने निवेदन करू शकला. यावरून स्पष्ट होते की, विश्वव्यापी अशा अदृश्य परमेश्वराला जाणण्याची शक्ती आपल्या इंद्रियांना अथवा मनाला कशी बरे असू शकेल? दिव्य चक्षू असतील तर तो दिव्य परमात्म्या जाणता येईल. परमात्म्याचे स्वरूप जाणण्यासाठी किंवा ह्या विश्वाच्या मुळाशी असलेल्या परमतत्त्वाचे ज्ञान मिळविण्यासाठी तर्क, अनुमान, प्रत्यक्ष ज्ञान यांचा काही उपयोग नाही; ते प्रमाण मानता येत नाहीत. मग हे ज्ञान मिळविण्यासाठी आधार तरी कोणता? तर ऋषींना योगसामर्थ्याद्वारे जे ज्ञान स्फुरले – ते वेद व ती शास्त्रे – हाच काय तो या बाबतीत आधार होय. वेद, उपनिषदे या प्राचीन पवित्र ग्रंथांत परमेश्वराच्या स्वरूपासंबंधी जे सांगितले आहे तेच सत्य व प्रमाणभूत ज्ञान होय. (महा. १३.१४७).

परमेश्वराची जी वर्णने आहेत त्यात तो नित्य आहे, शुद्ध आहे, आदि – अंतरहित आहे. सर्वज्ञ, सर्वगत, सर्वशक्तिमान आहे आणि प्रामुख्याने सच्चित् – आनंदरूप आहे. आपण नित्यत्वाच्या कल्पनेचा विचार करू. नित्य म्हणजे शाश्वतकाल टिकणारे, अपरिवर्तनीय, अविनाशी असे तत्त्व. आपण जगातल्या वस्तू पाहतो, अनुभवतो. त्या अनित्य आहेत. झाड उगवते, जगते व मरते. पण ह्या अनित्य झाडाची कल्पना काहीतरी नित्य असल्याशिवाय आपल्याला करता येत नाही. हे झाड पृथ्वीतून निर्माण होते व जीर्ण

होऊन जे पडते, ते शेवटी पृथ्वीतच लुप्त होते. म्हणजेच पृथ्वी ही याठिकाणी सापेक्षतः नित्य आहे म्हणून अनित्य झाड उत्पन्न होते व नष्ट होते. ध्वनी निर्माण होतो व काही काळाने तो ऐकू येईनासा होतो. पण नीरव शांतता (हे अधिष्ठान) नसती तर ध्वनी (ॐ किंवा हरी किंवा राम) ऐकूच आला नसता, तो जन्मलाच नसता. हा जन्मलेला ध्वनी किंवा ध्वनीच्या लहरी विराम पावतात – त्या कशात विराम पावतात? त्या नीरव शांततेत विराम पावतात. ही नीरव शांतता अनादि कालापासून विविध ध्वनींना निर्मून पुन्हा त्यांना सामावून घेत आली आहे. ध्वनिलहरी निर्माण व्हायला तीच कारणीभूत आहे. समुद्राचे फार मोठे जलपटल सापेक्षतः नित्य आहे व त्याच्यातून अनित्य अशा सहस्रावधी लाटा निर्माण होतात – अल्पकाळ जगतात व शेवटी त्या सागरातच नष्ट होतात. नीरव शांततेचे जे वर उदाहरण दिले आहे – ती म्हणजे परमेश्वराची सत्ता. नीरव शांतता हे केवळ नित्य पदार्थांचे एक उदाहरण आहे. खरा संपूर्ण नित्य पदार्थ म्हणजेच परमात्मा होय. त्याच्यातच अनित्य जग निर्माण होते, कल्पांताच्या वेळी नष्ट होऊन त्या नित्यातच विलीन पावते. अनित्य याचा अर्थ ज्यात विकार उत्पन्न होतो व जे नाश पावते ते! जग असेच नाश पावणारे आहे; चंद्र, तारे, सूर्य मानवी आयुष्याच्या तुलनेने नित्य भासत असले तरी ते अनित्यच आहेत. कारण त्यांनाही अंत आहे. अविनाशी, अव्यय व नित्य असा फक्त परमेश्वर आहे व त्याच्यातच ते अंतिमतः लय पावणार आहेत. गीताकार म्हणतात,

सर्व भूतानि कौंतेय प्रकृतिं यान्ति मामिकाम् ।
कल्पक्षये पुनस्तानि कल्पादौ विसृजाम्यहम् ।। (गीता ९.७)

माझ्या मूळ प्रकृतीत सर्व भूतमात्र विलीन होतील कल्पक्षयाच्या वेळी; आणि पुन्हा कल्पाच्या सुरुवातीला मीच त्यांचे सृजन करीन. या सर्व विवेचनाचा मथितार्थ असा की, ज्याअर्थी अनित्य जग आहे त्याअर्थी नित्यतत्त्व असलेच पाहिजे आणि ते नित्यतत्त्व म्हणजे परमेश्वर होय.

प्रपंच आणि परमार्थाची सांगड

परमेश्वराच्या स्वरूपाचे ज्ञान व त्याची प्राप्ती करून देणाऱ्या धर्माचे ज्ञान आपल्याला शास्त्रवचनच करून देत असते. त्या वेदवचनावर आपण दृढविश्वास ठेवला पाहिजे. शास्त्र आपल्याला जीवनाचे उद्दिष्ट सांगते, परमेश्वराकडे जाण्याचा मार्ग दाखविते; ताप घालवीत नाही, त्यासाठी आपल्यालाच उपाय करावा लागतो. काय केल्याने पारमार्थिक कल्याण साधेल हे शास्त्र सांगते, पण करावे आपल्यालाच लागते. ईश्वराची भक्ती, मनःपूर्वक उपासना ही केल्याशिवाय परमार्थ मार्गात आपण प्रगती करू शकणार नाही. परमार्थ करू, पण आत्ताच त्याची काय बरे गरज आहे? म्हातारपणी किंवा पेन्शन घेतल्यावर करू

असे आपण म्हणत असतो. पण आपण म्हातारे होण्याइतपत जगू याची खात्री काय? आपल्याला देवाने दिलेली आयुष्याची दोरी किती मोठी आहे हे कुठे आपल्याला माहीत आहे? विमा मात्र आपण काढतो- त्यावेळी दुर्दैवाने काहीही घडू शकते अशी आपली भावना असते; पण परमार्थासाठी कष्ट घेण्याची वेळ आली की मात्र पुढे साठीनंतर बघू अशी आपली वेगळी विचारसरणी असते. तरुणपणापासूनच परमार्थाची कास धरली पाहिजे. प्रपंच आणि परमार्थ हे एकमेकांसमवेत चालले पाहिजेत. दुसऱ्या गावाला जाण्यासाठी आगगाडी हे जसे साधन आहे, तसे परमार्थ साधण्यासाठी किंवा परमेश्वरप्राप्तीसाठी प्रपंच हा एकप्रकारचे साधन आहे. प्रपंचात सुख-दुःखे भोगावी लागतात. याला कारण आपण त्या प्रपंचात आसक्ती कालवतो. प्रपंचातली विघ्नेही आपण आपल्या मोहनिद्रेतून जागे व्हावे यासाठी असतात. आपले मन ईश्वराकडे लागायला व नामस्मरणाची गोडी लागायला त्यांच्यामुळे सुरुवात होते. ईश्वराला ओळखण्यासाठी आपला जन्म आहे याची प्रखर जाणीव आपल्याला होऊ लागते. प्रपंचातील व्यवहार कर्तव्यबुद्धीने करावेत, आसक्ती सोडून करावेत व मनात मात्र ईश्वर चिंतन सतत ठेवावे. भगवंताला शरण जाऊन प्रपंच करणे हाच परमार्थाचा मार्ग आहे. सगळ्या जगाचा नायक व जगाचा उद्धारक असा जो परमात्मा त्याच्या चरणकमलाची प्राप्ती आपल्याला करून घ्यायची आहे. तो सर्वव्यापी आत्मा समुद्र आहे व आपला देहस्थित जीव हा त्याचा थेंब आहे.

शंकराचार्यांनी म्हटले आहे -

सत्यपि भेदापगमे नाथ तवाहं न मामकीनस्त्वम् ।
सामुद्रो हि तरङ्गः क्व च न (षट्पदी ३) समुद्रो न तारङ्ग ।।

समुद्र व तरंग यांच्यात अभेद जरी असला तरी तरंग समुद्राचा आहे, समुद्र तरंगाचा नाही. जीवनात अनन्यभक्तीच्याद्वारे भक्ताने ह्या अगाध समुद्राशी आपला संबंध ओळखायचा आहे आणि त्याच्याशी तद्रूप व्हायचे आहे. भगवंताविषयीचे प्रेम जेव्हा आपल्या हृदयात वाढू लागेल तेव्हा भगवंताचे अनुसंधान मनामध्ये टिकेल. गोंदवलेकर महाराजांनी एक उदाहरण दिले आहे. एक बाई बाळंत होऊन नुकतीच सासरी आली होती. ती परसात घरकाम करीत होती. तिचे बाळ थोडेसे कुठे रडले. घरात पुष्कळ माणसे होती. कुणाला ऐकू गेले नाही. ती आई मात्र लगेच धावत पाळण्यापाशी आली. तिचे हात कामात गुंतले होते, पण तिचे सारे लक्ष पाळण्याकडे होते म्हणून तिलाच ते मंद रडणे ऐकू आले. (प्रवचने १९०) असेच आपले लक्ष प्रपंचाची कामे करताना, भगवंताकडे असले पाहिजे.

शुद्ध आचरण कसे असावे?

उमा - महेश्वर संवादात पार्वतीने असा प्रश्न विचारला आहे की, कायिक, वाचिक

व मानसिक अशा कोणत्या शुद्ध कर्मांनी मनुष्याला पुण्य लाभून स्वर्गप्राप्ती होते? याला महेश्वराने जे उत्तर दिले आहे, त्यात श्रेष्ठ धर्माचरण कसे करावे याची स्पष्ट कल्पना दिली आहे. कुठल्याही प्रकारची हिंसा न करणे, शील उत्तम राखणे, शत्रू-मित्र समान मानणे, तसेच जे परधन व परस्त्रीचा लोभ धरीत नाहीत, स्वधनावर संतोष पावतात, दया, करुणा व सौजन्य बाळगतात त्यांना उत्तम लोक प्राप्त होतात. वाचिक कर्माबद्दल सांगताना, विनोदाकरिता, उपजीविका चालविण्याकरिता किंवा धर्माचरण करण्याकरिता किंवा केवळ लहरीकरिताही जे खोटे बोलत नाहीत; जे निष्पाप, मधुर व हितकर भाषण करतात; जे वाणीने कठोर, कडू, निष्ठुर वा दुखावणारे बोलत नाहीत त्यांना स्वर्गाचा लाभ होतो, त्यांची उन्नती होते. (महा. १३.१३२.१९-२२). मानसिक कर्मांच्या बाबतीत फारच छान दिग्दर्शन आहे. अरण्यात जेथे कोणीही मनुष्य नाही अशा ठिकाणी भूमीवर असलेल्या सुवर्णादि द्रव्याकडे पाहिल्यावर ज्यांच्या मनात त्या द्रव्याची इच्छाही उत्पन्न होत नाही; जे परस्त्रीला मनानेदेखील स्पर्श करीत नाहीत, जे अशुभ चिंतन करीत नाहीत, कुणाशी वैर करीत नाहीत; जे शुचिर्भूत, दयासंपन्न व सत्यवचनी असतात, जे नीतीने वागतात, सद्गुण जोडतात ते सद्गती प्राप्त करतात.

श्रुतवन्तो दयावन्तः शुचयः सत्यसंगराः ।
स्वैरर्थैः परिसंतुष्टास्ते नराः स्वर्गगामिनः ।। (महा. १३.१३२.३४)

जे विद्यासंपन्न असतात, दयावंत, सत्यवादी असून शुद्ध आचरण ठेवतात, स्वतःला मिळालेल्या पैशांवर संतुष्ट असतात असे लोक स्वर्गाचे धनी होतात. या सर्व विधानांवरून पुण्यप्रद आचरण कसे असते याची सम्यक कल्पना येते.

ही पुण्यप्रद कर्मे मनुष्याने सातत्याने केली पाहिजेत; जाणीवपूर्वक केली पाहिजेत तरच त्याचे भविष्यात कल्याण होऊ शकेल. चांगली गोष्ट स्वतः करताना किंवा दुसऱ्याकडून करवून घेताना मनुष्याने असा पूर्ण विश्वास ठेवावा की, चांगल्या गोष्टीचे फळ चांगलेच मिळेल व वाईट गोष्टीपासून वाईटच फळ मिळेल. मनुष्य म्हटला की, चांगले व वाईट अशी दोन्ही प्रकारची कर्मे त्याच्या हातून घडणारच; कारण उपजतच त्याला कामक्रोधादि विकार लाभलेले आहेत. पण महाभारतकारांनी असा उपदेश केला आहे की, हातून पापी कृत्य घडल्यावर ते पाप मनुष्याने झाकून ठेवता कामा नये; ते गुप्त ठेवल्यास त्याची वृद्धी होते. पापी माणसाला असे वाटते की, माझे पातक मनुष्ये पाहात नाहीत; देवताही पाहत नाहीत, पण तसे नसते. सूर्य, चंद्र, अग्नी, वायू, पंचमहाभूते, काल, दिशा आणि धर्म माणसाच्या पाप-पुण्यात्मक कर्माचे साक्षी असतात. पातकी माणसाला हे कळत नाही व तो पापकृत्ये करीत राहतो व शेवटी परलोकात दुःख भोगतो. पुण्य वाढवीत गेल्याने व प्रायश्चित्ताने पापाचा क्षय होतो.

तस्मात्पापं न गूहेत, गूहमानं विवर्धते ।

कृत्वा तु साधुष्वारख्येयं ते तत्प्रशमयन्त्युत ।। (महा. १३.१४८.३२)

पाप आपल्यापाशी गुप्त न ठेवता ते थोर साधुसंताला सांगावे, तो संतपुरुष त्याचा उपशम करील.

पुण्यशील आचरणासंबंधी अनुशासन पर्वात बृहस्पतीने युधिष्ठिराला सांगितले आहे की, मनुष्याने 'आपला-परका' हा भाव टाकून देऊन सर्वांशी प्रेमाने वागावे. ईश्वर सर्वांच्या ठायी आहे; ईश्वरावर प्रेम असेल तर सर्वांच्या अंतरात्म्यात वास करणाऱ्या त्या ईश्वरालाही प्रेम दिले पाहिजे. आपल्याला ज्यापासून पीडा होईल, आपल्याला जे अनिष्ट ते ते दुसऱ्यालाही पीडादायक व अनिष्ट वाटेल म्हणून ते दुसऱ्याच्या बाबतीत करू नये.

प्रत्याख्याने च दाने च सुखदुःखे प्रियाप्रिये ।

आत्मौपम्येन पुरुषः समाधिमधिगच्छति ।। (महा.१३.११४.९)

याचकाला 'हो' किंवा 'नाही' म्हणणे, एखादी गोष्ट सुखावह होईल की दुःखावह, प्रिय किंवा अप्रिय गोष्टी या सर्वांचा निर्णय करताना आत्मौपम्याने वागावे. कोणाचाही द्रोह करू नये; दुसऱ्याने आपला द्वेष केलेला आपल्याला आवडेल का?

शत्रुं मित्रं च ये नित्यं तुल्येन मनसा नराः ।

भजन्ति मैत्राः संगम्य ते नराः स्वर्गगामिनः ।। (महा. १३.१३२.३३)

शत्रू व मित्र समान मानावे, सर्वांशी स्नेहाने वर्तावे – म्हणजे स्वर्गप्राप्ती होते. असा उपदेश अनेक ठिकाणी आला असला तरी जगात असे वागणे सामान्य माणसाला फार कठीण जाते. देहबुद्धी व अहंकार याच्या आड येतो. भांडण झाल्यावर मनात अढी बसते आणि शत्रू निर्माण होतो. एका माणसाचे असेच एकाशी शत्रुत्व झाले. त्याला एक चांगला मित्रही होता; त्याची ईश्वरावर श्रद्धाही होती. पण शत्रूवरचा राग न आवरल्याने तो मनुष्य एका रात्री त्या शत्रूची झोपडी जाळायला निघाला. अंधारातून जाताना त्याला दुसरा एक इसम भेटला. त्याने सांगितले, "अरे तुझा मित्र त्या तुझ्या शत्रूच्या झोपडीत बसला आहे." हे कळल्याबरोबर त्याचे अवसान गळले. मित्रावरील प्रेमामुळे तो परत फिरला; त्याने झोपडी जाळली नाही. जो ईश्वर माझ्यात आहे तोच समोरच्या किंवा दुसऱ्या माणसात आहे. त्याला दुखविले तर आपल्याला प्रिय असलेल्या ईश्वरालाच दुखावल्यासारखे आहे. म्हणून शत्रुत्व होऊच देऊ नये. गोंदवलेकर महाराजांनी तेच म्हटले आहे (प्रवचन १३६) की द्वेषबुद्धीला मूठमाती देऊन सर्वांशी प्रेम वाढविले पाहिजे. दुसऱ्याचे मन दुखवू नये. ते ईश्वराला दुखविण्यासारखे आहे.

(क्रमशः)

◆◆

लेखांक : एक्काहत्तरावा

तत्कालीन विवाहसंस्था

अनुशासन पर्वात उमा– महेश्वर संवादात स्त्रीविषयक विवेचन आपण मागील लेखातून पाहिले आहे. याच पर्वात वैवाहिक नीती, विवाहाचे प्रकार इत्यादी विषयांच्या तपशिलात पुन्हा स्त्रीविषयक प्रशंसापर विचार मांडलेले आहेत. स्त्रियांना मानाने वागवावे, त्यांच्याशी ममतेने व्यवहार करावा, त्यांना दुःख होणार नाही असे पाहावे हे सर्वतोपरी इष्ट होय. ही जबाबदारी पित्याकडील तसेच सासरकडील मंडळींची म्हटलेली आहे. बहुत कल्याणाची इच्छा करणाऱ्या पित्यांनी, बंधूंनी, सासरच्यांनी, दीरांनी या सर्व पुरुषांनी स्त्रियांविषयी स्नेह, आदर बाळगून, त्यांना वस्त्रे, अलंकार देऊन प्रसन्न ठेवावे.

पितृभिर्भ्रातृभिश्चैव श्वशुरैरथ देवरैः ।
पूज्या लालयितव्याश्च बहुकल्याणमीप्सुभिः ।। (महा.१३.४६.३)

वैवाहिक चर्चेत आलेल्या अशा विधानावरून आपल्याला त्या प्राचीन काळी स्त्रियांविषयी अनुदार दृष्टिकोन नव्हता हे दिसून येते. विवाहित मुलीचे चित्त प्रसन्न नसले व त्यामुळे तिच्यापासून पुरुषाला उल्हास वाटला नाही तर ते उभयतां खिन्न राहून, त्याचा प्रजननावर अनिष्ट परिणाम होतो. भीष्म या संवादात युधिष्ठिराला सांगतात की, ह्या दृष्टिकोनातून स्त्रियांना बहुमान देणे व त्यांचे कोडकौतुक करणे अवश्य होय. मनुस्मृतीतही मनूने म्हटले आहे,

'यत्र नार्यस्तु पूज्यन्ते रमन्ते तत्र देवताः ।'

ज्या घरातून स्त्रीला आदर व प्रेम मिळते, त्या गृहातच देवताही प्रसन्न राहतात. व्यासांनी या संवादात पुढे म्हटले आहे की, ज्या घरात स्त्रिया दुःखी असतात, त्या कुळाचा नाश झाल्याशिवाय राहात नाही. ज्या घरातील स्त्रियांनी दुःख सोसल्याने त्या घराला शाप दिले आहेत त्या घरातील लक्ष्मी नष्ट होते व त्या घराचे वाटोळे होते. (महा. १३.४६.६).

यापुढील श्लोकापासून व्यासांनी मनूने मानवाला या संदर्भात काय संदेश दिला आहे ते सांगितले आहे. ते म्हणतात की, मनू स्वर्गाला जाताना मानवाला संदेश देऊन गेला की स्त्रिया ह्या बलहीन आहेत, त्यांच्या ठिकाणी मनाची बळकटी नाही, त्यांची

बुद्धी तेवढी पोक्त नाही, हृदय अत्यंत कोमल आहे व त्या सत्यप्रेमी आहेत म्हणून मानवांनो, त्यांचे उत्तम संगोपन करा. सर्व तऱ्हेचे भोग व सोहळे, धर्माचे परिपालन, आनंदाने घडणारी संसारयात्रा ह्या गोष्टी स्त्रियांवर अवलंबून आहेत. अपत्याला जन्म देणे, त्याचे परिपालन करणे, कौटुंबिक कर्तव्ये ह्या गोष्टी स्त्रियांच्याच स्वाधीन आहेत. म्हणून स्त्रियांचा आदर करा; त्यांना मान द्या असा हा मनूचा उपदेश व्यासांनी येथे उद्धृत केला आहे. मनुस्मृतीतही ह्याच स्वरूपाचे विचार आले आहेत. पण मनुस्मृतिकार मनू व्यासांना अभिप्रेत आहे की दुसरा कोणी मनू ऋषीचा हा संदेश आहे हे सांगणे कठीण आहे. स्त्रिया अबला आहेत, त्या चटकन् दुसऱ्याच्या स्वाधीन होतात किंवा वाईट पुरुषांच्या जाळ्यात सापडू शकतात म्हणून त्यांनी पिता, पती अशा आप्त पुरुषांच्या आश्रयानेच सदोदित राहावे असे सांगितले आहे. काही ठिकाणी ह्या प्राचीन वाङ्मयात स्त्रीविषयी अनुदार व अन्याय्य विचार आलेले आहेत. परंतु, बहुतांश ठिकाणी वर उल्लेखिलेला असा हा स्त्रियांबाबत समतोल व समंजस दृष्टिकोन मांडलेला दिसतो. स्त्रियांना निसर्गानेच काही वेगळी कर्तव्ये दिली आहेत. त्यांचा पिंडच मुळी पुरुषांपेक्षा निसर्गतः भिन्न आहे. दुष्ट व निर्दय जगापासून त्यांना पुरुषांपेक्षा जास्त भय आहे व निसर्गतः स्वसंरक्षणाची क्षमता त्यामानाने कमी आहे. या सगळ्याचा विचार करून वरील स्त्रीविषयक मताचा (मनू व व्यास यांच्या मतांचा) अभिप्राय किंवा मथितार्थ लक्षात घेतला पाहिजे.

तत्कालीन विवाहसंस्था

विवाहसंस्थेचे जीवनातील महत्त्व प्राचीन काळापासून चालत आले आहे. विवाहाला मुलामुलींना कोणते वय योग्य समजावे याविषयी समाजाच्या धारणा काळानुरूप बदलत गेल्या आहेत. महाभारतात यासंबंधी असे म्हटले आहे की, तीस वर्षांच्या वराने दहा वर्षांच्या कुमारिकेशी विवाह करावा किंवा एकवीस वर्षांच्या वराने सात वर्षांची कन्या वरावी. कन्या ऋतुमती होण्याआधीच तिचा विवाह करावा असा संकेत रूढ होता हे स्पष्ट दिसते.

त्रिंशद्वर्षो दशवर्षां भार्यां विन्देत नग्निकाम् ।
एकविंशतिवर्षो वा सप्तवर्षामवाप्नुयात् ।। (महा. १३.४४.१३)

येथे 'नग्निका' शब्द कन्येसाठी वापरला आहे. त्याचा अर्थ लहान वयाची मुलगी की जिने एक वस्त्र नेसले असता चालू शकेल. लहान वयात मुलींचे लग्न करण्याची प्रथा परंपरागत पद्धतीने भारतात रूढ झाली होती. गेल्या शतकापर्यंत किंवा पिढीपर्यंत १०/१२ वर्षांच्या मुलींची लग्ने होत असत. बालविवाहास मनाई करणारा कायदा असूनही, अजूनही भारतात काही ठिकाणी बालविवाह होत आहेत. जसजशी ज्ञानात भर पडते व सामाजिक चिंतन प्रगत होते तसतशा सामाजिक सुधारणा घडत जाणे हे समाजाच्या हिताचेच असते. त्या दृष्टीने आजचे विवाहास योग्य वय वेगळे मानले गेले आहे व त्यात

दोघांच्या वयातील अंतर, आरोग्य, कन्येचे स्वास्थ्य या सर्वांचा विचार झाला आहे.

त्याकाळी विवाहाचे प्रकारही अनेक होते. विवाह ठरविण्याचे वेळी द्यावयाचे शुल्क, वराची गुणवत्ता, विवाहाच्यावेळी करावयाचे धार्मिक विधी यासंबंधीचे रूढ संकेत त्या काळाला अनुरूप असे होते. जर कन्या ऋतुमती झाल्यावरही तिचा विवाह पित्रादिकांना करता आला नाही तर कन्येने तीन वर्षांपेक्षा जास्त न थांबता आपला विवाह आपणच ठरवावा.

विवाह ठरविताना पित्याने जागरूक राहून वराच्या गुणांकडे पाहून मुलीचा विवाह निश्चित करावा; वरपक्षाने काय शुल्क कबूल केले आहे किंवा देण्याचे ठरविले आहे – या गोष्टीला महत्त्व देऊ नये. त्या काळी वराकडून मुलीला शुल्क देण्याची पद्धत असावी, असे दिसते. म्हणूनच शुल्काच्या देण्याघेण्याबाबत चर्चा या संवादात आली आहे. या बाबतीत भीष्मांनी असे स्पष्ट केले आहे की, शुल्क दिले, अथवा ते वधूपक्षाने स्वीकारले म्हणून ती वधू त्या वराची पत्नी झाली असे मानणे योग्य नव्हे. जोपर्यंत मंत्रोच्चारपूर्वक अग्निसाक्षीने पाणिग्रहण होत नाही तोपर्यंत ती त्याची पत्नी होत नाही. नुसते शुल्क दिले म्हणून वराला त्या मुलीवर पत्नी म्हणून हक्क सांगता येणार नाही. तसा हक्क दिला तर तो क्रय – विक्रय व्यवहार होईल; तसेच ते अप्रशस्त व शास्त्राला धरून होणार नाही. विवाह हे पवित्र बंधन असून केवळ शुल्कदानाने वर – वधू हे पती – पत्नी होत नाहीत. भार्या ही कधीही खरेदी – विक्रीने मिळविता येणारी वस्तू नव्हे.

न ह्येव भार्या क्रेतव्या न विक्रेया कथंचन ।। (महा. १३.४४.४५)

मग वधूला भार्यात्व केव्हा प्राप्त होते? त्याचे उत्तर असे आहे की, सप्तपदीच्या विधीत वधू-वरांवर अभिषेक झाला की त्यांचा पाणिग्रहण विधी पूर्ण होतो व त्यानंतर वधू ही वराची पत्नी झाली असे मानले जाते. त्या काळी विवाह हा फार पवित्र संस्कार होता व ते बंधन जन्मभर पाळायचे असे व्यास म्हणतात. स्त्री-पुरुषांमधील भार्या-पती-संबंध हा मोठा सूक्ष्म आहे. हा संबंध प्राक्तनानुरूप घडून येतो. दशरथानेसुद्धा 'स्त्री-शुल्क' म्हणून कैकेयीला काही वर दिले होते. हे शुल्क वधूचा पिता जरी स्वीकारीत असला तरी धन पिता आपल्या मुलीलाच विवाहप्रसंगी देत असे. परस्परांना अनुरूप अशा वधू-वरांनी विवाह करणे योग्य होय व शक्यतो आपल्या वर्णातील वधू निवडावी; व तिला झालेली संततीच औरस संतती मानली जात असे.

या ना त्या कारणाने वर्णसंकर त्या प्राचीन काळातही घडत गेले व त्यातून संकरजन्य संतती निर्माण झाली. अनुशासन पर्वात अठ्ठेचाळीसाव्या अध्यायात यासंबंधीचा सविस्तर तपशील आला आहे. ब्राह्मण – क्षत्रियादिक चार वर्णांपासून, ब्राह्मणापासून तीन, क्षत्रियापासून दोन व वैश्यापासून एक अशा सहा प्रकारची संकरजन्य संतती होईल. खालच्या वर्णाच्या पुरुषापासून वरच्या वर्णाच्या स्त्रीस होणारी संतती 'प्रतिलोम किंवा

विलोम संतती' म्हटली जाते. ती सहा प्रकारची होय. सूत, वैदेहक, चांडाल, मागध, निषाद व आयोगव ही त्यांची नावे आहेत. ह्या संकरजातीमध्येही परस्पर समागम होऊन आणखी खालच्या दर्जाच्या संकर जाती निर्माण होतील व त्यांनाही या विवेचनात वेगवेगळी नावे दिलेली आहेत. आयोगव, दस्यू, सैरंध्र, मागध सैरंध्र, मैरेयक, मद्गुर, सौद्र, स्वादुकर, पुक्कस, अंध्र, कारावर अशी पुढील संकर जातींना नावे दिलेली आढळतात. त्यांचे खालच्या दर्जाचे धंदेही सांगितले आहेत. हे चक्र चालू राहिले तर संकर जाती फार मोठ्या संख्येने उत्पन्न होणार आणि त्यांचा मागोवा घेणे किंवा गणन करणेही कठीण होऊन बसेल. म्हणून युधिष्ठिराने भीष्मांना असा प्रश्न विचारलेला आहे की, या पुनः पुन्हा संकर होऊन ज्या हीन दर्जाचे लोक किंवा प्रजा जन्माला येते ती नेमकी कोणत्या जातीची आहे किंवा ती चातुर्वर्ण्याच्या बाहेरची आहे की आतली आहे, हे कसे ओळखावे? त्यावर भीष्मांनी उत्तर दिले आहे की, संकर जातीतील मनुष्य नीच गुण बरोबर घेऊन जन्मलेला असतो. कारण त्यांचे मातापिताच मुळी सद्गुण व सुसंस्कृतता यापासून वंचित झालेले असतात. मनाचा हलकेपणा, दुराचरण, क्रूरता व धार्मिक कृत्यांचा लोप हे ज्या माणसाच्या ठायी दिसतील तो मनुष्य संकरप्रजेपैकी आहे असे समजावे.

येथे संकरजन्य जातींची जी नावे आली आहेत त्या जाती आज आपल्याला दिसत नाहीत. आजच्या जातींचे हे जरी मूळ असले तरी आज अस्तित्वात असलेले जाती-भेद केव्हा निर्माण झाले हे सांगणे कठीण आहे.

विवाहाचे पाच प्रकार

पित्याने कुठल्या प्रकारच्या वराला आपली मुलगी द्यावी याविषयी व्यवस्थित विचार मांडले आहेत. पित्याने वरसंशोधन करताना प्रथम त्याचे शील व वर्तन म्हणजे आचरण कसे आहे ते पाहावे.

शीलवृन्ते समाज्ञाय विद्यां योनिं च कर्म च ।
अद्भिरेव प्रदातव्या कन्या गुणवते वरे
ब्राह्मणानां सतामेष धर्मो नित्यं युधिष्ठिर ॥ (महा.१३.४४.३)

माता-पित्याचे कूळ तसेच त्या वराने विद्या किती संपादन केली आहे हे पाहावे; तो जीविकेसाठी काय करतो तसेच त्याच्या अंगी चांगले गुण आहेत की नाही - या गोष्टींची शहानिशा करून कन्या द्यावी. ब्राह्मणांनी अशा पद्धतीने मुलीचा विवाह (काही न घेता, विधिपूर्वक उदक सोडून) करावा - ह्याला 'ब्राह्मविवाह' म्हणतात. क्षत्रियानेही वरीलप्रमाणेच कुलशील, वर्तन वगैरे पाहून गुणयुक्त वराला बोलावून आणून त्याला धनदानादिकांनी अनुकूल करून घ्यावे व त्याला विधिपूर्वक कन्या द्यावी. ह्याला क्षात्र (म्हणजेच प्राजापत्य) विवाह म्हणतात. तिसरा प्रकार गांधर्व विवाह म्हटला आहे; त्यात पित्याने स्वतः काही ठरवू नये. कन्या व वर यांचे परस्परांवर प्रेम जुळून आल्यास व त्यांनी

आपला विवाह ठरविला असताना पित्याने त्यांचे अभिनंदन करून आपल्या कन्येचा विवाह त्या वराशी लावून द्यावा. चौथा प्रकार आसूर - यात वराने कन्येला व तिच्या आप्तांना पुष्कळ धानादिक देऊन जणूकाही ती विकत घ्यावी आणि तिच्या खुशीने तिच्याशी विवाहबद्ध व्हावे. अशी ही पद्धत असुरांची मानली गेली आहे. पाचवा प्रकार आहे राक्षस विवाह. या प्रकारात कन्येच्या आप्तांशी लढून, त्यांना घायाळ करून किंवा ठार करून कन्या दुःखाने रडत असता तिच्या मर्जीविरुद्ध तिचे अपहरण वर करतो व तिच्याशी बळजबरीने विवाह करतो. असे हे जे पाच प्रकार आहेत त्यातील पहिले तीन ब्राह्म, क्षात्र व गांधर्व हेच धर्म्य होत व शेवटचे दोन अधर्म्य म्हटलेले असून ते कधीही करू नयेत. (महा. १३.४४.८).

मनुस्मृतीत (अध्याय ३.२१) ब्राह्म, दैव, आर्ष, प्राजापत्य, आसुर, गांधर्व, राक्षस व पैशाच असे आठ प्रकारचे विवाह सांगितले आहेत. महाभारतकारांनी जे पाच प्रकारचे विवाह सांगितले आहेत त्यातच थोड्याफार फरकाने या आठ प्रकारच्या विवाहांचा अंतर्भाव होतो. विवाह आपल्याच वर्गातल्या स्त्रीशी करावा असा दंडक होता. अशा विवाहातून उत्पन्न होणारी संतती औरस संतती असायची. अनुलोम संततीचा विचार करता ब्राह्मण पुरुषापासून क्षत्रिय स्त्रीला होणारी संतती ब्राह्मण वर्णाची मानली जायची. वैश्य स्त्रीपासून झालेली 'अम्बष्ट' नामक संतती मातेच्या वर्णाची म्हणजे वैश्यसंतती मानली जायची. शूद्र स्त्रीपासून झालेली शूद्रवर्णाची समजली जाऊन तिला 'पारशव' म्हणत. तसेच क्षत्रियाला वैश्य स्त्रीपासून होणारी संतती 'क्षत्रिय' समजली जाई व तिला 'उग्र' हे नाव दिले जाई. वैश्याला शूद्र स्त्रीपासून होणारी संतती वैश्यच मानली जात असे.

एक गोष्ट आवर्जून सांगाविशी वाटते की, संकरजन्य जाती जरी खालच्या दर्जाच्या मानल्या जात होत्या तरी त्यातील व्यक्तीने जर चांगले आचरण ठेवले, गो-ब्राह्मणांना साह्य केले, सत्य व भूतदया यांचे पालन केले तर त्यांनाही सद्गती प्राप्त होऊ शकते, असे स्पष्टपणे म्हटलेले आहे. शेवटी आपल्या उन्नतीचा मार्ग ह्या लोकांनाही उपलब्ध होता. सद्गुणांची जोपासना, चारित्र्यसंपन्नता, नैतिक आचरण या मूल्यांना समाजात महत्त्व होते.

ज्यायांसमपि शीलेन विहीनं नैव पूजयेत् ।
अपि शूद्रं तु सद्वृत्तं धर्मज्ञमभिपूजयेत् ।। (महा. १३.४८.४७)

एखादा पुरुष उच्च वर्णाचा असला, पण त्याच्या अंगी वरील गुण नसले, शील नसले तर त्याला मान देऊ नये, याउलट एखादा शूद्रही धर्म जाणणारा, शीलसंपन्न व सदाचारी असेल तर समाजाने त्याला मान द्यावा. यावरून त्या काळी गुणवत्तेला व नैतिक मूल्यांना किती महत्त्व होते हे आपल्या लक्षात येते.

(क्रमशः)

लेखांक : बहात्तरावा

पितृधनाची वाटणी

महाभारताच्या काळात विवाहाचे बंधन हे अत्यंत पवित्र मानले जात होते व वैवाहिक नितिमत्ता उच्च दर्जाची होती. पती-पत्नी यांनी अग्नीच्या साक्षीने विवाह समारंभात ज्या शपथा घेतलेल्या असत, त्यांचे पालन ते जन्मभर करीत. प्रेम - विवाहही होत असत हे शाकुंतलोपाख्यान व गांधर्व विवाहाच्या विवेचनातून आपल्याला स्पष्ट दिसते. चातुर्वर्ण्य व्यवस्थेत वरच्या वर्णाचे पुरुष आपल्या खालच्या वर्णातील स्त्रियांशी विवाहबद्ध होत व अशा संबंधातून जे पुत्र जन्माला येत त्यांना कितपत मान्यता होती व अशा पुत्रांना पैतृक संपत्तीतून काही वाटा मिळत होता की नाही, तसेच दत्तक, कृतक इत्यादी दुसरेही पुत्रांचे प्रकार अस्तित्वात होते काय - याविषयीचे विवेचन अनुशासनपर्वात संक्षिप्तरित्या आले आहे.

१) आपल्याच वर्णाच्या पत्नीकडून झालेला पुत्र 'औरस' पुत्र होय; तो पित्याचा आत्माच होय.

२) जो पुत्र पत्नीचे ठिकाणी पतीच्या आज्ञेने अन्याकडून जन्म पावतो त्याला 'निरुक्तज' म्हणतात.

३) जो पुरुष पत्नीच्या आज्ञेशिवाय परस्त्रीचे ठिकाणी (कामतृप्तीसाठी) पुत्र उत्पन्न करतो - अशा पुत्राला 'प्रसृतज' पुत्र म्हणतात.

४) सभर्तृक स्त्रीला वर्णभ्रष्ट अशा पुरुषापासून जर पुत्र झाला तर त्याला 'पतितज' म्हणतात.

५) दुसऱ्या पुरुषाला आपला पुत्र दिला असता त्याला 'दत्तक' पुत्र म्हणतात आणि

६) मिळवलेला किंवा मिळालेला जो पुत्र असतो त्याला 'कृतक' पुत्र म्हणतात.

७) विवाहसमयी जी गरोदर असते अशा स्त्रीपासून जो पुत्र जन्मतो त्याला 'अध्यूढ' म्हणतात व

८) कौमार्यावस्थेत पित्याच्या घरीच ज्या स्त्रीला पुत्र होतो त्या पुत्राला 'कानीन' अशी संज्ञा आहे.

भीष्म युधिष्ठिराला सांगतात की, वर दिलेल्या पुत्रांखेरीज सहा प्रकारचे 'उपध्वंसज' व सहा प्रकारचे 'अपसद' पुत्र आहेत. त्या काळी वरचे वर्ण खालच्या वर्णाच्या स्त्रियांशी विवाह करीत जसे ब्राह्मण खालच्या तीन वर्णातील स्त्रियांशी विवाह करीत; क्षत्रिय दोन वर्णातील व वैश्य शूद्रातील स्त्रीशी विवाह करू शकत असे. यातून जो पुत्र जन्माला येतो त्याला 'अपध्वंसज' म्हणतात. याउलट, विलोम संबंध म्हटला गेला आहे. शूद्र पुरुषापासून ब्राह्मणीला जो पुत्र होतो त्याला 'चाण्डाल', क्षत्रियेला जो होतो त्यास 'व्रात्य' आणि वैश्य स्त्रीपासून होतो त्यास 'वैद्य' असे म्हणतात. वैश्य पुरुषापासून ब्राह्मणीला व क्षत्रियेला जे पुत्र होतात त्यांना 'मागध' व 'वामक' असे म्हणतात. क्षत्रियापासून ब्राह्मणीला जो पुत्र होतो त्यास 'सूत' असे म्हणतात; असे हे सहा प्रकारचे 'अपसद' पुत्र होत.

युधिष्ठिराने विचारले की, एखाद्या स्त्रीला परपुरुषापासून पुत्र झाला तर त्या पुत्रावर कोणाचा अधिकार मानायचा? पतीचा की त्या परपुरुषाचा? यावर भीष्म सांगतात की, जर त्या पुत्रासंबंधीचा आपला अधिकार त्या परपुरुषाने म्हणजेच बीजदात्याने नाकारला तर तो पुत्र त्या स्त्रीच्या पतीचा समजावा. अध्यूढ पुत्राचा उल्लेख वर आला आहे. एखाद्या वराने गरोदर अवस्थेतील स्त्रीशी विवाह केला आहे; अशा परिस्थितीत तिला होणाऱ्या पुत्रावर क्षेत्राधिपती म्हणजे तिच्या पतीचाच अधिकार राहील. विवाह करणाऱ्या भर्त्याच्या हेतूचाही विचार करायला पाहिजे. पुत्र हवा म्हणून त्याने त्या गरोदर स्त्रीशी विवाह केला असेल तर त्या पुत्रावर त्याचाच अधिकार राहील. येथे एक संकेत स्पष्ट दिसतो की, जेथे जेथे बीजस्थापक पुरुष आपल्या पुत्राचा त्याग करील, त्याच्यावर अधिकार सांगणार नाही, त्याच्या संगोपनास नकार देईल, तेथे तेथे त्या पुत्रावर किंवा त्या होणाऱ्या संततीवर त्या स्त्रीच्या पतीचे स्वामित्व राहील.

कृतक किंवा कृत्रिम पुत्र

युधिष्ठिराने कृतक पुत्राच्या स्वामित्वाविषयी प्रश्न विचारला तेव्हा त्याला भीष्मांनी सांगितले की, प्रथम कृतक कोणाला म्हणावे हे लक्षात घे.

मातापितृभ्यां संत्यक्तं पथि यं तु प्रलक्षयेत् ।
न चास्य मातापितरौ ज्ञायेते स हि कृत्रिमः ।। (महा. १३.४९.२०)

माता-पित्यांनी टाकून दिलेला व जो असा एखाद्याला सापडला असेल व ज्याच्या माता-पित्यांचा शोध लागत नसेल – अशा पुत्राला जो पुरुष घरी आणून सांभाळेल – त्या 'कृत्रिम' पुत्राचा तोच पिता मानावा. म्हणजे असा टाकून दिलेला पुत्र जो आपल्या घरी आणून सांभाळेल – त्याचे संगोपन करेल तो त्या पुरुषाचा 'कृत्रिम पुत्र' होय. अशा अनाथ पुत्राचा कोणता वर्ण मानावा? त्याला उत्तर दिले आहे की, ज्याला त्याचे स्वामित्व

प्राप्त होते व जो त्याचे पालनपोषण करतो त्या पुरुषाचा वर्ण त्याला प्राप्त होतो त्याचप्रमाणे या कृत्रिम पुत्राच्या पित्याने आपल्या औरस पुत्राचे जसे संस्कार करावयाचे असतात तसेच संस्कार या पुत्राचेही करावेत. कानीन व अध्यूढ पुत्राचे संस्कार, क्षेत्राधिपतीने म्हणजेच पित्याने आपल्या स्वतःच्या औरस पुत्राप्रमाणे करावेत; एवढेच नव्हे तर क्षेत्रज, अपसद पुत्रांचाही संस्कार औरस पुत्राप्रमाणे करायला पाहिजे. ह्या विवेचनावरून आपल्याला असे दिसते की, त्याकाळी अशा संततीच्या बाबतीत सहानुभूतीचा दृष्टिकोन होता व कुमारीपुत्र अथवा अनाथ पुत्र हे वाऱ्यावर न सोडता समाजात त्यांचे संगोपन झाले पाहिजे व ते क्षेत्राधिपतीने व जबाबदार व्यक्तीने केले पाहिजे असा रूढ संकेत होता.

दायविभागाविषयी दिग्दर्शन

आपण वर जे विविध प्रकारचे पुत्र पाहिलेत त्या सर्वांचा दर्जा सारखा नाही. ब्राह्मणाला ब्राह्मणीपासून झालेला पुत्र व क्षत्रिय स्त्रीपासून झालेला पुत्र यांच्या दर्जातही फरक मानला आहे. युधिष्ठिराने प्रश्न विचारला आहे की, या विविध पुत्रांना पितृधनाचा कसा व कितवा हिस्सा द्यावा? यावर भीष्मांनी सविस्तरपणे सांगितले की, ब्राह्मण, क्षत्रिय व वैश्य यांना 'द्विज' ही संज्ञा आहे. त्यांना ब्राह्मणाचा धर्म विहित आहे. ब्राह्मणाने शक्यतो शूद्रेशी विवाह करू नये; ते शास्त्राच्या विरुद्ध आहे. केला तर प्रायश्चित्त घ्यावे. ब्राह्मणाला जो औरस पुत्र असेल (ब्राह्मणीपासून झालेला) त्याला पितृधनातून मुख्यांश म्हणून प्रथम उत्कृष्ट बैल व वाहन द्यावे. उरलेल्या पितृधनाचे दहा समान भाग करावे व त्यातून ब्राह्मणीच्या पुत्रानेच चार भाग घ्यावेत. क्षत्रियापासून जो पुत्र झाला असेल त्याला तीन भाग द्यावेत; वैश्य स्त्रीला झालेल्या पुत्राला दोन भाग द्यावेत असे नऊ भाग ब्राह्मणाच्या पुत्रांना द्यावेत. आता राहिला एकच भाग. वास्तविक शूद्र स्त्रीपासून ब्राह्मणाला जो पुत्र झाला असेल तर त्याला काही अधिकार नाही पण दयाबुद्धीने त्याला हा दहावा भाग देण्यात यावा. हा दहावा भाग शूद्र-पुत्राने घ्यावा पण तो पित्याने दिला तर; पित्याने दिला नाही तर घेण्याचा त्या पुत्राला अधिकार नाही.

ब्राह्मणाला असा उपदेश करण्यात आला आहे की, त्याने आवश्यकतेपेक्षा जास्त धनसंचय करू नये. त्याने तीन वर्षेपर्यंत आपल्या कुटुंबाच्या निर्वाहाकरिता पुरेल इतक्या धनाचा संग्रह ठेवावा. त्याहून अधिक धन जमल्यास ते यज्ञयागात खर्चून टाकावे. व्यर्थ अन्य हेतूने धनसंचय करू नये.

त्रैवार्षिकाद्यदा भक्तादधिकं स्याद्विजस्य तु ।
यजेत तेन द्रव्येण न वृथा साधयेद्धनम् ।। (महा. १३.४७.२२)

ब्राह्मणाने आपल्या पत्नीला जे धन द्यायचे ते तीन हजार नाणी इतके असावे व

भार्येनेही त्या धनाचा योग्यप्रकारे उपभोग घ्यावा. ब्राह्मणी स्त्रीला तिच्या पित्याने जे धन दिले असेल ते तिच्या पश्चात तिच्या मुलीने घ्यावे कारण ती तिला पुत्राप्रमाणे असते.

क्षत्रिय अथवा वैश्य पतीने आपल्या धनाची वाटणी कशा प्रकारे करावी याविषयी मार्गदर्शन आले आहे. ते याच धर्तीवर सांगितले आहे. पण तत्पूर्वी ब्राह्मणाला भार्येपासून एकापेक्षा अधिक पुत्र असतील तर त्यांना धनात कशा प्रकारे भाग मिळावा हा प्रश्न उपस्थित होतो. त्याचे उत्तर असे आहे की, ब्राह्मणीपुत्राला दहापैकी जे चार भाग आलेले आहेत त्यांची पुत्रसंख्येप्रमाणे विभागणी करावी. उदाहरणार्थ, तिला तीन पुत्र असल्यास त्या चार भागाच्या द्रव्याचे सारखे पुन्हा चार भाग करावे (तीन पुत्र अधिक एक) व त्यातील दोन ज्येष्ठ पुत्राला देऊन उरलेले दोन धाकट्यांनी घ्यावे.

क्षत्रियाच्या धनाची वाटणी करताना प्रथम गज, रथ, आयुध व कवच क्षत्रियेपासून झालेल्या पुत्राला द्याव्या व उरलेल्या धनाचा किंवा जे राहील त्याचे आठ भाग करावे. त्यांपैकी क्षत्रिय पुत्राने चार भाग, वैश्य स्त्रीपासूनच्या पुत्राने तीन भाग आणि राहिलेला एक भाग शूद्र-पुत्रास देण्यात यावा. याच पद्धतीने वैश्याच्या धनाचे पाच भाग करावे व त्यांपैकी चार भाग वैश्यपुत्राने घ्यावे व एक भाग शूद्रस्त्रीच्या पुत्राने घ्यावा.

खालच्या वर्णाच्या स्त्रीपासून होणारी जी संतती तिला औरस संततीइतकी योग्यता दिली जात नव्हती; ती औरसाशी समान दर्जाची मानली जात नव्हती. त्यामुळे त्या संततीला मिळणारे अधिकार व दायभाग तुलनेने कमी होते. आपल्याच वर्णातील एकापेक्षा अधिक स्त्रियांशी विवाह झाला असेल तर समान वर्णाच्या भार्यांपासून जे पुत्र झाले असतील त्या सर्वांना पितृधनाचा सारखा वाटा मिळावा. इथे एक गोष्ट लक्षात येते की, पित्याच्या धनात मुलीला कुठल्याही प्रकारचा वाटा ठेवलेला नाही. पिता, भ्राता, नातेवाईक व तिचा पती यांचेकडून खुशीने दिलेले जे धन तिला मिळत असे त्या स्त्रीधनावर तिचा अधिकार होता. पुत्रांना मिळणारा दायभाग हा वर्णव्यवस्थेतील स्थानावर आधारलेला होता!

अनुशासन पर्वात स्त्रीविषयी चर्चा, पुत्रांचे प्रकार, मिळकतीची वाटणी इत्यादी विषय जसे आले आहेत तसेच दैव व उद्योग, गाय-ब्राह्मण यांचे श्रेष्ठत्व, दानमाहात्म्य, भीष्मांचे निर्वाण हे विषयही सविस्तरपणे चर्चिले आहेत. ब्राह्मणांचे महत्त्व अनेक अध्यायांतून वर्णिले आहे. ब्राह्मण जन्म मिळणे हे महाभाग्याचे लक्षण आहे. भीष्मांनी युधिष्ठिराला सांगितले की, क्षत्रियादिक तीन वर्णांना ब्राह्मणत्व मिळणे कठीण आहे. अनेक योनी फिरता फिरता प्राणी दैवयोगाने ब्राह्मण योनी प्राप्त करतो. शूद्रापासून ब्राह्मणीच्या पोटी जन्मलेल्या मतंगाने मोठी तपश्चर्या केली - उद्देश होता ब्राह्मणत्व मिळविणे. त्याच्या घोर तपश्चर्येने इंद्र प्रसन्न झाला. पण इंद्राने त्याला सांगितले की, ''मतंगा, तुला जे हवे ते

मिळणे दुरापास्त आहे.'' मग त्याने कडकडीत व्रताचरण केले. एका पायावर उभे राहून एक सहस्रवर्ष तपाचरण केले. तरीही त्याला तेच उत्तर मिळाले. तो इंद्राला म्हणाला की, ब्राह्मणत्व खरोखर दुर्मीळ आहे, मोठ्या प्रदीर्घ तपाने ते मिळाले तरी ते ब्राह्मण त्याचा सांभाळ करू शकत नाहीत, दुराचरणामुळे ते ब्राह्मणत्व गमावून बसतात. इंद्राने त्याच्या घोर प्रयत्नांकडे पाहून त्याला दुसरा चांगला वर दिला. (महा. १३, अध्याय २७-२९). भीष्मांनी दुसरे एके ठिकाणी राजाला असे सांगितले आहे की, क्षत्रिय राजाने ब्राह्मण हे पुत्रवत रक्षावे, गुरूप्रमाणे पूजावे व अग्नीप्रमाणे त्यांची आराधना करावी. युधिष्ठिरा, जो विप्र ब्रह्मचिंतनात निगग्न असतो, आत्मस्वरूप जाणणे हाच स्वर्ग मानतो आणि स्वाध्याय करणे हीच ज्याची तपश्चर्या आहे - त्या ब्राह्मणाला मी मान देतो. मी ब्राह्मणांना काया-वाचा-मनाने संतुष्ट केले आहे म्हणून या शरपंजरीही मला दुःख होत नाही.

धन्यः स्यां यद्यहं भूयः सौम्य ब्राह्मणकोऽपि वा ।
कुले जातो धर्मगतिस्तपोविद्यापरायणः ।। (महा. १३.८.११)

मी एक सर्वसाधारण ब्राह्मण म्हणून जन्मलो असतो, अथवा श्रेष्ठ ब्राह्मण कुळात जन्म घेऊन तपश्चर्या व वेदाध्ययनात रममाण झालो असतो तर मी धन्य झालो असतो. ब्राह्मणांच्या बाबतीत केलेला अपराध अक्षम्य व गर्ह्य मानला जात होता. एका कथेत सांगितले आहे की, आदल्या जन्मी मनुष्य असलेले (एकमेकांचे ते स्नेही होते) पुढल्या जन्मी ते दोघे कोल्हा व वानर म्हणून जन्मले. ते परस्परांना भेटल्यावर वानराने कोल्ह्यास विचारले की, तुला हे दुःखीकष्टी जीवन का प्राप्त झाले. दोघांना पूर्वजन्मीची स्मृती असल्याने ते संवाद करू शकले. कोल्हा म्हणाला, ''मी मागील जन्मी ब्राह्मणास काही भाग देण्याचे कबूल करून पुढे त्याप्रमाणे वर्तन केले नाही म्हणून हे भोग भोगीत आहे.'' वानरालाही तेच विचारल्यावर तो म्हणाला की, ''मी ब्राह्मणाची फळे चोरून खात असे म्हणून मला हा जन्म मिळाला.''

पुढे एके ठिकाणी भीष्मांनी म्हटले आहे की, क्षत्रियांच्या उग्र कर्मामुळे ब्राह्मण वैतागले किंवा त्यांचा समाजात अनादर झाला म्हणून त्यांनी जर आपला त्याग केला तर प्रजा वेदहीन होईल, यज्ञयागादी बंद पडतील, धर्माचरणाला ओहोटी लागेल, उत्तम लोकप्राप्तीची आशा राहणार नाही आणि एकूणच अनर्थ माजेल. अशा परिस्थितीत आपल्या जीवनाला काय बरे अर्थ उरेल? (महा.१३.५८.३१).

विश्वामित्राने ब्राह्मतेज अजिंक्य मानले व त्याने महान तप करून ब्राह्मणत्व मिळविले हे आदिपर्वात विस्ताराने सांगितले आहे. विश्वामित्राने वसिष्ठाच्या कामधेनूचे अपहरण बळजबरीने केले त्यामुळे युद्धाचा प्रसंग ओढवला. दिव्य धेनूने सैनिक निर्माण केले व विश्वामित्र पराभूत झाला. इथे त्याला ब्राह्मतेज श्रेष्ठ असल्याची प्रचिती आली. अनुशासन

पर्वात त्याच्या ब्राह्मणत्वाबद्दल सांगताना तो श्रेष्ठ ब्राह्मण ऋचीक व गाधिराजाची कन्या सत्यवती हिचा पुत्र असल्याचे म्हटले आहे. ही कथा जरा वेगळी आणि मार्मिक आहे. ऋचीक दरिद्री होता पण त्याचे तपोबल मोठे होते. राजाने आधी कन्या देण्यास 'नकार' दिला पण नंतर तेजस्वी श्यामवर्णाचे १०० अश्व शुल्क म्हणून दिल्यास कन्या देईन असे म्हटले. ऋचीकाने खूप प्रयत्न करून ते अश्व मिळविले व राजास दिले. त्यांचा विवाह झाला व उभयतांना आनंद झाला. त्याने सत्यवतीला प्रसन्न मनाने पुत्रप्राप्तीचा वर दिला. तिच्या मातेला तिने हे सांगितले. मातेनेही तिला विनंती केली की, तिच्या पतीने तिच्यावरही अनुग्रह करावा व पुत्र द्यावा. ऋचीक ऋषी हे मान्य करतो व दोघींना अभिमंत्रित असा एक एक चरुखंड देतो व सांगतो की, मातेने ऋतुसमयी अश्वत्थ वृक्षास व कन्येने उदुंबरास आलिंगन द्यावे. मातेच्या उदरी क्षत्रिय व पत्नीच्या उदरी श्रेष्ठ ब्राह्मण जन्माला येईल असे ऋषीने योजले होते. पण आईच्या सांगण्यावरून सत्यवतीने चरुखंड तसेच सांगितलेला वृक्ष यांची अदलाबदल केली. पतीकडून तिला जेव्हा कळले की, या बदलामुळे तिला क्षत्रिय पुत्र होईल तेव्हा तिने पतीकडे ब्राह्मण पुत्रच व्हावा असा वर मागितला. पतीने तिला तसा वर दिला. योग्यसमयी त्या प्रसूत झाल्या; सत्यवतीला 'जमदग्नी' नावाचा (ब्राह्मण) पुत्र झाला व राजाच्या पत्नीला 'विश्वामित्र' झाला व ऋचीक याच्या प्रसादामुळे तो ब्रह्मवादी निपजला. विश्वामित्राच्या पिंडात ऋचीकाने ब्रह्मतेजाची स्थापना केली होती म्हणून तो क्षत्रिय असूनही ब्राह्मण्य मिळविता झाला. ब्राह्मणाचे श्रेष्ठत्व सांगणारी ही कथा आहे!

◆◆

लेखांक : त्र्याहात्तरावा

गोमातेची प्रशंसा

ब्राह्मण्याची महती व ब्राह्मणांची प्रशंसा जरी अनेक ठिकाणी आलेली आहे तरी ती वेदवेत्ते, चारित्र्यसंपन्न, सत्याचरण करणारे व आत्मचिंतनात गढून गेलेल्या ब्राह्मणांविषयी आहे. इंद्र-मतंग संवादात स्वतः इंद्राने त्याला समज दिली आहे की, ब्राह्मणत्व जरी खडतर तपश्चर्येने प्राप्त केले तरी ते राखणे त्याला फार कठीण जाईल. सर्व प्राण्यात श्रेष्ठ ब्राह्मण आहे व सर्वांचा योगक्षेम ब्राह्मणांमुळेच चालत असतो.देव व पितर हे ब्राह्मणाच्या द्वाराने तृप्त होतात.

मागील लेखात भीष्मांचे श्रेष्ठ ब्राह्मणाचा गौरव करणारे वचन उद्धृत केले आहे. या पर्वात त्यांच्या निर्याणाच्या आधी त्यांनी युधिष्ठिराला सांगितले की, ब्राह्मण हेच नमस्काराला व पूजनाला पात्र आहेत. ते सूक्ष्मदर्शी व धर्माचे जाणकार असतात. तप हेच त्यांचे धन व वाणी हेच त्यांचे बल होय. सर्व लोकांचे दीप हेच होत व डोळसांचेही डोळे हेच होत; आपल्या श्रेष्ठ आचरणाने सर्व लोकांना वळण हेच लावतात. मोक्षाचे हेच वाटाडे असतात, अध्यात्माच्या स्थितीचे चिंतन हेच करतात, सृष्टीचे आदि, मध्य व अंत हेच जाणतात आणि श्रेष्ठ अशी गती यांनाच मिळते.

विमुक्ता धूतपाप्मानो निर्द्वंद्वा निष्परिग्रहाः ।
मानार्हा मानिता नित्यं ज्ञानविद्भिर्महात्मभिः ।। (महा.१३.१३६.१३)

त्यांचे पापक्षालन झालेले असते, सर्वसंगपरित्याग करणारे हेच होत व हे द्वद्वांच्या पलीकडले असतात. तसेच प्रज्ञावंतदेखील यांचा सन्मान करतात. ते समदर्शी असतात, रेशमी उंची वस्त्र व वल्कल ह्यांच्या लेखी समान असतात. भीष्म तर याहीपुढे जाऊन म्हणतात की, मानवाने ब्राह्मण अविद्वान असला तरी त्याला मान द्यावा व परमपावन समजावा.

ब्राह्मणाच्या संदर्भात वीतहव्याची कथा उल्लेखनीय आहे. वीतहव्याला ब्राह्मणत्व एवढे दुर्मीळ असून कसे मिळाले असा धर्माने प्रश्न विचारला होता. भीष्मांनी उत्तर दिले व सर्व कथा निवेदन केली. वीतहव्य नावाचा अत्यंत धार्मिक व प्रसिद्ध राजा होता.

त्याच्या हेहय नावाच्या पुत्राला त्याच्या दहा भार्यांपासून शंभर पुत्रांचा लाभ झाला व हे शूर व युद्धविशारद निघाले.

वीतहव्याचे ब्राह्मणत्व

काशीचा अधिपती हर्यश्व या राजाशी वितुष्ट येऊन हैहयांनी त्याच्यावर हल्ला केला. युद्धात हर्यश्व मारला गेला. नंतर हर्यश्वाच्या नातवाच्या म्हणजेच दिवोदासाच्या काळातही पुन्हा असेच युद्ध हैहयांनी केले व त्याचा पूर्ण पराभव केला. तो पराभूत दिवोदास पळाला व भरद्वाज मुनीला शरण आला. मुनीने त्याला यज्ञाच्याद्वारा शूरवीर पुत्राची प्राप्ती करवून दिली. त्या महाप्रतापी पुत्राचे नाव प्रतर्दन. तो जन्मतःच तेरा वर्षांचा झाला व धनुर्वेद व वेद यात निष्णात झाला. त्याला मुनिवर्यांनी अगदी शक्तिशाली बनविले होते. तो आपल्या राज्यात परत आला. दिवोदासने पुढे आपल्या सामर्थ्यसंपन्न प्रतर्दनाला हैहयांशी युद्धासाठी पाठविले. प्रतर्दनाने पराक्रम गाजवून हैहयांना युद्धात ठार मारले. हैहय अशा प्रकारे रणकंदनात मृत्युमुखी पडल्यावर त्यांच्या वीतहव्य या पित्याने नगर सोडले व तो जीव वाचविण्याकरिता भृगू ऋषींना शरण गेला. त्यांनी त्याला करुणेपोटी आश्रय दिला. प्रतर्दन लगेचच तेथे आला व त्याने वीतहव्याला स्वाधीन करण्याची मागणी केली. त्याने सांगितले की, हैहयांनी क्रूरपणे त्याचा देश उजाड केला होता व म्हणून तो त्यांचा सूड घेत आहे; सर्व हैहय मारले गेले असून आता फक्त वीतहव्य राहिला आहे. हे सर्व ऐकल्यावर धर्मनिष्ठ भृगूंनी शांतपणे विचार केला व शरणागताला वाचविण्यासाठी ते म्हणाले, 'प्रतर्दना, येथे कोणीही क्षत्रिय नाही; सर्व ब्राह्मणच आहेत.' ऋषींचे शब्द खरे होणार व वीतहव्य ब्राह्मण ठरणार हे ओळखून प्रतर्दन म्हणाला, 'भगवन्, असे असेल तर मी कृतार्थ झालो. माझ्या पराक्रमामुळे राजाला जातीचा त्याग करावा लागला आहे. मला स्वस्थानाला परत पाठवा.' अशारीतीने वीतहव्य ब्राह्मणत्व पावला.

भृगोर्वचनमात्रेण स च ब्रह्मर्षितां गतः ।
वीतहव्यो महाराज ब्रह्मवादित्वमेव च ।। (महा. १३.३१.५४)

भृगुऋषींच्या वचनामुळे राजाला त्या आश्रमात ब्राह्मणत्वाची प्राप्ती झाली; सर्प ज्याप्रमाणे विष ओकून टाकतो, त्याप्रमाणे त्याने आपली क्षत्रिय जाती ओकून टाकली; ऋषीच्या प्रसादाने हे सर्व घडले.

ब्राह्मणाची जरी थोरवी गाइली असली तरी असंस्कृत, कर्तव्यहीन व अनुचित आचरण करणाऱ्या ब्राह्मणांची निंदाही इथे पाहायला सापडते. ब्राह्मणांचा उपयोग दैविक व पैतृक कार्यांमध्ये असतो. जे ब्राह्मण नर्तन, वादन, करमणुकीचे खेळ, शिपाईगिरी वगैरे करून पोट भरतात, शूद्राला किंवा इतरांना द्रव्य घेऊन वेद शिकवतात, मृतांचा अंत्यविधी

करतात, व्याजबट्ट्याची सावकारी करतात, चोरी करतात, जे पातके करून भ्रष्ट झालेले असतात, जे स्वकर्तव्य करीत नाहीत, गैरव्यवहार करतात, अशा ब्राह्मणांना कुठल्याही धर्मकृत्यात बोलवू नये. अशा ब्राह्मणांच्या वर्तनाची व दुर्गुणांची यादी बरीच मोठी आहे. खरे सच्छील व सदाचारी, वेदवेत्ते ब्राह्मण कसे असतात याचे वर्णन वर आले आहेच. केवळ ब्राह्मणाच्या पोटी जन्म झाला म्हणून तो 'ब्राह्मण' असे न मानता ब्राह्मण्याचे श्रेष्ठ गुण व वेदविद्या ज्याच्यापाशी आहे तो ब्राह्मण मानावा, असा या विवेचनाचा रोख दिसतो.

गोमातेची प्रशंसा

ब्राह्मणांप्रमाणे गाईंची स्तुती व तिचे महत्त्व या पर्वात अनेक ठिकाणी सांगितले आहे. वसिष्ठ ऋषींनी सौदास नावाच्या राजाला गाईची महती ऐकवली आहे. राजा गाई ह्या सर्व प्राण्यांचा आश्रय होत. मंगलाचे त्या केवळ परमधाम होत. गाईंमुळे शाश्वत पुष्टी प्राप्त होते. देवांना प्रिय जो हवि, तसेच यज्ञाला लागणारा हवि गाईच प्रदान करतात. सगळी होमद्रव्ये गाई देतात. माणसाला यशाचे फल गाईंमुळे मिळते. माणसाची पातके गोप्रदानामुळे नष्ट होतात. (महा.१३.७७)

वसिष्ठांनी सौदासाला पुढे सांगितले की गाईंना इतके श्रेष्ठत्व प्राप्त झाले याचे कारण त्यांची घोर तपश्चर्या! गाईंची उत्पत्ती झाल्यावर त्यांनी आपणास श्रेष्ठ पद मिळावे म्हणून एक लक्ष वर्षेपर्यंत तपश्चर्या केली. आम्हाला श्रेष्ठ दक्षिणा मानावे, गोमयाने मनुष्याची शुद्धी व्हावी, गोमय स्पर्शाने सर्व पदार्थ पवित्र व्हावे व गोदानाने त्रैलोक्य प्राप्ती व्हावी– या उद्दिष्टांनी त्यांनी तप केले. ते तप सफळ झाले. ब्रह्मदेव स्वतः प्रकट होऊन हे सर्व तुम्हास प्राप्त होईल असे वरदान दिले.

ताभ्यो वरं ददौ ब्रह्मा तपसोऽन्ते स्वयंप्रभुः ।
एवं भवत्विति विभुर्लोकांस्तारयतेतिच ॥ (महा.१३.७८.५)

ब्रह्मदेवाने 'तुमचे मनोरथ पूर्ण होतील व तुम्ही सर्व लोकांचा उद्धार कराल' अशा शब्दांत वर प्रदान करून त्यांना कृतार्थ केले.

ब्राह्मण व गाय यांना निर्विवादपणे श्रेष्ठ स्थान दिलेले आहे. गोधनाची महती अवर्णनीय म्हटलेली आहे. गाईंचे माहात्म्य ऐकणे, गाईंचे दर्शन घेणे, गोप्रदान करणे हे अत्यंत श्रेष्ठ सांगितले आहे; हे केल्याने पापांचे क्षालन होते व मनुष्यास उत्तम गती मिळते. तीळ, भूमी, हिरण्य, वस्त्र, अन्न, धेनू व वृषभ यांची दाने ही फार पुण्यकारक होत. क्षत्रियांच्या तसेच नृपांच्या हातून नेहमीच हिंसेसारखी क्रूर कर्मे केली जातात. त्या दोषक्षालनासाठी त्यांनी यज्ञयाग व दानधर्म करावा म्हणजे त्यांचे पाप धुतले जाऊन ते

पावन होतील. (महा.१३.६०. १६), या संदर्भात विविध दानांची प्रशंसा सांगत असताना 'गोप्रदानाला' फार महत्त्व दिलेले आहे. कोणत्या नक्षत्री कोणती दाने करावी, कोणत्या गाईंचे व किती गाईंचे दान करावे, पात्रापात्र विचार कसा करावा, गाईंचे यज्ञातील महत्त्व व अशा दानाचे फळ म्हणून मिळणारे गोलोकासारखे उत्कृष्ट लोक यांची सविस्तर चर्चा जवळजवळ १५-१६ अध्यायात आलेली आहे.

भीष्मांनी याविषयी राजाला सांगताना म्हटले आहे की, एकाच नावाची एकच फलाची व सर्व कामनांची पूर्ती करणारी जी तीन दाने आहेत ती अवश्य द्यावीत. ती तीन श्रेष्ठ दाने म्हणजे, गोदान, भूमीदान व विद्यादान!

सर्वकामफलानीह गावः पृथ्वी सरस्वती ।। (महा.१३.६८.४)

गाय दानाला योग्य कोणती? तर जी सशक्त आहे, वत्सयुक्त आहे, जिचा स्वभाव उत्तम आहे, जी तरुण आहे, प्रेमळ आहे व जिचा देह सुगंधाने युक्त आहे अशी गाय सत्पात्र ब्राह्मणास दान द्यावी. जी रोगग्रस्त आहे, जिला तृण खाववत नाही, जिच्या ठिकाणी दूध नाही अशी गाय देऊ नये. जितेन्द्रिय, दयाळू, सत्याचरणी व परोपकाररत पुरुषांनी उत्कृष्ट असा दानधर्म व गोप्रदान केल्यास त्यांना गोलोकाची प्राप्ती होते. त्या उत्कृष्ट लोकांचे वर्णन ब्रह्मदेवाने इंद्राला सांगितले आहे, हे लोक सुखाचे निधान असून स्वप्नवत असतात.

न तत्र क्रमते कालो न जरा न च पापकम् ।
तथान्यन्नाशुभं किंचिन्न व्याधिस्तत्र न क्लमः ।। (महा.१३.७२.५)

त्या लोकी कालाचे काही चालत नाही; तेथे वार्धक्य नाही; त्या ठिकाणी अशुभाला - पापाला थारा नाही; तेथे रोग, ग्लानी काही नाही.

हे वर्णन संक्षिप्त वाटते; पुढे याच पर्वात अध्याय ८०मध्ये आलेले वर्णन वाचून आपल्याला चकित व्हायला होते. त्या लोकात जे वृक्ष व फळे आहेत ती दिव्य आहेत, फुले सुगंधी व मनोहर, भूमी रत्नखचित वाळू सुवर्णरजांनी भरलेली, धूळ व पंक यांचा अभाव, नद्यांमध्ये निर्मळ मुक्ताफळे व रत्ने, मणी व रत्नांनी चमकणारे पर्वत, पुण्यवंत अशा साधुजनांची वस्ती, दिव्य विमानातून भ्रमण, आपत्ती व दुःखविरहित जीवन, हे सर्व त्या उच्च गोलोकात विद्यमान आहे. गाईचे दान, गाईची सेवा केल्याने माणसाला या दिव्य लोकांची प्राप्ती होते. म्हणून राजा, गाईंचा कधी द्रोह करू नये, त्यांना पीडा देऊ नये; त्या सर्वांना आनंद, सुख व पोषण देतात; त्यांना सदा नमन करावे.

गावो महार्थाः पुण्याश्च तारयन्ति च मानवान् ।
धारयन्ति च प्रजाश्चेमाः पयसा हविषा तथा ।। (महा. १३.८०.२)

गाई श्रेष्ठ आहेत, अत्यंत पवित्र आहेत, त्या हविर्द्रव्यांनी व दुग्धाने प्रजांचे संवर्धन

करतात व मानवाचा उद्धार करतात.

आणखी एक वेगळा उल्लेख या विवेचनात सापडतो. आपण ज्या गाई पाहतो त्यांना शिंगे असतात. पण इथे असे म्हटले आहे की, गाईंना पूर्वी शिंगे नव्हती. गाईंना शिंगे हवी होती म्हणून त्यांनी ब्रह्मदेवाची आराधना केली व अन्नोदक न घेता देहत्याग करण्याचा निश्चय ठरवला. ब्रह्मदेवाने हे तप पाहिले व तो संतुष्ट झाला. त्याने त्यांना वर दिला की, तुम्हाला तुमच्या इच्छेप्रमाणे शिंगे प्राप्त होतील. तेव्हापासून गाईंना शिंगे आली व त्या शोभिवंत दिसू लागल्या. गाईंविषयी आणखी असेही म्हटले आहे की, त्या स्वतः पवित्र असून त्या इतरांना पवित्र करतात. तिन्ही लोकात त्या वरिष्ठ जाणाव्या. त्यांच्या दानाने दात्याला सद्‌गती प्राप्त होते. मांधाता, ययाती व नहुष हे राजे लक्षावधी गाईंचे दान करून, देवदुर्लभ अशा श्रेष्ठ लोकांना पावले. राजांच्या बाबतीत 'गोब्राह्मण प्रतिपालक' हे जे विधान परंपरेने चालत आले आहे त्याचा उगम महाभारताइतक्या प्राचीन काळात आपल्याला दिसतो.

च्यवन ऋषींचे कथानक

गाईंचे मोल फार मोठे आहे. त्याची काही गणना नाही, हे सांगण्यासाठी च्यवन ऋषींचे कथानक आले आहे. च्यवन ऋषींनी एकदा गंगा-यमुनेच्या संगमात जलात राहून तप केले. एके दिवशी कोळी लोकांनी जाळे टाकले व मासे पकडले; त्या मोठ्या जाळ्यात हा ऋषीही आला. कोळ्यांनी त्याची क्षमा मागितली पण ऋषीने सांगितले की, माशांबरोबर त्याचीही विक्री करावी किंवा ज्यांच्याबरोबर राहणे झाले त्या माशांबरोबर त्यालाही मरू द्यावे. नहुष राजा हे कळताच तेथे आला. च्यवनाने सांगितले की, माशांवर जगणाऱ्या त्यांना माझी योग्य ती किंमत दे. राजाला वाटले आपल्याजवळ द्रव्याला कमी नाही. आपण हा प्रश्न सोडवू शकू. पण तसे झाले नाही. राजाने एक लक्ष नाणी देऊ केली. पण च्यवनाला ती किंमत योग्य वाटली नाही. राजाने अर्धे अथवा सगळे राज्य देऊ केले. पण तरीही च्यवन म्हणाला, 'माझी योग्य ती किंमत तू यांना द्यावी. वाटल्यास ऋषींचा सल्ला घे.' त्यावेळी तेथे गाईपासून जन्मलेले गविजात ऋषी आले होते. त्यांनी मार्ग काढला. त्यांनी नहुषाला सांगितले की, च्यवनाचे व गाईचे मूल्य समान असल्यामुळे च्यवन भार्गवाची किंमत म्हणून कोळ्यांना गाय दे. हे मूल्य देताच च्यवन संतुष्ट झाला व त्याने धीवरांचा उद्धार करून नहुषालाही वर दिला. (महा. १३-५१).

नृग राजाची कथाही त्या दृष्टीनेच उद्‌धृत केली आहे. नृग राजा धर्मशील होता, त्याने अनेक गाई दान दिल्या होत्या. पण त्याच्याहातून गाईच्या संदर्भात पाप घडले होते. त्याची ही कथा आहे. एकदा यादव पाण्याच्या शोधात भटकत असताना एका आडापाशी

आले. त्या आडाच्या मुखावर वेलीच्या जाळीत मोठा सरडा पडलेला होता. तहानलेल्या यादवांनी त्या प्रचंड सरड्याला दूर हटवण्याचा खूप प्रयत्न केला. पण यश आले नाही. शेवटी कृष्ण तेथे आला. त्याला सरड्याने आपल्यावरील संकटाचे निवेदन केले. यमाने नृग राजाला त्याच्या मृत्यूनंतर शिक्षा दिली व तो सरडा होऊन पडला. पण त्याचे पाप तरी कोणते होते? त्याने कृष्णाला सांगितले की, एका ब्राह्मणाची गाय राजाच्या गाईंच्या कळपात एके दिवशी मिसळली. गुराख्याने ती राजाचीच म्हणून गुरात ठेवून घेतली. राजानेही नेमकी तीच गाय, सद्गती मिळावी म्हणून दुसऱ्या ब्राह्मणाला दान दिली. त्या ब्राह्मणाच्या घरी पहिल्या ब्राह्मणाने ती पाहिली व आपलीच म्हणून ओळखली. दोघात तंटा सुरू झाला. ते राजाकडे आले. दुसऱ्या ब्राह्मणाने मुळात ज्याची गाय होती त्या पहिल्या ब्राह्मणाला गाय देण्यास 'नकार' दिला. पहिल्या ब्राह्मणाला त्याच्या गाईच्या मोबदल्यात राजाने खूप द्रव्य देऊ केले पण त्याने 'नकार' दिला व तो राजाला दोषी ठरवत निघून गेला. काही दिवसांतच राजा मरण पावला व नंतर त्याची ही दशा झाली.

अश्रौषं प्रच्युतश्चाहं यमस्योच्चैः प्रभाषतः ।
वासुदेवः समुद्धर्ता भविता ते जनार्दनः ।। (महा. १३.६९.२५)

पण त्याने यमाचा उःशापही पतन होताना, ऐकला की हजार वर्षांनंतर वासुदेवाची भेट झाल्यावर तो तुझा यातून उद्धार करील. अशारीतीने कृष्णाने राजाची मुक्तता केली व तो शाश्वत लोकास गेला.

'गोलोक' हा देवांच्या लोकाच्याही वर आहे हे कसे? असा प्रश्न इंद्राने उपस्थित केला. त्याला ब्रह्मदेवाने उत्तर दिले की, दही व घृत यांच्याशिवाय यज्ञ होऊ शकत नाही. सर्व हवनद्रव्ये गोवंशापासून मिळतात. कृषिकर्माचा भार वाहणारे गाईचे पुत्रच होत; तेच जव, तांदूळ इत्यादी धान्ये निर्माण करतात. दुग्ध व घृताने प्रजेचा योगक्षेम चालतो. गाई ह्याच यशाला व प्रजेच्या पोषणाला मुख्य आधार होत. ह्या कारणास्तव गोलोक सर्वांत वर आहे.

कपिला गाईचे दान अधिक प्रशस्त का मानले, या प्रश्नावर भीष्म म्हणाले की, कपिला गाईची उत्पत्ती दिव्य आहे. म्हणून तिचे दान श्रेष्ठ होय. प्रजापतीने प्रजा निर्माण केली; ती प्रजा अन्नासाठी प्रजापतीकडे त्वरेने आली तेव्हा त्याने अमृत प्राशन केले व ढेकर दिला; त्या सुगंधी ढेकरापासून 'सुरभी' गाय उत्पन्न झाली व तिच्यापासून 'कपिला' गाय निर्माण झाली व त्या गोसृष्टीने प्रजेचे पोषण केले. कपिला गाईच्या वासराच्या मुखातून एकदा दुधाचा फेन(फेस) उडाला व महादेवाच्या मस्तकावर पडला. शंकर क्रोधायमान झाला व त्याने आपला तिसरा डोळा उघडून दृष्टीक्षेप केला. ह्या नेत्रतेजामुळे कपिला गाई घाबरल्या; त्यातल्या काही चंद्राच्या आश्रयाला गेल्या. चंद्राच्या आश्रयामुळे

त्यांचा मूळ वर्ण कायम राहिला. बाकीच्या गाईंचा वर्ण बदलला व तेव्हापासून गाई तांबड्या, काळ्या अशा विविध वर्णांच्या झाल्या. दक्ष प्रजापतीने शंकराला नम्रपणे पटवून दिले की, वासराच्या मुखाचे दूध उष्टे होत नाही. ते पवित्रच राहते. देवा, गाई अतिशय पवित्र आहेत व हा दुग्धफेन दोषकारक नाही. त्याने शंकराचा राग शांत केला व त्या परमेश्वरास गाईसह एक वृषभ दिला. शंकराने प्रसन्न मनाने त्या वृषभाची वाहनाच्या ठिकाणी व ध्वजावर योजना केली. तेव्हापासून त्याला 'वृषभध्वज' म्हणू लागले. नंदी हे शंकराचे वाहन कसे झाले त्याचा हा वृत्तांत असा आहे!

(क्रमशः)

लेखांक : चौऱ्याहत्तरावा

पुण्य व पापाचे फळ

भीष्म शरशय्येवर असताना युधिष्ठिर राजाने भीष्मांना हरतऱ्हेचे प्रश्न विचारून धर्म, नीती, तत्त्वज्ञान, सामाजिक, नैतिक संकेत, वर्णाश्रमधर्म, स्त्रीधर्म, राजकर्तव्य, मोक्षाचे स्वरूप व त्याच्या प्राप्तीचे उपाय अशा अनेक मूलगामी विषयांचे सखोल ज्ञान प्राप्त केले. अनुशासन पर्वातही हा संवाद भीष्मांच्या उत्तरायणातील निर्वाणाच्या दिवसापर्यंत चालूच राहतो.

भगवद्गीतेत कर्माची मीमांसा व कर्मातून उत्पन्न होणारा बंध यांची विस्तृत चर्चा आहे; पण इतर पर्वातही माणसाच्या हातून होणारे चांगले-वाईट कर्म तसेच पाप, पुण्य व त्यांची फळे उपभोगण्यासाठी स्वर्ग-नरकादी स्थाने, याविषयी सविस्तर विवेचन पुनः पुन्हा आले आहे. आपल्या पूर्वकर्मांची फळे भोगण्यासाठीच मुळी मानवाला जन्म घ्यावा लागतो. गीतेत म्हटल्याप्रमाणे 'ध्रुवं जन्म मृतस्य च् ।' म्हणजे मृताला जन्म हा निश्चित घ्यावा लागतो. जर कर्माचे फळ कुठलेच भोगावयास राहिले नसेल तर जन्म घेण्याची आवश्यकताच उरत नाही. जीव हा पूर्वकर्मांचे गाठोडे सतत जवळ बाळगीत असतो. मेल्यावर 'धर्मच' त्याच्याबरोबर जातो. याचा अर्थ त्याचे जे सुकृत-दुष्कृत आहे, ते इहलोक सोडताना त्याच्याबरोबर तो घेऊन जातो. जी कर्मे भोगण्यासाठी परिपक्व होतात ती भोगण्यासाठी तो या जगात जन्म घेतो.

इहलोके च स प्राणी जन्मप्रभृति पार्थिव ।
स्वकृतं कर्म वै भुङ्क्ते धर्मस्य फलमाश्रितः ।। (महा. १३.११२.३४)

जन्म घेतल्यापासून हा जीवात्मा (नवीन देह धारण केलेला) आपण केलेल्या (बऱ्या-वाईट) कर्मांची फळे भोगतो म्हणजेच त्या कर्मांच्या स्वरूपानुसार सुख, दुःख, क्लेश, व्याधी भोगत असतो.

संचित कर्माच्या साठ्यातून जी कर्मे परिपक्व होऊन फळे देण्यास तयार होतात त्यांना 'प्रारब्ध कर्म' म्हणतात. हे प्रारब्ध कर्म भोगूनच संपवावे लागते. या प्रारब्ध कर्मानुसार मनुष्याला तदनुरूप देह, आरोग्य, स्त्री-पुत्रादी, नातलग, आर्थिक स्थिती, सुख-दुःखे

प्राप्त होत असतात. म्हणूनच एखादा मनुष्य श्रीमंत प्रधानाचा पुत्र होतो तर एखादा खेड्यातील गरीब शेतकऱ्याचा पुत्र होतो. या कर्माचे फलस्वरूप आयुष्याच्या वृद्धापकाळात अर्धांगवायू व्हायचा असला तर तो झाल्याशिवाय राहात नाही व त्या वृद्धाने प्रभूजवळ 'मला लवकर ने' म्हणून शेकडो वेळा प्रार्थना केली तरी त्या कर्माचा भोग संपल्याशिवाय त्याचा देह सुटत नाही. परिक्षित राजाला शमीक मुनीच्या गळ्यात मृत सर्प टाकून त्याचा घोर अपमान केल्यामुळे त्या मुनींच्या पुत्राकडून 'तक्षकदंशाने मृत्यू पावशील' असा शाप मिळाला. त्याला जेव्हा शमीक मुनींनी पाठविलेल्या दूताकरवी हे शापवृत्त कळले तेव्हा राजा पृथ्वीपती असूनही मुनींवर क्रोध केला नाही; आपल्या अपराधाविषयी चिंतन करून पश्चात्ताप केला. स्वतःचा दोष मान्य करून शोकाकुल मनाने तो मृत्यूला सामोरा गेला. हे प्राणसंकट त्याच्या कर्माचे फळ आहे हे त्याने जाणले होते.

प्रारब्ध भोगणे अपरिहार्य

भगवद्गीतेत स्पष्टच म्हटले आहे की, मनुष्याला आयुष्यात प्रत्येक क्षणी कर्म हे करावेच लागते. म्हणून कर्माकर्माविषयी सखोल ज्ञान असणे आवश्यक आहे. कोणती कर्मे बंध निर्माण करतात व कोणत्या कर्मांचा लेप लागू शकतो हे शास्त्राच्या अभ्यासातून जाणून घेतले पाहिजे. आपण या जन्मात आपले प्रारब्ध भोगत असताना, विवेकबुद्धीचा वापर करून अशी कर्मे आचरीत राहिले पाहिजे की, त्यांचा अंतर्भाव संचित कर्मात होणार नाही. आता प्रश्न असा उत्पन्न होतो की, अशी कर्मबंध निर्माण न करणारी व संचितात जमा न होणारी कर्मे कोणती? प्रत्येक कर्म आपले फळ निर्माण करते व ते फळ आज ना उद्या कर्त्याला भोगावे लागते. हे जरी कर्म - कायद्याला धरून असले तरी निष्काम भावनेने, फलासक्तीचा त्याग करून केलेली जी कर्मे असतात ती 'अकर्म' म्हणून गणली जातात व त्यांचा समावेश आपल्या संचित कर्मात होत नाही. त्यांचे कुठलेही परिणाम अथवा त्यांची फळे या किंवा पुढील जन्मात भोगण्याची पाळी आपल्यावर येत नाही. ही जी अत्यंत शुद्ध, श्रेष्ठ व सात्त्विक स्वरूपाची कर्मे आहेत त्यांची वर्गवारी खालीलप्रमाणे देता येईल.

१. बाल्यावस्थेत केलेली कर्मे - बाल्यावस्थेत काही कळत नसल्याने सर्व कर्मे (बरी - वाईट) अबुद्धीपूर्वक केलेली असतात.
२. मनुष्येतर योनीत केलेली कर्मे
३. कर्तृत्वाभिमानरहित कर्मे - ज्या कर्मांमध्ये कर्त्याच्या मनात 'मी कर्ता आहे' अशी भावना नसते, परमेश्वर कर्ता आहे अशी भावना असते अशी कर्मे.
४. निष्काम बुद्धीने, फलाशाविरहित केलेली निष्काम कर्मे - फलाशा व स्वार्थबुद्धी

यांचा त्याग करून कर्तव्यबुद्धिने आपण जी कर्मे करतो ती लोकहितार्थ केलेली, सात्त्विक स्वरूपाची कर्मे असतात.

आपण आपले कर्म कोणत्या बुद्धीने, कोणता हेतू ठेवून केले आहे हे तपासले की, आपल्या लक्षात येते की, ते निष्काम कर्माच्या पंक्तीत बसणारे आहे की नाही.

जे कर्म शास्त्रविहित म्हणजे आपल्या कर्तव्यकर्मांपैकी आहे, ज्याच्या पाठीमागे कुठलीही कामना अथवा रागद्वेषादी भावना नाही, ज्यात कर्तेपणाचा किंचितही अभिमान नाही, जे फळाच्या आशेने केलेले नाही व जे समाजाच्या कल्याणासाठी केलेले आहे अशा कर्माला 'निष्काम कर्म' ही संज्ञा आहे. ही कर्मे बंधनकारक होत नाहीत आणि ही संचित कर्मात जमा होत नाहीत.

जे संचित कर्मात जमा होते त्यातील काही भाग एका जन्मात भोगण्यासाठी वेगळा काढला जातो व त्यालाच 'प्रारब्ध कर्म' म्हणतात. प्रारब्ध कर्म मनुष्याला त्याचा भोग देऊनच शांत होत असते. षष्ठी देवता (सटवी) जे काही तान्हुल्याच्या कपाळावर सहाव्या दिवशी लिहिते ते त्या बाळाचे प्रारब्ध कर्माचे फळच लिहिलेले असते.

पुण्य व पापाचे फळ

आपल्या हातून सत्कर्मे झाली तर ते चांगलेच आहे, कारण त्यामुळे आपल्याजवळ पुण्याचा साठा तयार होतो व पुण्याचे फळ म्हणजे आपल्याला सुखाची प्राप्ती होते. एवढेच नव्हे तर पुष्कळ पुण्यकर्माच्या आधारे स्वर्गही प्राप्त होतो. याउलट, तामसीवृत्तीने अधर्माचरण जर आपण केले, अनीतीने वागून अनेक सामाजिक अपराध केले, अत्याचार, अन्याय व हिंसाचाराची कृत्ये केली तर मृत्यूनंतर खालच्या योनीत जन्म पावून दुःख सोसावे लागते किंवा मोठे पापाचरण घडलेले असल्यास नरक-लोकात अत्यंत दुःसह यातना भोगाव्या लागतात. अनुशासन पर्वात याचे स्पष्ट दिग्दर्शन आले आहे.

तस्माद्धर्मः सहायार्थे सेवितव्यः सदा नृभिः ।
प्राणी धर्मसमायुक्तो गच्छते स्वर्गतिं पराम् ।
तथैवाधर्मसंयुक्तो नरकायोपपद्यते ॥ (महा. १३.११२.१४)

असा हा स्वर्ग-नरकाचा उल्लेख महाभारतात ठिकठिकाणी आला आहे. या लोकातील भोग संपल्यावर माणसाला परत जन्म घ्यावाच लागतो, कारण त्याला त्याच्या नावावर जी कर्मे उरलेली आहेत त्यांची फळे (सुख-दुःखस्वरूप) भोगल्याशिवाय सुटका नाही, जोपर्यंत कर्माचा भोग संपत नाही तोपर्यंत जन्म-मरणाच्या चक्रातून सुटका नाही. या चक्रातून मुक्तता होणे म्हणजेच मुक्ती मिळणे होय.

आपण दैनंदिन जीवनात जी जी कर्मे करीत असतो त्या सर्व कर्मांची फळे आपल्याला

लगेचच किंवा कालांतराने भोगावीच लागतात. दशरथाच्या हातून चुकून श्रावणबाळाची हत्या झाली. त्याला शाप मिळाला. श्रावणबाळाच्या माता-पित्यांना तीव्र दुःख झाल्याने तो दिला. त्या अपराधाचे फळ दशरथाला लगेच मिळूच शकले नसते, कारण तेव्हा त्याला पुत्रच नव्हता. पण ते त्याचे कर्म काही वर्षांनंतर परिपक्व झाले व राम वनवासात जाताना दशरथाला त्या कर्माचे फळ भोगावे लागले. दशरथाला त्याच जन्मात कर्माचे फळ मिळाले. काही वेळेला कर्म आपले फळ तात्काळ देऊन शांत होते. तुम्ही समजा, तुमच्याच धुंदीत गर्दीच्या रस्त्याने चालताना एका माणसाला धक्का दिला व तो निघाला गुंड. तर या कृतीबद्दल तो तुम्हाला माफ न करता रागावून तुमच्या थोबाडात मारील. इथे तुमच्या कृतीचे फळ तुम्हाला लगेच देऊन ते कर्म शांत झाले. प्रत्येक कर्माचे फळ परिपक्व व्हायला वेगवेगळा कालावधी लागतो. तोपर्यंत ती कर्मे संचित कर्मात पडून राहतात. संचित कर्मे असंख्य असल्याने त्यांचा भोग घेण्यासाठी व ती भोगून संपविण्यासाठी अनेक जन्म घ्यावे लागतात. शुभ कर्माचे फळ सुख, पण ते भोगण्यासाठीही देह धारण करावा लागतो व अशुभ कर्माचे जे फळ, दुःख त्याच्यासाठीही जन्म घ्यावा लागतो. पहिली सोन्याची बेडी आहे व दुसरी लोखंडाची बेडी आहे. बेडी म्हणण्याचे कारण असे की ती जन्म-मरणाच्या चक्रात बांधून ठेवते.

क्रियमाण कर्म चांगले करावे

कर्माचे हे विवेचन करण्यामागे हेतू हा की, आपण आपले जीवनातील कर्म नीट जागरूक राहून केले नाही तर कर्माची ही साखळी कधी संपणार नाही. आज आपण जी क्रियमाण कर्मे करीत आहोत त्यातली बरीचशी असल्याने संचितात जमा होतात व कालांतराने ती जेव्हा पक्व होतात तेव्हा ती प्रारब्धात रूपांतरित होऊन आपल्यासमोर भोगण्यासाठी उभी ठाकतात! याचा अर्थ असा की, आजचा पुरुषार्थच भविष्यकाळात आपल्या प्रारब्धात रूपांतरित होतो. आजची आपली कर्मेच पुढे परिपक्व अवस्थेला प्राप्त झाल्यानंतर आपला भविष्यकाळ ठरवीत असतात – आपल्याला भविष्यकाळात बंगला मिळणार की झोपडी हे आजच्या आपल्या क्रियमाण कर्मावर ठरत असते. पुढील जन्मामध्ये आज आपण केलेले कर्म 'पूर्व कर्म' म्हटले जाणार आहे व त्यानुसार गरिबी-श्रीमंती, सुख-दुःख आपल्याला मिळणार आहे. म्हणून या जन्मात जागृत राहून, विवेकाने वागून, सात्त्विक स्वरूपाची परहिताची, स्वार्थबुद्धिहीन अशी कर्मे जर आपण केली तर भविष्यात खूपच कमी दुःखे व संकटे आपल्या वाट्याला येतील. काही लोक असे मानतात की, माणसाच्या आयुष्यात सर्व काही प्रारब्धानुसारच घडत असते, आपल्या प्रयत्नाला काही अर्थ नाही, असा पूर्ण दैववादी विचार स्वीकारणे हे चूक आहे. माणसाला बुद्धी दिली

आहे; तिच्या आधारे त्याला चांगले–वाईट कळू शकते. त्याच्यापाशी निर्णयशक्ती आहे; त्यामुळे तो परिस्थितीवर मात करण्याचा निकराने प्रयत्न करू शकतो. यालाच 'पुरुषार्थ' म्हणतात. प्रारब्ध व पुरुषार्थ यांच्या सीमारेषा ओळखता आल्या पाहिजेत. प्रारब्धामुळे नोकरी मिळायला पाच वर्षे उशीर होईल पण ती मिळाल्यावर ती प्रामाणिकपणे व उत्तम तऱ्हेने करून दाखवणे हे तुमच्या हातात असेल. पैसा कमी मिळेल हे प्रारब्ध पण तो पैसा कसा सन्मार्गाने व कल्याणाकरिता वापरायचा हे तुमच्या पुरुषार्थावर अवलंबून आहे. प्रारब्धामुळे हेलन केलर ही महिला आंधळी जन्मली पण पुरुषार्थ करून ती खूप शिकली व जगात मान्यता पावली.

दैव व पुरुषार्थ यांची सांगड घालूनच कार्यसिद्धी होते. काही न करता स्वस्थ बसले तर केवळ दैव मनुष्याला काही देऊ शकत नाही. उद्योग केला तर दैवाची जोड मिळते. दैव व पुरुषार्थ याविषयीची चर्चा लेखांक ३३मध्ये आलेली आहे. इच्छा–स्वातंत्र्याचे स्वरूपही तेथे स्पष्ट केले आहे. माणसाला कर्म करणे जणू सक्तीचे केले आहे. मग ते कर्म जर त्याने असे अत्यंत कुशलतापूर्वक व डोळसपणे केले की ज्यामुळे त्याला त्याचे फलस्वरूप काही भोगावे लागणार नाही, तर ते कर्म त्याला बंधनकारक ठरू शकणार नाही. त्या स्वरूपाचे अत्यंत शुद्ध कर्म म्हणजे प्रपंचातील आपले कर्तव्य करीत असताना, ईश्वरावर मन केंद्रित करून, फलाशांचा त्याग करून केलेले निष्कामकर्म होय. भगवंतानेच सांगितले आहे –

योगस्थः कुरू कर्माणि संगं त्यक्त्वा धनंजय । (गीता २.४८)

कर्म केवळ कर्तव्यबुद्धीने केले पाहिजे. त्यात फलासक्ती ठेवता कामा नये. सर्वच कर्मे जर ईश्वरार्पणबुद्धीने केली तर ती शुद्ध, सात्त्विक कर्मे बनतील. ही कर्मे परमेश्वरार्पण बुद्धीने केली की तीच भगवंताची श्रेष्ठ पूजा ठरते. भक्तियुक्त अंतःकरणाने आपली नियत कर्मे ईश्वराच्या चरणी वाहिली की आपल्याला सिद्धी प्राप्त होते.

स्वकर्मणा तमभ्यर्च्य सिद्धिं विंदति मानवः । (गीता १८.४६)

युधिष्ठिराच्या एका प्रश्नाचे उत्तर देताना बृहस्पतींनी सांगितले की, अहिंसा, ध्यान, इंद्रियसंयम, तप ही सर्व धर्माची द्वारे आहेत खरी, पण प्राण्याला निःश्रेयस कसे मिळते, हे त्याने जाणून घ्यावे. इतरांना आत्मवत् मानून वागणे, यातच खरा धर्म सामावलेला आहे. माणसाच्या अंगी सर्वभूतानुकंपा असावी म्हणजे हिंसाचरण किंवा परपीडादायक आचरण होणार नाही. आपलाच स्वार्थ साधण्याकडे आपली प्रवृत्ती असते. स्वार्थासाठी परहिताचा किंवा दुसऱ्याच्या सुखाचा आपण विचार करीत नाही. आपण सर्व मानवांना, सर्व प्राण्यांना आत्मवत् मानले पाहिजे, दुसऱ्याची पीडा पाहून आपल्याला स्वतःच्या पीडेप्रमाणे दुःख झाले पाहिजे.

जे दुसऱ्याने आपल्या बाबतीत करणे आपल्याला बरे वाटत नाही ते आपण दुसऱ्यांच्या बाबतीत करू नये. हाच सक्षेपतः धर्म सांगितला आहे. ह्या तत्त्वाचा उल्लेख गीतेत, महाभारतात परोपरीने आला आहे. लेखांक ६१ मध्ये गीतेतील उपदेशांच्या संदर्भात याचे सामाजिक हिताच्या दृष्टीने सविस्तर विवेचन केलेले आहे. कोणती गोष्ट सुखावह व कोणती दुःखावह याचा निर्णय करताना किंवा प्रियाप्रिय ठरवताना आपण याचा स्वतःशी योग करून पहावा आणि स्वतःला त्यापासून जे वाटेल ते (अगदी तसेच) दुसऱ्यालाही वाटेल ते मनाने खात्रीपूर्वक जाणावे. त्यानंतरच ती गोष्ट करायची की नाही हे आपणच ठरवले पाहिजे. यातच मानवाचा उच्च सुसंस्कृतपणा सामावलेला आहे.

(क्रमशः)

◆◆

लेखांक : पंच्याहत्तरावा

ब्राह्मण-व्याध संवाद

महाभारतात नैतिक शुद्ध आचरणाचे व सत्यादी धर्मतत्त्वाचे विवेचन अनेक दृष्टांत म्हणून सांगितलेल्या कथांतून आलेले आहे. वनपार्वत युधिष्ठिराने स्त्रियांच्या पातिव्रत्यासारख्या कठीण धर्माचरणाविषयी मार्कंडेय ऋषींना विचारले आहे. युधिष्ठिर म्हणतो की, मातापितर व पती यांची सेवा, दहा महिन्यांपर्यंत जठरात गर्भधारण, पुढे अपत्याचे संगोपन व त्यानंतरही त्याच्या भविष्याची तळमळ. हा असा स्त्रियांचा धर्म खरोखरच अत्यंत दुष्कर वाटतो. याविषयी हे वक्तृत्वश्रेष्ठा मार्कंडेया, आपण उपदेश करावा. यावर त्या विप्राने एका साध्वी पतिव्रतेचा वृत्तांत सांगितला.

एक कौशिक नावाचा धर्मनिष्ठ ब्राह्मण होता. त्याने वेदाध्यायन तसेच तप वगैरे केले. एकदा तो प्रवासात असताना एका वृक्षाखाली बसला. तेव्हा त्याच्या अंगावर फांदीवर बसलेल्या एका बगळ्याची विष्ठा पडली. त्याने क्रोधाने अनिष्ट चिंतन करून त्या बगळ्याकडे पाहिले. त्याची दृष्टी पडताच बगळा मृत होऊन खाली पडला. ब्राह्मणाला कळले की अतिक्रोधामुळे हे घडले व त्याला वाईटही वाटले. पुढे तो एका नगरीत भ्रमण करीत असता भिक्षा मागण्यासाठी एका घरासमोर उभा राहिला. घरातील गृहिणीने त्याला 'थांबा' म्हणून म्हटले, तेवढ्यात तिचा भुकेलेला पती घरात आल्याने तिने सगळे लक्ष पतीवर केंद्रित केले. त्याच्याशी गोड बोलून, आसन देऊन त्याची खाण्यापिण्याची नीट व्यवस्था केली. ती फार मोठी पतिव्रता होती. पतीचे नेहमी हित पाहणारी, त्याची सेवा करणारी, त्याच्या आज्ञेबाहेर नसलेली अशी ती त्याची तन्मयतेने सेवा करीत त्याच्याशी जणू एकरूप झाली होती. थोड्या वेळाने तिला ब्राह्मणाची आठवण झाली व ती भिक्षा घेऊन आली. ब्राह्मणाने अत्यंत क्रोधित होऊन तिला फटकारले. "ब्राह्मण अतिथीपेक्षा तुला पती श्रेष्ठ वाटतो काय? तपोनिष्ठ ब्राह्मण देवतुल्य असतो, तो तुला दग्धही करू शकतो." असे गर्विष्ठपणे तो म्हणाला. त्या पतिव्रतेने धैर्याने त्याला म्हटले, "हे विप्रवर्या, मी ब्राह्मतेज व ब्राह्मणांचे दिव्य सामर्थ्य जाणते. एका ब्राह्मणश्रेष्ठानेच क्रोधवशात् समुद्राचे पाणी खारट केले. महान ब्राह्मणांचे क्रोध व त्यांचा प्रसादही माझ्या ऐकण्यात आहे. पण

मी जन्मभर पती हेच दैवत मानून अहोरात्र सेवा केली आहे. माझ्या हातून हा जो विलंब झाला त्याबद्दल मी क्षमा मागते. पतिव्रतेने इतर सर्व कर्तव्यांपेक्षा पतिशुश्रुतेला अग्रक्रम दिला पाहिजे. माझ्या या सेवेचे फल, हे विप्रवर्या, तू पहा, तू क्रोधातिशाने बलाका जाळून टाकली हे मी जाणते आहे.'' तिचे हे अंतर्ज्ञान पाहून ब्राह्मण चपापला. ''बलाकाहीत्वया दग्धा रोषात्तद्विदितं मम ।।'' (महा. ३.१९७.३०).

यानंतर त्या साध्वीने खरा ब्राह्मण कोणाला म्हणावे हे त्या विप्राला ऐकवले आहे. जो गुरूला संतुष्ट ठेवतो, दुसऱ्याने पीडा दिली तरी आपण त्याला पीडा देत नाही, धर्मतत्पर व अध्ययनशील असतो. त्यालाच देव 'ब्राह्मण' असे समजतात. क्रोध हा मनुष्याचा शत्रू आहे, जो क्रोध आणि मोह या दोहोंचा त्याग करतो त्यालाच देव ब्राह्मण समजतात. येथल्या वर्णनावरून, ब्राह्मण म्हणजे नुसते शास्त्राचे चार ग्रंथ जाणणारा असे नसून खऱ्या अर्थाने जितेंद्रिय, वेद जाणणारा, शूचिर्भूत, सत्यनिष्ठ, दयाळू, क्षमाशील यजन-याजनकर्ता, परोपकाराची कास धरणारा, काम-क्रोध स्वाधीन ठेवणारा व शील आणि नीतिसंपन्न असावयास पाहिजे. महाभारतात ब्राह्मणाला महत्त्व देऊन त्या वर्गाची स्तुती केली असली तरी ब्राह्मण म्हणवून घ्यायला वरीलप्रमाणे गुण व कर्तृत्व असले पाहिजे हेही व्यासांनी सांगितले आहे.

या संवादातून पतिव्रतेच्या कर्तव्यांचीही माहिती आपल्याला मिळते. ही पतिव्रता गृहिणी पतीस आपले दैवत मानून त्याच्याच विचाराने वागत असे. ती आपल्या मनावर व इंद्रियांवर ताबा ठेवून देवता, अतिथी, पोष्यवर्ग (नोकरचाकर), सासू व सासरे, अशा सर्वांची दक्षतेने शुश्रूषा करीत असे. आपल्या सुखापेक्षा पतीच्या सुखाची काळजी वाहत असे. ती सदाचाराने वागे व शुचिर्भूत राहून गृहकृत्ये कुशलतेने पार पाडीत असे. सर्व प्रकारे पतीवर प्रेम करून, जी गोष्ट पतीला हितकारक असेल तीच अनुकूलपणे करीत असे. पतीशी एकनिष्ठ राहून काया-वाचे-मनाने पतीची सेवा करण्यात ती सदोदित तत्पर असे. अशी ही कठीण कर्तव्ये पार पाडणारी स्त्री खरोखरच दुष्कर कर्म करीत असते आणि म्हणूनच तिला तपोबलाप्रमाणे सामर्थ्य प्राप्त होत असते. अंतिमतः स्त्रीला यामुळे श्रेष्ठ लोकांची प्राप्ती होते, त्यासाठी काही वेगळे करायला नको असेही या संदर्भात म्हटलेले आहे. पुढे त्या ब्राह्मण स्त्रीने त्या विप्राला, धर्माचे गहन तत्त्व नीट समजून घेण्यासाठी, मिथिलेत राहणाऱ्या एका धर्मव्याधाला जाऊन भेटावे असे सांगितले; त्याप्रमाणे तो विप्र या पतिव्रतेने प्रभावित झाल्याने त्या व्याधाकडे जातो व धर्म समजावून घेतो. व्याधाची ही कथा लेखांक २ मध्ये संक्षेपाने आली असली तरी तिच्या तपशिलात विस्तृत धर्म-विवेचन आहे; ते इथे पहात आहोत.

ब्राह्मण – व्याध संवाद

जनकराजाच्या त्या श्रेष्ठ मिथिलानगरीत पोहचल्यावर 'धर्मव्याध कोठे आहे?' असे विचारत ब्राह्मण रस्त्याने जाऊ लागला. व्याध प्रसिद्ध होता. त्याचे घर लगेच मिळाले. तो मृगाचे व महिषांचे मांस विकत असल्याचे त्याला दिसले. व्याधाने त्याला पाहिले व तो जवळ येऊन म्हणाला, 'आपल्याला त्या पतिव्रतेने माझ्याकडे पाठवले आहे व आपला उद्देश मला कळला आहे.' हे व्याधाचे वाक्य ऐकताच ब्राह्मण मनात म्हणाला 'हे दुसरे आश्चर्य होय!' (पहिले पतिव्रतेने बगळ्याविषयी जाणले होते व आता याने पतिव्रतेच्या संवादाविषयी जाणले होते.) ब्राह्मणाला व्याधाच्या पुण्याईची कल्पना आली. व्याधाच्या मांस विक्रयाच्या कर्माबद्दल मात्र ब्राह्मणाने 'अनुचित कर्म का करतोस?' असा प्रश्न त्याला केला. व्याधाने आपल्या व्यवसायाचे समर्थन करीत सांगितले. द्विजश्रेष्ठा, हे कर्म माझ्या कुळाला योग्य आहे, तसेच हे वाडावडीलांपासून चालत आले आहे. चातुर्वर्ण्याप्रमाणे विधात्याने लावून दिलेले हे कर्म मी करीत आहे.

कर्म शूद्रे कृषिर्वैश्ये संग्रामः क्षत्रिये स्मृतः ।
ब्रह्मचर्यं तपो मंत्राःसत्यं च ब्राह्मणेसदा ।। (महा. ३.१९८.२४)

सेवाकार्य हा शूद्रांचा, कृषी हा वैश्यांचा, संग्राम क्षत्रियांचा व ब्रह्मचर्य, तप, वेदाध्ययन आणि सत्यभाषण हा ब्राह्मणांचा धर्म सांगितला आहे. मला जे कर्म विहित आहे तेच मी करीत आहे. त्यामुळे ते धर्माविरुद्ध नाही. आपले आचरण सांगताना व्याध म्हणाला, मी असत्य भाषण करीत नाही, मत्सर करीत नाही, तसेच मी यथाशक्ती दान करतो. देवता, अतिथी व पोष्यवर्ग यांनी भक्षण करून राहिलेल्या अन्नावर उपजीविका करतो. कोणाची निंदा मी करीत नाही व वाचेवर संयम ठेवतो. विप्रा, जनक राजा न्यायाचे पालन करतो व धर्माविरुद्ध आचरण करणाऱ्यांना योग्य शासन देतो. दुराचरण करणारा जरी आपला पुत्र असला तरी हा राजा इतर अपराध्यांप्रमाणे शिक्षा देतो. राजा सर्व वर्णांचा संरक्षक आहे. सर्व वर्ण आपली कर्तव्ये व्यवस्थित पार पाडतात की नाही हे पाहतो. मी मांस विक्रय करतो खरा पण मी स्वतः प्राण्यांची हिंसा करीत नाही. दुसऱ्यांनी ज्यांचा वध केला आहे अशा प्राण्यांचे मांस मी विकून घर चालवितो. जे लोक माझी प्रशंसा करतात किंवा जे निंदा करतात त्या सर्वांना मी उत्कृष्ट प्रकारचे कर्म करून संतोष देत असतो. मुळात वैराग्य असल्याशिवाय आपण आपल्यात सद्गुण वृद्धिंगत करू शकत नाही. मनुष्याने असत्यभाषण टाळावे, कोणी प्रार्थना केल्यावाचून त्याचे प्रिय करावे. कुठल्याही कामनेमुळे अथवा गडबडीमुळे किंवा द्वेषभावनेमुळे धर्माचा त्याग माणसाने करता कामा नये.

न च कामान्न संरम्भान्न द्वेषाद्धर्ममुत्सृजेत् ।। (महा. ३.१९८.४०). व्याधाने पुढे

असेही म्हटले आहे की, माणसाने प्रिय गोष्ट घडली तरी फार आनंदित होऊ नये, तसेच खूप अप्रिय असे घडले तरी त्यापासून दुःखी होऊ नये. मन स्थिर, अविचल असे ठेवावे. हे त्याचे वचन वाचल्यावर मनात येते की, माणसाला आपल्या नैसर्गिक भावभावना पूर्णयता, त्या आवरून मन असं दृढ करता येईल का? या जगात पदोपदी अनिष्टाला वा अप्रियाला तोंड द्यावे लागते. अवमानाचे, दुःखाचे प्रसंग येतात. अशावेळी मनाला क्लेश होतील पण ते काही मर्यादितच राहायला हवेत. मन त्यातून बाहेर काढून घेऊन पुन्हा चित्तवृत्ती स्थिर करता आल्या पाहिजेत. सुख आणि दुःख अथवा हर्ष आणि खेद यांच्यावर मनाने मात करून, मनाने त्यांच्यावर काबू ठेवला पाहिजे.

यापुढे व्याधाने जे म्हटले आहे ते ही खरोखर खूप चिंतनीय आहे. त्याने सांगितले आहे की, दुसऱ्याने आपले वाईट केले म्हणून आपण उलट त्याचे वाईट करू नये, तर त्याच्याशी सौजन्यानेच वागावे.

न पापं प्रतिपापः स्यात् साधुरेव सदा भवेत् ।
आत्मनैव हतः पापो यःपापं कर्तुमिच्छति ॥ (महा. ३.१९८.४३)

कारण जो पाप करण्याची इच्छा करतो त्याचा आपोआप घात होतो. हा उपदेश पाळणे बरेच कठीण आहे. जगात आपण सर्वत्र पाहतो की लोक दुसऱ्याने वाईट केलेले मुळीच सहन करीत नाहीत. 'जशास तसे' हा जगाचा नियम आहे. ते त्या मनुष्याला धडा शिकविल्याशिवाय राहात नाहीत. क्षमा आणि सौजन्य यांचा धर्म ग्रंथातून कितीही गौरव केलेला असला तरी व्यवहारात, सध्या तरी याचे पालन कोणी करीत नाही. पण खोलवर विचार करता असे दिसते की चांगुलपणाने, सौजन्याने वागणे हेच उच्चदर्जाचे वागणे आहे. दुसरा आपला दुर्गुण दाखवतो म्हणून आपणही तसेच वागलो तर आपण त्याच्याच दर्जाचे ठरतो. पण आपल्यापाशी जो चांगला गुण आहे, चांगुलपणा आहे तो आपण त्याच्या चुकीच्या वागण्यामुळे का सोडावा? खऱ्या नीतिमान, सुज्ञ व धर्मज्ञ पुरुषाचे वागणे असे जगाविरहित असते, तो अपकारकर्त्याशीही नेहमीच्या सवयीप्रमाणे दयेने, प्रेमाने व चांगुलपणानेच वागतो. यानेच आपण धर्मदृष्ट्या स्वतःला उन्नत करून घेत असतो.

व्याधाने विप्रवर्याला सांगितले की, मनुष्याला आपल्या पापाचरणाची जाणीव होऊन तो पश्चात्तापदग्ध झाला की, त्याला दृष्टी येते व तो पुन्हा असे पाप होणार नाही असे ठरवून सन्मार्गाकडे वळतो. कल्याणप्रद कर्मे करून तो अंतर्बाह्य बदलून जातो व सत्कर्मांचीच कास धरतो. असा तो साधुपुरुष पुन्हा प्रमाद न करता नित्य शुभकृत्यांच्या आचरणानेच आपले कल्याण साधतो.

वरील विवेचनात चार वर्णांना काही विशिष्ट कर्मे लावून दिली होती व त्यानुसार

वागणे समाजासाठी सक्तीचे होते. ही व्यवस्था गुण व कर्मावर आधारलेली होती. जन्मावरून वर्ण ठरत नव्हता. शंकराचार्यांनी वर्णासंबंधी असा अभिप्राय दिला आहे की, चारही वर्णांच्या ठिकाणी सत्त्वादि गुणांची रचना खालीलप्रमाणे असते.

सत्त्वगुण प्रधान ब्राह्मण होत. सत्त्वगुण गौण व रजोगुण प्रधान – क्षत्रिय. तमोगुणगौण व रजोगुणप्रधान वैश्य व तमोगुणप्रधान शूद्र होत. (गीतेच्या गाभाऱ्यात पृ.१४०) सर्वसाधारण असेच विश्लेषण रामानुज व मध्व या आचार्यांनीही मांडले आहे. गीतेतही 'चातुर्वर्ण्यं मया सृष्टं गुणकर्मविभागशः' असे म्हटले आहे. कुठल्याही समाजाला या चार गटांची आवश्यकता असते व त्यांची विभागणी या गुणांच्या आधारे तसेच त्यांच्या कर्मकौशल्यांच्या आधारे केलेली असते. याच लेखात पतिव्रता गृहिणीने त्या विप्राला ब्राह्मणापाशी कोणती गुणवत्ता असावी याबद्दल सांगताना सर्व सात्त्विक गुणधर्मांचाच उल्लेख केला आहे.

विहित कर्म सोडू नये

व्याधाचे मांस विकण्याचे कर्म त्याला करावे लागत आहे, वडिलोपार्जित असा तो व्यवसाय आहे असे व्याध सांगतो. पूर्वजन्मीच्या पापामुळे त्याला हे सदोष असलेले कर्म करणे प्राप्त झाले आहे पण त्याचा परिहार करण्यासाठी तो सतत शुभ कर्म हातून घडावे याची काळजी वाहतो. शिवाय दान, सत्यभाषण, गुरूसेवा, ब्राह्मणपूजन आणि पवित्र आचरण यामध्ये तो आसक्त असतो.

स्वधर्म इति कृत्वा न त्यजामि द्विजोत्तम ।
पुराकृतमिति ज्ञात्वा जीवात्येतेन कर्मणा ।। (महा.३.१९९.१४)

स्वधर्माचा त्याग करू नये म्हणून मी हे कर्म सोडीत नाही. दुसरे असे की यज्ञासाठी केलेली पशूंची हिंसा ही धर्मसंमत आहे. बरे वनातील पशू इतर जिवांना मारून उपजीविका करतात, मासेही लहान माशांचे भक्षण करून जगतात. आकाशात, भूमीतील सूक्ष्म जीवजंतू त्यांची हत्या सतत होतच असते. आपण श्वास सोडताना कित्येक सूक्ष्मजंतू मरत असतात. कृषिकर्मातही भूमिगत जीव प्राणास मुकतात. तेव्हा अनवधानाने अशी हिंसा निसर्गात घडतच असते. पण हेतुपुरस्सर हिंसा मनुष्याने करू नये. माझ्या उद्योगात हिंसेचा अंतर्भाव आहे पण स्वकर्माचा त्याग करू नये, त्याग केल्यास अधर्म घडेल म्हणून मी हे करीत आहे.

धर्मव्याधाने आपल्या दैनंदिन जीवनात धर्माचे आचरण केलेले असल्याने तो धर्माचे खरे रहस्य, शास्त्र जाणणाऱ्या त्या विप्राला सांगू शकतो. शिष्टाचार कशाला म्हणतात याविषयी तो सांगतो की, यज्ञ, दान, तप, वेद आणि सत्य या पाच पवित्र गोष्टी शिष्टाचारात

नियमाने असतात. शिष्ट व्यक्तींचा किंवा महापुरुषांचा आचार म्हणजे 'शिष्टाचार' होय. पण शिष्टांची व्याख्या काय? त्यावर व्याध म्हणतो की, जे न्यायशील व सद्गुणसंपन्न असतात, परहित तत्पर व साधुवृत्तीचे असतात, सत्य प्रिय, निष्पाप, सन्मार्गाने चालणारे, दान देणारे, आपल्या संपत्तीत सर्वांचा विभाग आहे असे समजणारे, शास्त्रज्ञानाला द्रव्य मानणारे, अत्यंत दयाळू, तपोनिष्ठ, दीनांवर अनुग्रह करणारे व सर्व प्राण्यांवर दया करणारे असतात त्यांना 'शिष्ट' समजले जाते. (महा.३.१९८.८२-८३).

कुणाचाही द्रोह तसेच असुया न करणे, कामक्रोधांचा परित्याग, क्षमा, शांती, प्रियभाषण, संतोषीवृत्ती असणे असे आणखीही सद्गुण या महात्म्यांच्या संदर्भात सांगितलेले आहेत. या तपशिलाचा विचार करता असे दिसते की, हे महापुरुष संतकोटीतले आहेत. त्यांचे आचरण डोळ्यांसमोर ठेवून जीवनात मार्गक्रमण केल्यास मनुष्य पुनीत होतो व तो सतत सन्मार्गावरच राहतो. थोडक्यात असे म्हणता येईल की, त्या महात्म्यांचे आचरण म्हणजे धर्माचे मूर्त स्वरूप होय!

(क्रमशः)

◆◆

लेखांक : शहात्तरावा

जीव शाश्वत आहे

धर्मव्याधोपाख्यानामध्ये धर्मतत्त्वांची चर्चा खूप सखोल अशी आली आहे. धर्म हा वरवर पहाता जाणायला बराच सोपा वाटतो पण त्याचे सूक्ष्म स्वरूप जाणणे किंवा रहस्य जाणणे हे फार कठीण आहे. कौशिक नावाचा धर्मनिष्ठ, तपस्वी ब्राह्मण तपाचरण करूनही खरा धर्म जाणू शकत नाही. म्हणूनच त्या पतिव्रतेने त्याला धर्माचे अंतरंग जाणून घेण्यासाठी धर्मव्याधाकडे पाठविले. त्या विप्रवर्याने ब्राह्मणाच्या अंगी असणारे सद्गुण जोपासले नव्हते, क्रोध व मोह यांच्यावर विजय मिळविला नव्हता. सत्य व अहिंसा यांचे सम्यक् पालन केले नव्हते म्हणून त्याच्या तपाचा तितकासा उपयोग झाला नाही. तिने स्पष्टच म्हटले –

दुर्ज्ञेयः शाश्वतो धर्मः स तु सत्ये प्रतिष्ठितः ।
श्रुतिप्रमाणो धर्मः स्यादिति वृद्धानुशासनम् ।। (महा.३.१९७.३९)

शाश्वत धर्म हा दुर्ज्ञेय म्हणजे जाणण्यास फार कठीण आहे. तो सत्यावर अधिष्ठित आहे. तसे त्याला वेद हेच एकमेव प्रमाण आहेत. पुढे तिने म्हटले की, हे ब्राह्मणा, तू शुचिर्भूत आहेस, स्वाध्याय करणारा आहेस, श्रमाचे स्वरूपही तुला माहीत आहेच पण हे माननीय ब्राह्मणा, तुला खऱ्या अर्थाने धर्माचा मूळ गाभा कळला आहे असे मला वाटत नाही.

न तु तत्त्वेन भगवन्धर्मान्वेत्सीति मे मतिः ।। (महा.३.१९७.४०). याचा अर्थ असा की, नुसते कोरडे तप आचरून काही तपोबल किंवा सिद्धी साध्य केली पण आपल्या अंतरंगात काही बदल झाला नाही, षड्रिंपूवर विजय मिळविता आला नाही, सत्य-अहिंसेचे शुद्ध आचरण करता आले नाही तर आपल्याला धर्माचे मूलभूत स्वरूप कळलेलेच नाही असे मानले पाहिजे.

धर्मव्याधानेही ब्राह्मणाशी बोलताना धर्माच्या अगम्य अशा सूक्ष्म स्वरूपाविषयी उल्लेख केला आहे. तो म्हणतो की, धर्माच्या अपार शाखा आहेत व खरोखरच धर्माचे स्वरूप सूक्ष्म असल्याने त्याचा बोध घेणे कठीण होऊन बसते.

'सूक्ष्मगतिर्हि धर्मस्य बहुशाखा ह्यनन्तिका ।।' (महा.३.२००.०२)

आता असे समजा की, प्राण संकटात सापडले असता, खोटं बोलणं भाग पडले किंवा विवाहासारख्या महत्त्वाच्या प्रसंगी (सर्वांचे हित लक्षात घेऊन) असत्य भाषण करावे लागले तर त्याने अधर्म घडतो काय? धर्मव्याधाने असा प्रश्न उपस्थित करून स्पष्ट दिग्दर्शन केले आहे की, अशा असत्य भाषणाने अधर्म घडत नाही व बोलणाऱ्याला दोष लागत नाही. अशा भाषणाला सत्य भाषणानेच फळ मिळते. कारण सर्व प्राणिमात्रांना अत्यंत हितकारक जे असेल तेच 'सत्य' होय असा निश्चय आहे. मागील एका लेखात 'सत्य' या तत्त्वाच्या विवेचनात धर्माच्या या सूक्ष्म स्वरूपाबद्दल ऊहापोह केलेला आहे. धर्मव्याध ब्राह्मणास समजून सांगतो की, विपरीतपणाने वागल्यानेही परिणामतः धर्म घडतो, पहा हे धर्माचे सूक्ष्म स्वरूप!

कर्माचा सुख-दुःखाशी संबंध

आपण असं पाहतो की, माणूस संकटात सापडला किंवा त्याने शोकप्रद घटना अनुभवली की तो देवांनाच दोष देत असतो. त्याच्या अर्धवट ज्ञानामुळे त्याला हे कळत नाही आपल्या कर्मांमुळे आपल्याला हे भोगणे प्राप्त झाले आहे. मनुष्य शुभ अथवा अशुभ कर्मे करीत असतो त्याचे फल त्याला योग्य समयी अवश्य मिळते याबद्दल संशय नाही. ''पूर्वं हि विहितं कर्म देहिनं न विमुञ्चति ।'' (महा. ३.१९९.१६). पूर्वी हातून केलेले कर्म त्या माणसाला सोडत नाही, ते भोगण्याशिवाय त्याला गत्यंतर नाही. हा नियम विधात्यानेच लावून दिला आहे. धर्मव्याधाने या संदर्भात सांगताना म्हटले आहे की, हे जगात नेहमी पाहावयास मिळते की, दुष्ट हिंसाचारी माणसे सदोदित सुखाने नांदत असतात, तर एखादा मनुष्य काही उद्योग न करता अगदी संपत्तीत व सुखात लोळत असतो. काही मातांना कुलदूषक व अत्याचारी पुत्र होतात. तर काही मातांना कुटुंबाला सुख देणारे, ऐश्वर्यसंपन्न व सदाचारी पुत्र होतात. काही धनसंपन्न लोक उत्कृष्ट भोजनाची सोय असूनही व्याधिग्रस्तेतेमुळे नीट भोजन करू शकत नाही. तर काहीजण शरीराने अत्यंत सुदृढ असूनही दारिद्र्यदशेमुळे अतिकष्ट करूनही त्यांना अर्धपोटी राहावे लागते. ही जी अनाकलनीय विषमता पदोपदी अनुभवास येते याला कारण स्वकर्म हेच होय. आपल्याला होणाऱ्या शारीरिक व्याधी व मानसिक विकार हेही कर्मजन्यच असतात. असा हा कर्मरूपी प्रवाह शोकमोहांनी व्याप्त होऊन गेलेल्या लोकांना एकदा आपल्यामध्ये ओढून घेतो व पुढे एकसारखा वाहून नेत असतो. खरोखरचं सारं जग हे कर्माच्याच अधीन आहे. पण जर माणसाला हे कर्मबंधन नसते व तो पूर्ण स्वतंत्र असता व आपल्या इच्छेनुसार स्वबलाने जगला असता तर कोणालाच दुःख पाहावे लागले नसते, कोणीही

मरण पावले नसते किंवा कोणालाही व्याधींचे कष्ट झाले नसते. पण जीवास कर्म हे पाचवीला पूजलेले आहे व त्याच्यानुसार तो शरीर धारण करून कर्मफले भोगीत राहातो; ज्या कर्माचे फळ इहलोकी मिळालेले नाही ते मरणोत्तर अन्यत्र मिळते.

जीव शाश्वत आहे

ब्राह्मणाने धर्मव्याधाला देह धारण करून सुख-दुःख भोगणाऱ्या जीवाविषयी प्रश्न विचारला. जीव शाश्वत आहे की अशाश्वत? शाश्वत जर असेल तर ते कशावरून समजायचे? व्याधाने सांगितले की, बाबा रे या संदर्भात श्रुती प्रमाण आहे की जीव हा शाश्वत आहे, तो सनातन आहे, त्याला मृत्यू येत नाही. फक्त शरीर मरण पावते, जीव पुनः जन्म घेतो. जीव नवीन शरीर धारण करतो व तो जेव्हा पूर्वीचे शरीर टाकून देतो, त्यालाच आपण 'मरण' असे म्हणतो. जीव हा चेतन आहे, तो आपल्या स्वतःच्या कर्माची फळे भोगण्यासाठी विविध प्रकारची शरीरे धारण करून विविध योनीतून फिरत असतो. आपल्या कर्माचे फळ दुसरा कसे बरे भोगेल? जीव कसा आहे? तर तो 'कर्मबन्धनिबंधन' आहे म्हणजे कर्मपाशाने जखडलेला आहे म्हणून तो त्या त्या जन्मात संक्रमित होत असतो. कर्माचा नाश हा भोगल्यावाचून होत नाही. मग आपण केलेल्या कर्माचा किंवा कर्मफलाचा भोग भोगून संपवावाच लागणार. तेव्हाच तो कर्मपाशातून मुक्त होऊ शकेल व एकदा का कर्मपाश नष्ट झाला की, देह धारण करण्याची त्याला आवश्यकता राहात नाही.

धर्मव्याध सांगतो की, मनुष्य ह्या कर्मबंधाच्या चक्रात सापडून विविध प्रकारची दुःखे भोगतो, नरकात जातो व विविध प्रकारच्या यातना भोगतो. पण त्याला दिलेल्या बुद्धीमुळे जागृत होऊन तो सन्मार्गावर चालत राहिला, सत्कर्मांची व सदाचार, परोपकाराची कास धरून विशुद्ध होत गेला तर तो हळू हळू मुक्त होत जातो व पुढे त्याला सद्‌गती प्राप्त होते.

शुभैः प्रयोगैर्दैवत्वं व्यामिश्रैर्मानुषो भवेत् ।
मोहनीयैर्वियोनीषु त्वधोगामी च किल्बिषैः ।। (महा.३.२००.३२)

शुभ कर्मांचे आचरण सातत्याने व शुद्ध अंतःकरणाने केल्यास मनुष्य देवयोनीस जातो. मिश्र प्रकारची कर्मे केल्यास तो अन्य जन्मी मनुष्य होतो, तामस कर्मे केली तर त्याला तिर्यग्योनीची प्राप्ती होते आणि केवळ पापाचरण केल्यास तो अधोगतीस जातो.

पापकर्माचे हे महाभयंकर दुष्परिणाम लक्षात घेता मनुष्याने पापी विचार, अनैतिक भावना याकडे अगदी ठरवून पाठ फिरविली पाहिजे. रूप, रस, गन्धादी विषय जगात मनाला आकर्षित करतात व माणूस त्यात ओढला जातो. लालसेने त्यांचे सेवन करताना राग आणि द्वेष निर्माण होतात. यातूनच पुढे लोभ आणि मोह उत्पन्न होतात व ते विवेकाला

क्षीण करून टाकतात. माणूस मोहात गुरफटून जाऊन त्याची अधर्माकडे प्रवृत्ती होऊ लागते. तो धर्माचे ढोंग माजवू लागतो व दांभिकपणे धर्माचरण करू लागतो. कुटिल मार्गाने द्रव्य-संपादन करणे, खोटे बोलून स्वार्थ साधणे या गोष्टी त्याला आवडू लागतात व विविध प्रकारच्या पापाचरणातच तो रममाण होतो. त्याचे सर्व सद्गुण, सद्विचार नष्ट होतात व असेच भरकटलेले, अविचारी जीवन जगत तो आपला स्वतःचा नाश करून घेतो. धर्मव्याधाने, माणसाची अधर्माकडे प्रवृत्ती कशी होऊ लागते व तो अधर्म प्रवृत्तीच्या चिखलात कसा रूतत जातो याचे छान दिग्दर्शन या चर्चेत केले आहे. अशी अपमार्गाकडे प्रवृत्ती बलवत्तर होऊन आपला व आपल्या बरोबर आपल्या कुटुंबियांचा नाश टाळायचा असेल तर माणसाने वेळीच पावले उचलली पाहिजेत व मनाचा निर्धार करून, सद्विचार मनात वागवून सत्कर्म व सदाचारांचीच कास धरली पाहिजे. या देहाचा आणि आयुष्याचा सदुपयोग करावयाचा असेल तर, धर्मव्याध आग्रहाने सांगतो की, सतत पुण्यकर्म करीत राहिले पाहिजे व ज्याने पाप लागते अशी कुठलीही कृती करता कामा नये.

तस्मात्पुण्यं यतेत्कर्तुं वर्जयेत् च पातकम् ।। (महा.३.२००.३९)

स्वर्ग व नरक यांचे मार्ग

ब्राह्मणाने विचारलेल्या प्रश्नाच्या अनुरोधाने धर्मव्याध त्याला पंचमहाभूते यांचे गुण, त्यांचेपासून सृष्टीनिर्मिती, त्यांचा अनुक्रमे होणारा लय अशा अनेक विषयांचा बोध देत आहे. पृथ्वी, आप, तेज, वायू, आकाश यांचे क्रमाने चार, तीन, दोन व एक असे गुण आहेत. शब्द, स्पर्श, रूप, रस व गंध हे पाचही गुण पृथ्वीचे आहेत. शब्द, स्पर्श, रूप, रस हे जलाचे तसेच शब्द, स्पर्श आणि रूप हे तेजाचे व शब्द व स्पर्श हे वायूचे गुण असून आकाशाचा शब्द हा एकच गुण आहे. हे पंधरा गुण सर्व प्राणिमात्रांमध्ये वास करीत असतात. पंचमहाभूते विषमत्व पावतात म्हणजे त्यांचे प्रमाण कमी-अधिक होते तेव्हा कालाच्या अनुरोधाने प्राणी दुसऱ्या शरीरात प्रविष्ट होतो. अशारीतीने एक शरीर सुटून दुसरे शरीर जीवात्म्यास प्राप्त होते. जीवात्म्याच्या ह्या प्रवासात इंद्रियनिग्रहास मनःसंयमाला फार महत्त्व आहे. तसेच ह्या जीवनाचं सार्थक होणं म्हणजे जीवात्मा ह्या सर्वांतून मुक्त होणे. मुक्त झाल्यावर ब्रह्मस्वरूपी होतो, तो स्वयंभू अविनाशी आद्यंतशून्य होतो. हे सर्व घडून येण्यास 'तप' हेच कारण आहे. इंद्रियांचे संयमन केले (संयम व मनाचे दमन) तरच तप घडते. संपूर्ण समाधीविधी म्हणजे सर्व इंद्रियांचा पूर्णपणे निग्रह करणेच होय. स्वर्ग आणि नरक हे दोन पदार्थ म्हणजे काय? ते केवळ इंद्रियेच होत. ज्याला संपूर्ण इंद्रियसंयमन करता आले त्याला स्वर्गाचे दार दिसते व ज्याने इंद्रियांची गुलामी पत्करली, त्यांना मोकळं सोडले की, ही इंद्रिये नरकप्रद होतात.

इंद्रियाण्येव तत्सर्वं यत्स्वर्गनरकावुभे ।
निगृहीतविसृष्टानि स्वर्गाय नरकाय च ।। (महा.३.२०२.१७)

स्वर्ग हे जरी सुखाचे निदान असले तरी ते माणसाचे अंतिम ध्येय असू शकत नाही. अंतिम ध्येय 'ईश्वरीसाक्षात्कार' किंवा 'मोक्ष' हेच होय. जीव हा नेहमी कर्मबंधनाने लिप्त असल्याने त्या विशुद्ध परब्रह्माचे आपण अंश आहोत, आपले मूळ स्वरूप वेगळे आहे याची त्याला जाणीव नसते. आपण पाहिलेच की, जीव शाश्वत आहे, सचेतन आहे व परमात्म्याचा अंश रूप आहे. तो परमात्म्याहून भिन्न आहे व अभिन्नही आहे. भिन्न या दृष्टीने की त्याची ज्ञानशक्ती अल्प आहे. तो परमेश्वराप्रमाणे सर्वज्ञ नाही. तो भुवने निर्माण करून त्यांचे पालन करीत नाही. तो विश्वाचा आत्मा नाही. हीच गोष्ट या विवेचनात धर्मव्याधाने स्पष्ट केली आहे. परमात्मा सर्वश्रेष्ठ असल्याने जीवाने त्याचे ज्ञान करून, त्या परमात्म्याशी भक्तीने एकरूप होऊन आत्मसाक्षात्कार प्राप्त करून घेतला पाहिजे; आपल्या मूळ शुद्ध स्वरूपाप्रत गेले पाहिजे.

संचेतने जीवगुणं वदन्ति स चेष्टते चेष्टयते च सर्वम् ।
ततः परं क्षेत्रविदो वदन्ति प्राकल्पयद्यो भुवनानि सप्त ।।
(महा.३.२०३.३३)

ज्याने ही सुप्त भुवने निर्माण केली तो क्षेत्रज्ञ परमात्मा जीवात्म्यापेक्षा श्रेष्ठ आहे. त्याचा सर्व भूतमात्रात वास आहे. जीव हा त्या आत्म्याचेच गौण स्वरूप आहे. मोठे तपस्वी योगात निष्णात असलेले संत महात्मे त्या सर्वश्रेष्ठ परमात्म्याला आपल्या सूक्ष्म बुद्धीच्या योगाने जाणून घेतात.

पूर्वरात्री, उत्तररात्री म्हणजेच सातत्याने मन त्याचे ठिकाणी तल्लीन करून परमेश्वराचे चिंतन करावे म्हणजे मनोदीपाच्या साहाय्याने त्याचे दर्शन होते. हे दर्शन झाले की, जीवात्मा तात्काळ मुक्त होतो. धर्मव्याधाने मोक्षधर्माचे हे जे मार्मिक विवेचन केले ते मनःपूर्वक ऐकल्यावर तो कौशिक ब्राह्मण अगदी तृप्त झाला.

(क्रमशः)

लेखांक : सत्त्याहत्तरावा

इंद्रिय-निग्रह व मन:संयम

धर्मव्याध आणि ब्राह्मण यांच्या संवादावरून ही गोष्ट स्पष्ट होते की, मनुष्यजन्म सार्थकी लावायचा असेल तर 'धर्म' नीट समजून घेतला पाहिजे व तोच एकमेव आत्मकल्याणाचा मार्ग आहे. अधर्मप्रवृत्ती माणसाच्या मनावर सतत मोहिनी टाकीत असते. तिचा प्रतिकार करीत धर्मपथावर कसे राहता येईल याचा विचारसुद्धा पुरुषाने केला पाहिजे. व्याधाने ब्राह्मणाला सांगितले की, जीवन जगत असताना, व्यावहारिक कामे करीत असताना धर्माचरणी दृष्टी ढळू देऊ नये. संस्कार - संपन्न, इंद्रिय - निग्रह केलेला, नियमनिष्ठ, मनोनिग्रहसंपन्न आणि ज्ञानवान अशा मनुष्याला इहलोकी आणि परलोकीही सुखाची प्राप्ती होते. पारलौकिक सुखाचा आणि हिताचा विचार करूनच दैनंदिन कर्तव्यकर्मे आचरली पाहिजेत. बऱ्याच वेळा लोभ-मोहादिकांनी मन विचलित झाल्याने धर्ममार्ग नीट कळत नाही, त्यातून चुकीची कर्मे हातून घडण्याची शक्यता असते; म्हणून सतत विवेक जागृत ठेवून दक्षतेने वाटचाल केली पाहिजे. व्याध म्हणतो, "हे द्विजा सदाचाराने वागता यावे म्हणून सज्जनांनी, संतांनी सांगितलेल्या नीतीनियमानुसार वागावे, श्रेष्ठ व शीलवान (म्हणजेच शिष्ट पुरुष) यांच्याप्रमाणे आचरण करावे व लोकांना क्लेश न देता उपजीविकेचे साधन मिळविण्याची इच्छा करावी." याचा स्पष्ट अर्थ असा आहे की, सद्‌विचार, सद्‌भावना व सच्छीलता अंगी बाणून वैध मार्गाने धनार्जन करायचे. अवैध मार्गाने धनार्जन करण्यात इतरांना क्लेश आपोआपच आपण देत असतो. परपीडा टाळून, न्याय्य मार्गाने अर्थप्राप्ती करून ते धन सुयोग्य कारणासाठी वापरून जीवनयात्रा चालविली पाहिजे. धनच काय पण जीवनात इतर सुखादीसाधनांची प्राप्तीही वैध व न्याय्य मार्गाने करून घेतली पाहिजे. अवैध धन वापरून नुसती चांगली कृत्ये करणे, तीर्थयात्रा करणे किंवा मंदिरे उभारणे यांनी खऱ्या अर्थाने पुण्यप्राप्ती होणार नाही. पुण्यप्राप्तीसाठी व ईश्वराजवळ जाण्यासाठी विचार, वाणी, काया तसेच साधने व साध्य या सर्वांचीच शुद्धता असली पाहिजे. ती शुद्धता असलेला सज्जन कसा असतो याचे वर्णन खालील श्लोकात आहे-

प्राज्ञो धर्मेण रमते धर्मं चैवोपजीवति ।
तस्य धर्मादवाप्तेषु धनेषु द्विजरुत्तम ।
तस्यैव सिच्यते मूलं गुणान्पश्यति यत्र वै ।। (महा. ३-२००-४४)

असा सज्जन धर्मातच रमलेला असतो, धर्मावरच तो आपली उपजीविका करीत असतो आणि धर्माने मिळविलेल्या द्रव्याने धर्म - वृक्षाचेच सिंचन करतो. असा धर्मात्मा संतुष्ट रीतीने जगतो व अधिकाधिक सत्शील व शुद्ध होत वरच्या लोकांप्रत जातो. पण असा पुरुष त्या श्रेष्ठ धर्मफलाने तृप्त होत नाही, त्याला ईश्वर साक्षात्काराची, मोक्षाची आस लागते कारण तेच त्याचे अंतिम साध्य असते. त्याच्या या मोक्षाच्या प्रयत्नांमुळेच त्याला स्वर्गसुखाची गोडी वाटत नाही, त्याचे मन वैराग्यसंपन्न होते आणि त्याला जणूकाही वेगळी ज्ञानदृष्टी प्राप्त होते. अशा विरक्त अवस्थेत, ईश्वरचरणी लीन झालेला तो साधक धर्माचरणाची कास सोडीत नाही आणि शेवटी त्याला परमपदाची मोक्षाची प्राप्ती होते.

माणसाचे मन चंचल असल्याने ते पापी विचारांकडे कसे ओढले जाते व पापाचरणी आवड उत्पन्न होऊन माणसाचा कसा नाश होतो, याचे दिग्दर्शन धर्मव्याधाने केल्यानंतर यापासून दूर कसे राहावे हेही सांगितले आहे. असे उद्‌बोधक विचार ऐकल्यावर ब्राह्मण व्याधाला म्हणतो की, असा उपदेश सांगणारा क्वचितच पाहायला मिळतो. तू खरोखर ज्ञानी व प्रभावसंपन्न आहेस. तुझे प्रगाध ज्ञान पाहून तू कोणीतरी मोठा ऋषीच आहे असे मला वाटते.

तीन गुणांचे विशेष

प्रकृती त्रिगुणात्मिका - असल्याने सर्व सृष्टी आणि सजीव प्राणी तीनही गुणांनी युक्त असतात. पण प्रत्येकात त्यांचे प्रमाण सारखेच नसते. ज्याला सत्त्वगुणाचा मोठ्या प्रमाणात लाभ झाला आहे तो भाग्यवान म्हटला पाहिजे. कारण सत्त्वगुणाच्या वाढीमुळेच तो उन्नत होत जातो. तमोगुण मोहात्मक असतो. रजोगुण प्रवृत्तीस कारणीभूत होणारा तर सत्त्वगुण ज्ञानास कारणीभूत होणारा आहे म्हणून त्यांच्यात सत्त्वगुण श्रेष्ठ आहे. त्या तीन गुणांनी युक्त असलेल्या माणसांचे वेगवेगळे स्वभावधर्मही दिले आहेत. सात्त्विक पुरुषाचे गुणधर्म जाणून घेणे योग्य ठरेल. जो मनुष्य विपुल ज्ञानसंपन्न, धैर्ययुक्त, आशाशून्य, मत्सर न करणारा, कोपिष्ट नसणारा, बुद्धिमान व सहिष्णु असेल तो सात्त्विक होय. सात्त्विक मनुष्य विषयांपासून हळूहळू दूर जाऊ लागतो. त्याच्या ठिकाणी पुढे वैराग्याची लक्षणे दिसू लागतात. त्याचे मन शुद्ध होत होत सतत ज्ञेय म्हणजे ईश्वराकडे लागत जाते. त्याचा अहंकार कमी होत जाऊन दुर्गुणांचा त्याच्या ठिकाणी लवलेशही राहात नाही. जय - पराजय, यशापयश, सुख-दुःख, आशा-निराशा, मानापमान या द्वंद्वाचा त्याच्या मनात

पूर्ण उपशम झालेला असतो. हे सांगत असताना व्यासांनी पुढे असे म्हटले आहे की, असा सात्त्विक मनुष्य शुद्र जातीमध्ये जरी उत्पन्न झालेला असला तरी त्याला वैश्यत्वाची अथवा क्षत्रियत्वाची प्राप्ती होते.

शूद्रयोनौ हि जातस्य स्वगुणानुपतिष्ठतः ।
वैश्यत्वं भवती ब्रह्मन् क्षत्रियत्वं तथैव च ।। (महा.३-२०३-११)

असा शूद्र पुरूष आपल्या उच्च सात्त्विक आचरणामुळे त्याच जन्मी वरच्या वर्णाचा मानला जातो की, त्याला पुढील जन्मी क्षत्रियासारखा वरचा वर्ण मिळतो, हा प्रश्न या श्लोकाच्या संदर्भात उपस्थित होतो. कै.प्रा.न.र.फाटक यांनी आपल्या महाभारताच्या मराठी अनुवादात (महाभारताचे सुरस भाषांतर खंड दुसरा - पृ.३९०) असे म्हटले आहे की, त्याच जन्मात वरच्या वर्णात जातो असे मानता येत नाही, तर तो पुढील जन्मी त्यात जातो. हे त्यांच्या मते मनुस्मृतीच्या मताशी मिळतेजुळते आहे. मूळ श्लोकात जन्मांतरवाचक शब्द नाही पण तो येथे अभिप्रेत धरावा लागतो असे त्यांचे मत आहे. चातुर्वर्ण्याच्या संदर्भात त्याचे स्वरूप कसे होते हे जाणण्याच्या दृष्टीने या श्लोकाला महत्त्व आहे. जरी त्या श्रेष्ठ शूद्राला वरचा वर्ण मिळाला नाही तरी तो अनन्यभक्तीच्या जोरावर याच जन्मात मोक्षप्राप्तीच्या अंतिम पायरीपर्यंत जाऊ शकतो हे भगवद्गीतेतील वचनांच्या आधारे म्हणता येते.

अंतःकरणाची शुद्धी याला साधनेत फार महत्त्व आहे. अंतःकरण शुद्ध व्हायला खूप प्रयास पडतात. ज्याचे मन सद्भावनेने भरलेले असते, जो शुभच चिंतन करतो, त्याचे मन शुद्ध असते. ज्याप्रमाणे तृप्त झालेला पुरुष सुखाची निद्रा घेतो किंवा ज्याप्रमाणे निर्वात प्रदेशात एखादा दिवा शांतपणे जळत असतो त्याप्रमाणे कोणत्याही प्रकारची क्षुब्धता न होणे हे अंतःकरण शुद्धीचे लक्षण येथे सांगितले आहे. अंतःकरण सदोदित निर्मळ, शुद्ध राहिले की, आपोआपच निर्मळ पाण्यात जसे पदार्थाचे प्रतिबिंब स्पष्ट पडते, तसे ईश्वराचे स्वरूप त्यात मनोदीपाच्या उजेडात दिसू लागते. परमात्म्याच्या दर्शनासाठीच सगळा पारमार्थिक खटाटोप चाललेला असतो, त्यासंबंधी वरीलप्रमाणे विवेचन पाहायला मिळते. मनोदीपानेच ईश्वर दर्शन, तेही आपल्याच हृदयाला होऊ शकते! धर्मव्याध पुढे उपदेश करतो की, मनुष्याने सदोदित क्रोधापासून तपाला जपावे, मत्सरापासून धर्माला जपावे, मानापमानापासून विद्येला जपावे आणि प्रमादापासून स्वतःला जपले पाहिजे.

ब्राह्मण हे सर्व विवेचन तल्लीन होऊन ऐकत असतो. व्याध सांगतो की, सत्यनिष्ठता हेच उत्कृष्ट प्रकारचे व्रत आहे. सत्य बोलणे हेच श्रेयस्कर असून सत्य हेच ज्ञानाचे व हिताचे साधन आहे. प्राण्यास जे अत्यंत हितकर असेल तेच सत्य होय असे निश्चयपूर्वक मानलेले आहे. वास्तव आणि सत्य यात आपण फरक केला पाहिजे. सगळे वास्तव सत्य

असेलच असे नाही. वर नियम दिला आहे. समाजाच्या हिताचा, कल्याणाचा निकष लावून पाहा–की ते उच्चारलेले वाक्य 'खरे' या सदरात मोडत असले तरी ते अंतिमतः (परिणामाच्या दृष्टीने) कल्याणप्रद आहे का? नसेल तर त्याला 'सत्य' म्हणता येणार नाही.

अहिंसेचे पालन करून परपीडा टाळली पाहिजे. निर्वैर होऊन वागावे, सर्वांशी प्रेमाने, आत्मीयतेने वागावे.

आकिंचन्यं सुसंतोषो निराशित्वमचापलम् ।
एतदेव परं ज्ञानं सदात्मज्ञानमुत्तमम् ॥ (महा.३–२०३–४६)

साधकाने कसे राहावे याचे सारतत्त्व जणू येथे विशद केले आहे. 'आकिंचन्य' म्हणजे निष्कांचनपणा – भक्ताने इतके निःस्पृह व अपरिग्रह वृत्तीने राहावे की, तो निष्कांचन असावा, अत्यंत संतुष्टता त्याच्या ठिकाणी असावी. दुसऱ्या व्यक्तीकडे पाहताच त्याच्या साधनसंपत्तीकडे पाहून आपण असंतुष्ट होतो. आपल्याला जे जन्मजात लाभले आहे त्याबद्दल समाधानी असावे. मनाच्या ठिकाणी हाव नको, निरिच्छता असावी. चंचलवृत्तीचा अभाव असला पाहिजे. चंचलवृत्तीमुळे कुठलेच विचार स्थिर राहात नाहीत. त्यामुळे कुठलेच कार्य होत नाही. या सर्व गोष्टी आत्मज्ञानासाठी उत्कृष्ट साधने होत. हेच परम स्वरूपाचे ज्ञान आहे. कोणत्याही वस्तूचा परिग्रह करण्याचे सोडून देऊन, ऐहिक सुखाविषयी विरक्त बनून, मनाचा पूर्ण निग्रह केला पाहिजे. कुठल्याही ठिकाणी मनाने आसक्त न होता, परब्रह्मामध्ये लीन होऊन राहणे हाच आत्मज्ञान प्राप्त करण्याचा मार्ग आहे.

वर आत्मज्ञानासाठी जी साधने आहेत त्यांचा उल्लेख केला आहे. निरिच्छवृत्ती, अपरिग्रह, संतोष, इच्छा, तृष्णा तसेच आसक्तीचा त्याग, मनोनिग्रह इत्यादी. या सगळ्या गोष्टी आचरणात आणायच्या आहेत, अंगी बाणवायच्या आहेत. त्यांचा ध्यास घेऊन दैनंदिन जीवनात तो संयम, ते वैराग्य, ती ईश्वरविषयक तळमळ कृतीत उतरवायची आहे. म्हणजेच केवळ प्रगाढ वाचनाने व शास्त्रग्रंथाच्या पठणाने ते साध्य होणार नाही.

रामकृष्ण परमहंसांनी म्हटले आहे की, केवळ विद्या संपादन करण्याने फारसा उपयोग होणार नाही. आपण आध्यात्मिक प्रवचन देऊ शकाल, धर्मग्रंथातील श्लोक मुखोद्गत कराल पण त्याने ईश्वराचे खरे ज्ञान होणार नाही. ज्ञान आणि वैराग्य यावर अचूक, विद्वत्तापूर्ण प्रवचन देणे फार सोपे आहे पण खऱ्याखुऱ्या ज्ञानाने, भक्तियुक्त अंतःकरणाने व कडकडीत वैराग्याने परिपूर्ण असलेले जीवन व्यतीत करणे फार कठीण आहे. (बोधकथा पृ. ३५). ते पुढे म्हणतात की, नुसती शास्त्रे वाचून ब्रह्मोपदेश करणारा माणूस म्हणजे नकाशावरील 'काशी' शहर दाखविणारे टिंब दाखवून 'मी काशी बघितली आहे' असे म्हणणाऱ्या माणसासारखा होय.

इंद्रिय-निग्रहावर भर

त्या व्याधाच्या आध्यात्मिक उपदेशात पाच ज्ञानेंद्रिये व मन यांच्या संयमावर खूप भर दिला आहे. अंतिम साध्य गाठण्याकरिता, दुर्गुणांचा त्याग, अनासक्त मनाने कर्म करणे, वैराग्य जोपासणे, इंद्रियांना ताब्यात ठेवणे, ईश्वराचे चिंतन करणे व मनाला क्रोध, लोभ, द्वेषादिकांपासून अलिप्त ठेवणे, या साधनांचा या उपदेशात अगदी बारकाईने विचार केला आहे. मन, इंद्रिये, आत्मा यांच्या संदर्भात, उपनिषदातलाच रथाचा दृष्टांत देऊन म्हटले आहे की, शरीर हा रथ, आत्मा हा सारथी आहे. या रथाला इंद्रियरूपी अश्व आहेत. ते विषयांकडे धाव घेऊन मनालाही आकृष्ट करीत असतात, अशा वेळी कुशल सारथी त्या अश्वांचे लगाम मोठ्या कौशल्याने खेचून धरून जो रथाला मार्गस्थ करतो तो खरा सारथी! हे सारथ्य करताना कशाचा उपयोग होत असेल तर तो धैर्याचा. या संयमात आणि मनोनिग्रहात शैथिल्य आल्यामुळेच साधनेत व्यत्यय येतो व बुद्धी वारा पाण्यात नाव जशी भरकटत नेतो तशी अस्थिर बनून जाते. मन व पाच इंद्रिये यांचे नियमन ज्या सामर्थ्यशाली पुरुषाला साधले त्याला पापाचा स्पर्श होऊ शकत नाही. (महा.३-२०२ अध्याय). ज्या हानिकारक प्रवृत्ती आहेत, ज्या अनीतीपूर्ण इच्छा आहेत व ज्या वासनांनी माणूस अधोगतीकडे जाणार आहे अशा गोष्टींकडेच हे अश्व धावत असतात. म्हणून त्यांना आवरायला प्रबळ सारथी लागतो. धैर्याबरोबर परमात्म्याच्या भक्तीची जोड जर या प्रयत्नांना दिली तर इंद्रिये ताब्यात राहू शकतील. वाईट प्रवृत्तींचे दमन केले की, मन सत्प्रवृत्तींनी भरून जाते व शुभ चिंतनामुळे मन हळूहळू शुद्ध होत जाते.

आजच्या जगात हे मनाचे दमन कसे बरे होऊ शकेल? जिकडे तिकडे दुष्प्रवृत्तीच बोकाळल्या आहेत. सगळ्याच बाजूंनी मनाला लोभावणाऱ्या व त्याला गैरमार्गाकडे नेणाऱ्या गोष्टी दिवसेंदिवस वाढत आहेत. असे असले तरी, सुज्ञ पुरुष आपला निर्धार करून त्या गोष्टींकडे पाठ फिरवू शकतो. रामकृष्ण परमहंसांनी या बाबतीत मार्ग दाखवला आहे. ते म्हणतात - ‘‘आपण जनावरांना माणसाळवितो, हत्तीला नियंत्रणाखाली आणतो त्याचप्रमाणे आपले मनही आपण ताब्यात ठेवू शकतो. तुमच्या मनाला उगाच मोकाट भटकू देऊ नका. दाट जंगलातील झाडांप्रमाणेच मनातील निरर्थक विचार होत. ते जर मनात घोळू दिले तर मन एखाद्या वन्य हत्तीप्रमाणे बनेल नि मग त्याला आटोक्यात ठेवणे अशक्य होईल. बुद्धीचा अंकुश वापरून आपण ते आपल्या नियंत्रणाखाली ठेवू असतो.’’ (बोधकथा पृ. १२३).

(क्रमशः)

लेखांक : अठ्ठ्याहत्तरावा

नामस्मरणाचे महत्त्व

धर्मव्याधाच्या उपदेशात धर्मतत्त्वांचे सखोल विवेचन तर आहेच पण इंद्रियनिग्रह, शुचिता, सत्यनिष्ठा, दुर्गुणत्याग, अनासक्ती, इत्यादी अंगोपांगाचा ऊहापोह आलेला आहे. अर्थ आणि काम हे पुरुषार्थ ऐहिक उन्नतीकरिता उपयोगी आहेत व ते ही जीवन यात्रा चालविण्यासाठी आवश्यक आहेत. पण धर्म मात्र असा एकमेव मित्र आहे की, जो जीवन कृतार्थ करण्याचा मार्ग दाखवतो व तोच केवळ आपल्याला मृत्यू नंतरही साथ देत असतो; म्हणून धर्माची सोबत कधीही सोडता कामा नये. तोच आपली नौका ह्या भवरूपी सागरातून पैलतिरी नेईल!

याज्ञवल्क्य स्मृतीमध्ये धर्माची अत्यंत मार्मिक अशी व्याख्या आलेली आहे.

अहिंसा सत्यमस्तेयं शौचमिन्द्रियनिग्रहः।
दानं दमो दया शान्तिः सर्वेषां धर्मसाधनम् ।।

(याज्ञवल्क्य स्मृती आचाराध्याय १२२)

मनूने जो दशविध धर्म सांगितला तीच धर्म तत्त्वे येथे संग्रहित केली आहेत. अहिंसा, सत्य ही फार मोठी प्रमुख तत्त्वे आहेत. शुचिता, मनःसंयम, दयाशीलता, अस्तेय, क्षमाशीलता, इंद्रियनिग्रह ही सर्व मानवजातिकरिता धर्माची साधने आहेत. योगशास्त्रातदेखील यम व नियम यांच्या रूपाने हीच तत्त्वे पाळायला सांगितली आहेत. ह्या धर्मतत्त्वांमुळेच समाजाची धारणा होते. समाज टिकून राहातो व संपूर्ण समाजाला सुखाने जगता येते. रामकृष्ण परमहंसांनी असत्य, अप्रामाणिकपणा व अनैतिकता यांची निंदा करून धर्म हाच व्यक्तीला व समाजाला अत्यंत उपकारक आहे असे म्हटले आहे. ''केवळ एक धर्मच काय तो कल्याणकारक आहे. धर्म म्हणजेच सौख्य, चातुर्य आणि समृद्धी. धर्माला ग्लानी आल्यास देशाची उन्नती होऊ शकत नाही. प्रत्येक जण हीन–दीन अवस्थेला जाईल; कपट आणि असत्य हे समाजासाठी विनाशकारी आहेत आणि समाज जर उद्ध्वस्त झाला तर आपल्या साऱ्यांचाच नाश ओढवेल.'' (बोधकथा पृ. ११८).

धर्मसंचयाचा मार्ग

धर्माचरण करून व चांगले वर्तन ठेवूनच आपले भले होणार असल्याने सातत्याने धर्मसंचय करीत गेले पाहिजे. जशी विद्या क्षणाक्षणाने म्हणजे क्षणक्षण वापरून वाढते, धन कणाकणाने वाढते त्याप्रमाणे धर्म ही प्रत्यही चांगले करून, परोपकार करून, ईश्वर भक्ती करून नित्यनेमाने वाढवत गेले पाहिजे म्हणजे पुण्यसंचय होऊन आध्यात्मिक उन्नती होईल. मनुस्मृतीत म्हटले आहे की, मुंग्या जसे वारूळ कण कण गोळा करून वाढवतात तसा धर्माचा संचय केला पाहिजे आणि ते ही कोणालाही पीडा न देता! मनू त्या संचयाचे प्रयोजनही स्पष्ट करतो. 'परलोकसहायार्थम्' पृथ्वी लोकावरती जे श्रेष्ठ लोक आहेत त्यांची प्राप्ती व्हावी म्हणून हे करायचे. परलोकाचा विचार आपल्या मनात, सध्याच्या व्यस्त जीवनामुळे कधीच येत नाही. पण म्हणून तिथे जावे लागणार नाही असे थोडेच आहे? मृत्यू जसा अटळ आहे तसे मृत्यू नंतरचे, जे काही जीवन असेल ते अटळ आहे. मृत्यूनंतरचा जीवात्म्याचा काळ सुखावह व्हावा, त्याला दुःख, पीडा भोगावी लागू नये असे वाटत असेल तर त्यासाठी जे प्रयत्न करणे आवश्यक आहेत ते या जन्मातच केले पाहिजेत.

यासंबंधी विचार करताना प्लेटो या पाश्चात्त्य तत्त्ववेत्त्याच्या जीवनातील एक प्रसंग सांगावासा वाटतो- प्लेटो हा महाज्ञानी व मोठा तत्त्वचिंतक होता. तो आदर्श जीवन जगला. तो मृत्यू शय्येवर असताना त्याच्या एकनिष्ठ शिष्यांनी त्याला प्रश्न विचारला "तुमचे जीवन कृतार्थ आहे, त्याचे रहस्य सांगा. त्यातून आम्हाला शिकवण मिळेल." प्लेटो म्हणाला - "Practise dying", "मृत्यूचा सराव करा" हा उपदेश अगदी रहस्यमय व गूढ वाटतो. पण याचा मथितार्थ असा आहे की, माणसाने मृत्यूची सतत आठवण ठेवीत आपले जीवनातील कार्य करावे.

महाभारतातही असेच विचार आले आहेत की, मृत्यू हा क्षणोक्षणी आपल्या बरोबर छायेसारखा असतो. तो केव्हा आपल्याला उचलून नेईल हे सांगता येत नाही. दुसऱ्या एका ठिकाणी मृत्यूबद्दल वर्णन करताना असे म्हटले आहे की, तो उंच वाढलेल्या गवतात लपलेल्या वाघासारखा आहे; आपण लहानशा वाटेवरून वाटसरू म्हणून चालत असतो. आपण निर्धास्तपणे चालत असताना हा लपलेला वाघ एकाएकी आपल्यावर झडप घालतो, आणि सर्व काही क्षणात संपते. असे असल्याने माणसाने जे जे सत्कर्म करावयाचे आहे, जे पुण्य मिळवायचे अथवा ईश्वराचे नामस्मरण करावयाचे आहे ते तारुण्यातच सुरू करावे व प्रत्येक क्षण धर्मसंचय करण्यात वेचावा. नियतीने आपल्या पूर्व कर्मानुसार आयुष्याची दोरी आपणाला किती लांब अथवा लहान दिली आहे याची आपल्याला मुळीच कल्पना नसते; म्हणून तारुण्यातच नोकरीचा शोध करीत असताना आध्यात्मिक सेवेचाही शोध

घेतला पाहिजे व आपण नैतिकतेने सन्मार्गावर चालत आहोत की नाही हे सावधगिरीने व सातत्याने पहात राहिले पाहिजे! समाजात वेगळाच संकेत रूढ आहे. ईश्वरभक्ती, पूजाअर्चा, ध्यान धारणा किंवा विविध प्रकारची परोपकारी कृत्ये हे सर्व उतारवयात आचरावयाचे असते. पण हा संकेत सर्वथैव चुकीचा आहे. अशाने बहुमोल असा काळ हातातून निसटून जाईल. पुढे जेव्हा या आध्यात्मिक व पुण्यकर्माचे महत्त्व कळेल, म्हणजेच बुद्धीला जाग येईल तेव्हा वेळ दवडला गेला असल्याने मनाला फार पश्चात्ताप होईल. भागवतात यासंबंधी सुंदर मार्गदर्शन केलेले आढळते.

कौमारे आचरेत्प्राज्ञो धर्मान् भागवतानिह ।
दुर्लभं मानुषं जन्म तदप्यध्रुवमदृढम् ।।

जाणत्या पुरुषाने आपल्या या जन्मातच (म्हणजे मनुष्य जन्मातच) व त्यातही तरुण अवस्थेतच भागवत धर्माचे आचरण करावे, कारण मनुष्य जन्म दुर्लभ आहे व तो फार काळ टिकणारा नाही.

साधकाने नामात रहावे

भागवत धर्माचे आचरण समजायला लागल्यापासूनच करावयास पाहिजे असे वरील भागवत वाक्यात सांगितले आहे. हे धर्म म्हणजे स्वकर्तव्य पार पाडीत असताना ईश्वराची भक्ती करणे. नवविधा भक्तीमध्ये सोपी आणि मुख्य भक्ती म्हणजे स्मरण करणे ही होय. कलीयुगात नामस्मरण हीच तारून नेणारी एकमेव भक्ती सांगितली आहे. तुकारामांनी आपल्या उपासनेची शपथ घेऊन सांगितले की, नामस्मरणासारखे सोपे साधन नाही. ईश्वराची चरण सेवा, ईश्वराचा निदिध्यास हेच प्राधान्ये करून सर्व शास्त्रात व संतवाङ्मयात साधन म्हणून सांगितले आहे. हे साधन सर्व वर्णाकरिता केव्हाही करता येण्यासारखे व सहजसाध्य असे आहे. गोंदवलेकर महाराजांनी तर रामरायाशी एकरूप होऊन भगवंताच्या नामस्मरणाच्या प्रसारासाठी सर्व जन्म व्यतीत केला. त्यांनी आपल्या प्रवचनात म्हटले आहे –

शरण गेला रामचरणी । त्याला नाही दुजी हानी ।।
सर्वास सांगावे माझे नमस्कार । चित्ती असावा रघुवीर ।।
अखंड करावे नामस्मरण । नीती धर्माचे असावे आचरण ।।

(प्रवचने पृ. १०१)

या नामस्मरणाला ज्ञानेश्वर महाराजांनी यज्ञच म्हटले आहे.

नाम जप यज्ञ तो परम
बाधू न शके स्नानादि कर्म

नामे पावन धर्म अधर्म
नाम परब्रह्म वेदार्थ ।।

गोंदवलेकर महाराजांनी रामनाम जपाचा सांगोपांग विचार केला आहे. त्यांनी प्रवचने या आपल्या ग्रंथात एके ठिकाणी म्हटले आहे की, देहरक्षणाचा विचार माणसाने फक्त परमेश्वर प्राप्तीसाठी करावा. भक्ती मार्गातली पहिली पायरी म्हणजे मोबदल्यारहित, निष्काम, निःस्वार्थी परमात्मस्मरण करणे. तेरा कोटी रामजप झाला की राम दर्शन होते असे म्हणतात. त्याचा अर्थ रोज दहा–बारा तास या प्रमाणात जवळ जवळ बारा वर्षं जप केला तर ते अनुष्ठान पूर्ण होईल. हे करताना या दीर्घ काळात भक्त खचितच राममय होऊन जाईल व त्या ध्यासात तो आपल्या स्वतःलादेखील विसरून रामरूपच होऊन जाईल.

सर्व संतांची अशी शिकवण आहे की, साधकाने ईश्वराची भक्ती करताना स्वतःला भगवंताचा दास मानणे.

आपण सांसारिक जीवन जगत असताना अनेकांचे दास असतो; आपल्या वरिष्ठ अधिकाऱ्याचे, पित्याचे, सत्ताधाऱ्याचे, आश्रयदात्याचे किंवा आपले प्राण वाचवणाऱ्याचे आपण दास असतो मग ज्याने आपल्याला हे जीवन दिले आहे त्या पालनकर्त्या ईश्वराचे दास होण्यात काय गैर आहे? दास झाल्याने आपण आपल्या दयाघन अशा परमेश्वराला आपल्याजवळचे सर्व काही अर्पण करू शकतो. भागवतात म्हटले आहे –

धर्मार्थकाममोक्षाख्यं य इच्छेच्छ्रेय आत्मनः ।
एकमेव हरेस्तत्र कारणं पादसेवनम् ।।

ज्याला धर्म, अर्थ, काम व मोक्ष (ईश्वर दर्शनरूपी मुक्ती) साधावयाचे असतील व स्वतःचे परमकल्याण प्राप्त करायचे असेल, त्याला हे साधण्यासाठी हरीच्या चरणांची सेवा हाच एकमेव उपाय आहे.

धर्म व्याधाचे पवित्र जीवन

हरिचरणाची सेवा ह्या संज्ञेत हरीचे दर्शन, पूजन, ध्यान, नामस्मरण या सर्व आराधनेच्या अंगांचा समावेश होतो. धर्मव्याधानेसुद्धा आपल्या मोक्ष धर्माच्या उपदेशात ब्राह्मणाला हेच सांगितले की, ईश्वराची भक्ती किंवा ध्यान जो नित्यरूपाने, सातत्याने, निरंतर करेल तोच मनोदीपाने त्याचे त्या विश्वाधार परमात्म्याचे दर्शन घेऊ शकेल. (महा.३.२०३.३८). गीतेतही आठव्या अध्यायात स्पष्ट म्हटले आहे की, जो मनुष्य अनन्य चित्ताने माझे सतत स्मरण करतो त्या नित्ययुक्त साधकाला माझी प्राप्ती सुलभरित्या होते.

अनन्यचेताः सततं यो मां स्मरति नित्यशः ।
तस्याहं सुलभः पार्थ नित्ययुक्तस्य योगिनः ।। (गीता ८.१४)

स्वतः धर्मव्याध एवढ्या योग्यतेला पोहोचण्याचे कारण त्याचे विशुद्ध आचरण व माता-पितरांची नित्य सेवा! त्याला जेव्हा ब्राह्मणाने सांगितले की, त्याचा मांस विक्रयाचा व्यवसाय त्याला योग्य असा नाही त्यावेळी व्याधाने आपले मनोगत व्यक्त केले. त्याने बाजू मांडली की हे कर्म कुलोचित आहे; वाडवडीलांपासून चालत आलेले विहित कर्म आहे. ते मी निवडलेले नाही. तसेच मी माझ्या माता-पितरांची दैवत मानून सेवा करतो. मी असत्य भाषण करीत नाही, कुणाचा मत्सर करीत नाही.

प्रयत्नाच्च गुरू वृद्धौ शुश्रूषेऽहं द्विजोत्तम ।।
सत्यं वदे नाभ्यसूये यथाशक्ति ददामि च ।
देवतातिथीभृत्यानामवशिष्टेन वर्तये ।। (महा. ३.१९८.२१)

मी यथाशक्ति दान करतो. नीतीनियमाने उपजीविका चालवतो. देवता, अतिथी, नोकर यांच्या नंतर अवशिष्ट राहिलेले अन्न भक्षण करतो. कोणाला दोष देत नाही, तसेच कोणाची निंदाही करीत नाही.

उपवासादीची व्रते करून मी सदोदित फक्त नक्त भोजन करीत असतो. कर्मव्यग्रता, गडबड किंवा द्वेष असल्या कुठल्याही कारणामुळे मी धर्माचा त्याग करीत नाही. हे पाहिल्यावर आपल्याला जाणवते की, संसारात राहूनही धर्मव्याध, धर्मनियम कसोशीने पाळून एक प्रकारे तपच करीत आहे. त्याचे पुण्य आणि ज्ञान इतके आहे की, तो तपोनिष्ठ ब्राह्मणाला धर्माची शिकवण देण्यास समर्थ आहे. तो स्वतः ब्राह्मण नाही पण त्याच्यापाशी ज्ञानाचे तेज आहे. शास्त्रे वाचली आणि तप केले तरी धर्मरहस्य जाणले जाते असे नाही. धर्माचे खरे तत्त्व व्याधाकडूनच त्या ब्राह्मणाला समजले. ब्राह्मणेतर व्यक्तीदेखील धर्माचरणाने आध्यात्मिक उन्नती करून, मोठी सिद्धी मिळवू शकते, हे या कथाभागावरून स्पष्ट होते. व्याधाची धर्मनिष्ठता, सत्यप्रीती व सेवावृत्ती त्याने जीवनात जोपासली होती. मागील जन्मात मिळालेल्या ब्राह्मणाच्या वरदानामुळे त्याला आत्मोन्नतीसाठी मदत मिळाली. पण एकंदरीत त्याच्या स्वतःच्या दृढ प्रयत्नांमुळे व चिकाटीमुळे त्याला पारमार्थिक ज्ञानाची प्राप्ती झाली यात शंका नाही.

(क्रमशः)

लेखांक : एकोणऐंशीवा

धर्मव्याधाचा मागील जन्म

धर्म-व्याधाच्या या चरित्रात धर्मविवेचन तसेच कर्माबद्दलचा ऊहापोह आलेला आहे. हा सर्व कथाभाग युधिष्ठिर वनात राहात असताना त्याला भेटायला आलेल्या महातपस्वी व हजार वर्षे वय असलेल्या अंतर्ज्ञानी मार्कंडेय ऋषींनी त्याला निवेदन केला आहे. मार्कंडेय संवादात या कथानकाच्या आधी, कर्माविषयी सांगताना मुनी म्हणाले की, मनुष्य मेल्यानंतर त्याला त्याच्या कर्मानुरूप गती मिळत असते. ज्यांनी तपश्चर्या केली असेल, जे वेदांमध्ये आसक्त झालेले असतील, जे क्षमाशील, गुरूसेवामग्न व सत्यनिष्ठ असतील, अशांना दुसरा (म्हणजे पुढचा) जन्म फार पवित्र असा मिळतो.

सुशीलाः शुक्लजातीयाः क्षान्ता दान्ताः सुतेजसः।
शुभयोन्यन्तरगता प्रायशः शुभलक्षणाः ।। (महा.३.१८१.२९)

अशा श्रेष्ठ धर्माचरणी पुरुषांना शुभयोनीत जन्म मिळतो. असा चांगला जन्म मिळाल्यानंतर यज्ञ, तप व दान यांच्या योगाने व ईश्वरसेवेने त्यांना पुढे स्वर्ग प्राप्त होतो. कर्माची फळे भोगण्यासाठीच मनुष्यप्राणी पुनःपुन्हा जन्म घेऊन आपल्या प्रारब्ध कर्मानुसार विविध प्रकारची दुःखे भोगत असतो. मृत्यूनंतर त्याचे कर्म कोठे वास करते? तर ते छायेप्रमाणे त्याच्यासोबतच राहात असते. त्या कर्मांच्या शुभ-अशुभ स्वरूपावरून त्याला त्या त्या जन्मांमध्ये सुख-दुःखांचा अनुभव येतो. गीतेतही म्हटले आहे की, मृत्यूनंतर आत्मा एका देहाचा त्याग करून नवीन देह धारण करतो. मनुष्य ज्याप्रमाणे जीर्ण वस्त्रे टाकून देऊन नवीन धारण करतो तसा हा नवीन जन्म असतो. आत्मा हा देह बदलत राहतो, जन्म-मृत्यूच्या चक्रात कर्मपाशामुळे अडकलेला असतो. मागील जन्मांमध्ये जी काही बरी-वाईट कर्मे आपण केलेली असतात, त्या कर्मांची फळे त्याच जन्मात भोगून संपविता येतील अशी शक्यता नसते. मग ती फळे केव्हा भोगायची? ती पुढील जन्मात योग्य वेळी भोगायची. पण भोगल्याविना ती नष्ट होत नाहीत म्हणून अनेकवार जन्म घ्यावा लागतो. रामदासस्वामी म्हणतात की, ज्या अज्ञानी पुरुषाला आपण स्वतः देहच आहोत, ज्याला आपण मुळात देहाविना आहोत हे कळत नाही ते या संसारचक्रात

येरझारा घालत असतात. म्हणजे विविध योनीत फिरत असतात.

देह मी वाटे ज्या नरा । तो जाणावा आत्महत्यारा
देहाभिमाने येरझारा । भोगिल्याच भोगी ।।

या सर्व विधानांचा मथितार्थ असा की, माणसाला पुनर्जन्म हा असतोच, तो अटळ आहे, जोपर्यंत मोठी साधना करून तो आत्मसाक्षात्कारापर्यंत पोचत नाही तोपर्यंत त्याला जन्म हा घ्यावा लागतोच. गीतेत अगदी स्पष्ट विधान आहे की, ज्यांना मोक्षप्राप्ती झाली आहे, भगवंताचा साक्षात्कार झाला आहे, त्या व्यक्तीला पुनर्जन्म नसतो.

मामुपेत्य तु कौंतेय पुनर्जन्म न विद्यते ।। (गीता ८.१६)

जीवात्म्याने पुन्हा जन्म घेतला नाही तर त्याच्या पापाची फळे कोण भोगणार? ती भोगण्यासाठी त्याला पुनःपुन्हा या भवसागरात प्रवेश करून त्या पापाची जी शिक्षा असते ती भोगावी लागते.

धर्मव्याधाचा मागील जन्म

धर्मव्याधाच्या जीवनातही मागीलच जन्मातील काही कृत्यांमुळे त्याला या जन्मात गौणस्वरूपाचा व मांसाशी संबंध असणारा व्यवसाय करावा लागत आहे. या कथेत अशारीतीने मागील जन्मातील जे कर्म आपल्या नावावर साठवलेले असते त्या कर्माची फळे तेव्हा भोगू शकला नाही, म्हणून ती या जन्मी भोगावी लागतात असा कर्मपरिपाक दाखवला आहे. ब्राह्मणाच्या बाबतीतही त्याने आपल्या कर्तव्यकर्मात जो प्रकार केला त्याविषयीचे दिग्दर्शन या विवेचनात धर्मव्याधाने केले आहे. ब्राह्मणाने ओळखले होते की, धर्मव्याधास सिद्धी प्राप्त असून त्याला अंतर्ज्ञान आहे; म्हणून त्याने प्रश्न विचारला की, आपले ज्ञान व अधिकार पाहता आपणास शुद्र योनी का प्राप्त झाली? यावर धर्मव्याधाने, त्याला पूर्वजन्माचे स्मरण ठेवण्याची शक्ती असल्याने आपला मागील जन्माचा वृत्तांत त्याला सांगितला. तो थोडक्यात असा आहे की, मागील जन्मात धर्मव्याध वेदविद्यापारंगत श्रेष्ठ ब्राह्मण होता. त्याची एका राजाशी चांगली मैत्री असल्याने त्याच्या संगतीत तोही धनुर्विद्या शिकला. दोघेही एकदा वनामध्ये संचार करीत होते. राजा मृगयेसाठी आला होता. जवळच आश्रम परिसर होता. राजाने अनेक मृगांची शिकार केली. पण त्या ब्राह्मणाने जो बाण मारला तो एका ऋषीला लागला व तो भूमीवर पडला. त्या ब्राह्मणाने क्षमा मागितली. पण त्याने क्रोधवशात शाप दिला की तो शूद्रयोनीत उत्पन्न होईल व त्याला व्याधाचा जन्म मिळेल. त्या श्रेष्ठ ऋषीच्या शापामुळे तो या जन्मी व्याध झाला. नंतर त्याने ऋषींची प्रार्थना केली. आपण अजाणतेपणाने हे दुष्कृत्य केले तरी क्षमा करावी अशा विनविण्या केल्यानंतर ऋषीने दयाबुद्धीने उःशाप दिला.

शूद्रयोनौ वर्तमानो धर्मज्ञो भविता ह्यासि ।
मातापित्रोश्च शुश्रूषां करिष्यसि न संशयः(महा.३.२०६.४)

तो असा की, तू शूद्र योनीत असूनही मोठा धर्मवेत्ता होशील तसेच तू आपल्या माता-पित्यांची अगदी मनःपूर्वक सेवा, शुश्रूषा करशील. त्या सेवेमुळे तुला सिद्धी प्राप्त होईल, तसेच तू जातिस्मर होशील म्हणजे तुला तुझ्या पूर्वजन्माची स्मृती असेल व शेवटी तू स्वर्गलोकाचा धनी होशील.

धर्मव्याध त्या ब्राह्मणाला पुढे सांगतो की, अशारीतीने त्या ऋषीने त्याला शापही दिला, तसाच त्याच्यावर अनुग्रहही केला. नंतर त्याने त्या ऋषीवर उपचार करण्यासाठी त्याला आश्रमात नेले, त्याचा बाण काढला पण त्याचा उपयोग झाला नाही, त्याचा प्राण तेथे लगेच गेला. हा पूर्वजन्मीचा वृत्तांत ऐकल्यावर त्या ब्राह्मणाने म्हटले की, पूर्वकर्माच्या दोषामुळे आपल्यावर हा व्यवसाय करण्याची पाळी आली. पण स्वकर्म किंवा विहित कर्म उचितच असते, ते केल्याने दोष लागला नाही. यापुढे ब्राह्मणाने जे सांगितले ते जातिव्यवस्थेच्या संदर्भात आजच्या परिस्थितीतही विचारार्ह आहे. त्याने सांगितले की, हे धर्मव्याधा आपले सद्गुण, धर्मतत्परता व ज्ञान पाहून मी आपणाला या जन्मातही ब्राह्मणच मानतो. जो ब्राह्मण शास्त्राविरुद्ध कर्मे करतो, दांभिक बनून अनैतिक आचरण करतो तो ब्राह्मण शूद्रसदृश होतो. तसेच जो शूद्र इंद्रियनिग्रह, सत्य आणि धर्माचरण याविषयी निरंतर उद्युक्त असेल त्याला मी ब्राह्मणच समजतो. (महा.३.२०६.११-१२).

धर्मव्याध शापामुळे शूद्र म्हणून जन्मला पण त्याचे श्रेष्ठ गुण, धर्मनिष्ठा, विवेक आणि शास्त्रज्ञान इतके होते की, तो तपाचरणी ब्राह्मणाच्या दर्जाचा होता. म्हणजे ब्राह्मण खऱ्या अर्थाने कोणाला म्हणावे - जो ब्राह्मणाच्या पोटी जन्मला त्याला की ज्याच्या अंगी ब्राह्मणाचे गुण असून आचरणानेही तो पवित्र आणि श्रेष्ठ आहे त्याला? अशा स्वरूपाचे उद्बोधक विचार महाभारतात ठिकठिकाणी आलेले आहेत. आजच्या काळाचा विचार करता सध्याची जातिव्यवस्था समाजाचा एकोपा व कल्याणाच्या दृष्टीने निरुपयोगी झालेली आहे. तिच्यात आमूलाग्र बदल करून समतेच्या तत्त्वावर ती आधारलेली असायला पाहिजे. सद्गुण, चारित्र्य व ज्ञान ज्यांच्याकडे आहे त्यांना समाजाने प्रतिष्ठा दिली पाहिजे. सर्वांना समान संधी असली पाहिजे व सर्वांना सामाजिकदृष्ट्या समान लेखले पाहिजे.

या धर्मव्याधाच्या संवादात पुढे ब्राह्मणाने असे सांगितले की, शापामुळे व्याधाला या जन्मात या परिस्थितीला तोंड द्यावे लागत आहे, तरी त्याने वाईट वाटून घेऊ नये.

अनिष्टावर मात

यावर धर्मव्याधाने अनिष्ट घडले असता किंवा अनपेक्षित संकट ओढवले असता जी निराशा मनाला घेरते त्या अनिष्टावर कशी मात करावी याचे मार्मिक दिग्दर्शन केले

आहे. ज्ञानाच्या योगाने मानसिक दुःखांचा व औषधांच्या योगाने शारीरिक व्याधींचा निवारा करावा हा सर्वसामान्य नियम सांगितला. सामान्य माणूस काही अप्रिय, अनिष्ट किंवा चिंताजनक घडले की, खचून जातो, हताश होतो. पण हे योग्य नाही. व्याध म्हणतो की, अनिष्ट, क्लेशदायी घटना घडल्यास शोक करणे योग्य नाही. शोक केल्याने अनिष्टाचा परिहार तर होत नाहीच उलट त्यावर मात करण्यासाठी उत्साह व ऊर्मीही राहात नाही. खचून न जाता अनिष्टाचा परिहार करण्याच्या उपायावर विचार करावा व तशी पावले टाकावी. खेद केल्याने मनुष्याचे मानसिक बळ कमी होते व तो त्यातच अधिक गुंतत जातो. आपले धैर्य, मानसिक संतुलन कधीही कमी होऊ न देता स्थिरचित्ताने राहावे. ज्ञानी लोक समतोल विचार करून सुख व दुःख यांना तेवढीच किंमत देतात व आपला संतोष कायम राखतात. मूर्ख लोक निरंतर असंतुष्ट असतात व ज्ञानी लोक नेहमी त्या त्या परिस्थितीत, संतोषातच राहतात.

असंतोषस्य नास्त्यन्तस्तुष्टिस्तु परमं सुखम् ।। (महा.३.२०६.२०).

असंतोषाला अंत नाही, संतोष हेच श्रेष्ठ सुख होय. माणसाला इष्ट व अनिष्ट हे दोन्हीही अनुभवावे लागतातच, जीवनाचा तो नियम आहे की सुख आणि दुःख चक्राप्रमाणे एकापाठोपाठ मार्गावर येत असतात. व्याधाने मोलाचा सल्ला दिला आहे की, दुःखाचा परिहार करण्याचा उपाय दिसला तर शोक करीत न बसता माणसाने तो उपाय करण्याची सुरुवात करावी आणि त्या दुःखातून सुटून सुखी व्हावे. व्याध म्हणाला, मीदेखील, हे ब्रह्मन्, शोक करीत नसून केवळ शापाचा अंत होण्याच्या कालाची वाट पहात आहे. सर्वांच्या जीवनात दुःखकारक प्रसंग येतात. अपयश, आर्थिक नुकसान, प्रियजनांचा मृत्यू अशा घटना घडतात, अशावेळी अनिष्टावर कशी मात करावी, हे या ठिकाणी विवेचनातून बिंबवले आहे.

माता आणि पिता ही दैवते

धर्मव्याधाने आणखी एक सन्मार्ग दाखवला आहे, जो त्याने स्वतः जीवनभर आचरला. त्याने ब्राह्मणाला मंदिरासारख्या कक्षात नेऊन आपली दैवते दाखविली. ती दैवते म्हणजे त्याचे माता-पिता. त्याने जो साधनेतील सन्मार्ग आचरला तो म्हणजे आपल्या माता-पित्यांची साक्षात दैवते म्हणून पूजा-अर्चा करणे व त्यांना सुखात ठेवून त्यांची तळमळीने नित्य शुश्रूषा करणे. तो त्यांना पुष्प, फळे व रत्नादिकांनी संतुष्ट ठेवत असे. त्यांचे स्नान, पादप्रक्षालन, त्यांचा आहार, सुखनिद्रा हे सर्व तो स्वतः पाहत असे. त्यांचे प्राण व त्याचे भार्यादी कुटुंब सर्व त्यांच्याचकरिता असल्यामुळे, ते सगळेच त्यांच्या सेवेत मग्न राहात. त्यांच्याशी प्रिय बोलणे, त्यांचा मानमरातब ठेवणे, इच्छेविरुद्ध न

वागणे, त्यांच्या इच्छा पूर्ण करणे, हाच त्याचा श्रेष्ठ धर्म झाला होता. त्याने सांगितले की, मनुष्याला पाच गुरू असतात. ते म्हणजे १) पिता २) माता ३) अग्नी ४) आत्मा आणि ५) गुरू! (महा.३.२०४.२६). त्या माता-पित्यांच्या भक्तीमुळे व नितांत सेवेमुळे त्याला अंतर्ज्ञानाची सिद्धी प्राप्त झाली होती. हे त्याचे महान व्रत पाहून ब्राह्मण चकित झाला व त्याच्या तपोबलाची त्याने प्रशंसा केली. व्याधाने त्या ब्राह्मणाच्या आचारणातला दोष अंतर्ज्ञानाने ओळखला व त्याला मोलाचा सल्ला दिला. त्याने म्हटले की, तू माता-पित्यांचा अपमान केला आहेस. त्यांच्या अनुमतीशिवाय घर सोडून तप वगैरे केले. ते माता-पिता शोकाने खरोखर अंध बनून गेले आहेत. तरी तू परत जा व त्यांची सेवा करून त्यांना संतुष्ट कर. ब्राह्मणाला पश्चात्ताप झाला. त्याने हा उपदेश स्वीकारला व तो माता-पित्यांच्या सेवेसाठी परत गेला.

आई-वडिलांना ते हयात असताना समाधानी ठेवणे व त्यांची सेवा करणे हे पुत्राचे कर्तव्य आहे असे प्राचीन ग्रंथातून आवर्जून सांगितले आहे. मनुस्मृतीत तर असे म्हटले आहे की, माता-पिता मुलांच्या संगोपनात जे कष्ट घेतात त्याची परतफेड शंभर वर्षे लावली तरी होऊ शकणार नाही. (मनु.२.२२७). माता-पित्यांना त्यांच्या वृद्धपणीच मदतीची, देखभालीची आणि प्रेमाची अपेक्षा असते. ती पूर्ण करणे हे त्यांच्या मुलांनी आद्यकर्तव्य मानले पाहिजे. त्यांच्या आशीर्वादांनी त्या मुलांचे जीवन सुखा-समाधानात जाऊ शकते. श्राद्ध म्हणजे आई-वडील, पितर जिवंत असताना त्यांना आपल्या प्रेमाने व सेवेने संतुष्ट करणे आणि तर्पण म्हणजे आई-वडिलांना आपण मुलांना जन्म दिल्याचे सार्थक वाटेल, धन्य वाटेल अशी कर्मे करणे. वृद्ध आई-वडीलांची सेवा ही कधीही फुकट जात नाही. ती सेवा ईश्वराच्या भक्तीचेच एक रूप आहे, याबद्दल शंका नाही.

(क्रमशः)

लेखांक : ऐंशीवा

मरणोत्तर गतीचे विवेचन

धर्मव्याधाने आपल्या साधनेत माता-पितरांची मनोभावे सेवा, यावर फार भर दिला आहे. त्याच्या शब्दांत सांगायचे तर तो आपल्या माता-पित्यांना अक्षरशः देव मानून त्यांची नित्य सेवा करतो; पुष्प, फल व रत्न अर्पण करून त्यांना परम संतोषात ठेवतो. त्याची भार्या, मुले व मित्रवर्ग त्यांच्यासह तो या सेवेत मग्न असतो. तो स्वतः (नोकरांकरवी नव्हे) त्यांना खाऊ-पिऊ घालतो, त्यांच्यावर पूर्ण निष्ठा ठेवून, त्यांचे शब्द तंतोतंत पाळतो. धर्मव्याधाची हीच भक्ती व हीच ईश्वरसेवा. या मातृ-पितृभक्तीचे इतके महत्त्व असण्याचे कारण माता-पित्यांनी अगदी जन्मापासून आपली जी जोपासना केलेली असते, शरीरमनाचे जे पोषण केलेले असते, ती शिदोरी बरोबर घेऊनच आपण जीवनभर वाटचाल करतो. निरपेक्ष प्रेमातून त्यांनी केलेले रक्षण, संगोपन व त्यांनी घेतलेले कष्ट याला तोड नसते. म्हणून आपण ते ऋण फेडण्यासाठी त्यांची सेवाशुश्रूषा केली पाहिजे.

गोंदवलेकर महाराज म्हणतात,

माता-पिता यांचे न पहावे दोष । हे सत्पुत्राचे लक्षण सत्य ।।
माता-पितरांचे समाधान । हेच सत्पुत्राचे खरे लक्षण जाण ।।

(प्रवचने १७२)

रामाची असामान्य पितृभक्ती

पित्याला दैवत मानणाऱ्या रामाने पितृभक्तीसाठी चौदा वर्षांचा वनवास आनंदाने स्वीकारला. रामाचा राज्याभिषेक होण्याच्या वेळी कैकेयीने राजाने तिला दिलेले दोन वर मागून घेतले. भरताचा राज्याभिषेक करावा व रामाला वनवासाला पाठवावे असे ते वर. राजाच्या मनावर आघात होऊन तो सुन्नच झाला. सत्यवचनी राजाला 'नाही' म्हणता आले नाही. राम तेथे आल्यावर, दशरथराजा म्लान, दुःखीकष्टी पाहताच, रामाने कैकेयीला विचारले. तिने सांगितले, "तू राजाच्या मनात जे जे आहे ते पाळणार असशील तर ते मी सांगते." हे ऐकताच राम म्हणाला, 'माते, हे तू काय बोलतेस?'

अहं तु वचनाद् राज्ञः पतेयमपि पावके ।।

मी महाराजांच्या सांगण्यावरून अग्नीतदेखील उडी घेईन. पित्याच्या मनातील वनवासाच्या वरासंबंधी कैकेयीकडून समजताच रामाने क्षणाचाही विचार न करता वनात जाण्याची तयारी केली. दुःखावेगाने दशरथाच्या तोंडून शब्द उच्चारणे शक्य नव्हते. कैकेयीच्या सांगण्यावरून रामाने पित्याची आज्ञा खरी करण्यासाठी वनवासाचे खडतर जीवन अंगीकारले. पितृभक्तीचे यापेक्षा श्रेष्ठ उदाहरण सापडणे कठीण!

महाभारतातील या संदर्भातले उत्कृष्ट उदाहरण म्हणजे भीष्माचे! भीष्माचे वडील शंतनू. या शंतनू राजाला धीवर कुळातील मत्स्यगंधेशी विवाह करायचा होता. त्याचे मन तिच्यावर जडले होते. पण तिच्या पित्याने म्हणजे धीवरांच्या राजाने – दाशाने – अट घातली की, हिच्याच पुत्राला शंतनूनंतर राज्य मिळायला हवे व त्यानंतरही त्या पुत्राच्या वंशात ते राहावे. ज्येष्ठ पुत्र भीष्म असताना ही अट राजाने मान्य करणे शक्य नव्हते. म्हणून तो उदास राहू लागला. भीष्मांना हे सगळे कळल्यावर त्यांनी दाशाच्या दोन्ही अटी मान्य केल्या. त्यांनी दोन प्रतिज्ञा घेतल्या. १.ते सिंहासन कधी स्वीकारणार नाहीत. २. ते जीवनभर ब्रह्मचारी राहतील, त्यामुळे त्यांच्या मुलाला राज्य मिळण्याची शक्यता नष्ट होईल. या दोन खडतर प्रतिज्ञा केवळ शंतनू राजाचा विवाह मत्स्यगंधेशी व्हावा व राजा सुखी व्हावा यासाठी घेतल्या. हा महान त्याग पाहून पित्यानेही त्यांना 'इच्छामरणाचा' वर दिला.

ही जी पित्याबद्दलची भक्ती आपल्याला दिसते ती त्या पित्याला अत्यंत पूज्य, दैवतासमान मानण्यामुळे निर्माण झाली आहे. धर्मव्याधाने तर स्पष्ट कबुली दिली आहे की तो माता-पित्यांना साक्षात् दैवते मानतो. ही ईश्वराची आराधना करण्याची सुलभ पद्धती आहे. रामकृष्ण परमहंसांनी एका वृद्ध महिलेला वृंदावनाला जाण्यापासून परावृत्त केले व सांगितले की, जी तुझी नात तुला खूप प्रिय आहे तिलाच 'देवी' किंवा 'राधा' मानून तिचेच सर्व करीत जा; या मार्गाने वृंदावनाला न जाता तुला राधेची भक्ती घडेल. (बोधकथा पृ.१३३).

मरणोत्तर गती

धर्मव्याधाला हा जो व्याधाचा जन्म मिळाला व मांस विक्रयाचे कर्म सांभाळावे लागले याचे कारण त्याच्या हातून मागील जन्मात घडलेला प्रमाद. याचा अर्थ असा की, पूर्वजन्मातल्या कर्मानुसार आपल्याला गती प्राप्त होते व त्यानुसारच या जन्मात सुख-दुःखाची प्राप्ती होते. वनपर्वात धर्मव्याधकथेच्या आधी मार्कंडेय मुनींना युधिष्ठिराने मनुष्याला गती कशी व केव्हा प्राप्त होते असे विचारले होते. त्याविषयी सांगताना मुनींनी

स्पष्ट केले की, मरणानंतर मनुष्याला मिळणारी गती त्याच्या स्वतःच्या कर्मावरच अवलंबून असते.

जन्तोः प्रेतस्य कौन्तेय गतिः स्वैरिह कर्मभिः ।। (महा.३.१८१.२१)

हे स्पष्ट आहे की, आपल्या कर्माची फळे भोगण्यासाठी ती भोगून प्रारब्धकर्म संपविण्यासाठीच, माणसाला जन्म घ्यावा लागतो. प्रत्येक जन्मात कर्मे ही केली जातात व त्यामुळे संचित कर्मात भर पडत जाते. त्यामुळे ईश्वर साक्षात्कार जोपर्यंत घडत नाही तोपर्यंत कर्म आणि तदनुसार शरीरधारण व त्यानंतर पुन्हा कर्म हे चक्र काही संपत नाही.

याच विवेचनात मार्कंडेय मुनींनी पुढे सांगितले आहे की, जीव शरीरापासून वेगळा झाल्यावर त्याचे कर्म छायेप्रमाणे त्याला चिकटूनच असते, ते शरीराबरोबर नष्ट होत नाही. 'दुसरे शरीर धारण करण्यापूर्वी हा जीवात्मा किती काळ तसाच भटकत राहतो?' असा प्रश्न या संदर्भात उपस्थित होतो. या उपदेशात मात्र मुनींनी असे म्हटले आहे की, मरणानंतर लगेचच जिवाला दुसरा जन्म मिळतो. काही विद्वानांचे मत असे आहे की, ज्या कर्मांची फळे भोगायला घ्यायची असतात, ती कर्मे परिपक्व व्हावी लागतात; त्यामुळे जीवात्मा लिंगदेहासह काही काळ तसाच राहतो. इथे मात्र स्पष्ट विधान आहे की, मरणानंतर जीव दुसऱ्या योनीत एकदम जन्म पावतो त्याला मध्यंतरी जन्मावाचून राहता येत नाही.

आयुषोन्ते प्रहायेदं क्षीणप्रायं कलेवरम् ।।
संभवत्येव युगपद्योनौ नास्त्यन्तराभवः ।। (महा.३.१८१.२४)

सूक्ष्मदेहधारी हा जीव 'अंगुष्ठमात्र' असतो असे प्राचीन ग्रंथातून म्हटले आहे. हा पुरुष आपल्या शरीरातील सारभूत तत्त्व, मूळ चैतन्य आहे. तो यापूर्वीही अनेक देहांत राहिलेला आहे व यापुढेही अनेक देह धारण करणारा आहे. जीवात्मा पुढील जन्म घेण्याआधी किती काळ व्यतीत करतो याविषयी डॉ.प.वि.वर्तक यांनी आपल्या कठोपनिषदावरील विवेचनात आपले अभ्यासपूर्ण मत मांडले आहे. ते म्हणतात, ''तेव्हा अनुमान असे निघते की, तीन पिढ्या होईपर्यंत हा अंगुष्ठमात्र पुरुष राहत असावा व नंतर म्हणजे चौथी पिढी चालू झाली की तो पुन्हा नवीन देहात प्रवेश करीत असावा. श्राद्धाच्या वेळीसुद्धा तीनच पूर्वजांचे काही संस्कार केले जातात ते यासाठीच असावेत.'' (उपनिषदांचे विज्ञाननिष्ठ निरुपण भाग २ पृ. २७९)

उमा – महेश्वर संवाद

महाभारतात अनुशासन पर्वातल्या उमा–महेश्वर संवादातूनही अनेक धर्मतत्त्वांची चर्चा पाहायला मिळते. उमेने खूपच मर्मग्रही असे प्रश्न विचारले आहेत. भगवान शिवाला तिने त्याच्या चार मुखांबद्दल, तृतीय नेत्राबद्दल आणि कंठ निळा का झाला याबद्दल प्रश्न

विचारले आहेत. यासंदर्भात शिवाने सांगितले की, सुंद व उपसुंद या अत्यंत दुराचारी व गर्विष्ठ राक्षसांच्या मनात परस्परांविषयी वैर व क्रोध निर्माण करण्याच्या उद्देशाने ब्रह्मदेवाने 'तिलोत्तमा' नावाच्या त्रिभुवन सुंदरीची निर्मिती केली. या दोन राक्षसांनी वर मिळविला होता की, या दोघांना दुसऱ्या कशानेच मृत्यू येणार नाही; फक्त तेच एकमेकांचा प्राण घेऊ शकतील. त्यांच्यात इतके प्रगाढ प्रेम होते की, ही शक्यताच नव्हती. जेव्हा त्यांचे अत्याचार देवांनाही भेडसावू लागले तेव्हा, सर्वांच्या रक्षणासाठी, ही सुंदरी उत्पन्न केली. हेतू हा की हिच्यावर लुब्ध होऊन, त्यांच्यात कलह होऊन, ते युद्ध करतील व त्यात ते परस्परांना मारतील. ही सुंदरी अप्सरांनाही लाजवणारी होती. सगळ्या जगातून तीळ तीळ सौंदर्यकण गोळा करून तिची निर्मिती केली होती. महेश्वराने उमेस सांगितले की, या तिलोत्तमेने वर्तुळाकार बसलेल्या देवांना (ब्रह्मदेवाच्या सभेत) प्रदक्षिणा घातली, त्यावेळी तिला पाहण्यासाठी माझी एकाची चार मुखे उद्‌भवली. पूर्वेकडील मुख इंद्राप्रमाणे प्रजापालन करते, उत्तरेकडील, हे उमे, तुझ्यासमवेत रमते, पश्चिमेकडील सौम्य मुख प्रजेसाठी सुखावह होते व दक्षिणेकडील रौद्र मुख प्रजेचा संहार करते. हे उत्तर ऐकून उमेचे समाधान झाले. तिलोत्तमेची कथा नारदांनी युधिष्ठिराला आदिपर्वात सांगितली आहे. इथे मात्र ती संक्षिप्त स्वरूपात चतुर्मुखापुरतीच सांगितली आहे. उमेने महेश्वराला तृतीय नेत्राबद्दलही प्रश्न विचारला होता. त्याचे उत्तर महेश्वराने असे दिले की, 'हे देवी, तू जेव्हा नेत्र, पोरखेळ म्हणून, हातांनी मिटले तेव्हा एका क्षणात सर्व विश्वाचा प्रकाश नष्ट झाला. सूर्याचे तेज नष्ट झाल्याने विश्व अंधारात बुडून गेले. या संकटातून प्रजेचे रक्षण करण्यासाठी मी माझा तृतीय नेत्र निर्माण केला व त्याच्या तेजाने विश्वाला प्रकाशित केले.' (महा.१३.१२७.४३-४४). उमेच्या नीलकंठाबद्दल शिव म्हणाला की, इंद्राने त्याचे वैभव प्राप्त करून घेण्याकरिता त्याच्यावर वज्र टाकले; त्यामुळे माझा कंठ जळून गेला व त्यायोगे ही नीलकंठता प्राप्त झाली आहे. हालाहल विषाचे कारण न देता येथे वेगळे स्पष्टीकरण दिले आहे, हे लक्षणीय आहे.

पार्वतीने महेश्वराला नंतर धर्माच्या लक्षणाविषयी मार्मिक प्रश्न विचारला आहे. महेश्वराने अगदी संक्षिप्त स्वरूपात त्याचे उत्तर सांगितले आहे.

अहिंसा सत्यवचनं सर्वभूतानुकम्पनम् ।
शमो दानं यथाशक्ति गार्हस्थ्यो धर्म उत्तमः ॥
परदारेष्वसंकल्पो न्यासस्त्री परिरक्षणम्।
अदत्तादानविरमो मधुमांसस्य वर्जनम् ॥

(महा.१३.१२८.२५-२६)

हे देवी, अहिंसा (दुसऱ्याला पीडा न देणे) सत्यभाषण (सत्य व हितकर बोलणे

तसेच सचोटीने आचरण) सर्व प्राणिमात्रांबद्दल दया, इंद्रियनिग्रह (मनावरही ताबा) यथाशक्ती दान (विविध प्रकारचे साहाय्य व परोपकार) हे गृहस्थाश्रमी पुरुषाचे श्रेष्ठ धर्म होत. त्याचबरोबर परदारेचा संसर्ग न करणे (परस्त्रीला माताभगिनी मानून मान देणे), दुसऱ्याच्या ठेवीला जपणे (विश्वासार्हता टिकवणे); आपल्या हवाली केलेल्या स्त्रियांचा प्रतिपाळ करणे, जी वस्तू आपल्याला कुणी दिलेली नाही ती न घेणे आणि मद्यमांसापासून अलिप्त राहणे ही सर्व धर्माची लक्षणे आहेत. ही धर्मतत्त्वे पाळायला फार सोपी नाहीत. आपल्याला एखाद्याच्या दुष्टपणाचा पूर्ण अनुभव असूनही आपण त्याच्या तोंडावर, खरे असले तरी, 'तू दुष्ट' असे म्हणू शकत नाही. सत्यभाषणाने आई, वडील, गुरू या ज्येष्ठ व्यक्तींचा अपमान केल्याचे दहा गुन्हे घडत असतील अथवा काहीजणांच्या प्राणांवर बेतणार असेल, तर ते सत्य काय कामाचे? म्हणून शास्त्रात सत्यालाही काही प्रसंगांमध्ये सूट दिली आहे व अपवाद दिले आहेत. म्हणून असा एक मार्ग दिसतो की, ही तत्त्वे आचरणात आणताना, सारासार विचार, विवेक तारतम्य ठेवायला हवे! दुसऱ्याचे मन कदापिही दुखवू नये हा धर्मनियम आहे, म्हणून आपल्या घरात चोर चोरी करायला आला तर त्याचे मन दुखावेल म्हणून त्याला आपल्याला लुटू द्यायचे का? नाही. अशावेळी त्याला विरोध करून आपल्या धनाचे, आपल्या प्राणांचे रक्षण करणे हेच कर्तव्य ठरते. धर्माचे स्वरूप फार सूक्ष्म आहे. त्याचे वरवरचे स्वरूप आपल्याला जाणवते पण त्याचे मूळ स्वरूप जाणून वागले पाहिजे. खरा शुद्ध अंतःकरणाचा माणूस कोणता? व्यासांनी एके ठिकाणी सांगितले आहे की, निर्जन वनात आपणाला एकट्याला वाटेवर रत्नांनीयुक्त धन दिसले व त्यातील अल्प घेण्याचा विचारही ज्याच्या मनात येत नाही तो सज्जन!

वरील धर्मनियम आचरणात आणायला मनाचा निर्धार पक्का असला पाहिजे. पण मनावर ताबा मिळवणे अतिकठीण. वाईट विचारांना मनाने थारा देऊ नये म्हणून मनाच्या शुद्धीसाठी सतत प्रयत्न केले पाहिजेत. भगवद्भक्ती, नामस्मरण, पातंजलयोग हेच त्यावर उपाय आहेत. गोंदवलेकर महाराज म्हणतात, 'मनाला आपल्या शक्तीने ताब्यात आणणे फार कठीण आहे. ते थोर माणसालाच जमण्यासारखे आहे. पारा समोर टाकला तर तो दिसतो, पण काठीने मारला तर तो मारला जात नाही. त्याचप्रमाणे आपले मन आहे, हे समजते. पण ते आवरता येत नाही, म्हणूनच भगवंताला शरण जावे.'

(क्रमशः)

लेखांक : एक्याऐंशीवा

शिशुरूपातील नारायण

आरण्यकपर्वात मार्कंडेय - युधिष्ठिर संवादात युधिष्ठिराच्या प्रश्नांना उत्तरे देऊन आध्यात्मिक विषयांवर प्रकाश टाकला आहे. तत्पूर्वी अर्जुन अस्त्रविद्या संपादन करून स्वर्गातून परत आल्याचा वृत्तांत आहे. अर्जुन आल्यावर कुबेरवनात पांडवांनी चार वर्षे आनंदाने घालविली. तोपर्यंत वनवासाची दहा वर्षे पूर्ण झाली होती. गंधद्वीप तसेच द्वैतवनात काही काळ राहून ते बाराव्या वर्षी काम्यक वनात आले व तेथे त्यांची भेट घेण्याकरिता स्वतः श्रीकृष्ण सत्यभामेसह आला. त्याने अर्जुन अस्त्रसंपन्न झाल्याची सर्व हकीकत ऐकली, द्वारकेत द्रौपदीपुत्र व अभिमन्यू हे सर्व कसे उत्तम शिक्षण घेत आहेत व सुभद्रा किती प्रेमाने त्यांना सांभाळत आहे इत्यादी वृत्तांत सांगितला. यादव योद्धे कौरवांशी लढतील व राज्य परत मिळविण्यासाठी सर्वतोपरी साहाय्य तो पांडवांना देईल, असे आश्वासन श्रीकृष्ण त्या भेटीत देतो. त्याच सुमारास, अनेक हजारो वर्षे आयुष्य असलेल्या तपोवृद्ध मार्कंडेय मुनींचे तेथे आगमन होते. श्रीकृष्णासहित सर्वांनी त्यांचे अर्चन केल्यावर त्याने अनेक प्रश्नांची उत्तरे दिली व विस्मयकारक कथा सांगितल्या. मनु-मत्स्य कथा ही त्यातलीच एक! मार्कंडेय हे ब्रह्मदेवाचे अनुग्रह झालेले फार श्रेष्ठ मुनी होते. त्यांना वटपत्रावरील बालमुकुंदाचे म्हणजे सर्वश्रेष्ठ परमेश्वराचे साक्षात् दर्शन झाले आहे. याविषयी युधिष्ठिराने विचारल्यावर त्यांनी तो अत्यंत अलौकिक व मंत्रमुग्ध करणारा साक्षात्काराचा कथाभाग सर्वांना सविस्तरपणे सांगितला (महा. ३.१८६-१८७ अध्याय).

करारविन्देन पदारविन्दं मुखारविन्दे विनिवेशयन्तम्
वटस्य पत्रस्य पुटे शयानं बालं मुकुन्दं मनसा स्मरामि ॥

हा श्लोक आपल्या सर्वांच्या अगदी परिचयाचा आहे. या वटपत्रावर शयन करणाऱ्या बालमुकुंदाची अद्‌भुतरम्य कथा महाभारतात मार्कंडेयांनी पांडवांना ऐकवली आहे. सर्वांत आधी ते चार युगांची, त्या युगांच्या कालगणनेची व त्या त्या युगातील जगाच्या स्थितीची कल्पना देतात. चारही युगांची मिळून देवांची १२०० वर्षे होतात. याला एक 'महायुग' म्हणतात. (मनुष्याचे एक वर्ष म्हणजे देवांचा एक दिवस) अशी एक हजार महायुगे झाली

म्हणजे ब्रह्मदेवाचा एक दिवस पूर्ण होतो. त्यालाच 'कल्प' असेही नाव आहे. कल्पांत होण्याच्या वेळी हजाराव्या महायुगाचे शेवटचे कलियुग सुरू असते व त्यात धर्म क्षीण होऊन अधर्माचेच राज्य सर्वदूर पसरते. फसवणूक, असत्यभावना, क्रौर्य, अत्याचार, राक्षसी कृत्ये, व्यभिचार, चौर्य व अपरिमित हिंसाचार यांचेच साम्राज्य पसरते. राजे स्वतः दुराचारी बनतील व प्रजेला पीडा देतील. स्त्रिया प्रदूषित होऊन अनाथ बनतील. मनुष्याचे आयुर्मान वीस वर्षांइतके असेल. अशीही प्रजेची वाटचाल विनाशाकडे सुरू राहिल. सर्व काही उलटे, उरफाटे होऊ लागेल; ईश्वरनिष्ठा संपेल; सर्व प्रजा दैन्य व दुःखाने पीडित होईल.

सृष्टीचा अंत व महाप्रलय

अशी ही युगान्ताची वेळ आली असताना सर्वच नष्टप्राय होऊ लागेल. जगाचा अंत होण्याच्या या भयानक समयी अनेक वर्षांपर्यंत अनावृष्टी होईल. त्यात सर्व प्राणी, वनस्पती पीडित होऊन सर्व सागर व जल नष्ट होईल. नंतर संवर्तक नामक महाभयंकर अग्नी उत्पन्न होईल व तो पातालप्रदेशी जाऊन पृथ्वीच्या उदरातील सर्व नष्ट करील. त्यानंतर काळेकभिन्न व भयप्रद गर्जना करणारे मेघ नभोमंडल व्याप्त करून त्या अग्नीला नष्ट करतील व बारा वर्षे मुसळधार वृष्टी करतील. या वृष्टीमुळे सर्व जग जलमय होईल व त्या समयी पाण्याशिवाय काहीही अस्तित्वात दिसणार नाही. हाच महाप्रलय होय. पर्वत नष्ट होतील व समुद्र आपल्या मर्यादा उल्लंघतील, हे वर्णन सांगून मार्कंडेय म्हणाले की, त्या भीषण प्रलयाच्या वेळी ते एकटेच त्या जलमय पृथ्वीवर भ्रमण करीत होते. तपसामर्थ्याने त्यांचा प्राण कसाबसा वाचला होता. पोहत जाऊन अतिदीर्घ अंतर पार केल्यावर अचानक त्यांना विशाल वटवृक्ष दिसला व त्याच्या पर्णशय्येवर एक तेजस्वी बालक दिसले.

मुनींना श्रीविष्णूचे दर्शन

मार्कंडेयांना हे कल्पनातीत व गूढदृश्य पाहून महान आश्चर्य वाटले. भूत-भविष्य जाणणाऱ्या त्यांना या शिशुसंबंधी काहीही कळू शकले नाही. तेवढ्यात बालकाने मधुर आवाजात त्यांना विश्रांती घेण्यास सांगितले व त्यासाठी स्वमुख उघडले. मुनी आत जठरात पोहोचल्यावर त्यांना तिथे काय दिसावे? सबंध विश्वच त्या उदरात त्यांना समावलेले दिसले. सर्व पवर्त, सर्व नद्या, सर्व पशू-पक्षी, प्राणी, देव-दानव, ब्राह्मणदत्रियादी मानव, वनस्पती, गंधर्व, यक्ष, किन्नर सर्व स्थावर जंगम सृष्टी त्यांनी तिथे पाहिली. अनेक वर्षे भ्रमण करूनही त्या जगताचा म्हणजेच त्या उदरातील क्षेत्राचा अंत दिसू शकला नाही.

सततं धावमानश्च चिन्तयानो विशां पते ।

आसादयामि नैवान्तं तस्य राजन्महात्मनः ।। (महा.३.१८६.१११)

शेवटी ते महामुनी त्या दैवी शक्तीला शरण गेले तेव्हा त्यांना मुखातून त्या बालकाने बाहेर काढले; आणि त्यांच्यावर अनुग्रह करून त्या श्रीवत्सधारी बालकाने रहस्य सांगण्यास सुरुवात केली. तेव्हा मार्कंडेयांनी त्यांना प्राप्त झालेल्या नव्या दृष्टीने त्या बालकाकडे पाहून त्याच्या चरणकमलावर मस्तक ठेवून वंदन केले. दैवी बालकाने शरण आलेल्या मुनींना सांगितले की, मीच सर्वश्रेष्ठ जो नारायण तो होय; मीच सर्व भूतांचा विधाता व संहर्ता आहे. मीच ब्रह्मा तसेच इंद्र, विष्णू व शिवही मीच आहे. अहं विष्णुरहं ब्रह्मा शक्रश्चाहं सुराधिपः ।

'अहं शिवश्च सोमश्च कश्यपश्च प्रजापतिः ।

अहं धाता विधाता च यज्ञश्चाहं द्विजोत्तम ।।' (महा.३.१८७.५-६)

या श्लोकाचा विचार करता हे अगदी स्पष्ट होते की, नारायण किंवा विष्णू आणि शिव यांच्यात कसलाही भेद नाही. पुढे या शिशुरूपातल्या नारायणाने सांगितले की, अग्नी हे त्याचे मुख, पृथ्वी ही त्याचे चरण, सूर्य-चंद्र त्याचे डोळे, वायू हे त्याचे मन व नभ (आकाश) त्याचा देह होय. त्यानेच पृथ्वीला शेषरूपाने धारण केले असून ती जलात बुडत असताना, वराहरूप घेऊन तिला वाचविले आहे. चारही वेद त्याच्यापासून निर्माण होतात व त्याच्यातच विलीन होतात. गीतेतील 'यदा यदा हि धर्मस्य' हा श्लोक येथेही आला आहे. जेव्हा जेव्हा धर्माला ग्लानी येते व अधर्म बलवत्तर होतो तेव्हा तेव्हा मी अवतार धारण करतो. जेव्हा दुष्टात्मे, राक्षस, नराधम, क्रूर हिंसाचारी पुरुष निर्माण होतात तेव्हा मी मनुष्यरूपाने पृथ्वीवर येऊन संहार करतो. कृतयुगात या परमात्म्याचा वर्ण श्वेत असतो; त्रेतायुगात पीत, द्वापारात रक्तवर्ण व कलीत त्याचा वर्ण कृष्ण असतो. त्या शिशुने असेही सांगितले की, तो विश्वात्मा, शंखचक्रगदाधर नारायण असून लोक पितामह ब्रह्मा निद्रा घेईल तोपर्यंत तोही शयन करील. त्यानेच स्वतःच्या मायेने मार्कंडेयाला दर्शन देऊन उदरात विश्रामासाठी पाठविले. सर्व भूतांमध्ये मला कोणी जाणू शकत नाही; देवदानवांनादेखील माझ्या रूपाची ओळख नाही; माझ्या कृपेने तुला ती झाली आहे. एवढे बोलून सर्वश्रेष्ठ परमेश्वर, जगन्नियन्ता नारायण अंतर्धान पावला.

सर्वश्रेष्ठ नारायणाचे साक्षात् दर्शन या मुनींना झाले ही अगदी अलौकिक घटना समजली पाहिजे. महाभारतात फक्त तीन महापुरुषांना नारायणाचे प्रत्यक्ष दर्शन झाल्याचे दिसून येते. नारद व व्यास यांना तो साक्षात्कार झाल्याचे शांतिपर्वातील नारायणीयोपाख्यानात म्हटले आहे व वनपर्वात या वटपत्रावरील शिशुरूपातील नारायणाचे दर्शन मार्कंडेय मुनींना झाले आहे.

या रोमहर्षक प्रसंगातदेखील आपल्याला धर्मविषयक मार्गदर्शन पाहायला मिळते. नारायणाने सांगितले की, यम-नियम पाळणारे, शांतीला श्रेष्ठ मानणारे, इंद्रिय निग्रह करणारे, काम-क्रोध-द्वेष यांपासून मुक्त असे निःस्संग, पातकशून्य, सत्त्वगुणनिष्ठ, निरहंकारी अध्यात्मनिपुण असे जे पुरुष ते ध्यान करून माझीच उपासना करतात. या विधानातून आपण समजायला हवे की साधकाने कसे उच्च नीतिमत्तेचे वर्तन ठेवले पाहिजे व संयम, निःस्पृहता, सत्यनिष्ठा व सात्त्विकता इत्यादी श्रेष्ठ गुण अंगी बाणवले पाहिजेत. दुसरे विधान असे आहे की,

प्राप्नुवन्ति नरा विप्र यत्कृत्वा कर्म शोभनम् ।
सत्यं दानं तपश्चोग्रमहिंसा चैव जन्तुषु ।। (महा.३.१८७.२१)

हे विप्रा (मार्कंडेय) सत्य, दान, उग्र तपश्चर्या आणि प्राणिमात्रांची हिंसा न करणे इत्यादी तत्त्वे पाळून उत्कृष्ट (पुण्यशील) कर्म केल्याने मनुष्यास माझी प्राप्ती होते. यातूनही सत्कर्म, सदाचार, सत्य व अहिंसा पालन, दानप्रवृत्ती व तपश्चर्या याच आत्मकल्याणाच्या व परमपद मिळविण्याच्या पायऱ्या सांगितल्या आहेत. याच विवेचनात एक महत्त्वाचा विचार आला आहे व तो विचार सर्व प्राचीन ग्रंथांतून उल्लेखिलेला आहे. तो विचार असा की, जगात जे जे म्हणून घडत असते, वैयक्तिक जीवनातदेखील जे जे सुख-दुःख अनुभवावे लागते ते ते सर्व ईश्वराच्या इच्छेनेच होत असते.

मद्विधानेन विहिता मम देहविहारिणः ।
मयाभिभूतविज्ञाना विचेष्टन्ते न कामतः ।। (महा.३.१८७.२२)

मनुष्ये मीच निर्माण केली; माझ्या शरीरातच ते विहार करतात; त्यांची इच्छाशक्ती, मी आक्रांत केल्यामुळे, त्यांच्या सर्व क्रिया माझ्याच इच्छेने करीत असतात, स्वतःच्या इच्छेने करीत नाहीत. यातून स्पष्ट होते की, जगातील सर्व व्यवहार व मानव जीवनातील व्यापार त्या ईश्वराच्या इच्छेनेच होत असतात. आपल्याला वाटते आपण कर्ता आहोत पण खरे पाहाता सर्व घटनांची, व्यवहारांची सूत्रे त्या विश्वचालक परमेश्वराच्याच हाती असतात. आपण जे जगतो ते त्या परमात्म्याच्या शरीरातच जगतो. त्याने नेमून दिलेले श्वास संपले की आपण मृत्यू पावतो; तो एक क्षणानेही आपण वाढवू शकत नाही. आपली ही परवशता व असाहाय्यताच सांगते की, आपले सारे काही त्याच्या स्वाधीन आहे. मोठी तपश्चर्या केली, पुण्याचा संचय केला तरी त्याची कृपा होते तेव्हाच मोक्षप्राप्ती होते. ती त्याच्या इच्छेनेच होते. आपल्या हातात आपला जन्म नाही. तसेच मरणही नाही. हे सार्वकालिक सत्य व ईश्वराचे अनिर्बंध स्वामित्व या श्लोकातून समर्पकरित्या व्यक्त झाले आहे. गोंदवलेकर महाराजांनी म्हटले आहे - 'कधी सुख तर कधी दुःख, कधी यश तर कधी अपयश, हा प्रपंचाचा धर्मच आहे, हे ओळखून, आपल्या आयुष्यात

घडणाऱ्या सर्व घटना 'त्याच्या' (रामाच्या) इच्छेने आणि सत्तेने घडून येतात, अशी जाणीव ज्याच्या अंतःकरणात उमटली त्याला भगवंताचे अस्तित्व खरे समजले' (प्रवचने पृ.६५). पुढे याच प्रवचनात ते म्हणतात – भगवंताचे नाम काही झाले तरी सोडू नये. नाम घेताना सदाचरण सोडू नये व नीतीच्या मर्यादा ओलांडू नये. कर्तव्याचे फळ (आपल्या कर्माचे फळ) प्रारब्धाधीन असल्याने, जे फळ मिळेल त्यात समाधान मानावे; किंबहुना भगवंताच्या सत्तेने सर्व सूत्रे हलतात, म्हणून प्रारब्धदेखील त्याच्या नजरेखाली काम करते. (पृ.६५).

येथे एक असा प्रश्न उद्भवू शकतो की सर्वच ईश्वराच्या आधीन असल्याने माणसाला जी सुख-दुःखे भोगावी लागतात त्याला एकमेव कारण ईश्वरच आहे. पण खरे तसे नाही. माणसाला त्याच्या त्याच्या बऱ्या-वाईट कर्मावर दुःखरूपी अथवा सुखरूपी फळ भोगावे लागते. 'ईश्वर कर्माध्यक्ष आहे. तो कर्मसिद्धांतानुसार माणसाला त्याच्या पूर्वकर्माप्रमाणे फळे अर्पण करतो. तो प्रारब्धावरही सत्ता चालवणारा न्यायाधीश आहे.'

मार्कंडेयाने पुढे युधिष्ठिर, इतर पांडव, द्रौपदी व स्वतः कृष्ण यांना सांगितले की, त्याने पूर्वी शिशुरूप देव अवलोकन केला, तो हा 'श्रीकृष्ण' होय. याच्याच कृपेने माझी स्मरणशक्ती नष्ट होत नसून दीर्घ आयुष्य व इच्छामरण मला लाभलेले आहे. हा श्रीकृष्ण अचिंत्यस्वरूपी पुराणपुरुष महाविष्णू असून त्या प्रभूने यादवकुळात जन्म घेतला आहे. श्रीवत्सधारी, ब्रह्मदेवाचा पालक, अविनाशी असा जगाचा स्वामी जो नारायण तोच हा 'श्रीकृष्ण' होय. याला तुम्ही शरण जा. येथे या प्रसंगात साक्षात् श्रीकृष्णही हे सर्व ऐकत असल्याचे दिसते. श्रीकृष्ण अवतारस्वरूप साक्षात् नारायण असल्याचे या प्रसंगातून सर्वांना कळते. सर्वजण भारावून जातात. पाच पांडव, द्रौपदी मोठ्या भक्तिभावाने त्याक्षणी श्रीकृष्णाला नमस्कार करतात.

(क्रमशः)

◆◆

लेखांक : ब्याऐंशीवा

अर्जुनाला 'सूक्ष्मधर्म' स्पष्ट केला.

महाभारतकारांनी 'सत्य' या सर्वश्रेष्ठ धर्मतत्त्वाचा ऊहापोह जागोजागी केला आहे. धर्माचे जर संक्षिप्त किंवा सारभूत स्वरूप सांगायचे असेल तर ते 'सत्य' हेच सांगावे लागेल. युधिष्ठिर हा धर्माचा पुतळा होता व सत्य तर त्याच्या रक्तातच होते. द्रोण निधनाच्या वेळी जो डावपेच रचण्यात आला त्यावेळी त्याला थोडे खोटे बोलावे लागले; त्यासाठी त्याला अल्पकाळ नरकवासाची शिक्षा भोगावी लागली. अशा या सत्याचे विवेचन करताना कर्णपर्वातील एका महत्त्वपूर्ण प्रसंगाचा मागोवा घेणे अत्यंत आवश्यक आहे. ह्याचा उल्लेख लेखांक ४मध्ये आला आहे. पण तो संक्षिप्त आहे. सत्य तत्त्वाचे सखोल ज्ञान याठिकाणी आलेले असल्याने तो सविस्तर वृत्तांत पाहाणे गरजेचे आहे. या प्रसंगाचे वैशिष्ट्य असे की, त्यात साक्षात् कृष्णाने याच्या सूक्ष्म स्वरूपावर प्रकाश टाकला आहे. भारतीय युद्धाच्या पंधराव्या दिवशी सेनापती द्रोणांचे निधन झाले. सोळाव्या दिवशी कर्ण सेनापती झाला व सतराव्या दिवशी त्याचे आणि अर्जुनाचे घनघोर युद्ध होऊन त्यात कर्ण मारला गेला. सतराव्या दिवशी कर्णाने युधिष्ठिराचा पराजय केला. कुंतीला दिलेल्या वचनाप्रमाणे त्याने युधिष्ठिराला जीवदान दिले पण ते करताना कर्णाने त्याचा उपहास केला; मोठ्या युद्धाची त्याची पात्रता नाही व क्षात्रधर्मापेक्षा ब्राह्मधर्मच त्याने स्वीकारावा इत्यादी बोलून त्याचा फार अपमान केला. घायाळ व संतप्त युधिष्ठिर शिबिरात परतला. युधिष्ठिराच्या जीवावर बेतल्याचे कळल्याने अर्जुन व कृष्ण घाईने त्याचा तपास घेण्यासाठी शिबिरात आले. युधिष्ठिराला वाटले की कर्णाचा वध करूनच अर्जुन कृष्णासह भेटायला आला आहे. तो, त्या दोघांना कर्णाने आपल्याला घायाळ करून, सर्व महारथींसमोर कसा घोर अपमान केला हे सांगतो. त्याला परोपरीने विचारतो की, त्या महापराक्रमी दुष्ट, पापी कर्णाचा वध त्याने शेवटी कसा केला. युधिष्ठिर सुखरूप असल्याचे पाहून अर्जुनाला बरे वाटले पण आपले कर्णाशी युद्ध झाले नसल्याचे युधिष्ठिराला सांगणे भाग पडले. युधिष्ठिराविषयी चिंताजनक वृत्त कळल्यामुळे कर्णाशी युद्धाला तोंड न लावता आपण तडक इकडे धावत आल्याचे त्याने सांगितले. हे कळल्याबरोबर युधिष्ठिराला क्रोध

आवरेनासा झाला. रागाच्या भरात तो अर्जुनाला अद्वातद्वा बोलला. अर्जुनाच्या जन्माच्या वेळी आकाशवाणी झाली होती की 'याच्यापेक्षा श्रेष्ठ धनुर्धर होणार नाही, हा अजिंक्य असेल, हा इंद्र व विष्णूसारखा महाप्रतापी असेल.' ही देवांची वाणी, 'हे अर्जुना, तू कर्णाला भिऊन परत आल्याने, खोटी ठरली आहे.' असे जळजळीत शब्द अर्जुनाला ऐकवले. त्याला वाटेल तसे टाकून बोलून शेवटी असे म्हटले की, 'अर्जुना, हे तुझे गाण्डीव धनुष्य टाकून दे; दुसऱ्याला देऊन टाक.' (महा.८.४९.८-११)

कृष्णामुळे अनर्थ टळला

गाण्डीव संबंधीचे हे वाक्य ऐकताच अर्जुन संतापला; आणि त्याने युधिष्ठिराचा वध करण्याच्या उद्देशाने खड्ग हातात घेतले. मनातील भावना जाणणाऱ्या कृष्णाने अर्जुनाला म्हटले, ''हे काय करायला निघालास? राजा सुरक्षित आहे हे पाहून आनंद करायचा असताना तुला राग कशाचा आला? कुणाला मारण्यासाठी हे खड्ग उचलले आहेस?''

यावर अर्जुनाने आपली प्रतिज्ञा सांगितली, 'जो मला गाण्डीव दुसऱ्याला दे असे सांगेल त्याचा मी शिरच्छेद करीन' अशी माझी प्रतिज्ञा आहे म्हणून राजा ज्येष्ठ असूनही प्रतिज्ञा पालनासाठी मी हे कृत्य करायला उद्युक्त झालो आहे. 'कृष्णा, तुला सर्व ज्ञान आहे; माझा हा पेच मी कसा सोडवावा? तुझ्या सांगण्याप्रमाणे मी वागेन.' साक्षात् राजा युधिष्ठिराला, या अत्यंत निर्णायक क्षणी, अर्जुन, मारायला तयार झाला व आततायीपणाने जर त्याने हे दुष्कृत्य केले असते तर केवढा मोठा अनर्थ झाला असता.

कृष्णाने अर्जुनाची विमूढस्थिती पाहून त्याला आवरले. त्याची कानउघडणी करताना कृष्णाने त्याला खालीलप्रमाणे सांगितले, 'कार्य काय किंवा अकार्य (अयोग्य कृती) काय हे समजणे फार कठीण आहे. तू मोहवश होऊन अज्ञानी माणसासारखा वागत आहेस. तुझी प्रतिज्ञा सत्य ठरावी म्हणून तू धर्मनिष्ठ व गुरूस्थानी असलेल्या भावाचा अविचाराने वध करणार? प्राणिमात्राचा वध करणे हे फार मोठे पातक आहे; आणि ही तर गुरूस्थानी असलेल्या व शत्रूकडून घायाळ झालेल्या, निःशस्त्र अशा ज्येष्ठ भ्रात्याची निर्घृण हत्या! साक्षात् रणातदेखील शत्रूकडील सैनिकाची, तो निःशस्त्र असल्यास, शरणागत असल्यास, पराङ्मुख असल्यास, हत्या करू नये, असा नियम आहे. तू धर्माचे जे खरे रहस्य आहे, त्याचे सूक्ष्म स्वरूप ते मुळीच जाणत नाहीस. हे अधर्मयुक्त, गर्हणीय कर्म तू मूढत्वामुळे व धर्माच्या अज्ञानामुळे करायला निघाला आहेस.

स गुरूं पार्थ कस्मात्त्वं हन्या धर्ममनुस्मरन् ।
असंप्रधार्य धर्माणां गतिं सूक्ष्मां दुरन्वयाम् ।। (महा.८.४९.२४)

तुला मी आता धर्मरहस्य नीट समजावून सांगतो; तुला तुझी प्रतिज्ञा सत्य करायची

आहे; तो पाळताना मात्र कोणता अनर्थ घडतो आहे, युद्धावर त्याचा काय परिणाम होईल याचा तू क्षणभरही विचार केलेला नाही. सत्य काय आणि अनृत काय याचे विवेक – ज्ञान असणे फार आवश्यक आहे. सत्य बोलणे किंवा सत्य पाळणे हे सर्व ठिकाणीच उपकारक ठरेल असे नाही. म्हणून काही परिस्थितीत अनृत हे सत्याचे स्वरूप धारण करते व सत्य अनृतासारखे असते. सत्यवचनत्वाला काही अपवाद शास्त्रात सांगितलेले आहेत.

प्राणात्यये विवाहे च वक्तव्यमनृतं भवेत् । (महा.८.४९.२९)

संकटात प्राणावर बेतले असताना अनृत बोलावे लागते (सुटकेसाठी) तर ते योग्यच होय. स्वतः कृष्णाने या ठिकाणी कौशिक मुनींचे उदाहरण दिले आहे. त्याचाही उल्लेख मागील लेखांक ४मध्ये आला आहे. त्यात 'सूक्ष्मधर्म' स्पष्ट केला आहे. सत्य बोलताना त्याच्या पुढे होणाऱ्या, परिणामांचाही विचार केला पाहिजे, हे कौशिकाच्या कथेत स्पष्ट केले आहे. ज्यात अंतिमतः समाजाचे हित होते, ज्यामुळे शेवटी धर्मरक्षण होते ते बोलणे म्हणजे सत्य होय. हा निर्वाळा भगवंतानेच दिला आहे. मागील लेखात गोंदवलेकर महाराजांचे मतही मी स्पष्ट केले आहे. 'धर्मो धारयति प्रजाः' धर्माने प्रजेचे हितरक्षण होते. असे धर्मरक्षण व धर्मसंवर्धन होत नसेल व धर्माची हानी होत असेल तर त्या सत्याला धर्म तरी कसे म्हणावयाचे? येथे मुळात याविषयी फार महत्त्वाचे विधान आहे. कृष्ण म्हणाला, ''तेव्हा अर्जुना, धर्म रक्षण्यासाठी (धर्मार्थ) जर अनृत बोलले तर ते अनृत ठरत नाही.'' त्यानंतर कृष्णाने पार्थाला सांगितले की, त्याने धर्माची प्रतिज्ञेसाठी निर्भत्सना करावी, त्याला अपमानकारक बोलावे म्हणजे त्याचा वध केल्यासारखेच होईल. अर्जुन तसे करतो. धर्माला फार दुःख होते. आपण कुलानाशक आहोत, राजा होण्यास अपात्र आहोत, तेव्हा वनातच मी निघून जातो असे युधिष्ठिराने म्हणताच कृष्ण त्याची समजूत काढतो. अर्जुनाने केवळ प्रतिज्ञा पालनासाठी हे कठोर शब्द वापरले असे सर्व सांगून भावाभावात पुन्हा सलोखा निर्माण करतो. कृष्णाचे बोलणे संपताच अर्जुन लाजेने मान खाली घालून धर्मराजाच्या चरणावर मस्तक ठेवतो व पुनःपुन्हा राजाची विनवणी करतो की त्याने क्षमा करावी. युधिष्ठिरही मोठ्या मनाने त्याला वर उठायला सांगून, त्याला आलिंगन देऊन त्याच्या मस्तकावर अश्रू ढाळतो; अर्जुनालाही रडू आवरता येत नाही; दोघेही भाऊ स्नेहापोटी एकमेकांसाठी बराच वेळ रडतात असे या क्षणाचे वर्णन व्यासांनी केले आहे. सत्याबद्दलचा सूक्ष्मधर्म हा असा आहे!

कृष्णाचा युधिष्ठिराला उपदेश

आश्वमेधिक पर्वात कृष्णाने युधिष्ठिराला उपदेश केला, कारण युधिष्ठिर भीष्मांच्या

उत्तरक्रियेनंतर विषण्णचिंत झाला होता. युद्धात निधन पावलेल्या आप्तांचे स्मरण होऊन तो शोकाने अक्षरशः भूमीवर पडला. त्याला सावरून धृतराष्ट्राने म्हटले, 'विदुराचे म्हणणे मी ऐकले नाही; दुर्योधनाच्या मर्जीने मी चाललो. माझ्या या पुत्राच्या अपराधामुळेच हा सर्वनाश झाला. युधिष्ठिरा, तू दुःख विसर आणि राज्याची धुरा हाती घे.' व्यासांनीही त्याची समजूत काढली. यज्ञ, तप व दान यांच्या योगाने माणसे पुनीत होतात व पुण्य मिळवितात. तू दाशरथी रामचंद्राप्रमाणे अश्वमेध यज्ञ कर व पुण्यसंचय कर. दुर्योधनाने जरी खजिना रिता केला असला तरी तुझ्या बाहुबलाने द्रव्य मिळविता येईल. या संदर्भात मरूत्राचे आख्यान सांगितले. त्याच्या यज्ञात अधिक झालेले द्रव्य हिमालयावर टाकले आहे; ते त्याने आणून मोठा यज्ञ करावा. यानंतर कृष्णानेही त्याला चार उपदेशाचे शब्द सांगितले. हा उपदेश आध्यात्मिक स्वरूपाचा आहे. युधिष्ठिराचा शोक त्याला ब्रह्मविषयक ज्ञान दिल्यानेच नष्ट होईल असे वाटल्याने त्याला सांगितले,

सर्वं जिह्मं मृत्युपदमार्जवं ब्रह्मणः पदम् ।
एतावान् ज्ञानविषयः किं प्रलापः करिष्यति ।। (महा.१४.११.४)

'अंतःकरणाची वक्रता ही संसारात पाडणारी म्हणजेच मृत्यूकडे नेणारी असते. (त्यामुळे जन्म-मृत्यूच्या फेऱ्या होतात) पण अंतःकरणाची सरलता ही मोक्ष देणारी असते. ही गोष्ट ज्याला नीट समजली त्याला इतर काही सांगण्याची गरज नाही. राजा, तू तुझ्या आत असलेल्या शरीरस्थ शत्रूला जाणत नाहीस. युद्धात बाह्य शत्रू मारलेस पण आत्मकल्याणासाठी आतील कामक्रोधादी शत्रू मारून मनाशी लढावे लागते. याविषयी इंद्र व वृत्र यांच्या युद्धाविषयी मी तुला सांगतो. वृत्राने संबंध पृथ्वी व्यापली व गंध हरण केला; त्यामुळे दुर्गंध पसरला. इंद्राला राग आला; त्याने वज्राने त्याला घायाळ केले. वृत्र तेथून पळाला व उदकात शिरला आणि त्याचा विषय 'रस' हरण केला. इंद्राने पुन्हा वार केला. तेथून वृत्र तेजात शिरला. त्याचा विषय 'रूप' हे त्याने हरण केले. इंद्राने तेथेही त्याला घायाळ केल्यावर वायूत शिरला व त्याचा विषय जो 'स्पर्श' त्याचे हरण केले. तेथेही घायाळ झाल्यावर तो आकाशात प्रविष्ट झाला व 'शब्द' हा विषय हरण केला. तेथे त्याच्यावर प्रहार झाल्यावर तो इंद्राच्या शरीरातच शिरला आणि इंद्राचे मुळचे गुणधर्म हरण केले. याप्रमाणे वृत्राने घेरले असता इंद्राला मोह उत्पन्न झाला. तेव्हा वसिष्ठ मुनींनी इंद्राला 'अहं ब्रह्मास्मि इति' या वाक्याचा उपदेश केला. मग इंद्राने अदृश्य वज्राच्या साहाय्याने शरीरस्थ वृत्राचा नाश केला.' ही कथा रूपकात्मक आहे. इथे इंद्र म्हणजे आत्मा व वृत्र म्हणजे अहंकार. अहंकाराने प्रथम देहात प्रवेश केला. विवेकरूपी वज्र फेकल्यावर अहंकार सूक्ष्मदेहात (रसात) गेला. तेथून पुढे तो विवेकरूपी वज्राच्या प्रहाराने तो ज्योतीत म्हणजे तेजात गेला. याचा अर्थ मीच ज्योती आहे असा अहंकार उत्पन्न

झाला. पुढे मीच वायू म्हणजे प्राण व नंतर आकाश म्हणजे मीच विज्ञान असा त्याला मोह पडला. पुढे तो इंद्रात शिरला. आत्तापर्यंत विवेकाने व सद्‌विचाराने अहंकार देहाबाहेर असल्याने प्रहार करता झाला. आता आत्म्याचाच अहंकार झाल्याने कठीण प्रसंग आला. अशावेळी वसिष्ठरूप गुरूने 'हे इंद्रा तू ब्रह्मच आहेस' असा तात्त्विक उपदेश केला व त्याला मोहातून मुक्त केले. पुढे एकत्वाची जाणीव होताच आत्मा ब्रह्ममय, आनंदरूप झाला.

पुढे कृष्ण सांगत आहे की, धर्माला, भारतीय युद्धात शत्रूशी लढावे लागले; आता शत्रू जो आत आहे त्याच्याशी लढावयाचे आहे. तेथे इतर पुष्कळ साहाय्यक होते पण येथे एकट्याने लढावयाचे आहे. या अव्यक्तरूप म्हणजे मायारूप मनाला जर तू जिंकलेस तर हा शोक आपोआप नष्ट होईल. धर्मा, राज्यादिक बाह्य वस्तूंचा त्याग केल्याने सिद्धी होत नसते; शरीरांतर्गत जी कामादिक द्रव्ये (काम, मोह इ.) त्यांच्या त्यागाने सिद्धी होते.

द्व्यक्षरस्तु भवेन्मृत्युः, त्र्यक्षरं ब्रह्म शाश्वतम् ।
ममेति द्व्यक्षरो मृत्युर्न ममेति च शाश्वतम् ॥ (महा.१४.१३.३)

धर्मा, दोन अक्षरांचा शब्द 'मम' हा मृत्यू होय व तीन अक्षरांचा शब्द 'न मम' हे शाश्वत ब्रह्म होय. मम म्हणजे हे माझे, ते माझे करणाऱ्याला मृत्यू व पुनर्जन्माचा फेरा आहे; पण 'न मम' म्हणजे हे देहादी सर्व (पत्नी, मुले, देह, घरदार) हे माझे नव्हे असे म्हणणारा व जाणणारा शाश्वत ब्रह्मपदास पोहोचतो. सगळी पृथ्वी प्राप्त होऊनही जर मनुष्याला तिच्याविषयी ममत्व नसेल तर तिजपासून त्याला काय उपसर्ग होणार? तो ऐश्वर्यातही मुक्तच आहे. तसेच जो मोक्षासाठी वनात जातो पण तेथे संसारातील द्रव्यांबद्दल त्याच्या मनात ममत्व असेल तर तो मृत्यूच्या मुखातच आहे असे समजावे. मृत्यू आणि ब्रह्म हे आपल्यामध्येच आहेत; ते प्राणिमात्रास दिसत नाहीत पण परस्परांशी झगडत असतात. ही ममत्वबुद्धी 'कामना, इच्छा, वासना' यांच्यामुळे निर्माण होते. म्हणून त्या कामाला जिंकून मनाच्या ठिकाणी निर्ममत्व आणले पाहिजे. तू या कामाचा धर्माच्या ठिकाणी लय कर; यज्ञ व तपाने चित्तशुद्धी होऊ दे म्हणजे, धर्मराजा, तुला श्रेय प्राप्त होईल असे कृष्णाने शेवटी सांगितले आहे.

(क्रमशः)

लेखांक : त्र्याऐंशीवा

'अनुगीतेचे' विवेचन

आश्वमेधिक पर्वात युधिष्ठिराच्या सांत्वनासाठी केलेला हा कृष्णाचा उपदेश संपल्यावर कृष्णाने द्वारकेस जाण्याची तयारी केली. अर्जुन व युधिष्ठिर यांना तो म्हणाला की, युद्धात विजय मिळाला व राज्य प्राप्त झाले याला कारण धर्म तुमच्याकडे होता म्हणून! अर्जुन आणि कृष्ण सभागृहाच्या एका दालनात बसले असताना अर्जुन म्हणाला की, कृष्णाचे माहात्म्य व ईश्वररूपत्व युद्धारंभी (गीतेच्या प्रसंगी) त्याला कळून आले. तो उपदेश अलौकिक व कल्याणकारी होता. परंतु, तो उपदेश विसरून गेला आहे. तो तत्त्वार्थ परत एकदा कृष्णमुखातून ऐकावयाची इच्छा आहे; तरी तो पुन्हा सांगावा. याला कृष्णाने उत्तर दिले की, त्यावेळी तो योगयुक्त म्हणजे योगसमाधीमध्ये होता म्हणून तसा प्रदीर्घ उपदेश देता आला. आता तसा उपदेश करता येणे शक्य नाही. तरी त्या (गीतेतील)आशयाला धरून काही कथाभाग तुला सांगतो की जेणेकरून तुझे उद्बोधन होईल. असे सांगून कृष्णाने काही आध्यात्मिक व धार्मिक विवरण केले आहे, त्यालाच 'अनुगीता' असे नाव आहे.

कृष्ण सर्वश्रेष्ठ परमात्मा जो नारायण त्याचा अवतार असे मार्कंडेयांनी पांडवांना सांगितल्याचे मागील लेखात आपण पाहिले. नारायणीयोपाख्यानातही कृष्ण दैवी अवतारपुरुष आहे असे स्पष्ट म्हटलेले आहे. भीष्मांनी तर हा साक्षात् 'ईश्वर' आहे, तेव्हा हे दुर्योधना, तू अजूनही नीट विचार करून युद्ध थांबव, असा आग्रह दुर्योधनाकडे धरला होता. परिक्षित मृत जन्मल्यावर स्वतः कृष्णानेच त्या अभिमन्यूच्या बालकाला पुन्हा जिवंत केले. कृष्णाच्या दैवी शक्तीसंबंधी असे उल्लेख आहेतच पण येथे (आश्वमेधिक पर्वात) अर्जुनाला त्याचे ईश्वररूपत्व केव्हा कळले याचा स्पष्ट उल्लेख आहे.

गीतेत सांगितलेल्या अनेक विषयांचे सविस्तर विवेचन या अनुगीतेच्या रूपात कृष्णाने अर्जुनाच्या कानावर घातले आहे. अनुगीतेत खूप विषयांचे विवेचन आलेले आहे; त्यातील निवडक विवेचन आपल्याला पाहावयाचे आहे.

काश्यप व सिद्ध यांचा संवाद

कृष्णाने वरील दोघांतील संवाद पारमार्थिक विषयाला धरून असल्याने सविस्तर सांगितला. काश्यपाने वरच्या लोकांतून आलेल्या सिद्धाला प्रश्न विचारून खूप ज्ञान मिळविले. मृत्यूच्या वेळी काय घडते याचे उत्तर असे की शरीरात अत्यंत कुपित झालेली उष्णता तीव्र वायूमुळे शरीरात पसरते; ती जीव राहण्याच्या ठिकाणांचा म्हणजे मर्मस्थानांचा भेद करते. मग जीवास अत्यंत वेदना होऊन तो देहापासून वियुक्त होतो. मरतेसमयी व जन्मतेवेळीही जीवाला फार वेदना सहन कराव्या लागतात. जिथे प्राणी राहतात ती कर्मभूमी होय. येथे शुभ व अशुभ कर्मे जीव करतो. त्या चांगल्या-वाईट कर्मानुसार पुण्य-पापाचा हिशोब होऊन त्याला पुण्यामुळे वरचे लोक व पापामुळे नरकवास मिळतो. नरकात जावे लागणार नाही याची प्रत्येकाने काळजी घेतली पाहिजे. वरचे लोक म्हणजे सर्व तारा, चंद्रमंडल, सूर्यमंडल व सर्व स्वयंप्रकाशी स्थळे! पण तेथेही जीवात्म्याला विकार उत्पन्न झाल्याने असंतोष असतोच. शिवाय पुण्य संपताच पृथ्वीवर येऊन पुनर्जन्म घ्यावा लागतो.

जीवात्मा ब्रह्मज्ञानी म्हणजेच मुक्ती मिळेपर्यंत जन्म आणि मृत्यू या चक्रात सापडलेला असतो. त्याला प्रत्येक जन्मात आपल्या पूर्वकर्मांची फळे भोगावी लागतात. जीव पुन्हा जेव्हा जन्म पावतो तेव्हा तो सूक्ष्म व असंग असूनही गर्भात प्रवेश करतो व देव, मनुष्य, पशुपक्षी इत्यादी योनीत जन्म घेतो. तो मूळ स्वरूपात असंग असला तरी लोखंडाचा गोळा अग्नीत टाकला असता उष्णता अग्नीत शिरते त्याप्रमाणे हा जीव गर्भात प्रवेश करतो. प्रवेश केल्याबरोबर, दिवा जसा सर्व घरातील पदार्थ प्रकाशित करतो त्याप्रमाणे चेतनाही सर्व शरीराला प्रकाशित करते.

एवमेव शरीराणि प्रकाशयति चेतना ।। (महा.१४.१८.१०)

या जीवाला कर्मभोग आहेच पण ज्याच्या योगाने हा जीव सुखी होतो तो धर्म मी तुला सांगतो.

दान, व्रत, ब्रह्मचर्य (एक पत्नीव्रत), शास्त्रोक्त व्रताचरण, दम, प्रशांतता, भूतांविषयी अनुकंपा, चित्ताची एकाग्रता, संयम परस्वाविषयी निर्लोभता, लबाडी, खोटेपणा मनानेही न करणे, मातापित्यांची सेवा, देवता - अतिथीपूजन, दया, शुचिर्भूतपणा, नित्य इंद्रिय निग्रह आणि शुभकर्मांकडेच प्रवृत्ती, यास सज्जनांचे व्रत किंवा सदूवर्तन असे म्हणतात व हेच जीवाला तारणारे आहे. या सर्व तत्त्वांचे अनुसरण केल्यास मनुष्याला कधीही दुर्गती प्राप्त होणार नाही.

भगवद्गीतेत ज्याप्रमाणे क्षर-अक्षर पुरुषांचे विवेचन आहे तसेच येथेही वर्णन आले आहे. सर्व लोकपितामह ब्रह्मदेवाने आपला देह निर्माण करून मग त्रैलोक्य निर्माण केले; त्याचप्रमाणे त्याने आपली स्वतःचीही आयुर्मर्यादा निश्चित करून ठेवली. त्याने सृष्टी,

प्रलय व प्रतिसर्ग या सर्वांची रचना केली. जीवात्मे विविध योनीत (कर्मानुसार) जन्म घेतील (परिवृत्ती) व त्यांना पुनःपुन्हा जन्म घ्यावा लागेल (पुनरावृत्ती) या दोन गोष्टी त्यांना लावून दिल्या. पण कुठल्याही प्रकारचा जन्म व प्रपंचातील जीवन दुःखमयच असते; म्हणून या कर्मबंधापासून मुक्त होण्याचा प्रयत्न केला पाहिजे. आपण ज्याला किंचित सुख मानतो, तेदेखील अंततो गत्वा दुःखरूपच ठरते किंवा जाणवते. म्हणजेच ज्याला आपण सुख समजतो ते दुःखमयच असल्याने माणसाने यातून कायमचे मुक्त होण्यासाठी जगातील पदार्थ व व्यक्तींसाठी असलेले ममत्व सोडले पाहिजे. ही ममत्वबुद्धी आपल्या मनात उद्‌भवणाऱ्या 'मला हे हवे ते हवे' अशा इच्छांमुळे तयार होते म्हणून आपण कुठल्याही गोष्टीविषयी आपली इच्छाच नाहीशी करावी. या निश्चयामुळे वैराग्य उत्पन्न होण्यास मदत होऊन मन एकाग्र आणि स्वस्थ होते.

मुक्त कोणाला म्हणावे?

आपल्या मनाला अंतर्मुख करून शरीररूपी अंधाऱ्या डोहात खोलवर जाऊन जो परमतत्त्वाचा शोध घेतो व जितेंद्रिय असा तो क्रोध, भय व काम यांचा त्याग करून आत्म्यात लीन होतो – तो मुक्तच होय. जो सर्व भूतमात्रांच्या बाबतीत आत्मवत आचरण करतो, आपल्या ठिकाणी आणि इतरांच्या ठिकाणी एकाच प्रकारचे वर्तन ठेवू शकतो, जो मनाने निर्मळ, तसेच, मान–अहंकार विरहित असतो, तो मुक्तच झाला असे समजावे.

जीवितं मरणं चोभे सुखदुःखे तथैव च ।
लाभालाभे प्रियद्वेष्ये यः समः स च मुच्यते ।। (महा.१४.१९.४)

या श्लोकात गीतेतील स्थितप्रज्ञाच्या वर्णनात आलेला विचार मांडला आहे. जीवित व मरण, सुख व दुःख, लाभ व हानी आणि मित्र व शत्रू यांच्या ठिकाणी ज्याचा समभाव असतो तो महान पुरुष मुक्तच होतो. ज्याच्या मनात काही आकांक्षाच नसते म्हणजे कुठल्याही स्वरूपाची इच्छाच नसते (निराकांक्ष, निःस्पृह), जो कोणाची अवज्ञा करीत नाही, जो द्वंद्वरहित असतो, जो 'वीतरागात्मा' म्हणजे कुठल्याही स्वरूपाच्या ममत्वापासून, पदार्थांबद्दल वाटणाऱ्या आसक्तीपासून दूर असतो, कोणाच्याच ठिकाणी ज्याची शत्रूमित्रादी भावना नसते, धर्म, अर्थ व काम हेदेखील ज्याने सोडून दिलेले असतात – तो मुक्तपुरुषच समजावा. जो अकर्मा म्हणजे सर्व कर्मांपासून दूर व विकांक्ष म्हणजे संपूर्ण इच्छारहित असतो. जो हे जग, हे जीवन अशाश्वत तसेच जन्म, मृत्यू व जरा यांनी युक्त मानतो व ज्याची बुद्धी सतत वैराग्ययुक्त असते तो मुक्तच म्हटला पाहिजे. मुक्तावस्था ही निःस्पृह, जितेंद्रिय अशा साधकाला कशी प्राप्त होते हे सांगताना म्हटले आहे की, 'शारीरिक व मानसिक अशा सर्व संकल्पनांचा त्याग केल्यानंतर, लाकडे संपली असता अग्नी जसा

शांत होतो तसा हा सावकाश निर्वाण पावतो. मुक्त मनुष्याला जी परमशांती लाभते, जो ब्रह्मानंद गवसतो, तो चिरंतन सुखरूपी ब्रह्मात, अग्नी जसा शांत अवस्थेला प्राप्त होतो तसा तो चिरशांत होतो. मुक्त होतो म्हणजे काय होते हे आणखी एका श्लोकात स्पष्ट केले आहे.

विमुक्तः सर्वसंस्कारैस्ततो ब्रह्म सनातनम् ।
परमाप्नोति संशान्तचमलं दिव्यमक्षरम् ।। (महा.१४.१९.१३)

अशारीतीने मुमुक्षू पुरुष सर्व संस्कारांपासून विमुक्त झाले असता, त्याला मग सनातन, पर, अत्यंत शांत, अचल, नित्य व अक्षर अशा ब्रह्माची प्राप्ती होते. ब्रह्माला जाऊन मिळणे किंवा परब्रह्माशी एकरूप होणे म्हणजेच स्वतः निर्गुण, निराकार ब्रह्मच होऊन जाणे होय.

याच विवेचनात पुढे योगशास्त्राची सविस्तर माहिती आलेली आहे. चित्तनिग्रहाच्या विविध उपायांनी चित्त देहामध्ये अंतर्मुख करून नित्य अशा त्या परमात्म्याचे दर्शन होऊ शकते. इंद्रिये विषयांपासून आवरून धरून मन आत्म्याच्या ठिकाणी लावावे. प्रथम तीव्र योगाभ्यास दीर्घ काळ करावा व नंतर निर्विकल्प समाधीचा निर्धारपूर्वक प्रयत्न करावा म्हणजे मोक्ष साधता येतो. तपस्वी व जितेंद्रिय अशा योगी साधकाने चित्त अंतर्मुख करून, आत्म्याकडे लावून सतत एकाग्रतेत योगाचा, ध्यानधारणेचा अभ्यास करावा. समाधिस्थ अवस्था प्राप्त झाल्यावर ध्याननिष्ठ योग्याला स्वतःमध्येच आत्मदर्शन होते. हा जितेंद्रिय योगी समाधीत आत्मदृष्टीने आत्म्यास पाहू शकतो. ज्याप्रमाणे आपण स्वप्नात पाहिलेला मनुष्य जागृतीत दृष्टीस पडताच हाच तो म्हणून ओळखतो, त्याप्रमाणे समाधीस्त विश्वरूप आत्मा ज्याने पाहिला तो समाधी विसर्जनानंतर 'विश्व हाच आत्मा' होय असे ओळखतो. त्या योग्याच्या जीवात्म्याला आपण विश्वरूप आत्मा आहोत असा प्रत्यय येतो व तो निजरूपात, परब्रह्मात विलीन होतो.

ब्रह्म चाव्ययमाप्नोति हित्वा देहमशाश्वतम् ।। (महा.१४.१९.२५)

जीवात्मा निजस्वरूपाला म्हणजेच नित्य, अव्यय, स्वयंप्रकाशी स्वरूपाला प्राप्त होतो व आपल्या अंशीला परमात्म्याला जाणतो. हा महान आत्मा ज्याची ओळख जीवात्म्याला होते तो केवळ मनरूपी प्रदीपानेच दिसणारा आहे. त्या महान आत्म्याला म्हणजे विश्वनियन्त्या परमात्म्याला सर्वत्र हात व पाय आहेत, तसेच सर्वत्र नाक, कान, डोळे व मुखे आहेत व तो सर्व विश्व व्यापून राहत आहे. मोक्ष प्राप्त होताच जीव जन्म, मरण, दुःख व कर्म यांच्यातून कायमचा मुक्त होतो व अमरत्व पावतो.

वसुदेवाच्या घरी साक्षात् परब्रह्म कृष्णाच्या रूपाने त्यांचा मुलगा म्हणून जन्माला आले होते, पण वसुदेवांना याची कल्पना नव्हती. ते कृष्णाला मुलगाच समजत. नारदांनी

जेव्हा त्यांना हे सत्य सांगितले तेव्हा वसुदेवांना ओळख पटली. त्याचप्रमाणे आपल्या हृदयात साक्षात् परब्रह्म वास करते पण अहंकाराचा पडदा असल्याने आपल्याला तो महान, दिव्य आत्मा दिसत नाही, त्याची ओळख पटत नाही. योगी प्रखर साधनेने तो अहंकार, ती देहबुद्धी दूर सारतात व मग त्यांना आपल्यातील ब्रह्माचे दर्शन होते.

मन व इंद्रिये यांच्यातील वाद

अनुगीतेत काही ठिकाणी मनोरंजक दृष्टांत आलेले आहेत. पाच ज्ञानेंद्रिये व मन आपापल्या क्षेत्रात बलवान आहेत. पण मनाला अथवा चक्षूला इतर इंद्रियांचे गुण जाणता येत नाहीत. चक्षूला संशय जाणता येत नाही. तो मनच जाणू शकते. त्याचप्रमाणे रूप फक्त चक्षूच जाणू शकतो. श्रोत्र, घ्राण, मन वगैरे इंद्रिये ते जाणू शकत नाहीत. मनाला जरा अभिमान झाला; ते इंद्रियांना म्हणाले, माझ्या मदतीशिवाय तुम्ही रूप, रस, गंध, स्पर्श व शब्द हे जाणू शकत नाही. दोहोंमध्ये वाद झाला. इंद्रिये म्हणाली, 'आमच्याशिवाय, हे मना, तू रूपसादी विषयांचा प्रत्यक्ष आस्वाद घेऊ शकणार नाही. श्रोत्राचा वापर न करताच तुला ध्वनीचा आस्वाद घेता येणार नाही. तुझ्यामुळे विविध भोगांची नुसती कल्पना करता येईल पण त्यामुळे भोगेच्छा तृप्त होणार नाही; त्याला प्रत्यक्ष विषयच पाहिजेत. आम्हाला आमच्याशी निगडित अशा विषयांचेच ज्ञान होते हे खरे पण तुला आमच्या मदतीशिवाय विषयांचे ज्ञान होणे शक्य नाही. हे ऐकल्यावर दोघांनाही आपापल्या मर्यादा लक्षात आल्या व ज्ञानग्रहणासाठी दोघेही तेवढेच आवश्यक आहेत हे कळले.' (महा.१४ अध्याय २२).

वरील कथेत मनाला आपल्या शक्तीचा अभिमान झाला म्हणून हा कलह माजला. सांसारिक माणसाला तर पैसा, शिक्षण, सत्ता या गोष्टींचा नेहमीच अभिमान वाटतो. आपणच सर्व गोष्टींचे कर्ते आहोत असे सतत त्याला वाटत असते. पण हा अभिमानच परमेश्वरापासून आपल्याला दूर नेतो. अभिमानाने केलेले कोणतेही कृत्य भगवंताजवळ पोहोचत नाही. भगवंतच कर्ता आहे अशा बुद्धीने कर्मे केल्यास परमार्थ साधू शकेल. शरणबुद्धीने केलेले काम हेच ईशचरणी रुजू होते. परमेश्वराला शरण जाऊन कर्म करावे व जे फळ मिळेल त्यात समाधान मानावे!

(क्रमशः)

◆◆

लेखांक : चौऱ्याऐंशीवा

मांसभक्षण व दानासंबंधी विवेचन

शांतिपर्वाप्रमाणेच अनुशासन पर्वातही (पर्व १३ वे) उपदेश प्रकरणे सुरू आहेत. युधिष्ठिराने विविध विषयांवरील प्रश्न विचारून भीष्मांकडून सांगोपांग ज्ञान मिळविले आहे. अहिंसेचा विषय पूर्वी आलेला असला तरी पुन्हा येथे त्याच्यावर मार्मिक विवेचन केलेले आढळते. प्राण्याची हिंसा केल्याशिवाय मांस उपलब्ध होत नसल्याने मांसाहार पूर्णपणे वर्ज्य सांगितला आहे. याला अपवाद फक्त यज्ञविधी व श्राद्धविधी. शास्त्रात या दोन प्रसंगी मांसभक्षणाची अनुमती दिली आहे. (महा.१३.११६.५७). या व्यतिरिक्त कोणीही मांसभक्षण करणे हे पापमूलक ठरते व त्याचे दुष्परिणाम भोगावे लागतात. महाभारतात ठिकठिकाणी उपदेश आला आहे की, माणसाने अहिंसा धर्माचे पालन करावे. अहिंसा श्रेष्ठ धर्म तर आहेच पण ते तत्त्व म्हणजे परम सत्य आहे; ते परम तप आहे. माणसाने विचार केला पाहिजे की, त्याला स्वतःला जसे आपले प्राण प्रिय आहेत तसेच व तितकेच इतर सर्व प्राण्यांनाही आपले प्राण प्रिय आहेत. एवढेच नव्हे तर या जगात प्राणापेक्षा जास्त प्रिय वस्तू नाही; माणूस प्राणरक्षणासाठी, प्राण वाचविण्यासाठी कुठलीही किंमत मोजेल यात शंका नाही.

न हि प्राणात्प्रियतरं लोके किंचन विद्यते ।
तस्माद्दयां नरः कुर्याद्यथात्मनि तथा परे ।। (महा.१३.११७.११)

म्हणून या श्लोकात म्हटले आहे की, माणसाने आपल्याप्रमाणे दुसऱ्यांवर दया करावी; याचाच अर्थ त्यांचे प्राण घेऊ नयेत. दुसऱ्यांना 'प्राणदान' देणे म्हणजे त्यांचा वध न करणे याच्यापेक्षा मोठे दान आत्तापर्यंत झाले नाही व भविष्यात पुढे कधी होणार नाही.

प्राणदानात्परं दानं न भूतं न भविष्यति (महा.१३.११७.२५)

मांसभक्षणापासून मानवाला परावृत्त करण्याच्या उद्देशाने या विवेचनात असे म्हटले आहे की, मांसभक्षण न करण्याचा नियम पाळल्याने शंभर वर्षे खडतर तप केल्याचे पुण्य लाभेल. केवळ शुक्ल पक्षात किंवा एक महिनाभर किंवा चातुर्मासात मांसभक्षण वर्ज्य केल्याने काय काय पुण्यप्रद फळे मिळतात याचेही सविस्तर विवेचन येथे पाहायला मिळते.

शास्त्रांत सांगितलेले आहे की, जो प्राण्यांना दयाबुद्धीने अभय देतो त्याला सर्व प्राणी अभय देतात. अभय देणाऱ्या दयाळू माणसाला, तो पतन पावला असता, घायाळ झाला असता, एखाद्या संकटात सापडला असता, सर्व प्राणी मदत करतात व त्याच्या संरक्षणार्थ तत्पर असतात; म्हणून माणसाने प्राणिमात्रांवर, पशु-पक्ष्यांवर तसेच वृक्ष-वेलींवर, निसर्गावर सतत दया करावी. अहिंसेने माणूस जेव्हा वागतो तेव्हा तो परपीडेचा सहानुभूतीने विचार करून दुसऱ्यांवर दयाच करीत असतो. दुसऱ्याबद्दल करुणा बाळगणे, दुसऱ्याबद्दल दयाशीलता असणे हा फार मोठा धर्म आहे. या विवेचनाच्या शेवटी व्यासांनी अहिंसेची खूप प्रशंसा केली आहे; तिला परममित्र, परमसुख म्हटले आहे व तिचे गुणवर्णन करायला शंभर वर्षेही पुरणार नाहीत असे म्हटले आहे.

दान देण्याचे महत्त्व

आपण वर पाहिलेच आहे की, अभयरूपी दान सर्व प्राणिमात्रांना देणे हे फार मोठे दान आहे. युधिष्ठिराने भीष्मांना श्रेष्ठ दान कोणते असा प्रश्न विचारला तेव्हा भीष्मांनी मार्मिक उत्तर दिले आहे.

अभयं सर्वभूतेभ्यो व्यसने चाप्यनुग्रहम् ।
यच्चाभिलषितं दद्यात्तृषितायाभियाचते ।।
दत्तं मन्यते यद्दत्वा तद्दानं श्रेष्ठमुच्यते । (महा.१३.५८.३-४)

सर्व प्राण्यांना अभय देणे, कुणी संकटात असता, त्याच्यावर कृपा करणे, तहानलेल्याच्या व याचना करणाऱ्याच्या इच्छा पुरविणे आणि या गोष्टी करून 'मी या केल्या' असा अभिमान न बाळगणे हे श्रेष्ठ दान होय. अशा दानायोगे परलोकी दात्याचे कल्याण होते. तसे पाहिले तर वरील श्लोकात अहिंसा, दयाबुद्धी, परोपकार इत्यादी श्रेष्ठ तत्त्वेच आचरणात आणायला सांगितली आहेत. ऋग्वेदात दानाची प्रशंसा केली आहे; उपनिषवातवेखील 'द' या अक्षराचा उपदेश करून त्याद्वारे मानवाला 'तू दान देत जा' असे मार्गदर्शन केले आहे व महाभारतातील अनुशासन पर्वात उदकदान, हिरण्यदान, गोदान, अन्नदान एवढेच नव्हे तर पादत्राणे व छत्रदान व सर्वांत महत्त्वाचे म्हणजे भूमीदान करण्याविषयी विविध दृष्टान्त दिले आहेत. या दानांमध्ये विद्यादानालाही महत्त्वाचे स्थान दिले आहे. विद्यादानाचे फळ हे पृथ्वी व गोदानाइतकेच मोठे मानलेले आहे. याच चर्चेत गाईचे दान हे तात्काळ फळ देणारे आहे आणि गाईपेक्षा श्रेष्ठतर अशी एकही देय वस्तू नाही असे म्हटले आहे. फार कशाला दात्याच्या हातून सत्पात्राला गोप्रदान झाले की, त्याचे सर्व मनोरथ सिद्ध झाले असे समजावे. गाई या सर्व प्राण्यांना सुखच देतात; त्या सर्व भूतमात्रांच्या माता होत. ज्या गाईच्या गोमयाने श्राद्धस्थाने व देवायतने पवित्र होतात,

त्यांच्यापेक्षा अधिक पवित्र ते काय? (महा.१३.६८.१०)

'गो' या शब्दाने तीन गोष्टींचा निर्देश होतो. या तीनही गोष्टी जीवनात मानवासाठी बहुमोल असून त्यांचे दान अत्यंत पुण्यकारक व स्वर्गदायी आहे. त्या तीन गोष्टी म्हणजे पृथ्वी, गाय व विद्या. विद्येचे दान म्हणजे जो वेदवेत्ता आचार्य आपल्या शिष्याला शास्त्रज्ञान, धर्माची शिकवण व ब्रह्मविद्या शिकवतो तो त्याचे कल्याण करीत असल्याने पृथ्वी व गोदानाइतके फळ त्याला मिळते. या तिनही दानांची फळे समान आहेत. अनुशासन पर्वात दानप्रशंसा, दानाची फळे, तसेच दानग्रहण करण्यास कोण पात्र किंवा अपात्र, त्या प्रकारचे दान देणाऱ्या श्रेष्ठ व्यक्तींच्या कथा इत्यादी तपशील सविस्तरपणे आलेला आहे. पृथ्वी म्हणजे भूमीदानाचे महत्त्व अध्याय ६१ व अन्नदानाचे महत्त्व अध्याय ६२मध्ये सांगितले आहे. साधू पुरुषाला, सत्पात्राला भूमीदान देणे म्हणजे अश्वमेध यज्ञ करण्यासारखे आहे. इतर सत्कृत्यांयोगे पुण्य लाभेल की नाही याबद्दल एक वेळ विद्वानांनाही शंका येईल पण भूमीदानासंबंधी अशी शंका येणे अशक्य आहे. ज्याप्रमाणे गाय ही वात्सल्याने पान्हा फुटून वासराकडे धाव घेते त्याप्रमाणे ही दयाळू भूमाता भूमीदान करणाऱ्याविषयी अतिशय प्रेम बाळगून त्याच्या कल्याणासाठी उद्युक्त होते. ज्याप्रमाणे प्रतिदिवशी चंद्राची वृद्धी होते त्याप्रमाणे भूमीदानापासून होणाऱ्या पुण्याची, त्या भूमीपासून जसजसे पीक येत जाईल तसतशी वृद्धी होते. भूमीपासून पुरुष जन्मास येतात व शेवटी ते भूमीमध्येच विलीन होतात. जो सज्जन व नीतिमान माणसापासून भूमी हरण करतो त्याला भूमी मिळत नाही; पण जो साधूपुरुषाला भूमी देतो त्याला भूमी निश्चित प्राप्त होते व त्याला परलोकात कीर्ती लाभते.

भूमिं तु दत्त्वा साधुभ्यो विन्दते भूमिमेव हि ।
प्रेत्येह च स धर्मात्मा संप्राप्नोति महद्यशः ।। (महा.१३.६१.१४)

भूमीदान हे फारच श्रेष्ठ दान आहे. आज पृथ्वीवर जे लोक सुखोपभोग घेत आहेत त्यांनी पूर्वजन्मी थोडे तरी भूमीदान केले आहे असे समजावे. पृथ्वी ही वैभवाची मूर्ती आहे. तिचे दान म्हणजे सोने, रूपे, माणिकमोती इत्यादींचे दान केल्यासारखेच आहे. या विवेचनात व्यासांनी असे म्हटलेले आहे की पृथ्वीमातेने स्वतःच भूमीदानाची गाथा गायली आहे व त्यानुसार परशुरामाने काश्यपाला भूमी दिली. ती गाथा अशी आहे-

मामेवादत्त मां दत्त मां दत्त्वा मामवाप्स्यथ ।
अस्मिंल्लोके परे चैव ततश्चाजनने पुनः ।। (महा.१३.६१.३२)

पृथ्वी म्हणते – मलाच द्या व मलाच स्वीकारा. माझ्या दानाने मला मिळवाल. माझ्या दानाचे फळ असे आहे की, या लोकी व परलोकी पुनः मी प्राप्त होईन. भूमीदानामुळे दात्याने जे काही पाप केले असेल ते नष्ट होते. ते सज्जनाला देण्याची काळजी घ्यावी.

कुणाला देऊ नये याविषयीसुद्धा मार्गदर्शन केले आहे.

अन्नदानाचेदेखील महत्त्व फार आहे. देव आणि ऋषीगण अन्नाचेच महत्त्व गातात. लोकव्यवहार, ज्ञानशक्ती, यज्ञयाग हे सर्व अन्नावर अवलंबून आहेत. लोकांत अन्नापासून शक्ती प्राप्त होते आणि प्राणही अन्नाच्याच अधीन असतात. ब्राह्मण व शूद्र यांना केलेले अन्नदान विशेष मानले आहे. अन्नाच्या योगाने सृष्टीचा योगक्षेम चालतो.

अन्नाद्धि प्रसवं विद्धि रतिमन्नाद्धि भारत ।
धर्मार्थवन्नतो विद्धि रोगनाशं तथान्नतः ।। (महा. १३.६२.३०)

अन्नापासून मनुष्य जन्म पावतो, अन्नापासून सर्वांना सुखाचा लाभ होतो, धर्म व अर्थ अन्नामुळे साधतात व रोगांचा नाशही अन्नामुळे होत असतो. मागील कल्पात प्रजापतीने सांगितले की, अन्न हेच अमृत होय. म्हणून अन्नदानाला अतिशय महत्त्व आहे. अन्न अर्पण करणाऱ्या पुरुषाला बल, ओज, यश व सुख मिळते व त्याची तीनही लोकांत कीर्ती वृद्धिंगत होत राहते. भूमी व अन्नदानाविषयी अशी प्रशंसा करीत असताना मातेबद्दल व सत्याबद्दलही बहुमोल विधान केले आहे.

नास्ति भूमिसमं दानं नास्ति मातृसमो गुरूः ।
नास्ति सत्यसमो धर्मो नास्ति दानसमो निधिः ।। (महा.१३.६१.८९)

भूमीसारखे दान नाही, मातेसारखा गुरू नाही, सत्यासारखा धर्म नाही व दानासारखा संचय (निधी) नाही. दानाने सर्वच हितकारक व उत्कर्षकारक गोष्टी प्राप्त होतात व त्याने जे पुण्य मिळते तो खरा संचय म्हटला पाहिजे. याच संदर्भात अन्नदानाबद्दल आणखी असे म्हटले आहे की, रतिदेव राजाला अन्नदान केल्याने स्वर्गाची प्राप्ती झाली. जो दमलेल्याला अथवा भुकेलेल्याला अन्न देतो तो महास्थान व ब्रह्मलोक याप्रत जातो. आपण जे अन्न रोज सेवन करतो तेच अन्न नैवेद्य म्हणून देवतांना अर्पण करावे. ते त्यांना प्रिय होते. जो मनुष्य उपोषित राहून भक्तिपुरस्सर अतिथीला अन्नदान करील त्याला सद्गती प्राप्त होईल, त्याची संकटातून मुक्तता होईल. अन्नदान देण्याकरिता जे द्रव्य लागते, ते नीतिमत्तेने व धर्म्य मार्गाने कमावलेले असले पाहिजे असे ठिकठिकाणी आग्रहाने मांडले आहे. दानामुळे पुण्यप्राप्ती होते व स्वर्गाचीही प्राप्ती होते; त्याचप्रमाणे त्याच्यामुळे पातकेही नष्ट होतात. याबाबतीत असे विधान आहे की, ज्याप्रमाणे उदकाने शरीराचा मल धुवून टाकावा अथवा अग्निज्वालेने अंधार नष्ट करावा त्याप्रमाणे दानाने व तपाने सर्व पातकांचा क्षय करावा. (महा.१३.१२३.१७)

व्यास व मैत्रेय यांचा संवाद

दानाच्या विवेचनात श्रेष्ठ दाने दिल्याने अनेक राजांना स्वर्ग व उत्तम लोक मिळाले असे वर्णन आहे. काशिराज प्रतर्दन राजाने आपला पुत्र ब्राह्मणाला देऊन श्रेष्ठ लोक

मिळविला. अंबरीष राजाने ब्राह्मणाला सगळे राज्य देऊन सूरलोक संपादिला. कर्णाने कुंडल देऊन व जनमेजयाने गाई देऊन उत्तम लोक मिळविले. आत्रेय ऋषीने शिष्याला निर्गुण ब्रह्माचा उपदेश करून (विद्यादान), परशुरामाने भूमी देऊन, सुमन्यूने पर्वताएवढा अन्नाचा ढीग देऊन, सहस्रचित्य राजाने ब्राह्मणांकरिता आपले प्राण देऊन, शतद्युम्नाने मौदगव्याला भूमीसहित सुवर्णगृह अर्पण करून व प्रभू रामचंद्राने विविध यज्ञ करून ब्राह्मणांना विपुल संपत्तीचे दान करून उत्तमोत्तम लोक प्राप्त केले. दानाचे महत्त्व मानवाच्या मनावर बिंबविण्याकरिता हे उल्लेख केलेले दिसतात.

वाराणसीला मैत्रेय मुनी असताना त्यांना कळले की, व्यास आले आहेत. त्यांनी व्यास महर्षींचे स्वागत केले, पूजा-अर्चा करून उत्तम भोजन दिले. जाताना व्यासमुनी जरा हसले, मैत्रेयांनी हसण्याचे कारण विचारले. मैत्रेयाने मोठ्या प्रेमाने तृषिताला जलाचे दान दिले. तो स्वतः फारच तहानलेला होता पण आपली तृष्णा तशीच ठेवून त्याने दुसऱ्याची तृष्णा भागवली; या त्याच्या पुण्यदायी कृत्यामुळे त्याला स्वर्गाची प्राप्ती झाली. शंभर यज्ञ किंवा महान तपश्चर्या अशी मोठी कृत्ये केल्याने स्वर्ग मिळतो. असे असताना मैत्रेयाच्या अल्प दानक्रियेमुळे त्याला स्वर्गासारखे महत्फल मिळाले हे पाहून व्यासांना खूप आश्चर्य वाटले व म्हणून हसू आले असे त्यांनी मैत्रेयाला सांगितले. मैत्रेयाच्या या घटनेवरून व्यासांनी निष्कर्ष काढला की, प्रसंगानुरूप अल्प पण महत्त्वाचे दान केल्याने त्यापासून महान फळ प्राप्त होऊ शकते. पुढे त्यांनी म्हटले की, पुरुषाने उत्तम व्रत म्हणून तीन गोष्टी कराव्यात.

त्रिण्येव तु पदान्याहुः पुरुषस्योत्तमं व्रतम् ।
न द्रुह्येच्चैव दद्याच्च सत्यं चैव परं वदेत् ।। (महा.१३.१२१.१०)

त्या अशा १. अद्रोह – कुणाचाही द्रोह करू नये. २. दान – दान करीत राहावे. ३. सत्य – सत्याला धरून चालावे. व्यासांनी त्याचे अभिवादन करून सांगितले की, यज्ञ, दान व तप करणारे पुरुष पुण्यकर्मी जाणावेत व भूतांना पीडा देणारे व द्रोह करणारे, तामसी कर्म करणारे पापकर्मी होत. या व्यतिरिक्त जी कर्मे आहेत ती पाप किंवा पुण्य या सदरात बसत नाहीत.

वरील तीन गोष्टी म्हणजे परमेश्वरप्राप्तीची प्रभावी साधनेच आहेत. तप म्हणजे एकप्रकारे भगवन्नास्मरण व अद्रोह म्हणजे भूतमात्रांवर प्रेम. याच गोष्टीचा उपदेश वेगळ्या शब्दांत श्री गोंदवलेकरांच्या प्रवचनात सापडतो. ते म्हणतात, ''संतांनी चार गोष्टी करायला सांगितल्या आहेत. एक – सगुणोपासना करावी; दोन – नम्रता अंगी बाळगावी; तीन – अन्नदान शक्य होईल तसे करावे व चार – भगवंताचे नाव अखंडपणे घेत राहावे. परमेश्वर प्राप्तीसाठी संतांनी 'नाम' ही अजब वस्तू दिली आहे.'' (प्रवचने पृ.२०१)

(क्रमशः)

लेखांक : पंच्याऐंशीवा

गाईंच्या प्रभावाची कथा

प्राचीन ग्रंथात व विशेषतः महाभारतात, गाईचे श्रेष्ठ व उच्च स्थान, तिची पवित्रता व यशासाठी असलेली आवश्यकता याविषयी सविस्तर प्रशंसापर वर्णने आली आहेत. दानांमध्येसुद्धा सत्पात्री गोदान करण्यावर खूप भर देण्यात आला आहे. अनुशासन पर्वात इंद्राच्या प्रश्नाला उत्तर देताना ब्रह्मदेव म्हणाले की, गाई या यज्ञाचे अंग नव्हे प्रत्यक्ष यज्ञच आहेत. गाईवाचून यश कधीच सिद्धीला जाणार नाही. गाई आपल्या दुधाने व घृताने सर्व प्रजांचे योगक्षेम चालवतात. सर्व कृषिकार्याचा भार गोवंशीय बैलांवर म्हणजे गोपुत्रांवरच असतो. त्यांच्याद्वारेच शेतात विविध धान्ये व बीजांची प्राप्ती होऊन प्रजेला अन्न मिळते. गोलोक हा सर्वांत वरचा लोक असून तो त्यांचे स्थान आहे. इंद्रालाही आश्चर्य वाटत होते की गोलोक हा स्वर्गाच्याही वरचा लोक का असावा? ब्रह्मदेवांनी त्याची शंका दूर केली. पूर्वीच्या काळी अदितीने पुत्रप्राप्तीसाठी नित्य एका पायावर उभे राहून घोर तपश्चर्या केली; तेव्हा तिला तपाचे फळ म्हणून विष्णू हा पुत्र झाला. हे तप पाहून सुरभी गाईनेदेखील (ही दक्षाची कन्या होय.) सहस्रावधी वर्षे महान तप आचरले. ब्रह्मदेव तिच्या तपाने प्रसन्न होऊन तिला वरदान देण्यास तयार झाले. पण सुरभीने सांगितले की, 'हे लोकपितामह तुम्ही प्रसन्न झालात हाच मला वर मिळाल्यासारखा आहे.' तिचे हे निष्काम तप पाहून ब्रह्मदेवाने तिला वर दिला, 'तू तीनही लोकांच्या वर गोलोकात वस्ती करशील. तू नित्य पवित्र असशील व तुझ्याकडून पुण्यकर्मेच घडतील; तू इतरांना पावन करशील व वर देण्यास समर्थ होशील. तुझी प्रजा म्हणजेच मुली (गाई) या मनुष्यलोकात वास करतील.' या वरामुळे गाई मनुष्यलोकात प्राप्त झाल्या. त्यांचा लोक इतका वरती का आहे हेही यातून स्पष्ट झाले. गाईचा हा श्रेष्ठ महिमा या वरदानामुळे आहे. (महा.१३.८२.३५-३७). हा जो सर्वश्रेष्ठ गोलोक आहे तो महान तपाने व पुण्यकारक कर्मांनी मनुष्याला प्राप्त होऊ शकतो असेही पुढे गोलोकासंबंधी म्हटले आहे.

तपसा महता चैव सुकृतेन च कर्मणा ।
शक्यः समासादयितुं गोलोकः पृष्करेक्षण ॥ (महा.१३.८२.४०)

गोधन हे महत्त्वाचे मानलेले असल्याने गाईंचे दान करणाऱ्याला खूप पुण्य लाभते. ही फले फार सविस्तरपणे सांगितलेली आहेत. गाई आपल्या अस्थी, आपले दूध, दही व हविर्द्रव्य घृत, तसेच मल (शेण), मूत्र, केस, चर्म, शिंगे हे सर्व मानवाला देऊन त्याच्यावर महदुपकार करतात असाही उल्लेख आढळतो.

गोप्रभावाविषयीची कथा

पुरातनकाळी ब्रह्मदेवाने दक्षप्रजापतीला आज्ञा केली की, 'तू आता प्रजा निर्माण कर.' प्रजेच्या हिताचा विचार करून दक्षाने प्रजेला लागणारे अन्न आधी निर्माण केले. जिवांचे अस्तित्व इतके अन्नाधीन आहे की, दक्षाने प्रजा उत्पन्न करताच सारे जीव अन्न-अन्न करीत दक्षाकडे धावले व अन्नाविषयी प्रार्थना केली. दक्षाने त्यानंतर स्वतः अमृताचे पान केले; दक्ष अगदी मनसोक्त अमृत प्यायला आणि तो तृप्त झाला. तृप्तीमुळे त्याला सुगंधयुक्त ढेकर आली, त्यासरशी त्याच्या मुखातून एक गाय बाहेर पडली व तिला त्याने 'सुरभी' असे नाव दिले. सुरभीचा जन्म असा हा दैवी व अद्भुत प्रकारे झाला आहे. तिच्यापासून पुढे सुवर्णवर्ण कपिला गाई निर्माण झाल्या व त्यांनी सर्व प्रजांचे पोषण व संवर्धन केले. त्यांच्या दुधापासून फेन निर्माण झाला; तो फेन थोडासा शिवाच्या मस्तकारवर, वासरांच्या मुखातून गळून पडला. शिवाला फार राग आला. त्याने आपला तृतीय नेत्र (भालावरचा) उघडताच या सर्व कपिला जळून जातात की काय असा भास झाला. पण त्यांचा वर्ण फक्त बदलला व तेव्हापासून विविध रंगांच्या गाई निर्माण झाल्या. शंकराचा राग दक्षाने शांत केला. दक्षाने सांगितले, 'हे महादेवा, हा फेन उच्छिष्ट समजून अपवित्र मानू नकोस. हा अमृतरूपच असल्याने अत्यंत पवित्र आहे.' नंतर दक्षाने काही गाई व त्यांच्यासमवेत एक वृषभ शंकराला सन्मानपूर्वक अर्पण केला. शंकराने त्यांचा स्वीकार केला व तो प्रसन्नचित्त झाला.

प्रीतश्चापि महादेवश्चकार वृषभं तदा ।
ध्वजं च वाहनं चैव तस्मात्स वृषभध्वजः ।। (महा.१३.७६.२८)

शंकराने आनंदाने त्या वृषभाची आपल्या वाहनाचे ठिकाणी व ध्वजावर योजना केली आणि म्हणून त्याला 'वृषभध्वज' म्हणू लागले. गाई सर्वांचे उपजीवन करतात. रुद्राचे वास्तव्य त्यांच्या संनिध आहे. त्यांच्यापासून सर्वांचे मंगल होते. देवांना प्रिय जे हवी ते त्यांच्यापासूनच प्राप्त होते. यज्ञाला त्यांचाच आधार असतो. यज्ञ होतात म्हणून वृष्टी होते व पृथ्वी अन्न निर्माण करते व अशारीतीने गाईंमुळेच सृष्टीक्रम सुरू राहतो.

गाईचे गोमूत्र घरात शिंपडल्याने घराची शुद्धी होते. अजूनही खेड्यातून गाईंच्या शेणाने घरे सारवली जातात. देवालयेही सारवली जातात. गाईच्या गोमयाच्या माहात्म्याचे

वर्णन करताना 'श्री' म्हणजे लक्ष्मी व गाई यांचा संवाद दिला आहे. एकदा लक्ष्मी स्वतः अत्यंत सुंदर रूप धारण करून गाईंना भेटली. गाईंनी 'एवढी तेजस्वी अशी तू कोण?' म्हणून विचारले. लक्ष्मीने आपण लक्ष्मी असून आपल्यामुळेच विष्णू, वरुण, अग्नी इत्यादी देवदेवतांना सिद्धी व सुख प्राप्त झाल्याचे सांगितले. माझा हा प्रभाव असा असला तरी आता माझी इच्छा आहे की मी तुमच्या शरीरात वास करावा. हे लक्ष्मीचे भाषण ऐकताच गाईंनी तिला स्पष्ट 'नकार' दिला. त्या म्हणाल्या, 'तू अस्थिर व चंचल आहेस. आम्हाला तुझा सहवास नको.' लक्ष्मी म्हणाली, 'देव, गंधर्व व मनुष्ये माझी आराधना करतात आणि तुम्ही मात्र 'नकार' देऊन माझा अपमान करता.' पुढे लक्ष्मी म्हणते की, ती शरण आलेली आहे व गाईंनी शरणागताला परत पाठवू नये. कुठल्याही गात्रात तिला स्थान द्यावे. त्यांच्या पवित्र गात्रात वास केल्याने तिचा सन्मान होईल, तरी तिची विनंती मान्य करावी. गाईंनी एकत्र येऊन विचार केला व लक्ष्मीच्या विनंतीचा स्वीकार केला. गाई म्हणाल्या, 'हे यशस्विनी श्रीदेवी, तू देवता आहेस, तू आमच्या शेणात व मूत्रात राहा, ज्यायोगे आमचे शेण व मूत्र पवित्र व पुण्यकारक बनतील.' लक्ष्मीने आनंदाने म्हटले की, तुम्ही प्रसन्न होऊन माझ्यावर अनुग्रह केला आहे. तुमचे कल्याण असो.

दिष्ट्या प्रसादो युष्माभिः कृतो मेऽनुग्रहात्मकः। (महा.१३.८१.२४)

गाईंचे माहात्म्य एवढ्या मोठ्या प्रमाणावर वर्णन केलेले असल्याने भारतीय परंपरेमध्ये व लोकजीवनामध्ये तिला पवित्र व उच्च स्थान प्राप्त झाले आहे.

शांडिली व सुमना यांचा संवाद

उमा-महेश्वर संवादात स्त्रियांच्या धर्मांविषयी विवेचन याआधी आलेलेच आहे पण या पर्वात आपल्या अत्यंत श्रेष्ठ व पुण्यकारक आचरणाने शांडिली या स्त्रीने स्वर्गलोक मिळविला; म्हणून सुमना नावाच्या स्त्रीने तिला प्रश्न केला की कोणत्या आचरणाने तिने पातके नष्ट केली व हा देवलोक मिळविला? शांडिलीचे उत्तर खरोखरच मार्मिक असून बोधप्रद आहे. ती म्हणाली, 'मी काषाय वस्त्रे किंवा वल्कले नेसून अथवा वपन करून किंवा जटाभार वाढवून देवलोकास आले नाही. माझ्या शुद्ध आचरणाबद्दल सांगते, मी कधीही भर्त्याला कठोर किंवा अयोग्य शब्दांनी दुखविले नाही. मी देव, पितर व ब्राह्मण यांच्या आराधनेत राहिले. मी सासू, सासरे, माझे पती यांची आज्ञा पाळली. मी कधी चहाडीचुगली केली नाही, ते करण्याचे मनातही आणले नाही. जेथे जाऊ नये तेथे कधी गेले नाही आणि कोणापाशीही फार वेळ बोलत बसले नाही; अनुचितपणे हसले नाही; कोणाचा गौप्यस्फोट केला नाही आणि कधी कोणाचे वाईट केले नाही.' या ज्या गोष्टी शांडिलीने सांगितल्या आहेत त्या बहुतांशी व्यावहारिकदृष्ट्या उपयोगाच्या आहेत. यातून

स्त्रीची शालीनता, नम्रता, सेवाभावी वृत्ती, ज्येष्ठांचा आदर, प्रामाणिकपणा इत्यादी गुण दिसून येतात. पतीविषयक कर्तव्याबद्दल तिने सांगितले की, पती बाहेरून घरी आला की त्याचे सत्कारबुद्धीने स्वागत, त्याला न आवडणाऱ्या खाद्यपेयांचा त्याग, कुटुंबासाठी ठरलेली सर्व कामे काळजीने नियमितपणे करणे किंवा करवून घेणे, पती प्रवासाला गेला असता त्याच्या यशासाठी शुभ कृत्यांमध्ये मग्न राहणे आणि हे करताना मी त्या काळात अलंकार घातले नाहीत, पुष्पे धारण केली नाहीत किंवा नटूनथटून राहिले नाही. तो सुखाने झोपला असता, महत्त्वाच्या कार्यासाठीही मी त्याला उठविले नाही.

नायासयामि भर्तारं कुटुम्बार्थे च सर्वदा ।
गुप्तगुह्या सदा चास्मि सुसंमृष्टनिवेशना ।। (महा.१३.१२४.१९)

कुटुंबकार्यासाठीदेखील मी त्याला फार आयास–प्रसाय करायला लावले नाहीत, म्हणजेच मी त्याचे सुख व हित याकडे लक्ष देत आले. ज्या गोष्टी सांसारिकदृष्ट्या गुप्त त्या गुप्तच ठेवल्या व घर नित्य नीटनेटके व स्वच्छ ठेवत राहिले. हे सुमने, हा धर्मपंथ मी आचरला, या मार्गाचा अवलंब जी स्त्री करील ती अरुंधतीप्रमाणे स्वर्गलोकात मान मिळवेल. शांडिलीने असा पतिव्रताधर्म निवेदन केला आहे. या शिकवणीतील पतीसंदर्भातली भक्ती जरी अतिशयोक्त वाटली तरी इतर गोष्टी सदाचारात मोडत असल्याने त्या आजच्या काळातही स्वीकारण्यासारख्या आहेत.

भीष्म आणि युधिष्ठिर यांच्यात जी प्रश्नोत्तरे सुरू आहेत त्यातून वाचकांना धर्मार्थाचे व नैतिकतेचे बारकावे जाणून घेता येतात. युधिष्ठिराने त्यांना असा आग्रह केला की, त्यांनी ईश्वराच्या दिव्य व विस्मयकारक प्रभावाविषयी सांगावे. भीष्मांनी विष्णूच्या म्हणजेच कृष्णाच्या प्रभावाची कथा ऐकवली.

कृष्णाचे तप व दिव्य प्रभाव

एकदा कृष्णाने द्वादशवार्षिक व्रताची दीक्षा घेऊन महान तप आरंभले. पुत्रप्राप्तीच्या इच्छेने कृष्णाने एका पवित्र गिरीवर तप केले. त्याची ती तपोमग्न मूर्ती पाहावी म्हणून अनेक ऋषी व्यास, नारद, काश्यप इतर सिद्धगण तेथे आले. कृष्णाने त्यांचा योग्य तो सत्कार केला. तेवढ्यात एक महान आश्चर्य घडले. तपोनिष्ठ व तेजस्वी कृष्णाच्या मुखातून नारायणतेजोरूप अग्नी अचानक बाहेर पडला व त्या पर्वतावरील वृक्षलतांना व परिसराला जाळू लागला. त्यात सजीव प्राणी सैरावैरा पळाले आणि हाहाःकार माजला. त्या गिरीचे शिखर पूर्ण नष्ट झाले. तो प्रलयाग्नीसारखा भयंकर असा अग्नी सर्व काही प्राणिमात्र व वृक्ष नष्ट करून कृष्णाच्या पायापाशी येऊन बसला. शत्रूसंहारक विष्णूने (कृष्णाने) जेव्हा त्या पर्वताचे अवलोकन केले तेव्हा तो जळून खाक झाल्याचे दिसले. पण काय आश्चर्य?

लगेचच कृष्णाने दयायुक्त नजरेने त्या पर्वताकडे पाहिले आणि तो पर्वत पुन्हा लताद्रुमांनी व पक्षीगणांनी युक्त होऊन पूर्णस्थितीला प्राप्त झाला! ही अद्‌भुत किमया पाहताच सर्व ऋषी व सिद्धगण आश्चर्यचकित होऊन बघत राहिले. ते हा प्रभाव पाहून कृष्णाला शरण आले. त्याची स्तुती करीत म्हणाले, देवा! तूच सर्वांचा माता व पिता आहेस.

भवान् विसृजते लोकान्भवान्संहरते पुनः ।
भवान् शीतं भवानुष्णं भवानेव प्रवर्षति ।। (महा. १३.१२६.२६)

तूच देवा, शीत, उष्ण आहेस, तूच सृष्टीकर्ता, संहारकर्ता आहेस. नंतर कृष्णाने त्यांना सांगितले की, त्याच्या देहातील आत्मा अग्निरूप बनून मुखातून बाहेर पडला. हे वैष्णव तेज आहे. त्या आत्म्याने ब्रह्मदेवाचे दर्शन घेतले. कृष्णाने सांगितले की, भगवान वृषभध्वज शंकर हा आपल्या अर्ध्या तेजाने माझा (कृष्णाचा) पुत्र म्हणून जन्म घेईल. या अग्नीने जे जे म्हणून जाळले होते ते मी पुनर्निर्मित केले. अग्नी शांत होऊन माझ्याजवळ शिष्याप्रमाणे येऊन बसला आहे. ऋषींनो, तुम्ही हे सर्व पाहून विस्मित झाला आहात. पण तुम्ही भिऊ नका. तुम्हीसुद्धा तपोबलयुक्त असून ज्ञान व विज्ञान यांनी तुम्ही शोभत आहात. हे सर्व रहस्य जाणल्यानंतर ऋषींना संतोष वाटला.

भगवंत हा सर्वशक्तिमान आहे; तोच सर्वांना जगवतो व तोच सर्वांचा संहारही करतो. कृष्ण विष्णूचा अवतार असल्याने तो पर्वताला जाळू शकला आणि पुन्हा जिवंत करू शकला, हेच यातून दिग्दर्शित केले आहे. भगवंत दयाळू आहे म्हणूनच त्याने पर्वताला पुन्हा पूर्ववत सृष्टीसौंदर्य प्रदान केले. गोंदवलेकर महाराज म्हणतात, रामराया दयाळू होता म्हणून त्याने लक्ष्मणाला भाऊ म्हणून, बिभीषण शरण आला म्हणून व रावणाला शत्रू म्हणूनही तारले. (प्रवचने २.३२४).

(क्रमशः)

लेखांक : श्यहाऐंशीवा

चातुर्वर्ण्य व राजधर्म

मागील लेखात आपण पाहिले की कृष्णाने समग्र पर्वत जाळला असताना तो पुन्हा स्वतेजाने पूर्ववत केला. अगदी अशाच तऱ्हेचे दिव्य व अलौकिक कर्म शंकरानेही केल्याचे पुढील अध्यायात वर्णन आले आहे. हिमालय पर्वत शंकराच्याच प्रभावाने जळून गेला व त्याला शंकरानेच दिव्य सामर्थ्याने पुनः पूर्वस्थितीप्रत आणले व सर्व प्राणिमात्रांना पुनरुज्जीवित केले, असा उल्लेख आहे. त्या दोन्ही गोष्टी उभय परमेश्वरांच्या दिव्य प्रभावाच्या निदर्शक म्हणून सांगितल्या आहेत. ही शंकराविषयीची अद्भुत कथा नारदांनी कृष्ण व ऋषिवर्यांच्या उपस्थितीत सांगितली आहे. याच विवेचनात शंकराचे चतुर्मुख असणे, तृतीय नेत्राची उत्पत्ती, स्मशान या स्थानाचा आश्रय यासंबंधी स्वतः शंकराने उमेला अवगत केले आहे. उमेने प्रश्न केला होता की जेथे प्रेते चितेवर ठेवून जाळली जातात व जेथे एकंदरीत अमंगलता स्पष्टच दिसून येते अशा ठिकाणी शंकर कसे काय रममाण होतात? यावर शंकराने उत्तर दिले, 'शुद्ध स्थळाच्या शोधात मी अखिल पृथ्वी हिंडलो व सर्व निवासस्थानात मला शुद्ध, स्मशान जाणवले व त्यात माझे मन रमले. येथे पिंपळाची छाया, पुष्पमालांची शोभा असते व माझ्या भूतसंघांना हे स्थळ आवडते; त्यांच्यासमवेत राहणेच मला पसंत आहे.

एष वासो हि मे मेध्यः स्वर्गीयश्च मतो हि मे ।

(महा. १३.१२८.१९)

हा स्मशानतला निवास मला पवित्र व प्रियकर वाटतो; तो स्वर्गातल्यासारखाच मला जाणवतो.'

यानंतर पार्वतीने शंकराला धर्माच्या रहस्याविषयी, तसेच वर्ण व आश्रम धर्माविषयी अनेक प्रश्न विचारले व त्यांची अत्यंत सविस्तर उत्तरे शिवाने दिली असून धर्माच्या विविध पैलूंवर प्रकाश टाकला आहे.

शांतिपर्वात युधिष्ठिर-भीष्म संवादात चातुर्वर्ण्याचे व चार आश्रमांचे धर्म संक्षिप्त रूपात सांगितले आहेत. तसेच इतर अनेक ठिकाणी त्यांची चर्चा आली आहे.

संन्यासाश्रमासहित चारही आश्रम ब्राह्मणाने पाळायलाच हवेत असे आग्रहाने मांडले आहे. इतर वर्णांना संन्यासाश्रम नित्यरूपाने किंवा अत्यावश्यक म्हटलेला नाही. (महा.१२.६३.२३). चारही वर्णांतील लोकांनी आपल्याला शास्त्रानुसार विहित असलेली कर्मे करावीत म्हणजे समाजाची धारणा चांगली होते. आपल्या धर्मांचा, कर्तव्यांचा त्याग करून जर ब्राह्मणाने क्षत्रियाचा किंवा वैश्याचा धर्म (त्याची कृषी-पशुपालनादि कर्मे) पाळायचा प्रयत्न केला तर तो ब्राह्मण शूद्र समजावा. द्रव्याचा व्यापार करणारा, दुष्टाचारी परस्त्रीगमन करणारा, आपली ब्राह्मणाची कर्तव्ये न करणारा, धर्मभ्रष्ट असा ब्राह्मण शूद्र होतो.

शूद्रो भवति ब्रह्मबन्धुर्दुश्चारित्र्यो यश्च धर्मादपेतः ।
वृषलीपतिः पिशुनो नर्तकश्च ग्रामप्रैण्यौ यश्च भवेद्विकर्मा ।।

(महा.१२.६३.४)

हीच गोष्ट इतर सर्व वर्णांनाही लागू आहे. त्यांनीही आपापली समान कर्तव्ये किंवा विहित कर्मे सोडू नयेत; अन्य वर्णांची कर्मे करू नयेत त्यामुळे अराजक किंवा समाजविघातक वातावरण निर्माण होईल. हाच विचार अनुशासन पर्वात उमा – महेश्वर संवादात आला आहे. या पर्वातील १३१ व्या अध्यायात या चारही वर्णांच्या संदर्भात या स्वधर्मभ्रष्ट व दुराचारी लोकांना पुढील जन्मी शूद्र व्हावे लागते अथवा पापाचरण व हिंसाचार घडला असल्यास त्यांना नरकप्राप्ती कशी होते, याचे विस्तृत विवेचन आले आहे. या अध्यायात स्पष्ट केले आहे की, तीनही वर्णांची परिचर्या व्यवस्थित आपुलकीने पार पाडून जो शूद्र देवद्विजांचा सत्कार करील, सत्पथावर राहील, जितेंद्रिय, नियताशनी, आतिथ्यशील, सदाचारी, शुद्धान्नसेवी असा राहील तो वैश्यत्वाला जाईल. या सर्व विवेचनाचा मथितार्थ असा सांगितला आहे की, सद्वर्तन, शुद्ध आचरण, शुद्ध चारित्र्य, सत्यप्रीती यांच्यामुळे द्विजत्व समजावे; केवळ जन्म, कुल किंवा विद्या ही ब्राह्मणत्वाची कारणे समजू नयेत. (महा. १३.१३१.४९).

गुण व कर्माचा विचार

मागील एका लेखात चातुर्वर्ण्याचे स्पष्टीकरण करताना आपण असे पाहिले की, महाभारतात या चार वर्गांना विशिष्ट वर्ण म्हणजे रंग प्रदान केले आहेत.

ब्राह्मणानां सितो वर्णः क्षत्रियाणां तु लोहितः ।। (महा.१२.१८१.५)

ब्राह्मण वर्गाचा रंग शुभ्र, क्षत्रियांचा लाल किंवा लोहित; तसेच वैश्यांना पीत व शूद्रांचा कृष्ण वर्ण म्हटलेला आहे. हा भाग भृगु-भारद्वाज यांच्या संवादात आला आहे. भारद्वाजाने शंका घेत विचारले की, वेगवेगळ्या (वरील वर्णातून) वर्णाचे म्हणजे रंगाचे

लोक सर्व गटात ब्राह्मण, वैश्यादीत दिसून येत असतात; शिवाय कामक्रोधादि विकारही सर्वांना सारखे आहेत; तसेच श्रम, क्षुधा, भय, शोक, चिंता हीसुद्धा सर्व गटात आहे; नंतर वर्णभेद म्हणजे चार वर्ण मानण्याला काही कारण दिसत नाही. यावर भृगूंनी जे भाष्य केले आहे ते खरोखर विचार करण्यासारखे आहे. त्यांनी सांगितले की, ब्रह्मदेवाने प्रथम एकच गट निर्माण केला. अगदी प्रथम सर्वजण ब्राह्मणच होते. (महा.१२.१८१.१०). पण या ब्राह्मणांमध्ये ज्यांना विषयभोगाची आवड होती, तसेच तीव्रता, कोपिष्टपणा, साहसाची आवड होती व ज्यांनी ब्राह्मण कर्तव्ये सोडून दिली होती ते क्षत्रिय बनले. जे ब्राह्मण पशुपालन व कृषी यावर उपजीविका करू लागले व ज्यांना ब्राह्मणधर्म पाळता येईना ते वैश्य बनले आणि ब्राह्मणांपैकी जे हिंसा व असत्य यावर आसक्त झाले, लोभामुळे कुठलेही कर्म करू लागले व शुचिता राखू शकले नाहीत ते शूद्र बनले. (महा.१२.१८१.११-१३)

मुळच्या एका ब्राह्मणवर्गापासून इतर तीन वर्ण निर्माण झाले असा वेगळा विचार येथे मांडला आहे. आत्तापर्यंत हे चार वर्ण ब्रह्मदेवानेच आपल्या मुख, बाहू, ऊरू व चरण यांपासून निर्माण केले असे प्राचीन ग्रंथांतून व महाभारततातही स्पष्ट व अनेक वेळा म्हटलेले आहे. मानवसमाजातून हळूहळू कर्माच्या आधारे हे चार वर्ण निर्माण झाले असे स्पष्टीकरण वरील सिद्धांताचे देता येईल.

ब्राह्मण सत्त्वगुणी असतो. जो वेदज्ञानसंपन्न, शुद्धाचरणी, नित्यव्रती, सत्यपरायण, दयावान अघसाशी (म्हणजे भृत्य, अतिथी इ. सर्वांना भोजन दिल्यावर उरलेले खाणारा) त्याला ब्राह्मण म्हणावे. जो कामभोगप्रिय (भौतिक सुख इच्छिणारा) प्रजापालक, दानप्रिय, पराक्रमी, क्रोधपर इत्यादी असतो तो क्षत्रिय जाणावा. यावरून क्षत्रिय हा रजोगुणप्रधान असतो हे स्पष्ट होते. वैश्यांमध्ये रज व तमोगुणाचे मिश्रण असते म्हणून तो पीतवर्णाचा सांगितला आहे. जो पशुपालन, कृषी, वाणिज्य हे व्यवसाय करतो व जो श्रद्धाळू व सुखप्रिय असतो तो वैश्य जाणावा. शूद्राच्या संदर्भात जो सर्वभक्षी म्हणजे कुठलाही सर्व तऱ्हेचा आहार करणारा, कर्माकर्म विवेक न ठेवणारा, दुराचारी, त्यक्तवेद व अशुचि असा असतो, त्याला 'शूद्र' म्हणावे. वरील वर्णनावरून शूद्र हा तमोगुणी असतो हे जाणवते. अशारीतीने हे चारही वर्ण सत्त्वादि गुण व आचरलेली कर्मे यांच्या आधारे निर्मित झालेले दिसतात.

चातुर्वर्ण्यासंबंधी सविस्तर विवेचन राजधर्म सांगताना भीष्मांनी केले आहे. चारही वर्णांचे अधिकार, उपजीविकेची साधने, त्यांची स्वतःची विहित कर्मे, इतर वर्णांविषयीची जबाबदारी, राजाज्ञांबद्दलची दक्षता इत्यादी तपशील या विवेचनात आला असून तो अत्यंत वाचनीय आहे. (महा.१२.६० संपूर्ण अध्याय).

राजधर्म हाच सर्वश्रेष्ठ

चारही वर्णांची कर्मे त्या त्या वर्गाने नीट पार पाडली तर त्याद्वारे समाजहित साधते. पण सर्व वर्ग स्वतःच्या शिस्तीने, जबाबदारीने वागतीलच याची खात्री कोण देऊ शकेल? आणि यामध्ये जर काही गैरशिस्त लोकांनी आपले हे धर्म नीट सांभाळले नाहीत तर त्यांच्यावर वचक कोण ठेवणार? याचे उत्तर असे की, परमात्म्याने राजसंस्था निर्माण करून राजाची कर्तव्ये नेमून दिली व त्याच्यावर हा वचक ठेवण्याची जबाबदारी सोपविली. प्रजापालन करताना राजाने ही दक्षता बाळगली पाहिजे की, चारही वर्ण आपापल्या विहित कर्मांपासून ढळत नाहीत. राजाने नीतीने, न्यायाने राष्ट्राचे रक्षण, पालन करावे; वेदशास्त्राचे अध्ययन करीत जावे; त्याने यज्ञयाग करावेत, संग्रामात पराक्रम गाजवून जय मिळवावा; चतुराईने दंडशक्तीचा वापर करावा; आपल्या राष्ट्रात चारही वर्णांना स्वधर्माने (म्हणजे त्यांच्या विहित धर्मांप्रमाणे) वागायला लावावे. असे करणारा राजा देवलोकात आनंद पावतो.

सम्यग्वेदान् प्राप्य शास्त्राण्यधीत्य
सम्यग्राष्ट्रं पालयित्वा च राजा
चातुर्वर्ण्यं स्थापयित्वा स्वधर्मे
पूतात्मा वै मोदते देवलोके ।। (महा.१२.२६.३५)

प्रजेने म्हणजेच या वर्णांनी आपली सामाजिक कर्तव्ये पार पाडली तरच समाजात स्थैर्य, सुख व शांती नांदू शकेल. सामाजिक कर्तव्यांची जाणीव ही गोष्ट आजच्या काळालाही लागू आहे. आजच्या काळात शिक्षकवर्गाने, व्यापाऱ्यांनी, मजुरांनी, शेतकऱ्यांनी, वकील, डॉक्टरांनी, राजकीय नेत्यांनी, मंत्र्यांनी, नोकरशाहीने आपली नेमलेली कामे प्रामाणिकपणे, पारदर्शकतेने, न्यायबुद्धीने तत्परतेने व सेवादायीवृत्तीने पार पाडली तर समाजाची, देशाची प्रगती होऊन सर्वांना स्वास्थ्याने जगता येईल.

इंद्र व राजा मांधाता यांच्या संवादामध्ये इंद्राच्या मुखाने राजधर्माची प्रशंसा आली आहे. त्याने स्पष्ट केले की, राजधर्म हा खूप व्यापक आहे व तो आदिदेवापासून प्रवृत्त झालेला असल्याने श्रेष्ठही आहे, त्यामुळे त्याच्यात इतर धर्मांचा समावेश होतो. राजधर्म (म्हणजेच क्षात्रधर्म) हा आदिदेवापासून आधी निर्माण झाला व नंतर इतर धर्म निर्माण झाले. राजधर्माचे स्वरूप व्यापक असल्याने व इतर धर्म त्याच्यावर अवलंबून असल्याने, राजधर्मातच ते प्रविष्ट झालेले आहेत.

अस्मिन् धर्मे सर्वधर्माः प्रविष्टाः
तस्माद्धर्मं श्रेष्ठमिमं वदन्ति ।। (महा.१२.६४.२१)

राजानेच वर्णाश्रमधर्म समाजाकडून करवून घ्यायचे आहेत; सर्व समाजघटकांना

आपली कर्तव्ये पाळायला लावायची आहेत नाहीतर दंड करायचा आहे. असे असल्याने त्या धर्माला श्रेष्ठ मानले आहे. मांधाता राजा चारित्र्यसंपन्न व श्रेष्ठ होता. त्याची तीव्र इच्छा होती की, अनादि अनंत श्रीविष्णूचे दर्शन त्याला व्हावे. म्हणून त्याने राजकर्तव्ये तर उत्तम पार पाडलीच पण एक मोठा यज्ञ केला. श्रीविष्णूने त्याची इच्छा पूर्ण करण्यासाठी इंद्राचे रूप घेऊन दर्शन दिले. त्या इंद्राने राजाला त्याच्याशी संवाद करून शास्त्रज्ञान दिले. इंद्राने कल्पना दिली की, नारायणाचे दर्शन अत्यंत दुर्लभ आहे, त्याला किंवा ब्रह्मदेवालाही ते शक्य नाही. तरी मांधात्याने, आपण मोठे तप करू पण प्रत्यक्ष दर्शन घेऊ, असा आपला निश्चय व्यक्त केला. इंद्राने सांगितले की, क्षात्रधर्म हा स्वतः श्रीविष्णूने आचरला. आपल्या अप्रतिम तेजाने, पराक्रमाने, शत्रूंचा वध केला. दैत्य, क्रूर दानव नष्ट केले आणि देवांचे, ऋषींचे रक्षण केले. जर श्रीविष्णूने शत्रू मारले नसते तर अनाचार होऊन कुठलाही धर्म टिकू शकला नसता; चातुर्वर्ण्य नष्ट झाले असते एवढेच नव्हे तर सर्व काही लोप पावले असते. धर्माची पुनर्स्थापना क्षात्रधर्मामुळेच होऊ शकते. लोक स्वभावतःच मर्यादांचे उल्लंघन करणारे व काम–क्रोधाकडे प्रवृत्त झालेले असतात; पण राजाच्या भीतीमुळेच ते पाप करीत नाहीत. तरी पापी कृत्ये किंवा अपराध घडलेच तर राजा त्यांना शिक्षा करून समाजाची घडी विस्कटू देत नाही; म्हणूनच तो प्रजापालक ठरतो.

शीलाचे महत्त्व

धर्मविषयक ज्ञान भीष्मांकडून मिळविताना युधिष्ठिराने शीलाविषयी प्रश्न विचारला. भीष्मांनी त्याचे लक्ष धृतराष्ट्र–दुर्योधन संवादाकडे वेधले. राजसूय यज्ञात युधिष्ठिराला जी कुबेरासारखी अगणित संपत्ती मिळाली; ती पाहून दुर्योधन बेचैन झाला होता. ती अफाट संपत्ती त्यालासुद्धा मिळू शकेल असे सांगताना धृतराष्ट्र म्हणाला, 'हे पुत्रा, तू शीलवान हो; तुलाही तेवढी संपत्ती किंवा त्याहूनही अधिक प्राप्त होईल.'

शीलेन हि त्रयो लोकाः शक्या जेतुं न संशयः ।
न हि किंचिदसाध्यं वै लोके शीलवतां भवेत् ।। (महा.१२.१२४.१५)

शीलाने त्रैलोक्यही हस्तगत करता येईल; शीलवान पुरुषांना कुठलीच गोष्ट असाध्य नाही. शीलासंबंधाने नारदाने प्रल्हाद व इंद्र यांचा संवाद पूर्वी सांगितला आहे. प्रल्हादाने शीलाच्या साहाय्याने इंद्रावर विजय मिळविला व त्रैलोक्य जिंकले. तेव्हा इंद्र बृहस्पतीकडे गेला व 'सर्वोत्कृष्ट असे काय आहे?' असा प्रश्न केला. त्याने मोक्षविषयक ज्ञान इंद्राला दिले. पुढे शुक्रानेही तसाच उपदेश देऊन सांगितले की, प्रल्हादाला याची माहिती आहे. इंद्राने ब्राह्मणाचे रूप घेऊन प्रल्हादाची प्रार्थना केली; त्याची सेवा केली. प्रल्हादाने संतुष्ट होऊन त्या ब्राह्मणाला वर मागायला सांगितले. इंद्राने 'शील मला दे' असे म्हटले. त्यानंतर

प्रल्हादाच्या शरीरातून एक एक तेजोमय पुरुष बाहेर पडला व तो इंद्राच्या म्हणजेच त्या ब्राह्मणाच्या शरीरात प्रविष्ट झाला. ते पुरुष म्हणजे शील, धर्म, सत्य, सदाचार, (वृत्त) बल हे होत; शेवटी एक तेजस्वी स्त्री त्याच्या शरीरातून निघून इंद्राच्या देहात प्रविष्ट झाली. ती होती लक्ष्मी. तिने विप्ररूपी इंद्राला सांगितले की, वरील धर्म, सत्य, वृत्त, बल, पराक्रम आणि ती स्वतः यांचे मूल कारण शील हेच आहे. (महा.१२.१२४.६०). लक्ष्मीने प्रल्हादाला हा विप्र कोण हे सांगितले व ती निघून गेली.

धृतराष्ट्राने शेवटी दुर्योधनाला शीलप्राप्तीचा उपाय सांगितला. काया-वाचा-मने करून कोणाही प्राण्याचा द्रोह न करणे, अनुग्रह करणे व दान करणे, ज्या कर्मापासून दुसऱ्याचे हित नाही अथवा जे केल्याने आपल्याला लाज वाटेल ते कर्म न करणे व ज्या कर्मामुळे समाजात प्रशंसा होईल ते करणे; असे हे शीलाचे घटक आहेत. शील न राखल्यामुळे प्रल्हाद व बली या श्रेष्ठ पुरुषाची सामाजिक प्रतिष्ठा गेली. जीवनात शीलाचे अतिशय महत्त्व असल्याने मनुष्याने शीलवान होण्याचा प्रयत्न करावा.

(क्रमशः)

लेखांक : सत्त्याऐंशीवा

हंसगीतेतील विचार

महाभारतात ब्राह्मणादि चारही वर्णांची भिन्न भिन्न अशी कर्तव्ये सांगितली आहेत. परंतु, त्याचबरोबर सर्व समाजाने अथवा सर्व वर्णांनी धर्माचरणाच्यादृष्टीने पाळावयाची कर्तव्येही 'साधारण धर्म' या संज्ञेखाली सांगितली आहेत. त्यात अहिंसा, सत्य, दान तसेच संयम, दुष्टपणाचा अभाव, सहनशीलता व संविभागिता (सहकार) इत्यादी गोष्टींचा समावेश आहे. (महा.१२.२८५.२४). ही जी सद्गुणांची यादी आहे, यातच धर्माची मूलभूत तत्त्वे सामावलेली आहेत. धर्माचरण करून पुण्यसंचय सातत्याने केला पाहिजे; अगदी तरुणपणापासून केला पाहिजे, असा उपदेश अनेक ठिकाणी केलेला आढळतो. उद्याचे धर्मकृत्य अथवा कार्य आजच करून टाकावे कारण मृत्यू केव्हा येईल हे सांगता येत नाही, तो कुणासाठीही थांबत नाही.

माणसाची रोजची वर्तणूक कशी असावी याविषयी अनेक ठिकाणी उल्लेख येतात. शांतिपर्वात एका अध्यायात (महा.१२.१८६) ते साकल्याने दिले आहेत. सूर्योदयापूर्वी उठावे; सदैव सूर्योपासना करावी. शुचिर्भूत होऊन देवतर्पण करावे. भोजनकाली हात, पाय व तोंडही ओले असावे. मौन पाळून जेवण करावे. आपण जे भोजन करतो तेच अतिथी, सेवक यांना द्यावे; सकाळी व संध्याकाळी असे फक्त दोनदाच जेवावे. यालाच 'उपवास' म्हणतात. मांस निष्कारण तर नाही पण यज्ञातही खाऊ नये. नदी, गाय, ब्राह्मण, देऊळ, धर्मकृत्याची जागा दिसली तर वंदनार्थी उजवा हात वर उचलावा. गुरू आणि वडिलधाऱ्यांचा मान राखावा. त्यांना अरे – तुरेची भाषा वापरू नये. परस्त्रीचा विचारही मनात न आणणारा व ऋतुकाली गमन करणारा तसेच होमहवन करणारा, ब्रह्मचारी समजावा. परिचिताची भेट होईल तेव्हा त्याची खुशाली विचारावी. काम्यकर्माचे फळ गुरूला द्यावे. साधुसंतांचे कर्म प्रशंसनीय असते व मानावे; बालकाचा स्पर्श पवित्र मानावा. केलेले पाप पूज्य पुरुषाला सांगावे; गुप्त ठेवू नये; गुप्त ठेवल्यास विनाशास कारणीभूत होते. धर्म हा अंतःकरणपूर्वकच केला पाहिजे व सर्वांचे कल्याण चिंतीले पाहिजे.

हंसगीतेतील विचार

वरीलप्रमाणेच चारित्र्ययुक्त आचरणाचे विवेचन हंसाच्या रूपात आलेले ब्रह्मदेव व साध्य नावाचे देव यांच्या संवादात आले आहे. हंसाने सांगितले की, तो स्वतः दुसऱ्याचे मन दुखावेल असे मर्मभेदक, कठोर भाषण करीत नाही. दुसऱ्याने निंदा केली तरी तो उलट निंदा करीत नाही; त्याला क्षमा करतो. क्रोध किंवा तृष्णा यांच्या आहारी तो जात नाही. लोभाविष्ट होऊन धर्माचा मार्ग सोडून जात नाही. हंस म्हणाला, मला कुणी शाप देवो, मी उलट शाप देत नाही कारण दम (मनाचा संयम) हे मोक्षाचे द्वार आहे हे मला पूर्ण माहीत आहे.

नाहं शप्तः प्रतिशपामि किञ्चित् ।
दमं द्वारं ह्यमृतस्येह वेद्मि ।। (महा.१२-२८८.२०)

यानंतर तितिक्षा, निग्रह याविषयी हंस म्हणतो की, जो कुणी वाणीचा (दुर्भाषणरूपी) वेग, क्रोधरूपी मानसिक वेग, क्षुधा, कामवासना यांचे वेग (उग्र असले तरी) सोसू शकतो (म्हणजे त्यांच्यावर मात करतो), त्याला मी खरा विवेकी 'मुनी' समजतो. क्रोध आणि लोभ हे मोठे शत्रू होत. क्रोधाच्या अधीन होऊन जो यज्ञ करतो, दान देतो, तप करतो, होमहवन करतो त्याचे सर्व पुण्य यम हरण करतो व त्याचे हे श्रम व्यर्थ ठरतात. उन्नती कुणाची होते हे सांगताना हंस म्हणतो की, सत्य, दम, सरलता, निरूपद्रवीपणा, धैर्य, सहिष्णुता यांचे सेवन करून जो स्वाध्यायनिरत व निःस्पृह वृत्तीने राहतो तो ऊर्ध्वगतीस जातो. (महा.१२-२८८.२९).

हंसगीतेत सांगितल्याप्रमाणे उद्योगपर्वात विदुराने धृतराष्ट्राला जो उपदेश केला आहे त्यात क्षमाशीलतेचे महत्त्व अधोरेखित केले आहे. धृतराष्ट्राच्या मनातील अस्वस्थता घालविण्यासाठी विदुराने नीतीचे विवेचन केले आहे. क्षमा म्हणजे या जगातील एक मोठे वशीकरण आहे. क्षमाशील पुरुषाला दुसऱ्यांची मने जिंकता येतात. क्षमारूप खड्ग ज्याच्या हातात आहे, त्याचे दुर्जन काय वाईट करणार? क्षमेने मनाला शांती मिळते. अपमान झाला तरी त्याचा आपण अपमान करता कामा नये; क्षमेचे शस्त्र वापरावे.

एको धर्मः परं श्रेयः क्षमैका शांतिरुत्तमा ।
विद्यैका परमा दृष्टिरहिंसैका सुखावहा ।। (महा.५-३३.४८)

धर्माचीही या ठिकाणी प्रशंसा केली आहे. धर्मासारखे कल्याणाचे दुसरे साधन नाही; ते एकमेव साधन आहे. परंतु, येथे असेही म्हटले आहे की, क्षमावानाला लोक दुबळा मानतात; परंतु, शहाण्याने हा दोष मानू नये. विदुर ज्ञानी पुरुष म्हणून प्रसिद्ध होता. त्याने सतत धृतराष्ट्राला धर्माला धरून चालण्याचा सल्ला दिला. त्याने असेही सांगितले की, जो घर सोडून व्यर्थ वणवण करीत नाही, पापी लोकांशी संबंध ठेवत नाही, परस्त्रीच्या

वाटेस जात नाही, दंभ, चौर्य व मद्यपान इत्यादींपासून दूर राहतो. धर्म, अर्थ व काम यांचे योग्य सेवन करतो, दुसऱ्याचा मत्सर करीत नाही, क्षमा व दयेचा अवलंब करतो व यशापशयाने विचलित होत नाही तो मनुष्य प्राज्ञ व श्रेष्ठ होय. पंडित अथवा विद्वान पुरुषाची लक्षणेही त्याने दिली आहेत. आत्मज्ञान, सदुद्योग, सहिष्णुता आणि धर्मनिष्ठा यांच्या बळावर जो पुरुषार्थापासून भ्रंश पावत नाही, जो काम, अर्थ व धर्म यांना या क्रमाने अधिकाधिक महत्त्व देतो, क्रोध, गर्विष्ठपणा व लोभ यांना ताब्यात ठेवतो, घेतलेले कार्य पूर्ण करतो व सदा विवेकशील राहतो तो 'पंडित' होय. विवेचनाच्या ओघात मूर्ख लोकांची लक्षणेही सांगितली आहेत. इहलोकामध्ये जीवनातील चढ-उतार भोगत असताना मानवाला जर खालील सहा गोष्टी प्राप्त झाल्या तर ती सहा सुखे त्याला मिळाली असे समजावे. इहलोकीची ही सहा सुखे पुढीलप्रमाणे - सतत धनप्राप्ती, आरोग्यसंपन्नता, प्रिय असलेली व प्रिय बोलणारी पत्नी, आज्ञाधारक पुत्र आणि सुयोग्य द्रव्य देणारी विद्या. या उपदेशात इंद्रियनिग्रहाचे महत्त्व सांगितले असून राजा व प्रजा या दोहोंनीही मनोनिग्रह केला पाहिजे. इंद्रिय स्वभावतःच जीवात्म्याला ओढून भलतीकडेच नेतात; त्यातून माणसाला दुःखाचीच प्राप्ती होते. इंद्रियांचा गुलाम बनल्याने माणसाला दुःख तर मिळतेच परंतु सर्व बाजूंनी वंचित होऊन शेवटी तो प्राणासही मुकतो. या बाबतीत फार सुंदर विचार या ठिकाणी मांडलेला आहे. विदुर म्हणतो की, माणसाला पाच ज्ञानेंद्रिये आहेत; त्यातले एक जरी सच्छिद्र असले तरी या इंद्रियावाटे माणसाची बुद्धी नाश पावते; म्हणून इंद्रियांचा संयम फार आवश्यक आहे.

या उपदेशात राजाच्या कर्तव्याबद्दलही मार्गदर्शन केले आहे. राजाने मुख्यतः चारित्र्यसंपन्न असावे व त्याने अगदी आवर्जून शाश्वत धर्माचे पालन केले पाहिजे. राजानेच नव्हे तर सर्वांनीच चारित्र्य, शील जोपासले पाहिजे; जीवनात त्याला खूप महत्त्व दिले पाहिजे.

शीलं प्रधानं पुरुषे तद्यस्येह प्रणश्यति ।
न तस्य जीवितेनार्थो न धनेन न बंधुभिः ।। (महा.५.३४.४६)

शील जर गमावले तर त्या माणसाच्या जीवनाला काय अर्थ आहे? त्याच्या धनाचा अथवा बांधवांचाही काय उपयोग?

व्यवहारोपयोगी विचार तर या उपदेशात आहेतच परंतु नीतितत्त्वाचे महत्त्व यात विशद केलेले आहे. म्हणूनच या सर्व विवेचनाला 'विदुरनीती' असे नाव दिले आहे. वर्णांचे धर्म, पापपुण्याचा उलगडा, स्थितप्रज्ञाचे गुण असे अनेक विषय यात संक्षेपाने चर्चिलेले आहेत. धर्म हाच मनुष्याच्या जीवनाचा आधार असला पाहिजे. सार्वकालिक अशा सत्य, अहिंसादि धर्मतत्त्वांचा अवलंब करून माणसाने जीवनात सदाचाराचा मार्ग

कदापि सोडता कामा नये.

दैनंदिन जीवन जगताना सावधानतेने दूरदृष्टी ठेवली पाहिजे; जेणेकरून रात्र सुखात घालविता येईल अशी गोष्ट दिवसभर खपून करावी; पावसाळ्यात सुखाने राहता येईल अशी सोय उरलेले आठ महिने परिश्रम करून करावी; म्हातारपण सुखात जाईल अशी तयारी पूर्ववयात करून ठेवावी आणि मरणानंतर सद्गती म्हणजेच पारलौकिक सुखप्राप्ती होईल अशी गोष्ट आयुष्यभर खपून साध्य करावी. हा विचार खरोखर हिताचा आहे परंतु पारलौकिक स्थितीचा विचार आयुष्यात सामान्य माणसाला फार उशिरा करण्याची बुद्धी होते किंवा होतही नाही, ही वस्तुस्थिती आहे.

याप्रमाणेच रोजच्या व्यवहारात कसा आचार ठेवावा, भोजनात काय खावे-प्यावे, गुरूशी कसे वागावे, अभ्यास केव्हा करावा, निद्रा व जागे होण्याचे नियम कोणते, कोणत्या स्त्रीशी विवाह वर्ज्य समजावा इत्यादी अत्यंत सविस्तर असे विवेचन अनुशासन पर्वात अध्याय-१०७ मध्ये आलेले आहे. असा तपशील या ग्रंथात बऱ्याच ठिकाणी पाहायला मिळतो.

स्त्रियांना धनाचा अधिकार नाही

विदुराच्या वरील विवेचनात असे विधान आले आहे की, स्त्रियांना स्वतःचा असा धनाचा अधिकार नाही. खालील श्लोकानुसार स्त्रियांबरोबरच दास व पुत्र यांनाही धनाचा अधिकार नाही.

त्रय एवाधना राजन्भार्या दासस्तथा सुतः ।
यन्ते समधिगच्छन्ति यस्य ते तस्य तद्धनम् ।। (महा.५.३३.५७)

या तिघांच्याही धनावर त्यांची मालकी, स्वतःची मालकी नसते तर त्या धनावर त्यांच्या स्वामींची मालकी असते. त्या श्लोकातून आपल्याला त्या काळातील स्त्रियांच्या दर्जाची, परिस्थितीची कल्पना येते. पुत्राला धनाचा अधिकार नसतो तो त्याचा पिता (स्वामी) जिवंत असेपर्यंत नंतर त्याला वारसाहक्काने धन मिळते व त्याचा तो अधिकारी असतो. दासाबाबतीतला सर्व अधिकार त्याच्या स्वामीलाच असतो. पुत्राला जसे वारसाहक्काने पित्यानंतर त्याचे धन मिळते तसे भार्येला मिळत नाही; किंवा पित्याच्या मुलीलाही मिळत नाही. स्त्रियांना कुठलाही असा वारसाहक्क नव्हता. मग स्त्रियांना आपले धन म्हणून कुठले असायचे? तर तिला विवाहावेळी पित्याकडून, भावांकडून व आप्तांकडून जे काही भेट म्हणून दिले गेले असेल, ते ती 'स्त्रीधन' म्हणून सासरी आणू शकायची. त्यात थोडी भर पडली तर पतीने प्रीतिपूर्वक काही धन किंवा दागिना भेट म्हणून दिला त्याची. एवढाच तिचा अधिकार. या संदर्भात हेही ध्यानात घेतले पाहिजे की, समजा

मुलीच्या पित्याने कन्या देताना वरपक्षाकडून 'स्त्रीशुल्क' (काही धन) घेतले असेल तर ते त्याने स्वतःचे मानू नये; मुलीला विवाहावेळी दागिन्यांच्या किंवा अन्य स्वरूपात तिलाच देऊन टाकले पाहिजे. तसे न केल्यास तो 'विक्रय' होईल. वर उल्लेखिलेले जे 'स्त्रीधन' मुलगी आपल्या सासरी घेऊन येते व जपून ठेवते त्यावर तिच्या मुलाचा अधिकार नसतो. तिच्या मृत्यूनंतर ते स्त्रीधन तिच्या मुलीला द्यावयाचे असते. याला महाभारतात खालील आधार आहे.

मातुश्च यौतकं यत्स्यात्कुमारीभाग एव सः । (महा.१३.४५.१३)

सारांश हा की, कुठल्याही स्त्रीला तिला माहेरहून व पतीकडून मिळालेल्या भेटवस्तू, दागदागिने एवढेच धन तिच्या हक्काचे, मालकीचे होते. थोडक्यात काय, तर ती आर्थिकदृष्ट्या स्वावलंबी नव्हती. ही परंपरा व सामाजिक धारणा अगदी गेल्या शतकापर्यंत अव्याहत सुरू होती. द्विभार्याप्रतिबंधक कायदा (१९५६) लागू होईपर्यंत तिला पतीच्या संपत्तीत वाटा मिळत नव्हता. त्या काळासंबंधी आणखी एक गोष्ट लक्षात येते ती ही की, मुलीच्या लग्नाचे वय दहा (वराचे तीस) किंवा सात वर्षे (वराचे एकवीस) योग्य मानलेले असल्याने ती स्वतःचा वर शोधू शकेल अशी स्थिती नव्हती; पित्यानेच अनुरूप वराचा शोध घेऊन तिचा विवाह लावून देण्याची पद्धत रूढ होती. अशारीतीने तिला आधी पित्यावर व विवाहानंतर पतीवर अवलंबून राहावे लागत असे.

त्याज्य कर्मे कोणती?

आपण सदाचाराने कसे वागावे याविषयीचे विवेचन वर पाहिलेच आहे. आपल्या कल्याणासाठी म्हणजेच ऐहिक व पारलौकिक हितासाठी काय करणे टाळले पाहिजे याचेही मार्गदर्शन अनुशासन पर्वात एके ठिकाणी आहे. भीष्म युधिष्ठिराला सांगतात की, देहाने घडणारी तीन कर्मे, वाणीने घडणारी चार कर्मे व मनाने घडणारी तीन कर्मे अशी दहा कर्मे माणसाने सर्वथा वर्जावीत.

देहाची तीन कर्मे १. दुसऱ्याची हिंसा करणे २. चोरी करणे व ३. परस्त्रीगमन करणे ही होत.

वाणीच्या माध्यमातून खालील चार कर्मे टाळावीत.

१. अयोग्य भाषण करणे (असत्प्रलाप) २. कठोर असे बोलणे ३. कुटाळकी किंवा निंदानालस्ती करणे व ४. असत्य बोलणे.

मनाची तीन कर्मे जी करता उपयोगी नाहीत. ती अशी – १. दुसऱ्याच्या धनाचा अपहार करण्याची बुद्धी ठेवणे २. दुसऱ्याचे वाईट, अशुभ चिंतणे ३. आणि वेदवचनांवर विश्वास न ठेवणे (म्हणजेच पर्यायाने ईश्वरावर श्रद्धा न ठेवणे). कोणत्या गोष्टी मनुष्यास

हानिकारक आहेत, त्याला अनीतीच्या मार्गावर खेचणाऱ्या आहेत याबद्दलची अगदी स्पष्ट कल्पना वरील निषिद्ध किंवा वर्जनीय कर्मांमध्ये दिली आहे. मग कोणती कर्मे केली असता ऐहिक व पारलौकिक हित साधू शकेल, असा प्रश्न मनात येतो. त्याचेही उत्तर दिले आहे.

अनभिध्या परस्वेषु सर्वसत्त्वेषु सौहृदम् ।
कर्मणः फलमस्तीति त्रिविधं मनसा चरेत् ।। (महा.१३.१३.५)

मनाने जी तीन कर्मे मुख्यतः करावी, ती अशी - १. मनुष्याने जे दुसऱ्याचे आहे त्याची अभिलाषा धरू नये. २. सर्व प्राण्यांविषयी दया, सुहृद्‌भाव धरावा आणि ३. आपण जी कर्मे करतो, त्यांचे पाप - पुण्यरूपी फळ मिळणारच यावर दृढविश्वास ठेवावा. याचा अर्थ असा की, ती बरी-वाईट फळे भोगावीच लागतील हे पक्के ध्यानात ठेवावे. नीतिनियमांना धरून कसे चालले पाहिजे आणि वाईट कर्मांचा व विचारांचा त्याग कसा करावा, याचे उत्कृष्ट मार्गदर्शन येथे केले आहे.

(क्रमशः)

लेखांक : अठ्ठ्याऐंशीवा

केवळ ज्ञानच अविनाशी

याज्ञवल्क्य ऋषींना सूर्यापासून वरदान मिळाले व त्यानुसार त्यांना यजुर्वेदाचे ज्ञान मिळाले. इतर वेद व उपनिषदांचे ज्ञानही त्यांना होतेच. अशा या महाज्ञानी ऋषींचा विश्वावसू या ज्ञानी गंधर्वाशी संवाद झाला. त्यातून गंधर्वाला सर्वश्रेष्ठ ज्ञानाची प्राप्ती झाली. परब्रह्मरूपी परमात्मा, देहात राहणारा त्याचाच अंशरूपी जीवात्मा व त्रिगुणात्मिका प्रकृती (परमात्म्याची शक्ती) यांच्या स्वरूपाबद्दल सविस्तर ज्ञान गंधर्वाला दिले. या विवेचनात प्रकृतीला चोविसावे तत्त्व, जीवात्म्याला पंचविसावे व परमात्म्याला सव्विसावे तत्त्व म्हटले आहे. जीवात्मा जड प्रकृतीशी एकरूप होऊन, आपले मूळ शुद्ध स्वरूप विसरून आपण तिचाच एक भाग मानून संसार सागरात बुडून राहतो. प्रकृतीच्या म्हणजेच देहाच्या नित्य सहवासामुळे व अहंकारामुळे त्या जीवात्म्याला तसे वाटते. खरे पाहता, जीवात्मा सचेतन आहे, परमात्म्याचा अंश आहे, (प्रकृतीचा अंश नव्हे) सर्वज्ञ नसला तरी अल्पज्ञ आहे आणि त्यामुळे प्रकृतीहून पूर्णत: भिन्न आहे. पण तो मायाधीन म्हणजे प्रकृतीच्या आवरणाखाली आहे; म्हणूनच त्याला आपल्या खऱ्या स्वरूपाचे ज्ञान नाही. परमात्मा हा जीवात्म्यांचा आत्मा आहे. जीवात्मा त्या परमतत्त्वाने वेढलेला आहे व चैतन्यादि गुणयुक्त असल्याने त्यांच्यात ऐक्य आहे, असे ज्ञानी मानतात. (महा.१२.३०६ अध्याय). हे ऐक्य असल्याचे म्हणजेच आपल्या मूळ स्वरूपाचे ज्ञान जेव्हा जीवात्म्याला होते तेव्हा तो कैवल्यपदाप्रत जातो. या विवेचनात पुढे म्हटले आहे की यज्ञ, तप, नियम, व्रत यांच्या आचरणाने जरी साधकाला स्वर्ग मिळाला तरी पुण्याचा साठा संपताच पुन्हा पृथ्वीवर जन्म घेणे भाग पडते; म्हणून अतिश्रेष्ठ, शुद्ध, मोक्षदायक जे परमतत्त्व त्याची उपासना कर म्हणजे तुला परमपदाची प्राप्ती होईल.

तस्मादुपासस्व परं महच्छुचि
शिवं विमोक्षं विमलं पवित्रम् ।। (महा.१२.३०६.१०७)

या ज्ञानाच्या श्रेष्ठतेच्या व जीव, प्रकृती यांविषयीच्या विवेचनानंतर व्यास व महर्षींनी शुकाला – त्यांच्या पुत्राला धर्मसाधनेचे महत्त्व कसे पटविले याचे वर्णन आले आहे.

आपल्यासारख्या अज्ञ जनांना त्यातून बराच बोध शुकाप्रमाणेच मिळू शकतो. व्यास म्हणतात, 'पुत्रा, धर्माचरणाने वाग, इंद्रियदमन करूनसुद्धा तृषा, वासना, ऊन-थंडी या सर्वांवर मात कर. धर्मात मन रमव व सत्य तत्त्वावर निष्ठा ठेव.'

सत्यमार्जवमक्रोधमनसूयां दमं तपः ।
अहिंसां चानृशंस्यं च विधिवत्परिपालय ।। (महा.१२.३०९.४)

या श्लोकात धर्माच्या विविध पैलूंचे जणू सार मांडले आहे. बा, शुका! सत्य, सरळपणा, अक्रोध, निर्मत्सरता, संयम, तप, अहिंसा, दयाशीलता यांचे नीट पालन कर. हे सर्व सद्गुण जीवनात पाळणे अथवा अंगी बाणणे खरोखर फार कठीण आहे. पण शुद्ध आचरण, शील संपादन, मनोनिग्रह, सत्यनिष्ठा हाच खरा धर्माचा गाभा व हीच खरी धर्मोपासना आहे. देवपूजा, देवदर्शन, धार्मिक व्रत करणे, दानधर्म इत्यादी गोष्टी करूनही जर वरील शाश्वत धर्माच्या विरुद्ध वर्तन घडले तर पुण्यसंचय होणार नाही किंवा उन्नती साधणार नाही. शुकाला पित्याने हेही सांगितले की, पाण्यावरील फेसाप्रमाणे जीवन क्षणिक आहे; जीव देहामध्ये झाडावरील पोपटाप्रमाणे बसला आहे, तो केव्हा उडून जाईल याचा नेम नाही. प्रियजनांचा सहवास, जीवनातले सुखक्षण अळवावरच्या पाण्याप्रमाणे चंचल आहे. मृत्यूशी आपली गाठ केव्हाही पडू शकते असे असताना तू खुशाल झोप कशी घेत बसला आहेस? ऊठ, जागा हो व भविष्याचा, आपल्या कल्याणाचा आतापासूनच विचार कर व कामाला लाग. तुला जो मनुष्यजन्म लाभला आहे त्याचे सार्थक कर.

धर्माचरणाचा उद्देश

धर्माचे आचरण जन्मापासून जीवनभर केले पाहिजे. त्याने सद्बुद्धी कायम राहील व पुण्यसंचय होईल. मानवानेच धर्माचे आचरण केले पाहिजे असे नाही तर स्वर्गातील देवांनीही ते करावे. लोभ व द्वेष यांपासून अलिप्त राहून मानव तसेच देव कठोर व्रतवैकल्ये आचरतील व धर्माचे पालन करतील तर त्यांना मोठे सुख लाभेल. (महा.१३.१४८.५). आपल्याला असे वाटते की, देव पवित्र आचरणच करतात पण तेही प्रमाद करू शकतात; क्रोध, मोह त्यांनाही आवरता येत नाही. पुराणांतही यासंबंधीच्या कथा आहेतच. शिवाय देवलोकदेखील अल्पकाळ सुख देणारा आहे. पुण्याचा उपभोग संपताच पृथ्वीवर पुन्हा जन्म घ्यावा लागतो. याचा अर्थ असा की, जन्म-मरणाच्या फेऱ्यातून मनुष्याची सुटका होत नाही. याच कारणास्तव भीष्मांनी एके ठिकाणी युधिष्ठिराला सांगितले आहे की, धर्माची द्वारे जरी अनेक असली तरी त्याचे आचरण कधी निष्फल होत नाही. धर्मानुसार चालल्याने माणसाचे मन शुद्ध होत जाऊन त्याचा विवेक जागृत होतो. हळूहळू त्याची

सांसारिक गोष्टींची आवड कमी होऊन एक प्रकारचे वैराग्य जाणवू लागते. भूलोकापासून वरचे सगळे लोक (सत्यलोकापर्यंत) क्षयादी दोषांनी भरलेले आहेत. हे लोक मिळविण्याचा प्रयत्न बुद्धिमान माणसाने करू नये; तर आपले उद्दिष्ट ईश्वर साक्षात्कार हेच एकमेव ठेवावे.

एवं व्यवसिते लोके बहुदोषे युधिष्ठिर ।
आत्ममोक्षनिमित्तं वै यतेत मतिमान्नरः ।। (महा.१२.१६८.५)

हा आत्ममोक्ष म्हणजे अनंतकाळपर्यंतचा परमानंदाचा, ईश्वरप्राप्तीचा लाभ होणे. त्यासाठीच सर्व धर्मग्रंथांचा उपदेश असून हेच अंतिम ध्येय असले पाहिजे. वर वैराग्याचा उल्लेख आहे. शांतिपर्वात मंकिगीता या नावाने मंकी ऋषीचा उपदेश आला आहे. त्या मुनींवर द्रव्यनाशाचे संकट ओढवले व त्यामुळे त्यांना वैराग्य आले. त्यांच्या मताप्रमाणे वासनांची तृप्ती कधीही होत नाही. वासनांची एकसारखी वृद्धी नाशाला कारणीभूत होते. वासना किंवा इच्छा पूर्ण झाली तरी तिला धुमारे फुटतात व ती वाढते. लोभ उत्पन्न करते. समजा, वासनेची तृप्ती झाली नाही तर क्रोध उत्पन्न होतो म्हणून त्याने वासनेला सांगितले की तिने त्याचा त्याग करावा. कारण वासनेची पूर्ती कधीही होत नाही. कामनांचा, वासनांचा त्याग म्हणजेच वैराग्यसुखाची प्राप्ती होय. या जगात जे काही वासनापूर्तीतून मिळणारे सुख आहे किंवा स्वर्गातील दिव्य सुख आहे त्याला वैराग्यसुखाच्या षोडशांशाचीही योग्यता नाही. (महा.१२.१७१.५१). त्याने पुढे असे म्हटले आहे की, तो सत्त्वनिष्ठ बनून मोक्षमार्गाने चालू लागला आहे. रज व तम यांच्या आहारी गेल्यामुळे माणूस काम, लोभ यांच्यामागे धावू लागतो व वैराग्यापासून दूर जातो. भगवद्भक्तीसाठी इंद्रियनिग्रह, वैराग्य व धर्मप्रीतीची आवश्यकता आहे.

युधिष्ठिराने प्रश्न विचारला होता की, संकटातून तरून जाण्याचा कोणता उपाय आहे? भीष्म सांगतात की, सदाचाराने वागणे, पातकांपासून दूर राहणे, कुठल्याही कठीण परिस्थितीत सत्यनिष्ठा न सोडणे, क्रोधाचे नियमन करणे या गोष्टींमुळे संकटांवर मात करता येते. शिष्टाचाराचे नियम, देव - पितृअर्चन, संयमित जीवन, आहार-विहारावर नियंत्रण, नि:स्पृहता, मद्य-मांसाचा त्याग, सर्वांचे अभीष्टचिंतन अशा आचरणाने संकटमुक्त होता येते. पण या सर्व विवेचनाच्या शेवटी महत्त्वाचा उपाय सांगितला आहे. तो उपाय म्हणजे सर्व भूतांचा स्वामी, जगताचा सृष्टीकर्ता व संहारकर्ता, वैकुंठाधिपती, अविनाशी श्रीकृष्णाची भक्ती हा होय.

य एनं संश्रयन्तीह भक्त्या नारायणं हरिम् ।
ते तरन्तीह दुर्गाणि न मेऽत्रास्ति विचारणा ।। (महा.१२.१११.२७)

जे नारायणाचा, हरीचा आश्रय करतात, अचिन्त्यात्मा, सर्वव्यापक गोविंदाची

एकाग्रतेने भक्ती करतात ते निःसंशय संकटातून तरून जातात. याठिकाणी अर्जुनाचे प्रिय करणारा, युधिष्ठिराचा संबंधी या विशेषणांनी कृष्णच निर्दिष्ट केला असून तोच पुरुषोत्तम, नारायण, हरी म्हणून वर्णिलेला आहे. तेव्हा या सर्वश्रेष्ठ भगवंताची उपासना हीच साधकाला संकटातून व भवसागरातून तारेल असे याठिकाणी स्पष्ट म्हटले आहे.

मी कोण व कुठून आलो?

शांतिपर्वात युधिष्ठिराने मोठे मार्मिक व आपल्या मनातले प्रश्न विचारले आहेत. 'आपण या जगात का व कुठून येतो?' असा हा प्रश्न आहे. याच्या उत्तरात सविस्तर असा अध्यात्म विचार आलेला आहे. वेदांतील ऋषिवाक्यांनीच याबाबतीत उपदेश केला आहे. वेद तरी कुणी निर्माण केले व ब्रह्मदेवाला दिले? तर सर्वश्रेष्ठ परमात्मा वासुदेव याने! तो सत्य व ज्ञानस्वरूपी आहे. त्यालाच अव्यक्त, सर्वांचे आदिकारण, अविकारी व विश्वव्यापक ब्रह्म म्हणतात. तेच ब्रह्मकुलातील श्रीकृष्ण हे होय. त्या देवाधिदेवांची श्रेष्ठ शक्ती जी प्रकृती ती याच्याच प्रेरणेने सृष्टीची उत्पत्ती करते. एका दीपापासून जसे सहस्रावधी दीप निर्माण होतात तशीच प्रकृतीपासून अनेक पदार्थांची – कार्याची निर्मिती होते.

दीपादन्ये यथा दीपाः प्रवर्तन्ते सहस्रशः ।
प्रकृतिः सृजते तद्वदानन्त्यान्नापचीयते ।। (महा.१२.२०३.२४)

प्रकृती सृष्टीची निर्मिती करताना महतत्त्व, अहंकार, पंचमहाभूते अशी क्रमाने उत्पत्ती करते व त्यातूनच सर्व निसर्ग, प्राणिसृष्टी व विविध प्रकारचे देह उत्पन्न होतात; मात्र या निर्मितीमुळे प्रकृतीचा क्षय होत नाही कारण ती अनंत आहे. ती ईश्वराची मायाशक्ती आहे; ईश्वराप्रमाणेच ती अनंत आहे. हे जे सृष्ट पदार्थ उत्पन्न होतात त्यातच मानवही जन्म पावतात व स्वकर्माप्रमाणे जीवन जगून निसर्गनियमाप्रमाणे पंचमहाभूतात विलीन होतात. प्रकृतीलाच माया, अव्यक्त, प्रधान अशा संज्ञा असून ती त्रिगुणात्मिका म्हणजेच सत्त्वरजस्तमोमयी आहे. प्रकृतीपासून महत्, अहंकार व पंचमहाभूते या क्रमाने निर्मित होतात. अहंकारापासून आकाश; त्यापासून वायू, त्यापासून तेज, त्यापासून आप व आपापासून पृथ्वी उत्पन्न होते. या आठांना 'अष्टधा प्रकृती' असे येथे म्हटले आहे व हे गीतेतही सांगितले आहे. नंतर दशइंद्रिये व मन तयार होते व त्यानंतर पाच विषय (रूप इत्यादी) तयार होतात. सृष्टी व प्रलय यांचा कर्ता श्रीकृष्णच असून हे कालचक्र अव्याहत सुरू असते. प्रलयकाली सृष्टी श्रीकृष्णात लय पावलेली असते. वर सांगितलेल्या आठ मूलप्रकृती व सोळा विकार हे कूटस्थ परमात्म्याच्या आश्रयाने चराचर जग चालवत असतात. आता आपल्याला पाहायचे आहे की, जीवात्म्याचे स्थान यात काय आहे? नवद्वारांनीयुक्त अशा या पवित्र देहनगरीत जीवात्मा राहतो व त्याला पुरुष (पुरात राहणारा)

असे म्हणतात. परब्रह्मरूपी श्रीकृष्णाशी याचा भेदही आहे व अभेदही आहे. हासुद्धा सत्य, चेतन, चिरंतन व ज्ञानरूप आहे पण हा परमात्म्याचा अंश असल्याने त्याच्या सर्व शक्ती याच्यापाशी नाहीत. गौरांग महाप्रभूंनी तर म्हटले आहे की, 'जीव हा परमात्म्याचा, भगवान श्रीकृष्णाचा 'नित्यदास' आहे. जीव हा सूक्ष्म, अणुरूप व चित्शक्तियुक्त आहे. प्रकृतीहून तो भिन्न, कारण प्रकृती जड व अचेतन आहे.' वरील गुणधर्मांमुळे तो परमात्म्याशी अभिन्न आहे; त्याच्याशी नित्य संबंध जोडलेला आहे पण सर्वव्यापित्व, सर्वशक्तिमत्त्व, सर्वज्ञत्व, सर्व सृष्टीची निर्मिती व विनाशाची शक्ती, माया व प्रकृतीच्या पलीकडे (वर) असण्याची शक्ती, मायाधीशत्व या सर्व बाबतीत तो परमात्म्याहून भिन्न आहे. एक लक्षात ठेवले पाहिजे की, जीवात्मा हा परमेश्वराधीन आहे; परमेश्वराच्या स्वामित्वाखाली तो आहे. तो सत्त्वादी गुणांहून, प्रकृतीहून श्रेष्ठ आहे पण परमात्मा परमहान्, अतिमहान् दीप मानला तर हा प्रकाशात्मक असला तरी दीप आहे. (महा.१३.२०३.३७) जसा वृक्षात अग्नी राहतो पण अदृश्य असतो तसाच देहात हा जीव आहे. काष्ठगत अग्नी काही उपायाने, मंथन केले असता दिसतो तसेच हरिभक्ती, योग, अखंड नामस्मरण, शरणागती या उपायांनी देहात असणाऱ्या आत्म्याचे दर्शन होते व तोच ब्रह्मसाक्षात्कार होय!

केवळ ज्ञानच अविनाशी

गीतेत ज्याप्रमाणे परमेश्वराच्या विभूती सांगितल्या आहेत (अध्याय १०) त्याप्रमाणे अश्वमेधिकातही सांगितल्या आहेत. त्यात पुन्हा या विश्वात जगन्नियंता व सृष्टीकर्ता विष्णूच सर्वश्रेष्ठ असून त्याच्याहून श्रेष्ठ कुणी नाही असे म्हटले आहे. (महा.१४.४४.१५). ब्रह्मदेव स्वतः हे सांगत आहे. प्रजापतींमध्ये तो स्वतः अग्रिम आहे पण त्याच्याहून श्रेष्ठ विष्णू (श्रीकृष्ण) आहे. नद्यांमध्ये गंगा, युगांमध्ये कृतयुग, पेयांत पाणी, पर्वतात महामेरू, पक्ष्यांत श्येन, सर्व तेजांमध्ये सूर्य अशा विभूती वर्णिल्या आहेत. याच ठिकाणी विधान आहे की, स्थावर-जंगम सगळे अशाश्वत आहे. जन्मलेल्याला मरण, सगळ्या गोष्टींना म्हणजे दान, तप, अध्ययन, सुख, दुःख यांना विनाश आहे पण फक्त 'ज्ञानाला' विनाश नाही.

सर्वमेतद्विनाशान्तं ज्ञानस्यान्तो न विद्यते ।। (महा.१४.४४.२०)

या वचनाचा मथितार्थ असा आहे की, परमात्मा 'विज्ञानघन', ज्ञानस्वरूपी व चिद्रूप आहे व तोच ज्ञानरूपाने येथे अभिप्रेत आहे. या विश्वाला व्यापून पलीकडेही असलेला परमात्मा शाश्वत, नित्य व 'अनंत' आहे. उपनिषदातही स्पष्ट म्हटले आहे की, महत् तत्त्वाहून श्रेष्ठ प्रकृती व प्रकृतीहून श्रेष्ठ पुरुष असून त्याच्याहून 'पर' (श्रेष्ठ) काही नाही.

पुरुषान्न परं किञ्चित् सा काष्ठा सा परा गतिः ।

या पुरुषाची प्राप्ती होण्यासाठी निष्काम कर्मयोग, भक्ती व ज्ञानमार्ग साधन म्हणून सांगितले आहे. भक्तीचा मार्ग सुलभ आहे व तो राजमार्ग आहे. उपासनेविषयी गोंदवलेकर महाराज म्हणतात, ''परमात्म्याला आपण आपले म्हणावे, त्याची सर्वदा आठवण ठेवावी. त्याच्या इच्छेने सर्व होत असते अशी भावना ठेवावी. याकरिता त्याची उपासना करायला पाहिजे. उपासना म्हणजे आपण देवाचे आहोत, आपण नेहमी त्याच्या सान्निध्यात आहोत, असे वाटणे, असे वाटण्याकरिता त्याच्या नामस्मरणात राहणे जरुरीचे आहे.'' (प्रवचने पृ.३३७)

(क्रमशः)

लेखांक : एकोणनव्वदावा

प्रकृती अथवा मायेचे स्वरूप

धर्माच्या विविध पैलूंवर महाभारतात विवेचन आले आहे. आपत्कालीन धर्म, दैनंदिन आचरण्याचा धर्म, राजधर्म, चारही वर्णांचे वेगवेगळे धर्म, स्त्रीवर्गाचे धर्म तसेच आश्रमांचे धर्म इत्यादी सर्व धर्मपैलूंचा विचार केलेला आपल्याला दिसतो. माणसाला अमुक एका परिस्थितीत आपला धर्म नेमका कोणता याचे आकलन होत नाही; मन, बुद्धी गोंधळात पडते. दोन कर्तव्ये एकाचवेळी मनासमोर उभी असतात. अर्जुनाचे, भारतीय युद्धाच्या सुरुवातीला, तसेच झाले होते. अशा कठीण प्रसंगी धर्माधर्माविषयीचा निर्णय कसा करावा याबद्दल व्यासांनी विश्वामित्राच्या कथेतून मार्गदर्शन केले आहे. द्वापार युगाच्या प्रारंभी दीर्घ काळ वृष्टी न झाल्याने महाभयंकर दुष्काळ पडला. सर्व जलप्रदेश शुष्क झाले. अन्नाअभावी सर्व प्राणी मरू लागले. कृषी, पशुपालन हे सर्व नष्ट होऊन शहरे व खेडी ओसाड पडली. सगळी सृष्टीच उजाडल्यासारखी दिसू लागली. अशा अकल्पित व बिकट परिस्थितीत विश्वामित्र ऋषी अन्नासाठी रानोमाळ भटकत होते. ते अत्यंत भुकेलेले होते व भुकेमुळे आपल्याला मरणरूपी संकट ओढवणार असे त्यांना वाटत होते. ते फिरता फिरता वनातील एका चांडालाच्या घरात शिरले. तेथे त्यांना झोपलेल्या चांडालाशेजारी कुत्र्याच्या मांसाचा एक तुकडा पडलेला दिसला. तो अभक्ष्य (मांसाहार असल्याने) असूनही तो चोरून न्यावा व तो खाऊन प्राण वाचवावे असा विचार त्यांनी केला. तेवढ्यात चांडाल जागा झाला. चांडाल त्यांना चोर समजून मारायला उठला. आपण विश्वामित्र आहोत असे सांगितल्यावर चांडाल त्यांच्याशी नीट बोलू लागला. चांडालाला परिस्थिती समजल्यावर त्याने त्या शास्त्रवेत्त्या ऋषीला हा अधर्म करू नको, दुसरे काही अन्न पहा म्हणून सांगितले. विश्वामित्रांनी सांगितले की, त्यांच्याजवळ धन नाही व अंगात बळ नाही; भिक्षाही मिळणे दुरापास्त आहे. यावर चांडालाने सांगितले की, 'तुम्ही ज्ञानसंपन्न आहात, अभक्ष्य भक्षण करून पाप करण्यापेक्षा तुम्ही मरण पत्करा, मी तुझ्यासारख्या ऋषीला हे मांस घेऊ देणे अथवा देणे यात देणारा व घेणारा हे दोघेही दोषी ठरतील व आपल्याला दुष्परिणाम भोगावे लागतील.'' विश्वामित्रांनी उत्तर दिले की,

सरोवरातील बेडूक कितीही ओरडत राहिले तरी गाई त्यातील पाणी पीतच राहतात, तद्वत तू कितीही सांगितले तरी मी हे करणार; अरे, तुला धर्म सांगण्याचा अधिकार नाही. यावर चांडाल म्हणाला की, अभक्ष्य, तेही निंद्य स्थानातून, जबरदस्तीने व निंद्य मनुष्याकडून घेतल्यास सज्जनाला निश्चित पाप लागेल व शिक्षा भोगावी लागेल. परंतु, तरीही विश्वामित्र हे निंद्य कर्म करतात व तो मांसाचा तुकडा घेऊन जाऊन आपले प्राण वाचवतात. अशा प्रसंगी प्राण वाचवून जिवंत राहणे महत्त्वाचे आहे. त्यामुळे जिवंत राहिल्याने धर्माचरण करून, तप करून पापक्षालन करता येऊ शकते व तेच विश्वामित्रांनी केले. या प्रसंगानंतर इंद्राने वृष्टी केली व सगळी सृष्टी पुन्हा जिवंत झाली. या संवादाचे मर्म असे आहे की, माणसाने लहान-मोठे पाप घडले तरीही प्राणरक्षण करावे कारण त्यानंतर जिवंतपणी खूप पुण्य साठवता येते. एवढेच नव्हे तर साधना करून अंतिम ध्येयही साधता येते.

एतां बुद्धिं समास्थाय जीवितव्यं सदा भवेत् ।
जीवन्पुण्यमवाप्नोति नरो भद्राणि पश्यति ।। (महा.१२.१३९.९३)

अशा बुद्धीचा अवलंब करून मनुष्याने आपले जीवित रक्षण करावे कारण त्याने पुण्यसंचय करता येतो व त्याचे कल्याणही होते. विश्वामित्रांनीही तपाचरण केले व काही काळानंतर सिद्धी प्राप्त केली.

या विवेचनाशेवटी असे म्हटले आहे की, धर्माधर्म ठरवणे, न्याय्य कोणते व अन्याय्य कोणते याचा निश्चय करणे फार कठीण असते; पण बुद्धीने खोल विचार करून, अर्थात् विवेकबुद्धीने विचार करून यासंबंधीचा निर्णय करावा. शास्त्रवचनाचे मर्म किंवा त्याचा उद्देश डोळ्यांसमोर ठेवून विवेकाने निर्णय करावा असा सल्ला या ठिकाणी दिला आहे. एखादा निष्णात आहे, अवध्य आहे त्याचा वध करण्यात जसा दोष आहे, तसाच एखाद्या वध्याचा वध न करण्यातही दोष आहे. महान अपराध करणाऱ्या वध्य पुरुषाला न्यायालयाने फाशी न देता सोडून देणे यातही मोठा दोष आहे. शास्त्रवचन व विवेकज्ञान यांचा आधार घेऊन धर्मनिर्णय केला पाहिजे.

कालगतीनुसार सुख - दुःख

महाभारतात कालप्रभावासंबंधी विवेचन ठिकठिकाणी आले आहे. कर्मसिद्धान्ताशी त्याचा संबंध जोडलेला आहे. युद्ध संपल्यावर युधिष्ठिराला झालेल्या नरसंहारामुळे फार शोक झाला व तो या नाशाला स्वतः कारणीभूत आहोत असे मानू लागला. त्याप्रसंगी व्यासांनी त्याची समजूत काढताना कालतत्त्व, दैवगती इत्यादींचे विवेचन केले आहे. व्यासांनी सांगितले की, कालक्रमाने ज्या गोष्टी घडाव्यात म्हणून विधात्याने ठरविले

असेल त्या गोष्टी मनुष्य जीवनात अनुभवतो. कालानुसार ऋतू बदलत असतात, मेघांपासून वृष्टी होते. कालानुसार पीक वाढून अन्न तयार होते. कालाच्याच योगाने दिवस-रात्र होतात व चंद्रबिंब परिपूर्ण होते. कालाच्या गतीनुसार पशु-पक्षी सर्पादिकांना मद येतो व प्रजोत्पत्ती होते. अकाली स्त्रियांना गर्भ राहात नाही. अकाली वृक्षवेली बहरत नाही; वेळ आल्यावाचून बालक बोलू शकत नाही व वेळ आल्यावाचून त्याला तारुण्य येत नाही. युधिष्ठिरा, जन्म-मरण वेळ आल्यावाचून घडत नाही हे लक्षात ठेव. तू युद्धात तुझे आप्त मारले असे म्हणतो पण त्यांच्या कर्मानुसार त्यांना मरण येणारच होते. कालाच्याच योगाने कर्मफल परिपक्व होऊन सर्व माणसे मरण पावतात; कोणी कोणाचा वध करीत नाही.

कालेन परिपक्वा हि म्रियन्ते सर्वमानवा ।।
घ्नन्ति चान्यान् नरा राजन् तानप्यन्ये नरास्तथा ।।
संज्ञैषा लौकिकी राजन् न हिनस्ति न हन्यते ।।

(महा.१२.२६.१४-१५)

ते अन्य मनुष्याचा वध करतात किंवा दुसरे लोक त्यांचा प्राण घेतात ही एक जगातील लोकांची सांकेतिक भाषा आहे. तसे शब्द वापरण्याचा व बोलण्याचा एक प्रघात आहे. सेनजीत राजाचे उद्‌गार याच संदर्भात भीष्मांनी उद्‌धृत केले आहेत. शोकाची हजारो आणि आनंदाची शेकडो कारणे प्रत्यही मूर्ख मनुष्याच्या अंतःकरणात प्रविष्ट होत असतात; ती जो ज्ञानी, विवेकी आहे त्याच्या हृदयात शिरत नाहीत. सुख आणि दुःख ही सर्वांनाच घेरतात व एकापाठोपाठ येत राहतात. ही कालाच्याच योगाने आपापल्या भोगाच्या अनुरोधाने त्याच्याकडे येत असतात. दुसरे असे की, वस्तुतः या जगात प्रामुख्याने सुख कमी असते. दुःखाच्या लाटा अथवा सुखाच्या झुळका या जशा समोर येतील तशा अपराजित हृदयाने भोगल्या पाहिजेत. अत्यंत मूर्ख व श्रेष्ठ, ज्ञानपारंगत लोक हेच सुखाने नांदतात; मध्यम स्थितीतले लोक क्लेशच भोगतात. युधिष्ठिरा, जे कालगतीने घडले आहे, भोगावे लागत आहे त्याचा शोक तो काय करायचा?

अश्मा - जनक संवादामध्येसुद्धा याच कालगतीचा ऊहापोह केला असून त्याला 'दैवगती' किंवा 'नियती' असे संबोधिले आहे. जगात अनपेक्षित अशा विशिष्ट घटना घडताना नेहमी दिसतात. अत्यंत ऐश्वर्यसंपन्न माणूस तरुणपणीच दगावतो तर अत्यंत दरिद्री शंभर वर्षे जगतो. श्रीमंतांना भोजन करण्याचे सामर्थ्य नसते तर दरिद्री माणसाने काष्ठे भक्षण केली तरी ती पचून जातात. कोणाला एकही मूल होत नाही तर कोणा दरिद्र्याला नको तितकी मुले होतात. विद्वान भिक्षा मागत फिरतो तर पढतमूर्ख सुखाच्या राशीत लोळत असतो. हे सर्व अधरोत्तर परिणाम दैवगतीनेच होत असतात. माणसाचे अनेक जन्म झालेले असतात व त्या त्या जन्मात वेगवेगळे माता, पिता, पती वगैरे झालेले

असतात; म्हणून या जन्मातील माता, पिता, पती यांचा सहवासदेखील मार्गातील भेटीप्रमाणेच होय. (महा.१२.२८.३९). ही कालगती आपल्या कर्मानुसार आपल्याला सुख-दुःख, लाभ-हानी व जीवित-मरण देत असते. या कालचक्राचा प्रवर्तक कोण? तर साक्षात्परमात्माच होय. तोच कालाच्या रूपाने आपल्याला म्हणजेच जीवांना त्यांच्या त्यांच्या पूर्वकर्मानुसार इष्ट-अनिष्ट गोष्टी प्रदान करीत असतो. शांतिपर्वातच म्हटले आहे की, अनादि आणि अनंत असे हे कालचक्र श्रीकृष्णाचेच श्रेष्ठ रूप आहे व त्या नायकाच्या आधाराने हे त्रैलोक्य चक्राप्रमाणे फिरत राहिलेले आहे. (महा.१२.२०३.११). सृष्टी आणि प्रलय एकापाठोपाठ येत असतात व या कालचक्रात प्राणी पुन्हा पुन्हा देह धारण करून भ्रमण करीत असतात.

येथे एक महत्त्वाचा मुद्दा असा की, भगवद्गीतेत भगवंतांनीच सांगितले आहे की, जन्म-मृत्यू प्रत्येकाला अटळ आहे; अर्जुनाने योद्धे रणात मारले नसते तरी त्यांना मृत्यू हा येणारच होता; कारण तो प्रत्येकाच्या ललाटी लिहिला आहे. भगवान म्हणतात, मीच या योद्ध्यांना पूर्वी मारले आहे. (त्यांचा मृत्यू लिहून ठेवला आहे) हे अर्जुना, तू फक्त यासाठी निमित्तमात्र हो.

मयैवैते निहताः पूर्वमेव ।
निमित्तमात्रं भव सव्यसचिन् ।। (गीता.११.३३)

प्रकृती अथवा मायेचे स्वरूप

कालगतीप्रमाणे माणसाला जन्म तसेच मरण प्राप्त होत असते पण जन्मापूर्वीचे व मरणानंतरचे जीवन अव्यक्त राहते. जन्म झाल्यावर त्या जीवाचा मरणापर्यंतचा आयुष्याचा पट फक्त व्यक्तरूपाने जाणवतो.

अव्यक्तप्रभवान्याहुरव्यक्तनिधनानि च ।। (महा.१२.२०४.१)

मरणोत्तर पुन्हा देहाची प्राप्ती ही कर्मफले भोगण्यासाठी होत असते. देह बदलतो पण आपल्या कर्माचे गाठोडे बरोबर घेतलेला जीवात्मा तोच असतो. कर्म हेच पुन्हा देहप्राप्तीचे कारण आहे; आत्म्याचे बलवत्तर कर्मच त्याला दुसरीकडे खेचून नेत असते. कर्म व देहाचा संबंध जन्मोजन्मी चालत राहतो व मोक्ष मिळेपर्यंत तो संपत नाही. सत्त्वरजस्तमोमयी त्रिगुणात्मिका प्रकृती हीच 'माया' किंवा 'अज्ञान' या शब्दांनी संबोधिली जाते. हीच जीवात्म्याला देहबुद्धीशी एकरूप व्हायला लावते की ज्यामुळे तो जीवन-मरणाच्या फेऱ्यात बद्ध होतो. काम, क्रोध व लोभ यांच्या तावडीत सापडल्यामुळे जीवाला चांगल्या-वाईटाचे भान राहत नाही व त्याच्याकडून अशुद्धाचरण घडते. त्याचा परिणाम म्हणजे त्याच्या हातून दुष्कर्मे घडतात व त्याचा समूळ नाश होतो. (महा.१२.२०५.७).

बऱ्याच वेळा 'माया' हा शब्द 'भ्रम, असत्य, खोटेपणा' या अर्थाने घेतला जातो; पण ही जी गुणमयी प्रकृती आहे ती माया होय. ती परमेश्वराची जडस्वरूपी शक्ती आहे. 'मायां तु प्रकृतिं विद्यात्, मायिनं तु महेश्वरम् ।' असे उपनिषदातून सांगितलेले असल्याने परमेश्वर या माया-शक्तीने युक्त असून तिच्या साहाय्याने तो चराचर सृष्टी निर्माण करतो.

दैवी ह्येषा गुणमयी मन माया दुरत्यया ।
मामेव ये प्रपद्यन्ते मायामेतां तरन्ति ते ।। (गीता ७.१४)

ही प्रकृती दैवी आहे व ती शक्तिरूपाने परमेश्वराच्या ठायी स्थित आहे. स्वतः परमात्मा मायेचा नियंत्रक, शासक आहे; तो मायेच्या, त्रिगुणात्मक प्रकृतीच्या पलीकडे म्हणजेच वरच्या स्थानावर आहे. सगळे जीव व चराचर सृष्टी मात्र प्रकृतीने मोहित झालेली आहे. त्या प्रकृतीमुळेच जीवांची विचारशक्ती व ज्ञान नष्ट होते व त्यांना काम, क्रोधादिकांची प्राप्ती होते. त्या दुर्गुणांच्या अधीन झाल्यामुळे दीर्घ काळ दुःख व पीडाच भोगावी लागते, पण यातून सुटकेचाही उपाय आहे. देह, वाणी आणि मन यांचा शुचिर्भूतपणा, क्षमा, सत्याचरण, इंद्रियजय आणि स्मृती म्हणजे ईश्वरस्मरण या गुणांचा अवलंब केला असता मोक्षाच्या मार्गावर वाटचाल सुरू होते. वर सांगितलेले गुण म्हणजे जो मूळ सनातन शाश्वत धर्म आहे त्याचीच विविध अंगे होत. सारासार विचार करून माणसाने स्वकल्याणासाठी रजोमय व तमोमय कर्मांचा त्याग केला पाहिजे; तरच त्याला आत्मशुद्धी साधून सुखाची प्राप्ती होऊ शकेल. व्यास मुनींनी शुकाला केलेल्या उपदेशात या अज्ञानाचे नदीच्या रूपकाद्वारे वर्णन केले आहे. ही एक अत्यंत भयंकर अशी नदी आहे. हिचा ओघ चोहोकडे पसरलेला आहे. ही लोकांना, प्राण्यांना वाहून नेत असते. पाच इंद्रिये ही हिच्यातील मगर आहेत. काम व क्रोध हे तिच्यातील भोवरे आणि स्पर्श व असत्य हा तिचा खळखळाट आहे. लोभ व मोहरूपी गवताने ती झाकलेली आहे. तरून जायला कठीण असलेली ही नदी संसारसागराला जाऊन मिळते. उत्तम बुद्धीचा आश्रय करून हे शुका, इंद्रियनिग्रह व सर्वसंगपरित्याग करून तू आत्मज्ञान मिळव म्हणजे ही नदी पार करून तू परब्रह्म बनून जाशील. (महा.१२.२४२.१२-१७).

धर्माचे संक्षिप्त स्वरूप

धर्माचे स्वरूप अधिक स्पष्ट करताना भीष्मांनी युधिष्ठिराला सांगितले की, जगातले व्यवहार म्हणजेच लोकयात्रा सुरळीत चालावी म्हणूनच धर्म-नियम सांगितले आहेत. धर्माचा उपयोग इहलोक व परलोक दोन्हींसाठी आहे. सर्व पातकांपासून दूर राहणे हे आपले कर्तव्य समजले पाहिजे. माणसाला दुसऱ्याचे पातक दिसते; आपले प्रमाद, आपले अपराध दिसत नाहीत. चोर मोठी चोरी करून आनंदात राहतो पण त्याच्या घरी चोरी

होऊन सर्व द्रव्य लुटले जाते तेव्हा त्याला न्यायसंस्थेची आठवण येते. युधिष्ठिरा, सत्य हेच श्रेष्ठ तत्त्व आहे. सत्य हाच सर्वांचा आधार आहे. पण असत्याचरणाचा मोह होतो कारण सत्यावरचा विश्वास दृढ नसतो. जो दुसऱ्याचे वाईट चिंतित नाही, वाईट करीत नाही – त्याचे अंतःकरण निर्मळ असते. असा मनुष्य चांगली कर्मे करीत असतो. त्यालाच 'शुद्धाचार' म्हणतात. असा मनुष्य निर्भयपणे राहू शकतो. दुसऱ्यांचे हित करण्यात आपण निमग्न असले पाहिजे. दान, परोपकार, दया या धर्मतत्त्वांचा अवलंब केला पाहिजे. परस्त्रीची अभिलाषा धरणे योग्य नव्हे; ते पाप आहे. दुसऱ्याने आपल्या पत्नीची अभिलाषा धरल्यास आपल्याला मान्य असेल काय? धर्मराजा, आपल्या संबंधाने जी गोष्ट दुसऱ्याने करू नये असे आपल्याला वाटते ती गोष्ट आपणही दुसऱ्या संबंधाने करू नये. हा धर्माचा व सदाचाराचा नियम आहे.

यदन्यैर्विहितं नेच्छेदात्मनः कर्म पूरुषः ।
न तत्परेषु कुर्वीत जानन्नप्रियमात्मनः ।। (महा.१२.२५१.१९)

आपले प्राण कुणी घेऊ नये असे वाटत असेल तर आपणही दुसऱ्याचे प्राण घेणे नैतिकदृष्ट्या योग्य ठरेल काय? आपल्याला ईश्वर जे काही (गरजेपेक्षा) अतिरिक्त देतो ते गोरगरिबांना वाटून द्यावे; ईश्वर तेवढ्यासाठी आपल्याला जास्त द्रव्य देतो. दुसऱ्यांचे प्रिय करणे, कुमार्गाचा अवलंब कधीही न करणे हाच धर्म होय. शेवटी भीष्मांनी सांगितले की, जे केल्याने देवता आपल्या सन्मुख येतील, देवता प्रसन्न राहतील अशी कर्मे माणसाने करावीत, कारण हाच 'धर्माचरणाचा मार्ग' होय.

(क्रमशः)

◆◆

लेखांक : नव्वदावा

अज्ञान हाच प्रबल शत्रू

सनातन व शाश्वत धर्माचे स्वरूप आपण पाहिले; त्यात सत्य, अहिंसा, दया, परोपकार, इंद्रियनिग्रह या तत्त्वांना मोठे स्थान दिले आहे. परंतु, युद्धामध्ये जी हिंसा घडते, सैनिक जखमी झाल्याने जी परपीडा केली जाते ती सदोष व अधर्मकारक मानायची का? याबद्दल युधिष्ठिराने सरळच प्रश्न विचारला आहे की, युद्धजन्य अपरिचित हिंसेचे काय? भीष्म म्हणाले, राजधर्म हे जरा वेगळे आहेत, तसेच शत्रू दुर्बल आहे असे दिसल्यास त्याच्याशी युद्ध करून आपले राज्य व संपत्ती वाढवावी, हे राजाचे कर्तव्यच आहे. राजाच्या हातात जो दंड आहे तो पापी लोकांचा निग्रह करणे व सज्जनांचे रक्षण करणे यासाठी आहे. क्षत्रियांची जी कर्तव्ये सांगितली आहेत त्यात 'संग्राम' हे त्याचे कर्तव्यच म्हटलेले आहे. राजाचे मुख्य कर्तव्य सम्यकरीत्या युद्ध हे राजकर्तव्यात येते म्हणून हे पातक नाही; परंतु, जरी हे पातक मानले तरी प्रजापालन करणे व संग्रामात शौर्य गाजवून शत्रूला जिंकणे, दुष्टांचा निग्रह व साधुपुरुषांचे रक्षण, तसेच यज्ञ व दाने यांच्या योगाने राजाचे पातक नष्ट होऊन ते पवित्र होतात.

निग्रहेण च पापानां साधूनां प्रग्रहेण च ।
यज्ञैर्दानैश्च राजानो भवन्ति शुचयोऽमलाः ।। (महा.१२.९८.३)

क्षत्रियाला गृहमरण प्रशंसनीय नाही, ते धर्माविरुद्ध आहे. जो संग्रामात पराक्रम करून देह ठेवतो; तो स्वधर्माची प्राप्ती होऊन इंद्रलोकास जातो. (महा.१२.९८.३०). गीतेतही अर्जुनाला श्रीकृष्णाने हेच सांगितले आहे की, जिंकलास तर राज्य मिळेल व युद्धात मेलास तर स्वर्ग मिळेल (गीता २.३७). पुढच्या अध्यायात (महा.१२.९९.४३) तर म्हटले आहे की, संग्रामात ठार झालेल्या शूरासंबंधाने मुळीच शोक करू नये कारण तो स्वर्गलोकामध्येही सन्मान पावत असतो.

राजाची कर्तव्ये सांगताना त्याला षाड्गुण्य (संधी, विग्रह द्वैधीभाव इत्यादी) नीट अवगत असायला पाहिजे. तसेच त्रिवर्ग म्हणजे क्षय, साम्य आणि वृद्धी व परम त्रिवर्ग म्हणजे धर्म, अर्थ व काम या पुरुषार्थाचे ज्ञान असायला हवे. त्यांचा उपयोग राजाने

विवेकबुद्धीने व योग्य वेळी केला पाहिजे. राजाने धर्माच्या अनुरोधाने राजकर्तव्ये पार पाडली पाहिजे; अधर्माचा त्याच्या मनाला स्पर्श होता कामा नये. ज्याने धर्माला अनुसरून प्रजेचे उत्कृष्ट पालन व संरक्षण केले आहे, त्या राजाला तपाचे अथवा यज्ञाचे काय प्रयोजन आहे? काहीच नाही. तो राजा सर्वधर्मवेत्ताच होय. (महा.१२.६९.७१).

सदा उत्कृष्ट प्रकारे शासन करणे, दंडनीतीनुसार राज्य चालविणे हाच राजाचा श्रेष्ठ असा धर्म आहे. राजाला वेदांचे, शास्त्रांचे ज्ञान असावे; तो बुद्धिमान, तपोबलयुक्त, सदैव दानशील व यज्ञकर्मे करणारा असा असावा.

वेदवेदांगवित्प्राज्ञः सुतपस्वी नृपो भवेत् ।
दानशीलश्च सततं यज्ञशीलश्च भारत ॥ (महा.१२.६९.३०)

असा श्रेष्ठ व आदर्श राजा काय करू शकत नाही? याच विवेचनात एक अत्यंत मार्मिक विचार मांडला आहे. राजा कालाचे कारण आहे की काल राजाचे कारण आहे, असा प्रश्न उपस्थित करून ग्रंथकारांनी उत्तर दिले की युधिष्ठिरा, यामध्ये कुठलाही संशय धरू नको; राजा हाच कालाच्या उत्पत्तीचे कारण आहे.

इति ते संशयो मा भूत् राजा कालस्य कारणम् ॥ (महा.१२.७०.६)

दंडनीतीशास्त्राच्या अनुरोधाने चारित्र्यसंपन्न व सुज्ञ राजा जेव्हा पूर्णपणे आपले प्रजापालनाचे व प्रजारक्षणाचे कार्य पार पाडतो तेव्हा कृतयुग अवतरते. येथे अगदी स्पष्टपणे सांगितले आहे की राजा हाच कृत, त्रेता, द्वापर व चौथ्या कलियुगाच्याही उत्पत्तीचे कारण आहे. (महा.१२.७०.२५).

'यथा राजा तथा प्रजा' अशी म्हण आपल्याकडे आहेच. याचा अर्थ असा की, लोकांमध्ये न्याय, सुख, शांती नांदणे, प्रजेचे प्राण व संपत्तीचे संरक्षण होणे, गुन्हेगारी नसणे, प्रजेने धर्म पाळणे या सर्व गोष्टी राजावर अवलंबून असतात. राजाने जीवनात दंडनीतीलाच महत्त्व दिले पाहिजे. तिचे अस्तित्व असले तरच राष्ट्राचे किंवा प्रजेचे अस्तित्व असते. दंडनीती सतत डोळ्यांसमोर ठेवून राजाने वागले पाहिजे.

पराशराचा उपदेश

जनकाला पराशर ऋषीने सांगितले की, या जगात इहपरत्री श्रेय देईल अशी एकच गोष्ट आहे आणि ती म्हणजे 'धर्म' होय. धर्माहून अधिक श्रेयस्कर अशी कुठलीही गोष्ट नाही. मनुष्यजन्म दुर्लभ आहे, म्हणून हा जन्म मिळाल्याने, मनुष्याने पुण्यकर्म करून अधिकाधिक वरच्या पायरीला (उत्कर्षार्थम्) जाण्याचा प्रयत्न करावा. पापकर्म अथवा पुण्यकर्म हे बुद्धिपूर्वक करा अथवा अज्ञानाने करा, त्यांची फळे ही भोगावीच लागतात. पापकर्माचे फळ किती वाईट म्हणून सांगू? त्याने आपली दृष्टीच उफराटी म्हणजे

नकारात्मक होते व देहादि नश्वर वस्तूच अधिक गोड वाटू लागतात. संसाराची आसक्ती वाढते. विकारांना चालना मिळून ते बळावतात व माणसाला अपरिमित दुःख सोसावे लागते. (महा.१२ अध्याय २८०). पुराणातून कळते की काही दैवते व मुनी यांनी अकल्पित व अयोग्य कर्मे केली आहेत परंतु त्यांना त्याचे वाईट फळ मिळालेले दिसत नाही. (उदा. विश्वामित्राने वसिष्ठाचे शंभर पुत्र मारले पण ही ब्रह्महत्या बाधली नाही.) याला उत्तर म्हणजे ते त्यांचे त्यांना लागू! सामान्य माणसाने त्याचा विचार करू नये व त्याची निंदाही करू नये. प्रशस्त मार्ग असा की मनुष्याने मनाशी नीट चिंतन करून, आपल्या कुवतीप्रमाणे शुभ व चांगलीच कर्मे करण्याचा चंग बांधावा, त्याचे कल्याण झाल्याशिवाय राहात नाही. (महा.१२.२८०.१८).

धन नीतीने व न्याय्य मार्गानेच मिळवावे; अधर्माने मिळालेल्या धनाचा धिक्कार असो. दान हे प्रतिग्रहापेक्षा निश्चित पुण्यकारक आहे; ते विचारपूर्वक सत्पात्री करावे. धन कसे मिळवावे? तर दानार्थ जे द्रव्य परोपकारार्थ देणे आहे ते न्यायाने, नीतीने मिळवावे; ते नीतीनेच वाढवून धर्मकार्यार्थ, दुसऱ्यांच्या हितार्थ वापरावे. धर्मासाठी जरी द्रव्य कमवायचा विचार केला तरी ते दुष्ट कर्माने मिळवू नये. फार पैसा नसेल तर यथाशक्तीच दान करावे; पण श्रीमंती दान करता यावे म्हणून अन्यायाने, अनीतीने द्रव्यार्जन करू नये. (महा.१२.२८१.३-५). या विवेचनाचा सारांश असा की, द्रव्य वाईट मार्गाने मिळविलेले असेल तर त्या द्रव्याने यज्ञ, अथवा सत्कर्म, अथवा दाने दिली तरी त्याचा काही उपयोग नाही. अर्थात, आपण जे द्रव्य मिळवितो ते उपजीविकेला वापरावेच पण उरलेले चांगल्या कार्यासाठीच वापरावे, असा उपदेश अनेक वेळा केलेला दिसतो.

पराशरांचे सांगणे आहे की, मनुष्ययोनी मिळणे ही गोष्ट फक्त पुण्यवंताच्याच नशिबी आहे. चांडाळाचा जरी जन्म मिळाला तरी समाधान मानावे कारण कसेही असले तरी मनुष्यत्व प्राप्त झाले आहे.

इयं हि योनिः प्रथमा यां प्राप्य जगतीपते ।
आत्मा वै शक्यते त्रातुं कर्मभिः शुभलक्षणैः ।। (महा.१२.२८६.३२)

अनेक लक्ष योनींमध्ये हीच अशी पहिली योनी आहे की ज्यामध्ये आले असता शुभ कर्मे करता येतात (उन्नती करून घेता येते) व अनेक उपायांनी आत्म्याला तारता येते. इतर योनीत ही संधी कधीच लाभत नाही. मोक्षरूपी परमध्येय मिळविण्यासाठी असंग म्हणजे अनासक्ती मनात रुजविली पाहिजे. विषयांचा आस्वाद घेताना त्याविषयी आसक्ती ठेवू नये. निष्काम कर्मयोगाचा अर्थही हाच आहे. गीतेतही याचे महत्त्व आवर्जून सांगितले आहे.

तस्मादसक्तः सततं कार्यं कर्म समाचर ।
असक्तो ह्याचरन् कर्म परमाप्नोति पूरुषः ।। (गीता ३.१९)

गोंदवलेकरांच्या प्रवचनात म्हटले आहे, ''वसिष्ठांनी रामाला सांगितले की, 'रामा तू प्रपंचात वागताना अंतर्यामी निःसंग राहा!' जमीन सोडून कुणाला राहता येत नाही, त्याप्रमाणे प्रपंच टाकता येत नाही; पण त्यात 'राम कर्ता' मानून वागणारा तो पारमार्थिक, 'मी कर्ता' असे मानून वागणारा तो प्रापंचिक!'' (प्रवचने पृ.२१३). इंद्रियनिग्रह व तप यांनी मनाची दृढता, स्थिरता वाढवली की, मनुष्याला एक प्रकारची प्रज्ञा प्राप्त होते आणि पाणी जसे कमलपत्राला चिकटू शकत नाही तसे प्राज्ञपुरुषाला अधर्म चिकटू शकत नाही.

अज्ञान हाच प्रबल शत्रू

या उपदेशात पराशरांनी अज्ञानस्वरूपी जी माया तिचे स्वरूप चांगल्या रीतीने विशद केले आहे. ते म्हणतात की, 'अज्ञान' हा एकच मोठा प्रबल शत्रू आहे. त्याच्या तोडीचा दुसरा नाही. त्याच्या तावडीत सापडल्याने पुरुष अधर्माने वागतो, दारुण कर्मे करून अधोगती करून घेतो.

एकः शत्रुर्न द्वितीयोऽस्ति शत्रुः ।
अज्ञानतुल्यः पुरुषस्य राजन् ।। (महा.१२.२८६.२८)

हा शत्रू जीवाला मोह पाडतो व परमात्म्यापासून दूर नेतो. जन्मांधाला ज्याप्रमाणे मार्ग दिसत नाही त्याप्रमाणे अज्ञानरूप धुक्यात गुरफटून केवळ शिश्न व उदर यांच्या सुखात गढलेला जीवात्मा स्वस्वरूपास (आपण देह नसून अविनाशी आत्मा आहोत हे) ओळखत नाही. (महा.१२.२८७.२५). संसारात अनेक तऱ्हेचे स्नेहपाश असतात; या पाशामुळे आत्मकल्याणाचा मार्ग दिसत नाही; मन स्वार्थाभोवती फिरत राहते. असे अज्ञानात गढलेले पुरुष नदीत बांधलेल्या वाळूच्या घराप्रमाणे नाश पावतात. अशी ही माया परमात्म्याचे खरे स्वरूप आपल्यापासून झाकून ठेवते. गोंदवलेकर महाराज म्हणतात, ''वस्तू आहे तशी न दिसता विपरीत दिसणे म्हणजे माया होय. माया आपल्याला विषयात लोटते; विषयांचे आमिष दाखवून चटकन निघून जाते. मायेचे थोडक्यात वर्णन करायचे म्हणजे, भगवंतापासून मला जी दूर नेते ती माया.'' (प्रवचने पृ.२४१). पण या अज्ञानावर मात करून आपले कल्याण साधण्याविषयीही पराशरांनी मार्ग दाखवला आहे. माणसाने आपण सतत मृत्यूच्या जबड्यात उभे आहोत असे धरून चालले पाहिजे. त्यामुळे त्याने अखंडितरीत्या धर्माचरण करीत असले पाहिजे. धर्माचरण करण्याची अमुक वेळ अशी कुणी नेमून ठेवली नाही, कोणताही क्षण शुभाचरण, तप यासाठी योग्यच आहे. शरणागत होऊन धर्ममर्यादा सांभाळत ईश्वराकडे वाटचाल केली पाहिजे. जसे बांध घातल्याने मागील

पात्रात पाणी साचत जाते तसे धर्मसेतूच्या योगाने कर्त्याचे पुण्य व तप यांचा साठा वाढत जातो व त्याची परिणती परमपद मिळविण्यात होते.

अंबरिषाचे मनोगत

जिला आपण माया म्हणून म्हटले आहे, ती तीन गुणांनी युक्त जी प्रकृती ती होय. या सत्त्व, रज व तम या गुणांनी जीव बांधला गेलेला असतो. सत्त्वाच्या हर्ष, स्तम्भ व अभिमान या तीन वृत्ती आहेत; रजोगुणाच्या दुःख, क्रोध व द्वेष तसेच तमोगुणाच्या दुर्बुद्धी, आळस व मोह या वृत्ती सांगितल्या आहेत. आपण मनाचे जे षड्रिपू मानतो ते या नऊ वृत्तींतच साठलेले आहेत. अंबरिष नावाच्या श्रेष्ठ राजाने या मायिक वृत्तींचा नायनाट केला आणि सद्गुणांची अभिवृद्धी केली. त्याने आपला अनुभव कथन केला की त्याने सर्व अंतर्गत कामक्रोधादि रिपूंवर मात केली पण एक प्रबळ शत्रू त्याला मारता आला नाही. तो म्हणजे लोभ! सर्व षड्रिपूंमध्ये लोभ हा बलवान असून त्याच्यावर मात करता येणे फार कठीण आहे असे अंबरिष आग्रहाने सांगतो. तोच तृष्णा उत्पन्न करतो व त्याच्यापासूनच राजस व तामस गुण उत्पन्न होतात. हा लोभ माणसाला दुष्कर्म, अनाचार करायला लावतो व त्या कर्मांमुळे पुनःपुन्हा जन्म घ्यावा लागतो. खोल विचार केला तर असे दिसते की, अंबरिषाने अगदी बरोबर सांगितले आहे की सर्वांच्या मुळाशी दुष्ट असा 'लोभ' हाच आहे. राज्यतृष्णा दुर्योधनाला अधर्माचा मार्ग दाखवत गेली आणि म्हणून सर्व संहार घडला. लोभावर मात केली तर सद्गुणांची वृद्धी होईल व यज्ञ, दान व तप यांचा आश्रय करून उत्कर्ष साधता येईल. (महा.१४.३१.१०-१३).

धर्मनिष्ठ शुकाची कथा

दयाशीलता आणि भक्ती याविषयी बोध द्यावा अशी विनंती युधिष्ठिराने केल्यावर भीष्मांनी इंद्र-शुक संवादातून एक कथा सांगितली. एक व्याध अरण्यात हिंडत असताना त्याने हरणासाठी सोडलेला विषारी बाण एका महान वृक्षाला लागला. त्या विषामुळे वृक्ष वाळून गेला; त्याची फळे, पाने गळून पडली. त्या वृक्षावर एक शुक (पोपट) राहात असे. त्या वृक्षाची ही क्षीण दशा पाहून त्याला वाईट वाटले; त्याने तो वृक्ष सोडला नाही. त्याचे वृक्षावर प्रेम होते. वृक्षानेच आपल्याला वाढवले, जन्मापासून वृक्षच आपल्याला आधार देत आला असे अनुलक्षून तो तेथेच राहिला व हळूहळू क्षीण होत गेला. शुकाचे हे वागणे पाहून इंद्र ब्राह्मण वेषात तेथे आला. त्याला त्या सद्गुणी व ज्ञानी शुकाबद्दल आश्चर्य वाटले. त्याने विचारले, 'हा वृक्ष सोडून तू दुसरीकडे जाऊन सुखाने का राहात नाहीस?' त्यावर शुकाने उत्तर दिले, 'मला भरणपोषण येथे मिळाले; येथेच मला सद्गुणांची

जोड लाभली. मी या आधारभूत वृक्षाचे उपकार कसे विसरू? ही त्याची दशा पाहून मला त्याच्याविषयी दया वाटते. हे देवा, माझी दया आणि भक्ती पहा. मला हा वृक्ष सोडण्याची आज्ञा करू नका.' इंद्राने प्रसन्न होऊन त्याला वर मागण्यास सांगितले. शुकाने मागितले, 'या वृक्षाला पूर्ववत ऐश्वर्यसंपन्न करा.' त्याच्या ह्या दयाळूपणाने व दृढभक्तीने इंद्र हर्षित होऊन त्याने वर दिला.

प्रीतःक्षिप्रमथो वृक्षममृतेनावसिक्तवान् ।। (महा.१३.५.२९)

इंद्राने वृक्षावर अमृत शिंपडले व वृक्षाला पूर्ववत केले. भक्ती आणि कृतज्ञता कशी असावी, याचे हे उदाहरण सर्वांसाठी उद्‌बोधक आहे.

धर्माची कास धरून जगले पाहिजे, सत्यधर्मावर ठाम राहिले पाहिजे हा जो उपदेश आहे तो पारलौकिक कल्याणाकरिता आहे. परलोकप्राप्तीचे विवेचन पुष्कळ असले तरी व्यासांनी या बाबतीत मोकळेपणाने लिहिले आहे की 'परलोक' हा प्रत्यक्ष कुणीही पाहिला नाही. परंतु, ज्याला अभ्युदयाची आणि आत्मकल्याणाची इच्छा असेल त्याने वेदशास्त्रांतील वचनांचे उल्लंघन न करता त्यावर श्रद्धा ठेवली पाहिजे. तसेच असाही उल्लेख आहे की स्वर्ग अथवा नरक हे काही मनुष्याला आपल्या डोळ्यांनी दिसलेले नाही परंतु शास्त्र हेच त्यांना (स्वर्ग, नरकांना) अवलोकन करण्याचे सुज्ञ लोकांचे नेत्र आहेत; यास्तव माणसाने त्याचेच अवलंबन करावे.

न ह्येव पुरुषो द्रष्टा स्वर्गस्य नरकस्य वा ।
आगमस्तु सतां चक्षुर्नृपते तमिहाचर ।। (महा.१२.२८.५३)

आपली बुद्धी, मन, चक्षू ही पंचमहाभूतांनी निर्मिलेली आहेत; त्यांना जे सामर्थ्य ईश्वराने दिले आहे ते मर्यादित आहे. परमात्मा, स्वर्गलोक, ब्रह्मलोक यांचे ज्ञान चर्मचक्षूंनी होणे शक्य नाही. त्यांच्या बाबतीत शास्त्र हेच साधन असून त्यावर विश्वास ठेवावा व शास्त्रांतील उपदेशाप्रमाणे परमात्म्याला शरणागत होऊन जीवन व्यतीत करावे.

(क्रमशः)

लेखांक : एक्क्याण्णवावा

धर्माबद्दलचा निकष

युधिष्ठिर आणि भीष्म यांच्या सामाजिक व तात्त्विक संवादातून इतक्या विविध विषयांची चर्चा आली आहे की त्याची मोजदाद करणे दुरापास्त आहे. धर्म व नीतीविषयक साधकबाधक विवेचन तर पदोपदी आलेले दिसते. अक्रोध, क्षमाशीलता, आत्मसंयमन या तत्त्वांची महती सांगून दुसरा आपल्याशी गैर वागला, दुष्ट बुद्धीने वागला तरी आपण मात्र त्याच्यासारखे वागू नये; आपला चांगुलपणा न सोडता, त्याला क्षमा करीत जावे अशा स्वरूपाचे विवेचन वारंवार केलेले दिसते. परंतु, काही ठिकाणी माणसाने 'जशास तसे' वागावे असा उपदेश आलेला दिसतो. त्याचा मागोवा घेऊन त्याच्यामागची भूमिका काय असू शकेल, याचा विचार केला पाहिजे. प्रथम हा उपदेश कुठे आला आहे हे पाहू या. शांतिपर्वातील राजधर्म पर्वात युधिष्ठिराने प्रश्न विचारला होता की, खरा सूक्ष्मधर्म कसा ओळखावा, तसेच केव्हा असत्य भाषणदेखील दोषरहित व सत्यस्वरूप असू शकते? या विवेचनात भीष्मांनी सत्यानृताचा तर ऊहापोह केलाच परंतु त्याला 'जशास तसे वागावे' असे स्पष्ट शब्दांत सांगितले.

यस्मिन्यथा वर्तते यो मनुष्यः, तस्मिंस्तथा वर्तितव्यं स धर्मः ।
मायाचारो मायया वर्तितव्यः, साध्वाचारः साधुना प्रत्युदेयः ॥

(महा.१२.११०.२६)

मनुष्य तुमच्याशी जसा वागेल त्याच्याशी तुम्ही तसेच वर्तन करावे. कपटाचरण करणाऱ्याशी कपटाने वागून त्याला पीडा द्यावी व साध्वाचरण करणाऱ्याशी साधू म्हणजे चांगले आचरण करावे. श्रेष्ठ शाश्वत धर्माच्या दृष्टिकोनातून पाहता हा उपदेश राजासाठी सांगितला आहे असे वाटते. याचे कारण राजाला आपली कर्तव्ये पार पाडताना व शत्रूशी व्यवहार करताना संत-महात्म्याप्रमाणे वागून चालत नाही. मंत्री कपटाने वागत असेल तर राजाने त्याला कपटाने वागून धडा शिकविलाच पाहिजे. सामान्य माणसाने असे वागणे योग्य होईल काय, हा खरा प्रश्न आहे. व्यवहारामध्ये आपण पाहतो, जगात सामान्य माणसे याच तत्त्वाचा अवलंब करून वागतात व परतफेड करतात. परंतु, असे

असले तरी या वचनाचा खरा अर्थ असा दिसतो की, अपवादात्मक परिस्थितीत असे वागायला हरकत नाही. कायम असेच वागत राहणे म्हणजे श्रेष्ठ धर्माला मुरड घातल्यासारखे होईल. तेथील संदर्भ लक्षात घेता, दुष्टांच्या व पातकी लोकांच्या बाबतीत सदाचाराने वागू नये; कारण त्याने अधर्म वाढीस लागू शकतो म्हणून त्यांच्याशी दुष्ट वर्तन करून स्वतःची हानी टाळावी असा या संदर्भात मथितार्थ लक्षात येतो.

धर्माबद्दलचा सर्वसाधारण निकष

याच अध्यायात भीष्मांनी खरा धर्म कसा ओळखावा, त्याचे गमक सांगितले आहे. सूक्ष्मधर्माचे स्वरूप जाणून घेणे मोठे कठीण आहे. वरवर तो धर्म वाटतो परंतु तो खरा धर्म नसतो. ज्या सत्य भाषणाने मोठा घात होणार आहे, अनेकांचे जीव जाणार आहेत ते खरे बोलणे म्हणजे 'पाप' होय. तेथे असत्य बोलणे धर्म्य व पुण्यकारक होय. या संदर्भात एका सत्यव्रती मुनीचे उदाहरण मागील एका लेखात आलेलेच आहे. तारतम्याने व सदसद्विवेकबुद्धीने विचार करून धर्माधर्माचा विचार केला पाहिजे. गंगातीरावर राहणाऱ्या एका उलूकाने (दिवाभीत) तेथे दूरवर पसरलेली सर्पांची अंडी फोडून टाकली. हे कृत्य हिंसक असले तरी त्याला त्यामुळे मोठे पुण्य लाभले; कारण जर त्याने तसे केले नसते तर भयंकर विषारी सर्पांची पुष्कळ वाढ होऊन लोकांचा तात्काळ नाश झाला असता. भीष्मांनी त्या विषयात मोकळेपणाने म्हटले आहे की अनेक प्रसंगी, त्यामध्ये धर्म कोणता, योग्य आचरण कोणते यांची निवड करणे अत्यंत कठीण असते; त्याविषयी ठरविता येणे जवळजवळ अशक्यप्राय वाटते. परंतु, कशाच्या आधारे त्याविषयी निर्णय घेतला पाहिजे?

प्रभवार्थाय भूतानां धर्मप्रवचनं कृतम् ।
यत्स्यादहिंसासंयुक्तं स धर्म इति निश्चयः ॥ (महा.१२.११०.१०)

लोकांच्या अभ्युदयासाठी, कल्याणासाठीच धर्म सांगितला आहे. त्यामुळे ज्याच्या योगाने लोकांचा उत्कर्ष होईल तोच धर्म होय. ज्याच्या योगाने लोकांचे धारण होईल तो धर्म हा सिद्धांत आहे.

'अहिंसासंयुक्त' म्हणजे ज्याचा प्राणिपीडेशी, लोकांना दुःखी करण्याशी संबंध नसेल तो खरा 'धर्म' समजावा. अमुक एका प्रसंगी धर्म कोणता हे ठरविण्यासाठी एक सामान्य निकष याठिकाणी स्पष्ट केला आहे की, जे लोकांना अथवा समाजाला विघातक ठरणार नाही व समाजधारणेला परिपोषक असेल तेच 'धर्म' म्हणून समजावे. अर्जुनाने युद्धात गुरूजन, आप्त व बांधव यांना मारले कारण ते शत्रू म्हणून रणात उभे राहिले होते; शिवाय दुर्योधनाच्या अधर्म पक्षाला बळ देत होते. त्या पक्षाचा नाश झाल्याने दुष्ट प्रवृत्तीला आळा बसला व समाजाचे हित झाले. धर्माचे पारडे उंचावले व धर्माची पुनःस्थापना

झाली, म्हणून अर्जुनाचे कृत्य दोषास्पद ठरत नाही. भीमाने युद्धधर्माचे उल्लंघन करून दुर्योधनाच्या मांडीवर गदाप्रहार केला व त्याला मारले. कृष्णाच्या सहमतीनेच हे झाले. बलरामाने आक्षेप घेतल्यावर कृष्णाने भीमाच्या कृत्याचे त्याच्यासमोर समर्थन केले. दुष्ट प्रवृत्तीचा, दुष्ट शक्तीचा नाश करण्यासाठी, निरुपायास्तव, धर्माला थोडी मुरड घातली तर ते कृत्य क्षम्य असते कारण त्यातून व्यापक सामाजिक हित साधले जाते. असा हा सूक्ष्म विचार येथे 'महाभारत'कारांनी मांडून वाचकांना धर्मविषयक कसोटीचे ज्ञान दिले आहे. सामान्य लोकांनी आपल्या कृत्याची पडताळणी या कसोटीवर करून त्यानुसार जे धर्म्य व न्याय्य असेल ते करावे. धर्म हा समाजाला पोषक असून समाजाला स्थिरता देतो व त्याचा उत्कर्षही करतो. समाजात हे सनातन धर्माचरण व नैतिकता जेवढ्या जास्त प्रमाणात आचरली जाईल तेवढा तो समाज सुखी व संपन्न होईल. धर्माचरण करण्याची मनःप्रवृत्ती होण्यासाठी ईश्वरावर दृढ श्रद्धा असली पाहिजे. ती श्रद्धा नसेल तर माणसाची सद्‌बुद्धी कितपत टिकून राहील याची शंका आहे. ईश्वराला स्मरून केलेले कुठलेही कर्म हे चांगलेच कर्म असते हे निश्चित!

नारदाचा श्रेयाबद्दल उपदेश

वर जी धर्माची कसोटी दिली आहे तिचाच पुनरुच्चार किंवा तिचे समर्थन आपल्याला नारद व गालव यांच्या मर्मग्राही संवादातून मिळते. गालवाच्या मनात, शास्त्रांमध्ये व पुराणांमध्ये परस्परविरोधी वचने आल्यामुळे, गोंधळ उत्पन्न झाला आहे. कोणते वचन अनुसरावे, कसे अनुसरावे हे त्याला समजत नाही. तो म्हणतो, सर्व शास्त्रांनी एकच गोष्ट श्रेय म्हणून सांगितलेली नाही म्हणून जीवांना आपले कल्याण नेमके कशात आहे हे कळलेले नाही. तरी मानवाला श्रेय कोणते हे सांगावे असा त्याने नारदाकडे आग्रह केला आहे. नारदांनी जे उत्तरादाखल सांगितले त्यातील महत्त्वाच्या गोष्टी ध्यानात घेतल्या पाहिजेत. भूतमात्रांविषयी दयाळूपणा, परोपकारी वृत्ती, व्यवहारात सरळपणा, पुण्यकारक कर्मे करणे, गोड वाणीने बोलणे, या गोष्टी निश्चित कल्याणकारक आहेत. कुणालाही दुःख न देणे, देवता, पितर, अतिथी यांच्याविषयी कर्तव्य ते करणे, अहंकारी वृत्ती सोडणे, आहे त्यात संतुष्ट राहणे, लोभ, मत्सर यांचा त्याग करणे, पुण्यवानांच्या संगतीत राहणे या सर्व गोष्टी श्रेयस्कर आहेत. जगात वावरताना वाईट लोकांचा सहवास कसा टाळावा, गर्विष्ठ वृत्ती, आत्मप्रशंसा, खोटा अभिमान यांना दूर कसे ठेवावे याविषयी या विवेचनात ऊहापोह केलेला सापडतो. माणसाला जीवनभर कोणते ना कोणते कर्म करीत राहावे लागते. कर्मशून्यता आणायची म्हटली तरी आणता येत नाही. तेव्हा कर्माच्या संदर्भातच खऱ्या अर्थाने माणसाच्या हातून चुका होतात. म्हणून काळजी कशी घ्यावी याविषयी

दिग्दर्शन केले आहे. जे कर्म पुढे वृद्धावस्थेत खाटेला खिळल्यावर आपल्या मनास जाळीत राहील असे दिसेल ते कर्म, कल्याणेच्छू मनुष्याने करण्याचे निश्चयपूर्वक टाळावे. (महा.१२.२७६.४७).

मनू व बृहस्पती यांचा संवाद

युधिष्ठिराच्या प्रश्नाचे उत्तर देताना भीष्मांनी वरील संवाद उद्धृत केला आहे. जीवात्म्याचे ज्ञान कसे करवून घ्यावे अशा स्वरूपाचा प्रश्न आहे. या मनूने केलेल्या उपदेशात कर्माविषयी विचार आलेले आहेत. माणसाला बुद्धी दिलेली असल्याने त्याने प्रथम 'ज्ञान' मिळविले पाहिजे म्हणजे तो कोणते कर्म इष्ट व सुखप्रद होईल व कोणते अनिष्टकारक ठरेल हे जाणू शकेल. मार्गामध्ये सर्प, टोकदार दर्भ, विहीर यांचे ज्ञान झाले की मनुष्य त्यांच्या बाजूला जात नाही; परंतु, ज्ञानच झाले नाही तर मात्र त्याच्यावर संकट ओढवेल; त्याप्रमाणे बुद्धीने नीट विचार करून मनुष्य अशुभ कर्माच्या वाट्याला जाणार नाही. कर्म केल्यावाचून जीवनयात्रा चालू शकत नाही म्हणून कर्म करताना खूप जागरूक राहिले पाहिजे. सर्वच कर्मे बंधनकारक असत नाहीत. सत्कर्मांनी स्वतःचे व इतरांचे म्हणजे समाजाचे हितच होते. कर्माचे बरेच मार्ग सकाम स्वरूपाचेच आहेत; त्यात कुठल्या तरी फलाची अपेक्षा कर्त्याला असतेच. परंतु, अशा कर्मांनी बंध तयार होऊन मोक्षासारखे श्रेष्ठ ध्येय गाठता येत नाही.

नानाविधे कर्मपथे सुखार्थी नरःप्रवृत्तो न परं प्रयाति ।
परं हि तत्कर्मपथादपेतं निराशिषं ब्रह्मपरं ह्यवश्यम् ।।

(महा.१२.१९४.११)

परंतु, वरील श्लोकात म्हटल्याप्रमाणे जर कर्म फलाशा सोडून केले म्हणजेच निष्काम स्वरूपाचे आचरले, ईश्वरार्पण केले तर त्यापासून शाश्वत फलप्राप्ती होते (परब्रह्माची प्राप्ती होऊ शकते.)

याच विवेचनात स्पष्ट केले आहे की कर्म सोडण्याची गरज नाही; मात्र, आपल्या मनाने कर्मफलाचा त्याग करणे आवश्यक आहे. शेवटी मन हेच 'कर्ता' यादृष्टीने महत्त्वाचे आहे. भक्ती करतानासुद्धा ती ईश्वरचरणी मनाचा लय करून केली असता फलप्राप्ती होते; भगवद्गीतेतही कृष्णाने अर्जुनाला 'तू तुझे मन व बुद्धी मला अर्पण कर' असा स्पष्ट उपदेश केला आहे.

मय्येव मन आधत्स्व मयि बुद्धिं निवेशय ।। (गीता १२.८)

बृहस्पतीने असेही विचारले होते की, महाभूते, स्वर्ग, स्वर्गस्थ देवता इत्यादी कुणापासून उत्पन्न झाले? त्याबद्दल मनू सांगतो की, ते तत्त्व म्हणजे परब्रह्म होय. या

तत्त्वानेच हे सर्व विश्व निर्माण केले व तोच त्याचा पालनकर्ता व नियंत्रक आहे. ते इंद्रिय व वाणीच्या पलीकडे आहे. ते प्रकृतीप्रमाणे लोहित, शुक्ल व कृष्ण अशा वर्णाचे नाही. त्याला रूपगंधादि विषयांचा स्पर्शदेखील नाही. परंतु, त्या महाभूतांचा व विषयांचा तोच स्रष्टा आहे. त्याला आदि, मध्य व अंत नाही; तो स्त्री किंवा पुरुष नाही अथवा नपुंसकही नाही. तेच परमतत्त्व मानवाचे परमसाध्य असून ते नित्य, शाश्वत, चिरंतन व अक्षय आहे. (महा.१२.१९४.२२-२४).

भगवान विष्णूचे माहात्म्य

युधिष्ठिराने प्रश्न केला की प्राण्यांच्या शरीरात वास्तव्य करणारा, विश्वव्यापक हृषीकेश, प्रभू नारायण, त्याच्या तात्त्विक स्वरूपाविषयी सविस्तर सांगा. भीष्मांनी सांगितले की, सर्वश्रेष्ठ परमात्मा भगवान विष्णू हा सर्वांचा नियंता, सर्वांचा आत्मा तसेच सर्वव्यापक आहे. यालाच गोविंद, अच्युत, नारायण व केशव संबोधितात. या सर्वभूतेश्वर परमेश्वराने पंचमहाभूते व पृथ्वी निर्माण केल्यावर जलामध्ये वसतिस्थान करून जलातच म्हणजे समुद्रातच शयन केले (शेषशायी विष्णू). त्याने सर्वप्रथम सर्व प्राण्यांमध्ये अग्रज व सर्वभूतांचा आधार असा 'संकर्षण' उत्पन्न केला. संकर्षण याचा अर्थ 'अहंकार' असा याठिकाणी दिला आहे. त्यानंतर नारायणाच्या नाभीकमलातून एक दिव्य कमल (पद्म) उत्पन्न झाले व त्यात आपल्या तेजाने सर्व दिशा प्रकाशित करून 'ब्रह्मदेव' निर्माण झाला. त्यानंतर त्रिगुणात्मिका जी प्रकृती (परमात्म्याची शक्ती) तिच्या अंगभूत अशा तमोगुणापासून एक मधु दैत्य निर्माण झाला व तो मुळातच क्रूर असल्याने अत्याचाराची भयंकर कर्मे करू लागला. सर्वांच्या रक्षणाकरिता श्री विष्णूने त्याचा वध केला. म्हणून त्याला 'मधुसूदन' असे नाव पडले.

मधुसूदनमित्याहुर्वृषभं सर्वसात्वताम् ॥ (महा.१२.२००.१६)

याठिकाणच्या 'वृषभं सर्वसात्वताम्' या वर्णनावरून हे स्पष्ट होते की, सात्वतातील श्रेष्ठ म्हणजे कृष्ण येथे अभिप्रेत आहे. पुरुषोत्तम, नारायण म्हणून ज्याचे वर्णन वर आहे तो कृष्णच होय.

सनत्कुमार यांनी दानवेंद्र वृत्र याला विष्णूचे माहात्म्य सांगितले. त्यातही त्याचा हरी, नारायण असा उल्लेख करून तो क्षराक्षररूपाने सर्वांत आहे, सर्व विश्व त्याच्यात स्थित आहे; तोच स्थावर व चर जग निर्माण करतो व तो अनादिनिधन म्हटला आहे. (महा.१२.२७१.१९-२८). पृथ्वी हे त्या परमात्म्याचे चरण, द्यौ हे मस्तक, दिशा हे बाहू, आकाश त्याचे श्रोत्र, चंद्र त्याचे मन, असे त्याचे विश्वात्मक वर्णन आहे. तो ब्रह्मदेव, अश्विन, इंद्र, कुबेर, मित्र, वरुण व यम तोच आहे हे जाणावे. ही अनेकविध रूपे

असली तरी तो एकच आहे व त्या एका देवाच्या ताब्यात हे सर्व जगत् आहे, हे जाणले पाहिजे.

कृष्ण हा साक्षात् सर्वश्रेष्ठ नारायणाचा अवतार आहे हे नारायणीयोपाख्यानात स्वतः नारायणानेच सांगितले आहे. युधिष्ठिराचा राज्याभिषेक झाल्यानंतर त्याने युद्धातील असामान्य विजयाचे सर्व श्रेय कृष्णालाच दिले व अगदी पूज्य बुद्धीने त्याला पुनः पुन्हा नमस्कार केला. त्याने स्तुतीत म्हटले – हे देवा, तू सात्वतांचा पती आहेस व परमोच्च पुरुष आहेस.

विश्वकर्मन्नमस्तेऽस्तु विश्वात्मन् विश्वसंभव ।
विष्णो जिष्णो हरे कृष्ण, वैकुण्ठपुरुषोत्तम ॥ (महा.१२.४३.५)

हे विश्वात्मा, तूच त्रिनेत्र रुद्र व त्रिविक्रम विष्णू आहेस. हे अच्युता, तूच उरुक्रम, सत्य, सम्राट, वराह, कपिल, वामन, हिरण्यगर्भ व तूच ब्रह्म व पवित्रधाम आहेस. हे विश्वयोने, तूच सृष्टी उत्पन्न करतो व तिचा संहार करतो आणि या विश्वाचा नियंता तूच आहेस. ही स्तुती युधिष्ठिराने राजसभेत केल्याचे म्हटले आहे. कृष्ण हाच परब्रह्मस्वरूपी सर्वश्रेष्ठ देवाधिदेव असल्याचे महाभारतात उल्लेख आलेले आहेत. युधिष्ठिराच्या वरील स्तुतीच्या भाषणानंतर यादवाधिपती कृष्णाने त्या ज्येष्ठ पांडवाचे मनःपूर्वक अभिनंदन केले.

(क्रमशः)

लेखांक : ब्याण्णवावा

'अनुगीतेतील' मौलिक विचार

युधिष्ठिराचा राज्याभिषेक झाल्यानंतर सर्व राजे स्वगृही परतले. दुर्योधनाचा भव्य प्रासाद वृकोदराला, दुःशासनाचा अर्जुनाला निवासासाठी देऊन राजाने इतर पांडवांची, विदुर, संजय यांची सर्व व्यवस्था लावली. सात्यकी, कृष्ण अर्जुनाच्या प्रासादात राहिले. सकाळी कृष्णाच्या भेटीत युधिष्ठिराला कृष्ण ध्यानमग्न अवस्थेत दिसला. कृष्णाचे मन भीष्माच्या स्मरणात लागले होते कारण त्यावेळी भीष्म, आपल्या शरशय्येवरती, कृष्णातच तल्लीन झाले होते. भीष्माच्या थोरवीबद्दल दोघांचा संवाद होतो व ते भीष्माच्या भेटीला निघतात. भीष्म लवकरच देह ठेवणार असल्याने ही भेट घडते. कृष्णाला मनोभावे नमस्कार करून भीष्म कृष्णाची स्तुती करतात. ''सर्वांचा अंतरात्मा, विश्वाचा आधार, विश्वाची उत्पत्ती, लय करणारा, सहस्रनेत्र, सहस्रकरचरण, सहस्रशीर्ष असा तू हरी, नारायण म्हणून ख्यात आहेस. हे प्रभो, तू पुराण पुरुष, गोविंद, विश्वकर्ता, विश्वभोक्ता, जगत्पती, ज्ञानात्मा, अक्षर, नित्य सनातन परमात्मा आहेस.''

यस्मिन् सर्वं यतः सर्वं यः सर्वं सर्वतश्च यः ।
यश्च सर्वमयो नित्यं तस्मै सर्वात्मने नमः ।। (महा.१२.४७.५४)

त्याच्यापासून सर्व आहे, त्याच्यात सर्व स्थित आहे, तो सर्वगत व सर्वव्यापी आहे व सर्वात्मा आहे, त्या शाश्वत परमतत्त्वाला नमस्कार असो. त्यानंतर भीष्मांनी आपण अतिवृद्ध व दुर्बल झालो असल्याने युधिष्ठिराला शास्त्रोपदेश करणे कठीण आहे असे म्हटल्यावर कृष्णाने त्यांना सक्षम व पीडाविरहित होण्याचा वर देऊन समर्थ केले. एकूण साठ दिवस भीष्मांचा हा ज्ञानयज्ञ सुरू राहिला.

अनुशासनपर्वात उमा-महेश्वर संवाद आहे. त्याच्या अंतर्गत ऋषींनी शंकराला 'वासुदेव माहात्म्य' सांगण्याची विनंती केली. त्यांना शंकराने सांगितले की वासुदेव हा सर्वश्रेष्ठ परमेश्वर आहे. त्याला सर्व देवदेवता पूजतात. तो सृष्टिकर्ता व शाश्वतलोक निर्मिणारा आहे. देवांच्या कार्याकरिता तो मनुष्ययोनीत जन्मतो. (म्हणजे सर्वश्रेष्ठ परमेश्वरच कृष्णरूपाने पृथ्वीवर आहे) तोच नारायण, केशव, गोविंद, मधुसूदन नावांनी ख्यात आहे. ब्रह्मदेवाचे

अधिष्ठान तोच आहे. तो चतुर्भुज महाविष्णू आहे (शंखचक्रगदापद्मधारी). ब्रह्मदेव त्याच्याच उदरात जन्मला व मीही (म्हणजे शंकरही) त्याच्या मस्तकापासून उत्पन्न झालो. बलराम म्हणजे पृथ्वीला धारण करणारा शेष किंवा अनंत होय. या दोन्ही भावांच्या ठिकाणी दिव्य तेज वसत आहे. त्यांची पूजा व भक्ती करून आपले जीवन कृतार्थ करा. (हे महेश्वरकृत वर्णन महाभारताच्या चित्रशाळा प्रतीत अनुशासनपर्वात अध्याय १४७ मध्ये आले आहे. पण हा व १४८ वा अध्याय भांडारकर प्रतीत मात्र गाळले आहेत.)

वरील विवेचनातील कृष्णमहिमा, नारायणीयोपाख्यानातील नारायणाचे वर्णन, गीतेतील श्रीकृष्णाचे भगवद्रूप या सर्वांतून कृष्ण हाच महाभारतात परब्रह्मस्वरूपी सर्वश्रेष्ठ देवाधिदेव म्हणून वर्णिलेला आहे, हे स्पष्ट आहे. परंतु, याच संहितेत शंकरालादेखील काही ठिकाणी सर्वोच्च देवतेचे, जगन्नियंत्या विश्वात्म्याचे स्थान दिल्याचे दिसते. अनुशासनपर्व अध्याय १४ ते १८ यामध्ये ऋषी उपमन्यूने व श्रीकृष्णाने महादेवाचे असे अनाद्यनंत सर्वश्रेष्ठ परमतत्त्व म्हणून स्तवन केले आहे. महादेवाच्या उजव्या अंगापासून ब्रह्मदेव, डाव्या अंगापासून विष्णू आणि युगान्ताच्या वेळी महादेवापासूनच रुद्र उत्पन्न झाला व तो सर्व प्राण्यांचा, अखिल विश्वाचा आत्मा असून सर्वत्र व्याप्त आहे. सतराव्या अध्यायात शिवसहस्रनाम दिले असून त्याच्या स्तवनाने परब्रह्मपदाची प्राप्ती होते असे म्हटले आहे. कृष्णाने शिवाची तपश्चर्या करून त्याचे वरदान मिळविले व त्याला पुत्रप्राप्ती झाली असेही येथे म्हटले आहे.

नारायणीयोपाख्यानात स्वतः नारायणाने म्हटले आहे की, मी आणि रुद्र एकच आहोत. येथेसुद्धा ही जी महादेव व कृष्णाची वर्णने आपण पाहिली त्यांचा उद्देश हाच दिसतो की या दोघांत श्रेष्ठ, कनिष्ठ कुणी नसून ते एकच आहेत, असे समजावे.

भीष्मांचे महानिर्वाण

इच्छामरणी भीष्मांनी विष्णूसहस्रनामरूपी स्तवन सांगितल्यावर त्याची फलश्रुती सविस्तर सांगितली आहे. त्यात ऐहिक सुखे, संपन्नता हे तर आहेच परंतु तो भक्त पातकमुक्त होऊन ब्रह्मपदास पोहोचतो असे म्हटले आहे. चराचर जग, सर्व सृष्टी कृष्णाच्याच सत्तेने वर्तत आहे व मन, बुद्धी, प्राण, देह, क्षेत्रज्ञ जीवात्मा ही सर्व वासुदेवात्मकच आहे. (महा.१३.१३५.१३६).

त्यांचा शेवटचा क्षण जवळ आला तेव्हा कृष्ण, युधिष्ठिर, धृतराष्ट्र, पांडव सर्व त्यांच्या शय्येजवळ उपस्थित होते. कृष्णाला अत्यंत प्रेमाने "देवदेवेश, सुरासुरनमस्कृत, पुरुषोत्तमा असे संबोधून, त्याची देहत्यागासाठी अनुज्ञा घेतली व पांडवांचे प्रतिपालन करण्यास सांगून समाधिस्थ झाले." गंगातीरावर भीष्मांना तिलांजली देत असताना गंगा

(भीष्ममाता) सलिलातून वर निघून तेथे आली. भीष्माचा महाप्रताप आठवून तिने विलाप केला. अस्त्रवेत्त्या, महापराक्रमी पुत्राला शिखंडीसारख्या सामान्याने मारले याचा तिला खेद झाला. त्यावर कृष्णाने सांगितले की, अर्जुनाने भीष्मांना मारले, शिखंडीने नव्हे. तू शोक करू नको; तो वसूंना जाऊन मिळाला आहे. गंगेला हे ऐकल्यावर शांत वाटले व ती गंगा नदीत लुप्त झाली. या प्रसंगी भीष्मांबद्दल कृष्णाचेच उद्‌गार आहेत की, ते पितृभक्त होते, त्यांच्या आदर्श जीवनात पापाचा स्पर्शही नव्हता आणि मृत्यू एखाद्या सेवकाप्रमाणे त्यांच्या आज्ञेत होता.

भीष्मांच्या प्राणोत्क्रमणाचे वर्णन करताना व्यास म्हणतात की, ते महायोगी भीष्म समाधिस्थ झाल्यावर त्यांनी जणू एक एक गात्राचा त्याग केला व त्यांचा प्राण ब्रह्मरंध्राचा भेद करून अंतरिक्षात निघून गेला. मूर्धप्रदेशातून एखाद्या उल्केप्रमाणे ती ज्योती वर आकाशात जाऊन क्षणात गुप्त झाली आणि अशारीतीने वीरशिरोमणी भीष्मांनी इहलोकीची यात्रा संपवली!

अनुगीतेतील मौलिक विचार

युधिष्ठिराप्रमाणे अर्जुनालाही कृष्ण श्रेष्ठ दैवत असल्याची जाणीव होती. गीतेत अकराव्या अध्यायात अर्जुनाला विश्वरूपदर्शन घडले तेव्हा त्याला कृष्णाच्या देवत्वाची व माहात्म्याची कल्पना आली आणि ही गोष्ट त्याने आश्वमेधिक पर्वात कृष्णाला सांगितली आहे. (महा.१४.१६.५ विदितं ते रूपमैश्वरम्।), या पर्वात सोळाव्या अध्यायात अर्जुनाने 'पुन्हा गीता सांगा' असा आग्रह केला तेव्हा कृष्णाने सांगितले की तो, त्या प्रसंगी, योगसमाधिस्थ होता, आता ते पुन्हा सांगणे शक्य नाही, तरी त्याचा सारांश ऐकवतो, असे म्हणून 'अनुगीता' ऐकवली आहे. गीतेनंतर सांगितलेले नैतिक व आध्यात्मिक ज्ञान म्हणजे अनुगीता!

पूर्वजन्मकृत कर्मांची कडू-गोड फळे मनुष्य या जन्मी भोगत असतो व ती भोगून जरी कमी होत असली तरी या जन्माची कर्मे पुन्हा साचत जातात. त्या कर्मांची फळे भोगल्याशिवाय गत्यंतर नाही म्हणून तो पुन्हा जन्म घेतो व हे चक्र मोक्षस्थिती प्राप्त होईपर्यंत सुरू राहते. सत्कर्मांमुळे प्राणी पुण्यसंचय करून वरच्या लोकांना जातो व तामसी, पापी कृत्ये करून, स्वतःची अधोगती करून घेऊन नरकलोकात जातो, हे पुनःपुन्हा सांगितले आहे. आपल्या या आचरलेल्या पाप-पुण्यात्मक कर्मांची नोंद कशी केली जाते? याबद्दल सर्वसाधारणपणे असे सांगितले आहे की, आपल्या हृदयात जीवात्म्याबरोबर जो परमात्म्याचा अंश आहे (साक्षीरूपाने राहणारा) तोच ही कर्मे जाणत असतो व तोच 'कर्माध्यक्ष' असल्याने कर्मानुसार गती ठरवितो. अनुशासन पर्वात (महा.१३.११२.२०-

२१ आणि ३०) असेही विधान आढळते की पंचमहाभूते, बुद्धी, आत्मा (म्हणजेच ईश्वरी अंश) ही सर्व साक्षीरूपाने मनुष्याच्या कर्मांचे अवलोकन करतात व त्यांच्यासह धर्म त्या मनुष्याच्या मृत्यूनंतर जीवाबरोबर जातो. काहीही असले तरी आपण केलेली बरी-वाईट कर्मे सूक्ष्मरूपाने जीवापाशीच असतात व ती भोगूनच संपवावी लागतात. परलोकगमनात धर्म एकच खऱ्या अर्थाने साहाय्यक होत असतो. पुण्यकर्मे केल्याने वरचे लोक प्राप्त होतात आणि त्यांची नावेही स्वर्गलोक, महर्लोक, गोलोक, प्रजापतिलोक, इंद्रलोक, ब्रह्मलोक इत्यादी आहेत. हे सर्व लोक पुण्याच्या आधारे मिळू शकतात परंतु ती 'परमा गती' किंवा ब्रह्मसाक्षात्कार म्हणून होऊ शकत नाही. तसेच एके ठिकाणी असेही म्हटले आहे, पुण्यवंतांना मरणोत्तर, आकाशातील तारे, चंद्रमंडळ, सूर्यमंडळ, स्वयंप्रकाश असलेली स्थाने लाभतात पण पुण्यक्षय होताच त्यांना ते लोक सोडावे लागतात व मृत्यूलोकात जन्म घ्यावा लागतो.

स्थानान्येतानि जानीहि नराणां पुण्यकर्मणाम् ।
कर्मक्षयाच्च ते सर्वे च्यवन्ते वै पुनःपुनः ॥

(महा.१४.१७.३६-३७)

शिवाय या सर्व लोकांमध्ये सुखे असली तरी क्रोधमत्सरादि विकार आहेत, उच्च-नीच भेद आहेत त्यामुळे संतोष असा नाही. परलोकात जरी विविध सुखे असली तरी नित्य परमसुख जे मोक्षस्थितीत आहे, जो नित्य स्वरूपाचा परमानंद त्या स्थितीत आहे व ज्याची प्राप्ती व्हावी अशी मनुष्याला आंतरिक इच्छा असते, तो मिळविण्यासाठीच जीव जन्मोजन्मी धडपडत असतो. मोक्ष याचा अर्थ ब्रह्मात विलीन होणे, ईश्वरसाक्षात्कार होणे व नित्य अशा परमशांतीची प्राप्ती होणे. याचे सुंदर वर्णन आपल्याला आश्वमेधिक पर्व अध्याय २७मध्ये पाहायला मिळते. हे वर्णन 'ब्रह्मारण्याच्या' रुपकातून परमतत्त्वाविषयी त्याच्या समग्र अचिन्त्य स्वरूपाविषयी चांगली कल्पना देणारे आहे.

त्या ब्रह्माहून भिन्न अशा कशाचेच अस्तित्व नाही; तसेच त्याच्याशी तुल्य असे दुसरे काहीच नाही. त्याच्यापेक्षा सूक्ष्मतर काही नाही; त्याच्यापेक्षा मोठे, बृहत्तर असे काहीच नाही. ते दूरही नाही व जवळही नाही. जे ज्ञाते त्यात प्रवेश करतात (त्या ब्रह्मारण्यात) त्यांना शोकही नसतो व हर्षही नसतो. ते कुणाला भीत नाहीत आणि त्यांच्यापासून कुणी भय पावत नाही.

न तत्प्रविश्य शोचन्ति न प्रहृष्यन्ति च द्विजाः ।
न च बिभ्यति केषांचित्तेभ्यो बिभ्यति के च न ॥ (महा.१४.२७.६)

ब्रह्मरूपी या अरण्यात सात महावृक्ष आहेत. हे सात म्हणजे पंचमहाभूते, मन व बुद्धी हे होत. या वृक्षांची फळे सात व त्यांचा उपभोग घेणारे सात अतिथी आहेत. हे सर्व

वर्णन प्रतीकात्मक आहे. सात फळे म्हणजे संसारातील सुख-दुःखे होत व अतिथी म्हणजे वरील सातांच्या देवता किंवा इंद्रियशक्ती होत. या सात इंद्रियांचा नाश करणे म्हणजेच यातील सात समाधी होत. या अरण्यातच एक वेगळे असे वन आहे. या वनासंबंधीचे जे वर्णन आले आहे तेही मोक्षस्थितीचे रूपकात्मक दिग्दर्शन आहे; कारण तेथे परमशान्ती, तृप्ती आणि आनंद आहे. ते वर्णन असे की त्या वनातील वृक्षात फळ नाही. त्या स्थानी तृप्तीरूपी उदक आहे तसेच ज्ञानरूपी आश्रय (बसावयाची जागा) आहे आणि क्षेत्रज्ञरूपी (आत्मा) सूर्य तेथे प्रकाशमान होत असून तेथे शांतीरूपी छाया आहे.

ज्ञानाश्रयं तृप्तितोयमन्तःक्षेत्रज्ञभास्करम् ।। (महा.१४.२७.१६)

तीन गुणांचे विवेचन

प्रकृती ही अव्यक्त, प्रधान किंवा माया या शब्दांनी संबोधिली जाते व ती त्रिगुणात्मिका आहे. या तीनही गुणांचे - सत्त्व, रज व तम - सविस्तर वर्णन अनुगीतेत आले आहे. सत्त्व हा श्रेष्ठ गुण असून ज्ञानी लोक सत्त्वगुणांचा आश्रय करून राहतात. आनंद, समाधान, सत्यप्रीती, अहिंसा, क्षमा, समबुद्धी, क्रोधाभाव, शुचिर्भूतपणा हे सात्त्विक गुण होत. सत्त्वगुणी माणसाचे आचरण कसे असते हेही सविस्तरपणे मांडले आहे. (महा.१४.३८). मागील लेखांकात गुणांविषयी सविस्तर विवेचन आलेले असल्याने काही ठळक गोष्टी येथे पाहू. गीतेतही दान, तप, सुख इत्यादींचे तीन प्रकारचे गुण असून त्यांचे सविस्तर वर्णन आले आहे. सर्व पदार्थ, सर्व प्राणिमात्र तीनही गुणांनीयुक्त असतात व आपण शक्यतो जास्तीतजास्त सत्त्वगुण वाढवला पाहिजे. सत्त्वस्थ लोक ऊर्ध्वगतीला जातात; रजोगुणींना मध्यमगती मिळते व दुर्गुणसंपन्न तमोगुणींना अधोगती प्राप्त होते.

न हि सत्त्वात् परो भावः कश्चिदन्यो विधीयते । (महा.१४.३९.९)

सत्त्वासारखा दुसरा कोणताही धर्म श्रेष्ठ नाही. सगळे साधुपुरुष, संत, सत्य, अहिंसा, दया, क्षमा इंद्रियनिग्रह असे सद्गुण अंगी बाणवतात व ईश्वरभक्तीत रमून आत्मकल्याण साधतात.

आपले शरीर हे त्रिगुणात्मक असून प्रकाश (सत्त्व), प्रवृत्ती (रजस्) आणि मोह (तमस्) या तीन गोष्टींनी वेढलेले आहे व त्यामुळे आपला जीव आपले स्वतःचे मूळ शुद्ध ब्रह्मस्वरूप पूर्णपणे विसरला आहे. प्रकृतीच्या पगड्यामुळे काम, क्रोध, भय, द्रोह, लोभ आणि असत्य हे विकार त्या जीवाला जडले आहेत. कासव ज्याप्रमाणे अवयव आवरून धरते त्याप्रमाणे इंद्रियांचा निग्रह करून व वासनांचे नियमन करून या विकारांवर मात

केली पाहिजे; हे त्रिगुण व पाच महाभूते जिंकली पाहिजेत; असे झाले तरच ब्रह्मांडातील उच्चतम स्थान जे ब्रह्म ते प्राप्त होऊ शकेल. (महा.१४.४२.५५-५६).

अनुगीतेतच एके ठिकाणी एक मनोरंजक कथा आली आहे. उपदेशाचे स्वरूप एकच असले तरी तो उपदेश ऐकणारे आपापल्या स्वभावानुसार त्याचे तात्पर्य स्वीकारतात असे या कथेतून सुचविले आहे. एकदा देव, असूर, ऋषी आणि सर्प ब्रह्मदेवाकडे गेले व 'आम्हाला काय श्रेयस्कर आहे ते सांगा.' असे म्हणाले. ब्रह्मदेवाने ही विनवणी ऐकून उत्तर म्हणून फक्त 'ओम्' हे अक्षर उच्चारले. उच्चारासाठी त्याने तोंड उघडले व शेवटी ओठ जुळले. चौघांनी ब्रह्मदेवाच्या ओठांच्या हालचालींकडे लक्ष देऊन पाहिले. त्यावरून सापांनी अर्थ काढला की, 'चावा घ्या, दंश करा' असे सांगितले आहे. ऋषींनी 'ओठ मिटले म्हणजे इंद्रिय मिटवा म्हणजेच दमन करा' असा अर्थ घेतला. देवांनी दान देताना 'ओम्' म्हणतात म्हणून 'दान हे श्रेयस्कर समजून दान द्या' असे तात्पर्य काढले. 'जपादिकांचा नुसता देखावा करावा म्हणजेच दंभाने वागा' असा अर्थ स्वभावानुसार दानवांनी घेतला. (महा.१४.२६.८-११). गुरू एक व उपदेशही सर्वांसाठी एकच होता. परंतु, हे जे चार ऐकणारे होते त्यांच्या स्वभावधर्मानुसार त्यांनी उपदेशाचे वेगवेगळे अर्थ काढले. 'ॐ' या उच्चाराने ब्रह्मदेवाला 'ॐ म्हणजे ईश्वराचे स्मरण करा' असे सांगायचे असेल परंतु हा अर्थ श्रोत्यांच्या हृदयापर्यंत पोहोचू शकला नाही.

(क्रमशः)

लेखांक : त्र्याणवावा

कृष्ण हाच विश्वात्मा

युधिष्ठिराने विचारले की, राज्यसुख व ऐश्वर्य यात गुंतून पडलेल्या आप्त पांडवांना मुक्तावस्था केव्हा मिळू शकेल. भीष्मांनी उत्तर दिले की प्रत्येक जीव असाच राग, द्वेष व पाप-पुण्यांनी गुरफटलेला असतो. सुज्ञ पुरुषाने विवेक जागृत ठेवून मोक्षप्राप्तीसाठी सतत प्रयत्न करीत राहिले पाहिजे. अर्थात, हा प्रयत्न म्हणजे, अनेक ठिकाणी सांगितल्याप्रमाणे ईश्वरोपासना, सदाचार, इंद्रियनिग्रह व सत्याचे पालन करणे इत्यादी उपाय अभिप्रेत आहेत. इथे भीष्मांनी संक्षिप्तरूपाने सांगून टाकले की, जीवात्म्याला देहबुद्धीरूपी अंधाराने घेरले आहे तो अंधार 'ज्ञानाने', त्याने नष्ट केला की त्याला सनातन ब्रह्माचा प्रकाश प्रकट होतो. (मुक्ती मिळते).

ज्ञानेन हि यदा जन्तुरज्ञानप्रभवं तमः ।
व्यपोहति तदा ब्रह्म प्रकाशेत सनातनम् ।। (महा.१२.२७०.११)

याच संदर्भात पुढे भीष्मांनी इंद्र-वृत्र यांच्या युद्धात वृत्राचा वध विष्णूच्या साहाय्याने इंद्राने कसा केला, हा इतिहास सांगितला. सनत्कुमार ऋषींच्या मुखाने वृत्राला विष्णूच्या माहात्म्याचे ज्ञान करून दिले आहे. अनादिनिधन श्रीमान नारायण हाच सर्व चराचर सृष्टी निर्माण करतो व प्रलयही तोच करतो. तोच क्षर-अक्षर रूपाने (म्हणजे देहादी संघात रूपाने व जीवात्म्याच्या रूपाने) सर्व भूतांमध्ये वसत आहे. तीनही गुण (प्रकृती) त्याचेच रूप असून भूतमात्रांना कर्मफल देणारा अविनाशी परमात्मा तोच आहे. बाह्य सृष्टीत तो अनंत रूपांनी दिसत असला तरी विश्वाला व्यापून राहणारा तो खऱ्या अर्थाने व वेदशास्त्रांत सांगितल्याप्रमाणे एकच आहे. (महा.१२.२७१.२६-२८). या वर्णनात म्हटले आहे की ब्रह्मा, विष्णू, इंद्र, वरुण, अश्विनौ, कुबेर, यम या सर्व देवता म्हणजे तोच आहे. यातून आपण वाचकांनी, बोध घेतला पाहिजे की विविध देवतांचे जरी आपण भक्त असलो तरी त्या त्या देवतेत आपण एका नारायणालाच पाहिले पाहिजे व त्याचीच उपासना केली पाहिजे.

वृत्राने तप करून ब्रह्मदेवाकडून वरदान मिळविले होते. त्या प्रभावाने त्याला अपरंपार सामर्थ्य व मायाशक्ती प्राप्त झाली होती. त्याला आपल्या बळाचा गर्व झाला व त्यातून देवादिकांना पीडा झाल्याने शक्र-वृत्र युद्ध झाले. इंद्राला पराकोटीचा प्रयत्न करूनही त्याला मारता येईना. शेवटी शंकराने आपल्या तेजाने ज्वररूपाने त्याच्या शरीरात प्रवेश केला व त्याला जर्जर केले. तसेच विष्णूने इंद्राच्या वज्रात प्रवेश केला व त्या दिव्य वज्राने जेव्हा इंद्राने प्रहार केला तेव्हा तो दैत्येन्द्र गतप्राण झाला, अशी ही कथा आहे. एकप्रकारे विष्णूकडूनच मारला गेलेला हा वृत्रासूर मरणोत्तर विष्णूच्या स्थानाप्रत गेला असेही या ठिकाणी म्हटले आहे.

अनुगीतेचा मागोवा

अनुगीतेत गीतेचेच प्रतिबिंब असल्याने क्षराक्षर विचार, क्षेत्रक्षेत्रज्ञ विचार, प्रकृतीच्या त्रिगुणांचे वर्णन इत्यादी सर्व वेगळ्या शब्दांत आढळते. गृहस्थाश्रमी व्यक्तीने 'पंचमहायज्ञ' नित्य केले पाहिजेत; तसेच इतर तीन आश्रमांना आधार दिला पाहिजे.

चारही वर्णांचे जे वेगवेगळे धर्म या ग्रंथात अन्य ठिकाणी सांगितले आहेत त्याचाच पुनरुच्चार अनुगीतेत आला आहे. आपल्या वर्णांची जी कर्तव्ये आहेत त्या व्यतिरिक्त यज्ञ, दान व तप ही नेहमी मनुष्याने न चुकता केली पाहिजेत कारण ही पुण्यप्राप्तीची साधने आहेत. चारही आश्रमांत कोणत्या प्रकारचे आचरण ठेवावे, सर्व नियम व व्रते कसे कसोशीने पाळावे याबद्दल अगदी सविस्तर विवेचन आश्रमवासिक पर्वातील ४५ व ४६ या अध्यायांमध्ये दिले आहे. गीतेच्या सोळाव्या अध्यायात दैवी सम्पद म्हणून ज्या श्रेष्ठ धर्मतत्त्वांचा समावेश केला त्याच धर्तीवर संन्यासाश्रम किंवा सर्वच आश्रमांसाठी अनुगीतेत आठ व्रते सांगितली आहेत, ती अगदी प्रयत्नपूर्वक पाळावी असे म्हटले आहे. ही आठ व्रते संन्यासाश्रमाच्या विवेचनात आलेली असली तरी ती सर्व साधकांसाठी सांगितली आहेत असे दिसते; कारण या शाश्वत धर्माच्या मूलगामी अशा तत्त्वांचा उल्लेख महाभारतात खूप वेळा आग्रहपूर्वक केलेला आहे.

अहिंसा ब्रह्मचर्यं सत्यमार्जवमेव च ।
अक्रोधश्चानसूया च दमो नित्यमपैशुनम् ।।
अष्टास्वेतेषु युक्तः स्याद्व्रतेषु नियतेन्द्रियः ।
अपापमशठं वृत्तमजिह्मं नित्यमाचरेत् ।।

(महा. १४.४६.३५-३६ तसेच पहा गीता १६.१-३)

अहिंसा, भार्येशी एकनिष्ठता (ब्रह्मचर्य), सत्य, सरळपणा, अक्रोध, मत्सरहीनता, दम (मनोनिग्रह), दुष्टपणाचा अभाव ही आठ व्रते पाळावी, तसेच पापी कृत्य, कपट व

फसवणूक कधी करू नये.

जगात व्यवहार करताना प्रत्येकाला रज व तमोगुणामुळे अनेक अनपेक्षित प्रसंगांना, मोहांना तोंड द्यावे लागते. आसक्ती, लोभ, द्वेष यांनी मन केव्हा व कसे मोहित होते हे सुज्ञालाही कळत नाही. असा हा चांगल्या चांगल्यांना भुरळ घालणारा हा संसार आहे. त्याला वृक्षाचेच रूपक देऊन 'ब्रह्मवृक्ष' म्हणून त्याचे सुयोग्य वर्णन या उपदेशात आहे. गीतेतही १५व्या अध्यायात हे अश्वत्थ वृक्षाचे (संसारनिदर्शक) वर्णन आले आहे ते त्याच्याशी खूप जुळते. अव्यक्त म्हणजे त्रिगुणात्मिका प्रकृती ही त्या वृक्षाचे बीज आहे. बुद्धी हे खोड आहे, अहंकाररूप ज्याची पालवी व पंचमहाभूते ज्याचा विस्तार आहे व ज्याला चांगली व वाईट अशी दोन्ही फळे येतात असा हा सनातन ब्रह्मवृक्ष आहे. त्याला कापावयाचे असेल (म्हणजे याच्यावर मात करायची असेल) तर तत्त्वज्ञानरूपी तलवारीनेच तो कापला जाईल. त्याला कापल्यावरच मनुष्य निर्मल, निरहंकार होतो व जन्म-मृत्यूच्या पार जाऊन मुक्त होतो. (महा.१४.४७.११-१४).

गुरू-शिष्य संवादात प्रश्न येतो की माणसाच्या जीवनात खरोखर श्रेयस्कर काय आहे. त्याला उत्तर देताना अहिंसेचा धर्म हेच सर्वश्रेष्ठ कर्तव्य होय असे सांगितले आहे. कर्तव्याची ही वरिष्ठ पायरी आहे आणि हेच धर्माचे श्रेष्ठ लक्षण आहे. जे हिंसेचा मार्ग अनुसरतात व लोभ, मोह यांच्या तडाख्यात सापडलेले असतात ते निश्चित अंतिमतः नरकास जातात. सकाम कर्मे करणारे जन्म-मरणाच्या चक्रात वारंवार गुंतले जातात व त्यांना मोक्षाची आशा नाही. निष्काम कर्म मात्र सर्वतोपरी चांगले असून त्याचा अवलंब करणे आत्मकल्याणार्थ हिताचे आहे. आज आपण पाहतो की जी पूजा-अर्चा, तीर्थयात्रा अथवा भक्ती आपण करतो ती आपल्या ऐहिक इच्छा पूर्ण होण्याच्या इच्छेनेच करीत असतो. तसे पाहिले तर कर्म काय, उपासना काय, तप काय किंवा नामस्मरण काय हे निष्कामच असले पाहिजे. गोंदवलेकर महाराजांनी यावर प्रकाश टाकताना म्हटले आहे, 'जे जे घडते त्याचा कर्ता परमात्मा आहे; मी फक्त कर्तव्यापुरता आहे असे वाटणे यालाच निष्काम कर्म म्हणतात.' (प्रवचने पृ.१५८). 'भगवंताच्या इच्छेने काय व्हायचे ते होऊ दे' अशा बुद्धीने कर्म केले तर फळाविषयी आशा किंवा सुख, दुःख राहणार नाही. या गुरू-शिष्य संवादाच्या शेवटी कृष्णाला विचारले की हा गुरू कोण? कृष्णाने ऋषींना सांगितले की हा गुरू म्हणजे मी (कृष्ण स्वतः) व शिष्य म्हणजे त्याचे मन होय. (महा.१४ अध्याय ४९ व ५०).

याच अनुगीतेत ब्रह्मदेवमुखाने आत्म्याचे किंवा महान आत्म्याचे वर्णन आले आहे. हा विविध नावांनी विष्णू, विश्व, शंभू संबोधिला जातो व हाच स्वयंभू प्रभू विष्णू आहे. हा विश्वाला उत्पन्न करणारा व त्याला व्यापणारा आहे. त्याला सर्वत्र मुख, नेत्र, चरण,

श्रोत्र इत्यादी आहेत म्हणजेच विश्वरूपी आहे व सर्वांच्या हृदयात स्थित आहे. हा साधकांचे ज्ञेय आहे व हाच पुराण पुरुष 'परा गती' होय.

सर्वतः श्रुतिमान्लोके सर्वं व्याप्य स तिष्ठति ।
महाप्रभार्चिः पुरुषः सर्वस्य हृदि निश्रितः ।। (महा.१४.४०.३-५)

भगवंताच्या विभूती

गीतेत दहाव्या अध्यायात जसे विभूतीवर्णन आले आहे तसेच इथेही दिलेले असून त्या त्या गटात सर्वश्रेष्ठ कोण, यादृष्टीने दिग्दर्शन आहे. अरण्यातील श्वापदांमध्ये सिंह ही विभूती आहे. मेध्य पशूंत बोकड, सर्व गणांमध्ये मरुद् गण, पितरांचा अधिपती यम व नक्षत्रांचा चंद्र, उदकांचा वरुण आणि मरुतांचा अधिपती इंद्र होय. सूर्य हा ग्रहांचा अधिपती, अग्नी हा भूतांचा अधिपती, औषधींचा सोम, रूपांचा त्वष्टा, पशूंचा शिव, शुभकृत्यांचा यज्ञ, दिशांची उत्तर दिशा, सर्वदेवतांचा इंद्र, रत्नांचा कुबेर, सर्व भूतांचा ब्रह्मदेव स्वामी होय. ब्रह्ममय विष्णू हाच प्राणिमात्रांचा नव्हे सर्वांचाच अधिपती, राजाधिराज आहे. त्या विष्णूला सर्वांचा कर्ता, ईश्वर, प्रजापती, सर्व सृष्टीला व्यापून राहणारा असे जाणतात. त्या सर्वेश्वरापेक्षा श्रेष्ठ असे दुसरे कुठलेही तत्त्व नाही. विशेष सामर्थ्य, तेज, बल, ऐश्वर्य यांच्या आधारे या विभूतींचे वर्णन आले असले तरी हे तेज विष्णूनेच त्यांना दिलेले आहे यात शंका नाही. याच वर्णनाच्या पुढे काही महत्त्वाच्या गोष्टींची लक्षणे सांगितली आहेत. अहिंसा हे धर्माचे लक्षण असून हिंसा अधर्माचे लक्षण म्हणून सांगितले आहे. यावरून स्पष्ट होते की, दुसऱ्याला पीडा होईल, त्रास वाटेल असे काया-वाचा-मनाने कोणीही वागता कामा नये. कारण हिंसेची व्याप्ती इतकी मोठी आहे.

अहिंसालक्षणो धर्मो हिंसा चाधर्मलक्षणा ।
प्रकाशलक्षणा देवा मनुष्याः कर्मलक्षणाः ।। (महा.१४.४३.१९)

विभूतीवर्णनाच्या आधी क्षेत्र म्हणजे प्रकृती व क्षेत्रज्ञाविषयी विवेचन आले आहे. अव्यक्त ही संज्ञा त्रिगुणात्मिका प्रकृतीसाठी आलेली आहे. यासंबंधी असे स्पष्ट केले आहे की, प्रकृती अचेतन असून तिच्यातच गुणांचा उद्भव व लय होतो. या प्रकृतीलाच स्वतःचे ज्ञान नसते. तिलाच 'क्षेत्र' अशी संज्ञा आहे. मानवी देहालाही क्षेत्र म्हणतात. या क्षेत्राला जाणणारा तो 'क्षेत्रज्ञ'! हा क्षेत्रज्ञ आत्मा प्रकृतीला सदोदित पाहतो व जाणतो. या शरीरामध्ये जो जीव आहे तो परमात्म्याचा अंश असून तोच आपण शरीरापासून भिन्न आहोत हे जाणतो. तो प्रकृतीचा भोग घेतो याचाच अर्थ त्रिगुणांनी निर्मिलेले शरीर या जीवाला भोग्य म्हणून जाणवते. त्रिगुणात्मिका प्रकृतीवर नियंत्रण व अधिकार असतो तो परमात्म्याचा. विविध देहांमध्ये राहणारे जीवात्मेदेखील सर्वश्रेष्ठ परमात्म्याच्या अधीन

असतात. या जीवात्म्यांचा आत्मा म्हणजे परमात्मा होय आणि त्यालाही या अध्यायात 'क्षेत्रज्ञ' म्हटलेले आहे.

तस्मादलिङ्गः क्षेत्रज्ञः केवलं ज्ञानलक्षणः ।।

(महा.१४.४३.३४ व ३९)

जाणून घेण्याची शक्ती सचेतन अशा जीवात्म्यातच असते; ती जडदेहात (म्हणजे प्रकृतीच्या जड विकारात) असणे शक्य नाही. तीन गुणांनी निर्मिलेल्या या देहरूपी वृक्षात दोन पक्षी राहतात एक आत्मा व दुसरा परमात्मा! हे जीव आणि शिव परस्परांचे मित्र आहेत. जीवात्म्याच्या संगतीत परमात्मादेखील आहे. तो प्रकृती व जीव यांचा नियंत्रक आहे. परमात्मा हे भगवंताचे विस्तारित रूप आहे व हा परमात्मा सर्व शरीरांमध्ये स्थित आहे. जीवात्मा मात्र एका देहातच स्थित आहे. 'द्वा सुपर्णा' या मंत्रात, मुंडकोपनिषदात हृदयातील या दोन पक्षांचा उल्लेख आहे. जीवाला इतर देहांचे ज्ञान नाही; परंतु, परमात्म्याला सर्व क्षेत्रांचे, देहांचे ज्ञान आहे. म्हणून गीतेत म्हटले आहे की, 'मी सुद्धा क्षेत्रज्ञ आहे – जेवढी क्षेत्रे आहेत तेवढ्या सर्वांमध्ये!' (महा.१४.४७.१५).

क्षेत्रज्ञं चापि मां विद्धि सर्वक्षेत्रेषु भारत ।। (गीता १३.३)

जीव हा मायेच्या पटलामुळे देहबुद्धी धारण करून बद्ध झालेला आहे. जेव्हा त्याला आपल्या शेजारीच असलेल्या शुद्ध, अविनाशी परमात्म्याचे आपण अंश आहोत ही ओळख पटेल तेव्हा तो भवबंधनातून मुक्त होईल. मनोनिग्रह, तप, सर्वत्र समदर्शित्व, अनासक्ती, निरहंकारी निःस्पृह वृत्ती, निर्ममत्व आणि सदाचरण या साधनांच्या साहाय्याने जीवाला आपल्या शुद्ध, शाश्वत स्वरूपाची प्राप्ती होऊ शकेल.

या आध्यात्मिक विवेचनात व इतरत्र ठिकाणीही अहिंसारूपी धर्मावर खूप भर दिला आहे. परंतु, परशुरामासारख्या अवतारी पुरुषाने क्रोधवशात् क्षत्रियांचा एकवीस वेळा नाश केला आहे. परशुरामाकडून हे हिंसेचे कृत्य पुनःपुन्हा घडले आहे. ही गोष्ट शाश्वत धर्माच्यादृष्टीने अनुचित वाटते. परंतु, या पर्वात असा वेगळा तपशील आला आहे की, परशुरामाला आकाशवाणीने या हिंसाचारापासून परावृत्त होण्याचे सांगितले. त्याच्या ऋचीकादि पितरांनीही त्याचे मन वळविले. शेवटी परशुरामास उपरती होऊन त्याने घोर तप आचरिले व परमपदाची प्राप्ती केली. (महा.१४.३०.३०-३१).

या अनुगीतेच्या उपदेशाच्या शेवटी कृष्णाने अर्जुनाला सांगितले की, तुझ्यावरील प्रेमामुळेच मी हे गुह्य ज्ञान तुला कथन केले. माझ्या सांगण्याप्रमाणे जर तू आचरण केलेस तर तुला परमपद मिळेल. त्यानंतर कृष्ण द्वारकेला जायला निघतो. त्या निरोपाच्या प्रसंगी अर्जुनाने व युधिष्ठिराने कृष्णाला विजयाचे सर्व श्रेय देत जे विचार मांडले त्यावरून त्यांना कृष्ण खऱ्या अर्थाने जगन्नियन्ता, परमात्मा असल्याचे प्रतीत होते.

कृष्ण हाच विश्वात्मा

हे वृष्णिकुलाग्रणे कृष्णा, तुझ्यामुळे राजास जय मिळाला, शत्रू ठार झाले व राज्य पुन्हा मिळाले. तूच नौका होतास म्हणून आम्ही कुरुसागर तरून गेलो.

विश्वकर्मन् नमस्तेऽस्तु विश्वात्मन् विश्वसंभव ।। (महा.१४.५१.८)

तू विश्व उत्पन्न करणारा आहेस; विश्वाचा आत्मा असून सर्व विश्वात श्रेष्ठ आहेस. स्थावर जंगम जगत् तुझ्याच ठायी अधिष्ठान पावले आहे. रति, तुष्टी, धृती, शांती हेच काय पण सर्व चराचर सृष्टी हे तूच आहेस. तुझे वर्णन कितीही दीर्घ काळ केले तरी ते पूर्ण होणार नाही. मला व्यास, नारद, देवल व भीष्म यांच्याकडून कळले आहे की, तूच सर्व प्राणिमात्रांचा ईश्वर आहेस. देवा तूच आत्मा व परमात्मा आहेस. माझ्यावर अनुग्रह करून तूही मला हेच सांगितले आहेस. पापी दुर्योधन रणात ठार झाला, हे अद्भूत कृत्य तू आमच्या प्रेमानेच केलेस. मला रणात विजय मिळविता आला तो केवळ तुझ्यामुळेच!

अर्जुनाचे हे जे उद्गार वर दिले आहेत अगदी हेच उद्गार अर्जुनाने गीतेत १०व्या अध्यायात काढलेले आहेत.

परं ब्रह्म परं धाम पवित्रं परमं भवान् ।
पुरुषं शाश्वतं दिव्यमादिदेवमजं विभुम् ।। (गीता १०.१२-१३)

देवा, तूच परब्रह्म, तूच श्रेष्ठ धाम, तूच पवित्रतम, तूच परम शाश्वत पुरुष तसेच अजन्मा, सर्वव्यापी आदिदेव आहेस. असित देवल, व्यास व नारद यांचाही येथे उल्लेख असून त्यांनी हे तुजविषयी सांगितले आहे, असे म्हटले आहे. अर्जुनाने वर म्हटले की, कृष्णा, तूच विश्वाचा कर्ता आहेस व त्यामुळे तू तुझ्या अंशरूपाने चराचरसृष्टीत आहेस. सृष्टीच्या आधी ब्रह्मा, इंद्र, प्रजापती अशा देवता असणे शक्य नाही, फक्त ज्याच्यापासून सृष्टी किंवा विश्व निर्माण झाले तोच असू शकतो. या विश्वाची निर्मिती परब्रह्मस्वरूपी कृष्णाने केली आहे म्हणून त्याला 'आदिदेव' म्हटले आहे. हा जो श्रेष्ठ परमात्मा आहे तो प्रकृतीचा स्वामी आहे तसाच जीवात्म्यांचा स्वामी आहे. परमात्मा हाच फक्त 'मायाधीश' म्हणजे प्रकृतीचा ईश असल्याने जीवात्म्यांचा मायेचा पडदा तोच दूर करू शकतो. जीव मायाधीन आहेत. त्यांनी अनन्यभक्ती करून परमेश्वराची कृपा प्राप्त करावी; त्या कृपेमुळे ते मायेच्या पाशातून मुक्त होऊन परमपदाला जाऊ शकतात.

(क्रमशः)

लेखांक : चौऱ्याण्णवावा

मायापाशावर उपाय

मागील ९३व्या लेखात आपण पाहिले की सर्वोच्च परमतत्त्व अथवा परमात्म्याचे स्थान अनेक ठिकाणी कृष्णाला दिलेले आहे तर काही मोजक्या ठिकाणी ते स्थान महादेवाला (शंकराला) दिलेले आहे. वास्तविक परमोच्च तत्त्व दोन असू शकत नाही; ते एकच आहे व अद्वितीय आहे याचा निर्वाळा सर्व उपनिषदांनी तसेच गीता व ब्रह्मसूत्रे यांनीही दिला आहे. महाभारतासारख्या पाच हजार वर्षांपूर्वीच्या ग्रंथात शिव व विष्णू एकच आहेत असे नारायणीयोपाख्यानात, भगवद्‌गीतेत स्पष्टपणे मांडलेले असताना, नंतरच्या काळात शैव संप्रदाय व वैष्णव संप्रदाय यांच्यात वितुष्ट कसे काय निर्माण झाले याचे आश्चर्य वाटते. शिव-विष्णू एक आहेत याचा आणखी एक महाभारतातील पुरावा मी खाली उद्‌धृत करीत आहे. हा कृष्ण व उत्तंक ऋषी यांच्यातील संवादाचा कथाभाग आश्वमेधिक अध्याय ५३मध्ये आला आहे. मुनीवर उत्तंक याने, कृष्णाने कौरव-पांडवांत समेट करण्याचे सामर्थ्य असतानाही तो न घडवता युद्धात त्यांचा नाश होऊ दिला म्हणून शाप देण्याचे ठरविले. तेव्हा कृष्णाने सर्व खरी हकीकत सांगून, आपले दैवी अवतारस्वरूप कथन करून त्याचा राग शांत केला. त्या निवेदनात कृष्णाने सांगितले की, तोच आदिदेव असून सर्व विश्वाची सृष्टी व संहारकर्ता तोच आहे. त्याच्यापासून रुद्र व वसू उत्पन्न झाले. येथे रुद्र म्हणजे शिव त्याच्याचपासून उत्पन्न झाल्याचा स्पष्ट उल्लेख आहे. क्षर, अक्षर, सत्, असत् किंवा व्यक्त, अव्यक्त हे सर्व तोच आहे. धर्म त्याचा मानसपुत्र आहे.

ततः परं नास्ति चैव देवदेवात्सनातनात् ।। (महा.१४.५३.७)

मी देवाधिदेव असून माझ्याहून श्रेष्ठ असे दुसरे काही नाही. मीच विष्णू आहे, ब्रह्मा तसेच इंद्र आहे आणि धर्मसंस्थापनाकरिता वेगवेगळ्या योनीत अवताररूपाने जन्म घेतो. हे वर्णन बरेच मोठे आहे परंतु मुख्य भाग हा की 'रुद्र' या शब्दातून शंकरच उत्पन्न झाल्याचे सांगितले आहे; कारण भगवद्‌गीतेत **'रुद्राणां शंकरश्चास्मि'** (मी ११ रुद्रात) मी रुद्रांचा प्रमुख शंकर आहे असे विधान आहे. (महा.३.१३.१९). वनपर्वात अर्जुनाने म्हटले आहे की, कृष्ण नारायणाचा अवतार असून तोच रुद्र, सूर्य, ब्रह्मा इत्यादी आहे.

शिवाय नारायणीयोपाख्यानात तर रुद्र नारायणाच्या ललाटापासून उत्पन्न झाला असून त्या दोघांत मुळीच भेद नाही, ते एकच आहेत असे म्हटले आहे.

रुद्रो नारायणश्चैव सत्त्वमेकं द्विधाकृतम् ॥ (महा.१२.३२८.२४)

काल हाच कर्ता

मानवी जीवनात वैचित्र्य, विषमता, क्षणभंगुरत्व, सुख-दुःखाची अनित्यता, अकाली मरण अशा सर्व गोष्टी दिसून येतात. या सगळ्यांना माणसाने जी जी कर्मे पूर्वी केलेली असतात तीच जबाबदार असून दुसरा कुणीही त्याला जबाबदार नाही. स्वकृत कर्माची फळे भोगण्यासाठीच स्वर्ग, नरक व पुनर्जन्म असून त्या कर्मफलांचा नाश किंवा समाप्ती, ती भोगूनच करावी लागते, असे विवेचन सर्वत्र आढळते. मानवी जीवनात जे वैषम्य आहे ते प्रत्येकाच्या कर्मामुळे आहे; ईश्वर निर्मित नाही. (महा.१२.२७९).

एका आई-बापापासून जन्मास आलेल्या मुलांमध्ये गुणांचा, प्रवृत्तीचा, कुवतीचा फरक दिसून येतो, त्याची कारणमीमांसा पूर्वजन्म, पुनर्जन्म यांच्या योगाने लावली आहे. जीवनातील विषमता, वैचित्र्य, लाभ-अलाभ, जय-पराजय, क्रौर्य, ऐश्वर्य-दारिद्र्य यांची उत्पत्ती वरीलप्रमाणे सांगितली असली तरी महाभारतात काही ठिकाणी त्यांचे जनकत्व कालाला किंवा कालप्रभावाला दिले आहे. दैत्यांचा राजा बली याला राजवैभवाच्या अवस्थेतून अवनती प्राप्त झाली; गर्दभयोनीत जगणाऱ्या त्याला याबद्दल मुळीच शोक वाटत नव्हता. इंद्राने त्याला यासंबंधी विचारल्यावर त्याने सांगितले की, कालगतीने हे सर्व घडलेले असल्याने त्याला दुःख वाटत नाही. मी स्वतंत्र नाही; माझ्या जीवनातील चढ-उतार कालाच्या हाती आहे. कालच शास्ता आहे.

एवं मे निश्चिता बुद्धिः शास्तुस्तिष्ठाम्यहं वशे ॥

(महा.१२.२१७.३१)

या शास्त्याच्या अधीन मी आहे. तुला इंद्रा, खोटा अभिमान आहे की तुझ्या पराक्रमाने तुला हे श्रेष्ठ ऐश्वर्य मिळाले. असे हजारो इंद्र होऊन गेले; त्यांचेही सर्व काही कालामुळे लोप पावले. काळाचे सामर्थ्य फार मोठे आहे. काल हा सर्वश्रेष्ठ आहे. त्याला आदि, अंत नाही. त्याला अग्नी, प्रजापती म्हणतात, ऋतू, मास, दिवस, मुहूर्त असेही म्हणतात; परंतु तो विविध नाही; तो एकच आहे.

बलीने पुढे म्हटले की, इंद्राला आपल्या जयाबद्दल गर्व वाटण्याचे कारण नाही. तुझ्या जयाला कारणीभूत कालगती आहे व माझ्या पराभवाला कारणीभूत तीच आहे. मी दुष्कर कर्म करून, पराक्रम गाजवून इंद्रपद मिळविले अशी घमेंड तू करू नकोस; कारण जय-पराजय, सुख-दुःख सर्व काही कालाच्या अधीन आहे, इंद्रा तू स्वतःलाच कर्ता

समजत आहेस ही शोचनीय गोष्ट आहे. काल हाच कर्ता व करविता आहे, तोच क्रिया घडवून आणणारा आहे, हे पक्के समज. (महा.१२.२२०.३३).

कालगतीचे वर्णन

शांतिपर्वात या २२०व्या अध्यायात कालगतीचे सविस्तर वर्णन केले आहे. बलीने इंद्राला सांगितले, ''इंद्रा, मी, तू किंवा जे कुणी इंद्रपद मिळवतील त्यांचा मार्ग पूर्वी अनेकांनी आक्रमण केलेलाच आहे. तू स्वतःला मिळालेले पद शाश्वत टिकेल व आपण प्रजापती ब्रह्मदेवाप्रमाणे कायम टिकून राहू असे समजू नकोस. कालगतीने तुझे हे सर्व वैभव एक दिवस नष्ट होईल; जे स्थिर नाही त्याला स्थिर समजू नकोस. कालाच्या प्रभावापुढे विद्या, तप, मित्र यांपैकी कुणीच मनुष्याला वाचवू शकत नाही. काल हा खरोखर दुरतिक्रम आहे! सर्व कालाच्या नियंत्रणाखाली असल्याने, मरण, ऐश्वर्य, सुख, दुःख, प्रभुत्व, पराजय ही जरी प्राप्त झाली तरी ज्ञानसंपन्न मनुष्याने त्याबद्दल आनंद मानू नये किंवा खेदही करू नये. कालज्ञान असले की, मनुष्य कालाच्या तावडीत सापडला तरी शोक करीत नाही. इंद्राने शेवटी कालाचा प्रभाव असतो हे मान्य केले व बलीच्या दीन अवस्थेबद्दल करुणा व्यक्त केली.''

बलीच्या विवेचनात 'काल कर्ता' आहे म्हणजेच कालरूपी परमात्मा कर्ता आहे. गोंदवलेकर महाराजांनीसुद्धा हे मांडले आहे की, सगळ्या गोष्टीत 'राम कर्ता' माना. मी कर्ता आहे अशी बुद्धी ठेवून कर्म आचरले तर फळाची इच्छा राहते. त्यापेक्षा संत ज्याप्रमाणे 'राम कर्ता' मानतात त्याप्रमाणे आपणही कर्तेपण रामाकडे द्यावे. जे काही घडते आहे ते परमात्माच आपल्या हिताकरिता करतो आहे ही जाणीव सतत ठेवावी. अशी भावना ठेवल्यावर फळ मिळाले, नाही मिळाले, यश प्राप्त झाले, नाही झाले तरी त्याची काळजी किंवा दुःख म्हणून वाटत नाही. परमेश्वराला कर्तेपण सोपवल्याने आपले प्रत्येक कर्म निष्काम स्वरूपाचे व्हायला लागते व त्या कर्माच्या परिणामांनी आपले मन व्यथित होत नाही. आपल्या मनात समाधान नांदते. कर्तेपण नष्ट झाल्याने 'मी-माझे' ही भावनाही कमी होते. (प्रवचने पृ.६२ व पृ.३०१).

सृष्टी आणि प्रलय

व्यासांनी शुकाला ब्रह्मदेवाने सृष्टी कशी निर्माण केली व प्रलय हा चार युगांच्या समाप्तीनंतर कसा होतो याची कल्पना दिली. अगदी सुरुवातीला अनादि, अनंत, अविनाशी, बुद्धी व इंद्रियांना अगोचर असे परब्रह्म फक्त अस्तित्वात होते. त्या परमात्म्यापासून ब्रह्मदेव उत्पन्न झाला. मनुष्याचे एक वर्ष म्हणजे देवांचा एक दिवस व म्हणून उत्तरायण म्हणजे

त्यांचा दिवस व दक्षिणायन म्हणजे रात्र होय. मागे चारही युगांचा काल व संधिकाल आपण पाहिलेलाच आहे. चार युगांचे मिळून एक महायुग होते व अशी एक हजार महायुगे झाली की, ब्रह्मदेवाचा एक दिवस होतो व त्याच्या रात्रीचे प्रमाणदेखील हेच आहे. हा दैवी दिवस संपला की, सृष्टीचा संहार म्हणजे प्रलय होतो व सृष्टी परमात्म्यात लीन होते. ब्रह्मा प्रकृतीत विकार उत्पन्न करतो व महत् तत्त्वाची निर्मिती करतो, त्यानंतर अहंकार, पंचमहाभूते, मन इत्यादी उत्पन्न होतात. (महा. १२.२२४.२८-३१). कृतयुगात मनुष्याचे आयुर्मान चारशे वर्षे, ते प्रत्येक युगात कमी होत कलीत शंभर होते. कृतयुगात तपाला प्राधान्य, त्रेतात ज्ञानाला, द्वापरात यज्ञाला व कलीत दानाला प्राधान्य असते. हा सृष्टीचा क्रम नित्य सुरू असतो व हा भूतग्राम पुनःपुन्हा जन्म पावून विलीन होतो. हे जे कालचक्र वर्णिले आहे त्यात सर्व विश्व म्हणजेच अगदी ब्रह्मलोकांपासून खालच्या लोकांपर्यंत प्रलयकाली लुप्त होतात व ते पुन्हा सृष्टीकाली पूर्ववत उत्पन्न होतात. विश्वाच्या उत्पत्तीचा इतिहास महाभारतात (शांतिपर्वात) अनेक अध्यायांतून आलेला आहे. ही विश्वोत्पत्तीची चर्चा विविध संवादांतून विस्तृतपणे निवेदन केली असून त्यात महत्तत्त्व, मन, बुद्धी, अहंकार, पंचमहाभूते, इंद्रिये, क्षेत्र-क्षेत्रज्ञ, व्यक्त-अव्यक्त हे सगळे विषय बारकाईने हाताळले आहेत. सांख्यदर्शनाचा या विषयाशी जवळचा संबंध असल्याने सांख्यांच्या संदर्भात हा विषय पुन्हा हाताळला आहे. असा हा या विषयाचा तपशील थोड्याफार फरकाने पुनरुक्त झाला आहे.

मायापाशाला तोंड देणे

तीन गुणांनी बनलेली प्रकृती हीच सचेतन आत्म्याहून भिन्न असून तिनही गुणांच्या विकारांनी, काम, क्रोध, लोभादिक विकारांनी जखडून टाकते जीवाला. आपण ज्याला माया किंवा अज्ञान म्हणतो ते व लोभातिशय एकाच स्वरूपाचे आहे. भीष्मांनी यावर म्हणजेच अज्ञानाच्या स्वरूपावर प्रकाश टाकताना सांगितले की, मनाचे षड्रिपू राग, द्वेष, शोक, अभिमान व इतरही पापकर्मे ही सर्व अज्ञानच होय. अज्ञान आणि लोभ हे उभयतः एकच आहेत. लोभापासून अज्ञान उत्पन्न होते. एकाची वृद्धी झाली की दुसऱ्याची होते. (महा. १२.१५३). लोभ हा मकराप्रमाणे माणसाला ग्रासून टाकणारा आहे. त्याच्या योगानेच अधर्म घडतो, दुर्बुद्धी होते व परिणामतः अत्यंत दुःख होते. या महाशत्रू लोभापासूनच काम, क्रोध, मोह, मायावीपणा, अविश्वास, कुटिल वर्तन, अभिमान, ताठा, परनिंदा इत्यादी उत्पन्न होतात व या भयानक दोषांकडे प्रवृत्त होऊन माणूस पापाच्या डोहात बुडून जातो. या दोषांकडे जीव केव्हा व कसा ओढला जातो हे त्याला कळत नाही व त्यातून बाहेर पडायचेदेखील त्याला समजत नाही. (महा. १२.१५२.४-७).

या सर्व मोहकारक अपप्रवृत्तींवर मात करण्यासाठी इंद्रियनिग्रहाची आवश्यकता आहे. त्यासाठी भीष्मांनी दम, तप व सत्य या तीन श्रेष्ठ तत्त्वांची माणसाने कास धरावी व निर्धारपूर्वक त्याचे पालन करावे असे सांगितले आहे. दमामध्ये अनेक सद्गुणांचा अंतर्भाव केलेला आहे. क्षमा, अहिंसा, समता, इंद्रयजय, निर्मात्सर्य, सत्य, धैर्य व भूतदया या सर्वांचा समुदाय म्हणजे 'दम' होय.

दमेन सदृशं धर्मं न्यान्यं लोकेषु शुश्रुम ।। (महा. १२.१५४.१०-१६)

याच्या पुढील दोन अध्यायांत 'तप' व 'सत्य' यांचे विवरण व प्रशंसा आली आहे. या दोन्हींमध्ये मनोनिग्रह, अहिंसा, शुचिता वगैरे अभिप्रेत आहेत. परंतु, तप म्हणजे निर्धाराने परिश्रम घेत चिकाटीचा उद्योग, शरीराला कष्ट देणारी क्रिया म्हणजे तप असा अर्थ येथे अभिप्रेत आहे; कारण तपानेच ब्रह्माने सृष्टी निर्माण केली. तपानेच दुःष्पाप्य वस्तू मिळविता येते, तपानेच सर्व शक्य होते असे विधान आहे. (महा. १२.१५५) सत्याचे सविस्तर विवेचन यापूर्वी आलेले आहेच. परंतु, त्यातही त्याग, तितिक्षा, क्षमा, अहिंसा, दम इत्यादी गुणही त्याचेच आकार किंवा गुण आहेत व सत्यापरता धर्म नाही, ती परमा गतीच आहे. (महा. १२.१५६.४,२४). तपाचे जे स्पष्टीकरण वर दिले आहे, त्याच्याशिवाय आणखी फार चांगले स्पष्टीकरण शांतिपर्वात एके ठिकाणी आहे. भीष्मांनी सांगितले की, साधारणतः महिना-पंधरा दिवस उपवास करणे त्यालाच लोक 'तप' समजतात. ते बरोबर नाही. सत्पुरुषांच्या मते खरे तप कोणते? प्राण्यांना भीतिकारक किंवा अपायकारक कर्मांचा त्याग करणे व त्यांना संतुष्ट ठेवणे हेच आत्मविद्योपयोगी उत्कृष्ट तप होय. अशी वृत्ती ठेवायला अहिंसा, दया, सचोटी हे सर्व पाळावे लागतील तर हे तप नेहमी आचरणे शक्य आहे.

आपले आयुष्यातील जे ध्येय आहे- परमेश्वराचे दर्शन - त्यासाठी हे तप व वरील सर्व धर्मतत्त्वांचे कसोशीने पालन करून अंतःकरण सर्व दोषांपासून मुक्त केले पाहिजे. मनाच्या पाटीवरील कामक्रोधादी तामस विकार पुसून टाकले पाहिजेत. जीव हा त्रिगुणांशी एकरूप होऊन मायापाशाने ग्रस्त झालेला असतो म्हणून त्याला परमात्म्याचे दर्शन होत नाही; पापांचा क्षय झाला आणि बुद्धी स्वच्छ झाली म्हणजे आरशात पडलेल्या प्रतिबिंबाप्रमाणे तिला आत्म्याचे ज्ञान होते. (महा. १२.१९७.८).

गोंदवलेकर महाराजांनी या संदर्भात छान उदाहरण दिले आहे. एकदा एक बाई नैवेद्यासाठी सोवळे नेसून स्वयंपाक करीत होती. बाईचे मूल उठले व रडत आईजवळ येऊ लागले. आईने सांगितले.. 'बाळा, थांब, तुझे कपडे काढून तू ये.' बाळ ऐकेना. शेजारच्या बाईने बाळाचे कपडे काढले व नंतर आईने त्याला पोटाशी धरले. आपलेही असेच असते. वासना, विकार, अहंकार इत्यादींचे कपडे न काढताच आपल्याला परमेश्वराची भेट घ्यायची असते. परमेश्वर मातेप्रमाणे असला तरी त्याची भेट कशी होणार?

(प्रवचने २४९). रामकृष्ण परमहंसांनीही म्हटले आहे, वाऱ्याच्या झुळकेने जर शांत असलेले पाणी हलले तर त्यात पडलेले प्रतिबिंब नाहीसे होते. ईश्वराच्या दर्शनाबाबत असेच असते. आपले अंतःकरण निर्मळ व रागद्वेषांपासून मुक्त असेल तरच त्यात आपल्याला परमेश्वर दिसू शकेल. (बोधकथा पृ. १२२).

खरा ब्राह्मण कोण ?

परंतु ब्राह्मण कुणाला म्हणावे, हा प्रश्न त्या काळीही विचारत होते. महाभारतात चातुर्वर्ण्याच्या चर्चेत ब्राह्मणांची प्रशंसा आढळते. खऱ्या अर्थाने ब्राह्मण कुणाला म्हणावे याचे उत्तर वनपर्वात सापडते. वनात हिंडत असताना भीमावर अजगर हल्ला करतो व त्याला विळख्यात जखडून टाकतो. नहुष नावाचा राजा अगस्त्याच्या शापाने अजगर झालेला असतो. युधिष्ठिर भीमाचा शोध घेत तेथे येतो. नहुष म्हणतो की, माझ्या प्रश्नांची तू योग्य उत्तरे देशील तर हा वाचेल. त्यातील प्रश्न होता की, ब्राह्मण कोण?

सत्यं दानं क्षमा शीलमानृशंस्यं दमो घृणा ।
दृश्यन्ते यत्र नागेन्द्र स ब्राह्मण इति स्मृतः ॥ (महा. ३.१७७.१६)

सत्य, दान, क्षमा, मनोनिग्रह, दया, शील हे गुण ज्याच्या ठिकाणी असतील तो ब्राह्मण समजावा. हे गुण नसल्यास तो ब्राह्मण नाही व हे गुण शूद्राजवळ असल्यास तो शूद्र समजू नये असे येथे म्हटले आहे. जन्मावरून वर्ण ठरू नये असेच मत त्या काळी होते, असे स्पष्ट दिसते.

समाजात काही चालीरीती किंवा समजुती धर्माचे अंग म्हणून रूढ झालेल्या दिसतात. पित्याला पुत्र नसेल तर त्याला मुक्ती मिळणार नाही व हे धर्मग्रंथात आहे म्हणून ते धर्मतत्त्व आहे अशी चुकीची समजूत पसरलेली आहे. केवळ पुत्रप्राप्तीने तुमचे आचरण व कर्म कसेही असले तरी मुक्ती कशी बरे मिळू शकेल? कर्मसिद्धांत सांगतो की, दीर्घ काळ, निष्काम कर्म, भक्ती, सदाचरण केल्याशिवाय मुक्ती शक्य नाही. धर्माचे तत्त्व व चालत आलेली सामाजिक रूढी यात फरक केला पाहिजे. शांतिपर्वात पिता-पुत्र संवाद आला आहे. त्यात वरील संकेतांच्या अगदी विरुद्ध वचन आले आहे. ज्ञानी पुत्र म्हणतो, माझा उद्धार करण्यासाठी संततीची मुळीच अपेक्षा नाही. मला संतती नसली तरी मी मोक्ष मिळवणार. समबुद्धित्व, सत्यनिष्ठा, हिंसेचा त्याग, चारित्र्यसंपन्नता यांच्यामुळे ध्येयसिद्धी होईल. (महा. १२.१६९.३३-५५). सत्यधर्म श्रेष्ठ आहे, त्यानेच अमृततत्त्वाची प्राप्ती होते. या वचनाला महत्त्व देऊन पुत्राचा हव्यास सोडणे हेच समाजाच्या हिताचे आहे. समाजहित व मानवताधर्म हे निकष लावून अशा बाबतीत निर्णय घेणे इष्ट होय!

(क्रमशः)

◆◆

लेखांक : पंच्याण्णवावा

समारोप

महाभारतातील धर्मविषयक विवेचन इतके विस्तृत आहे की ते सुविचारांनी भरलेल्या सागराप्रमाणे वाटते. लोककल्याणार्थ हे धर्मप्रवचन असून चारही पुरुषार्थांची प्राप्ती यातून व्हावी हे उद्दिष्ट आहे. पहिले तीन पुरुषार्थ - धर्म, अर्थ, काम हेसुद्धा मानवाने धर्ममार्ग अनुसरूनच प्राप्त करावे असे येथे स्पष्ट सांगितले आहे. मानवी जीवनाची ही तीन मूलभूत उद्दिष्टे आहेत.

धर्मश्चार्थश्च कामश्च त्रितयं जीविते फलम् ।
एतत्त्रयमवाप्तव्यमधर्मपरिवर्जितम् ।। (महा. १३.११२.१७)

मोक्ष हा अंतिम पुरुषार्थ आहे व ते परमस्थान मिळविण्यासाठी जो सोपान आहे तो धर्म होय.

महाभारतातील धर्म व आध्यात्मिक विचार समजण्यासाठी भगवद्गीता, अनुगीता व नारायणीयोपाख्यान हे महत्त्वाचे आहेत. गीता तर या ग्रंथात केंद्रस्थानी असून ती साक्षात् परमात्म्याच्या मुखातून आलेली आहे. उपनिषदांच्या उच्च विचारांचे सार तिच्यात सामावलेले आहे. अनुगीतेच्या शेवटी कृष्णाने म्हटले आहे की, 'हे अर्जुना, हे ज्ञान मी तुला युद्धभूमीवर यापूर्वीच सांगितले आहे, तेव्हा हे गुह्यज्ञान तू मनात नीट साठवून ठेव. याचा अर्थ अनुगीता ही गीतेचीच छाया आहे.' (महा. १४.५०.४८).

त्रिगुणात्मिका प्रकृती म्हणजे माया

जीवनात दुःख आहे, चिंता आहे, व्याधी आहे आणि जगातील पदार्थांपासून मिळणारे सुखही आहे, परंतु ते अत्यंत अल्पजीवी आहे. मनुष्याला ओढ वाटते ती शाश्वत सुखाची- परमानंदाची, कारण त्याचे मूळ आनंदघन परमात्म्यात आहे. त्याला प्रकृतीच्या पाशांनी जखडून टाकल्यामुळे, तो मायारूपी शक्तीने आच्छादित किंवा मोहित झाल्यामुळे, जन्म-मरणाच्या, कर्मबंधनाच्या शृंखलेने बद्ध झाला आहे. गीतेतील वचने याविषयी स्पष्ट कल्पना देतात.

अज्ञानेनावृतं ज्ञानं तेन मुह्यन्ति जन्तवः।। (गीता ५.१५)

माया, प्रकृती, अज्ञान, अविद्या या संज्ञा भगवंताच्या जड, कनिष्ठ शक्तीच्या निदर्शक आहेत, तीच अष्टधा प्रकृती- अपरा प्रकृती म्हणून सातव्या अध्यायात सांगितली आहे. परमेश्वराची हिच्यापेक्षा वरची शक्ती जिलासुद्धा प्रकृती म्हटले आहे ती म्हणजे जीवात्म्यांच्या रूपातली होय. ही चेतन शक्ती सर्व देहांमध्ये आपल्या रूपाने राहून त्यांना सजीव ठेवत असते. ही प्रकृतीरूपी माया ईश्वराची दैवी शक्ती असून ती गुणमयी आहे व दुस्तर अशी आहे. (गीता ७.१४). श्वेताश्वतरोपनिषदात म्हटले आहे.

छंदांसि यज्ञाः क्रतवो व्रतानि भूतं भव्यं यच्चवेदा वदन्ति ।
अरूपात् मायी सृजते विश्वमेतत् तस्मिंश्चान्यो मायया संनिरुद्धः ।।

(श्वे. ११.४४)

यज्ञ, व्रत, भूतादी व हे सर्व विश्वमायी (शिव-परमात्मा) उत्पन्न करतो आणि दुसरा मायी (म्हणजे मायाधीन जीव) मायापाशाने बद्ध होतो. प्रकृतीचे सत्त्व, रज व तम हे तीन गुण जीवात्म्याला कसे बांधतात याचे वर्णन आहे. सत्त्वगुण सुख व ज्ञानाभिमानाने, रजोगुण कर्म व कर्मफलाच्या योगाने व तमोगुण प्रमाद, आलस्य व निद्रा यांनी निबद्ध करतो. (गीता १४.६-८). जीवात्मा मोहित होतो म्हणजे हा देह म्हणजेच आपण आहोत, असे मानतो व आपले मूळ विशुद्ध आत्म्याचे स्वरूप विसरतो आणि भगवंतापासून दूर जातो. (गीता - योगमायासमावृतः ७.२५) ही प्रकृती जीवाला विषयात लोटते. संसाराची क्षणभंगूर भोगांची आसक्ती निर्माण करते. या आसक्तीमुळे जीव कामना करतो, तिच्या पूर्तीसाठी कर्मे करतो आणि सकाम कर्मामुळे जन्म-मरणाच्या फेऱ्यात जन्मोजन्मी सापडतो. एखादे झाड काढावयाचे असेल तर त्याची पालवी वरवर खुडून चालणार नाही, त्याच्या मुळाला पाणी घालणे बंद केले पाहिजे, त्याप्रमाणेच या संसारवृक्षाला अहंकाराचे, ममत्व-बुद्धीचे पाणी देणे बंद केले पाहिजे आणि हृदयस्थ ईश्वराच्या भक्तीची कास धरली पाहिजे. शांतिपर्वात पराशरगीतेत म्हटले आहे की, माणसाला एकमेव शत्रू आहे आणि तो म्हणजे अज्ञान म्हणजेच प्रकृती होय, ती परमात्म्याला झाकून ठेवते व जीवाला गैरमार्गाला लावते. (महा. १२.२८६.२८).

जीवात्मा हा त्याचा अंश

गीतेच्या १५व्या अध्यायात जीव हा परमात्म्याचा अंश आहे व तो नित्य, शाश्वत (सनातन) असल्याचे म्हटले आहे. (गीता १५.७). याउलट, जड प्रकृतीपासून निर्माण झालेले शरीर विनाशी आहे. जीव अंश असला तरी तो ईश्वराप्रमाणे सृष्टीकर्ता, संहारकर्ता, सर्वज्ञ, सर्वशक्तिमान, विश्वात्मा, सर्वगत, सर्वान्तर्यामी व सर्वव्यापी असा नाही. काही

गुणधर्मांच्या बाबतीत त्याचे ईश्वराशी साधर्म्य आहे. तो सचेतन, अज, नित्य, अव्यय, अविनाशी आणि सनातन आहे. जीवात्मा अक्षरपुरुष म्हणून म्हटला आहे तर त्याच्याहून श्रेष्ठ असा पुरुष आहे व त्याला उत्तम पुरुष (पुरुषोत्तम) म्हटले आहे. (गीता १५.१८). जीव आणि परमात्मा शरीरात हृदयप्रदेशी राहतात असेही उल्लेख आहेत. परमात्मा सर्वांचा अंतर्यामी म्हणून सर्व देहांमध्ये वास करतो, (गीता १८.६१, ८.२१, १५.१५ तसेच पहा महा. १२.२९१.३९, १२.३३३.२५, ३.२०३.३३) सृष्टीतील चराचर, स्थावर जंगम पदार्थात तो आहे असे म्हटल्यावर तो जीवात्म्याप्रमाणे सर्व सचेतन प्राण्यांच्या शरीरामध्ये आहे हे स्पष्ट होते. जीवात्मा अचेतन पदार्थात नाही, तो फक्त स्वतः धारण केलेल्या शरीरात राहतो व विषयांचा भोग घेतो. त्याच शरीरात परमात्माही सूक्ष्म रूपात राहतो परंतु तो केवळ साक्षी म्हणून ! हा अंतर्यामी परमात्मा जीवाच्या कर्मांची नोंद ठेवतो व त्याला त्याच्या कर्मांची फळे भोगावयास देतो. एक महत्त्वाची गोष्ट अशी आहे की, शरीर व शरीराचा स्वामी जीवात्मा हे उभयता दोघेही परमात्म्याच्या अधीन आहेत आणि तो उभयतांना जाणतो. गीतेच्या आठव्या अध्यायात हेच अधिक स्पष्ट केले आहे की, जीवात्मा प्रकृतीनिर्मित पदार्थांचा भोग घेतो, विविध कर्मे करतो. परंतु, परमपुरुष मात्र या देहातच राहून साक्षीरूपाने पाहतो, भरण–पोषण करतो, अनुमती देतो व असा हा जीवांचा स्वामी (महेश्वर) परमात्मा म्हणून म्हटला जातो. (गीता १३.२१–२३). या वर्णनावरून अंतर्यामी परमात्मा व अंशधारी जीवात्मा हे पृथक् आहेत हे स्पष्ट जाणवते. श्वेताश्वतर उपनिषदात पुरुष, प्रकृती आणि परमात्मा यांचे स्वरूप चांगले स्पष्ट केले आहे.

क्षरं प्रधानममृतात्परं हरः क्षरात्मानौ ईशते देव एकः।
तस्याभिध्यानात्, योजनात्, तत्त्वभावात् भूयश्चांते विश्वमायानिवृत्तिः।।
(श्वेता. २.८)

प्रकृती विनाशी आहे, हर (परमात्मा) अमर आणि अविनाशी आहे, एकच देव प्रकृती व जीवात्मा यांचे नियमन करतो, त्याच्या अभिध्यानाने व ज्ञानाने विश्वमायेची निवृत्ती होते.

जीवात्मा अणुरूप तर परमात्मा अणीयान्, जीवात्मा सूक्ष्म तर परमात्मा सूक्ष्मतर, जीवात्मा शरीरव्यापी तर परमात्मा सर्व विश्वव्यापी, जीवात्मा नियाम्य व कर्मफलभोक्ता तर परमात्मा नियामक व कर्मफलदाता आहे. जीवात्मा परमात्म्याच्या नियंत्रणाखाली असून त्याच्या प्रसादाने मोक्षस्थिती प्राप्त करणारा आहे.

मत्प्रसादादवाप्नोति शाश्वतं पदमव्ययम् ।। (गीता १८.५६)

भगवान श्रीकृष्ण साक्षात् सर्वश्रेष्ठ आदिनारायण आहे, असे मार्कंडेयाच्या आख्यानावरून स्पष्ट होते. गीतेतही स्वतः भगवंताने म्हटले आहे की तोच सर्वोच्च असून

त्याच्यापेक्षा श्रेष्ठ कुणी नाही.

मत्तः परतरं नान्यत्किंच्चिदस्ति धनंजय ।
मयि सर्वमिदं प्रोतं सूत्रे मणिगणा इव ॥

(गीता ७.७ तसेच पहा ८.२०-२१)

भूत, भविष्य व वर्तमान जाणणारा हा सर्वज्ञ असा परमात्मा आहे. परंतु याला कुणी जाणू शकत नाही. याचे कारण तो इंद्रिये, मन, बुद्धी यांच्या आकलनशक्तीच्या पलीकडे आहे. तो जगत्कर्ता असला तरी तो जगतापेक्षा पूर्णपणे भिन्न आहे. तो सर्वतोपरी 'दिव्य' स्वरूपाचा आहे. अर्जुनाला त्याने आपले दिव्य, खरे स्वरूप म्हणजेच विश्वरूप दाखवले परंतु ते पाहण्यासाठी त्याला अर्जुनाला आधी दिव्य चक्षू प्रदान करावे लागले. (गीता ११.८). या विश्वरूपात त्याला सर्व देव, ब्रह्मा, शंकर हे तर दिसलेच परंतु अनेक बाहू, उदर, मुख, नेत्र असे अलौकिक अनंतरूप परमात्म्याचे स्वरूप दिसले. असेच परमात्म्याचे 'विश्वात्मक' वर्णन, तेराव्या अध्यायात ज्ञेयाच्या वर्णनात, तसेच शांतिपर्वात भीष्मस्तवात व इतर ठिकाणीही आढळते. (महा. १२.४७.१४, १२.१७५.२०, १४.४०.४ आणि गीता १३.१३-१५). यावरून स्पष्ट होते की परमात्मा अंततः दिव्यस्वरूपी आहे. त्याला प्रकृतीपासून निर्मिलेल्या जगताचे नियम, मानवी तर्क लागू होत नाहीत. आध्यात्मिक दिव्य जग, तेथे परमात्म्याचे स्थान आहे ते आपल्या जगापेक्षा अगदी वेगळ्या पातळीवर आहे. तो देह-इंद्रियरहित असूनही विषयांचा भोक्ता आहे. प्रकृतिगुणांनी रहित असून (निर्गुण) गुणांचा भोग घेऊ शकतो. चक्षू व श्रोत्र नसूनही तो सर्व पाहू शकतो व ऐकू शकतो. त्याची मायाशक्ती दैवी आहे आणि त्याचे कर्म, त्याचा जन्म हे सर्व दिव्य आहे. (गीता ४.९ तसेच १३.१४). आपल्या आद्य मूळ स्वरूपात हा श्रीकृष्ण परमात्मा आपल्या धामात दिव्य रूपात अस्तित्वात आहेच परंतु अवतारी मानवी शरीरी असतानादेखील तो दिव्य शक्ती प्रकट करू शकतो. या दिव्य स्वरूपामुळे तो अचिन्त्य, अगम्य, अविज्ञेय असा म्हटला जातो. जीवात्म्याचे जन्मातील कर्तव्य हेच की, त्याने आपल्या अंशी परमात्म्याला अनन्यभक्तीने, संपूर्ण शरणागतीने जाणून घ्यावे, जन्म-मृत्यूच्या चक्रातून सुटावे व आपले मूळ विशुद्ध रूप प्राप्त करावे. मोक्षाचे वर्णन, 'शाश्वतं पदमव्ययम्' 'परमा गतिः', 'परा शान्तिः' 'परमाप्नोति', 'मामेवैष्यसि' इत्यादी शब्दांत केले आहे. ईश्वराला जाऊन पोहोचणे म्हणजे त्याच्या शाश्वत रूपात जाणे, ईश्वराच्या सन्निध असणे. परमानंदाची प्राप्ती होणे. अज, शाश्वत व सनातन जीवात्म्याला परमात्म्याची कायम ओढ असते, आपल्या मूळ स्वरूपाप्रत जाण्याचेच त्याचे लक्ष्य असते. परंतु, प्रकृतीचे पाश घट्ट असतात. तरीही साक्षात्परमेश्वरानेच त्याला भक्तीचा मार्ग दाखवला आहे.

पुरुषः स परः पार्थ भक्त्या लभ्यस्त्वनन्यया ॥ (गीता ८.२२ व १८-६८)

कर्मबंधन आणि पुनर्जन्म

या दीर्घ लेखमालेतील हा समारोपाचा लेखांक आहे, म्हणूनच प्रकृती, जीवात्मा व परमात्मा या तीन मूलभूत तत्त्वांचे महर्षी व्यासांनी मांडलेले स्वरूप नेमकेपणाने स्पष्ट करणे आवश्यक वाटले. धर्माविषयी या ग्रंथात फार तळमळीने व आग्रहाने म्हटले आहे की माणसाने जाणतेपणापासून धर्माचा, सदाचार व सत्कर्मांचा व भक्तीचा पाठपुरावा करावा, निदिध्यास ठेवावा, म्हणजे तो अंतिम परमानंद मिळवू शकेल. कर्माची फळे भोगून संपविण्याकरिताच मनुष्य शरीर धारण करतो, त्यासाठी कितीही जन्म घ्यावे लागले तरी ते घ्यावे लागतात.

येन येन यथा यद्यत्पुरा कर्म समाचितम् ।
तत्तदेव नरो भुंक्ते नित्यं विहितमात्मनः ।। (महा. १२.१७४.१०)

आपलीच पूर्वीची कर्मे प्रारब्धरूपाने तो भोगतो, परमेश्वर अंतर्यामी रूपाने जीवाच्या कर्मांचे निरीक्षण करून त्यानुसार कर्मफले प्रदान करतो. देह धारण केला की कर्म हे अटळ आहे, एक क्षणभरही कर्माविना मनुष्य राहू शकत नाही. हे कर्म बंधनकारक व्हायचे नसेल तर काय करायला पाहिजे? गीतेत त्यासाठीच निष्काम कर्मयोगाची, फलाशारहित कर्म करण्याची शिकवण दिली आहे. आसक्तीरहित होऊन कर्तव्यकर्म करावयास हवे.

असक्तो ह्याचरन्कर्म परमाप्नोति पूरुषः।। (गीता ३.१९)

अशा ईश्वरार्पण बुद्धीने फळाची आशा सोडून व अनासक्तीने कर्म केल्यास मनुष्य मुक्त होतो. महाभारतात कर्मसिद्धांतावर फार भर दिला आहे. युधिष्ठिराच्या हातून असत्य भाषण केल्याच्या अपराधामुळे त्याला काही काळ नरकात घालवावा लागला. अष्टवसू देव असूनही, त्यांनी अपराध केल्यामुळे त्यांना मनुष्यजन्म घ्यावा लागला; त्यातल्या ज्येष्ठ वसूला शापामुळे भीष्मरूपाने संपूर्ण जन्म पृथ्वीतलावर काढावा लागला. अर्जुनाच्या बाबतीतही तेच घडले. अर्जुनरक्षित अश्वमेधाच्या घोड्याला मणिपुराधिपती बभ्रुवाहनाने सामोरे न जाता शरणागती स्वीकारली. अर्जुनाने त्याला असा काय स्त्रीसारखा वागतोस म्हणून डिवचले. नागलोकातील अर्जुनभार्या उलुपी, हे समजताच तेथे आली व तिने आपली ओळख करून देऊन राजाला युद्धास प्रवृत्त केले. त्यानंतर पिता-पुत्रात घनघोर युद्ध झाले. त्याचा पराक्रम पाहून अर्जुनाने त्याची प्रशंसा केली आणि त्याने आपले वार सौम्य केले. तेवढ्यात बभ्रुवाहनाने तीव्र प्रहार केला व विद्ध होऊन अर्जुन भूमीवर पडला. भयंकर श्रमाने राजाही बेशुद्ध झाला; नंतर शुद्धीवर आल्यावर त्याने शोक केला. माता चित्रांगदेला फार दुःख झाले. परंतु, उलुपीने सांगितले की, 'राजा, तुझा अपराध नाही. मीच मोहिनी माया वापरली म्हणून देवांनाही अजिंक्य अशा अर्जुनाचा वध होऊ शकला.

मी तुम्हाला एक सत्य सांगते. अर्जुनाने शिखंडीला पुढे केले म्हणून भीष्मांनी शस्त्रत्याग केला, तरीही अर्जुनाने वार केले व त्यांचा पाडाव केला. या अपराधास्तव वसू रागावले व त्यांनी अर्जुनाला शाप दिला. माझ्या पित्याने वसूंकडे जाऊन प्रार्थना केली. तेव्हा त्यांनी उ:शाप दिला. जेव्हा हा अर्जुन रणात पुत्राकडून मारला जाईल तेव्हा हा शापमुक्त होईल. ब्रभुवाहनाला तिने सांगितले की, तिच्याजवळ संजीवनी मणी आहे, त्याने अर्जुन पुनर्जीवित होईल. त्याप्रमाणे अर्जुनाच्या वक्षावर मणी ठेवताच तो संजीवित झाला आणि त्यामुळे सर्वांना खूप आनंद झाला. या तपशिलावरून अर्जुनाने कर्मसिद्धांतानुसार आपल्या कर्माचे फळ भोगल्याचे स्पष्ट होते. (महा. १४ अध्याय ८०-८२)

महाभारतात आलेले धर्म व नीतीचे विवेचन इतके विस्तृत आहे की तितके इतर कुठल्याही ग्रंथात सापडत नाही. आपद्धर्म, युद्धधर्म, स्त्रीधर्म, राजधर्म हे तर सांगितलेच परंतु वर्णाश्रम धर्म व सामाजिक चालीरीतींचाही त्यात समावेश केला आहे. सार्वकालिक शाश्वत धर्माची तत्त्वे मात्र मानव कल्याण साधणारी असून ती मूलगामी आहेत. या धर्माविषयी पार्वतीने महेश्वराला विचारले असता शिवाने ती तत्त्वे सांगितली. अहिंसा, सत्य, सर्वभूतानुकम्पा, शम, यथाशक्ती दान, न दिलेले न घेणे (अस्तेय), दम, क्षमा आणि विशुद्ध वर्तन इत्यादी गोष्टींचा त्यात समावेश आहे. लेखांक ८०मध्ये त्या तत्त्वांचा उल्लेख आला असून गीतेत दैवी संपदा जी म्हटली आहे त्यात तसेच शांतिपर्वातही अनेक ठिकाणी यांचा उल्लेख केलेला आहे. (महा. १३.१२८.२५-२६, १३.२३.१९, १४.९४.३१, १२.६०.६-७ व गीता १६.१-३) सत्य या तत्त्वाला सनातन म्हटलेले आहे आणि या सत्याचीच शांतिपर्वात १३ अंगे, जी सांगितली, त्यात वरील तत्त्वांसहित अद्रोह, समता, ऱ्ही, तितिक्षा या गोष्टींचा समावेश आढळतो. (महा. १२.१५६. ७-१०) या सहा अंगांचाही उल्लेख आधीच्या लेखांकात केलेला आहे. विवाहाचे आठ प्रकार, दायभाग, अनुलोम संतती, नियोग पद्धती, युद्धनियम, काही सामाजिक चालीरीती या गोष्टी परिवर्तनशील धर्मात येतात. त्यावेळच्या समाजाला त्या हितकारक समजल्या जात होत्या. शाश्वत धर्म नित्य असतो पण या चालीरीतींच्या धर्मकल्पना नंतरच्या काळात निरुपयोगी ठरतात. शाश्वत धर्म हाच आपल्याला हमखास तारून नेईल अन्यथा अधर्माचरण, हिंसाचार, दुष्कृत्य व दुराचार आपल्याला नरकाकडे घेऊन जाईल व आपण दुःखच दुःख भोगत राहू. म्हणूनच गीतेत धोक्याचा कंदील दाखवला आहे. काम, क्रोध आणि लोभ यांना 'नरकाचे त्रिविध द्वार' असे संबोधून त्यांचा सर्वथैव त्याग करावा असा मोलाचा सल्ला दिला आहे. (गीता १६.२१). या तिघातही लोभ हा महाभयंकर असून सर्व पापप्रवृत्ती याच्यापासून होते असे भीष्मांनी युधिष्ठिराला सांगितले आहे. (महा. १२.१५२.२, लेखांक ९४).

महत्त्वपूर्ण मार्गदर्शन

व्यासांनी धर्मपालनाविषयी सर्वसामान्य भक्तांना फार चांगले मार्गदर्शन केले आहे.

अ. धर्माचे संक्षिप्त स्वरूप अगदी सोप्या शब्दांत सांगितले आहे. आपल्याला दुसऱ्यांनी आपल्या बाबतीत केलेले जे प्रतिकूल वाटते ते आपण दुसऱ्याच्या बाबतीत करू नये. (महा.१३.११४.८, पहा लेखांक ७४).

ब. वर सांगितलेल्या शाश्वत धर्माचे व नीतीचे नियम पाळलेच पाहिजेत. ते न पाळता अनीतीने, अन्यायाने धन मिळवून त्याच्या आधारे यज्ञयाग अथवा परोपकाराची कामे जरी केली तरी ते सर्व निष्फळ होय.

अन्यायोपगतं द्रव्यमतीतं यो ह्यपंडितः ।
धर्माभिकांक्षी यजते न धर्मफलमश्नुते ॥ (महा.१४.९४.२३)

क. ज्ञान, कर्मयोग, भक्तिमार्ग व ध्यानयोग ही मोक्षप्राप्तीची साधने असली तरी सुलभ व आचरण्यास सोपे साधन गीतेत भगवंताने सांगितले आहे. माझे नामस्मरण, हे अर्जुना तू सतत कर, माझ्याठायी निरंतर मन ठेव आणि तुझे कर्तव्यकर्म जे युद्ध ते तू कर; या उपायाने तू मला येऊन मिळशील.

तस्मात्सर्वेषु कालेषु मामनुस्मर युध्य च । (गीता ८.७)

आपल्या प्रिय शिष्याला गुह्यज्ञान सांगितल्यावर अगदी शेवटी शिष्याला सार गोष्ट सांगितली. अर्जुना, सर्व कर्तव्यकर्म मला अर्पून तू मला शरणागत हो, मी तुला सर्व पापांपासून मुक्त करतो.

सर्वधर्मान्परित्यज्य मामेकं शरणं व्रज । (गीता १८.६६)

वर उल्लेखिलेले काही मुद्दे जरी यापूर्वीच्या लेखांकातून येऊन गेलेले असले तरी या शेवटच्या लेखात आढावा घेण्याच्या दृष्टीने व सारभूत, ठळक गोष्टींचा पुनरुच्चार करून वाचकांच्या निदर्शनास आणण्याच्या दृष्टीने त्या समारोपात मांडल्या आहेत.

खरा धर्म – सूक्ष्म धर्म

वर उपदेश केला आहे की अर्जुना, तू सतत माझे स्मरण कर; याचा अर्थ मन जर ईश्वराशी संलग्न असेल तर देहाने केलेले कर्म अनासक्त होते; ते बंधनकारक होत नाही. म्हणूनच अर्जुनाने केलेली युद्धातील हत्या त्याला बंधनकारक झाली नाही. व्यासांनी आवर्जून सांगितले आहे की 'धर्म' हा मनाने आचरण करण्याचा आहे. काशीला गेले पण मन घरच्या शेतात अडकले तर ते शिवदर्शन व्यर्थ होय. दुसरे असेही सांगितले आहे की, धर्माचरण एकट्यानेच करायचे असते, तेथे कुणाचे साहाय्य मिळू शकत नाही. म्हणून सर्वांचे कल्याण चिंतावे.

इतर प्राचीन ग्रंथांत विशेष न आढळणारी ‘सूक्ष्म धर्माची’ कल्पना व्यासांनी मांडली आहे. धर्म कशात आहे? धर्म्य गोष्ट कोणती किंवा अधर्म्य कोणती हे ठरविणे कठीण आहे. सत्य बोलणे, सत्याचे पालन हा खरा धर्म; पण तसे सत्य बोलण्याने त्याचा परिणाम म्हणून मोठ्या समाजाचे अहित किंवा कुठला अनर्थ होणार असेल तर ते सत्य मानू नये; ते अनृत होय. वरवरचा धर्म जरी सत्यपालनाचा दिसत असला तरी तो घातक असल्याने अधर्म ठरतो. ज्याने अत्यंत समाजहित होते, धर्मरक्षण होते तेच सत्य म्हणून जाणले पाहिजे. (लेखांक ८२).

सत्यस्य वचनं श्रेयः सत्यादपि हितं वदेत् ।
यद्भूतहितमत्यन्तमेतत्सत्यं मतं मम ।। (महा.१२.३१६.१३)

या ग्रंथात दैव आणि पुरुषार्थ याविषयी विचार मांडले आहेत. भारतीय समाज दैववादी आहे असा आरोप आपण ऐकतो. परंतु, या ग्रंथात तरी पुरुषार्थालाच महत्त्वाचे स्थान दिले आहे. पुरुषार्थ हा क्षेत्र म्हणजे शेतासारखा आहे व दैव हे बीजासारखे आहे. सुयोग्य क्षेत्र नसेल तर बीज फलनिष्पत्ती करू शकणार नाही.

तथा पुरुषकारेण विना दैवं न सिध्यति ।।

(महा.१३.६.७ तसेच लेखांक ७४)

देव, यक्ष, सूर्य, चंद्र हे सर्व पुरुषार्थामुळेच मनुष्यत्वापासून देवत्वाला पोहोचले. यावरून या ग्रंथाची भूमिका अगदी स्पष्ट होते.

महाभारतात मृत्यूनंतर पुण्य तसेच पाप कसे, कोणत्या क्रमाने भोगावे लागते हे स्पष्ट केले आहे. याविषयीचे स्पष्टीकरण इतरत्र फारसे पाहायला मिळत नाही. पापाचे फळ नरकवास तर पुण्याचे फळ स्वर्गप्राप्ती. जे अल्प असेल ते प्रथम भोगावे लागते व जे अधिक असेल ते नंतर भोगावे लागते. पांडवांना आधी नरक मिळाला कारण त्यांचे पाप अत्यल्प स्वरूपाचे होते. (महा.१८.३.१३ लेखांक ३३)

यमधर्माने युधिष्ठिराच्या तीन परीक्षा घेतल्या. यक्षप्रश्नात, सख्ख्या भावांना सोडून नकुलाला जिवंत करा असे सांगितले. दुसऱ्या परीक्षेत माझ्या श्वानाला माझ्याबरोबर स्वर्गात प्रवेश नसेल तर मलाही तसा स्वर्ग नको असे सांगितले. तिसऱ्या परीक्षेत त्याला स्वर्गात स्थान व इतर पांडवांना नरकलोक असेल तर त्यालाही नरकच द्यावा ही विनंती. या सांगण्यावरून न्यायप्रियता, भूतदया व निरपेक्ष प्रेम हे धर्माचे पैलू स्पष्टपणे जाणवतात.

व्यासांनी धर्म व नीतीचा सर्व अंगांनी विचार करून संपूर्ण मानव समाजाचे फार मोठे उद्‌बोधन केले आहे. त्यांनी धर्माच्या तेजःपुंज अशा सुवर्णमहालाचे, त्याची दारे उघडून मानवाला दर्शन घडविले आहे. मानवी जीवनात धर्माची कास धरल्याशिवाय तरणोपाय नाही; हीच नौका त्याला जन्म-मरणाच्या सागरातून पैलतिरी घेऊन जाईल.

जेथे धर्म तेथे सत्य असतेच; एवढेच काय पण जर धर्म व सत्य यांची तुलना केली तर व्यासांच्या मते सत्याचे पारडेच काकणभर अधिक ठरेल. (महा.१२.१९२.६८). धर्म हा समाजधारणेसाठी, समाजाच्या स्थैर्यासाठी व उन्नतीसाठी आवश्यक आहे. धर्म जसजसा वृद्धिंगत होत राहील तसतसा मानव समाजही आत्मकल्याणाच्या दृष्टीने प्रगतिपथावर राहील, परंतु जर धर्माचा ऱ्हास होत गेला तर मानवाचीही वाटचाल नाशाकडे होईल. म्हणूनच भगवंताला अवतार धारण करून धर्मसंस्थापनेच्या कार्यासाठी पृथ्वीतलावर यावे लागते. भगवान श्रीकृष्णालाही याच कार्याकरिता अवतार घ्यावा लागला आणि भारतीय युद्धातून दुष्टांचा संहार करून त्याने पृथ्वीला भारमुक्त केले.

महर्षी व्यासांचे ऋण अखिल मानवजातीवर आहे. मलाही ते ऋण आहे, ते इतके मोठे आहे की ते फिटणे शक्य नाही. हा समारोपाचा लेखांक लिहिताना मला सारखे वाटते की ज्यामध्ये माझे मन दीर्घ काळ खिळून राहिले त्याचा आता शेवट होणार आहे. महाभारतासारख्या महान ग्रंथातील अत्यंत विस्तृत असा धर्म व नीतिविचार माझ्या या लेखांमधून मी माझ्या परीने विनम्र भावनेच वाचकांसमोर मांडला आहे. त्याचा शेवट संत तुकोबांच्या शब्दांत करणे मला योग्य वाटते.

करविली तैसी । केली कटकट ।
वाकुडी की नीट । देव जाणें ।।

(समाप्त)

www.ingramcontent.com/pod-product-compliance
Lightning Source LLC
LaVergne TN
LVHW060310051026
849517LV00004B/1057
* 9 7 8 9 3 9 1 9 4 8 6 2 7 *